Ulimwengu uliochanganyikiwa
Kitabu cha Pili

Na

Dolores Cannon

Imetafsiriwa na:

Alima Esmaee Meli

Yaliyomo

Taarifa za Uorodheshaji wa Maktaba ya Congress

Cannon, Dolores, 1931 -2014

Ulimwengu Uliochangamana – Kitabu cha Pili, na Dolores Cannon.

Mwendelezo wa Ulimwengu Uliochangamana – Kitabu cha Kwanza. Unatoa taarifa za kimetafizikia zilizopatikana kupitia wahusika wengi kwa njia ya hipnosisi ya kurejea maisha ya zamani.

1. Hipnosisi 2. Kuzaliwa upya 3. Tiba ya maisha ya zamani

2. Metafizikia 5. Ustaarabu Uliopotea 6. Dunia Mpya

I. Cannon, Dolores, 1931-2014 II. Kuzaliwa upya III. Metafizikia IV. Kichwa

Ubunifu wa jalada: Victoria Cooper Art
Aina za herufi za kitabu: Algerian, Umbra BT, Bell MT
Muundo wa Kitabu: Nancy Vernon
Imechapishwa na:

PO Box 754
Huntsville, AR 72740
WWW.OZARKMT.COM
Imechapishwa nchini Marekani

Jambo zuri zaidi tunaweza uzoefu katika siri. Ni chanzo cha sanaa na sayansi ya kweli.

Albert Einstein

Mwanadamu ni sehemu ya jumla, tunaitwa "ulimwengu", sehemu mdogo wa muda na nafasi. Yeye uzoefu mwenyewe, mawazo yake na hisia kama kitu kinachotenganishwa nacho wengine ... aina ya udanganyifu wa macho ya ufahamu wake. Udanganyifu huu aina ya gereza kwa ajili yetu, inayotuzuia kwa matamanio yetu binafsi na mapenzi kwa watu wachache walio karibu sisi. Kazi yetu lazima iwe huru sisi wenyewe kutoka katika gereza hili kupanua mzunguko wetu wa huruma kwa kukumbatia viumbe vyote vilivyo hai na asili yote katika uzuri wake.

Albert Einstein

Mwandishi wa kitabu hiki hajatoa matibabu ushauri au kuagiza matumizi ya mbinu yoyote kama namna ya matibabu ya matatizo ya kimwili au ya kiafya. Matibabu habari iliyojumuishwa katika kitabu hiki ilichukuliwa kutoka kwa Dolores Mashauriano na vikao vya kibinafsi vya Cannon naye wateja. Haikusudiwa utambuzi wa matibabu wa aina yoyote, au kuchukua nafasi ya ushauri wa matibabu au matibabu na daktari wako. Kwa hivyo mwandishi na mchapishaji wanadhani Hapana kuwajibika kwa tafsiri au matumizi ya mtu yeyote habari.

Kila juhudi imefanywa kulinda utambulisho na faragha ya wateja wanaohusika katika vikao hivi. The mahali ambapo vikao vilifanyika ni sahihi, lakini tu majina ya kwanza yametumika, na haya yamebadilishwa.

SEHEMU YA KWANZA

FAIDA ZA ZAMANI TIBA YA MAISHA

Sura ya 1

MWANZO WANGU KATIKA HIPNOSISI

Safari zangu katika uwanja wa hipnosisi zimesababisha kuandikwa kwa vitabu vingine kumi na viwili, mbali na hiki. Mara nyingi nahisi kama wahusika wa "Star Trek" wanaokwenda mahali ambapo hakuna binadamu aliyewahi kufika kabla. Nimesafiri kupitia wakati na anga ili kuchunguza historia ya zamani na uwezekano wa siku zijazo. Nimefika kwenye sayari na vipimo visivyojulikana na kuwasiliana na viumbe wanaoitwa "wageni". Nimeona maajabu ya ustaarabu uliopotea na kupokea taarifa kuhusu kuangamia kwao. Yote haya yamefanyika bila kutumia mashine za muda zinazojulikana sana katika hadithi za kisayansi. Kitu pekee kinachohitajika kwa kazi hii ya kijasiri ni matumizi ya akili ya mwanadamu. Kila kitu kinachojulikana na kisichojulikana kimefichwa ndani ya kina cha fahamu fiche, kikisubiri kugunduliwa. Hii ndiyo kazi yangu na shauku yangu. Najiona kama mwandishi wa taarifa, mchunguzi na mtafiti wa "maarifa yaliyopotea", ingawa sehemu kubwa ya kazi yangu ni tiba ya hipnosisi kupitia kurudi katika maisha ya zamani. Ninaona kazi yangu kama kushughulika na yasiyojulikana, kwa sababu nimegundua mbinu ya hipnosisi inayoruhusu kuchunguza na kuchambua nyanja za siri na ambazo hazijachunguzwa.

Muda mfupi baada ya kuanza kazi katika eneo hili, niligundua kuwa kazi yangu ilikuwa ikiondoka kwenye mambo ya kawaida na kuelekea kwenye "maarifa yaliyopotea"; yanaitwa hivyo kwa sababu niligundua kuwa nilikuwa nikifichua taarifa ambazo zilikuwa zimesahaulika, zimezikwa au hazikuwahi kujulikana hapo awali. Tunaelekea katika ulimwengu mpya na kipimo kipya ambacho taarifa hizi zitathaminiwa na kutumiwa. Maarifa haya yalikuwa yamefichwa au kushikiliwa kwa sababu maalum. Ustaarabu mwingi uliopotea ulitumia vibaya nguvu zao na haukuthamini kile walichokuwa wamefanikiwa, hivyo maarifa hayo yakachukuliwa kutoka kwao. Huenda sasa ni wakati wa vipaji, nguvu na maarifa haya kujitokeza tena na kuthaminiwa na kutumiwa katika kipindi chetu.

Bila shaka, lengo kuu la kazi yangu ni tiba na kusaidia watu kupona au kutatua matatizo yao. Lakini sehemu ya kusisimua zaidi na yenye kuridhisha ya kazi yangu—kilele chake—ni kugundua historia na kuleta taarifa na nadharia mpya katika wakati wetu. Ni kweli kama kugundua hazina iliyozikwa. Wanasema hakuna kitu kipya kabisa; tunarejesha tu maarifa ambayo sote tulikuwa nayo katika maisha mengine, lakini tumeisahau kwa mamilioni ya miaka. Hata hivyo, katika kazi yangu nimegundua kuwa maarifa haya hayajawahi kusahaulika kabisa, kwa sababu yamehifadhiwa katika benki za kumbukumbu za fahamu fiche. Yamekuwa yakisubiri tu wakati mwafaka wa kuletwa tena. Hili ndilo nililojaribu kufanya kupitia kazi yangu ya hipnosisi.

Ninahutubia mara kwa mara kote duniani kuhusu mada za vitabu vyangu. Kila mara huanza hotuba zangu kwa historia fupi ya maisha yangu binafsi ili wasikilizaji waelewe jinsi taarifa zangu zinavyopatikana. Nimeshutumiwa kwa kubuni visa katika vitabu vyangu, na kuwa mwandishi mzuri wa hadithi za kubuni. Kwangu mimi, hilo lingekuwa jambo kubwa zaidi—kubuni kile ninachoandika badala ya kuripoti tu ukweli unaojitokeza katika hali ya kina cha hipnosisi. Kwa kweli nimegundua njia ya kufungua kisanduku cha Pandora cha mithali. Taarifa zinaendelea kumiminika kutoka katika fahamu fiche za washiriki wangu. Kazi yangu ni kuzipanga na kuziweka katika vitabu, na hilo si jukumu dogo.

Msingi wangu katika hipnosisi unarudi hadi miaka ya 1960, hivyo nimekuwa katika uwanja huu kwa takribani miaka arobaini. Katika siku za mwanzo za kazi yangu, mchakato wa kuingiza mtu katika hipnosisi ulikuwa mrefu na wa kuchosha. Ulijumuisha kile ninachokiita "tazama kitu kinachong'aa", ambapo kitu hutikiswa mbele ya mshiriki huku mhypnotisti akiendelea na mchakato wa hipnosisi. Pia kulikuwa na mchakato mrefu wa kulegeza sehemu zote za mwili. Baadaye, kulikuwa na majaribio mbalimbali ya kupima kina cha hipnosisi kabla ya kuendelea. Baadhi ya mbinu hizi bado zinatumika leo na zinafundishwa, ingawa mara nyingi huonekana katika filamu au runinga kwa athari ya kisanaa. Wahypnotisti wengi sasa wamehamia mbinu za haraka zaidi. Hivi ndivyo nilivyotengeneza mbinu yangu mwenyewe, kwa kuondoa sehemu za mchakato ambazo zilikuwa zinachukua muda mwingi na hazikuwa za lazima. Mbinu za kisasa hutumia sauti, taswira na uvisualishaji.

Nilianza kujihusisha na kuzaliwa upya na kurudi katika maisha ya zamani mwaka 1968. Mume wangu, Johnny, alikuwa mwanajeshi wa Jeshi la Wanamaji la Marekani kwa zaidi ya miaka ishirini na alikuwa amerudi tu kutoka Vietnam. Tulikuwa Texas tukijaribu kurejesha maisha yetu katika hali ya kawaida baada ya kutengana kwa miaka minne kutokana na vita. Mume wangu (aliyekuwa mhypnotisti mkuu) na mimi tulikuwa tukifanya kazi na mwanamke kijana aliyekuwa na tatizo la kula kwa msongo wa mawazo. Alikuwa na uzito mkubwa na matatizo ya figo, hivyo daktari wake alipendekeza hipnosisi huenda ikamsaidia. Hadi wakati huo tulikuwa tumefanya hipnosisi ya kawaida tu, tukizingatia kuacha tabia kama kuvuta sigara au kupunguza uzito. Hatukuwahi hata kuota kuwa kitu zaidi ya hicho kingewezekana. Tulipokuwa tukimrudisha nyuma katika maisha yake kutafuta matukio muhimu, ghafla aliruka kwenda maisha mengine kama msichana wa miaka ya ishirini huko Chicago katika enzi ya "roaring twenties". Kusema kuwa tulishangaa ni kusema kidogo sana. Tulimtazama akibadilika kabisa kuwa utu mwingine wenye sauti na mienendo tofauti ya mwili. Alikuwa mtu mwingine kabisa mbele ya macho yetu. Huu ulikuwa mkutano wetu wa kwanza na dhana ya kuzaliwa upya.

Tulipokuwa tukifanya kazi na yule mwanamke, udadisi wetu ulitufanya tutake kujua zaidi kuhusu jambo hili la kuzaliwa upya. Tulitaka kujua hipnosisi ingetuchukua hadi wapi. Tulimrudisha nyuma kupitia maisha matano tofauti na yaliyotofautiana kabisa, hadi wakati alipoumbwa na Mungu.

Vipindi vyote vilirekodiwa kwa kifaa cha kurekodia cha aina ya reel-to-reel kilichobebeka cha wakati huo. Kiliitwa "portable", ingawa kilikuwa kizito sana na kilitumia kanda kubwa za inchi nane. Katika siku hizo hakukuwa na vitabu vya maelekezo vya kumwongoza mhypnotisti endapo jambo kama hili lingetokea. Kitabu pekee cha aina hii kilichokuwa kimechapishwa kilikuwa Search for Bridey Murphy cha Morey Bernstein. Wakati huo kilichukuliwa kuwa kazi ya daraja la juu, lakini leo ni cha kawaida sana kiasi kwamba kisingechapishwa tena. Kilitokea kwa wakati unaofaa. Kwa hiyo hatukuwa na chochote cha kutuongoza tulipokuwa tukisafiri kurudi nyuma katika muda pamoja na mwanamke huyo, na tukimwona kwa macho yetu akibadilika na kuwa haiba nyingine tulipopitia kila kipindi cha wakati. Tulibuni sheria zetu wenyewe tulipokuwa tukiendelea, na matokeo yalikuwa ya kushangaza sana. Pia wakati wa majaribio hayo, kwa sababu hakuna mtu aliyetuambia kuwa haiwezekani, tulimsogeza mbele hadi wakati ujao ili kuona sisi sote tungefanya nini. Alituona tukiishi katika mazingira ya mashambani na tukiwa na wajukuu. Hatukumwambia mtu yeyote utambulisho wa mwanamke tuliyekuwa tukifanya naye kazi. Hata hivyo, marafiki kadhaa wa Jeshi la Wanamaji walisikia kuhusu hilo na wakaja nyumbani kusikiliza sehemu mpya kabisa, sura ya hivi karibuni. Tukio hilo lilibadilisha maisha yetu na mfumo wetu wa imani milele.

Mwaka 1968 ulikuwa mwaka muhimu sana katika maisha yangu kwa sababu kila kitu kilibadilika kabisa. Maisha yangu yasingerudi tena katika hali ya kawaida. Mume wangu, Johnny, alikaribia kuuawa katika ajali mbaya sana ya gari akiwa njiani kuelekea kituo cha Jeshi la Wanamaji usiku mmoja. Aligongwa uso kwa uso na dereva mlevi, na akasagwa vibaya ndani ya mabaki ya basi letu la Volkswagen. Madaktari walisema ilikuwa muujiza kwamba aliishi, kwa sababu majeraha yake yalikuwa makubwa sana kiasi kwamba alipaswa kufa usiku huo. Sababu mojawapo iliyookoa maisha yake ni kwamba mhudumu wa afya wa kijeshi aliyekuwa amerudi hivi karibuni kutoka Vietnam alikuwa akiendesha gari nyuma ya gari la Johnny. Alikuwa amezoea kutibu majeraha ya dharura vitani, hivyo aliweza kumsaidia Johnny kabla hajavuja damu hadi kufa barabarani. Kufikia wakati timu ya dharura ilipofika kutoka kituoni, mhudumu huyo alikuwa tayari amedhibiti damu, lakini Johnny bado alikuwa amesagwa vibaya ndani ya mabaki ya gari. Ilibidi idara ya zimamoto ifanye kazi kubwa ili kumtoa. Kisha alisafirishwa kwa helikopta hadi hospitali ya Jeshi la Wanamaji huko Corpus Christi.

Nilipofika katika chumba cha wagonjwa mahututi, madaktari watano tofauti walikuja mmoja baada ya mwingine na kunipa sababu kadhaa kwa nini hangeweza kabisa kuishi usiku huo. Walishangaa kuona sikuwa na mshtuko. Niliwaambia walikuwa wanakosea. Hangefariki. Lakini bila shaka, sikuweza kuwaambia jinsi nilivyojua hilo. Angewezaje kufa ilhali alikuwa ameonekana katika siku zijazo akiwa na wajukuu? Nilijua ilikuwa kweli. Niliamini kile tulichokuwa tumefanya na kile tulichokuwa tumegundua. Kama nilikuwa nitaamini, ilibidi niamini yote. Imani hiyo ilinisaidia kuhifadhi afya yangu ya akili katika kipindi kibaya sana.

Sikutambua wakati huo, lakini mfumo wa imani wa watu wengi katika kituo hicho pia ulikuwa ukijaribiwa. Wengine walisema ajali hiyo ilikuwa adhabu kutoka kwa Mungu, kwa sababu tulikuwa tukijihusisha na jambo lililoonekana kama kufanya kazi na Shetani; kuchunguza kuzaliwa upya. Tulikuwa tukichungulia gizani, tukifungua milango ambayo ilipaswa kuachwa imefungwa. Sikuweza kuamini hilo, kwa sababu katika kazi yetu na yule mwanamke tulionyeshwa Mungu mwenye upendo na huruma, si mwenye kulipiza kisasi. Sikuweza kuelewa sababu ya kilichotokea wakati ulimwengu wangu ulipogeuka juu chini, lakini nilijua kwa hakika kwamba udadisi wetu na jitihada zetu za kutafuta maarifa yasiyojulikana haukuwa adhabu.

Ni jambo la kushangaza kuona Johnny akinusurika vita kisha afe kwa uzembe wa dereva mlevi. Lakini hilo halikutokea. Madaktari walimwita "mtu wa muujiza", kwa sababu licha ya uwezekano wote na kinyume na mantiki yote, aliishi. Huu ulikuwa mwanzo wa jinamizi lililodumu kwa miaka mingi.

Baada ya miezi kadhaa katika chumba cha wagonjwa mahututi na kutumia mwaka mmoja hospitalini (miezi minane akiwa amefungwa kwa gipsi ya mwili mzima), aliachiliwa kutoka Jeshi la Wanamaji kama mkongwe mwenye ulemavu. Hapo ndipo tulipoamua kuhamia vilimani Arkansas, ambako tulidhani tunaweza kuishi kwa pensheni na kuwalea watoto wetu wanne. Wakati huo ilikuwa ni lazima, lakini baadaye nilifurahi kuwa na hifadhi hiyo milimani kama mahali pa kujitenga. Johnny iliishi miaka ishirini na mitano akiwa amefungwa kwenye kiti cha magurudumu. Kama aliyekatwa sehemu ya kiungo, aliweza kutembea nje kwa magongo na aliendesha gari lenye vidhibiti vya mikono. Katika kipindi hicho chote nilikuwa nimejikita kabisa kwa mume wangu na watoto.

Safari yangu katika kuzaliwa upya kupitia hipnosisi ililazimika kuwekwa kando nilipokuwa nikijirekebisha na maisha yangu mapya. Nia yangu katika hipnosisi haikuwashwa tena hadi watoto walipoanza kuondoka nyumbani: kuoana au kwenda chuo. Kisha "empty nest syndrome" ikanipata, na nikakabiliwa na swali la nini ningefanya na maisha yangu yaliyobaki. Niliamua kufanya jambo lisilo la kawaida sana, si lile ambalo mwanamke "wa kawaida" angefanya katika hali hii. Niliamua kurudi kwenye hipnosisi, ingawa sikuwa na wazo lolote ningepata wapi wateja katika vilima vya Arkansas. Nilijua tu kwamba hili lilikuwa jambo nililotaka kufanya. Lakini sikuupenda mtindo wa zamani wa mbinu ndefu za kuanzisha hipnosisi ambazo zilikuwa maarufu katika miaka ya 1960. Nilijua lazima kuwe na mbinu rahisi na za haraka zaidi. Hivyo nikasoma mbinu mpya zaidi, na nikagundua kwamba hali ya usingizi wa hipnosisi ingeweza kuanzishwa kupitia taswira na uakisi wa kiakili. Sikutaka tena kuzingatia hipnosisi ya kawaida ili kumsaidia mtu kuvunja mazoea: kuacha kuvuta sigara, kupunguza uzito, n.k. Nia yangu ilikuwa imechochewa katika kuzaliwa upya, na hilo ndilo nililotaka kulenga. Mwishoni mwa miaka ya 1970 na mwanzoni mwa miaka ya 1980 bado kulikuwa na vitabu vichache vilivyochapishwa kumsaidia mtaalamu wa hipnosisi katika uwanja wa tiba ya kurudisha kumbukumbu za maisha ya zamani.

Kwa hiyo ilibidi nibuni mbinu yangu mwenyewe. Hivi karibuni niligundua kwamba mengi yanayofundishwa katika hipnosisi ya jadi hayakuwa ya lazima. Nikaanza kuondoa baadhi ya hatua hizi na kubadilisha na mbinu za haraka zaidi. Mradi tu mtu hadhuriki, ninaamini mtaalamu wa hipnosisi anaweza kujaribu ili kugundua kinachofanya kazi na kisichofanya kazi. Baada ya yote, hapo mwanzo mtu fulani mahali fulani alipaswa kugundua jinsi ya kuunda hali bora zaidi ya usingizi wa hipnosisi.

Nilijua nilikuwa nikifungua njia mpya na kuingia katika eneo jipya. Sasa, baada ya karibu miaka thelathini ya kuboresha na kukamilisha mbinu yangu, niliunda njia yangu mwenyewe. Napenda kufanya kazi katika hali ya usingizi wa somnambulisti (ambayo ndiyo hali ya kina zaidi ya hipnosisi), kwa sababu ninaamini hapo ndipo majibu yote yapo. Wataalamu wengi wa hipnosisi hawafanyi kazi katika kiwango hicho kwa sababu wanasema "mambo ya ajabu hutokea huko." Yeyote aliyesoma vitabu vyangu anajua kwamba mambo ya ajabu kweli hutokea huko. Wataalamu wengi wa hipnosisi hufundishwa kumweka mteja katika hali nyepesi ya usingizi wa hipnosisi. Katika kiwango hicho, akili fahamu huwa hai sana na mara nyingi huingilia kati. Taarifa fulani zinaweza kupatikana katika kiwango hicho, lakini si ushirikiano kamili wa akili fiche unaotokea katika kiwango cha somnambulisti ambapo kuingilia kwa akili fahamu huondolewa. Kwa kawaida mtu hakumbuki chochote na hufikiri tu amelala. Kwa kawaida, uwezekano ni kwamba mtu mmoja kati ya ishirini au thelathini ataingia moja kwa moja na kwa hiari katika hali ya somnambulisti. Lakini katika mbinu niliyoendeleza ni kinyume chake: mtu mmoja kati ya ishirini au thelathini hataingia. Hivyo ni njia yenye ufanisi mkubwa ya kuondoa akili fahamu na kuruhusu akili fiche ipate majibu. Hii ndiyo mbinu ninayofundisha sasa katika madarasa yangu ya tiba ya hipnosisi, na wanafunzi wangu wanaripoti matokeo yale yale ya kushangaza.

Nilipoanza tiba yangu kwa dhati mwishoni mwa miaka ya 1970, hivi karibuni niligundua muundo fulani. Hii ilikuwa kabla sijagundua mbinu yangu ya kuwasiliana na akili fiche. Baada ya hapo muundo huo ukawa wazi zaidi. Niligundua kwamba matatizo mengi ambayo watu wanayo—ya kimwili, ya kiakili, mzio, hofu (phobia), au mahusiano, n.k.—yanaweza kufuatiliwa hadi matukio yaliyotokea si katika maisha ya sasa, bali katika maisha mengine. Wateja wangu wengi walikuwa wametumia miaka wakihama kutoka daktari mmoja hadi mwingine katika nyanja za matibabu na saikolojia, na walikuwa na mafanikio kidogo sana katika kupata majibu ya matatizo yao sugu. Hii ilikuwa kwa sababu madaktari walikuwa wakizingatia tu dalili za wazi za kimwili na matukio yaliyotokea katika maisha ya sasa. Wakati mwingine tatizo linaweza kufuatiliwa hadi matukio ya utotoni, lakini katika visa vingi nilivyofanyia kazi, jibu lilikuwa limefichwa mbali zaidi katika siku za nyuma.

Ninaamini maisha ya zamani yapo kwenye mtetemo au masafa mengine. Tunaporudi nyuma kwenye maisha hayo, tunabadilisha masafa ili kuyaona na kuyapitia, kama vile kubadilisha vituo kwenye redio au runinga. Wakati mwingine masafa hayo mengine huwa karibu sana au yanaingiliana, na kusababisha msongamano wa mawimbi au magonjwa.

Katika mbinu yangu hupata matokeo bora zaidi kwa kuwasiliana na (ninachokiita) akili fiche. Katika hatua muhimu ya kikao, baada ya mhusika kugundua maisha ya zamani yanayobeba majibu ya matatizo ya maisha ya sasa, kisha ninaomba kuzungumza na akili fiche ya mtu huyo. Daima hujibu na kutoa taarifa zinazohitajika.

Katika hipnosisi ya jadi, mtaalamu hufundishwa jinsi ya kupokea majibu kutoka kwa akili fiche kwa kutumia ishara za mikono. Hapo ndipo humwomba mtu anyanyue kidole kimoja kwa "ndiyo" na kingine kwa "hapana". Kwangu mimi hii ni ya polepole sana na yenye mipaka. Kwa nini utumie mbinu hii wakati unaweza kuzungumza moja kwa moja na akili fiche na ikujibu kwa maneno? Kwa mbinu yangu unaweza kuzungumza nayo na kuwa na mazungumzo ya pande mbili, na unaweza kupata jibu la chochote kabisa unachotaka kuuliza.

Ufafanuzi wangu wa akili fiche ni huu: ni sehemu ya akili inayotunza mwili. Inasimamia mifumo yote ya mwili. Huhitaji kuuambia moyo wako upige au kujikumbusha kupumua. Ninatambua hili kama kazi ya akili fiche, kwa sababu inafuatilia kila wakati na inajua kila kinachoendelea ndani ya mwili wa mtu. Ndiyo sababu tunaweza kupata majibu ya maswali ya afya kwa kutumia mbinu hii. Nimegundua kwamba kila dalili ya kimwili, ugonjwa au maradhi ni ujumbe kutoka kwa akili fiche. Inajaribu kwa bidii sana kupata umakini wetu kwa njia moja au nyingine. Inajaribu kutuambia jambo fulani, na itaendelea kusisitiza hadi hatimaye tuelewe. Tusipolipa kipaumbele, ugonjwa au tatizo litaendelea kuwa mbaya zaidi hadi hatutakuwa na chaguo lingine, au hadi itakapokuwa kuchelewa kurekebisha hali hiyo. Najua hili ni kweli kwa sababu dalili zilezile zimehusiana na matatizo yale yale katika maisha ya sasa ya watu wengi. Natamani tu akili fiche ingeweza kupata njia isiyo na maumivu ya kuwasilisha ujumbe. Mara nyingi husema, “Je, haingekuwa rahisi tu kuwapa barua?” Akili fiche hufikiri inawasilisha ujumbe kwa njia ya moja kwa moja na iliyo wazi ambayo mtu anapaswa kuelewa, lakini mara nyingi sivyo ilivyo. Tunakuwa tumeshughulika sana na maisha yetu ya kila siku kiasi kwamba hatujiulizi kwa nini tuna maumivu ya mgongo au maumivu ya kichwa yanayoendelea, n.k.

Tunapofanya kikao na kugundua sababu ya usumbufu (na mara nyingi sababu hizi huwa za ajabu sana kiasi kwamba sidhani mtu angeweza kuunganisha mambo hayo kwa ufahamu wa kawaida), basi ujumbe huwa umewasilishwa, na usumbufu huisha. Hakuna tena sababu ya kubaki kwa kuwa ujumbe umepokelewa na kueleweka. Mtu anaweza kisha kurejea katika afya njema, ikiwa atafanya mabadiliko yanayohitajika katika maisha yake. Daima inarudi kwenye wajibu wa mtu mwenyewe. Akili fiche inaweza kufanya kiasi fulani tu, na hiari ya mtu daima inaheshimiwa.

Najua kauli hizi zinaweza kuonekana kuwa kali na hazilingani na mbinu za jadi za matibabu, lakini ninaweza tu kuripoti kile nilichogundua na kushuhudia kutokana na kusaidia maelfu ya watu.

Pia ninaamini kwamba fahamu fiche ni mhifadhi wa kumbukumbu, sawa na kompyuta kubwa sana. Inarekodi kila kitu ambacho kimewahi kutokea katika maisha ya mtu. Ndiyo maana taarifa hizi zinaweza kufikiwa kupitia hipnosisi. Ikiwa mtu angeombwa arudi kwenye sherehe yake ya siku ya kuzaliwa ya miaka kumi na miwili, angeweza kukumbuka kila tukio la siku hiyo, ikiwemo keki, waliokuwepo, zawadi, na kadhalika. Fahamu fiche hurekodi kila undani mdogo kabisa. Nadhani mengi ya haya yangekuwa ya ziada, na mara nyingi hujiuliza fahamu fiche hufanya nini na maelezo hayo yote madogo. Kwa mfano, katika wakati wowote ule ule, unashambuliwa na maelfu ya vipande vya taarifa: kuona, kusikia, harufu, hisia za mwili, na mengine mengi. Kama ungekuwa unayafahamu haya yote kwa kiwango cha ufahamu wa kawaida, ungeelemewa kabisa na kushindwa kufanya kazi. Ni lazima uzingatie tu taarifa zinazohitajika ili kuishi maisha yako. Hata hivyo, fahamu fiche huwa daima inatambua na huendelea kurekodi na kuhifadhi taarifa hizi. Kwa ajili ya nini? Tutachunguza hilo zaidi katika kitabu hiki. Hili pia linaweza kueleza chanzo cha ufunuo wa ghafla wa kisaikolojia na hisia za angavu. Ni sehemu ya taarifa tunazopokea katika kiwango kingine ambacho si lazima tuzihitaji. Lakini kwa kuwa zipo, wakati mwingine hupenya hadi katika ulimwengu wetu wa ufahamu. Hili linapotokea, huchukuliwa kuwa tukio la kimiujiza, ingawa hazina hii kubwa ya taarifa daima ipo, na iko tayari kufikiwa kwa mafunzo sahihi.

Fahamu fiche si tu hurekodi kila kitu kilichowahi kutokea kwa mtu katika maisha haya ya sasa, bali pia kila kitu kilichowahi kutokea katika maisha yao yote ya zamani, na katika hali zao za kuwepo katika ulimwengu wa roho. Mengi ya haya hayana matumizi katika maisha ya sasa. Inaweza kufikiwa kwa ajili ya udadisi tu, na inaweza kuwa ya kuvutia kwa mtu. Lakini itakuwa na faida gani katika kutatua matatizo ya maisha ya sasa?

Hili ni mojawapo ya makosa ambayo wahypnotisti wengi hufanya. Hawanaona thamani ya kumpeleka mtu kwenye maisha ya zamani, isipokuwa kwa ajili ya udadisi, fantasia au burudani. (Ingawa mengi ya maisha haya ya zamani yako mbali sana na kuwa ya kufurahisha.) Hii ndiyo sababu niliunda mbinu yangu. Nampeleka mtu kwenye maisha ambayo yana uhusiano mkubwa zaidi au yanafaa zaidi kwa matatizo ya maisha yake ya sasa. Siongozi kamwe. Naruhusu fahamu fiche impeleke mtu kwenye maisha ambayo inaona kuwa muhimu zaidi kuangaliwa wakati wa kikao. Daima nashangaa, iwe maisha hayo ni ya kuchosha au ya kawaida (ambayo asilimia 90 yake ndiyo), kuishi katika ustaarabu wa kale au wa kisasa, au kushughulika na viumbe wa anga na maisha katika sayari au vipimo vingine. Fahamu fiche ndiyo hufanya muunganiko huo, na daima huwa ni muunganiko ambao mimi au mshiriki tusingeweza kuufanya kwa ufahamu wa kawaida. Hata hivyo, unapouangalia kwa mtazamo huu, huwa una mantiki kamili.

Ninapowasiliana na fahamu fiche, daima hunishangaza kwa sababu inakuwa wazi kwamba sizungumzi na haiba ya mteja, bali na chombo tofauti au sehemu ya nafsi yao. Daima najua wakati fahamu fiche imefikiwa na inajibu maswali. Daima huzungumza kuhusu mtu katika nafsi ya tatu (yeye). Haina hisia na inaonekana kuwa imejitenga na matatizo, kana kwamba ni mtazamaji asiye na upendeleo. Huitoa lawama kwa mtu kwa sababu hajakuwa akisikiliza. Wakati mwingine kauli ya kwanza ya fahamu fiche huwa, "Hatimaye nimepata nafasi ya kuzungumza. Nimejaribu kuzungumza na (Jane au Bob) kwa miaka, lakini hawakusikiliza." Fahamu fiche inaweza kuwa ya kimaamuzi kiasi kwamba wakati mwingine husikika kama ni kali. Haifichi chochote, bali husema ukweli wa hali ilivyo kwa mtazamo wake. Baada ya kumkemea mtu ili ujumbe ueleweke, daima humwambia jinsi anavyopendwa, na jinsi wanavyojivunia maendeleo yoyote aliyoyafanya. Sehemu hii pia hunitambua, na mara nyingi hunishukuru kwa kumweka mtu katika hali ya trensi na kuruhusu mchakato huu kutokea. Mara nyingi huzungumza kwa wingi (sisi), kana kwamba si chombo kimoja, bali vingi. Hili linachunguzwa zaidi katika kitabu hiki.

Wenye mashaka hawataelewa wala kuamini hili, na wangekuwa na sababu nzuri ya kutokuamini kama mawasiliano haya yangekuwa yakitokea kupitia mtu mmoja tu. Lakini watu wanawezaje kusema kuwa haya ni fantasia, udanganyifu, hadaa, au uchezaji wa makusudi, au chochote kile, ikiwa yanatokea kupitia kila mtu ninayefanya naye kazi, bila kujali yuko wapi duniani? Nina kiwango cha mafanikio cha takriban asilimia 90 katika mbinu ya hipnosisi ya kumpeleka mtu kwenye maisha ya zamani yanayofaa, na kati ya hao, takriban asilimia 90 ya mafanikio katika kuwasiliana na fahamu fiche yao. Fahamu fiche daima huzungumza kwa namna ile ile, na hujibu maswali kwa mtindo ule ule. Hili lisingetokea kama lingekuwa tukio la nasibu.

Watu ambao nimepata ugumu mkubwa zaidi kuwaingiza katika trensi kwa kawaida ni wafanyabiashara wenye mamlaka makubwa, wale waliohukumu na kuchambua kila kitu. Badala ya kupumzika na kufuata mapendekezo, wanataka kudumisha udhibiti wa kikao. Pia wapo wale wanaosema wako tayari kupata majibu, lakini kwa siri wanaogopa kile kitakachotoka, hivyo akili yao ya ufahamu huhujumu kikao. Lakini kama nilivyosema, hawa ni takriban asilimia 10 au chini ya hapo ya wateja ninaowaona. Wengine wote (asilimia 90) daima hupata maisha ya zamani. Kwa hiyo ninaamini huu ni ushahidi wenye nguvu sana unaounga mkono kuzaliwa upya.

Hili limenifanya nijiulize. Ikiwa sehemu hii ya akili ya mtu inaonekana kuwa ile ile katika kila tukio, basi ninawasiliana na nini hasa? Ikiwa ingekuwa inamhusu tu mtu binafsi ninayefanya naye kazi, na ina ufikiaji wa taarifa zake pekee (ambayo ni njia ya kimantiki ya kuangalia suala hili), basi kwa nini na vipi inaweza kufikia taarifa katika kiwango kikubwa zaidi? Fahamu fiche yenyewe hutoa jibu la swali hilo katika kitabu hiki, kwa sababu kazi yangu inapopanuka, ninatambua kwamba kuna mambo mengi zaidi yanayotokea, na niko tayari (au nadhani niko tayari) kwa maelezo yaliyo changamano zaidi.

Sasa najua kwamba nimekuwa nikiipunguza na kuirahisisha sana. Kwa hakika ni kama kuwasiliana na kituo cha kompyuta kilichounganishwa na hifadhidata kubwa sana. Hifadhidata hiyo inapita mipaka ya muda, nafasi, na vikwazo vyote vya ufahamu wa mtu binafsi. Hili ndilo jambo la kushangaza zaidi katika kazi yangu. Inaonekana daima ninazungumza na sehemu ile ile (au chombo kile kile, au chochote kile), sehemu ambayo sasa nimegundua inaonekana kuwa yenye kujua kila kitu. Sio tu ina majibu ambayo mteja anatafuta, bali pia ina majibu ya chochote ninachotaka kuuliza. Sehemu yenye kujua yote ya kitu fulani chenye ufikiaji wa taarifa zote. Watu wengine wanaweza kuchagua kuiita sehemu hii "Nafsi Kamili", "Nafsi ya Juu", "Oversoul", "Akili ya Pamoja" ya Jung, au "Mungu". Haya yote yanaweza kuwa yakirejelea kitu kile kile kwa majina tofauti. Mimi najua tu kwamba katika kazi yangu nimegundua kuwa inaitikia jina la "fahamu fiche".

Kuna istilahi nyingine nyingi katika sayansi na dini zinazoweza kujaribu kueleza sehemu hii ambayo nimefanikiwa kuifikia. Iwe ni nini hasa, ni furaha kufanya kazi nayo, hasa kwa sababu ya udadisi wangu na hamu yangu ya kupata taarifa. Ninapenda kufanya utafiti katika maktaba, na hili ni kama kuwa na ufikiaji wa maktaba kubwa kuliko zote. Kwa hiyo safiri nami ninapochunguza zaidi dhana changamano za kimetafizikia. Najua sina majibu yote, lakini nimefanikiwa kuchimba uso wa jambo hili kwa kina zaidi kidogo. Huenda akili zenu zitachochewa na kile nilichokigundua. Endeleeni kutafuta na kuuliza maswali. Hiyo ndiyo njia pekee ya kupata majibu. Kumbukeni msemo usemao, "Parachuti ni kama akili. Inafanya kazi tu ikiwa iko wazi."

Sura ya 2

TIBA YA KAWAIDA YA MAISHA YA ZAMANI

Watu hawatambui nguvu ambayo akili yao wenyewe ina uwezo wa kuwa nayo ya kujitibu. Mbinu yangu inaruhusu kufikia sehemu ya akili yao inayoweza kupata chanzo cha matatizo yao. Akili ya chini ya fahamu inaweza kuwa ya moja kwa moja sana katika dalili za kimwili inazotumia kuwasilisha ujumbe wake. Kama watu wengi wangetambua hili, wangesikiliza kwa makini zaidi kile ambacho miili yao inajaribu kuwaambia.

Kutokana na maelfu ya vipindi nilivyofanya, mara nyingi ninaweza kutambua muundo au mfululizo wa dalili zinazoonyesha uwezekano kwamba matatizo ya kimwili ya mtu yanaweza kutokana na matukio ya sasa katika maisha ya sasa. Kwa mfano, ikiwa mtu ataniambia ana maumivu ya mgongo au mabega yanayoendelea, nitamuuliza kama anabeba mzigo mzito katika maisha yake. Kwa kawaida, hujibu kwamba kweli anahisi hivyo kwa sababu ya maisha ya nyumbani, mazingira ya kazi, n.k., na anahisi kuwa chini ya shinikizo kubwa. Aina hizi za hali hujitokeza kama usumbufu katika eneo la mgongo au mabega. Maumivu katika vifundo vya mikono na mikono yanaweza kumaanisha kuwa wanashikilia kitu katika maisha yao ambacho wanahitaji kukiachia. Nimegundua kuwa maumivu katika nyonga, miguu au nyayo yana maana kuwa wako katika hali ambayo wanaweza kwenda katika mwelekeo tofauti katika maisha yao. Kwa kawaida huhusisha uamuzi muhimu ambao ungeweza kubadilisha maisha yao kwa kiasi kikubwa. Hujitokeza kama usumbufu katika sehemu hiyo ya mwili kwa sababu akili ya chini ya fahamu inawaambia kuwa wanaogopa kuchukua hatua, kuchukua hatua inayofuata, hivyo maumivu yanawazuia kimwili.

Matatizo ya tumbo wakati mwingine husababishwa na mtu kushindwa "kumeng'enya" jambo fulani linaloendelea katika maisha yake. Saratani, hasa katika matumbo, ni kushikilia mambo ndani mpaka yanaposababisha msongo na kuanza kula viungo kwa sababu hayawezi kuachiliwa. Kifafa kinaweza kuwa ni kushindwa kuchakata au kushughulikia kiwango kikubwa cha nishati kilichopo mwilini.

Nimekuwa na watu waliokabwa wanapokula vyakula fulani, au wanapotumia dawa fulani. Katika hali hizo, akili ya chini ya fahamu ilisema hawakuhitaji kutumia vidonge hivyo, kwa sababu vilikuwa vinaleta matatizo zaidi kwa mwili. Reflex ilisababisha kukabwa na usumbufu kama njia ya kukataa, ili kumzuia mtu kumeza chakula au dawa inayodhuru. Akili ya chini ya fahamu inaweza kuwa ya kuigiza sana na yenye kudhibiti wakati mwingine.

Ingawa baadhi ya majibu yanaweza kupatikana katika hali za maisha ya sasa, sehemu kubwa ya kazi yangu inalenga maisha mengine. Nitawasilisha mifano michache ya regresheni za "kawaida" za maisha ya zamani ili kuonyesha matumizi yake katika kutatua matatizo ambayo mhusika anapitia katika maisha ya sasa. Sehemu iliyobaki ya kitabu italenga aina zisizo za kawaida au tofauti za regresheni, na jinsi mhusika pia alivyosaidiwa kwa kuchunguza hizo.

Ni lazima ikumbukwe kwamba maelezo haya hayawezi kutumika kwa kesi zote moja kwa moja kama sababu pekee ya ugonjwa au usumbufu. Haiwezi kuwa na kauli ya jumla kwamba: unene kupita kiasi daima husababishwa na hili, au kipandauso daima husababishwa na lile. Maelezo ni tofauti kama watu walivyo tofauti, na akili ya chini ya fahamu inaweza kuwa werevu sana. Mtaalamu wa hipnosisi lazima awe mwenye kubadilika na atumie hisia zake binafsi kuuliza maswali sahihi. Jibu na suluhisho linalomfaa mtu mmoja huenda lisiwe jibu kwa mwingine.

Mfano wa maisha ya zamani kuathiri maisha ya sasa kwa kuunda matatizo ya kimwili: kesi nyingi za arthritis zinatokana na kuteswa kwenye kifaa cha kuvuta mwili au vifaa vinavyofanana katika magereza ya nyakati za kati. Binadamu ana historia ya kufanya mambo ya kutisha kwa wenzao, na hili wakati mwingine hubebwa katika kumbukumbu ya mwili.

* * *

Nilikuwa na maelezo ya kuvutia kuhusu uvimbe wa fibroid katika mfuko wa uzazi. Mwanamke huyo alikuwa amefanya utoaji mimba mara kadhaa. Alikuwa na sababu nzuri kwa sababu wakati huo tayari alikuwa na watoto kadhaa, na alikuwa akipitia kipindi kigumu sana cha kufanya kazi na kuwahudumia. Alihisi kuwa katika hali hizo hangeweza kuongeza mzigo kwa kupata watoto zaidi. Alisema utoaji mimba haukumsumbua na kwamba alikuwa amekubaliana na hali hiyo, lakini akili yake ya chini ya fahamu na mwili wake walijua vinginevyo. Alianza kupata matatizo ya uvimbe wa fibroid. Wakati wa kipindi, akili yake ya chini ya fahamu ilisema alikuwa akihisi hatia zaidi kuliko alivyotambua, na uvimbe wa fibroid uliwakilisha watoto ambao hawakuzaliwa. Alipokubaliana na hili, uvimbe ulianza kupungua na kutoweka bila hitaji la upasuaji.

Magonjwa ya ngono: herpes / kuondolewa kwa mfuko wa uzazi / uvimbe kwenye ovari / matatizo ya tezi dume, n.k., yamehusishwa na tabia mbaya za kingono au kuwatesa jinsia tofauti katika maisha mengine. Haya pia yanaweza kuwa njia ya kuweka jinsia tofauti mbali katika maisha haya, au kuwa adhabu ya kujipangia mwenyewe. Mwanamke mmoja alikuwa na endometriosis, matatizo ya viungo vyake vya uzazi yaliyoathiri mgongo wake. Hakuwahi kupata watoto ingawa alikuwa ameolewa kwa miaka 19. Daktari wake alitaka kufanya upasuaji na kuondoa ovari na mirija ili kutatua tatizo la kingono. Maisha yake ya zamani yalifunua: matatizo ya viungo vya uzazi vya kike wakati mwingine hutokana na muundo wa kuishi maisha kadhaa kama makuhani na watawa waliolazimika kuwa bila ndoa. Hili lilisababisha kukandamizwa (kukandamizwa tena) kwa hisia na shughuli za kingono.

Nadhiri katika maisha mengine zina nguvu sana. Hasa nadhiri za umaskini mara nyingi huendelea na kusababisha matatizo ya kifedha katika maisha ya sasa. Hizi lazima zitambuliwe kuwa zilikuwa muhimu katika maisha ya awali, lakini sasa zinaweza kukataliwa kama zisizofaa.

Wakati mwingine mtu amekuwa jinsia moja katika maisha mengi na ghafla anajikuta katika mwili wa jinsia tofauti. Huendeleza magonjwa na matatizo kama njia ya kuukataa mwili, hasa sehemu za mwili zinazohusiana na homoni. Nimegundua kuwa hili pia ni mojawapo ya maelezo ya ushoga. Mtu amekuwa na maisha mengi kama jinsia moja, na ana ugumu wa kuzoea maisha kama jinsia tofauti.

* * *

Nimekuwa na wahusika wengi waliokuwa wanateseka na maumivu makali ya kichwa (kipandauso), na mara nyingi hali hizi zinaweza kufuatiliwa hadi maisha ya zamani yaliyohusiana na majeraha ya kichwa. Mapigo ya kichwa yaliyosababishwa na wanadamu, silaha au wanyama kwa kawaida hubaki kama athari za kukumbusha mtu asirudie kosa katika maisha haya ambalo huenda lilisababisha kifo chake katika maisha mengine. Kisa kimoja kilimhusu mwanamke aliyekuwa anaishi tena maisha ya kijana aliyepigwa risasi kichwani wakati wa Vita vya Kiraia vya Marekani. Kulikuwa pia na kisa nchini Uingereza ambapo mwanamke alikuwa na maumivu makali ya kichwa maisha yake yote yaliyokuwa yakianzia kwenye daraja la pua yake na kupanda juu ya paji la uso na juu ya kichwa chake. Hakuna dawa iliyoweza kumpa nafuu. Tuligundua kuwa chanzo kilikuwa ni kupigwa kwa upanga mahali hapo hapo kichwani mwake wakati wa mojawapo ya vita vingi vilivyopiganwa barani Ulaya katika historia. Kuelewa chanzo hicho kulitosha kuondoa tatizo la kimwili.

Kisa kimoja cha kipandauso kilichukua mwelekeo tofauti. Mwanamke huyo alikuwa wakala wa usafiri, na hivyo alikuwa na uwezo wa kusafiri kote duniani. Maumivu ya kichwa yalianza baada ya kuondoka Indonesia alipokuwa anarudi nyumbani. Likizo ilikuwa nzuri sana na ya kupumzisha, na alikuwa amejisikia yuko nyumbani kabisa, hivyo hakuweza kuhusisha kuanza kwa maumivu ya kichwa na likizo hiyo, kwa kuwa hakuna tukio la kiwewe au lisilopendeza lililotokea. Wakati wa urejeshwaji wa kumbukumbu, aliendа kwenye maisha mazuri sana katika eneo hilo la dunia akiwa na familia ya kupendeza na mwanaume aliyempenda sana. Akili yake ya chini ilieleza kuwa aliporudi katika eneo hilo, ilichochea kumbukumbu za maisha yale mazuri, na alihuzunika sana kwa kulazimika kuyaacha tena. Hilo liliunda maumivu ya kichwa. Alitamani sana kurudi mahali pale alipokuwa na furaha kubwa. Kazi yangu ilikuwa kumshawishi utu mwingine kwamba hata kama angerudi kuishi pale, isingekuwa sawa, kwa sababu watu aliowapenda hawakuwepo tena na mazingira yalikuwa tofauti. Asingeweza kuyarejesha maisha yale, hivyo alipaswa kupata furaha katika maisha ya sasa, pengine akiwa na watu wale wale kwa kuwa mara nyingi tunazaliwa upya pamoja na wapendwa wetu. Baada ya hili kueleweka, maumivu ya kichwa yalitoweka mara moja na hayakurudi tena.

* * *

Pia kuna maelezo mengi kuhusu kuwa na uzito kupita kiasi. Baadhi ni rahisi kutabiri: mtu alikufa kwa njaa katika maisha mengine, au aliwafanya wengine wafe kwa njaa. Wakati mwingine uzito ni ulinzi. Mtu hujiongezea unene ili kujilinda dhidi ya jambo fulani (la kweli au linalodhaniwa) katika maisha ya sasa, au kama juhudi ya kujifanya asivutie ili kuepuka kuumizwa. Kazi yangu ni kujaribu kugundua wanajilinda dhidi ya nini, na kadhalika. Mara nyingi mtu huwa wa mwisho kutambua kuwa hili ndilo chanzo, lakini linapoelezewa chini ya hypnosis huwa linaeleweka kikamilifu. Kisha mteja anaweza kupona.

Pia nimepata maelezo yasiyotarajiwa kuhusu uzito kupita kiasi. Mwanamke mmoja alirudi kwenye maisha ambapo alikuwa kiongozi wa ukoo fulani huko Scotland. Kazi hiyo ilikuwa ngumu sana na alihisi wajibu wake kwa kiwango kikubwa. Mwanaume alipokufa bado alihisi hivyo, na alitoa dokezo muhimu sana aliposema (baada ya kifo), "Sitawahi kuondokana na uzito wa wajibu huu." Maneno muhimu sana ambayo akili ya chini iliyachukulia kwa uzito na kuyabeba hadi maisha ya sasa.

Kisa kisicho cha kawaida kilielezwa katika Legacy From the Stars ambapo mwanamke alijiona kama kiumbe wa kigeni aliyepata ajali na kuanguka Duniani, na akatunzwa na wenyeji. Alikuwa na uwezo mwingi usio wa kawaida uliovutia umakini. Moja ilikuwa kwamba mvuto tofauti wa Dunia ulimfanya aelea bila kutarajia. Hili lilichochea hamu ya kujizuia kutoelea na kuvutia umakini katika maisha ya sasa kwa kuongeza uzito, ingawa kimantiki haikuwa na maana.

Maelezo mengine yasiyo ya kawaida kuhusu uzito kupita kiasi yalitokea wakati mteja mmoja, Rick, alipotaka msaada kuhusu tatizo lake la uzito. Hakuna kitu kilichoonekana kufanya kazi, hasa mlo uliomlazimisha kula vyakula fulani pekee na kuacha vingine. Wakati wa urejeshwaji wa kumbukumbu alienda moja kwa moja kwenye maisha katika aina fulani ya utamaduni wa kale. Majengo na miundo hayakufanana na chochote nilichowahi kukutana nacho au kusoma katika historia. Baadhi ya maelezo yalinikumbusha Waazteki, hasa yale ambayo wanaakiolojia wamegundua. Kulikuwa na ua wa mstatili uliozungukwa na miundo ya ajabu iliyotumika kama sehemu za watazamaji kama viti vya jukwaani. Mwanariadha kutoka kila jamii alishindana katika mchezo. Rick alikuwa mwanariadha aliyefundishwa kufanya hivyo. Mchezo huo ulikuwa muhimu sana kwa sababu uliamua mtawala wa jamii zilizounganishwa kwa msimu mmoja. Utawala ulizungushwa kila msimu, na uliamuliwa na mwanariadha aliyeshinda mchezo. Rick alivaa vazi la ajabu na uso wake ulikuwa umepakwa mistari ya rangi. Wazo la mchezo lilifanana na mpira wa kikapu. Walikimbia uwanjani wakiwa na mpira na walipaswa kuutupa kupitia pete ya mawe iliyokuwa imefungwa upande wa ua. Hii ndiyo sababu nilifikiria Waazteki, kwa kuwa wanaakiolojia wanasema waligundua uwanja wa mpira nchini Mexico ambapo Waazteki walicheza mchezo unaofanana, lakini wanadai ulichezwa kwa kutumia kichwa cha binadamu kilichotupwa kupitia pete ya mawe. Ikiwa hili ni eneo lile lile, je, mchezo huo uliharibika hadi kutumia vichwa vya binadamu, au wanaakiolojia wanakosea?

Rick alikuwa mwanariadha mzuri sana na alishinda mara kwa mara. Hii ilimaanisha upande wake ulichagua mtawala kwa misimu mingi sana. Hakupenda kufanya kazi kwa bidii kiasi hicho, na mara nyingi alitamani viongozi wenyewe wacheze. Hakuruhusiwa kuoa, na aliwekewa mlo mkali ulioundwa kumfanya abaki mwembamba na katika hali bora ya mwili. Mara nyingi aliwaonea wivu watu wengine kwa sababu waliruhusiwa kushirikiana kijamii na kula chochote walichotaka. Mlo wake ulikuwa na nyama ya kasa, aina fulani ya mzizi mweupe, maji mengi, na kinywaji cheupe chenye ladha chungu kilichotolewa kutoka kwenye mmea fulani wenye nyama. Alilazimika kunywa kinywaji hicho kila asubuhi na jioni. Mara nyingi kilimfanya awe na usingizi kidogo, lakini kilikuwa muhimu kwa sababu kilipaswa kuweka misuli yake katika hali nzuri. Alikichukia ladha yake na hakuwahi kuizoea.

Hatimaye alichoka kucheza mchezo huo, na alijaribu kutafuta njia ya kuondoka. Watu walimpenda, lakini baada ya muda walianza kuchoka kwa sababu ya ushindi wake wa mara kwa mara. Jamii nyingine hazikupendezwa, kwa sababu hazikupata nafasi ya kutawala. Aliamua kushindwa, lakini isionekane wazi sana. Alipoanza kushindwa iliamuliwa amebadilishwe. Kisha aliruhusiwa kuishi maisha ya kawaida, ikiwa ni pamoja na kula chochote alichotaka. Aliamua kwenda kuishi na jamii pinzani, kwa sababu walikuwa na furaha sana hatimaye kupata nafasi ya kutawala. Huko aligundua kuwa wanariadha wao hawakuwa kwenye milo ya vizuizi, bali walikula chakula cha kawaida. Alifurahi huko, lakini hakuishi muda mrefu sana. Alipokuwa anakufa alihisi kana kwamba ndani ya mwili wake kulikuwa kunaungua moto. Mganga alisema ilikuwa ni matokeo ya kinywaji cheupe alicholazimishwa kunywa kwa miaka yote ile. Kilikuwa kimeharibu mwili wake.

Tulipozungumza na akili ya chini, uhusiano kati ya maisha yale na tatizo lake la uzito ulikuwa wazi. Akili ya chini ilisema kinywaji hicho kilikuwa ni dawa, aina ya dawa ya kulevya iliyosababisha moyo wake kupiga haraka na mmeng'enyo au kimetaboliki ya mwili kuharakishwa ili kuzalisha misuli mizuri na kasi zaidi. Hatimaye kilitoboa mashimo au vidonda katika utumbo wake, na hilo ndilo lililomuua. Nilipouliza kuhusu kumsaidia katika tatizo lake la uzito, akili ya chini ilisema haikuwa rahisi hivyo. Kulikuwa na mambo mengi yaliyohusika na yote yalikuwa yamechanganyika. Kwa sababu ya mamlaka (mtawala) kumlazimisha kufanya jambo ambalo halikuwa kwa maslahi yake, alikuwa amejifunza kuwa na mashaka na kutowaamini walio madarakani (serikali, kanisa, madaktari, n.k.). Pia kula kulihusishwa na raha na shughuli za kijamii. Ilikuwa vigumu kutenganisha vipengele hivi vyote, na afya yake ilikuwa nzuri kiasi kwamba akili ya chini haikuona inafaa hata kujaribu. Ilikuwa wazi kwa nini Rick hakufanya vizuri kwenye milo ya vizuizi ambapo aliruhusiwa kula vyakula fulani pekee. Hili lilirudisha kumbukumbu ya maisha yale mengine. Sasa alipenda kupika na kula aina mbalimbali za chakula. Hii ilikuwa sababu isiyo ya kawaida ya uzito kupita kiasi, na ambayo ingekuwa vigumu kusaidia.

Rick alipoamka hakukumbuka chochote, lakini alitaka kunywa maji kwa sababu ya ladha chungu sana isiyopendeza mdomoni mwake. Alisema ilimkumbusha wakati alipokuwa mtoto na alikuwa anachunguza msitu pamoja na rafiki yake. Walikuta mimea fulani yenye nyama na wakaikuna na kuitafuna. (Ilikuwa ni bahati kwamba hakujiumiza, kwa sababu mimea mingi msituni ina sumu.) Ilikuwa na ladha chungu. Nilimwambia kuhusu kinywaji cheupe alichokuwa anakunywa kwa miaka mingi katika maisha yale mengine. Alikuwa ameleta ladha hiyo hadi maisha ya sasa. Alikuwa sawa baada ya kunywa maji ya chupa.

* * *

Nimefuatilia visa vingi vya pumu na kuvirejesha kwenye maisha ya zamani ambapo mara nyingi mtu alikufa kwa kukosa hewa, au kwa kitu kinachohusiana na mapafu au kupumua, kama vile mazingira yao (vumbi, mchanga, n.k.). Kisa kimoja muhimu kilitokea mapema katika kazi yangu. Daktari mmoja alikuja kuniona ambaye alikuwa amekuwa na mashambulizi ya pumu kwa miaka mingi. Alikuwa akitumia kifaa cha kuvutia hewa, lakini alijua kwamba kinazoea mwili, hivyo alitaka kuacha kukitegemea. Alikuwa na uelewa wa kutosha kuhusu mambo ya kiroho na metafizikia kuamini kwamba jibu linaweza kupatikana katika maisha ya zamani. Alirudi katika maisha ambayo alikuwa mzawa aliyeishi msituni barani Afrika. Hii ilikuwa wakati ambapo Wafaransa walikuwa wakichimba asbesto chini ya ardhi. Walikuwa wakiteka wazawa na kuwapeleka migodini kufanya kazi kama watumwa. Yeye alikuwa mmoja wa waliotekwa na kupelekwa chini ya ardhi. Mfiduo wa mara kwa mara wa nyuzi za asbesto wakati wa uchimbaji ulisababisha dalili za kimwili kwa wazawa, kama vile kutokwa damu mdomoni kutoka kwenye mapafu. Hali hii ilisababisha matatizo ya kupumua na hatimaye iliwaua. Hili lilipotokea, wachimbaji Wafaransa walikuwa wanachukua tu mwili na kuupeleka msituni kisha kuwakamata wazawa wengine kuchukua nafasi yao. Mwanaume huyo alianza kupata dalili zilezile na alijua angekufa kutokana na muwasho wa mapafu yake. Katika utamaduni wake haikuwa kosa kujiua ikiwa ulikuwa katika hali isiyovumilika, hivyo alijichoma kwa mti mkali katika eneo la bega la kulia na akafa.

Nilipowasiliana na nafsi ya ndani, ilielezwa kwamba kumbukumbu ya maisha hayo ilikuwa imebebwa kuja mbele, na wakati wa msongo wa mawazo tatizo la kupumua lilikuwa hurudi kwa umbo la mashambulizi ya pumu. Sasa kwa kuwa daktari alielewa chanzo cha tatizo, lingeweza kuondolewa. Alipoamka alisema, "Siku zote nilijiuliza kwa nini wakati mwingine huhisi maumivu katika eneo hilo la kifua changu." Alikuwa akisugua sehemu ile ile aliyokuwa amejichoma mti mkali. Daktari huyu baadaye akawa rafiki mzuri, na takriban miaka minne au mitano baada ya kikao kile nilimuuliza kuhusu pumu yake. Alitabasamu na kusema, "Ah, ni kweli! Nilikuwa na pumu, sivyo?"

* * *

Hofu nyingi na fobia pia zinaweza kufuatiliwa kwa urahisi hadi namna mtu alivyokufa katika maisha ya zamani. Hofu ya urefu, hofu ya giza, klaustrofobia na agorafobia huwa rahisi kueleweka zinapoangaliwa kutoka mtazamo huu. Kesi moja kama hiyo, kati ya mamia niliyofanyia kazi, ilikuwa ya mwanamke aliyekuwa na klaustrofobia, aliogopa sana kufungwa mikono au miguu, na hakuweza kulala usiku mzima bila kuamka kila baada ya saa moja. Alipata tukio la déjà vu alipokuwa akitembelea Eneo la Kihistoria la Kitaifa huko Fort Smith, Arkansas, ambako kuna makumbusho ya zamani na jengo la mahakama. Hapo ndipo Jaji Parker, anayejulikana kama "jaji wa kunyonga," alipokuwa akifanya kesi zake kuanzia 1875 hadi 1897. Pia wamehifadhi gereza na kujenga upya sehemu ya kunyonga. Alijua alikuwa amewahi kuwepo hapo, na kwamba ilikuwa uzoefu mbaya sana. Safari hiyo ilikuwa ya kutisha kwake.

Wakati wa kikao alirudi kwenye maisha ambayo alikuwa askari wa Muungano wa Kusini aliyekamatwa pamoja na wengine kadhaa. Walifungiwa kwenye chumba kilichokuwa giza, chenye madirisha madogo sana. Hofu ya kufungwa mikono au miguu ilitokana na kufungwa kwa minyororo ukutani. Kushindwa kulala usiku kucha kulisababishwa na kukosa usingizi katika hali hiyo, pamoja na hofu ya kile ambacho kingetokea. Katika siku chache zilizofuata wote waliinuliwa na kunyongwa. Kesi hii ni mfano mmoja tu wa jinsi matukio ya déjà vu yanavyoweza kuwa kumbukumbu zisizo na fahamu za maisha ya zamani, pamoja na mvuto kwa vipindi fulani vya historia na tamaduni mbalimbali. Mivuto hii si lazima iwe hasi, lakini hubeba hisia kali zinazovuka maisha mengi.

Kisa hiki ni mfano mmoja tu wa jinsi uzoefu wa déjà vu unavyoweza kuwa ukumbusho wa bila fahamu wa maisha ya zamani. Pia kuna mvuto kwa vipindi fulani vya historia na tamaduni (nchi). Mivuto hii si ya hasi kila wakati, lakini hubeba hisia kali ambazo hubaki na kuendelea katika maisha mbalimbali.

* * *

Mteja mwingine alikuwa muuguzi wa kitaaluma mwenye shahada ya uzamili katika saikolojia. Alikuwa ameenda kwa mtaalamu wa tiba kwa muda mrefu akijaribu kupata majibu ya tatizo lake‹ lakini hakupata mafanikio makubwa. Hitimisho pekee waliloweza kufikia lilikuwa kwamba kuna jambo lililotokea katika utoto wake ambalo hakulikumbuka‹ lakini hata hilo halikujibu maswali yake. Alikuwa na matatizo makubwa na mwanawe wa kwanza. Alipobeba mimba naye‹ hakuwa ameolewa na alitaka kutoa mimba. Baba wa mtoto baadaye alitaka kumuoa na akamshawishi kuendelea na ujauzito. Hata hivyo‹ tangu mtoto azaliwe kulikuwepo na hisia ya kutishiwa na yeye‹ ya kuogopeshwa naye. Alidhani huenda kwa namna fulani mtoto huyo alihisi kuwa alikuwa karibu kutoa mimba. Ingawa sasa alikuwa mtu mzima‹ matatizo hayo yaliendelea kuwepo.

Wakati wa kikao aliendа mara moja kwenye tukio ambapo alikuwa mwanaume na alikuwa na hasira kali sana. Alikuwa ameweka mikono yake kwenye koo la mtu na alikuwa akimnyonga. Tulipoanza kuona mtu huyo ni nani, alisema alikuwa ni mwanawe katika maisha haya ya sasa. Alimkuta akiwa na mke wake na alikuwa anataka kumuua. Mke huyo, ghafla alitambua, alikuwa mama yake katika maisha haya ya sasa ambaye ana uhusiano mbaya sana naye. Alimuua yule mwanaume ambaye sasa ni mwanawe. Mamlaka zilikuja na kumchukua (akiwa mwanaume) na kumweka katika seli mbaya sana ya gereza iliyokuwa imejaa panya na mende, bila madirisha ya kuangalia nje. Ilikuwa chafu sana na ya huzuni. Hatimaye alikufa mahali hapo. Mwana huyo alirudi katika maisha haya ili waweze kusuluhisha karma hasi, lakini alirudi akiwa na chuki nyingi dhidi yake. Haikuwa ajabu kwamba alihisi kutishwa na kuogopeshwa na huyu mvulana.

Katika maisha yake ya sasa hakuweza kamwe kuelewa chuki yake kali kwa walevi. Harufu ya pombe، namna walivyozungumza na kujiendesha، vilimchukiza sana. Tulipouliza sababu، aliunganisha waziwazi pombe na tukio lile la kunyonga mtu. Huenda wote wawili walikuwa wamekunywa، jambo ambalo liliongeza hasira kali. Lolote lililokuwa chanzo، matokeo yake yalikuwa mabaya sana. Kwa hiyo ilimbidi arudi katika maisha haya pamoja na watu wote waliohusika ili kujaribu kusawazisha karma hasi. Kwa kutambua hili na kuona kuwa lilihusiana na maisha yale ya zamani، aliweza kujisamehe mwenyewe na kuwasamehe washiriki wote. Tuliweza kuliacha hilo katika yaliyopita، na kwa kufanya hivyo tatizo lote likatatuliwa.

Katika kazi yangu nimegundua kuwa kuna njia nyingi sana za kulipa karma، nyingi kama nyota angani. Lakini njia isiyopendeza zaidi ya kulipa kosa la mauaji ni kurudi na kuuawa na mhanga wako. Hilo halitatui chochote؛ linaendelea tu kuzungusha gurudumu la karma na kuzalisha karma zaidi. Niliambiwa kuwa njia bora zaidi kwa muuaji kulipa kosa lake ni "njia laini"، kupitia upendo. Kwa mfano، mtu aliyekuwa muuaji anaweza kuwekwa katika hali ambayo atalazimika kumtunza mhanga wake، kama mzazi tegemezi au mtoto mwenye ulemavu، na kujitoa maisha yake yote kwa jukumu hilo. Hatakuwa na ruhusa ya kuwa na maisha yake binafsi. Hii ni njia ya hekima zaidi kuliko "jicho kwa jicho".

Mwanasaikolojia wake alimwambia kwamba hakuwa na pingamizi yeye kufanyiwa tiba ya maisha ya zamani، lakini hakuiamini. Hata hivyo، asingekuwa na uwezekano hata kidogo wa kugundua chanzo cha matatizo haya kupitia tiba ya kawaida ya kitamaduni. Ningependa sana kuwa nzi ukutani kuona alichosema alipomwambia kuwa hahitaji tena matibabu zaidi. Alikuwa amepata majibu kupitia aina hii ya tiba.

* * *

Kesi nyingine huko New Orleans ilikuwa ya mwanamke kijana mwenye uzito mkubwa sana ambaye alitamani kwa dhati kupata mtoto. Alikuwa ametumia dawa za uzazi‘ lakini hakuna kilichofanya kazi. Alikuwa na matatizo makubwa ya hedhi na alikuwa akitokwa damu kwa miezi mingi mfululizo. Suluhisho pekee lilikuwa kumpa vidonge vya kupanga uzazi ili kudhibiti hedhi zake‘ jambo ambalo lilipingana kabisa na lengo lake la kushika mimba. Pia alikuwa akijaribu kupunguza uzito. Wakati wa regresha niliuliza kuhusu kushindwa kwake kupata mtoto. Akili ya ndani ilisema kwamba katika maisha yake ya mwisho alikuwa mzazi wa kulea na alikuwa na hadi watoto wa kulea kumi na mmoja. Mara mtoto mmoja alipoondoka nyumbani‘ mwingine aliingia. Alikuwa mzuri sana katika kulea mfululizo wa watoto hao na aliwapenda sana‘ lakini katika maisha haya walikuwa wakimpa mapumziko. Walisema asihofu‘ angepata mtoto. Mwili wake ulikuwa ukirekebishwa sasa na ulikuwa ukianza kurudi katika hali ya kawaida. Uzito kupita kiasi ulikuwa jaribio alilopaswa kupitia‘ hasa akiwa kijana na hadi utu uzima‘ ili kuona kama angeweza kustahimili mzaha na maneno makali hata kutoka kwa watu wazima. Sasa alikuwa amepita mtihani huo na alikuwa akiruhusiwa kupunguza uzito. Kufikia wakati atakapokuwa tayari kupata mtoto‘ mwili wake utakuwa katika hali nzuri‘ na bila shaka mtoto atakuja kwa wakati unaopaswa kuja.

Alikuwa pia mtu mwenye hisia kali kupita kiasi katika maisha yake yote, akiwa na vipindi vya mfadhaiko, akijihisi mpweke kabisa na kuachwa. Hatimaye alipata mshtuko wa kihisia kiasi kwamba hakuweza kuacha kulia. Katika kumbukumbu zake aliandika: "Ninahisi utupu mkubwa sana ndani yangu. Mara nyingi nahisi kama maisha ninayoishi hayana tukio lolote na ni ya kawaida sana. Wakati mwingine nahisi kama ninapumzika tu. Nyakati nyingine ninaogopa kwamba ninasubiri janga fulani litokee. Huzuni ipo kila wakati. Nitawezaje kuitambua, na nifanye nini ili kuibadilisha? Huzuni imekuwa sehemu yangu tangu nilipokuwa mtoto mdogo, mwenye umri wa miaka minane au tisa." Akili ya ndani ilitoa maelezo ya kuvutia sana. Ilisema kwamba alipaswa kuwa pacha. Nafsi nyingine ilikuwa imekubaliana kuja katika maisha haya pamoja naye, lakini dakika za mwisho ilibadilisha uamuzi wake na kuamua kutokuja kwa wakati huo. Kwa hiyo "mwili" mwingine haukuendelea kukua, na yeye akazaliwa peke yake. Maisha yake yote, bila yeye kujua, alihisi kwamba ile sehemu nyingine—pacha ambaye hakuwapo—alikuwa amemwacha peke yake na kumtelekeza. Kulikuwa na hisia ya huzuni na kwamba kuna kitu muhimu kilikosekana, pamoja na mfadhaiko. Hiyo ndiyo sababu: alikuwa akikosa nafsi ile nyingine ambayo ilipaswa kuandamana naye katika maisha haya. Sikuwahi kusema hilo waziwazi, lakini niliendelea kujiuliza kama inawezekana kwamba mtoto atakayepata siku zijazo ndiye huyo nafsi nyingine, aliyekuwa hatimaye anaamua kuingia katika mwili.

Tulipomwambia mama yake kuhusu jambo hili, alisema ilikuwa ni mshtuko mkubwa sana, kwa sababu hakuwahi kuwa na dalili yoyote. Madaktari hawakuwahi kumwambia kuwa kulikuwa na uwezekano wa pacha. Mteja wangu alizaliwa mwaka 1972. Sijui kama wakati huo walikuwa wakitafuta kile kinachoitwa "pacha wa kivuli" au "pacha anayepotea," jambo ambalo sasa linatambulika kama tukio halisi. Baadaye, tulipokuwa tukila chakula cha jioni pamoja, mama yake alisema kwamba wakati wa kuzaliwa kwake kulikuwa na daktari mbadala asiyejulikana. Huenda daktari wake wa kawaida angemwambia kama kungekuwa na dalili yoyote ya mtoto wa ziada. Huenda hatutajua kamwe.

Nimegundua pia visa vingine vya utasa vilivyosababishwa na kufa wakati wa kujifungua katika maisha mengine. Hili ni jaribio la akili ya ndani kuzuia jambo hilo lisitokee tena. Wakati mwingine akili ya ndani hutumia mantiki isiyo ya kawaida.

* * *

Regresheni hii ilifanyika San Jose, California, mwezi Mei mwaka 2000. Mwanamke mmoja alikuwa na huzuni kali maisha yake yote, mfadhaiko, na hali nyingine zinazohusiana. Kulikuwa na mtindo unaojirudia katika maisha yake wa kutelekezwa, kukataliwa, kujihisi hana thamani, kujiona kama mtoto wa kutupwa, na hofu isiyoeleweka. Alitelekezwa akiwa mtoto mdogo na kulelewa katika nyumba ya yatima. Kulikuwa na matatizo katika mahusiano na wanaume, ndoa, na kazi; kila wakati akiwa na hisia kwamba hana thamani na hawezi kufanikisha chochote. Pia alikuwa akisumbuliwa na kipandauso, ambacho nilianza kuhisi ni njia yake ya kujihukumu mwenyewe. Alikuwa mtu aliyekuwa katika hali ya huzuni ya kina sana na ya kuonewa huruma.

Tulipitia maisha muhimu yaliyofafanua hali yake. Alijiona akikimbia katika mitaa ya jiji akiwa amembeba mtoto wa mwaka mmoja. Watu wote walikuwa wakikimbia kwa hofu, wakipiga kelele, kwa sababu walikuwa wakifuatwa na askari wengi waliokuwa juu ya farasi. Ni wazi kulikuwa na aina fulani ya uvamizi unaoendelea. Kwa hofu ya maisha yake, alikuwa akijaribu kutafuta mahali pa kujificha. Mtoto wake alikuwa analia, na aliogopa kwamba hilo lingevutia umakini na wangempata. Hivyo alimlaza mtoto karibu na ukuta na kukimbia kujificha ndani ya jengo. Alifikiri, bila shaka hakuna mtu angeumiza mtoto. Lakini alipokuwa akiangalia, askari walipita barabarani na kumuua mtoto. Alijawa na huzuni kubwa kiasi kwamba hakujali walipompata na kumbaka kabla ya kumuua. Alijilaumu kwa kifo cha mtoto, akifikiri alipaswa kubaki naye. Kwa vyovyote vile wote wangefariki, lakini hakuwaza hilo. Alijilaumu tu kwa kumwacha mtoto. Alibaki na huzuni hata upande wa roho.

Aliibeba huzuni na mateso hayo hadi katika maisha haya na akaendelea kurudia mtindo wa kujihukumu. Nilimuuliza kama angeweza kuwasamehe askari waliomuua mtoto wake. Alisema angeweza, kwa sababu walikuwa tu wakifanya "jambo lao la kiume." Lakini hakuweza kabisa kujisamehe mwenyewe kwa kumtelekeza mtoto. Baada ya mazungumzo mengi na akili ya ndani, hatimaye aliweza kujisamehe. Ilikuwa vigumu sana, lakini ilikuwa nafuu kubwa alipofanikiwa kufanya hivyo. Alipoamka na tukazungumza, nilimwambia kwamba alikuwa amekuwa akijiumiza kwa maisha mengi sana, na ulikuwa wakati wa kuachilia hilo. Zaidi ya hayo, kama tungeendelea kumrudisha nyuma zaidi katika maisha ya awali, nina uhakika tungeona kwamba alikuwa akilipa karma kwa kufanya jambo lile lile akiwa askari. Kile unachofanya hurudi kwako. Baada ya kikao hicho, alihisi nafuu kubwa sana. Hisia ya kutokuwa na thamani ilitoweka na kubadilishwa na matumaini na matarajio. Nilihisi alikuwa amefikia hatua ya mabadiliko makubwa katika maisha yake. Ilikuwa wakati wa kuacha kujihukumu na kuanza kuishi.

* * *

Regresheni iliyofuata ilimhusu mwanamke kijana mzuri sana kutoka Czechoslovakia ambaye alikuwa akiishi London. Alikuwa amesoma masomo ya metafizikia kwa miaka kadhaa katika Chuo cha Mafunzo ya Kisaikolojia, lakini bado hakuwa na shahada yoyote. Alikuwa anajua taarifa hizo, lakini kila mara alisimama kabla ya kufanya mitihani ya mwisho au kuandika insha za mwisho, na kadhalika. Tatizo lake kuu lilikuwa ugonjwa wa ngozi uliokuwa umeenea mwili wake wote. Alikuwa nao tangu alipokuwa na umri wa miezi mitatu. Hakuna chochote ambacho madaktari walijaribu kilikuwa na athari kubwa. Akiwa mtoto, alilazwa hospitalini kwa miezi kadhaa wakijaribu kutafuta tiba inayofaa. Alitumia dawa za steroidi, lakini zilikuwa na madhara. Alijaribu pia dawa za mitishamba za Kichina na akapata nafuu kidogo, lakini pia zilisababisha maambukizi ya tumbo. Kwa wakati huo alikuwa akitumia krimu ambayo ilisaidia kuzuia ugonjwa huo usionekane vibaya sana usoni. Katika hali mbaya zaidi, mwili wake wote ulikuwa ukimuuma na kuwaka moto. Alitaka msaada ili kupunguza hali hiyo, ingawa alikuwa ameishi nayo karibu maisha yake yote na kwa hakika ilikuwa sehemu ya yeye mwenyewe. Alijihisi kwamba kama ugonjwa huo ungeondolewa, basi sehemu fulani yake pia ingeondolewa. Ilibidi ibadilishwe na kitu kingine.

Mara tu alipoingia katika hali ya transi ya kina aliona mwanga mkali, na akagundua kwamba alikuwa akiangalia moto. Moto ulikuwa miguuni mwake na ulikuwa ukisambaa juu ya mwili wake. Alikuwa akianza kufadhaika, hivyo nikamhamisha mahali ambapo angeweza kuutazama kwa utulivu na kwa mtazamo wa kimaangalizi. Aliona kwamba yeye (akiwa mwanaume) pamoja na wengine walikuwa wamefungwa kwenye vigingi katika shamba karibu na msitu, na walikuwa wakichomwa moto wakiwa wamefungwa. Tuliporudi mwanzo wa hadithi aliona kwamba yeye na wanaume wengine kadhaa waliishi katika jumba kubwa la kifahari au mali kubwa na walikuwa wagnostiki. Waliishi kwa utulivu wakisoma na kuandika katika vitabu vikubwa, bila kumsumbua yeyote. Hata hivyo maafisa wa eneo hilo walidhani walikuwa hatari na walikuwa wakifanya kazi na Ibilisi. Maafisa hao walichochewa na jamii ya kidini, ambao pia waliwaona kama tishio. Usiku mmoja waliamshwa na mbwa na wanaume waliovamia nyumba. Yeye na baadhi ya wengine walikimbia kupitia msituni wakifukuzwa na wanaume na mbwa, na wakakamatwa. Walichukuliwa hadi mahali fulani mjini ambako waliteswa vibaya sana, wakijaribu kuwalazimisha kufichua walipoficha vitabu. Wakati wa mateso kulikuwa na uharibifu mkubwa uliofanywa kwenye uso wake, hasa taya na jicho (ambavyo vimemsumbua mwanamke huyu katika maisha haya). Hatimaye, waliposhindwa kupata taarifa zaidi, wagnostiki walichukuliwa hadi chumba kikubwa kwa ajili ya kesi ya kuigiza. Kufikia wakati huo alikuwa katika maumivu makali na alikuwa amechanganyikiwa kabisa kiasi kwamba hakuweza kushiriki katika kesi, wala kujibu tuhuma zozote. Aliketi tu hapo katika hali ya butwaa na akasikia kila kitu kilichokuwa kikiendelea karibu naye kana kwamba alikuwa katika ndoto. Isingekuwa na tofauti hata hivyo, kwa sababu kesi hiyo ilikuwa tu maigizo, taratibu za juu juu. Kisha walichukuliwa hadi shamba karibu na msitu na kuchomwa moto wakiwa wamefungwa. Yeye na wengine hawakuwa wamefanya kosa lolote. Walikuwa tu na maarifa ya siri ambayo walikuwa wakijaribu kuyahifadhi. Alisema baadhi ya vitabu vilikuwa vimefichwa mahali ambapo watu wa wakati huo wasingeweza kamwe kuvipata.

Hili limetokea mara zisizohesabika katika historia yote. Daima kumekuwa na makundi ya wagnostiki wakijaribu kuhifadhi maarifa, na daima kumekuwa na makundi mengine yakijaribu kupata maarifa hayo ili kuyatumia kwa malengo yao wenyewe. Hii ndiyo ilikuwa sababu halisi ya kile kilichoitwa "majaribio ya wachawi" wakati wa Uchunguzi. Kanisa lilikuwa likijaribu kuwaondoa wale waliokuwa na maarifa ya siri ambayo halikufaulu kuyapata. Sasa tunajua kwamba hakuna kitu kinachopotea kamwe. Maarifa yalifichwa mahali salama zaidi kuliko pote: katika fahamu fiche ya mwanadamu.

Fahamu fiche ilikiri kwamba kuutazama moto ukipanda juu ya mwili ndiko kulikosababisha ukurutu. Kuwaka na kuwasha vilikuwa ishara ya kifo hicho. Ilikuwa rahisi kuona kwa nini hakuweza kumaliza masomo yake ya kimetafizikia katika maisha yake ya sasa. Bila kujua alikuwa anaogopa kwamba jambo lile lile lingetokea tena ikiwa angepata maarifa, ingawa hilo halikumzuia kuyatafuta na kuyasoma. Ilinibidi kuishawishi fahamu fiche kwamba kuchomwa moto akiwa amefungwa kungekuwa jambo lisilowezekana sana kutokea tena, kwa sababu alikuwa akiishi katika kipindi tofauti kabisa cha wakati. Ukurutu pia ungeweza kuondolewa kwa sababu chanzo kilitambuliwa, na hitaji lake halikuwepo tena.

Nakumbuka kauli yake kwamba ikiwa ingeondolewa ingelazimika kubadilishwa na kitu kingine. Alionyeshwa maisha mengine huko Uholanzi ili aweze kuona kwamba wakati fulani alikuwa na mwili wenye nguvu na afya njema. Aliupenda sana mwili huo, hivyo fahamu fiche ikasema angeweza kubadilisha ukurutu kwa maono ya mwili wenye afya ya msichana Mholanzi. Hili lilimfurahisha sana na akakubali kuruhusu litokee.

* * *

Mteja mmoja mwanamke alikuwa na maumivu ya sehemu ya chini ya mgongo yaliyotokana na tatizo la diski, na madaktari wake walitaka kumfanyia upasuaji. Aliishi upya maisha ya zamani kama askari mweusi nchini Korea. Mabomu yalikuwa yakilipuka kila upande. Alipigwa mgongoni, na ikamtupa kwenye mtaro uliojaa maji. Akiwa amepooza, hakuweza kutoka, na akazama. Alirudi mapema sana na akabeba kumbukumbu hiyo mgongoni mwake. Hii pia ilieleza hofu yake ya sehemu zilizofungwa na kukosa hewa. (Pia bronchitis ya mara kwa mara.)

* * *

Katika kazi yangu nimegundua kwamba kuna roho nyingi zaidi zinazosubiri katika foleni kwa miili yenye ulemavu kuliko ya kawaida. Hili ni rahisi kuelewa kutoka mtazamo wa kiroho. Mpango wa kuzaliwa upya duniani ni kulipa karma nyingi iwezekanavyo katika maisha moja, ili kuepuka kulazimika kurudi tena na tena. Karma zaidi inaweza kulipwa kupitia mwili wenye ulemavu. Roho inajifunza masomo makubwa, na pia walezi (wazazi, n.k.). Na watu hawa wamekubaliana kabla ya kuja katika maisha haya kwamba watamtunza mtu huyo na kumsaidia kadiri iwezekanavyo. Kila kitu maishani ni kuhusu masomo, ingawa baadhi ni magumu zaidi kuliko mengine. Pia, ni masomo gani yanayojifunza na kila mtu anayemwona mtu mwenye ulemavu? Mtazamaji anaitikiaje? Wenye ulemavu wanawafundisha kila mtu wanayekutana naye. Hivyo hawapaswi kuonewa huruma au kutengwa. Wanapaswa kukubaliwa na kupongezwa kwa kuchagua njia ngumu katika maisha haya.

* * *

Watu waliopitishwa wanajua kwamba hili litatokea. Yote yamepangwa, na kutoka upande mwingine mipango hufanywa kati ya wazazi wa kibaolojia pamoja na wale wa kuwalea. Wazazi wa kibaolojia wamekubali kutoa vinasaba vinavyounda mwili wa kimwili, na wanajifunza somo kwa kumpa mtoto mwingine. Wazazi wa kuwalea wamekubali kumlea mtoto katika mazingira aliyochagua kuyataka, ili ajifunze masomo anayoyatamani katika maisha haya. Hata hivyo mipango haijaandikwa kwenye jiwe. Daima kuna hiari (si tu ya mtu huyo, bali ya kila mtu anayekutana naye). Wote wanaohusika wanaweza kubadilisha matokeo.

* * *

Kesi ifuatayo inanirudisha kwenye upendo wangu wa kwanza: ugunduzi wa maarifa yaliyopotea au yasiyojulikana. Ni kipande cha kuvutia cha historia inayowezekana.

Mwanamume mmoja nchini Uingereza alikuwa mkurugenzi wa kampuni ya uchapishaji, hasa mzuri katika mahusiano na watu na mazungumzo. Hata hivyo alihisi kunaswa na kazi yake na majukumu yake, hasa ndoa. Alikuwa ameendeleza tabia ya kusumbua ya kukodolea na kufumba-fumba macho. Ilimkera, na alifikiri ilimfanya aonekane wa ajabu alipokuwa akiongea na watu kazini. Alijaribu kujifanya kwamba ilikuwa tu muwasho wa macho. Pia alikuwa nyeti kwa mwanga.

Zaidi alitaka kujua kama alipaswa kubadilisha mwelekeo wake maishani, kupata kazi tofauti na labda kumwacha mke wake na watoto wanne ili kufuata maisha na mpenzi wake wa kike. Baadhi ya haya yanaweza kuwa matokeo ya umri wake (katika miaka yake ya arobaini), wakati baadhi ya watu huanza kuhoji njia yao na kufikiri kwamba "wamechelewa". Alikuwa na burudani nyingi hatari: kuruka kwa glider, kupiga mbizi chini ya maji, kupanda milima. Alipenda msisimko na hatari za shughuli nyingi ambazo zilikuwa kinyume na kazi yake (ambayo sasa alikuwa akiiona ya kuchosha.)

Regression yake ilikuwa ya ajabu sana, na ninajiuliza kama tuligusa kipande kisichojulikana cha historia kutoka Vita vya Pili vya Dunia. Mwanzoni alienda katika maisha ya kawaida kama fundi wa chuma mwenye familia akiishi kwa furaha katika mji mdogo mahali fulani Magharibi mwa Marekani. Hakukuwa na kitu cha ajabu kuhusu maisha hayo, na nikamwomba asonge mbele hadi siku muhimu. Alipofanya hivyo, ghafla alipumua kwa hofu na kusema alikuwa anaona wingu la uyoga la mlipuko wa atomiki likiinuka juu angani. Kisha mwanga mkali sana uliomfunika. Kwa kawaida, nilidhani lazima ulikuwa mlipuko wa atomiki huko Hiroshima au Nagasaki, kwa sababu hayo ndiyo pekee niliyoyafahamu. Lakini haikuwa hivyo.

Alisema kwa mshangao, "Ilikuwa nguvu kupita kiasi! Lazima walifanya kosa! Ilikuwa na nguvu zaidi sana kuliko walivyokusudia!" Alikuwa katika mshtuko mkubwa kabisa, kisha akaanza kutetemeka, kushtuka na kutikisika. Hakuweza kuzungumza nami kwa sababu alikuwa amezama sana katika miitikio ya kimwili. Niliweka mkono wangu juu yake ili kumtuliza, na nikamwomba ajiondoe kwenye tukio hilo na alitazame kutoka katika nafasi ya kimaangalizi, ili aweze kueleza kile kilichokuwa kinaendelea. Ilichukua dakika chache kabla hajaweza kufanya hivyo. Alikuwa amezama sana katika mitikisiko na mishtuko kiasi kwamba hakuweza kuzungumza. Karibu kana kwamba alikuwa amenaswa katika wimbi kali la mshtuko. Hatimaye alipoweza kuzungumza, alisema alikuwa mwanachama wa timu ya kisayansi iliyokuwa ikifanya majaribio na aina hii ya nguvu. Haya yalikuwa yakitokea Ujerumani, jambo lililonishangaza kabisa. Walikuwa katika eneo la milimani na walikuwa na maabara katika korongo kati ya milima miwili. Alidhani alikuwa Mrusi badala ya Mjerumani. Kila mmoja wa wanasayansi alikuwa na sehemu ya fomula au mlinganyo. Ilibidi waunganishe yote pamoja ili ifanye kazi. Hakuna kitu kingeweza kufanywa kivyake kwa sababu kila mmoja hakujua sehemu nyingine. Alikuwa amechaguliwa kushiriki kwa sababu ya ujuzi wake bora wa fizikia na hisabati. Wanasayansi walielewa dhana hizo kwenye karatasi, na jinsi ilivyopaswa kufanya kazi, lakini hawakuwa wameijaribu kwa vitendo. Walikuwa katika vita na walikuwa wakijaribu kupata silaha mpya. Haikuwa muhimu kama watu wangeuawa, kwa sababu walikuwa wakijaribu kuokoa watu wao wenyewe. Inaonekana walikuwa wakifanya majaribio wakati mlipuko ulipotokea, kwa makusudi au kwa bahati mbaya. Lakini alishangazwa na nguvu ya mlipuko huo. Hakudhani ulikuwa unapaswa kuwa mkubwa kiasi hicho. Alidhani walikuwa wakifanyia kazi kitu ambacho kingeangamiza eneo kubwa, lakini alipumua kwa mshangao akisema hili lingeangamiza jiji zima au zaidi. Ilikuwa na nguvu zaidi sana kuliko yeye (na alidhani wengine pia) walivyoweza kufikiria. Alipotazama tukio hilo kutoka juu hakukuwa na kitu kilichobaki. Maabara na kila kitu kiliharibiwa kabisa. Alipolitazama kutoka nafasi hiyo aliweza kuzungumza kwa utulivu na kwa mtazamo wa kimaangalizi. Ikiwa angezungumza kuhusu mlipuko na kurudi tena kwenye tukio, angeanza tena kutetemeka na kushtuka. Hivyo ilibidi nimtulize kila wakati na kumrudisha katika sehemu yake salama ya kutazama.

Fahamu fiche yake ilisema aliruhusiwa kuishi upya maisha haya ili aweze kuona kwamba ikiwa alinusurika kitu cha ukubwa huo, basi hakuna kitu kingeweza kumsumbua. Angeweza kustahimili hali yoyote maishani. (Ingawa kwa maana halisi hakunusurika, lakini roho yake ilitoka bila kuumia.) Hii ilieleza kukodolea macho, kufumba-fumba na kuepuka mwanga mkali katika maisha yake ya sasa alipokuwa katika hali ya msongo. Ilikuwa ikijaribu kumkumbusha kwamba angeweza kushughulikia chochote.

Je, Ujerumani ilikuwa ikifanya majaribio ya nguvu za atomiki kabla au wakati huohuo na Marekani? Watu wameniambia kwamba Wajerumani walikuwa wakihusika katika majaribio ya "maji mazito". Labda hii ndiyo sababu hawakufaulu. Labda wanasayansi wao wakuu, waliokuwa na sehemu zote tofauti za maarifa, waliuawa wote mara moja katika jaribio hili la mauti, na hakukuwa na njia ya kurudi haraka katika kiwango hicho cha majaribio. Watu niliowaeleza kuhusu hili walisema mtu angegundua wingu na madhara yake. Labda si hivyo. Tulikuwa tukifanya majaribio katika White Sands, New Mexico, kwa miaka kabla ya bomu halisi la atomiki kutupwa Japani. Walikuwa wakifanya milipuko ya majaribio jangwani. Ikiwa mtu angeiona kwa mbali huenda asingejua anaona nini. Kumbuka, hii ilikuwa siri iliyolindwa kwa makini zaidi ya vita: uundaji wa bomu la atomiki. Ni wale tu waliokuwa katika nafasi ya kujua ndio waliojua chochote kuhusu hilo hadi ulipotokea utupaji wa mwisho wa mabomu Japani. Labda jambo lile lile lilikuwa likitokea Ujerumani. Alionyesha kwamba maabara ilikuwa katika eneo lililotengwa milimani. Labda (kama White Sands), walikuwa maili nyingi mbali na ustaarabu, hivyo ni nani angejua kuhusu hilo? Ikiwa mtu aliona mlipuko, hangejua ulikuwa nini, kwa sababu hakuna kitu kama hiki kilichokuwapo katika rejea ya wanadamu. Hata mabomu ya kawaida yalikuwa mabaya vya kutosha. Hii pengine pia ilikuwa siri iliyolindwa zaidi ya Ujerumani. Baada ya vita, wanasayansi wakuu wa Ujerumani walikuja Marekani kufanya kazi katika programu yetu ya roketi. Tunajua walikuwa wakifanya majaribio na wakifanikiwa kurusha roketi (V-2s) wakati wa Vita vya Pili vya Dunia. Nafikiri inawezekana kabisa kwamba pia walikuwa wakifanya majaribio ya nguvu za atomiki. Tulitangulia tu kuwashinda. Bomu letu la atomiki hapo awali lilipangwa kutupwa Ujerumani, lakini vita vilimalizika kabla halijawa tayari, hivyo ilibidi litupwe Japani ili kuona kama lingefanya kazi. Huu ni ukweli wa kihistoria. (Tazama kitabu changu A Soul Remembers Hiroshima.) Nafikiri inawezekana kabisa kwamba nchi zote mbili zilikuwa zikifanya kazi kwenye miradi ya siri, na huenda zilikuwa zinafahamu maendeleo ya kila mmoja.

* * *

Kesi hizi zote zilipata majibu ambayo hayangekubaliwa au hata kutafutwa na jamii ya kitabibu inayotegemea mantiki. Hata hivyo zina mantiki kamili kupitia mantiki ya fahamu fiche. Pia zinaonyesha jinsi mtaalamu anavyopaswa kujaribu kuishawishi sehemu hiyo ya mteja kwamba tatizo halihitajiki tena. Kwamba tatizo linahusu mwili mwingine uliokoma kuwepo miaka mingi iliyopita. Hakuna vitabu vya kumfundisha mtaalamu wa hipnosi nini cha kufanya au kusema. Mambo mengi hutokea papo hapo, na yote hurudi kwenye "busara ya kawaida" unapojaribu kushughulikia hali isiyotarajiwa. Jambo kuu ni kwamba mteja lazima alindwe wakati wote. Ni lazima tufanye kazi kwa kiapo kile kile cha wanataaluma wa tiba: "Kwanza usilete madhara!".

Mifano hii ni mifano michache tu kati ya maelfu ya kesi nilizofanya kwa ajili ya tiba. Nilijaribu kuchagua baadhi ambazo zingeonyesha utofauti wa maelezo kwa matatizo ya kimwili na mengine ambayo mteja anaweza kuwa nayo, na jinsi yanavyoweza kufuatiliwa hadi maisha mengine. Pia, hii inaonyesha urahisi ambao tatizo linaweza kushughulikiwa kwa msaada wa thamani sana wa fahamu fiche ya mtu. Wenye shaka watasema kwamba mtu huyo alikuwa akibuni hadithi ambayo ingeweza kueleza tatizo la kimwili. Ikiwa ingekuwa hivyo, kwa nini wachague kitu cha ajabu sana (na mara nyingi cha kutisha) kutoa maelezo? Kuna njia rahisi zaidi za kufanya hivyo kama wangetaka kuunda uwepo wa kubuni. Ikiwa kesi hizi zitaangaliwa kwa mtazamo wa kimaangalizi, itaonekana kwamba kwa hakika hazionyeshi sifa za fantasia. Hata kama ingekuwa ni mawazo yao, jambo kuu ni kwamba walipata jibu la tatizo lao. Na pamoja na jibu kulikuja uhuru. Hilo ndilo fidia yangu kubwa zaidi kwa miaka ya kazi: kuweza kuwasaidia wengine.

Bila shaka, maswali ni sehemu muhimu ya mchakato mzima. Nimeambiwa mara nyingi na "wao" kwamba namna swali linavyoulizwa ni muhimu sana. Kuuliza maswali kunakuwa sanaa. Ikiwa swali halijaulizwa kwa usahihi nitapokea taarifa za sehemu tu au hakuna chochote chenye umuhimu. Swali lazima litungwe kwa usahihi kabisa, na hili ndilo nililojifunza wakati nikiendeleza mbinu yangu kwa karibu miaka thelathini. Mazoezi ni muhimu sana kwa maendeleo ya mbinu yoyote ya tiba.

Mara mtu anapokubali uhalisia wa dhana ya kuzaliwa upya, hatua inayofuata ni kuelewa kwamba Dunia si shule pekee ambayo mtu anaweza kuchagua kuhudhuria. Sote tumekuwa na maisha kwenye sayari nyingine na hata katika vipimo vingine ambapo inawezekana kutokuwa na mwili wa kimwili. Inawezekana kuwa kiumbe cha nishati. Hatujazuiliwa na ulimwengu wa kimwili tunaoujua kama Dunia. Kila kitu kinawezekana. Hili ndilo ninalochunguza katika sura zinazofuata. Dunia nyingine, uhalisia mwingine, uwezekano mwingine.

Sura hii imejikita katika kesi za tiba ya maisha ya zamani "za kawaida". Sura zinazofuata zitajikita katika kesi "zisizo za kawaida" au za ajabu ambapo mteja bado alipata taarifa za thamani zinazohusiana na matatizo yake, ingawa fahamu fiche ilimpeleka kupitia njia zisizo za kawaida na zisizofahamika ili kufika huko. Njiani pia ilitoa taarifa za thamani sana kwa akili yangu yenye udadisi kama mwandishi na mtafiti wa maarifa "yaliyopotea" au yasiyojulikana.

SEHEMU YA PILI

MAARIFA YA KALE NA USTAARABU ULIOPOTEA

Sura ya 3

WATU WA PAKA (SFINKSI TOFAUTI)

Hiki kilikuwa kipindi cha faragha nilichofanya mwezi Juni, 2001, nilipokuwa Kansas City, Missouri katika Mkutano wa Kanisa la Unity.

Katika mbinu yangu ya hipnosi ninamrudisha mhusika kwenye maisha ya zamani kwa kuwafanya washuke kutoka kwenye wingu jeupe. Hii inaweza kuwa na matokeo yanayotabirika sana katika tiba ya kawaida ya maisha ya zamani, lakini mara nyingi matokeo hayatatabiriki na chochote kinaweza kutokea. Huo ndio msisimko wa kazi yangu, kwa sababu sijui mtu ataenda wapi. Katika kesi hii, Jane aliposhuka kutoka kwenye wingu alishangaa na kuchanganyikiwa kujikuta Misri. Aliweza kuona piramidi, lakini umakini wake ulielekezwa zaidi kwenye hekalu zuri lililosimama juu ya kilima karibu.

"Piramidi leo zimeharibika. Zinaonekana za zamani zaidi. Naziona jinsi zilivyo sasa, lakini nilizijua zamani, kabla hazijaharibika. Nakumbuka zilipokuwa mpya na zenye kung'aa na nzuri. Michoro ilikuwa mizuri sana. Ninaweza kuona michoro kwenye magofu kabla haijafutwa. Ni kama nyumbani. Nilizijua sehemu hizi. Hili ndilo eneo langu la starehe. Ndiyo maana nilikuja hapa. Si jambo la kuchekesha? Narudi katika ule wakati wa zamani badala ya sasa. Nyuma wakati zilipokuwa, oh, oh, nzuri sana. Ninaweza kuona sanamu za dhahabu katika hekalu. Ninaweka uso wangu dhidi ya umbo la dhahabu, paka wa dhahabu. Na ni ajabu jinsi dhahabu ina joto fulani. Kuna nishati ndani ya dhahabu hiyo. Nafanya kazi na Mafarao, na mimi ni mmoja wa wachache wanaoruhusiwa kuingia hekaluni.

Nimeenda kwenye hekalu ambapo ninahisi upendo mkubwa sana. Naona yote. Ee, Mungu wangu! Watu wote hao."

D: Je, kuna watu hapo?

J: Si katika sehemu hii. Hawaruhusiwi kuingia hapa. Ni mojawapo ya sehemu chache ambapo kwa kweli waliochaguliwa tu ndio wanaruhusiwa kukaa. Ninajaribu kujisikia huru zaidi hapa, kwa sababu sehemu ya kiakili yangu inaendelea kuibuka ikisema, "Hii ni upuuzi!" Na mimi naiiambia, "Nyamaza!"

Hili mara nyingi hutokea wakati mtu anapoingia kwa mara ya kwanza katika tukio la maisha ya zamani. Akili ya ufahamu hujaribu kuvuruga na kuchanganya. Mtu yeyote anayejaribu kutafakari kwa mara ya kwanza anajua kabisa jinsi akili inavyoweza kupiga domo na kujaribu kusimamisha mchakato. Jambo bora ni kuipuuza. Kadiri mtu anavyozama zaidi katika maelezo ya mandhari, akili ya ufahamu hunyamaza, kwa sababu hakuna anayoiangalia. Mbinu ya hipnosi niliyotengeneza imeundwa kuisukuma akili ya ufahamu pembeni ili isiweze kuingilia. Unaifunga na kuruhusu fahamu fiche kutoa taarifa kwa uhuru. Bila maswali na kuingilia kwa akili ya ufahamu, taarifa huwa safi zaidi na sahihi zaidi.

D: Usijali kuhusu sehemu hiyo. Niambie tu unachoona.

J: Nahisi wengine hawangethubutu kuingia hapa, kwa sababu si salama kwao, kwa sababu ya nishati. Hili ni hekalu la mwanga mweupe. Hapa ndipo ulipo katika ngazi hii. Na ninahitaji kutembea kuingia katika mwanga huo. (Yote haya, tangu alipoingia kwenye tukio, yalikuwa yakisemwa kwa hisia ya mshangao na kutoamini.) Na kuna uwepo mkubwa sana ndani ya mwanga huo.

Kulikuwa na mshangao na heshima nyingi kiasi kwamba nilijua nilipaswa kurudisha umakini wake katika kuelezea mazingira yake ili tuweze kujua mahali alipo.

D: Je, hekalu ni sehemu tofauti na piramidi?

J: Nilipoelea chini kutoka kwenye wingu nilifika kwenye hekalu hili. Sidhani hata kama wameligundua bado. Wanakaribia. Unaenda kupitia makaburi na hapo ndipo wafu huenda. Lakini hili ni hekalu ambako walio hai huja. Na hapa ndipo ninaishi. Hapa ndipo ninafanya kazi. Hiki ndicho nilichozaliwa kwa ajili yake.

D: Lakini ulisema kulikuwa na watu wengine?

J: Kuna wasaidizi humo ndani. Wanawaleta wengine kwetu wanaofanya kazi hapa, wanaofanya kazi katika mwanga. Wanakuja kwetu kwa ushauri. Na ni jambo la kuchekesha sana, kwa sababu wanafikiri sisi ndio tunaoujua, lakini huja tu kupitia mwanga. Na hawangethubutu kutembea ndani ya mwanga.

D: Ulisema kuna nishati nyingi mahali hapo. Mtu wa kawaida hawezi kuwa katika nishati hiyo?

J: Si katika sehemu hiyo. Si katika mwanga mweupe.

Nilimwomba ajieleze mwenyewe na akachanganyikiwa tena, kwa sababu hakuwa na uhakika kama alikuwa mwanaume au mwanamke.

J: (Amechanganyikiwa) Naendelea kurudi huku na huku. Dakika moja nahisi kama mimi ni mwanamke, lakini kisha nahisi kama mimi ni mwanaume.

Alikuwa amevaa joho refu jeupe linalotiririka, lakini hakuwa na nywele. Kichwa chake kilikuwa kimenyoa.

J: Hatutaki ziingilie. Nahisi karibu kama mimi ni mwanamke, lakini mimi siyo, kwa sababu tunajiepusha kuwa wa kike na wa kiume. (Anacheka kidogo) Lakini nadhani mwili huu kwa kawaida ungeainishwa kama wa kike, kwa sababu nadhani naweza kuhisi matiti yangu. Mimi ni mwembamba sana, kwa hiyo hakuna mengi kwenye mwili wangu.

Alikuwa amevaa vito vya mapambo vilivyofafanuliwa kama kitu kilichotengenezwa kwa dhahabu na mawe ambavyo vilishikamana kwenye mkono wake wa chini na kuzunguka kwenye kifundo cha mkono, vikienea hadi kwenye vidole.

J: Wanatupamba sana. (Anacheka) Ni zaidi kwa ajili yao kuliko yangu. Watu wanaokuja kuponywa wanapenda vitu vya kifahari vya aina hiyo. Vinawafanya wajisikie kama wanapata ... ngoja nione? Tungeita nini sasa? "Faida zaidi kwa pesa yao." (Anacheka) Ndiyo maana kuna sanamu ya paka wa dhahabu, na wanatengeneza vito vyetu kwa dhahabu, kwa sababu wale wanaotengeneza vito wanahisi kitu ndani ya dhahabu. Ni kama upendo ndani ya alkemia ya dhahabu hiyo. Ndiyo! Iko katika alkemia. Wanatengeneza vito hivi kwa ajili yetu. (Kwa mshangao) Jamani, dhahabu inasaidia. Ndiyo! Namna inavyong'aa. Hiyo ndiyo nishati safi inayopita. Na inapitia kwenye dhahabu, hivyo ninapowagusa wengine kwa ajili ya uponyaji, inawazuia wasiumie.

D: Je, wangeumia kama usingekuwa na dhahabu?

J: Ndiyo, ni kama kisawazishi kutoka hali ya kiethari kwenda hali ya kimwili. Ninapoingia kwenye mwanga, navua vito vyangu. Na nadhani wakati mwingine hata navua joho, kwa sababu sitaki kitu chochote kati yangu na ule ukuu. Kisha navaa joho, kwa sababu hilo linawalinda dhidi ya nishati ya mwili ninayopata.

D: Kwa hiyo unazalisha nishati zaidi unapokuwa katika uwanja huo wa nishati?

J: Oh, hapana. Ninaibeba tu. Ni hisia ya ajabu sana. Inaingia ndani ya ... ndani ya atomi. Ni ya ajabu sana.

D: Haikuumizi, lakini lazima uilinde.

J: Dhidi ya wengine. Ina nguvu sana kwao. Ni kama, unawagusa na wanaenda "Poof!" (Anacheka) Si jambo la kibinafsi. Ndiyo maana lazima niwaangalie.

D: Je, nishati hii iko katika sehemu moja ya hekalu hili?

J: Ndiyo. Tuna jiwe letu wenyewe humo ndani. Na wale wanaobeba nishati hiyo, tunapokaribia jiwe hilo, linaanza kuishi.

D: Jiwe hilo liko wapi?

J: Watu huingia upande wa mbele, na kuna ukumbi ambako watu wa kawaida wanaweza kuwa, na watu hukusanyika. Kisha kuna eneo ambako nishati inaanza kubadilika kidogo. Halafu wanaingia sehemu nyingine, ambako wameweka sanaa zaidi, na wameweka vito kwenye kuta. Kisha kuna eneo ambako tunaliweka jiwe lililo mbali kabisa na wengine, ili liwe salama. Na kuna mapazia kusaidia kuwakinga.

Nilipofanya utafiti wangu niligundua kwamba mahekalu ya kale ya Misri yalikuwa yameundwa kwa namna aliyosema. Hekalu lilichukuliwa kuwa Nyumba ya mungu, si nyumba ya ukuhani. Kuhani mkuu alikuwa Farao, ambaye aliwateua makuhani wakuu na wengine kutekeleza wajibu wake kwa miungu. Kulikuwa na sehemu mbili za hekalu la kawaida: hekalu la nje ambako wanafunzi wa mwanzo waliruhusiwa kuja, na hekalu la ndani ambako mtu angeweza kuingia tu baada ya kuthibitishwa kuwa anastahili na yuko tayari kupata maarifa na ufahamu wa juu zaidi. Waabudu hawakuruhusiwa kwenda zaidi ya ua wa nje, ambako wangeweza kuacha sadaka zao. Sanamu ya mungu ambaye hekalu lilikuwa limetolewa kwake ilikuwa katika hekalu la ndani. Lakini katika kesi ya hekalu katika regression hii kulikuwa na kitu chenye nguvu zaidi kilichowekwa humo.

Katika Jesus and the Essenes, pia kulikuwa na kioo kikubwa katika maktaba huko Qumran ambacho wanafunzi wa Essene walielekeza nishati yao ndani yake, na ilisimamiwa na Mwalimu wa Mafumbo. Yesu alijifunza kutumia nishati hii alipokuwa mwanafunzi huko. Kioo hiki pia kilikuwa katika eneo lililolindwa ili wanafunzi wasiumie kwa kukaribia sana. Hili pia linafanana na Sanduku la Agano, ambalo lilihifadhiwa katika Patakatifu pa Patakatifu nyuma ya pazia katika Hekalu la

Yerusalemu. Ni makuhani waliohitimu tu walioweza kukikaribia. Katika Keepers of the Garden, Phil alizungumzia maisha ya zamani kwenye sayari nyingine ambapo kazi yake ilikuwa kama mwelekezaji wa nishati, ambako alielekeza nishati iliyokuwa ikielekezwa kwake. Hivyo inaonekana kwamba wengi katika nyakati za kale walikuwa na ufikiaji wa mawe yenye nguvu kama haya, na pia maarifa ya jinsi ya kutumia na kuelekeza nishati iliyokuwa ndani yake. Hii ni sehemu ya maarifa ya kale ambayo tumeyapoteza. Inaonekana sasa ni wakati wa kurudisha taarifa hizi ili zitumike katika kipindi chetu cha sasa.

D: Mtu wa kawaida haingii katika chumba ambacho jiwe hilo liko.

J: Sio zaidi ya maeneo hayo. Si salama.

D: Hawana mafunzo ya kuweza kubeba nishati hiyo.

J: Ni hali ya kuachilia. Hilo ndilo nililofanyia kazi sana katika maisha haya, ni kuachilia tu. (Ufunuo.) Oh, si jambo la kushangaza! Sisi tunaoweza kufanya kazi na jiwe takatifu, tunaweka kipande kidogo chake ndani ya piramidi kwa ajili ya Mafarao. Na ndiyo maana watu wanaweza kufa wakifika katika sehemu hizo za piramidi. Kwa kweli jiwe hilo lina nguvu sana kiasi kwamba kunaweza kuwa na kipande kidogo tu humo. Na wale walioingia kwenye piramidi baadaye – katika wakati wa sasa – waporaji wa makaburi, wanazungumza kuhusu laana. Hakuna laana. Ni jiwe.

D: Ni nishati tu, na pengine haiendani na kila mtu.

J: Hapana! Hapana!

D: Na wanaiona kama kitu hasi.

J: Lakini unaona, jiwe hilo huonyesha chochote. Hiyo ndiyo siri ya jiwe. Na ikiwa moyo wao si safi, ndiyo maana wanaweza kuangamizwa, kwa sababu wanakaribia nishati hiyo safi.

D: Wanaonyesha kile wanachoogopa, chochote kile. (Ndiyo.) Hiyo ina mantiki. Lakini jiwe hilo kuu ni jiwe la aina gani?

J: Ni jambo la kuchekesha, kwa sababu ungefikiria lingekuwa jiwe maalum. Lakini ni jambo la pande mbili. Vioo vinafanya kazi vizuri, na ni vigumu kupata kioo kizuri safi. Halafu unapokuwa na kioo safi, unakiingiza katika nishati takatifu. Na hiyo ndiyo inafanya kioo kuwa maalum. Sio kwamba kioo chenyewe kilikuwa maalum. (Anacheka kidogo.) Si jambo la kuchekesha? Watu wananunua vioo hivi sasa, na wanafikiri ni vioo vinavyowasaidia. (Anacheka kidogo.) Ni nishati. Sio kioo chenyewe. Ni ile nishati ya kimungu.

D: Lakini ni kama jiwe la kioo?

J: Hapana, hilo ndilo kitu pekee ambacho, kimwili, kinaweza kuishikilia, mbali na miili hii ambayo imekubaliana nayo. Tunatumia vioo vikubwa, kwa sababu tunapoingia katika mahali petu pa pamoja, na tunafunguka kwa nishati hiyo, kioo hicho safi kinaweza kuituhifadhia. Ni kama betri za kuhifadhi nishati. Tunaweza kuihifadhi humo, kisha tunaenda nje na kufanya kazi na watu.

D: Unaweza kuchukua nishati hiyo pamoja nawe na kuitumia.

J: Ndiyo, na kuwapa. Kisha kujaribu kuwasaidia waone. Tunaweza kuwapa msukumo mkubwa wake, kwa sababu alkemia ya dhahabu kwenye bangili husaidia ili wasiumie. Na kisha nishati hiyo hukaa nao kwa muda mrefu kidogo. Ninaweza kuwagusa tu na wanaipata vizuri, lakini vito hivyo vinaikuza. Pia vinawalinda dhidi yao wenyewe, kwa sababu ile nishati safi yenye mwanga ni kali sana.

D: Nishati hii inatoka wapi?

J: Inatoka kwenye vyanzo vingine vya mwanga. Kutoka kwenye miisho kabisa yake. (Kwa upole) Chanzo cha Mungu.

D: Inawezaje kuelekezwa ndani ya chumba kimoja tu? Ingekuwa kila mahali, sivyo? Ingetawanyika.

J: Tunapozaliwa tena katika ulimwengu huu wa kimwili, sisi tunaoweza kubeba nishati tunafanya makubaliano. Na kwa kweli tuna nishati hiyo ndani yetu. Kuna alkemia ndani ya mwili huo. Na hilo linaupa mwili huo nyakati ngumu sana wanapozaliwa. Ndiyo maana figo za Jane zilikuwa zikishindwa kufanya kazi katika maisha yake ya sasa, kwa sababu zilikuwa zikichuja karma ya roho hiyo, hiyo nafsi. Kwa sababu haijalishi nini, lazima tupitie uzoefu mbaya, kwa sababu tunataka kujua kila kitu. Lakini nishati hizo zipo. Hivyo zinapoingia katika mwili huu katika hali yenye nguvu sana, kunakuwa na utakaso mwingi sana. Utakaso mwingi sana kiasi kwamba figo hizo hazikuweza kuhimili.

Jane alikuwa na vipindi kadhaa vya ugonjwa akiwa mtoto na karibu kufa. Alikaa miezi hospitalini huku madaktari wakipambana na dalili zisizo za kawaida na zisizofahamika.

J: Ndiyo maana aliugua sana na kwa nini alilazimika kuwa hospitalini. Ilikuwa ni ile nishati aliyokuja nayo.

D: Lakini je, nishati hiyo haingebaki pamoja na mwili huko Misri?

J: Naam, kitaalamu hapana. Ile nishati nyeupe katika hekalu la uponyaji – kwa sababu hilo ndilo lilivyo, hekalu la uponyaji – tuliweza kuweka nishati ndani ya kioo ili iwe rahisi na ya haraka zaidi kwetu kuja na kujipa nguvu tena. Na hilo liliipa kituo au

D: Lakini ningedhani wakati roho ilipoondoka katika mwili huo, nishati ingebaki pamoja na mwili huo, na isingebebwa kuletwa mbele. Kwa sababu mwili huko Misri ndio uliokuwa ukiielekeza, ukifanya kazi na nishati hiyo.

Wasiwasi wangu wa kwanza ni kusaidia kuponya mwili katika kuzaliwa huku kwa sasa. Kwa hiyo nilikuwa nikijaribu kutenganisha haiba hizo mbili ili mabaki ya athari yasije kuendelea kuudhuru mwili wa Jane.

J: Ndiyo, lakini tuko hapa kuleta nishati hiyo. Kwa kweli ni roho inayobeba nishati hiyo. Na roho hiyo huenda pamoja na mwili huo. Kwa hiyo ni roho ndiyo inayomiliki hilo. Na hivyo ni kiwango ambacho roho itakuwa ndani ya mwili huo kimwili. Sikudhani ilikuwa ya kiufundi kiasi hicho, lakini kweli ndivyo ilivyo. Katika Misri, katika wakati huo na katika mwili huo, alkemia ya kimwili ilikuwa kitu kimoja. Lakini sukari, uchafu wa mwili katika wakati huu wa kimwili, mazingira, hewa. Hata jua ni tofauti. Katika Misri ungeweza karibu kutoka nje na kuponywa na jua. Na sasa katika maisha haya kuna uchafu mwingi sana hewani, kiasi kwamba mwili wa sasa, ulipotoka nje kucheza, na kujaribu kujiponya, haukuweza. Mwili huu ulipofanyiwa upasuaji ilikuwa vigumu kustahimili maumivu. Angeweza kusema, "Hapana, ninaondoka kwenye mwili huu. Nimetoka hapa." Na mwili huu ulikuwa na bahati sana, kwa sababu ya timu ya kuzaliwa, wazazi, upendo. Upendo, hasa wa mama huyo kwa mwili huu. (Anacheka kidogo.) Niliweza kumsikia akiniita nijizalishe kutoka upande mwingine. Na nilisubiri kwa muda, kwa sababu nilijua maisha haya hayangekuwa ya kufurahisha sana.

D: (Nikijaribu kumrudisha kwenye hadithi ya awali.) Lakini inanishangaza kwamba roho ingeweza kuleta nishati hiyo mbele.

J: Lakini unaona, hiyo ndiyo roho ilivyo, ni nishati. Sisi sote ni cheche ya Mungu.

D: Ndiyo. Lakini mwili wa kimwili huko Misri ulikuwa umeathiriwa na nishati hiyo na ulijua jinsi ya kufanya kazi nayo. Ndiyo maana nilishangaa kwamba nishati hiyo ingebaki pamoja na roho.

J: Kwa kweli hazikuwa tofauti. Katika bahari ya upendo na rehema, yote ni ule mwanga mweupe mkali. Kisha tunajitenga kama cheche ndogo. Halafu tunazaliwa. Na alipokuja katika kuzaliwa kule Misri, sehemu kubwa ya mwanga huo mweupe ilikuja pamoja naye. Na kisha tulitaka kuleta mwanga huo mweupe katika sasa. Na tulipofanya hivyo, kwa sababu ya mazingira ... yaani, haikuwa nishati ya wakati ule na nishati ya sasa. Kwa sababu yote ni sasa. Ni kama msukumo tu, na sehemu hii ya msukumo, kwa sababu ya mazingira, ndiyo tatizo.

D: Lakini nishati, ulisema, inatoka kwa Mwenye nguvu zote, Chanzo. Na iliingia na kuelekeza kioo hiki. Je, ulifundishwa jinsi ya kuunda nishati hii na kuielekeza?

J: Hapana. Unazaliwa nayo. Umeijifunza. Lakini haiwezi kufundishwa katika ngazi hii. Unaibeba pamoja nawe kutoka shule zako nyingine katika viwango vingine.

D: Nilikuwa najiuliza kama ulifundishwa pamoja na wengine jinsi ya kuunda nishati hii kwa kutumia kioo katika mahali hapo.

J: Hapana, wakati ule ilikuwa ngumu zaidi kwa wazazi, kwa sababu watoto walifanya mambo haya tu. Tusemeje hili? Tulifanya tu. Mtoto alifanya tu. Na ndiyo maana mtoto huyu alipaswa kuwa mbali na wazazi na mbali na mambo ya kimwili, kwa sababu mwili ulifanya mambo. Kama wazazi hao wangeona hilo, wangeshtuka sana. Wangekuwa na mshtuko mkubwa. Kwa sababu ukiwa mtoto, unapozaliwa, unafanya tu. Na wakati wa piramidi, mtoto huyo alipozaliwa, mambo yalitokea alipokuwa mdogo sana. Kwa hiyo wazazi walijua mtoto huyu alipaswa kupelekwa kwenye shule hii. Kupelekwa hekaluni, ambako wale wengine pia waliokuwa wakifanya mambo haya waliweza kumlea mtoto huyo, kwa sababu wazazi hao walijua hawawezi.

Hili lilikuwa sawa na kesi ya Molly, iliyosimuliwa katika sura nyingine, ambaye alikuwa na uwezo wa ajabu katika maisha haya akiwa mtoto mchanga na mtoto mdogo sana, jambo lililowaogopesha kabisa wazazi wake.

D: Lazima iwe katika mazingira tofauti. (Ndiyo.) Lakini kulikuwa na wengine pia hapo pamoja nawe.

J: Na walizaliwa hivyo hivyo pia.

D: Na waliletwa hapo. Lakini ulisema hekalu hili liko karibu na piramidi? Unaweza kuziona.

J: Ndiyo. Piramidi ziko mbali kidogo. Walijenga hekalu juu, mahali pa juu zaidi. Halafu unaweza kuangalia nje na ukaona zilipo piramidi.

D: Lakini hufikiri hekalu hilo limewahi kugunduliwa?

J: Hapana. Hekalu liliachwa kuwa vumbi, kwa sababu ulikuwa wakati wake. Haukuwa wakati wake kujulikana, kama ilivyokuwa kwa piramidi. Na kuna kitu kuhusu Sfinksi. Sehemu ya paka halafu sehemu ya uso. Ni ajabu. Ni kama mtu fulani alijua. Ni kama uhusiano wangu na sanamu ya paka. Hekalu lilipaswa kutoweka. Ndiyo maana walijenga Sfinksi.

D: Hekalu lilikuwepo kabla ya Sfinksi?

J: Ndiyo. Na kitu pekee kilichoruhusiwa kubaki kama ukumbusho wa hekalu hilo lililoharibiwa, kilikuwa Sfinksi hii. Iliwakilisha watu wa paka. Walituita watu wa paka, kwa sababu tulikuwa na paka wetu wa dhahabu na tulikuwa na paka wa hekalu. Ilikuwa kwa ajili ya watu waliokuwa wanahitaji msaada wetu. Katika maisha waliyokuwa nayo, hawangeweza kuja hekaluni. Kwa hiyo tungeenda kwao kupitia paka.

D: Mlifanyaje hivyo?

J: Unaona, paka ni wa kipekee sana. Ndiyo maana wana ile tabia. (Anacheka kidogo.) Tungeweza kuwainua na kuwasiliana nao kiakili. Ukijaribu kuzungumza na paka kimwili, watakuangalia kama una wazimu. Isipokuwa kama wewe ni mmoja wetu, ndipo wanaelewa. Lakini tungebeba paka na kuzungumza naye. Kisha tungemtuma aende kumsaidia mtu. Baada ya kumaliza, angerudi, na kutuambia kilichotokea. Lakini ndiyo maana walijenga Sfinksi huyo akiwa na mwili wa paka, au simba. Bila shaka, huyo ndiye paka mkubwa kuliko wote. Tulikuwa na simba hekaluni. Walikuwa paka wetu bora zaidi.

Lakini, unajua, kama ungemtuma simba miongoni mwa umati wa watu wao wange .... (Anacheka kwa sauti kubwa.)

D: Hawangependa. (Bado alikuwa akicheka kwa picha hiyo ya kiakili.) Na waliporudi, uliweza kuelewa kile paka ....

J: Ndiyo. Kwa sababu tulitumia taswira, na paka angetuonyesha kwamba ameenda, na amemsugua mtu huyo. Na labda mtu huyo alimfungukia paka, na waliweza kumshika na kumkumbatia. Na walipata nishati tuliyowatumia.

* * *

Kutoka kwenye ensaiklopidia:

"Nchini Misri, paka walifugwa kama wanyama wa nyumbani si tu kwa sababu ya msaada wao, bali pia kwa sababu ya uzuri wao, akili na neema, na walihusishwa na miungu. Nchini Misri walikuwa watakatifu kwa mungu mkuu, Ra, ambaye wakati mwingine alichukua umbo la paka, na Isis, mungu wa kike mkuu, alionyeshwa akiwa na masikio ya paka. Zaidi ya hayo, Wamisri walimheshimu mungu wa kike mwenye kichwa cha paka, Pasht, ambaye alikuwa na uhusiano wa karibu na Isis na ambaye kutokana na jina lake inaaminika neno 'puss' lilitokana. Mahekalu ya paka, na pia makaburi ya paka yenye maelfu ya miili ya paka waliopakwa dawa za kuhifadhi maiti, yamechimbuliwa katika sehemu mbalimbali za Misri. Wanyama wengine wengi walikuwa watakatifu kwa Wamisri, lakini hakuna isipokuwa ng'ombe dume aliyeabudiwa katika nchi nzima kama paka, ambaye pia waliwaenzi katika maandishi ya piramidi na katika vito vyao, vyungu vyao na samani zao."

Labda wanaakiolojia hawakuelewa kikamilifu jukumu ambalo paka walikuwa nalo katika utamaduni huo.

* * *

D: Je, ulikuwepo wakati hekalu lilipotoweka?

J: Hapana, nilikuwa hapo mapema wakati hekalu lilikuwa jipya. Wakati lilikuwa likifanya kazi kwa nishati. Wakati nilikuwa nikisaidia. Kama ningerejea huko katika wakati wa sasa, ningeweza kulipata tu kwa lile rundo la vumbi lililobaki, kulingana na mwonekano wa eneo.

D: Je, uharibifu ulifanywa kwa makusudi?

J: Ndiyo. Watu walihitaji kuingia katika kipindi hicho cha giza.

D: Je, kutoweka kulifanywa na watu kama wewe waliokuwa mnaishi hapo wakati huo?

J: Hapana. Oh, nadhani walifikiri walikuwa wanahusika nalo. Kwamba nishati yenyewe, chanzo cha kimungu, kilikuwa na hasira. Na kikasema, "Sawa, kama hamtaki msaada wangu, basi sitaendelea kuwepo hapo kwa ajili yenu." Na kisha kilikuwa tu ... kimetoweka. Hakukuwa na haja ya kuwepo kwake katika ngazi ya Dunia. Kilikuwa tu "swoosh".

D: Ilimaanisha nini kwa kusema "kama hamtaki msaada wangu"? Je, nyakati zilibadilika baada ya wewe kuwepo hapo?

J: Ndiyo. Watu waliamini zaidi katika dhahabu tuliyovaa kuliko katika nishati tuliyoiweka ndani yake. Hivyo walianza kutengeneza sanamu hizo, zile sanamu za kipumbavu. Na waliomba kwa sanamu hizo za kijinga. Na waliomba kwa dhahabu hiyo. Na wakasema, "Sasa nimeponywa kwa sababu ya dhahabu." Tulijaribu kuwafundisha kwamba haikuwa dhahabu. Kwamba ilikuwa ni nishati, lakini hawakuweza kuelewa hilo. Katika maisha hayo niliamua kuvua dhahabu mara moja na kumponya mtu, kwa sababu ningeweza kuona walikokuwa wakielekea. Nikamgusa, na akafa. Ilikuwa nishati nyingi sana. Hata walinilaani wakati huo. Walifikiri nimemuua. Na walinivuta nje, kisha wakaanza kunipiga mawe hadi nikafa. Baada ya mimi kutovaa dhahabu, hapo ndipo wale wapumbavu walipopata wazo kwamba ilikuwa dhahabu ndiyo iliyokuwa inaponya. Hawakujua, bila shaka. Hawangeweza kuelewa isipokuwa mtoto kama sisi angekuja katika maisha yao. Na hata ingawa wazazi walijaribu kueleza, ilikuwa imechelewa sana.

Sehemu hii kuhusu hekalu kutoweka ilisikika sana kama kile kilichotokea kwa mahekalu ya Jua na Mwezi katika hadithi ya Bartholomew katika Kitabu cha Kwanza.

D: Ningedhani kwamba nishati ingeondoka tu, lakini jengo lingebaki.

J: Kwa sababu ya kile tulichoweza kufanya, ilikuwa kama kumolekuli Mungu, kwa namna fulani. Na kila kipande kidogo cha hekalu hilo kilikuwa na nishati hiyo ndani yake, hasa katika eneo lile moja. Na ndiyo maana lilipaswa kutoweka, kwa sababu kama watu wangeingia humo baadaye, wangeuawa. Na hivyo walitoa dhahabu yote, kwa sababu ya nishati ambayo dhahabu ilikuwa nayo. Dhahabu bado iliwaponya watu.

D: Kwa hiyo ilifanya mema fulani.

J: Oh, ndiyo. Lakini hekalu lenyewe, na kipande cha quartz, jiwe takatifu, viligeuka kuwa vumbi lilipotoweka. (Ufunuo.) Oh, jamani! Ukiangalia chembe za mchanga sasa katika eneo hilo, utaona vipande vidogo vya fuwele. Na hivyo ni vipande vidogo vya jiwe takatifu. Lakini jiwe hilo lilipaswa kuvunjwa vipande vidogo sana ili lisije kuua tena.

D: Lakini bado kuna nishati nyingi katika eneo hilo, sivyo?

J: Oh, ndiyo! Na tunasema, waridi ni waridi ni waridi. Na pale ambapo kimungu kinakubaliana na kitu, hakibadilishi mawazo yake kama binadamu. (Anacheka.) Ndiyo, kile kinachofanya, kinafanya.

D: Kwa hiyo hekalu lilikuwepo wakati huo huo na piramidi.

J: Ndiyo, piramidi ndizo zilikuwa za zamani zaidi.

D: Sfinksi ilikuja baadaye?

J: Ndiyo, kwa sababu baada ya hekalu kutoweka, ingawa watu hawakuelewa kile tulichofanya, walikuwa na shukrani kwa dhahabu. Na fumbo la watu wa paka likawa kama hadithi ya kale. Makuhani hawakuweza kuendelea na kile tulichofanya kwa sababu hawakujua siri zetu. Kuunda hadithi ndilo jambo bora waliloweza kufanya.

D: Walikuwa wanazitumia piramidi kwa nini wakati huo?

J: Zilikuwa kama satelaiti kutoka kwa lile hekalu. Kama nilivyosema, tulichukua kipande kidogo cha jiwe takatifu kutoka hekaluni kwetu na kukiweka ndani ya piramidi, kwa sababu ilikuwa kwa ajili ya kuwaheshimu wakuu. Mafarao wakuu. Na walikuwa wakuu kweli. Walikuwa wale waliochaguliwa kufanya kazi na watu. Mafarao walizaliwa na siri zao, kama sisi tulivyozaliwa na siri zetu za kuponya na kusaidia watu. Na sisi wa hekaluni tulikuwa wa nishati ya kigeni, na wale wa piramidi walikuwa wa nishati nyingine. Na nishati ya piramidi ilikuwa na upande hasi zaidi. Ndiyo maana bado ipo, kwa sababu iliweza kujichanganya na mazingira haya kwa urahisi zaidi. Na ilikuwa njia ya kujaribu kubeba na kueleza sehemu ya hekalu kuu. (Ananyamaza kidogo.) Sisi ndio tuliokoka kutoka Atlantis na uharibifu wake. Hapo ndipo mahali pa kwanza ambapo nishati hiyo ililetwa. Na hapo ndipo tulijifunza kwanza kwamba nishati ilipaswa kulindwa. Ilipaswa kuwa katika hekalu maalum, kwa sababu hapo ndipo mara ya kwanza nishati ya kimungu ilitumika. Na mara tu wale watu wazimu walipoanza kupata mawazo yao ya kipumbavu ... huwezi kuwa na hasi yoyote karibu na ile ya kimungu. Si kwamba kimungu kitaielekeza kidole na kusema, "Oooh, hilo ni baya!" Sivyo ilivyo. Kimungu hakifanyi hivyo. Kimungu kiko juu ya mema na mabaya. Lakini kinachotokea ni kwamba, ukiwa na hasi na ukaipeleka tena katika kimungu, inaongezeka maradufu. Hiyo ndiyo sehemu ya kushangaza. Haikuwa hata kwamba katika nyakati za Atlantis walikuwa waovu. Haikuwa kwamba walikuwa wakatili, bali ilikuwa mwanzo wa hasi. Nadhani Mkuu alitambua kwamba hatukuwa tukijifunza vya kutosha kwa kuwa chanya. Hivyo ndivyo roho ilivyo. Roho haisimami kamwe. Na hatuwezi kutembea kutoka mwili mmoja kwenda mwingine bila kubeba kile tulicho nacho.

D: Ulibeba tu taarifa kutoka maisha moja hadi jingine.

J: Ndiyo. Kulikuwa na wale hasa walioambiwa kuhusu mwisho wa Atlantis ukija. Hilo lilikuwa gumu sana kwetu kukubali, kwa sababu tuliamini kwamba tunaweza kufundisha. Na haikuwa kwamba hatukuweza kufundisha. Alkemia ya miili ilikuwa ikibadilika. Na hiyo ilikuwa sehemu ya kile kilichosababisha uharibifu wa Atlantis. Ndiyo maana ilibidi iharibiwe kabisa tena huko Misri, kwa sababu nishati hiyo haikuweza kuachiliwa.

D: Nishati ilikuwa imekuwa na nguvu sana kupita kiasi?

J: Ndiyo. Nimeondoka kwenye hekalu hilo na sasa nimeenda Atlantis ya zamani. Ninaweza kuielewa vizuri zaidi nikiwa na miguu yangu Atlantis, kwa sababu, oh, ilikuwa nzuri sana. Na nilihuzunika sana waliposema ilipaswa kufikia mwisho.

D: Lakini nishati ilikuwa ikitumika vibaya huko Atlantis, sivyo?

J: Oh, ndiyo. Waliita hatua inayofuata. Unaweza kufikiria hilo? Waliita hiyo hatua inayofuata. Mimi niliita kuruka kutoka kwenye jabali. Kwa sababu kama nikiruka kutoka jabali na nianguke "splatt"! Nimejifunza nini? Nimejifunza kwamba ninaweza kuwa "splatt". Hoja yako ni nini? Lakini wao walisema haikuwa "splatt", ilikuwa kuanguka. Kujifunza kutoka kwenye kuanguka. Tena, tunajaribu kuona mwelekeo, na tunazungumzia mageuzi. Ilikuwa kile tulichokuwa tukijaribu kubadilika kuwa. Alkemia ya mwili ilianza kubadilika. Alkemia ya miili yetu wakati huo ... oh, jamani, miili yetu iliweza kufanya mambo gani!

Miili hii bado inaweza kufanya hivyo. Lakini alkemia ilianza kubadilika, na hivyo nishati ilianza kubadilika. Kisha hatukuweza kukaribia ile safi. Ilibidi tuende mbali zaidi na zaidi na zaidi nayo. Na ndiyo maana sasa tunaweza kurudi kwenye mwili huo. Bado umejificha humo chini ya tabaka zote hizo.

D: Bado una maarifa?

J: Ndiyo. Na ndiyo maana tunaweza kuuangalia na kusema, "Sawa, nitaiponya hii." (Anacheka kidogo.) Na ndiyo maana mwili huu una shida sana kuponya hapa katika sehemu hii, (alionyesha katikati ya paji la uso wake) kwa sababu haukuweza kukubali ile sehemu ya kimungu.

D: Sehemu ya jicho la tatu? (Ndiyo.)

Nilitaka kurudi kwenye taarifa kuhusu Sfinksi.

D: Ulikuwa ukizungumza kuhusu Sfinksi. Ulisema iliundwa baadaye kama kumbukumbu ya Watu wa Paka. Je, ilikuwa na uso kama ilivyo sasa?

J: Hapana, ilikuwa na uso wa kike zaidi. Waliibadilisha baadaye.

D: Hilo ndilo nililosikia. Watu wamesema uso wa awali ulikuwa tofauti.

J: Uso wa awali ulikuwa mzuri sana. Ulikuwa wa mwanamke. Mwanamke mzuri sana. Oh, nimeona kitu sasa! Yule waliyenipiga mawe? Huo ndio uso walioweka hapo.

D: Yule ambaye ulikuwa katika maisha hayo?

J: Ndiyo. Sikujua walifikiri nilikuwa mzuri kiasi hicho. (Anacheka kidogo.) Sikuwa hivyo. Ilikuwa ni hatia yao kwa kunipiga mawe. Lakini walinipiga mawe kwa sababu waliniogopa, kwa sababu nilimuua mtu. Sikuwa nimewahi kumuua mtu hapo kabla. Kile tu nilichotaka kufanya ilikuwa kuwaonyesha kwamba ile dhahabu yao ya kipumbavu haikuwa ndiyo iliyokuwa inaponya watu. – Pia kulikuwa na kile kilemba cha kichwani. Nilivaa kilemba pia nilipokuwa nikifanya uponyaji huo. Kilishuka hadi mabegani. Oh, ndiyo maana mabega yangu yanauma! Kutoka kwenye kile kilemba cha kipumbavu. Kilikuwa kizito sana. Oh, na hiyo ndiyo hatia yangu. Ndiyo! Ndiyo maana mabega yanaumiza mwili huu, kwa sababu nilifikiri nimesababisha uharibifu wa hekalu.

D: Lakini hukufanya hivyo.

J: Oh, hapana. Najua hilo sasa.

D: Kile kilemba kinaonekanaje? Ninajaribu kupata picha ya kiakili ya jinsi uso wa awali ulivyoonekana kwenye Sfinksi.

J: Kile kilemba kilikuwa kama upinde wa mabega, kisha kilipanda juu, halafu kikaenda kwa upana. Na kilikuwa na kuinuka juu. Walijaribu kukifanya kama jua kuzunguka kichwa. Walikuwa wakijaribu kuwakilisha ule mwanga wa nishati tuliokuwa tukijaribu kuutoa nje. Kilikaa juu ya kichwa. Na kikaenda hadi mabegani, na kushuka hivi, hadi kwenye makucha. Na hivyo waliweka sehemu hiyo juu ya mwili wa paka. Hapo awali, ilikuwa ni sehemu ya mabega ya kile kilemba chetu, kwa sababu ilikuwa kama joho tulilovaa. (Hapa inaonekana alibadilika na kuanza kuelezea kilemba chake mwenyewe tena.) Na kulikuwa na vito juu yake. Labda vilikuwa kama almasi, labda vilikuwa kama fuwele, lakini sehemu hiyo ilikuwa wazi, na ilikuwa imewekwa ndani ya dhahabu. Na kilikuwa kizito sana, hicho ndicho kilikuwa. Na kumbukumbu yake ilisababisha maumivu ya mabega katika maisha haya ya sasa. Maumivu pia yalisababishwa kwa sababu nilifikiri muda wote kwamba nimesababisha uharibifu wa hekalu. Makucha yalitoka kutoka sehemu ya mabega ya kile kilemba. Ilikuwa kama, kama ungelaza paka chini, kisha ukaweka lile joho juu yake ili makucha yatoke mwisho. Lakini hiyo ilikuwa sehemu ya lile joho la kile kilemba.

Alifanya ishara kwa mikono akionyesha sehemu ya mabega ikishuka hadi kwenye vifundo vya mikono, huku mikono tu ikibaki nje.

J: Na ndiyo maana kichwa cha Sfinksi kingekuwa kikubwa zaidi, kwa sababu ya kile kilemba. Na ndiyo maana kilivunjika, kwa sababu ile sehemu ya joho haikuweza kustahimili hali ya hewa.

D: Je, walibadilisha kichwa kwa makusudi, au kilivunjika tu?

J: Naam, lilikuwa jambo la kike. Mafarao, wale wanaume wa piramidi ambao bado zipo. Hawakuwa na hamu sana ya kuwa na lile jambo kubwa la mwanamke hapo. (Anacheka kidogo.) Kwa hiyo walilifanya liwe la kawaida zaidi, kwa sababu sasa halionekani kabisa kama mwanaume au mwanamke.

D: Ndiyo. Kichwa ni kidogo sana kwa mwili.

J: Ndiyo, kidogo sana kulinganisha na mwili. Mafarao walikipunguza, kwa sababu walitaka kutuweka mahali petu kadiri muda ulivyopita. Mwili ulikuwa wa paka. Kwa hiyo kwa uwiano walijaribu kuweka kichwa cha binadamu juu ya paka. Kisha wakafanya hesabu. Ni mara sitini na mbili? Mara sitini na mbili ya ukubwa wa mwili wa paka, huo ungekuwa uwiano. Sitini na mbili, kitu kama hicho. Labda hiyo ndiyo. Umeona vile vitu ambavyo Mafarao walivaa juu ya vichwa vyao. Walichukua hilo kutoka kwetu, kutoka kwenye joho letu.

D: Kuna mazungumzo kuhusu kitu kilicho chini ya Sfinksi. Unajua chochote kuhusu hilo?

J: Labda hiyo ni sehemu ya hekalu letu la zamani. Labda alijenga Sfinksi juu ya mahali ambapo hekalu letu lilikuwa? Ndiyo? Siri?

Katika kipindi chote hiki Jane alionekana kupokea taarifa zilizomshangaza, ambazo hakuzitarajia kimantiki. Pia, majibu yake mengi yalikuwa karibu kama minong'ono. Laini sana, lakini kinasa sauti kiliweza kuyachukua.

D: Watu wamesema labda kuna kitu chini ya makucha ya Sfinksi.

J: Chini ya sehemu ya mwili. Waliweka baadhi ya siri zetu katika sehemu hiyo ya mwili, kabla hekalu halijaharibiwa. Kwa sababu tulirekodi baadhi ya mafunzo yetu. Mafunzo hayo yalihifadhiwa.

D: Unaweza kuona mahali ambapo hilo lingekuwa?

J: Ndiyo, paka anakalia juu yake. (Anacheka kidogo.) Umewahi kuona paka akimkamata panya, na anajivunia? Atalala juu yake. Hivyo ndivyo Sfinksi huyu amekuwa akifanya. (Anacheka.) Analala juu ya ushindi wake mkubwa, juu ya tuzo yake kubwa. Makucha, labda hapo ndipo wanaweza kuingia ndani yake. Ndiyo, ndiyo, hiyo ndiyo. Hapo ndipo unaingia. Naweza karibu kuona. Chini ya makucha kuna mlango. Na walifanya hivyo kwa makusudi, kwa sababu katika hekalu letu la awali ... kumbuka nilivyokuambia tuliweka sehemu yenye nishati nyingi zaidi nyuma? Nadhani labda walihifadhi baadhi ya ule mchanga kutoka hekalu lililoharibiwa. (Anacheka.) Na hakuna mtu ... (alionekana kufurahia hili) hii ni ya kuchekesha. Wataenda chini ya makucha hayo, watapata mlango, watakuwa na msisimko. Wataingia ndani, na watapata (Anacheka) ... vumbi na mchanga. Na watasema, "Kwa ajili ya hii?" (Anacheka.) Watasema, "Oh, basi, hii tayari ilishaporwa."

Hilo hakika lingekuwa mshtuko kwa wagunduzi, kwa sababu wasingetambua umuhimu na ishara ya mchanga uliounganishwa na nishati ya asili ya hekalu la uponyaji.

D: Wanatumaini kupata maandiko na vitu kama hivyo.

J: Maandishi yapo. Lakini itawachukua muda kuyatafsiri, kwa sababu yalikuwa katika lugha yetu ya siri.

D: Je, kuna njia ya kurudi katika sehemu hiyo kama watapata mlango?

J: Labirinti? Nadhani waliifanya iwe labirinti. (Ananyamaza.) Sipasiwi kusema.

D: Hupaswi kusema nini?

J: Naam, wale ambao hawakuangamizwa katika hekalu walikuwa na hasira. Kwa hiyo walifanya hili kuwa gumu sana, sana. Na hawatamfanyia mtu yeyote liwe rahisi zaidi. Vitu hivyo vilizikwa. Lakini watu watakapoingia humo, watapata lugha tofauti kabisa ambayo hawajawahi kuiona kabla. Tofauti na wanavyodhani ilizungumzwa wakati huo, kwa sababu tulikuwa na njia zetu wenyewe. Na haikuwa kwamba tulikuwa na njia zetu tu. Ni kile tulichoelekezwa. Ilikuwa vizuri sana kuwa hekaluni, kwa sababu ilikuwa namna tofauti kabisa ya kuishi kuliko ilivyokuwa nje ya hekalu. Tulikuwa na lugha zetu wenyewe. Tulikuwa na ujuzi wetu wenyewe. Tulikuwa na njia zetu za kufanya kila kitu. Lakini ilibidi iwe tofauti, kwa sababu nishati yetu ilikuwa tofauti sana. Na ilikuwa hivyo pia huko Atlantis, ili tuweze kujifunza zaidi. Ilibidi tuanzishe hekalu, kwa sababu katika mazungumzo yetu na kimungu na kile tulichokuwa tukijifunza hapa, tuliomba sana bado turuhusiwe kufundisha. Lakini kimungu kilisema, "Hawatajifunza." Na sisi tukasema, "Lazima utupe nafasi." Na kimungu kikasema, "Sawa, haya." Ndivyo kilivyofanya. Na akasema, "Lakini lazima muwe tofauti kabisa, mkiwa mmetengwa kabisa, tofauti kabisa, kabisa ...." Kwa hiyo watakapoingia humo, hawataelewa watakachokipata. Hata sijui kama maandishi ya hieroglifu ....

D: Michoro?

J: Ndiyo, ndiyo. Hata sijui kama wataielewa hiyo. Watashangaa sana. Ninajiuliza tu kama hatimaye wataruhusiwa kuingia humo. Lakini nadhani, kwa mambo yanayokuja, mambo yanayokuja ... (kwa upole) labda. Watakuwa wamechanganyikiwa sana. (Anacheka.)

D: Unaweza kuona, je, mlango chini ya makucha utakuwa mgumu kuupata?

Sababu nilikuwa najaribu kufuatilia hili na kupata maelezo zaidi ni kwa sababu nilikuwa na kikao na rafiki kuhusu jambo hilo hilo karibu wiki moja kabla. Yeye anafanya kazi na wachunguzi huko Misri, kama mtabiri wa kiroho, kujaribu kugundua njia za siri zilizofichwa. Tayari alikuwa ameshuka kwenye sehemu chini ya makucha, kati ya Sfinksi na piramidi. Alikuwa akipanga kurudi kufanya uchunguzi zaidi.

J: Umefichwa waziwazi. Ni dhahiri sana. Kwa upande wa nishati, nadhani kama ningeenda huko ningeweza tu kusema, "Anzeni kuchimba hapa, wavulana." Ni kirefu sana. Walijitahidi sana kukifanya kiwe kigumu, lakini si kisichowezekana. Wale waliokifanya hiki walielewa mantiki itakavyokuwa sasa, kwa hiyo waliitumia dhidi yao. (Anacheka kidogo.) Kwa hiyo wakijaribu kufuata mantiki ya kawaida, watazidi kujiweka mbali zaidi. (Alifurahia hilo.)

D: Lakini wakishafika chini, watapata labirinti.

J: Hicho ndicho kitakachowacheleweshа, kwa sababu kuna njia nyingi zilizofungwa. Na kuna eneo kubwa kati ya makucha na nyuma.

D: Lakini ni watu sahihi tu ndio wataweza kuipata, sivyo?

J: Naam, hao ndio waliouliza. Wameomba kuweza kuleta hilo katika sasa, kwa sababu itawachukua muda mrefu sana kulielewa. Huenda lisitawashtue sana, kwa sababu picha zitaonyesha kwamba mwili unaweza kujiponya wenyewe. Lakini hawataelewa.

Kisha nikauliza maswali ambayo Jane alitaka kujua majibu yake. Hiyo ndiyo ilikuwa sababu halisi ya kikao. Nitajumuisha tu maelezo yanayohusiana na hadithi. Mengine huenda yasihusike.

Niliiuliza fahamu fiche jinsi maisha yale ya Misri yalivyohusiana na matukio katika maisha yake ya sasa.

J: Uzoefu mkubwa ulikuwa kutambua kwamba hakuangamiza hekalu. Pia lile jambo la mabega. Alibeba mengi ya hilo katika maisha haya.

Sasa tulijua kwamba maumivu hayo yangeweza kuondolewa, kwa sababu tulikuwa tumepata chanzo cha tatizo.

J: Kile anachohitaji kuelewa ni kwamba kimungu, ndiyo, kinaweza kudhibiti. Na wakati mwingine tunapokuja katika mwili wa kimwili, tunafikiri tu kwamba tunajaribu mambo, lakini sivyo ilivyo. Alifikiri yeye ndiye aliyesababisha uharibifu wa hekalu lile.

D: Hakuwa na uhusiano wowote nalo, lakini alipigwa mawe.

J: Ulikuwa wakati wa watu kuonyeshwa kwamba haikuwa dhahabu iliyokuwa inaponya. Lakini kimungu kilijua, na alionyeshwa kwamba angepigwa mawe kwa ajili ya hilo. Sasa kwa nini angesahau hilo? Oh! Alisahau kwa sababu lilikuwa tukio la kutisha sana. Hilo linaeleweka. Lakini ulikuwa wakati wa fahamu kubadilika. Watu walihitaji kufanya mabadiliko hayo. Isipokuwa huo ulikuwa ni hatua kubwa ya kushuka. Kulikuwa na maelfu waliohusika alipigwa mawe, na lilikuwa janga kubwa.

D: Ndiyo, lilikuwa hivyo, kwa sababu uwezo mwingi na matumizi ya nishati vilipotea wakati huo.

J: Na ndiyo maana amepata haki ya kuleta hilo tena katika maisha haya.

D: Ndiyo maana alikuja katika maisha haya akiwa na nishati nyingi sana, kiasi kwamba ilimbidi kuwa hospitalini akiwa mtoto mchanga. Ili ajifunze kuzoea nishati hizo, ili mwili uweze kuzimudu?

Jane alilazimika kukaa hospitalini kwa miezi kadhaa akiwa mtoto mchanga kwa sababu ya dalili zisizo za kawaida ambazo madaktari hawakuweza kuelewa. Inaonekana huo ulikuwa wakati wa kuzoea, ili mwili uweze kuzoea nishati kubwa aliyokuwa akibeba kuingia nayo katika maisha haya kutoka maisha ya Misri. Lakini sasa imeonekana pia kwamba hii ilianza hata kabla ya hapo, katika maisha ya Atlantis ambapo matumizi ya nishati hizi yalikuwa ya kawaida.

J: Kimungu kimekuwa kikifanya kazi na watu ili wawe na uzoefu usio wa kawaida. Hilo ni jambo la asili. Katika nyakati za Atlantis kama hukuwa nao, basi kulikuwa na kitu kibaya kwako. Lilikuwa jambo la kawaida kufanya. Na kile tulichofanya nao huko Atlantis ... tuliingia kwenye hasi. Na baada ya kutembea kwa miaka mingi zaidi, zaidi, zaidi, zaidi ndani ya hasi, sasa tumejifunza hasi yetu inatupeleka wapi.

Jane aliruhusiwa kukumbuka maarifa haya ili aweze kuyatumia kwa ajili ya uponyaji katika maisha yake ya sasa. Nishati hizo zilikuwepo, hazikuwahi kuondoka kabisa. Zilikuwa zinasubiri katika hali ya usingizi hadi angezaliwa tena katika maisha ambapo angeweza kuzitumia. Maarifa ya jinsi ya kutumia uwezo huu yangepanda juu hadi kwenye fahamu yake ya kawaida, na ingekuwa rahisi sana na ya asili kutumia nishati hizi kwa kazi yake ya uponyaji.

Ninagundua watu wengi sana walio hai sasa wanagusa nishati hizi zilizolala, kwa sababu sasa ni wakati wa kuzifufua na kuzitumia kwa njia chanya.

J: Walijenga Sfinksi kwa ajili yake, kwa sababu walipenda kile alichofanya. Lakini pia waliiogopa, na ndiyo maana walizika siri hizo kwa kina chini yake, kwa sababu walihisi yeye ndiye pekee aliyekuwa akijua hilo. Na hivyo alipokufa, hekalu liliharibiwa. Kulikuwa na hofu kubwa sana, na walizika vitu hivyo kwa kina. Na walijenga Sfinksi kumheshimu, na labda kumtuliza ili asiwaumize watu tena.

Lazima pia ilikuwa ya kutisha sana kwa watu wakati hekalu liliharibiwa kabisa na kuyeyuka na kuwa rundo la vumbi na chembechembe. Ni rahisi kuona jinsi matukio yasiyo ya kawaida yanavyoweza kuunda hadithi, makumbusho na sanamu za kuashiria kile kilichotokea. Katika miaka ya baadaye watu wasingekuwa na hadithi kamili kuhusu matukio hayo (kwa sababu ya vipengele vyake visivyo vya kawaida), na maelezo mengine yangeweza kutolewa na wale waliokuwa madarakani. Hasa kama walitaka kudharau matukio ya awali. Hili limekuwa jukumu la watawala na makuhani wengi katika historia yote, na ndiyo sababu sehemu kubwa ya historia yetu ya Dunia (hasa nyakati za kale) imepotea. Sehemu ya kazi yangu imekuwa kuirudisha historia hii katika wakati wetu.

* * *

Kulikuwa na matokeo ya ajabu na yasiyo ya kawaida baada ya kikao hiki. Tulikuwa Kansas City, Missouri, tukihudhuria Mkutano wa Kanisa la Unity. Binti yangu, Nancy, na watoto wake walikuwa hotelini ambako mkutano ulikuwa ukifanyika, wakiuza vitabu vyangu kwenye kibanda. Mkutano ulipomalizika, tulikuwa tunaelekea kurudi nyumbani Huntsville, tukisimama kwanza nyumbani kwa binti yangu Julia huko Lamar. Tulipokuwa tunajaribu kutafuta barabara sahihi ya kutupeleka kwenye barabara kuu ya kutoka mjini, tulipotea na kuingia kwenye barabara isiyozoeleka. Tulipita mbele ya hekalu kubwa la Kimasoni. Nilishangaa sana nilipoona sanamu mbili kubwa sana, moja kila upande wa ngazi zinazoelekea ndani ya jengo. Zilikuwa sanamu za sfinksi waliolala. Na zilikuwa na uso wa mwanamke na kilemba kisicho cha kawaida kilichokuja juu ya kichwa chake na kushuka nyuma hadi nusu, juu ya mabega na hadi kwenye vifundo vya makucha. Sanamu zote mbili zilionekana kufanana. Niliduwaa kabisa na nikaanza kumwambia Nancy kuhusu ulinganifu huo na regression niliyokuwa nimemaliza tu. Tuliendesha kwa vitalu kadhaa kabla sijamwomba Nancy arudi nyuma. Nilitaka kushuka na kuangalia sanamu hizo kwa karibu zaidi. Pia nilitaka kupiga picha. Tulirudi na kuegesha gari. Nilishuka na kutembea kuzunguka mbele ya hekalu, nikichukua picha za sanamu kutoka pembe zote. Nilitaka ushahidi wa kuona na kitu halisi ambacho ningeweza kurejelea kwenye kitabu, na pia kunisaidia katika utafiti wangu. Niliendelea kujiuliza kwa nini Wamasoni wa Kansas City walikuwa na alama hii ya sfinksi. Kwa hakika ilikuwa tofauti na toleo la kawaida la lile la Misri. Nilijua ningelazimika kuchunguza historia ya alama hii. Pia sasa nilijua kwamba regression ile ilikuwa na msingi fulani wa ukweli, na kwamba nilipaswa kuandika kuihusu. Nani ajuaye ningegundua nini? Pia najua haikuwa makosa kwamba tuliingia kwenye barabara "isiyo sahihi."

* * *

Tangu nilipofanya regression hii nimejaribu kupitia utafiti kupata ushahidi kwamba kweli kulikuwa na sfinksi mwenye kichwa cha mwanamke, lakini bila mafanikio. Nimepata tu kutajwa kwamba sfinksi wa pili mkubwa alidhaniwa kuwapo upande wa pili wa Mto Nile, lakini sikuweza kupata maelezo zaidi kuhusu hilo. Nimeambiwa kwamba kuna sfinksi wengi sana nchini Misri, na baadhi yao wana uso wa mwanamke, lakini kwa kawaida huonyeshwa wakiwa na mabawa. Tovuti moja ya mtandaoni ilisema, "Mara chache sana sfinksi wa Misri alionyeshwa kama mwanamke. Alipokuwa hivyo, aliwakilisha mungu wa kike Isis na/au malkia anayetawala." Tovuti hiyo hiyo ilisema kwamba katika nyakati za kale hekalu la Jua lilisimama mbele ya Sfinksi Mkuu kupokea sadaka kwa Jua linalochomoza. (Tena rejea ya dhahabu inayowakilishwa na Jua.)

Pia kuna piramidi nyingi sana za ukubwa mbalimbali nchini Misri. Sfinksi mkuu na piramidi karibu na Cairo ndizo tunazozifahamu zaidi.

Ikiwa sikuweza kupata taarifa zaidi kuhusu sfinksi wa kale, niliamua kujua kwa nini Wamasoni wa Kansas City waliweka sanamu za sfinksi wenye kichwa cha mwanamke kwenye mlango wa hekalu lao. Nilipata matokeo ya kushangaza. Jengo hilo la kuvutia ni Hekalu la Scottish Rite lililoko 1330 Linwood Blvd., Kansas City, Missouri. Lilijengwa mwaka 1928, na Jorgen C. Dreyer alikuwa mbunifu na mchongaji wa sanamu za sfinksi. Hatimaye niliweza kuwasiliana na mtu mwenye mamlaka katika hekalu hilo na alichanganyikiwa na swali langu, "Kwa nini sfinksi kwenye mlango wa jengo wana uso wa mwanamke?" Alisema hakuna mtu aliyewahi kuuliza swali hilo hapo kabla. Alisema wanapita mbele ya sanamu hizo kila asubuhi wakienda kazini, na hawajawahi kujiuliza hilo. Lakini, ndiyo, kwa nini Lodge ya Kimasoni, shirika linaloongozwa na wanaume, liwe na sanamu za mwanamke kwenye mlango wao? Alisema jengo na sanamu zilipaswa kuwa nakala kamili ya makao makuu ya Scottish Rite huko Washington, DC. Hilo lilijengwa mwishoni mwa miaka ya 1800 wakati wa enzi ya Napoleon, wakati usanifu wa Kimisri ulikuwa ukiathiri sana majengo nchini Marekani.

Nilienda mtandaoni kutafuta taarifa zaidi kuhusu jengo hilo la Washington lililotangulia lile la Kansas City, lakini fumbo lilizidi. Yalipaswa kuwa nakala kamili ya kila mmoja. Usanifu wa jengo ulikuwa sawa, lakini si sanamu. Sfinksi wa Washington wanaozunguka ngazi ni wa kiume. Hawafanani kabisa, mmoja akiwa na macho wazi na mwingine macho yamefungwa. Wanasemekana kuwakilisha Hekima na Nguvu.

Nilijaribu kupata taarifa zaidi kuhusu mchongaji, Jorgen C. Dreyer, kugundua kwa nini alichonga sanamu hizo kama za kike. Kulikuwa na taarifa kuhusu mtu huyo na jengo, lakini si kuhusu nia zake. Kutoka kwenye tovuti ya Maktaba ya Kansas City: "Sfinksi wa Hekalu la Scottish Rite walikamilishwa mwaka 1928 na kila mmoja ana uzito wa pauni 20,000. Kila mmoja ana kichwa cha kike juu ya mwili wa simba wenye maelezo ya griffin, na anavaa medali inayowakilisha agizo la Kimasoni." Nilijaribu kupata zaidi kwa kutafuta mafaili ya magazeti kuhusu tarehe ya uzinduzi wa jengo mwaka 1928. Nilifikiri huenda kungekuwa na maelezo kwa nini sanamu zilibuniwa hivyo. Lakini tena sikupata chochote. Gazeti la Kansas City Star haliruhusu tena mtu yeyote kuona kumbukumbu zao. Wanatarajiaje watu kufanya utafiti ikiwa hatuwezi kupata mafaili ya magazeti ya zamani?

Pia sikupata mafanikio katika kupata kumbukumbu yoyote kuhusu "Watu wa Paka", isipokuwa kwamba ilijulikana kuwa paka waliheshimiwa sana na kuabudiwa nchini Misri.

Kwa hiyo niliamua kuendelea na kitabu hiki ingawa sipendi kuacha mambo bila majibu au maswali yaliyosalia wazi. Labda kuna mtu mahali fulani ana majibu na anaweza kuyashiriki nami.

Mwanamke aliongoza sphinxes kwenye lango la Hekalu la Scottish Rite, Kansas City, Missouri.

Wanaume waliongoza sphinxes katika Makao Makuu ya Hekalu la Scottish Rite huko Washington, D.C.

Sura ya 4

MUNGU WA KIKE ISIS

Kikao hiki kilifanyika nilipokuwa Las Vegas, Nevada, nikihutubia katika mkutano mwezi Aprili, 2002. Ingrid alikuwa mwanamke mfupi mwenye umri wa miaka hamsini na kitu ambaye alikuwa amekulia Afrika Kusini. Alikuwa na lafudhi, lakini nilizoea wakati wa kikao. Lafudhi hunipa shida kila wakati. Lazima nisikilize kwa makini sana. Wakati mwingine mhusika haendi kwa kina sana kama Kiingereza si lugha yake ya pili, lakini kwa Ingrid haikuonekana kufanya tofauti yoyote. Aliingia kwa kina haraka. Sikuwa hata na nafasi ya kumuuliza alikuwa wapi aliposhuka kutoka kwenye wingu. Alianza kwa mlipuko wa kihisia. Ilibidi niwashe kipaza sauti haraka.

I: Nilikuja hapa kuleta amani! Wengine hawaelewi njia zetu. Wanapigana sana. Wanaharibu sana. Tumekuwa tukijitahidi kuleta uwiano fulani, lakini hawaelewi.

Alikuwa na hisia nyingi kiasi kwamba alikuwa karibu kulia. Nilijiuliza ni nini kilisababisha mlipuko huo. Je, ulikuwa unahusiana na maisha ya zamani, au ulikuwa kitu ambacho Ingrid alikuwa amekibeba moyoni kwa muda mrefu?

I: Sikutaka kuja hapa, na wazee wangu walinilazimisha kuja hapa, kwa sababu sayari ilihitaji mabadiliko. Na nikaja. (Akilia)

D: Umekuwa Duniani kwa muda mrefu?

I: Nilikuwa hapa miaka elfu thelathini na sita (36,000) iliyopita, katika wakati wa Memphis. (Maneno yake yalikuwa magumu kueleweka kwa sababu alikuwa akilia katikati.) Kisha nilikuja kutoka Sirius kurekebisha uharibifu wa sayari hii.

Siwezi kuongoza, lazima nimwache mhusika asimulie hadithi yake mwenyewe. Je, alikuwa akimaanisha uharibifu wa Atlantis?

D: Ulikuwa unaishi wakati wa uharibifu?

I: Nilikuja baada ya uharibifu. Kuwasaidia watu. Jamii iliyokuwa Duniani.

Hisia zilipungua. Ilikuwa rahisi kumwelewa.

I: Walionusurika. Kuwafundisha njia mpya. Kuwafundisha upendo. Kuwafundisha maelewano. Kuwafundisha umoja.

D: Je, wengine walikuja pamoja nawe?

I: Kulikuwa na wachache wetu tuliokuja katika chombo. Tulitua katika mahali mnamoita Misri. Baadhi ya walionusurika walikuwa huko, kwa sababu hiyo ilikuwa sehemu ya Atlantis. Sehemu kubwa ya Atlantis iko chini ya bahari. Na ardhi nyingi mpya ilijitokeza. Misri ilikuwa sehemu ya Atlantis.

Matamshi yake yalikuwa ya makusudi sana, kana kwamba majina ya nchi hizi yalikuwa ya ajabu na magumu kuyatamka.

I: Baadhi ya walionusurika walikuwa Misri. Na wengine walikuwa kwenye visiwa vidogo, ambao walihama baada ya muda kwenda maeneo ya juu zaidi.

D: Lakini ulikuwa unaishi kwenye kile unachoita "Sirius"?

I: Ndiyo. Sisi ni jamii iliyokua sana ki-evolusheni au masafa au kiwango cha nishati. Tunakula mwanga. Hatuli vitu vya kimwili, kama mnavyofanya kwenye sayari hii.

D: Lakini ulisema wengine walikulazimisha kuja?

I: Kuna baraza la wazee kwenye sayari yetu linalosimamia sehemu kubwa ya ulimwengu. Wanawajibika kwa uhai na uumbaji. Wanaumba spishi nyingi, na sayari nyingi. Hiyo ndiyo kazi yao.

Kauli hii kuhusu uumbaji wa spishi yetu haikunishangaza, kwa sababu nimepokea taarifa hiyo hiyo kupitia kwa wahusika wangu wengi. Hilo lilisababisha vitabu vyangu Keepers of the Garden na The Custodians, ambavyo vinashughulikia nyenzo hii kwa undani.

D: Je, wanapaswa kwenda kimwili kwenye sayari hizo kufanya hivyo?

I: Sio lazima waende kimwili, lakini wakati mwingine wanaenda. Wanaporekebisha mambo. Wanapopanga upya mambo. Wanapotengeneza upya spishi ambazo kabisa – tusemeje? – zimepotoka. Wakati masafa na viwango vya nishati havifai kwa amani na maelewano.

D: Hapo awali mliziunda wanyama kule na kuwapeleka kimwili kwenye sayari?

I: Hawakupelekwa kimwili kwenye sayari. Tuliwabuni tulipokuwa, kisha tukaja hapa kimwili kuwapa nishati. Kwa dutu ya masafa yoyote ambayo sayari ya Dunia ina; nishati na masafa ya sayari hii.

D: Kwa hiyo pia mlitembelea sayari nyingine nyingi?

I: (Akimkatiza) Oh, ndiyo! Tumeishi, si tu kwenye sayari hii, bali kwenye nyingi, nyingi zaidi. Kwa sababu sisi ni walinzi wa milango wa sayari hii, na nyingi, nyingi zaidi. Tunajali kuhusu kile kinachoendelea hapa. Huoni? (Akawa na hisia tena.) Kwa uharibifu unaoendelea. (Akilia) Tuliwapa hiari ya kuchagua, lakini ili wapate uzoefu wa upendo, si kutokuelewana na uharibifu. Wamepotoka.

D: Lakini ulisema hukutaka kuja. Kwa nini walikutuma?

I: (Akatulia.) Walinituma mara ya kwanza baada ya gharika ya Atlantis kuwasaidia spishi. Kulikuwa na wengine waliokuja pamoja nami. Tulikuwa wengi. Na kisha wakati spishi ilikuwa tayari kujitegemea, tuliondoka.

D: Je, wakati huo mlikuwa na miili ya kimwili?

I: Ilitubidi kubadilisha muundo wetu ili ulingane na kiwango cha chini zaidi cha spishi za Dunia. Kwa hiyo tulichukua miili ya kimwili ili kuwa – nisemeje? – ili kuwa zaidi katika maelewano na muundo na nishati na viwango vya masafa ya sayari hii. Ambayo ni ya chini sana, na sisi tungeiita "ya msingi sana". Mfumo wa nyota mnamoita "Sirius", nyota ang'avu zaidi mnayoiona mbinguni, hapo ndipo tunapotoka.

D: Ulionekana vipi katika umbo lako la asili wakati huo?

I: Sasa sisi ni miili ya mwanga. Masafa ya nishati tu. Mnatuona kama mwanga. Hamtuoni kweli kama umbo la kimwili, bali viumbe vya mwanga.

D: Kwa hiyo ulikuwa unaishi kwenye moja ya miili inayozunguka Sirius? Hiyo ndiyo unamaanisha?

I: Tunaishi katika Sirius.

D: Lakini mimi nafikiria nyota kama Jua letu. Ingekuwa moto sana na yenye mwanga mkali sana.

I: Sio tu mkali. Ni mkali sana kupita kiasi. Lakini masafa na nishati zetu ziko katika maelewano na mfumo huo. Kama miili yenu ilivyo katika maelewano na mfumo wa Dunia, yetu pia iko hivyo na mfumo wetu. Masafa yetu yanalingana na nyota mnayoita "Sirius".

D: Ungekuwa nishati ambayo ni sehemu ya hilo jua, kama tunavyoliita? (Ndiyo) Hilo ndilo nilikuwa najaribu kufafanua. Ulisema kuna baraza huko. Je, wao pia wako kwenye hiyo nyota?

I: Wako huko, na pia wako katika kile mnachoita "jua la kati". Tuko katika mawasiliano ya daima na kile mnachoita "Mabwana wa Neno".

Sikuweza kuelewa hili. Nilidhani alikuwa akisema "Sheria", lakini akanisahihisha na kusema ni "Mabwana wa Neno".

I: Mabwana wa Neno la Ulimwengu, au kama mnavyoliita "Neno". Na kama tunavyoliita sisi, "Ulimwengu", au "Mabwana wa jua la kati", au viumbe wa juu zaidi, au viumbe vya mwanga wa jua la kati. Ambavyo ni sehemu ya kile mnachoita "Mungu" au Mungu wa kike, au mahali ambako mwanga wetu huanzia.

D: Nimesikia kuhusu baraza hilo, lakini sikuwahi kuwa na uhakika wako wapi. Lakini hawa ndio wanaotunza sayari zote?

I: Ulimwengu mzima.

D: Wanaweka sheria na kanuni zote.

I: Ndiyo. Kuna sheria nyingi, lakini si sheria za kudhibiti. Ni sheria zilizotengenezwa kutokana na upendo. Ni sheria zinazofanya kazi pamoja na uhuru, na pamoja na upendo.

D: Je, siku zote ulikuwa kiumbe wa nishati, au ulikuwa na maisha mengine?

I: Nilikuwa na uwezo wa kujibadilisha kulingana na masafa ya nishati. Wakati mwingine ilinibidi kuchukua umbo la kimwili ili kuinua kiwango cha mtetemo wa nishati. Sio tu kwenye sayari yenu, bali wakati mwingine kwenye sayari nyingine pia.

D: Lakini wakati huo ulipoambiwa mara ya kwanza uje, baraza lilijua kitu kingetokea kwa Atlantis?

I: Baraza lilisubiri gharika itokee Atlantis. Ulikuwa wakati wake. Ilikuwa imechelewa sana kuokoa Atlantis. Lakini walihitaji kusaidia sayari, na walionusurika, na mfumo wa ikolojia, na viumbe vingine vya uhai. Kuwasaidia na kuwasaidia kuendelea kuishi.

D: Kwa sababu kulikuwa na msukosuko mkubwa wakati huo.

I: Oh, kulikuwa. Sana. Kupita kiasi. Pia kulikuwa na kugeuka kwa mhimili wa Dunia, kwa hiyo unaweza kufikiria matatizo na uharibifu wa kitu kilichopinduka kabisa.

D: Kwa hiyo kazi yako ilikuwa kutua Misri na kuwasaidia walionusurika huko.

I: Ndiyo, na niliishi huko muda mrefu sana. Niliishi tangu wakati wa kuwasili kwangu, na tangu wakati wa kuchukua mwili wa Dunia, ili niwe sehemu ya masafa haya. Na ili niweze kuendana na masafa haya, ilinibidi nichukue mwili wa Dunia. Na mwili huo wa Dunia ulikuwa katika umbo la kimwili kwa angalau miaka mia sita. Wengi wetu tuliishi kwa muda huo, hadi watu walipokuwa zaidi kujitegemea. Kisha tuliondoka.

D: Kwa hiyo uliishi pamoja nao muda wote huo, ukiwa na mwili huo wa kimwili ulioutengeneza.

I: Ndiyo, tulifanya hivyo. Na baadhi yetu tuliingia katika ndoa na spishi za Dunia ili kutoa kiumbe wa juu zaidi kitakachosaidia baada ya sisi kuondoka.

D: Je, watu walijua kuwa mlikuwa tofauti?

I: Oh, walijua. Walituaita "miungu", kwa sababu walitujua. Ndiyo maana nilijulikana kama Isis, mungu wa kike. Nilikuwa mwanamke, Isis, mungu wa kike. Nilichukua mwili wa kike. Na jina langu wakati huo halikuwa kama mnavyolijua sasa kama Isis. Wamelibadilisha kidogo. Nilikuwa Ezi (kwa matamshi). Hilo ndilo lilikuwa jina la asili. Ezi, ambalo sasa mnaliita Isis. Tulikuwa tukiwasaidia watu. Tuliwafanya waelewe yote kuhusu ikolojia. Tuliwafundisha kuhusu mimea tofauti ya tiba. Tuliwafundisha mbinu mbalimbali za uponyaji. Tuliwafundisha jinsi ya kuinua masafa. Tuliwafundisha kuhusu umoja. Tuliwafundisha kuhusu kile mnachoita "Mungu". Kuhusu Muumba mwema tunayemjua. Tuliwafundisha kuhusu Yeye. Tuliwafundisha jinsi ya kupendana, kuheshimiana, kuheshimu nafasi ya kila mmoja. Na kuheshimu uhai wote. Kwamba kila kitu ni sehemu ya umoja. Kwamba hakukuwa na utengano.

D: Nadhani walikuwa tayari kusikia haya baada ya uharibifu.

I: Oh, walikuwa tayari sana, sana. Walikuwa tayari kubadilika. Walikuwa tayari kweli kubadilika.

D: Je, pia uliwafundisha jinsi ya kujenga majengo?

I: Oh, ndiyo. Piramidi ni za kale, mpendwa wangu. Zaidi ya miaka elfu kumi na mbili (12,000). Ni za kale sana, sana, sana. Zaidi ya unavyoweza kufikiria. Zilijengwa kwa aina ya nishati ya mwanga. Mawe makubwa mnayoyaona yalifanywa kwa nishati ya mwanga.

D: Je, watu wenu kutoka Sirius ndio waliofanya hivyo, au mliwafundisha wengine jinsi ya kufanya hivyo?

I: Tulikuwa na jukumu kwa kiasi fulani. Lakini baadhi ya spishi tulioumba kupitia kuoana pia ziliendana na baadhi ya masafa yetu. Na wao pia waliweza kufanya kazi na nishati ya mwanga, na kuhamisha mara moja mawe hayo makubwa na miundo hiyo. Na kubuni mambo kwa usahihi kabisa na kulingana na tulivyopanga, ili yawe katika maelewano na sayari, na katika maelewano na Sirius. Na katika maelewano na kupokea masafa na nishati kwa yeyote aliyeingia katika mahekalu haya makubwa. Kwa kweli yalikuwa mahekalu ya uponyaji. Siyo, kama watu wanavyofikiri, mahekalu ya mazishi. Sivyo.

Jane alisema jambo hilo hilo katika Sura ya Tatu, "Watu wa Paka."

D: Sijawahi kufikiria kuwa ni makaburi.

I: Siyo mahali ambapo watu huenda baada ya kufa. Ni mahekalu ya kuinua masafa. Kuinua nishati. Hiyo ndiyo kazi yake. Sehemu kubwa ya nishati si yenye nguvu kama ilivyokuwa zamani, lakini bado kuna masafa fulani yaliyosalia. Kilichotokea baada ya muda ni kwamba watu wameingia wakiwa na mabadiliko katika nishati na mitetemo. Na wameharibu sehemu kubwa ya asili ya mahekalu hayo. Wameyadhoofisha.

D: Miaka mingi imepita pia. Hilo lingeleta tofauti, sivyo?

I: Linaleta tofauti kwa kiasi fulani. Lakini kama watu wangeenda huko kwa nia safi, basi mtetemo wao ungekuwa wa juu sana. Na ingebaki kama ilivyokuwa awali, na ingewasaidia watu wengi sana, sana, sana.

D: Lakini dunia haikubaki hivyo.

I: Haikubaki. Wamefanya nishati na mitetemo kuwa michafu sana, kwa viumbe vyote vya uhai. Na wamechafua bahari. Wamechafua ardhi, mito, kila kitu. Kila kitu. Bahari, misitu, milima, nishati yao iko kila mahali. Tunavuta vitu hivyo pia. Iko kila mahali. Iko kila mahali. Kila kitu kilicho hai kinaathirika.

D: Huwezi kuikwepa sasa.

I: Hapana, iko kila mahali, kila mahali.

Hili lilikuwa linamfanya akasirike tena. Ilinibidi nibadilishe mada.

D: Nimeambiwa kwamba katika Atlantis walikuwa na uwezo wa kufanya mambo kwa akili zao.

I: Walitumia vibaya akili zao. Walifanya kazi sana na fuwele. Walitumia mwanga wa nishati ya fuwele kufanya sehemu kubwa ya kazi zao. Walikuwa wazi kwa hili, lakini hawakujua mengi kama sisi. Hawakujua sana kuhusu tiba ya mwanga kama walivyojua kuhusu nishati ya fuwele waliokuwa wakitumia. Walitumia vibaya nishati ya fuwele. Baada ya uharibifu, tuliwaonyesha jinsi ya kufanya mambo kwa njia sahihi, na kusafisha akili zao.

D: Vipi kuhusu Sphinx? Je, ilijengwa karibu wakati ule ule kama piramidi?

I: Sphinx ilijengwa karibu wakati ule ule, labda ndani ya miaka elfu moja. Sphinx ilijengwa zaidi na Wa-Atlantis, kwa sababu walitumia Sphinx kwa baadhi ya maeneo ya mazishi. Utagundua kuna vyumba chini ya Sphinx vilivyotumika kama maeneo ya mazishi, au mnachoweza pia kuita "makaburi". Hiyo ndiyo ilikuwa kusudi la Sphinx. Na simba alikuwa mlinzi wa makaburi hayo. Huo ulikuwa mfumo wa imani wa Wa-Atlantis. Inaonyesha nishati ya simba. Simba ni mfalme wa wanyama. Na inapaswa kulinda na kunguruma kwa yeyote anayejitokeza kama mwizi wa makaburi au makaburi ya wafu.

D: Wamegundua vyumba vilivyofichwa chini ya Sphinx.

I: Kuna vingine vingi, vingi zaidi ambavyo bado wanapaswa kuvigundua. Na kuhusu Jumba la Kumbukumbu, haliko chini ya Sphinx. Liko chini ya piramidi kuu. Pia kuna njia za chini ya ardhi huko. Njia nyingi sana zinazoenda mbali katikati ya sayari hii. Kwa jamii ambazo hamzijui. Unaweza kuongozwa kupitia njia hizo hadi kwa jamii nyingine zinazoishi kwenye sayari hii, zinazoishi chini ya uso wa ardhi.

Miji ya chini ya ardhi itaelezewa zaidi katika sura inayofuata.

D: Lakini watu wanaosimamia piramidi sasa hawajui mambo haya yapo?

I: Wanafahamu mambo fulani, lakini kwa sababu ya mfumo wao wa imani, kwa sababu ya mafundisho yao ya kidini, hawataki watu wajue kuwa wamekuwa na maisha ya zamani. Kwamba wamekuwa aina nyingine za uhai. Kwamba si dini yao pekee inayotawala juu. Kwamba kuna aina nyingine za ibada mbali na ibada yao. Kwamba kuna njia nyingine za kufikia Chanzo, si njia yao pekee.

D: Je, wanafahamu milango ya kuingia chini ya uso wa ardhi?

I: Oh, wanafahamu kuhusu njia hizo. Baadhi wamezifunga. Kuna zingine zilizo wazi. Lakini wanaogopa kuziweka wazi kwa umma. Pia wanaogopa wasichokijua wao wenyewe.

D: Kwa hiyo hawaruhusu watu wajue njia hizo zipo. (Ndiyo) Lakini zinaweza kufikiwa kutoka ndani ya piramidi?

I: Zinaweza kufikiwa tu kutoka kwenye piramidi kuu.

D: Lakini hawajawahi kuzichunguza wao wenyewe, kwa sababu wanaogopa?

I: Wanaogopa sana, sana wasichokijua. Wakileta hili kwa watu wa Magharibi, basi watu wa Magharibi si – mnachokiita – "waoga". Hawana hofu ya kuchunguza. Wanaweza kuwa na mbinu na njia za kupitia njia hizi bila kukosa hewa au kuzimia. Wangeweza kupita kwenye njia hizi, lakini ingekuwa busara zaidi wasifanye hivyo. Kwa sababu njia hizi ni ndefu sana, sana. Maili nyingi na nyingi. Hawataki mtu yeyote ajue kuzihusu. Sababu ya kwanza ni hatari. Na sababu ya pili ni mfumo wa imani.

D: Je, watu wenu ndio waliokuwa na jukumu la kujenga njia hizi?

I: Ndiyo, tulikuwa sisi. Ilikuwa rahisi sana kwetu. Tulitumia tu nishati ya mwanga. Na pia usafiri wetu ulikuwa rahisi sana. Tunasafiri kupitia mwanga.

D: Mlipotengeneza njia hizo mlitumia chombo chenu?

I: Hatukulazimika kutumia chombo. Tungeweza tu kuwaza kiakili kile tulichotaka kufanya. Kisha tukakiumba kwa akili zetu.

D: Kwa nini mlizifanya ziende chini ya Dunia?

I: Kulikuwa na jamii ya juu ya uso wa ardhi iliyotaka kupata uzoefu huo. Walikuwa jamii iliyokua sana ki-evolusheni. Walitaka kuwa mbali na wazimu wa juu ya uso. Kwa hiyo waliamua kumsaidia Mama Dunia na kwenda katikati kumsaidia. Kwa sababu, kama unavyojua, yeye ni kiumbe hai. Kwa hiyo wao ni sehemu ya wasaidizi wake, na sehemu ya wasaidizi wake wa karibu. Na wanafanya kazi kwa karibu sana naye. Wameendelea sana, sana.

D: Je, kulikuwa na watu wanaoishi chini ya Dunia kabla ya hapo?

I: Sio kwa ujuzi wangu. Lakini hili lilitokea baada ya sisi kuja hapa.

D: Na walitengeneza njia hizo kisha baadhi ya watu wakataka kuishi huko?

I: Ndiyo. Wana kiwango cha masafa na mtetemo ambapo hawahitaji jua la kimwili, kama mnavyohitaji. Lakini wana njia za kupata mwanga kwa maana ya kimwili.

Tazama Sura ya Tano, “Mji Uliofichwa”. Pia imetajwa katika Keepers of the Garden.

D: Je, njia hizi zilijengwa kabla ya piramidi?

I: Njia za chini ya ardhi zilijengwa baada ya piramidi kutengenezwa, kwa sababu hizi hazikupaswa kujulikana na kila mtu. Zilikuwa tu kwa wachache waliochaguliwa.

D: Je, bado kuna mabaki ya watu hawa wanaoishi chini ya uso wa ardhi?

I: Wengi wao bado wako hai, hai kabisa kama mimi na wewe.

D: Je, wamewahi kujaribu kupanda juu kupitia njia hizo hadi kwenye uso wa ardhi?

I: Oh, wamefanya hivyo. Wameendelea sana, sana. Wana mbinu na njia ambapo wakati mwingine wanajitokeza juu ya uso. Na wana njia za kurudi tena. Ni rahisi sana kwao. Wanatumia masafa tofauti na tiba tofauti za mwanga kufanya hivyo, kwa sababu wanajua tiba ya mwanga.

D: Inaonekana kana kwamba walichukua kile mlichokuwa mkijaribu kufundisha na wakakiweka safi. Wakati wengine juu ya uso wali kichafua.

I: Ndivyo walivyofanya. Waliamua kuhifadhi usafi, na kusaidia sayari kuendelea kukua ilipokuwa tayari kusonga na kubadilika kwenda kwenye mtetemo wa juu zaidi na masafa ya juu zaidi. Ambayo kwa sasa iko katika mchakato wa kufanya hivyo.

D: Je, kuna milango mingine katika sehemu nyingine za dunia ambayo inaweza kuwafikia watu hawa wanaoishi chini ya ardhi?

I: Kwa ujuzi wangu, katika baadhi ya piramidi nyingine. Ninaona Yucatán, piramidi huko. Na kuna nyingine moja zaidi, nadhani, Bolivia. Hatukuijua kama Bolivia, kama mnavyoijua sasa. Ilikuwa na jina tofauti.

D: Lakini watu wengine walitengeneza milango hii ili waweze kufikia mahali hapo hapo.

I: Ilikuwa jamii ile ile tuliyoiunda iliyoenda huko, kwa sababu usafiri ulikuwa rahisi sana. Tulihama kupitia nishati ya mwanga na kupitia masafa ya mwanga. Na popote palipokuwa na watu waliohitaji msaada, tulienda huko. Na piramidi zilijengwa huko kuwafundisha njia za juu zaidi. Na wakati huo

huo tuliunda njia hizi pia, kwa sababu baadhi yetu walihitaji kwenda pamoja nao. Kufanya kazi kwa karibu na Mama wa Kiungu. Kumsaidia katika mchakato wake wa mageuzi.

D: Ulisema uliishi Misri kwa miaka mia sita. Je, ulijulikana wakati huo kama kuhani wa kike Isis – na ulisema ulilitamka tofauti – kwa muda wote huo?

I: Ndiyo, nilikuwa. Nilijulikana kote duniani. Nilijulikana katika sayari hii yote. Na pia nilijulikana katika nyanja nyingine nyingi.

D: Lakini hukukusudia kuabudiwa, sivyo?

I: Ilikuwa upuuzi mtupu kwamba waliniabudu, kwa sababu ya mimi ni nani, kwa sababu ya nguvu niliyokuwa nayo, kwa sababu ya masafa na nishati nilizobeba. Waliniona kama mtu ambaye angeweza kuwasaidia na kuwahudumia. Haikuwa hasa aina ya ibada, bali zaidi ishara ya heshima.

D: Kisha baada ya miaka mia sita, je, walikuwa wameendelea kiasi cha kwamba ulifikiri unaweza kuondoka?

I: Kufikia wakati huo tulikuwa tumeunda spishi za kutosha kupitia kuoana zikiwa na masafa na kiwango cha nishati cha kusaidia jamii wakati huo. Na hata mfumo wa ikolojia wakati huo. Kuleta uwiano kwenye sayari hii. Kwa hiyo baada ya miaka mia sita wengi wetu tuliokuja katika umbo la asili tuliondoka. Tuliwaacha mahuluti, na wale walioumbwa kutokana nasi, waendelee na kazi.

D: Wakati huo je, ulirudi Sirius?

I: Ndiyo, tuliacha miili yetu ya kimwili na kurudi Sirius. Na tukachukua umbo letu la zamani.

D: Kama ulikuwa umerudi nyumbani tena, kwa nini uliamua kurudi kwenye sayari ya Dunia sasa?

I: Wakati huu tumeamua kwamba wengi wetu wanapaswa kuwepo. Na kuna wengi wetu waliokuja hapa kurekebisha kile kilichofanywa katika nyakati za Atlantis. Na wakati huu kuepuka gharika kama hiyo. Kwa sababu tunaona kwamba safari hii, watu wengi zaidi wameamka, kunaweza kuwa na mambo yatakayotokea, kwa sababu, kama mnavyosema, deni hilo lazima litupwe kwenye pipa la taka. Kwa hiyo hiki ndicho tunachofanya. Tunasafisha deni. Tunatoa juu yote hasi ili kusafisha hewa. Ili mambo yawe na uwiano zaidi, maelewano zaidi, na amani zaidi. Kutakuwa na matatizo. Kijiografia, kijiolojia, kutakuwa na matatizo, na jamii za binadamu zitapigana. Lakini msijisumbue au kukasirika kwa hilo. Kaeni katika nafasi yenu ya upendo. Na amini kwamba yote yako katika mpangilio wa kiungu. Na amini pia kwamba yote yatakuwa sawa. Na yote yatakuwa sawa. Haitakuwa mbaya kama ilivyokuwa wakati wa Atlantis. Ndiyo maana wengi wa wale waliokuwa Atlantis wamerudi wakati huu, kurekebisha makosa waliyofanya wakati huo.

D: Uliporudi Sirius baada ya wakati wa Misri, je, ulikaa huko hadi mwili huu wa sasa?

I: Ndiyo, nilikaa. Huu ni mwili wangu wa kwanza tangu wakati huo.

D: Lakini wakati huu ulirudi kupitia kuzaliwa kimwili. Siyo kweli?

I: Ndiyo, nilifanya hivyo. Lakini ilikuwa ya kutosha kwa masafa na nishati iliyokuwa katika umbo hilo la kimwili. Ilikuwa sehemu ndogo sana yangu. Na kisha baada ya Ingrid kuwa tayari kuchukua kiini changu, nimekuwa nikija zaidi na zaidi ndani ya mwili huu wa kimwili, kuunganishwa na mwili huu.

D: Kwa nini uliamua kufanya hivyo kwa njia hiyo, badala ya kuumba mwili tena?

I: Ilikuwa bora kufanya kwa njia hii, kwa sababu sayari yenu ina kiwango tofauti cha masafa na kiwango tofauti cha mtetemo. Baada ya gharika ilikuwa rahisi zaidi kufanya hivyo, kwa sababu walikuwa wakitafuta majibu. Walikuwa wakitafuta miungu. Na tulikuja kama miungu.

D: Kwa hiyo sasa ni rahisi zaidi kuingia katika mwili wa mtoto mchanga.

I: Ilikuwa rahisi kuja katika wakati huu wa masafa, kwa sababu gharika haijatokea. Ni umbo tofauti, na aina tofauti ya matukio yanayotokea. Huu si wakati baada ya gharika, bali ni kujaribu kuzuia gharika.

D: Naona. Nilikuwa nikifikiri ingekuwa vigumu zaidi kwako, na yenye mipaka zaidi kwa njia hii.

I: Ndiyo maana sehemu ndogo sana yangu iliingia wakati huo wakati wa kuzaliwa. Mara nyingi nilipokuwa mtoto nilitazama nyota na niliwaomba wanirudishe nyumbani. Sikuweza kuwaelewa watu. Sikuweza kuelewa mateso ya watu. Nilipoona ombaomba nikiwa mtoto Afrika, nililia.

D: Lakini kwa njia ile nyingine ulikuwa na nguvu na uwezo zaidi. Lazima iwe ya kukatisha tamaa sana kuwa na mipaka kwa njia hii.

I: Ina mipaka kwa njia nyingi.

D: Na pia ulipaswa kuishi maisha yenye kukatisha tamaa kama binadamu.

I: Ilikuwa sana, sana, lakini nilipaswa kujifunza njia za mwanadamu. Nilipaswa kujifunza njia za huzuni. Nilipaswa kujifunza njia za dini mbalimbali. Nilipaswa kujifunza jinsi watu wanavyojiendesha. Kuhusu kila aina ya hisia, mihemko na uzoefu wa kibinadamu ambao mwanadamu hupitia, ili niweze kuelewa kweli. Kwa hiyo ilibidi ifanyike kwa njia tofauti, kwa sababu sasa kuna watu wengi zaidi wa jamii yenu kuliko wakati wa na baada ya gharika ya Atlantis.

D: Lakini ulisema sehemu yako, kiini chako, kiliingia kama mtoto mchanga. Na sasa zaidi yake kinaunganishwa?

I: Ndiyo, zaidi na zaidi kinaunganishwa ndani ya mwili huu wa kimwili. Masafa na mtetemo wa mwili huu wa kimwili vinainuliwa kila siku. Amekuwa akifanya kazi nyingi usiku. Tunafanya kazi na DNA yake. Tunafanya kazi pia na vipengele vingine vya mwili wake wa kimwili. Hajui, lakini tunamchukua mara nyingi katika hali yake ya usingizi, na kumfanyia kazi. Kiunganishi kilikuambia mapema kwamba chakra zake huzunguka kila wakati. Na hiki ndicho kinachomtokea muda wote. Anapolala au akiwa katika hali ya utulivu, au akizungumza na mtu, mtetemo wake unaendelea kuzunguka na kuunganishwa upya muda wote. Sasa anaelewa kinachoendelea kwake. Hakuwa anaelewa.

D: Hilo ni mojawapo ya maswali aliyotaka kuuliza: Kwa nini alikuwa akihisi mtetemo na mlio kichwani mwake?

I: Sasa anaelewa, kwa hiyo hataendelea kuhoji tena. Bali atakubali zaidi kinachoendelea.

D: Kwamba nishati inaendelea kuunganishwa zaidi na zaidi, na kubadilika. (Ndiyo, ndiyo.) Je, hii ndiyo sababu mojawapo iliyomfanya alipokwenda Misri kwa mara ya kwanza apate uzoefu huo?

Wakati Ingrid alipoenda Misri na kundi la watalii miaka michache iliyopita, alipata miitikio ya kihisia sana alipotembelea magofu ya Hekalu la Isis. Ilimuathiri sana kimwili kiasi kwamba alilazimika kukatisha safari na kurudi Marekani. Ilichukua wiki kadhaa kurudi katika hali ya kawaida kiakili na kimwili, lakini hakuweza kamwe kuelewa sababu ya mwitikio huo mkali. Hili lilikuwa mojawapo ya maswali aliyotaka kujibiwa.

I: Aliambiwa arudishe njia yake, lakini hajafanya hivyo. Amekuwa, kama mnavyosema, (polepole na kwa makusudi) akiahirisha. Ni neno gumu kwangu kulisema. Lazima ajue anachopaswa kufanya, na aanze mara moja, kama mnavyosema. Na aanze kufanya kile anachopaswa kufanya.

D: Lakini hiyo ni ya kibinadamu kusita.

I: Ninajua. Anapata hisia na mihemko yote ya kibinadamu na ameungana sana nayo, akijaribu kujifunza uzoefu wa kuwa mwanadamu. Hili, kwa kiasi fulani, limemlemea. Nafikiri sasa ni wakati wake wa kusonga mbele. Lazima asonge mbele. Ni vizuri kwake kuweka uhusiano wake na Isis kimya, kwa sababu watu hawataelewa. Watapata maoni yasiyo sahihi. Wataingia katika hali ya ubinafsi na majivuno. Ndiyo maana hapaswi kumwambia mtu yeyote kuhusu hili.

D: Anaweza kushiriki tu na wale anaofikiri wataelewa. (Ndiyo) Lakini ndiyo maana alipokwenda kwenye Hekalu la Isis alipata miitikio hiyo.

I: Ndiyo, sehemu kubwa ya nishati yake iliwezeshwa wakati huo. Sehemu kubwa yake iliwezeshwa wakati huo. Kwa sababu kulikuwa na sehemu zake alipokuwa katika umbo la kimwili katika eneo hilo. Aliishi hapo kwa muda mrefu sana, sana, sana. Kwa hiyo alipokwenda huko alichukua tena nishati yake kutoka kwenye viwango vya mtetemo vya mahali hapo na akaungana nayo. Hiyo ndiyo ilikuwa sababu yake ya kwenda huko, kwa sababu ilikuwa sehemu ya kuunganishwa kwake. Aliungana na nishati zote za huko. Na ardhi, na mto, na miti. Viumbe vyote vya uhai aliungana navyo alipokuwa huko.

D: Ilikuwa zaidi kama kuichochea na kuiwezesha.

I: Hatarudi tena Misri, kwa sababu si lazima kwake kurudi. Inategemea matukio ya dunia. Kuna mambo mengi yanayoendelea Mashariki ya Kati. Na bado yapo mengi yajayo.

D: Walikuwa na wasiwasi juu yake wakati huo, na wakampeleka hospitalini.

I: Wakati ule mmoja karibu afe. Na tulimhifadhi hai.

D: Alikuwa amebeba nishati nyingi sana pamoja naye. (Ndiyo) Mnaweza kumsaidia ajue kwamba haitatokea tena?

I: Tutamsaidia kwa kila njia iwezekanavyo. Tutahakikisha haitatokea.

D: Alilelewa Afrika Kusini. Kwa nini ilimbidi kuondoka huko? Ulikuwa uamuzi wa kuumiza sana na wa ghafla kuondoka huko.

I: Ilikuwa sehemu ya mpangilio wa kimungu. Ilikuwa mapenzi ya roho kwamba aje katikati. Ilikuwa mapenzi ya baraza kwamba aje hapa, kwa sababu hii ndiyo nchi inayohitaji mtetemo wa upendo. Hii ndiyo nchi inayohitaji kuelewa umoja. Inahitaji kuelewa upendo. Inahitaji kuelewa heshima kwa uhai wote, kwa sababu hiyo ndiyo nguvu kubwa zaidi kwenye sayari hii.

D: Kwa hiyo ilikuwa sehemu ya hatima yake kuhamisha nishati yake hadi katika nchi hii.

I: Dunia kweli inahitaji kuamka kwa upendo. Inahitaji kuheshimu nafasi ya watu. Inahitaji kuleta amani. Inahitaji kuunda uwiano katika viwango hivi vya mitetemo. Huhitaji kwenda kuua kwa sababu unahitaji mafuta. Huhitaji kuunda hali kwa sababu ya nguvu na tamaa. Hupaswi kufanya mambo hayo kwa gharama ya maisha. Hupaswi kufanya mambo hayo kwa ajili ya fedha zaidi, tamaa zaidi na udhibiti zaidi. Sasa ni wakati wa kushirikiana. Mnapaswa kushiriki rasilimali zenu za dunia. Mnapaswa kuwalisha wenye njaa. Mnapaswa kupendana. Heshima na upendo.

D: Hii ni vigumu sana, kwa sababu wale walio madarakani ndio wanaodhibiti mambo haya yote.

I: Tunafika katika hatua ambapo sasa kuna nishati nyingi za uhai zinakuja. Kuna masafa mengi ya juu yanayopeperushwa kwenye sayari hii. Watu hawatakuwa na chaguo ila kubadilika. Miundo yote migumu iliyojengwa hadi sasa itaanguka. Hawana chaguo ila kuvunjika na kuporomoka. Yote yataanguka kwa nguvu ya mwanga au kwa nguvu ya upendo. Ni yenye nguvu mno. Hakuna kitu kinachozidi nguvu ya upendo. Upendo ndio kila kitu. Upendo ndio pumzi yenu. Unaenea katika ulimwengu wote, katika kosmosi. Na upendo ndio chanzo cha uumbaji wa kila kitu.

D: Hilo ni kweli. Itakuwa ya kuvutia kuona jinsi utakavyoshinda miundo ya madaraka, kwa sababu wao wanadhibiti kila kitu.

I: Watakuwa mabwana wa kuanguka kwao wenyewe. Wataunda uharibifu wao wenyewe. Wataunda kuanguka kwao wenyewe. Watakuwa kweli wanawajibika kwa chochote kitakachowatokea.

Tuliambiwa kwamba matatizo ya afya ya Ingrid yalikuwa yanasababishwa na shinikizo la ndoa mbaya na mwanaume mwenye kutawala. Hayakutokea kwa sababu ya karma, kwa sababu hajawahi kuishi Duniani tangu maisha yake ya Misri. Kunaweza kuwa na sababu nyingi za kupitia maisha magumu au hasi pamoja na mtu mwingine, mbali na kulipa karma ya maisha yaliyopita. Katika hali hii ilikuwa kujifunza jinsi ya kushughulika na nishati za kibinadamu. Na kama tunavyojua, baadhi ya hizo zinaweza kuwa hasi. Bila shaka, hili ni gumu kwa mwanadamu kwa sababu hana kumbukumbu ya fahamu au uelewa wa kile kinachohusika.

I: Ilimbidi aelewe saikolojia ya mwanadamu, mifumo ya tabia za binadamu, uongo na udanganyifu wa wanadamu, na namna wanavyojiendesha. Njia pekee aliyoweza kujifunza ilikuwa kuipitia mwenyewe.

Mtindo wa hotuba ya Ingrid ulikuwa umebadilika na kuwa wa kukata na kufupisha maneno. Hili lilitokea mwanzoni, kisha likanyooka. Ilisikika kama mtu mwenye shida ya kutumia maneno, kana kwamba njia hii ya mawasiliano ilikuwa ya kigeni na ya kuleta usumbufu. Wakati mwingine alikuwa akigawanya maneno marefu katika silabi. Ilisikika isiyo ya kawaida na isiyo ya asili. Mwishoni mwa kikao, sauti yake ilirudi tena katika hali ya kawaida.

I: Ingrid anafanya kazi zaidi na mfumo mzima wa nishati na masafa. Na analeta mtetemo wa upendo wa kimungu katika mfumo wao wa masafa. Kwa kuleta tu upendo huu wa kimungu, upendo unaenea na kushinda kila kitu kingine. Unabadilisha na kuhuisha kila kitu. Upendo ndio nguvu yenye nguvu zaidi duniani. Watu wakikuambia kwamba kinyume cha upendo ni hofu, si kweli. Upendo upo tu. Upendo hauna kinyume. Kumbuka hilo, mpendwa. Upendo hauna kinyume. Upendo upo tu. Ni jibu la kila kitu. Kila kitu. Popote palipo na kutokubaliana. Popote palipo na maumivu. Popote palipo na njaa. Popote palipo na huzuni. Tuma tu upendo. Sio kwa wanadamu tu, bali kwa uhai wote. Kwa mito, bahari, misitu. Kwa wanyama, ndege, nyuki, hewa unayopumua. Kwa kosmosi yote, kwa sababu wewe ni sehemu ya umoja. Sote ni sehemu ya umoja. Hakuna utengano.

* * *

Nilipofanya utafiti kuhusu Mungu wa kike Isis, ikawa wazi kwamba alihusishwa na mambo ambayo Ingrid alisema alikuja Duniani kuyafanya. Alianzisha ndoa, na kuwafundisha wanawake kazi za nyumbani kama kusaga nafaka, kusokota kitani na kufuma. Alianzisha kilimo na sanaa ya tiba. Inafaa sana akumbukwe kwa njia hiyo, kwa sababu alisema alikuja baada ya uharibifu wa Atlantis kusaidia watu kujenga upya Dunia. Anachukuliwa kama kielelezo kikuu cha nishati ya kike, au mwakilishi wa uzazi wa kimungu wa asili. Yeye ndiye kitovu cha umama wa kimungu, na malkia wa kuzaliwa upya. Anahusishwa na mizunguko ya kila mwezi ya mwezi na misimu ya kila mwaka ya ukuaji. Alitaka watu wajifunze jinsi ya kuitunza Dunia. Isis anaonyesha nguvu za kike, uwezo wa kuhisi kwa kina kuhusu mahusiano, tendo la uumbaji, na chanzo cha riziki na ulinzi.

Jambo lingine nililogundua linaloendana na kikao hiki ni kwamba Isis pia aliitwa Eset. Hili linafanana na jina la kifonetiki ambalo Ingrid alitoa la Ezi, na linaweza kuwa lile lile ukizingatia lafudhi ya Ingrid.

Isis alicheza jukumu muhimu katika maendeleo ya dini za kisasa, ingawa ushawishi wake umesahaulika kwa kiasi kikubwa. Aliabudiwa kote katika ulimwengu wa Kigiriki na Kirumi, hasa kama mfano wa sifa za kike. Ujio wa Ukristo ulipoanza, makanisa mengi ya Isis yalibadilishwa kuwa makanisa ya Kikristo. Katika karne ya nne, wakati Ukristo ulikuwa unaimarika katika Dola ya Roma, waabudu wake walianzisha ibada za kwanza za Madonna ili kudumisha ushawishi wake. Baadhi ya Wakristo wa awali hata walijiita Pastophori, maana yake "wachungaji au watumishi wa Isis", jambo ambalo huenda ndilo lililotokana na neno "wachungaji" au "pastors". Picha za kale za Isis akimnyonyesha mwanawe mchanga Horus zilihamasisha mtindo wa picha za mama na mtoto kwa karne nyingi, ikiwemo zile za "Madonna na Mtoto" katika sanaa ya kidini. Hivyo basi, taswira za Isis akiwa na mtoto Horus ziligeuka kuwa Bikira Maria akimshika Yesu.

Sura ya 5

JIJI LILILOFICHWA

Nilienda Memphis, Tennessee, kuzungumza katika Kanisa la Unity katika majira ya kiangazi ya mwaka 2001, na nikakaa kwa wiki moja kufanya vikao vya faragha katika moteli yenye jiko dogo.

Unapofanya aina hii ya kazi lazima uwe tayari kwa mambo yasiyotarajiwa. Ilikuwa ikitokea mara nyingi zaidi sasa kwamba nilipokuwa na kikao na mtu, hakuwa anaingia katika kile ambacho kingeweza kuchukuliwa kuwa maisha ya zamani "ya kawaida". Kana kwamba tunaambiwa kwamba mtu huyo lazima atambue kuwa yeye ni zaidi ya anavyodhani. Ana maisha ya roho yenye rangi na utajiri zaidi kuliko anavyoweza kufahamu. Labda huu ndio wakati katika historia yetu ambapo tunapaswa kutambua sehemu hizi nyingine za nafsi zetu. Haikuwa jambo la kushangaza kwa washiriki wangu kwenda kwenye sayari nyingine, kwenye vipimo vingine, au kwenye maisha katika ustaarabu uliopotea kwa muda mrefu. Popote walipoenda, ilibidi niulize maswali yanayohusiana na kile walichokuwa wakielezea. Kwa sababu kwa hakika walikuwa wakiona jambo hilo kwa sababu fulani muhimu kwa maisha yao ya sasa na kwa kiwango chao cha ukuaji na uelewa wa sasa.

Hivyo ndivyo ilivyokuwa kwa Mary. Nilipomshusha kutoka kwenye wingu, alianza mara moja kuelezea mazingira yake bila kutiwa moyo. Havikusikika kama kitu chochote nilichokifahamu katika historia. Alijikuta ndani ya jengo kubwa la ajabu sana. Kulikuwa na vyumba vingi vikubwa vyenye dari ndefu, na usanifu wake haukufanana na kitu chochote alichokifahamu. Ulikuwa wa kipekee sana. Kulikuwa na milango mikubwa ya mbao iliyofunikwa na michoro ya mapambo ya ajabu. Alipotazama nje ya dirisha kubwa kuelekea kwenye ua, aliona ziwa lenye daraja dogo lililoonekana kama la mtindo wa Mashariki. Ukubwa wa jengo ulikuwa mkubwa kupita kiasi, na uzuri wake haukuwa rahisi kuelezeka. Kila kitu kilikuwa cha kifahari na rangi zilikuwa za kifalme na tajiri.

Nilimwomba ajieleze mwenyewe na alikuwa mwanaume aliyevaa joho zuri sana na la kifahari lililotengenezwa kwa kitambaa kilichoonekana kama velveti nyekundu na dhahabu. Pia alikuwa amevaa vazi la kichwani ambalo hakuweza kuliona, na viatu vyake vilikuwa vya aina fulani ya mbao.

Nilipomwomba aone ni aina gani ya kazi aliyokuwa akifanya, alijikuta katika moja ya vyumba vingi ndani ya mahali hapo pakubwa.

M: Naamini mimi ni mtawa au mtu wa kiroho wa aina fulani. Kuna watu wengine hapa sasa. Wamevaa mavazi rahisi zaidi kuliko yangu. Sio sare, lakini ni ya kawaida tu. Kuna vitabu kila mahali katika chumba hiki nilichoingia. Vina ukubwa na maumbo mbalimbali, na vinajaza chumba lote, kuanzia sakafuni hadi dari. Kuna vitabu kila mahali. Vitabu. Kumbukumbu.

D: Ni vitabu vya aina ambayo unaweza kuvifungua?

Nilitaka kutofautisha kati ya vitabu na magombo. Hii ingenisaidia kujua kipindi cha wakati.

M: Ndiyo, unaweza. Niko katika kiwango cha juu nikitazama chini ndani ya chumba. Na kuna watu kwenye sakafu ya chini wakihangaika kufanya mambo.

D: Chumba hiki kinaonekana kama maktaba fulani. Sivyo?

M: Ndiyo, kinaonekana hivyo. Nafikiri baadhi ya watu ni watunzaji wa vitabu. Wanaonekana kufanya utafiti au kurekodi. Kinahisi kama ukumbi wa kale wa maarifa. Nafikiri huu ni mkusanyiko mkubwa sana. Ni mkubwa kupita kiasi.

D: Wajibu wako ni nini ikiwa wao wanafanya utunzaji?

M: Sina uhakika kabisa. Pia sasa naona kuta za miamba. (Ufahamu wa ghafla.) Inaonekana kana kwamba niko chini ya ardhi. Hii inaonekana kuwa sehemu nyingine ya mkusanyiko huu mkubwa. Karibu najiuliza kama yote yako chini ya ardhi.

D: Lakini mapema uliona ziwa na daraja.

M: Najiuliza kama huu ni mji mkubwa wa chini ya ardhi. Inaonekana hivyo. Moja ya hisia zangu za kwanza ilikuwa kile tungeweza kufikiria kama Shambala (nilikuwa na shida kutamka neno hilo) au Shangri-La, au kitu kama hicho. Ilikuwa kwa sababu ulikuwa mkubwa sana. Lakini miamba na njia za chini ya ardhi na ngazi zinanifanya nifikirie kwamba umefichwa. Mahali pote ni pa siri, hata kama kuna mwanga na maji. Na ninaona vichuguu. Ni kama mahali palipofungwa mbali. Limefichwa. Ni kwa ajili ya ulinzi. Kuhifadhi kumbukumbu.

Moja ya mada kuu ambayo imekuwa ikijirudia katika urejeshaji wa kumbukumbu ambao nimekuwa nikifanya katika miaka michache iliyopita inaonekana kuwa sisi ni warekodi au wakusanyaji wa taarifa na maarifa, na kazi kuu ni kuhifadhi haya katika namna mbalimbali, hata kwa kuyaweka katika DNA yetu au katika akili fiche, ili yasije yakasahaulika. Maarifa yanaonekana kuwa muhimu sana katika mpangilio wa mambo. Labda kwa sababu Chanzo au Mungu anahitaji tukusanye taarifa zote tunazoweza. Viumbe wa nje ya dunia pia ni wakusanyaji wa maarifa na taarifa. Hili ni mojawapo ya madhumuni makuu ya vipandikizi (hasa vile vilivyo kwenye tundu la pua), kusambaza na kurekodi taarifa. Kadiri ninavyochunguza zaidi, ndivyo ninavyoendelea kugundua kwamba kila kitu kinarekodi. Kutakuwa na zaidi kuhusu hili katika sura nyingine.

D: Unamaanisha kwa kuweka kumbukumbu chini ya ardhi ni mahali salama?

M: Ndiyo, ni mahali salama. Kuna piramidi juu ya ardhi, lakini hii iko chini sana ya ardhi. Nilipata picha ya piramidi.

Lakini sasa pia napata picha ya safu ya milima mirefu, kwa hiyo haiwezi kuwa piramidi tunazozifahamu. Kuna ngazi zinazoenda juu hadi mahali hapa ambazo zimechongwa ndani ya milima. Mambo ambayo hayajulikani. Mambo yaliyofichwa milimani. Piramidi iko milimani. (Kwa mshangao) Hapa ni bandari ya anga. Na kuna dunia ya nje na dunia ya ndani.

D: Ngazi hizi ulizosema zimechongwa milimani. Zinaenda wapi?

M: Zinaenda kwenye lango la kuingia katika mji huu uliofichwa.

D: Kwa hiyo piramidi iko nje, lakini lango linaingia ndani ya safu ya milima?

M: Ndiyo. Piramidi siyo kitu kilichokuwa muhimu. Ilifikiriwa kwamba hicho ndicho kilikuwa muhimu, lakini sivyo. Kilicho muhimu ni kile kilicho milimani kuizunguka, nyuma yake, na chini yake. Hapo ndipo palipofichwa.

D: Piramidi inatumika kwa kitu chochote?

M: Hapana. Ni alama tu.

Katika sura ya "Isis" alisema kwamba milango ya kuingia kwenye vichuguu vinavyoongoza kwenye miji ya chini ya ardhi ilikuwa karibu na piramidi.

D: Lakini ulisema ni bandari ya anga.

M: Ilikuwa bandari ya anga, ndiyo, wakati ilipojengwa awali, zamani sana. Ninaona ufunguzi mkubwa sana, mkubwa sana, wa kina sana unaoingia ndani ya ardhi. Mahali hapa panajengwa. (Kimya kirefu)

D: Unaona nini?

M: Ninaona tu ufa mkubwa ajabu, wa kina sana, unaofunguka ndani ya ardhi. Na najua kuna vyombo vinavyoshuka humo. Vinabeba vifaa. Vinabeba watu. Vinabeba malighafi. Wanajenga chini ya ardhi. Ni kana kwamba ni mdomo wa volkeno, ingawa sijui volkeno huwa kubwa kiasi gani.

Lakini inaenda chini, na nafika mahali ambapo siwezi kuona. Ni giza sana huko ndani. Hiyo ndiyo njia waliyoingia, kupeleka vifaa vya kujenga mahali hapa pa chini ya ardhi. Kwa kushuka kwa kasi kupitia ufa mkubwa ajabu, kama volkeno, na kupita kwenye mianya mikubwa.

D: Hili lilifanywa ili watu wasiweze kulipata?

M: Ndiyo, ilikuwa zamani sana. Kuna watu wa kiasili wanaoishi upande mwingine, chini ya mlima bondeni. Wanaishi katika vibanda kama nyumba ndogo. Hao ni watu wa asili. Wanaogopa. Na kuna vitu vingi angani juu yao.

D: Ndiyo maana wanaogopa? (Ndiyo) Ulisema wanabeba watu na vifaa.

M: Ndiyo, tunapaswa kwenda ndani. Nilikuwa naona lile pango tu. Kadiri unavyozama chini zaidi, unaweza kuona mwanga chini kabisa.

D: Walipata njia ya kutengeneza mwanga huko chini?

M: Hii ni teknolojia iliyotoka sehemu nyingine. Si ya Dunia.

D: Kwa nini wachague kuja hapo na kujenga mji huu ndani ya mlima?

M: Kuna vita vinavyoiharibu sayari.

D: Hivi vinatokea kwenye sayari ya Dunia?

M: Ndiyo, naamini ni hivyo. Ilikuwa vita vilivyoharibu sehemu kubwa ya uso wa Dunia. Uharibifu mkubwa sana.

D: Je, watu hawa wanapigana na wenyeji wa hapo?

M: Hapana, walikuwa watu wengine wote kutoka nje. Walikuwa waovu ... walikuwa wabaya. Walikuwa wakatili. Walikuja kwenye sayari hii. Walikuwa wakali sana. Wenye nguvu sana.

D: Je, kundi jingine lilikuwa hapa tangu mwanzo?

M: Kuna zaidi ya kundi moja. Kuna makundi mengi sana. Kundi moja .... (Kimya kirefu)

D: Unaona nini?

M: Picha ya kitu kilichoonekana kama barafu kubwa karibu na ziwa. Na kulikuwa na ... kile ningekiita chombo, ambacho kinaonekana cha ajabu sana. Sijawahi kuona kitu kama hicho hata kwenye Star Trek. Kirefu na chembamba, lakini chenye viambatisho tofauti.

Kulikuwa na kimya kirefu alipokuwa akiangalia. Huu ndio wakati unaokatisha tamaa, kwa sababu siwezi kuona kile anachokiona. Alijaribu kueleza.

M: Walikuwa wanafanya kitu karibu. Kuna aina fulani ya ... sijui hiki ninachokiona ni nini. Ni kama kiwanda fulani. Na nahisi wanachukua rasilimali. Wanachimba. Kuna kifaa kikubwa sana ambacho .... naona tu vitu ambavyo sijui ni nini.

D: Ulisema wako karibu na hilo barafu?

M: Barafu liko juu milimani. Lakini baadhi ya hili linashuka hadi sehemu ya chini ya mlima na bonde.

D: Hapo ndipo wanachimba? (Ndiyo) Hilo lina uhusiano gani na vita ulivyokuwa ukizungumza? (Kimya) Ulisema kulikuwa na makundi kadhaa.

M: Ninaona vitu kama makombora vikifyatuliwa na kurushwa. Ninaona kwamba barafu hilo lilitokea kwa sababu ya vita hivi. Ninaona mwanga wa ajabu sana. Sehemu kubwa ya uso wa nje wa sayari hii uliharibiwa na mwanga huu. Milipuko mikubwa ajabu. Watu wengi waliondoka kwa vyombo vya anga na kuondoka. Baadhi wanaishi chini ya ardhi. Wengi waliangamizwa.

D: Ulisema barafu lilitokea kwa sababu ya hili?

M: Ndiyo. Walichokuwa wakifanya kilisababisha ardhi kuzama, ardhi kuinuka. Kulisababisha siku za giza. Baridi. Uharibifu, maangamizi. Uharibifu mkubwa sana. Najua niko hapa kusaidia. Niko hapa kulinda kumbukumbu.

D: Ndiyo maana wamehamisha kumbukumbu hizi.

M: Ndiyo. Maarifa.

D: Walipata wapi kumbukumbu hizi wanazojaribu kuokoa katika maktaba hii kubwa?

M: Ni maarifa ambayo hatukuwahi hata kujua tulikuwa nayo. Kulikuwa na ustaarabu uliostawi. Atlantis. Lemuria. Teknolojia tuliyopokea kutoka kwa wengine. Jinsi DNA ilivyochanganywa na wanadamu.

D: Haya yote ni sehemu ya kumbukumbu?

M: Ndiyo. Mahali hapa pa ajabu sana, pa ajabu sana.

D: Na kazi yako ni kulinda maarifa haya na kuyasimamia?

M: Sina uhakika kabisa. Sirekodi. Situnzi. Nafikiri mimi ni mshauri au .... (Kimya kirefu) Najiona nikipanda ngazi yenye mwanga. Si ndefu, ni ndogo tu na inaingia kwenye nafasi hii. Ina mwanga mwingi sana. Ina fuwele. (Kimya) Viumbe wengine wanakutana nami katika chumba hiki. Wanakuja wakiwa katika mwanga wao. Hawana mwili halisi. Wanachukua umbo la mwili, lakini ni wazuri sana, sana. (Kimya kirefu) Na kuna mpira huu .... Na una rangi nyingi nzuri na unang'aa na kutoa mwanga. Na nahisi wanawasiliana nami. (Kimya kirefu) Kana kwamba mimi ndiye wanayezungumza naye, halafu naenda kuwaambia wengine.

D: Lakini wewe una mwili wa kimwili, wao hawana.

M: Nina mwili wa kimwili. Na ninaishi chini ya ardhi kule.

D: Uliwaona wakileta vitu mapema walipokuwa wakijenga. Inaonekana tayari imekamilika sasa. Hivyo ndivyo ulivyosema? (Ndiyo) Je, unaweza kwenda juu tena na kuishi huko, au lazima ubaki chini ya ardhi?

M: Baadhi watarudi juu. Wengine hawatachagua kurudi. Lakini uso wa Dunia utakuwa unawezekana kuishi tena baada ya muda.

D: Kumbukumbu hizi ni za Dunia, au zilitoka mahali pengine?

M: Dunia na nyingine pia. Ni kama maarifa yote.

D: Na viumbe hawa walizileta chini ili zisiharibiwe?

M: Wao ni wenye upendo sana, sana. Wapo kutusaidia na kutufundisha. Nafikiri mimi ni sauti yao.

D: Je, waliogopa kwamba yote haya yangeharibiwa wakati vita vilipotokea juu ya uso?

M: Ndiyo, ilikuwa ni kutulinda. Ilikuwa kulinda na kuokoa, na kutusaidia kwa siku zijazo.

D: Je, waliwaleta wanadamu chini ya ardhi?

M: Ndiyo, kuna viumbe wengi wa aina tofauti chini ya ardhi.

D: Wakati walipoujenga mji huu mzuri, je, ilikuwa baada ya uharibifu wa Atlantis?

M: Ujenzi wa mji ulianza kabla ya uharibifu. Ilijulikana kwamba hili lilikuwa linakuja. Kwamba lilikuwa karibu kutokea. Ilijulikana. Vurugu zilikuwa zimebadilika. Ujenzi wa mji, na ukusanyaji wa kumbukumbu ulianza zamani sana, hata kabla ya Atlantis. Muda mrefu kabla ya Atlantis.

D: Nimesikia kulikuwa na ustaarabu mwingi kabla na baada ya Atlantis.

M: Kulikuwa na miji iliyoendelea sana kiteknolojia. Na pia maeneo ya kiasili sana wakati wa Atlantis. Sasa ninaona ulimwengu wa nje. Na ninaona malango ya kuingia katika mji unaozungukwa na milima, lakini uko juu ya maji. Huu uko juu ya ardhi. Ule mwingine ulikuwa tayari uko chini ya ardhi.

D: Je, ule wa juu ya ardhi ulijengwa na wanadamu?

M: Wanadamu waliokuwa wameendelea zaidi kuliko wanadamu tunaowajua sasa. Mji huo ulikuwa na watu wengi zaidi. Mji wa chini ya ardhi ulikuwa katika eneo lenye watu wachache. Wanadamu na viumbe wa nje ya dunia waliishi na kushirikiana hapa. Kulikuwa na wale waliokuja kusaidia, na kulikuwa na wale waliokuja kuteka. Sehemu ya wanadamu walikuwa wameendelea sana. Wanadamu wengine walikuwa wa kiasili sana, sana. Kama wanyama zaidi. Na kuna mahali ambapo wanadamu walitendewa vibaya sana, vibaya mno. Mabadiliko ya maumbile.

D: Je, hii ilikuwa wakati wa Atlantis? Ili tuweze kupata mpangilio wa wakati.

Bila shaka, nilikuwa nikifikiria kuhusu mabadiliko ya viumbe nusu-binadamu nusu-wanyama yaliyotokea wakati wa Atlantis. Sikujua kama hiki ndicho kipindi cha wakati alichokuwa akizungumzia.

M: Moja lilikuwa kidogo kabla ya jingine, lakini karibu sana. (Kimya kirefu) Baraza! Kuna baraza. Kuna mkutano wa kuamua kuwazuia wale waovu. Mkutano mkubwa. Galaksi. Galaksi zaidi. Watu zaidi.

D: Wanataka kuwazuia baadhi ya wale waliokuwa wakifanya mabadiliko ya maumbile?

M: Ndiyo, walikuwa wa uharibifu. Walikuwa wakidhibiti. Matendo ya kikatili. Muda kati ya haya mawili uko karibu sana, ni vigumu kutoa maalum – labda miaka kumi. Sehemu moja ya dunia ilikuwa imeendelea sana na inastawi. Sehemu nyingine ilikuwa ya kiasili sana, ikiporwa, ikichimbwa. Wakichimba dhahabu. Walikuwa kama wapiganaji. Walikuwa wakijaribu kuficha matendo yao. Walikuwa karibu, lakini si katika eneo lile lile. Waligunduliwa. Na kuna baraza mahali pa juu wakijadili hili. Hawapendi kile kundi hili linafanya. Meza kubwa. Majadiliano mengi.

D: Je, wanafanya uamuzi?

M: Ndiyo. Wanaamua lazima walinde, lazima wasimamishe. (Kimya kirefu) Wanawaomba waondoke. Waache, waondoke. Kiongozi huyu, msemaji, amevaa metali nyingi. Anaonekana kana kwamba ana kilemba cha kichwa kama cha ndege. Hawadhani baraza hili ni tishio la kweli. Wanasema wana haki kamili juu ya sayari hii pia, na wanakataa kuondoka. Wamekuwa wakileta silaha. Kuna bandari ya anga. Kuna silaha ardhini.

Wanataka eneo hili. Walikuwa wamejiandaa kwa shambulio lolote. Ufahamu wao ni wa kivita, kwa hiyo wana ulinzi mwingi.

D: Kwa hiyo hawadhani wanapaswa kutii baraza. (Hapana) (Pumziko) Unaweza kufupisha muda na kuniambia nini kilitokea kutokana na matendo yao. Baraza liliamua kufanya nini?

M: Hapo ndipo wanaamua kuwahamisha watu kwenda mahali salama, na kuwapeleka sehemu nyingine. Vitisho vinajulikana. Hii inaweza kuwa ya gharama kubwa, ya kuharibu sana. Kuna harakati nyingi za kuwahamisha watu, lakini kila kitu kinatokea haraka sana.

D: Lakini wale wa upande hasi hawajui kwamba wakianza vita wataharibu pia kile walichokuja kuchukua?

M: Kwa kweli, kwa kweli hawakufikiri. Kumekuwa na uharibifu mkubwa. Kumekuwa na vita vingi vya galaksi.

D: Kwa hiyo hawafikirii kwamba itaharibu malengo yao pia?

M: Hapana, hapana. Muumba ametoa hiari. Wameruhusiwa kuruhusu upande wa giza utiririke. Umeruhusiwa kuwepo. Kwa hiyo wale wa nuru wanapochukua msimamo, dunia inaingia kipindi cha giza kubwa. Kuna kidogo sana kinachosalia juu ya uso wa dunia. Kidogo sana. Kuna maeneo machache yaliyolindwa, lakini mengi sana yanaangamizwa. Kuna mabadiliko makubwa. Sayari nyingine pia zinaathiriwa, zingine zinaangamizwa kabisa. Hii si ya Dunia pekee. Ilikuwa vita ya galaksi katika mfumo huu.

D: Ni sayari zipi nyingine zilizoathiriwa?

M: Katika galaksi hii, katika mfumo huu wa jua, Mirihi iliathiriwa sana. Haikuwa daima sayari kavu kama ilivyo sasa.

D: Tuliambiwa hilo lilitokea kwa sababu ya vita kwenye Mirihi.

M: Vita hivi vilihusiana. Baadhi ya uharibifu ulikuwa sehemu ya vita ya galaksi.

D: Kwa hiyo haikuwa matokeo ya yale yaliyotokea Duniani pekee. Unamaanisha vilikuwa vinaendelea kwa wakati mmoja?

M: Ndivyo ninavyoelewa. Kulikuwa na makundi mengi. Nahisi kama nilikuwa miongoni mwa baraza hilo la kumi na wawili. Sijui kwa nini nilisema baraza la kumi na wawili, kwa sababu kuna wengi zaidi mezani.

D: Labda hao ndio walikuwa muhimu zaidi.

Kumbuka kwamba kundi lililotupatia taarifa kwa mara ya kwanza kupitia Phil katika Keepers of the Garden lilijitambulisha kama Baraza la Kumi na Wawili.

M: Na mimi nilikuwa kiunganishi kati yao, nilipewa jukumu la kuangalia ule mji wa chini ya ardhi kwa muda mrefu sana.

D: Kwa hiyo uharibifu juu ya uso haukuathiri miji ya chini ya ardhi.

M: Hapana, ilikuwa salama. Bado ipo.

D: Hebu nikuambie kitu nilichosikia katika kazi yangu; kwamba Atlantis ilizama kwa sababu wanasayansi wao wenyewe walifanya mambo ambayo hawakupaswa kufanya.

M: Wengi katika Atlantis waligeukia upande wa giza. Hawakuwa hivyo mwanzoni. Matumizi mabaya yalileta vita ya galaksi. Kila kitu kilihusiana.

D: Kwa hiyo viumbe hasi waliungana na watu wa Atlantis?

M: Ndiyo, wengi walianguka upande wa giza. Yote yalikuwa yakitokea kwa wakati mmoja, na labda hata mapema. Kulikuwa na wengi wa nuru waliokuwa na maono makubwa. Waliokuwa na nguvu kubwa ambazo hatuzijui leo. (Kimya kirefu) Haya yote yangeweza kusimamishwa, lakini ingekuwa kinyume cha hiari. Ilikuwa lazima kuruhusu yote yaliyokuwa na yaliyotokea, yatokee. Mzunguko umeenda na kurudi kamili kwa mamilioni na mabilioni ya miaka ya Dunia. Na kuna maarifa mengi sana. Mabadiliko mengi sana yanakuja. Mengi yatafahamika.

D: Nimekuwa nikifikiri Wa-Atlantis walijiharibia wenyewe.

M: Kulikuwa na mambo zaidi yakitokea. Hawakuanza majaribio bila kuingiliwa na wale wa giza. Ni kama walisahau wao ni nani. Walisahau mwanga wao. Walinaswa katika ulimwengu wa kimwili, na hapo ndipo usawa ulivurugika na kuleta uharibifu wote.

D: Unamaanisha walikuwa wakifanya kazi na wale hasi?

M: Ndiyo. Walivutwa na upande wa giza.

D: Kwa hiyo wale hasi waliwasaidia, waliwapa maarifa?

M: Ndiyo, walijaribiwa.

D: Baraza liliruhusu vita hivi vitokee hata walijua matokeo yake?

M: Ilikuwa kuhusu hiari. Na kujifunza. Ufahamu ulienda mbali sana katika giza ili kujifunza, kuchunguza. Ninaendelea kuona kitu kikubwa kikigeuka, kama gurudumu, lakini si gurudumu. Ni kama kuona mfumo wa jua ukizunguka mzunguko kamili.

D: Kama mizunguko? (Ndiyo) Kwa hiyo baada ya uharibifu, ilichukua muda mrefu kabla ya maisha na ustaarabu kurudi juu ya uso?

M: Ndiyo. Baadhi ya wenyeji walirudishwa Duniani. Na wakaanza ustaarabu mpya. Kama kuanza upya kabisa.

Hili litatajwa baadaye katika sehemu hii. Mmoja wa wateja wangu aliripoti maisha ya zamani ambapo yeye na wengine wengi waliondolewa kwenye sayari muda mfupi kabla ya janga, kisha wakarudishwa baadaye ili kuanza maisha yao upya.

D: Na ulisema hili pia lilisababisha baadhi ya barafu kuundwa?

M: Ndiyo. Lilibadilisha Dunia.

D: Lakini je, hakukuwa na baadhi waliobeba maarifa, waliobaki juu ya uso?

M: Ndiyo, walikuwepo. Lakini maarifa hayo yalipitishwa na kufichwa kwa hofu ya... wale waliotaka nguvu na udhibiti wamekuwa daima... nguvu za giza zimerudi. Baada ya Dunia kuanza kupona, walirudi tena kwa idadi ndogo, na wamefanya kazi na serikali. Si lazima waonekane binadamu. Wengine wanafanana na binadamu. Wengine wanafanana na reptilia. Wengine ni mchanganyiko wa binadamu na mgeni. Wamerudi. Wengi wa upande wa giza wamegeukia nuru. Lakini bado wapo wanaoshikilia udhibiti na nguvu. Kuna mambo ambayo siruhusiwi kuyaona. Naweza kwenda mpaka fulani tu. Sielewi kwa nini siwezi kujua muda halisi, ninaona picha tu. Na ninaendelea kuhisi kwamba nilikuwa kama mtu wa kuunganisha.

D: Ndiyo, nimeambiwa kabla kwamba kuna mambo hatuko tayari kuyaona bado. Haturuhusiwi. Lazima yaende kwa mpangilio wa muda. Lakini unahisi unaonyeshwa haya sasa kwa sababu mzunguko unakaribia kukamilika?

M: Ndiyo. Kuna uzuri mwingi sana unaokuja. Kuna mabadiliko yanakuja. Kuna mwanga mahali palipokuwa na giza. Ni kama tumbo la... hatuwezi kuona kilicho mbele yetu. Ni kama kuangalia kupitia pazia. Kipo mbele yetu, lakini picha zimepotoshwa. Taarifa zimepotoshwa. Hii itabadilika.

Baadaye niliomba kuzungumza na nafsi ya ndani ya Mary ili kupata habari zaidi ambazo hakuruhusiwa kuona.

D: Kwa nini Mary alionyeshwa haya? Tulikuwa tunatafuta kitu chenye umuhimu, na hiki ni cha umuhimu mkubwa. Lakini kwa nini nafsi ya ndani ilichagua kuleta hili mbele yake sasa?

M: Daima amehisi ule uhusiano na Atlantis. Kwamba alikuwepo. Kwamba ilikuwa halisi. Kwamba kweli ilikuwepo.

D: Lakini hili linaonyesha alikuwa ameunganishwa zaidi na mji wa chini ya ardhi.

M: Kwa muda tu. Alikwenda huko kusimamia. Kuwa kiunganishi. Alikuwepo daima. Alichaguliwa kwa ajili ya misheni.

D: Kazi yake ilikuwa kusimamia maarifa na kumbukumbu zilizofichwa. (Ndiyo) Lakini kwa nini alionyeshwa haya sasa? Hii ina uhusiano gani na maisha yake ya sasa?

M: (Pumzi ndefu) Anahisi mambo mengi, na bado amekuwa akiogopa kujua baadhi ya mambo. Baadhi ya mambo hakuwa tayari kwa ajili yake. Na baadhi ya mambo hayakuwa bado wakati wa kuyajua.

D: Nafsi ya ndani ni yenye hekima sana inaporuhusu mambo hayo kuja mbele kwa wakati wake. Je, hii inamaanisha atakuwa na kitu cha kufanya na hili katika maisha yake ya sasa?

M: Kuna mawasiliano. Kuna mlango, lango, uwazi, ambao ameweka mkono wake ndani kwa sehemu. Lakini bado hajapita kabisa. Anaweka mkono wake ndani, kisha anaunyoa. Ni muunganiko kati yake na mwongozo wake, malaika, kupitia lango hilo. Mawasiliano ya kuunganisha fahamu. Kuwa mmoja na kuingia na kutoka ndani ya kila mmoja. Mlango, lango, utafunguka ili aweze kuona kile alichotamani kuona kwa muda mrefu. Ulimwengu wa roho kama anavyoukumbuka. Vipimo vingine. Alichagua kuja katika maisha ya Dunia baada ya kuondoka mahali pa kiunganishi. Kulikuwa na wengi waliokuja Duniani, waliyochagua mwili wa kimwili.

D: Waliamua kuja kusaidia?

M: Ndiyo, walikuwa na uchaguzi. Hawakulazimishwa.

D: Lakini bado ana kumbukumbu kwamba kuna zaidi ya huu mwili wa kimwili. Hiyo ndiyo unamaanisha?

M: Sisi sote hatufungwi na muda. Kulikuwa na maisha mengine. Vipimo vingine. Uhalisia mwingine.

D: Taarifa alizokuwa akitoa kuhusu vita na mji wa chini ya ardhi, je, nina ruhusa kutumia taarifa hiyo katika kazi yangu?

M: Ndiyo, una ruhusa. Maarifa zaidi yatakuja kwako ambayo yatafanya hili liwe kamili zaidi kuliko lilivyo leo. Kuna mapengo ambayo hayakuweza kujazwa leo, ambayo yatajazwa baadaye. Utaelewa kwa uwazi zaidi. Tayari unaandika hili, umeandika hili, hili linaendelea. Kuna maarifa zaidi utakayopata. Bado haijulikani yatatoka wapi. Kuna mlango unaokufungukia kwenye kisima hiki cha maarifa. Umefungwa kwa sasa. Ni mlango huu huu utakaoruhusiwa kuingia na kupitia maarifa. Unaweza kupelekwa huko kupitia kiumbe mwingine, au unaweza kupelekwa huko katika safari ya kiroho na mwongozo wako mwenyewe. Hapa ni mahali halisi na pa ajabu. Mlango umefungwa kwa sasa. Utakapofunguka utakaribishwa kwa joto.

D: Mji huu uliokuwa chini ya ardhi, bado uko pale?

M: Ndiyo, bado uko pale.

D: Je, taarifa, maktaba, bado zipo?

M: Ndiyo, bado zipo. Kuna miji mingi sana kamili ya chini ya ardhi.

D: Nimefurahi kusikia hivyo, kwa sababu kwangu uharibifu wa maarifa ni jambo baya sana. (Ndiyo) Hiyo ndiyo kazi yangu, kujaribu kuyarejesha.

M: Ndiyo, hivyo ndivyo. Hiyo ndiyo misheni yako. Na pia misheni yako ni kuwasaidia wengine kukumbuka.

D: Hivyo ndivyo walivyonambia. Si kugundua zaidi, bali kukumbuka zaidi.

* * *

Ilichukua miaka mitatu, lakini walikuwa sahihi. Taarifa zaidi zilikuja mwaka 2004 baada ya kufungua ofisi huko Huntsville, Arkansas, na kuanza kuona wateja mara kwa mara. Bob alikuwa mwanaume aliyekuwa amehamia kutoka kaskazini baada ya mke wake kufariki. Alikuja katika eneo letu bila kuliona kabla, akileta vitabu vyake tu na mbwa wake. Alikuwa ameacha kila kitu nyuma. Aliponunua nyumba karibu na ziwa, mmiliki wa zamani aliacha fanicha yote, hivyo kila kitu kikaenda vizuri. Maisha mapya katika eneo jipya, ingawa hakumjua mtu yeyote.

Alikuwa msomaji mkubwa sana, hasa akila kila kitu alichoweza kupata kuhusu metafizikia. Alimiliki vitabu adimu vya kipekee. Hiyo ilikuwa shauku yake. Hata hivyo ninaamini taarifa zilizokuja wakati wa kikao chake zingekuwa vigumu kupatikana popote. Siamini alikuwa akiathiriwa bila kujua na usomaji wake.

Alikuwa na ugumu kuona chochote mwanzoni mwa kikao. Ingawa alihisi amesimama juu ya kitu kigumu kama mwamba, hakuona chochote isipokuwa kijivu kila upande. Baada ya majaribio kadhaa ya kuchochea taswira nilimwomba afikirie mwongozo wake au malaika mlinzi angeonekanaje. Aliona mwanamke mzuri mwenye nywele za dhahabu akiwa amevaa mavazi ya buluu yanayong'aa na kutiririka. Alijisikia huru naye na akakubali amwongoze mahali panapofaa. Alishika mkono wake na akamwongoza chini kupitia uwazi hadi kwenye handaki la chini ya ardhi. Handaki hilo bila kutarajiwa lilitoka kwenye sehemu isiyo ya kawaida.

B: Tuko katika nafasi kubwa wazi. Lakini nahisi kuna paa juu ya vichwa vyetu. Umbali mkubwa juu. Ni kama kuwa ndani ya pango. Kubwa sana, sana. Limeangaziwa vizuri sana. Kuna miti kila mahali. Nahisi ni mahali tulivu sana kuwa. Kuna majengo mengi mazuri sana katika rangi za pastel. Kuna miti na nyasi na bustani, na maua mazuri, na wanyama wakikimbia kila upande.

D: Haya yote yako chini ya ardhi?

B: (Kwa msisimko) Ndiyo! Ndiyo! Ndiyo! Limeangaziwa vizuri sana. Inaonekana mwanga unatoka kwenye jua la katikati linaloweza kuonekana kwa urahisi. Sio mkali kama Jua letu juu ya uso. Lina rangi ya kijivu kidogo, lakini linatoa mwanga mzuri. Majengo hapa na kila kitu kingine vinaonekana kama vile ungekuwa nje kwenye mwanga wa jua. Na halijoto hubaki takriban nyuzi 72 hadi 75, na haipandi joto. Mvua hunyesha, lakini hilo limepangwa.

D: Hmmm, inaonekana ajabu kuwa na yote haya chini ya ardhi, sivyo?

B: Naam, yamekuwepo kwa mamilioni mengi sana ya miaka. Na bila shaka teknolojia yao sasa inapita yetu kwa mbali kiasi kwamba baadhi yetu huja na kuondoka hapa mara nyingi. Lakini hatujui tunafanya hivyo. Na nimekuwa mmoja wa watu waliokuwa huko mara nyingi hapo awali.

D: Ulisema pia kuna wanyama huko chini?

B: Oh, ndiyo! Ndiyo, ndiyo. Wanyama wengi tunaowaona juu ya sayari hii kila wakati. Lakini kuna aina nyingine nyingi huko ambazo watu huzishangaa. Ambazo huzioni mara nyingi. Kwa mfano, kuna mnyama mkubwa wa kuogelea ambao watu hupata tu miale yake. Aina ya kiumbe kama yule wa Loch Ness. Wanatoka kupitia njia za chini ya ardhi kupitia dunia. Na mara kwa mara huogelea humo na kujitokeza juu ya uso, kwa sababu wanaweza kwenda pande zote mbili.

D: Kwa hiyo kuna maji huko chini pia.

B: Oh, ndiyo! Kwa kweli kuna karibu maji mengi ndani ya sayari kama yalivyo juu. Hufika huko kwa kutiririka kupitia nyufa mbalimbali kwenye ganda la sayari. Na mengine, bila shaka, huingia kupitia matundu ya ncha za polar pande zote mbili za sayari.

D: Ulisema kuna miji chini ya hapo?

B: Ndiyo, kuna kila kitu ambacho unaweza hata kutamani kuwaza, ikiwa ni pamoja na mojawapo ya kompyuta kubwa zaidi katika ulimwengu mzima. Kubwa sana, sana, kupita chochote kilicho juu ya uso wa dunia.

D: Inaonekana vipi?

B: Kwa kweli si kifaa kidogo kama tunavyoona hapa. Ni ekari na ekari na maili na maili, yote yakiwa yamejitosheleza. Inahifadhi maarifa yote makuu ya ulimwengu. Unaweza kutembea kwenye njia nzuri za bustani, kana kwamba uko kwenye shamba la ekari ishirini, kwa mfano. Kuna vitanda vya maua, vichaka vidogo vya waridi na mimea mingine mingi ya kigeni sana. Unaweza kutembea kwenye vijia hivyo vidogo na kuingia kwenye bustani au sehemu za maua. Kisha unaweza kujikuta kwenye kiti kilichoinuliwa, au zaidi kama kitanda cha kupumzikia. Unapanda juu yake kama vile ungejaribu kupanda bembea ya kitanda. Hakitingishiki, kinajitulia. Lakini unapoketi na kuvuta miguu yako juu na kuegemea nyuma, kinakufunika kama ganda la ndizi. Ni mashine ambayo unaweza kuiuliza swali, na mara moja unaweza kusafiri popote katika ulimwengu unaotaka. Unaweza kufanya hivyo kwa njia hiyo. Pia ni mashine ya kujifunzia. Itakufundisha chochote unachohitaji kujua au unachotaka kujua. Au pia ni mashine ya uhalisia pepe inayokuruhusu kusafiri. Unaweza kutumia njia hiyo ya usafiri. Au kama hutaki kuitumia, tunatumia usafiri wa kimwili zaidi wa mwili. Unaweza kupanda ngazi ndogo kuingia kwenye wanachoita "milango", lakini kimsingi watu wa juu huiita "stargates". Unaingia humo na unaweza kujisafirisha moja kwa moja popote katika ulimwengu unaojulikana unapotaka kwenda. Unachukua mwili wako pamoja nawe, na unaweza kurudi pia. Pia kuna vichuguu vya mwendo wa kasi vilivyofumwa kama utando wa buibui, ambamo treni hupita ndani ya Dunia kwa zaidi ya maili 3000 kwa saa. Hilo ni jambo la kawaida sana. Inachukua saa moja tu kufika mahali fulani. Hii ni moja tu ya sayari katika ulimwengu unaojulikana. Lakini kwa ujumla hali ni hiyo hiyo, kwa sababu zote ni tupu ndani. Nyingi zina ustaarabu unaoishi ndani. Na tuna msafara wa kudumu wa meli za nyota zinazosafiri kati ya dunia hizi mara kwa mara. Wakati mwingine mnaweza kuziona hapa, lakini kwa kawaida tuna vifaa vinavyoitwa "vifaa vya kujificha", kama vile vinavyoonekana kwenye filamu zenu za sayansi-fiksi.

Vinavyoitwa "Klingon cloaking device"? Meli zote vina hivyo. Ni utaratibu wa kawaida tu.

D: Kwa nini watu wangependa kuishi chini ya ardhi badala ya juu ya uso?

B: Ni salama zaidi. Pia kuna sababu nyingine. Duniani kuna kitu kinachoitwa "kizuizi cha masafa". Kizuizi hicho sasa kinapungua, kwa sababu mnakaribia mabadiliko mapya ya masafa ya Dunia. Hicho ndicho kila mtu anasubiri. Ndiyo maana kuna hamu kubwa kutoka kwa jamii za galaksi nyingine. Tunaweza kuja hapa na kutazama yote haya yakitokea. Hata kama hamuwezi kuyaona kwa vifaa vyenu vya Dunia, sisi tunayafahamu. Na sasa tunaweza kuyapima kwa vifaa vyetu vilivyo sahihi zaidi kuliko vyenu. Kwa hiyo sote tunasubiri, kwa sababu yanakaribia sana.

Alikuwa akizungumzia mabadiliko ya masafa yanayoongoza kwenye uumbaji wa Dunia Mpya. Tazama Sura ya 30.

D: Lakini sisi hatufikirii Dunia kuwa tupu ndani, kwa sababu tunaamini kuna magma katikati ya Dunia.

B: Hiyo ni mojawapo ya hadithi mnazoambiwa muamini huko juu. Mnaambiwa mambo mengi yasiyo ya kweli. Kwa kweli uso wa sayari hii una unene wa maili 800. Chini yake ni tupu kabisa. Jua tulilo nalo ndani lina kipenyo cha maili 600. Liliwekwa huko mamilioni ya miaka iliyopita. Lakini watu watakaobaki hapa watakuwa ndani ya sayari. Ndani haiathiriwi. Ni nje tu ndiko kunaathiriwa. Hizo maili mia nane ndani ya ganda ndiko sumaku ya sayari hutokea, si katikati. Volkano zenu hutokana na msuguano wa miamba inayoteleza huku na huku ndani ya ganda. Katikati ni tupu sana, na bila shaka lina jua hilo nililotaja. Sayari nyingine zote zina muundo kama huo. Kwa hiyo msuguano wa miamba huunda volkano. Volkano zote ziko chini ya uso. Huenda chache hushuka maili mia mbili au mia tatu, lakini hazishuki hadi katikati ya sayari. Katikati ya sayari si ya sumaku. Kwa sababu kama ingekuwa hivyo, ningedhani—ingawa mimi si mtaalamu wa hilo—lakini kama sayari nyingine kubwa ikiingia kwenye mfumo wa jua na kupita karibu na Dunia, basi hili lingetokea. (Aligonganisha mikono yake.)

D: Inajikunja ndani.

B: Hapana, hapana. Ungekuwa na mvuto kama wa sumaku. Sumaku ingevuta sayari yenye kiini kigumu cha kuyeyuka moja kwa moja ndani yake, na isingeiachia. Mwili huo mwingine wa sayari umeundwa ili unapopita karibu na Dunia uvutwe kisumaku kwenye ncha moja au nyingine. Kama sumaku, kaskazini huvuta kusini. Kama Dunia ingekuwa mwili mgumu, zingeshikamana na zisingeachana. Lakini kwa kweli si hivyo, ingawa mvuto unaweza kuifanya sayari ipinduke kidogo, kulingana na upande wenye nguvu zaidi.

D: Umewahi kuwa na maisha mengi chini ya sayari?

B: Nimekuwa ndani mara kadhaa katika kipindi cha maisha yangu kwenye sayari hii. Unaona, huko ni tofauti. Kwa sababu nje una maisha, au katika sehemu nyingine una maisha. Na ndani ya sayari unaweza kuishi milele kabisa kama unataka. Kwa kweli, maisha yangu mengi yalikuwa nje huku na kule mahali pengine.

D: Sayari nyingine?

B: Ndiyo, unasogea kutoka maisha moja kwenda jingine. Inategemea kile unachohitaji kutimiza. Ulimwengu wote ni kama shule kubwa sana. Unaenda kutoka sehemu moja hadi nyingine, kulingana na kile unachohitaji kujifunza.

D: Unakaa muda mrefu katika kila sehemu?

B: Muda wowote unaohitajika ili kukamilisha somo lako au kazi unayofanya—mradi wako. Na usisahau, baadhi yetu tuna mamilioni ya miaka. Kitaalamu, tunaishi milele.

D: Kwa hiyo kuja Duniani ni kama kurudi chekechea, sivyo?

B: (Anacheka) Oh, ndiyo, ni kama kubadilishana kidogo. Lakini wakati mwingine unafanya hivyo kwa ajili ya kozi ya kukumbusha. Njia ngumu sana ya kuifanya, wakati kuna mabilioni ya mambo unayoweza kufanya katika ulimwengu. Sayari za kutembelea. Mitindo ya maisha. Kila aina ya mambo. Hakuna kikomo. Lakini katika maisha yangu kama Bob, mambo ni tulivu sana. Inanipa nafasi ya kusafisha akili yangu, kuegemea nyuma na kuacha kila kitu kiende. Kukaa tu na kutazama, kuwaangalia watu. Ni kama likizo. Watu wengine wanachofanya wakati wa likizo, mimi nakifanya hapa sasa. Mimi ni mtazamaji.

Sura ya 6

KUTOROKA ATLANTIS

Nimepata mifano kadhaa ya watu waliotoroka janga lililosababisha kuangamia kwa Atlantis. Sio kila mtu aliangamia ingawa misukosuko ilienea duniani kote. Wengi waliweza kupata njia yao kuvuka bahari kwenda nchi nyingine, na walijaribu kuhifadhi mtindo wao wa maisha katika mazingira tofauti kabisa. Ifuatayo ni mfano mmoja:

Marie alikuwa muuguzi aliyefanya kazi katika kitengo cha uzazi katika hospitali. Alikuja ofisini kwangu huko Huntsville mwaka 2004 akitafuta majibu ya matatizo, kama vile kila mtu anayekuja. Hata hivyo, kikao hakikuwa maisha ya zamani ya kawaida, na mwanzoni hakikuonekana kuwa na uhusiano wowote na maisha yake ya sasa. Alipotoka kwenye wingu alisema alikuwa anaelea katikati ya bahari.

Hili linaweza kumaanisha mambo kadhaa tofauti. Kiumbe wa baharini, mtu anaogelea, au mtu ameangukia katika siku ya kifo chake na anazama. Hata hivyo, sauti yake haikuonyesha hofu kama ingekuwa ikiwa angeingia katika siku ya kifo chake.

Alipotazama huku na huku aliona yuko kwenye mashua ndogo. "Bahari ni tulivu sasa. Na nahisi itakuwa mbaya zaidi kabla haijatulia tena. Kila ninapotazama kuna maji pande zote. Hakuna chochote kingine isipokuwa maji. Ni mashua ya mbao. Si kubwa sana. Inaweza kubeba watu watatu au wanne. Nahisi tuko baharini. Na hatuna udhibiti mkubwa wa tunakoenda. Tunapeperushwa tu. Nafikiri tuna makasia, lakini hayaleti tofauti kubwa, kwa ukubwa wa mashua na ukubwa wa maji. Tuko kwenye mkondo, na unakupeleka tu pale unapotaka."

D: Kwa hiyo hamjaribu kwenda mahali fulani maalum?

M: Nahisi kama tunaondoka mahali fulani, na tunajaribu kupata mahali pa usalama.

D: Unajua mnaenda wapi?

M: Hapana. Popote mashua itakapotuchukua. Hatuna chaguo.

Kulikuwa na mtu mmoja mwingine ndani ya mashua. "Nahisi ni rafiki wa karibu sana. Mwenza wa karibu. Sina uhakika kama ni mwanaume au mwanamke. Ni mtu ambaye nina uhusiano wa karibu sana naye." Aliona kuwa yeye alikuwa mwanaume wa makamo aliyevaa joho la kitambaa kigumu lililofungwa kwa kamba kiunoni.

D: Unafanya nini kwenye mashua?

M: Nahisi tulilazimika kuondoka. Na ... nahisi kama natoka Atlantis au Lemuria. Na kisiwa chetu hakitakuwepo tena, na tulilazimika kuondoka wakati bado kulikuwa na muda.

D: Mlifiri mashua ndogo ingekuwa salama?

M: Sidhani kama kulikuwa na chaguo nyingi. Wengine wengi tayari walikuwa wameondoka. Na tulijitolea kwenda kwenye mashua ndogo, kwa sababu wengine walichukua mashua kubwa. Zingekuwa salama zaidi. Ilikuwa kitu tulijua kingetokea, kwamba tulipaswa kuondoka. Na tuliwaacha wengine waondoke kwanza.

D: Kulikuwa na kitu kinatokea mlipoondoka?

M: Kilikuwa kinaendelea kwa muda. Na tulijua dunia yetu haitakuwepo tena. Kisha tukajaribu kujiandaa kwa hilo. Na kuchukua vitu tulivyohitaji. Hatukutaka ustaarabu wote uishe, kwa hiyo tulichukua kumbukumbu zake. Baadhi ya taarifa, vitu vya fuwele ambavyo vingetusaidia katika dunia mpya.

D: Hivi ni baadhi ya vitu mlivyokuwa mnavitumia?

M: Ndiyo, ni sehemu ya ustaarabu wetu. Na vilikuwa vitu tulivyoweza kubeba ambavyo vingekuwa msaada, kama tungevihitaji kuanzisha maisha mapya.

D: Kazi yako ilikuwa nini, taaluma yako?

M: Nilikuwa hekaluni. (Kimya kirefu) Nilitumia muda wangu kujifunza kuhusu matumizi ya nishati. Na kuifanya dunia yetu iwe mahali bora kwa aina mbalimbali za viumbe. Nilifanya kazi ya uponyaji na kuwasaidia wengine. Sikuwa mmoja wa waliotukuzwa sana. Nilikuwa bado mwanafunzi, lakini nilikuwa napiga hatua. Nilikuwa najifunza, lakini pia nilikuwa nafundisha. Ningewasaidia wengine.

D: Huyu mtu mwingine aliyeko kwenye mashua na wewe, alikuwa mmoja wa wanafunzi?

M: Yeye pia alikuwa hekaluni pamoja nami, na angefanya kazi kando yangu. Kama msaidizi.

D: Ulikuwa unafundishwa, na ulikuwa unatumia nishati?

M: Ndiyo. Fuwele, na matumizi ya nishati. Na jinsi ya kuumba vitu. Jinsi ya kubadilisha hali. Jinsi ya kuponya. Jinsi ya kuwasaidia watu waliopoteza uwiano. Ningeweza kufanya mambo haya, lakini sikuwa nimekamilika. Nilikuwa bado najifunza mchanganyiko wa akili ya mtu na uwepo wa nishati. Kwamba unaweza kuibadilisha, na kuisaidia kuingia katika umbo la kimwili. Kisha inaweza kutumika kwa manufaa ya wote. Udhihirisho wake utumike katika jamii, au hata kwa matumizi ya mtu binafsi, au wafuasi wa njia hii waweze kuitumia.

D: Ni vizuri kwamba ulikuwa unafanya kazi kwa upande chanya.

M: Ndiyo. Nilikuwa nakuwa bora zaidi. Ningeweza kuathiri mifumo ya hali ya hewa ikiwa ilihitajika. Lakini tena, shauku yangu ilikuwa zaidi katika kuwasaidia wengine. Maradhi yao ya kimwili na kiakili.

D: Wangekuja kwako hekaluni? (Ndiyo) Na uliwaponya vipi?

M: Wakati mwingine tulitumia fuwele. Wakati mwingine tulitumia tu uhamishaji wa nishati kupitia mguso. Wakati mwingine hata hatukuhitaji kuwagusa, bali kuwaletea nishati kupitia mikono.

D: Kwa hiyo fuwele hizi zilikuwa na nguvu sana.

M: Ndiyo. Zingeongeza nguvu za nishati unazotuma. Na kuzifanya ziwe na nguvu zaidi. Wakati mwingine zingesaidia kubadilisha nishati kuwa chanya.

D: Ulisema ulikuwa unadhibiti mifumo ya hali ya hewa. Kwa nini ungependa kufanya hivyo?

M: Kama kulikuwa na kipindi cha ukame mwingi, na kukosa maji. Au kama kulikuwa na dhoruba zilizotishia kuharibu tulipokuwa. Tungejaribu kubadilisha nishati ili isiwe ya kuharibu sana. Kulikuwa na machafuko mengi katika eneo hilo. Kulikuwa na watu wengi wenye nishati hasi. Kwa hiyo ungejaribu kusawazisha hilo.

D: Katika ardhi ile ile mliyokuwa mnaishi?

M: Ndiyo. Kulikuwa na wale waliokuwa wakijaribu upande wa giza wa nishati na nguvu. Na walikuwa wakisababisha machafuko. Walikuwa wakileta vurugu miongoni mwa watu wengi huko.

D: Kwa hiyo inawezekana kutumia nishati kwa njia hasi pia.

M: Ndiyo, inawezekana. Hivyo sivyo nishati zilivyokusudiwa kutumika. Lakini kwa sababu ya viumbe au nishati nyingi, mifumo ya mawazo ya viumbe ilibadilisha hilo. Walijifunza jinsi ya kufanya hivyo. Kulikuwa na nguvu hasi zikisababisha matatizo ya kila aina.

D: Ungefikiri wangejua kwamba hiyo siyo njia sahihi ya kuitumia.

M: Kuna wengi ambao hawajaendelea sana. Hawajaelewa jinsi mambo yanavyopaswa kuwa.

D: Kwa sababu kila unachotuma nje hurudi, sivyo?

M: Hiyo ni kweli.

D: Hakukuwa na chochote mnachoweza kufanya kupambana na hasi?

M: Kulikuwa na mambo mengi tuliyofanya kupambana nayo, lakini hatimaye ikawa kubwa kupita kiasi. Na kulikuwa na mitetemo hasi na nishati nyingi zaidi zilizokuwa zikitumwa, na watu wengi zaidi wakivutwa ndani yake. Tuliingiwa na hofu. Na hatimaye hakukuwa tena na chochote tulichoweza kufanya katika wakati huo, mahali pale. Kwa hiyo tulilazimika kufanya tulichoona kuwa njia bora ya kuokoa maarifa yetu na njia zetu za maisha. Na ndiyo sababu watu wengi waliamua kuondoka. Kwenda baharini kwa mashua na kubeba vitu walivyoweza.

D: Ni nini mlichokiona kingetokea, kilichowafanya mfanye jambo la ghafla na kubwa kiasi hicho?

M: Ardhi tuliyoishi ilikuwa inapasuka. Kulikuwa na matetemeko mengi ya ardhi. Na ilikuwa inavutwa chini ya bahari. Na tulijua hatuwezi kuizuia.

D: Kwa hiyo tayari kulikuwa na matetemeko ya ardhi yakitokea?

M: Ndiyo, yalikuwepo. Tulijua ilikuwa ni suala la muda tu kabla hatujapata hali mpya kabisa ya kuwepo. Kwamba baadhi yetu wangeacha miili yao ya kimwili. Na wengine wetu wangejaribu kuokoa mabaki ya ulimwengu wa zamani na kuyapeleka katika ulimwengu mpya.

D: Ungefikiri wale watu waliokuwa wanatumia hasi wangeacha walipoona kinachotokea.

M: Walilewa na uwezo wa kubadilisha mambo, wa kuyabadilisha kwa nguvu. Hawakujali. Kulikuwa na baadhi pia waliopanga kuondoka kwa mashua.

D: Unajua hasa walikuwa wanafanya nini kwa kutumia nishati hasi? Walikuwa wanaitumia kwa nini?

M: Walikuwa wanajaribu kuwageuza watu mbali na nuru. Jaribio la kuwageuza mbali na chanya. Na kuwafanya waone tu mambo mabaya na waishi kwa hofu. Walitaka kuwatawala. Ili wawe viongozi wao, na wawe na watu wengi waliojaa hofu na wanaowasikiliza wao tu.

D: Kwa kutumia hofu. (Ndiyo) Lakini baadhi yao pia walijaribu kukimbia walipoona kinachotokea.

M: Ndiyo. Ilikuwa imeenda mbali sana. Na ardhi na eneo havikuweza tena kuvumilia misukosuko hiyo. Visengeweza kudumu muda mrefu zaidi. Kwamba vingezama chini ya maji.

D: Ulisema mashua kubwa tayari zilikuwa zimechukuliwa. (Ndiyo) Kwa hiyo watu wengi walijua kitakachotokea. Kisha wewe na msaidizi wako mkachukua mashua ndogo. Na mna baadhi ya fuwele pamoja nanyi?

M: Tuna fuwele na pia tuna baadhi ya maandishi. Mafundisho au taarifa tunazotaka kuhifadhi. Watu wengi wana nakala. Wengi wana vitu zaidi pamoja nao kwa matumaini kwamba baadhi yetu tutafanikiwa. Sio kila mtu alielekea mwelekeo mmoja. Sote tulijaribu kwenda pande tofauti. Tena kwa matumaini kwamba tutaweza kuendelea na baadhi ya mafunzo, mafundisho, na taarifa tulizonazo.

D: Kwa hiyo hakuna hata mmoja wenu anayejua kweli mnaenda wapi. (Kimya) Hamjawahi kwenda maeneo hayo kabla?

M: Baadhi wamesafiri. Mara nyingi kwa mashua, lakini pia waliweza kusafiri katika usingizi wao. Waliweza kwenda kwa kuelea hewani. Waliweza kusafiri kwa njia hiyo. Hawakuhitaji mwili wa kimwili pamoja na mashua. Lakini wakati huu, kwa sababu ya misukosuko mikubwa ya nishati na nguvu – ilikuwa kama dhoruba mbaya sana – hatukuweza kutumia baadhi ya njia hizo za kusafiri. Tulilazimika kwenda kwa mashua.

D: Lakini pia usingeweza kubeba vitu hivi kama ungeenda kwa umbo la kiroho.

M: Hiyo ni kweli.

D: Ilibidi mchukue vitu vya kimwili pamoja nanyi.

M: Taarifa zingehifadhiwa milele katika ulimwengu wa etheri na katika nyanja za juu zaidi, lakini zisingepatikana kwa urahisi katika umbo la kimwili kama tusingezichukua pamoja nasi.

Hawakuona kilichotokea kwa ardhi kwa sababu tayari walikuwa baharini. Walitaka tu kuondoka, na walikuwa wanaenda popote mkondo uliwapeleka.

D: Je, mna chakula chochote pamoja nanyi?

M: Ndiyo, tunacho kidogo. Tunakigawanya kwa kiasi kidogo kidogo. Na tumejifunza kuishi kwa kiasi kidogo sana, kwa sababu tunataka kidumu kadri iwezekanavyo. Kwa sababu hatujui itachukua muda gani kufika nchi kavu.

D: Ni aina gani ya chakula mlichonacho?

M: Ni kama aina fulani ya nishati iliyokolea sana. Ni nafaka fulani. Na mikate midogo tunayoweza kula. Maji yetu, bila shaka, ni ya thamani sana, na tunakunywa mafundo madogo tu. Kwa sababu unaweza kubeba kiasi kidogo tu. Kwa hiyo tunajaribu kutotumia makasia sana. Tunajaribu kuhifadhi nguvu zetu. Na tunalala kadri tuwezavyo. Tunakula kidogo kadri tuwezavyo.

D: Hiyo ina mantiki. Kwa sababu unapolala hutumii nishati nyingi.

M: Hiyo ni kweli.

D: Haisikiki kama chakula kinachoweza kuharibika haraka.

M: Hapana, kinaweza kudumu kwa muda mrefu.

D: Je, tayari mmekuwa baharini kwa muda?

M: (Kimya) Sina uhakika kama ni siku au wiki. Lakini inaonekana ni muda mrefu. Tunaweza kuweka alama kwenye mashua kuhesabu kupita kwa kila siku.

D: Lakini bado ni kama siku moja baada ya nyingine.

M: Ndiyo. Hasa unapolala sana. Unaamka na kisha unarudi kulala tena.

Nilimsogeza mbele kidogo katika muda ili kuona kilichotokea, kwa sababu angeweza kuwa anaelea baharini kwa muda mrefu sana.

D: Je, mnapata mahali pa kusimama?

M: Ndiyo, tunapata. Kuna watu wengi wamesimama wakitutazama tunapofika ufukweni. Wanashangaa tumetoka wapi, na kwa mashua ndogo kiasi hicho. Nahisi ni kama tumefika Misri. Watu wanaosimama pale wana ngozi yenye rangi ya giza zaidi.

D: Je, mnaweza kuelewana?

M: Tunaweza kuwasiliana kwa telepathia, lakini kwa lugha kuna kizuizi.

D: Je, wanaweza kukuelewa telepathia?

M: Baadhi wanaweza, lakini sisi tunaweza kuwaelewa wao zaidi kuliko wanavyoweza kutuelewa sisi.

D: Je, kuna kitu chochote kimetokea katika nchi wanamoishi?

M: Kumekuwa na dhoruba nyingi, na mabadiliko ya misimu. Wanajua kuna jambo lisilo la kawaida linatokea, na wanaliogopa. Bahari zimekuwa na mawimbi yasiyo tulivu, na hali ya hewa imekuwa ya ajabu kwao. Halafu watu wanaofika kwa mashua ndogo, na wanaoonekana tofauti waziwazi, inawafanya wawe na mashaka zaidi.

D: Je, mnaweza kuwaeleza kinachoendelea?

M: Hatuwashirikishi kila mtu maarifa ya jumla kuhusu kilichotokea. Tuliwaambia tu kwamba tumepoteza makazi yetu, na kwamba tulisafiri kwa muda mrefu baharini hadi kufika hapa. Inaonekana kuna mtu anayeweza kutafsiri. Lakini hatuwaelezi kila mtu hadithi yote ya yaliyotupata. Na wao hawana uelewa mzuri wa ustaarabu tuliotoka.

D: Ustaarabu wao haujaendelea sana?

M: Hapana. Haukuwa kama wetu.

D: Je, wanawaruhusu kubaki?

M: Ndiyo. Sisi ni kama kitu cha ajabu kwao, kitu cha kuwachochea udadisi. Wanaturuhusu kubaki.

D: Mpango wenu ni nini sasa?

M: Mpango wa kwanza ulikuwa kupona tu, kupata chakula, maji na makazi kwa muda. Kuna mwanaume mmoja anatuchukua na kuturuhusu kukaa naye.

D: Lakini vitu mlivyoleta vilinusurika? Fuwele, maandishi na taarifa?

M: Ndiyo, walifanya hivyo. Tunaviweka vikiwa vimefungwa ndani ya ... ni kama kitambaa. Inaweza hata kuwa kama roli la kitambaa ambamo vitu hivyo vimefungwa. Tunaogopa vinaweza kuharibiwa, au mtu akaviba ikiwa ataviona.

D: Kama wakijua ni nini.

M: Ndiyo. Tunavificha pangoni.

D: Je, unafikiri mtaweza kufundisha mtu yeyote kuhusu maarifa hayo?

M: Tuko na uhakika kiasi kwamba kuna watu hapa. Kuna walimu, au kuna "fagists" (kama ilivyotamkwa) ambao tunaweza kushirikiana nao kuhusu mambo haya. Na mara tu tunapogundua kama wanaweza kuaminika, basi tunaweza kuanza polepole kushiriki mambo haya nao.

D: Hiyo itachukua muda. Na sasa mna muda, sivyo?

M: Ndiyo, tunao.

D: Angalau mmepata mahali pa kukaa. Hamjui kama wengine walinusurika au la.

M: Kumekuwa na taarifa kwamba wengine wamefika ufukweni katika maeneo tofauti. Kwa hiyo tunajua kwamba baadhi ya watu katika maeneo mbalimbali wamefanikiwa kufika salama. Wengine hatujasikia habari zao. Lakini tunajua kwamba kuna wengine waliookoka.

D: Inaonyesha basi kwamba maarifa hayatapotea.

M: Ni habari ya furaha sana kusikia kwamba kuna wengine. Kwamba sisi si waokokaji wa pekee. Wajibu ulikuwa kuendelea kubeba taarifa hizi na vipawa hivi.

Nilimsogeza mbele hadi siku muhimu katika maisha hayo ili kuendeleza hadithi.

M: Tumepata mahali pa kuhifadhi fuwele na maandishi. Tunahisi sasa tunaweza kupumzika kwa sababu hatuhitaji tena kuwa na wasiwasi juu ya usalama wao kila wakati. Tumesha¬shiriki baadhi ya taarifa, lakini watu hawa bado hawako tayari kwa yote. Kwa hiyo lazima tuvichukue vitu hivi na kuvificha kwa sasa.

Nilipomuuliza walivificha wapi, alionekana kuwa na wasiwasi. Ilinibidi nimhakikishie kwamba mimi si tishio, na kwamba ni salama kuniambia.

M: Vimehifadhiwa ... viko ndani ya piramidi. Lakini ni kama eneo la kuhifadhi la aina ya kati ya vipimo. Si mahali panapoweza kupatikana isipokuwa ujue jinsi ya kufikia. Huwezi kuviona kwa urahisi, au hata kujua vipo hapo. Inahitaji aina fulani ya nishati ili vitu hivyo vionekane. Ili vijitokeze. Vitu vyenyewe ni vya kimwili, lakini vimehifadhiwa katika eneo fulani ... ni kama vipo hapo lakini huwezi kuviona. Ni kama nafasi ya kati ya vipimo. Sanduku ambalo tuliweka vitu ndani yake kisha tukalifunga. Na ni nishati fulani tu zinazoweza kufungua mlango wake, ndipo vinaweza kuonekana.

D: Je, hii nafasi ya kati ya vipimo ni kitu mlijua jinsi ya kuunda?

M: Nilisaidiwa na baadhi ya wengine waliookoka, na baadaye tulikutana. Kwa kufanya kazi pamoja tuliweza kuunda nafasi hiyo.

D: Kwa hiyo si mahali pa kimwili ndani ya piramidi.

M: Ni mahali pa kimwili, lakini ni kama halionekani. Lipo. Na mradi limefungwa ... mtu hawezi tu kupita na kuliona. Lazima kuwe na nishati fulani ya kiakili, maarifa fulani, na hata alama fulani, ishara fulani zinahitajika ili kulifungua.

D: Lakini je, ni kama mliiweka ndani ya ukuta?

M: Ndiyo, ni sawa na hilo. Ni kama ndani ya jiwe kubwa. Lipo hapo, lakini huoni njia yoyote ya kuingia ndani yake. Hakuna dalili kwamba lipo.

D: Hakuna njia ya kulifungua kimwili.

M: Hiyo ni kweli. Huwezi kulifungua kimwili. Lazima lifunguliwe kwa nishati. Lazima kuwe na mtindo fulani wa mawazo. Na lazima awe mtu sahihi mwenye zile ishara. Wanapaswa kubeba katika uga wao wa nishati ishara hizo zinazohitajika kufungua jiwe.

D: Si ishara za kimwili wanazozijua?

M: Kabla ya kuja katika umwilisho. Kabla ya kuzaliwa hapa, walikuwa tayari wanajua hilo, na ishara zilikuwa katika uga wao wa nishati.

D: Kwa hiyo ziliwekwa kabla mtu hajazaliwa?

M: Ndiyo. Na wakati mwingine ilibidi wazipate kwa juhudi. Ilibidi wajifunze mambo fulani au wapitie majaribio fulani ili ishara hizo zianze kufanya kazi. Ziweze kuamilishwa. Ili ziweze kufanya kazi. Kwa hiyo labda kama mtu yuleyule angekuwa mahali sahihi kwa wakati fulani, huenda hakuna kitu kingetokea. Alihitaji kujifunza. Lakini kama katika maisha haya amefanikisha mambo fulani, kama amepita majaribio fulani yanayoonyesha nia zake za kweli, nia zake nzuri, basi ishara hizo zingeamilishwa katika uga wake wa nishati. Na akienda pale, angeruhusiwa kufungua. Kujua wapi pa kwenda. Na kwa mawazo yake ya akili ingefunguka kama ufunguo. Na si mtu mmoja tu mwenye hizi. Lazima wawe wengi, endapo mmoja atashindwa.

D: Hilo linaeleweka. Watu wanapozaliwa, je, wana ishara fulani zinazowekwa katika ... roho, aura au chochote?

M: Ndiyo, sote tunazibeba. Na ndiyo maana wakati mwingine tunakamilishana, au tunatambuana. Hatuwezi kuziona kwa macho ya kimwili, lakini mwili wetu unazijua, au uga wetu wa nishati unazijua. Na tunaweza kuhisi hisia fulani. Kuna ama chuki, au mvuto, au hisia ya ustawi.

D: Kwa hiyo ishara hizi ni muhimu. (Ndiyo) Je, ishara hizi zinaumbwa upande wa roho? (Pause) Nilikuwa najiuliza zinatoka wapi. Nani anaamua kuziweka katika ... nadhani katika uga wa aura, kwa kukosa neno bora?

M: Wao ni sehemu ya akili ya ulimwengu mzima. Akili ya ulimwengu. Na wanaendana na mpango wa maisha yetu kabla hatujazaliwa katika mwili. Ni kama funguo katika maisha yetu yote. Tukifika mahali fulani au sehemu fulani, tukikutana na mtu fulani, na ufunguo unaendana na kufuli. Au alama mbili zinaungana. Au alama zinazopingana. Zinatupa mwongozo wa kujua tunapaswa kufanya nini. Wakati mwingine zinaweza kufungua kumbukumbu. Wakati mwingine zinaweza kuamsha mwitikio ndani yetu unaotusaidia kufanya maamuzi, na kubadilisha maisha yetu. Mtindo wa maisha, maamuzi ya maisha. Kwa hiyo ni kama mfumo mdogo wa mwongozo. Ambao kwa wakati fulani unaweza kuamilishwa na kutusaidia kujua tufanye nini, na lini tufanye.

D: Lakini haya ni mambo ambayo mtu wa kawaida hayajui, na hatuyafahamu.

M: Hapana, lakini sote tunayo.

D: Na kwa kawaida huwezi kuyaona au kujua yapo.

M: Watu wachache wanaweza, lakini wengi wetu hatuwezi kuyaona kwa macho.

D: Unapata tu hisia, au silika.

M: Ndiyo, ndiyo. Hivyo ndivyo.

D: Hilo ni muhimu. Na maana yake ni kwamba alama ni muhimu sana kwa akili ya ulimwengu.

M: Hiyo ni kweli. Ni lugha ya ulimwengu.

* * *

Hii inaendana na taarifa ambazo nimezipokea na kuripoti katika vitabu vyangu vingine. Kwamba viumbe wa nje ya dunia (ETs) huwasiliana kwa alama, na alama hizi hubeba mafungu ya taarifa na dhana ambazo zinaweza kuhamishwa kiakili. Pia inaelezea kwa kiasi taarifa nyingi nilizopokea za watu kupokea wimbi la alama zinazoingia akilini mwao. Wengine wameripoti wakiwa wamelala kwenye kochi sebuleni mwao, na kuona mwanga ukiingia kupitia dirishani ukiwa na alama nyingi za kijiometri na nyinginezo. Mwanga huo hulenga eneo la paji la uso wao. Wengine wameripoti msukumo wa kukaa kwa saa nyingi wakichora alama au michoro isiyo ya kawaida. (Watu wengi wamenitumia nakala za michoro yao, na inashangaza jinsi inavyofanana.) ETs wameniambia pia kwamba alama za Crop Circle hubeba mafungu ya taarifa pia. Mtu hahitaji kuwa ndani ya duara hizo ili kupokea taarifa. Kuiona tu alama kwenye jarida, gazeti, n.k., inatosha kupakua taarifa. Wameripoti njia nyingine mbalimbali ambazo upakuaji huu hutokea. Walisema hiyo ndiyo lugha yao. Mtu anayepokea si lazima aielewe. Inapandikizwa kwenye fahamu fiche za mtu katika kiwango cha seli. Kusudi ni kwamba siku moja atahitaji taarifa hiyo, na atakuwa nayo bila hata kujua ilikotoka. Hilo linaibua swali: kama tunazaliwa na muundo wa alama uliopandikizwa kwenye roho au aura yetu, je, upakuaji kutoka kwa ETs unaongeza kwenye muundo huo au kuamsha? Alisema kwamba muundo huu hubadilika kadiri mtu anavyopitia uzoefu wa maisha.

* * *

D: Najua kuna piramidi nyingi sana Misri. Je, mliziweka katika piramidi kubwa?

M: (Ananyamaza kidogo) Nafikiri ziko katika paw ya Sphinx badala ya piramidi yenyewe. Naam, naamini hivyo. Kuna njia nyingi za chini ya ardhi na vyumba humo ndani. Nafikiri ziliwekwa — kama ninatazama Sphinx — pengine kwenye paw ya kushoto.

D: Je, njia hizi zinaenda chini ya piramidi pia?

M: Ndiyo. Kuna nyingi sana chini ya piramidi.

D: Lakini watu wengi hawajui jinsi ya kuingia huko, sivyo?

M: Hapana, ni waingizi wachache tu, makuhani, na baadhi ya kifalme. Mtu wa kawaida hajui. Kuna uvumi kwamba zipo, kwa sababu zilipaswa kujengwa. Na taarifa huvuja mara kwa mara. Lakini watu wa kawaida hawajui maelezo kamili. Wamesikia tu uvumi kwamba zipo.

D: Lakini kama Sphinx na piramidi zilikuwepo tayari mlipofika, umewahi kusikia hadithi kuhusu nani alizijenga?

M: (Ananyamaza) Ndiyo. Naamini ustaarabu huo — hata kama haukuwa wa hali ya juu kama wetu — ulisaidiwa na viumbe wa nje ya dunia. Kwa sababu kiwango cha akili cha jamii hiyo hakikuwa kimeendelea sana. Walipewa taarifa. Lakini, tena, kwa kundi dogo tu la watu. Sio wote. Na wengi wao walikuwa wafuasi zaidi kuliko wafikiri huru.

D: Je, uliwahi kusikia jinsi walivyoweza kujenga kwa mawe makubwa hivyo?

M: Ilifanywa kwa udhibiti wa nishati. Ilifanywa kwa kifaa cha aina ya mvutano wa graviti. Ueleaji hewani. Kimwili ingekuwa karibu haiwezekani kujenga hayo.

D: Ulipotoka, je, mngeweza kufanya kitu kama hicho?

M: Ndiyo. Ingawa utaalamu wangu haukuwa katika usanifu au ujenzi, nilijua misingi ya udhibiti wa nishati na ueleaji.

Wanafunzi wengi, waingizi, wale waliokuwa wakifanya kazi hekaluni, wote walijua haya. Hiyo ilikuwa sehemu ya mafunzo.

D: Kwa hiyo hili lilikuwa jambo ambalo kila mtu alifundishwa.

M: Ndiyo. Na kulikuwa na baadhi waliokuwa wameendelea sana katika mambo hayo. Katika usanifu na uundaji wa vitu vya kimwili. Haikuwa tu ya kimwili. Haikuwa tu ya vipimo vitatu. Ilikuwa mchanganyiko wa vitu vya kimwili na mitetemo ya juu zaidi, karibu na maonyesho ya kiroho. Havikuwa vitu vya kimwili pekee.

D: Lakini ulisema watu waliokuwa Misri hawakuwa wameendelea vya kutosha kufanya haya peke yao.

M: Hapana. Kulikuwa na baadhi waliokuwa wameendelea zaidi na walio tayari kusikiliza, na waliokuwa wazi zaidi — mara nyingi wale walioelimika zaidi kuliko watu wa kawaida. Walipewa taarifa hizi kwa matumaini kwamba zingesaidia ustaarabu wao kuendelea. Kwa hiyo waliwasiliana na viumbe wa nje ya dunia, wale wanaosimamia. Walikuja na kuwasaidia. Na kwa sababu ya maarifa yetu na tulipotoka, tuliweza pia kusaidia katika kujifunza na maendeleo yao.

D: Kwa nini piramidi zilijengwa? Zilikuwa na kusudi?

M: (Ananyamaza kwa muda mrefu) Zilikuwa vyanzo vilivyokandamizwa vya nishati. Hazikuwa kama fuwele, lakini karibu zilikuwa zinaweza kukuza na kusaidia katika uumbaji wa mambo mengi ndani ya piramidi. Na ndani ya mtetemo wa piramidi. Zilikuwa vituo vya kujifunzia, lakini pia ilikuwa kama kuingia katika kipimo kingine, kwa sababu ya nishati waliyoishikilia. Ziliweza kukuza na pia kusambaza mitetemo na nishati kwenda maeneo mengine. Ilikuwa kama uga mkubwa wa nishati au nguvu. Kituo cha nguvu na nishati nyingi.

D: Kwa hiyo ndiyo sababu viumbe wa nje ya dunia walitaka zijengwe?

M: Hiyo ilikuwa sehemu ya sababu, au kazi yake. Viumbe hao wanataka wanadamu waishi kwa maelewano zaidi, amani zaidi, na furaha zaidi, badala ya umaskini, maumivu na kukata tamaa. Walitumaini tungetumia taarifa na vipawa hivi kupanua uwezekano huo.

D: Lazima wawe watu wenye maarifa ya jinsi ya kutumia.

M: Ndiyo. Na ndiyo maana ni watu wachache tu waliopewa maarifa haya kuhusu nguvu za piramidi na uwezekano wake. Lakini pamoja na nguvu hiyo kuna uwezekano pia — kama ilivyokuwa Atlantis — wa upande hasi.

D: Wa matumizi mabaya.

M: Hiyo ni kweli. (Anavuta pumzi ndefu) Uhuru wa kuchagua unaweza kuelekezwa upande wowote.

D: Ndiyo maana ungeweza kwenda mwelekeo wowote. Lakini badala ya kutumia maandishi na fuwele zenu, mliamua kuzificha mahali salama.

M: Ndiyo, watu hawakuwa tayari kwa taarifa zote. Na hawakuwa wakizitumia kama ilivyopaswa kutumiwa. Tayari kulikuwa na matumizi mabaya ya nguvu katika baadhi ya maeneo, ambapo ingeweza kwa urahisi kuwa Atlantis nyingine tena. Kama wangekuwa na maarifa na matumizi ya nguvu kamili kabisa.

Kisha niliamua kumsogeza Marie mbele hadi siku ya mwisho ya maisha ya yule mwanaume, kwa sababu sikuona kama kungekuwa na jambo jingine la kujifunza baada ya yeye kuficha siri hizo.

M: Mimi ni mzee sana. Na mwili wangu umebaki katika hali nzuri kwa kiasi fulani, kwa sababu ya maarifa yangu ya uponyaji na matumizi ya nishati, na mawazo ambayo mwalimu wetu alituambia huunda mwili wa kimwili. Lakini mwili wangu umezeeka. Na umechoka sana. Na niko tayari kuondoka.

D: Kwa hiyo hakuna tatizo kubwa na mwili.

M: Unazeeka. Umebadilika kutokana na athari za maisha haya ya Dunia. Hakuna tatizo kubwa sana.

D: Uliishi huko Misri kwa muda mrefu?

M: Ndiyo. Ningesema labda miaka arobaini zaidi.

D: Na kwa hiyo uliweza kupitisha baadhi ya maarifa yako.

M: Ndiyo, nilifanya hivyo. Nilishiriki yale niliyohisi yanafaa na wale walioelimika. Wale waliokuwa wamefunzwa katika njia hizo. Lakini tena, sikuweza kushiriki yote kwa sababu haingefaa kwa wakati huo.

D: Ndiyo, lakini ulifanya mengi katika maisha yako.

M: Nilijaribu. Daima kulikuwa na maamuzi mabaya fulani. Wakati mwingine unawaambia watu mambo au kuwafundisha, na wao hawafanyi ... kama ilivyo wakati wowote katika maisha, watu wengine wanatumia, wengine hawatumii. Na wengine wanayatumia vibaya.

D: Hivyo ndivyo ilivyo kila mahali. (Ndiyo) Je, kuna mtu yeyote pamoja nawe siku ya mwisho ya maisha yako?

M: Hapana, niko peke yangu. Siogopi, lakini najua niko tayari kuondoka.

Baada ya yeye kutoka mwilini na kwenda upande wa roho, nilimwomba ayapitie maisha aliyoyaacha na aone kama kulikuwa na somo alilojifunza.

M: Nafikiri nilihitaji kujifunza uvumilivu, kwa sababu nilikuwa na hamu sana ya kujifunza, lakini nilitaka kujifunza zaidi. Na sikuwahi kuhisi kama nilikuwa mahali nilipopaswa kuwa. Ningefikia hatua fulani, lakini haikutosha kamwe. Nilifikiri nilipaswa kujua zaidi, na kujua haraka zaidi. Na hilo lilikuwa somo gumu sana.

D: Unafikiri ulijifunza?

M: Je, kuna mtu anayeweza kulijifunza kabisa? Hilo ni gumu. Ndiyo, nilijifunza kuwa na uvumilivu zaidi.

D: Pia ulikuwa na maarifa mengi sana.

M: Ndiyo, na hilo lilikuwa sehemu nyingine ya somo. (Anavuta pumzi ndefu) Kujifunza matumizi na kushiriki maarifa. Wajibu unaokuja nayo. Kwamba ukipokea maarifa hayo, lazima ujifunze kuyatumia kwa hekima. Kwamba wakati mwingine yamekusudiwa kwa wengine, na wakati mwingine siyo. Na ukiyampa mtu asiye sahihi kwa wakati usio sahihi, inaweza kuwa janga. Na ukiyampa kwa wakati sahihi, inaweza kuleta matokeo mazuri sana.

D: Kwa hiyo lazima uwe mwangalifu katika kuchagua.

M: Hiyo ni kweli. Na ni wajibu mkubwa sana.

Kisha nilimwondoa huyo kiini na kuunganisha tena utu wa Marie kwenye mwili ili niweze kuzungumza na fahamu yake ya ndani.

D: Kwa nini ulichagua maisha hayo Marie ayaone leo?

M: Kwa sababu yanafanana sana na yale anayopitia sasa. Yuko kwenye njia ya kujifunza. Na ana fursa kubwa ya kufanya mengi kubadilisha dunia hii. Kusaidia kuleta dunia mpya. Ni wajibu mkubwa sana.

D: Lakini kwa juu juu haionekani kufanana sana.

M: Ana uwezo wa kufanya mema mengi katika dunia hii kuhusiana na matumizi ya nishati zake, maarifa yake kutoka maisha yake yote ya zamani. Anaweza kuwasiliana na wengi. Au ataweza, atakapokuwa tayari. Na asipofanya hivi kwa wakati sahihi, kwa mpangilio sahihi, basi mambo mengi ya thamani yatapotea. Na ni muhimu sana aelewe kwamba: kwanza, uvumilivu ni muhimu sana. Kwamba mambo yote huja wakati wake. Na pili: anapopata nguvu na uwezo huu, azitumie kwa uangalifu mkubwa. Na ingawa hamu yake ni sahihi, ya kuwasaidia wengine, si kila wakati unawasaidia kwa njia rahisi zaidi. Na wakati mwingine lazima wajifunze wenyewe. Na hivyo kuwapa kila kitu ambacho kwa nje kinaonekana wanakihitaji, si mara zote uamuzi sahihi. Lazima awape, wakati umefika, labda kidogo chini ya kile ambacho wangeweza kutumia.

D: Maarifa haya yatatoka wapi?

M: Maarifa haya ambayo amekuwa nayo, ambayo amejifunza kutoka maisha yote ya zamani. Na wakati sahihi utakapofika, yatapewa kwake.

D: Yatarudi yote, unamaanisha?

M: Ndiyo. Na imepangwa kwamba sehemu zake ... zangu, za nafsi kuu, kwa wakati sahihi zitaingia, na kuleta pamoja nazo vipawa hivi. Nishati hizi na maarifa anayohitaji ili kusonga hatua inayofuata, kiwango kinachofuata.

D: Lakini utu wake wa sasa utabaki, sivyo?

M: Ndiyo, sana.

D: Ni kama tabaka la juu, au muunganiko? Wa yule mwenye taarifa.

M: Hiyo ni kweli. Itaunganishwa tu na hali yake ya sasa.

D: Kwa hiyo hahitaji kusoma au kuhudhuria madarasa?

M: Ndiyo, bado anahitaji kufanya mambo hayo. Itasaidia kuamsha kumbukumbu. Na itamsaidia katika kujifunza upya. Wakati mwingine ni vigumu kuleta moja kwa moja mifumo fulani ya mawazo. Na kwa kujifunza tena kupitia mizunguko tofauti ya akili yake, itamsaidia katika maisha haya ya sasa. Anafundishwa kutoka upande huu.

D: Ana swali lingine. Kwa nini anaumwa sana na bahari? Anaipenda maji na pomboo, lakini anaumwa sana na bahari.

M: Kiwango cha nishati ya bahari ni cha juu sana. Huunda nishati zenye nguvu sana. Na kwa sababu mwili wake, kiini chake, ni kibadilishaji cha nishati, anaweza kunyonya kiasi fulani tu kabla hajaanza kuhisi kimwili. Pia inahusiana na kipindi chake kirefu baharini alipokuwa anaondoka Atlantis kwa mara ya kwanza. Ilikuwa hali ya msongo mkubwa kuwa baharini. Na tena, viwango vya nishati vilikuwa vya juu sana. Ingawa alikuwa na nguvu na uwezo fulani juu ya vipengele vya asili, na uwezo wa kubadilisha nishati ili kuifanya bahari isiwe kali sana, alikuwa katika hali dhaifu kutokana na ukosefu wa chakula na maji.

D: Mshtuko wa hali hiyo.

Sura ya 7

MAARIFA YA KALE

Kipindi hiki kilifanyika mwezi Mei 2002 katika ranchi nje ya Bozeman, Montana, ambapo nilikuwa nakaa katika nyumba ya wageni. Nilikwenda Bozeman kutoa mihadhara kadhaa, lakini sababu kuu ya safari hiyo ilikuwa kukutana hatimaye na Leila Sherman, mwanamke wa miaka mia moja ambaye alipiga picha ya Yesu niliyotumia kwa jalada la Jesus and the Essenes. Nilijua huenda hii ingekuwa nafasi yangu ya kwanza na ya mwisho kumuona. Mwanamke mmoja alikuwa akifanya kazi na Leila kuandaa na kuuza picha hiyo. Leila aliniambia alifikiri alikuwa tayari kufa, lakini walipoweka pamoja tovuti christpicture.com na mpango wa masoko, ilikuwa ya kufurahisha sana kiasi kwamba alisema alifikiri angebaki duniani miaka mia nyingine. Leila anaishi katika nyumba ya wazee, lakini bado ni mwenye shughuli nyingi na anaweza kujihudumia mwenyewe. Alisema yeye ndiye mwenye umri mkubwa zaidi huko, na ndiye pekee ambaye hahitaji msaada.

Lorraine alisafiri kwa ndege kutoka jimbo lingine ili kuwa Bozeman wakati huohuo. Alikuwa mganga wa tiba asilia na alikuwa akifanya kazi na madaktari na hospitali kuanzisha na kuunganisha tiba za asili na mbinu za kitamaduni. Katika jiji kubwa analoishi, anafanya kazi na hospitali tano na ameanza kwa kuwafundisha wauguzi. Ana akili sana na anaamini hili litakua kuwa jambo muhimu sana.

Katika kipindi hicho, aliposhuka kutoka kwenye wingu, alijikuta akiwa msichana wa miaka 14 au 15 mwenye nywele ndefu za kahawia nyekundu, katika mazingira tulivu ambayo nilidhani huenda ni mji wa pwani. Hivyo ndivyo ilivyosikika, lakini baadaye niligundua vinginevyo tulipoendelea. Alieleza nyumba yao ikiwa pembeni mwa ghuba, na kubwa sana yenye matao yanayotazama maji pande zote mbili. Alitaka kuishi maisha ya kawaida hapo pamoja na wazazi na ndugu zake, lakini kundi lenye nguvu kwenye kisiwa lilikuwa na mipango mingine kwa ajili yake. Waligundua alikuwa tofauti na watu wengine, na walitaka kutumia uwezo wake. Alipaswa kwenda kuishi katika hekalu kubwa juu ya kilima juu ya mji.

L: Nina kipawa. Ninaweza kuona.

D: Unaweza kuona nini?

L: (kwa sauti ya chini) Wakati ujao. (Ananyamaza kwa muda mrefu) Ninaweza kuona wakati ujao. Wanataka kunifundisha jinsi ya kuuelekeza.

D: Ingawa una kipawa, hujui jinsi ya kuudhibiti. Ndiyo unamaanisha?

L: Hapana! Wanataka kuudhibiti – kupitia mimi. (kwa sauti ya chini) Agizo. Wanaume wanaoendesha kila kitu. Bahari. Watu. Natakiwa kwenda kuishi katika hekalu kubwa juu ya kilima na kufanya wanachoniambia.

D: Wanaume walioko hekaluni wanadhibiti mambo?

L: (kwa mshangao) Ndiyo. Watanidhibiti. Nataka kubaki na familia yangu. Nataka kusafiri baharini. Ndugu zangu wanaweza kufanya wanachotaka. Nataka kuimba. Siruhusiwi kuimba. Mambo hutokea ninapotoa sauti hizo.

D: Sioni kosa lolote kuimba. Nini hutokea unapotoa sauti?

L: Chochote ninachotaka! — Wanaume walioko kilimani wananiogopa.

Nilimhakikishia kuwa anaweza kuniambia kuhusu hilo, kwa sababu mimi si tishio kwake. "Ni sauti gani unazotoa?" Lorraine alikuwa amekunja midomo kana kwamba anatoa sauti ya "oooh". "Unasogeza mdomo, lakini sisikii kitu."

L: Husikii sauti? Ni kama upepo. Ni sauti za upepo.

Kisha alianza kutoa sauti ya ajabu, kali, ndefu. Ilikuwa taratibu lakini ya kudumu, kutoka Oooooooooooooooooh (sauti ya kati) Oooooooooooooooooh (sauti ya juu) Ooooooooooooh (juu zaidi, hadi kusikika kwa shida) kisha ikashuka tena Oooooooooooooooooooooh (sauti ya kati). Baadaye Lorraine aliposikiliza mkanda, alisema hiyo ni sauti ambayo isingekuwa rahisi kwake kuitoa, hasa sehemu iliyopanda juu taratibu hadi haikusikika.

Alieleza kile sauti hiyo ilifanya, "Hufungua milango." Sikuelewa alimaanisha nini. Milango ya kimwili? "Unaweza kutembea kupitia milango hiyo. Hawaioni." Kwa hiyo haikuwa milango ya kimwili. Alikuwa akimaanisha kitu kilicho katika ulimwengu usioonekana.

L: Ni milango iliyopambwa kwa dhahabu, yenye kingo zenye vito na mwanga mweupe na wa rangi katikati. Si milango halisi. Ni mianya, milango ya kupita.

D: Unaziona wapi?

L: Mbele yangu. Hapo angani.

D: Ukiwa nje?

L: Hapana, popote nilipo, ziko nami. Ziko angani. Sauti huunda milango na kuifungua. Zinapofunguka, ninaweza kupita ndani yake.

D: Na hakuna mtu mwingine anayeweza kuona milango hiyo. Uligundua lini unaweza kufanya hivyo?

L: Nilikuwa na miaka mitano. Familia yangu, mjomba wangu. Niliwaambia mambo niliyoweza kuona kupitia milango. Walidhani ninatunga hadithi – na kwamba nilikuwa wa kuchekesha.

D: Uliona nini kupitia milango?

L: (kwa sauti ya chini) Ninaona wakati ujao.

D: Ulijuaje kwamba ni wakati ujao?

L: Kwa sababu ningewaambia hadithi, halafu zingetokea. Walianza kuamini nilipofikisha miaka nane. Kisha wanaume walioko kilimani walinichukua. Walianza kunipima. Niliwekwa chumbani na kuambiwa nifanye. Wangeandika ninachowaambia. Kisha walianza kunifundisha kubadilisha nilichokiona. Walitaka nikibadilishe kuwasaidia wao. Kukiuelekeza upya. Kufanya mambo mazuri yawatokee wao, na mabaya yaende kwa mtu mwingine.

D: Kwa hiyo uliona mambo mabaya pia?

L: Niliweza kuona kila kitu. Nilijua nini kinakuja. Kulikuwa na madirisha matatu ndani ya milango. Naweza kuona namna tatu tofauti ambazo mambo yanaweza kutokea.

D: Kwa hiyo wakati ujao si njia moja tu.

L: (kwa sauti ya chini: Hapana.) Ningeweza kuubadilisha. Kuutuma kwingine. Kuuondoa. Kuufanya tofauti.

D: Je, hilo linaruhusiwa kufanywa?

L: Ni kama bahati. Bahati nzuri ikija, bahati mbaya lazima iende mahali pengine. Hawakuona hivyo. Walidhani wanaweza kuchukua bahati yote na kuibakiza kwao. Waliichukua kwa ajili yao na kuwatawala wengine. Tunaishi kwenye kisiwa kikubwa, chenye ghuba nyingi. Nilikiona kutoka juu nilipokuwa nashuka. Ni kizuri. Na wana miundo mirefu juu ya kilima na wanawatawala watu wote walioko chini.

Nilidhani inaonekana kama aina fulani ya dini iliyopangwa.

L: Hakuna kanisa bado. Bado si dini. Ni nguvu. Ni hekalu. Ni mahali pa uwepo wote.

Inaonekana tulikuwa mbali sana katika historia, kabla ya mwanzo wa dini zilizopangwa. Lakini haijalishi, tamaa ya nguvu na uchu vimekuwepo tangu mwanzo wa mwanadamu kuishi duniani. Inaonekana kumekuwa na mapambano ya kudumu kati ya nguvu za mema na mabaya.

D: Na walitaka kuwadhibiti wote waliokuwa wanaishi kwenye kisiwa kwa kubadilisha unachokiona?

L: Ndiyo. Akili zote zenye nguvu zinaishi hekaluni. Lazima niende kuishi hekaluni. Lazima niache familia yangu.

D: Familia yako inahisije kuhusu hilo?

L: Wamekuwa na mafanikio sana kwa sababu ya kile nilichofanya. Niliwapa bahati. Unawaza kitu na hutokea. Na unakichukua na kukielekeza, na kutuma kingine mahali pengine. Ni mwelekeo tu. Wangekuwa na udhibiti kamili wa nguvu zote nikienda kuishi pale. Natakiwa kuwaonyesha jinsi.

D: Unafikiri unaweza kuwaonyesha jinsi ya kufanya hivyo?

L: Hapana. (Akaanza tena kutoa sauti za oooh.) Ninachofanya tu ni kufungua dirisha. Mlango wa kupita hufunguka kwa sauti. Halafu naweza kuona zaidi kupitia mlango nikitazama. Sauti hubeba mawimbi. Na mawimbi husukuma dirisha lifunguke. Naweza kuona yatakayokuja.

D: Lakini ulisema unatakiwa kuwafundisha jinsi ya kufanya hivyo?

L: Ndiyo, wanafikiri wanaweza kujifunza. (anacheka kidogo) Sijui vinatoka wapi.

D: Unawezaje kuwaonyesha jinsi ya kufanya kitu ikiwa hujui mwenyewe jinsi unavyokifanya?

L: Sijui jinsi ya kuto kuwapa taarifa. Wananilazimisha kufanya hivyo, la sivyo familia yangu itaumia.

D: Naelewa. Lakini wao ni wanaume, huenda wasiweze kutoa zile sauti kwa namna ileile.

L: (kwa sauti ya chini) Hapana, haiwezekani. Mwaka huu nimejifunza jinsi ya kutowaambia ukweli. Nitawafanya wafanye mambo kwa njia sahihi. Ninajifunza kutoka kwa mjomba wangu jinsi ya kudhibiti nguvu zao. Lakini lazima nijifanye kana kwamba sitaki kujua. Kisha wananifundisha zaidi na zaidi. Hivi karibuni nitakuwa na maarifa yao yote. Kila mmoja wao ana kipawa tofauti katika maeneo tofauti. Na wanajua njia mbalimbali za kudhibiti akili za watu. Wananifundisha kila kipawa. — Lazima nifanye kitu. Wanatumia kwa sababu mbaya. Wataangamiza sisi. Wanachukua nishati yote chanya na kutupa nishati hasi yote ndani ya shimo. Na litakuwa kubwa sana... na hatimaye litalipuka.

D: Lazima iende mahali fulani, ndiyo maana?

L: Ndiyo, lakini hawaoni hilo! Kila mtu anadhani unaweza kuwa na mazuri tu. Sijui kama nitapata muda wa kujifunza maarifa yao yote.

D: Unaona nini kitakachotokea?

Alisita, kisha akaanza kulia.

L: Kila kitu kitavunjika na kuanguka baharini.

D: Unajaribu kuwaambia?

L: Ndiyo. Wanasema ni juu yangu. Nilitume na nibadilishe. Ningeweza, kama wangetumia nguvu zao kwa njia sahihi. Lakini hawafanyi hivyo na wanaendelea kutupa zaidi ya upande mbaya ndani ya shimo. Linakua, na wao wanakuwa wazembe zaidi na wasiojali. Naogopa lazima niwadhibiti. Mara tu nitakapojua vipawa vyao vyote, nitachukua nguvu zao na kuzielekeza tena kwa watu.

D: Huo ndio mpango wako? (Ndiyo.) Je, ulienda kuishi nao katika hekalu kubwa?

L: Ndiyo. Ni zuri sana. Lina ngazi nyingi, nguzo na matao yanayotazama maji. Kuna ndege wakubwa wa rangi nyingi. Na muziki mzuri. Ni pazuri sana. Nina chui mweusi. (Nilishangaa.) Jina lake ni Sasha. Ni mnyama wangu wa kufugwa. Anasikia mawazo yangu. Yuko nami kila wakati.

D: Ningedhani chui ni hatari.

L: (anacheka kidogo) Anaweza kuwa. Lakini hachagui kuwa.

D: Watu wengine pia wana wanyama wa kufugwa?

L: Ndiyo, wengi wao. Wanyama wako kila mahali. Wanaishi kwa amani katika mahali hapa pakubwa. Kuna korido kubwa na vyumba vingi vizuri. Ninazungumza na watu kila siku. Ninawaongopea watu hawa. Ninawaambia kile wanaume wanachotaka niwaambie.

D: Unadanganya kuhusu nini?

L: Kuhusu hatari ya kuishi na vipawa vingi sana. Hakuna mtu anayeugua tena. Tumejifunza kuponya. Lazima sasa nina miaka kama ishirini na tano.

D: Mlifanyaje uponyaji?

L: Hatufanyi tena uponyaji.

D: Mlipoifanya, mlifanyaje?

Alitoa tena ile sauti kali ya "Ooooh".

D: Niambie unafanya nini.

L: Nilikuwa nikipindua dari ili kupanga mwanga.

D: (Sikuelewa.) Mwanga gani?

L: Sisi ni mwanga ndani yetu. Mwanga huo huvunjika vipande, na lazima upangwe upya ili utiririke. Na kila mtu hufundishwa sauti za kupanga tena mwanga wake.

D: Ulisema unazungusha dari. Ulimaanisha nini?

L: Natumia rangi na sauti kupitia mwanga kuwapanga upya. Kuna mchoro wa mfumo wa jua juu ya dari. Na rangi na sauti lazima zilingane. Rangi ziko kwenye paneli za mwanga kwenye dari. Zinaonekana kama milipuko mifupi ya mwanga wa rangi mbalimbali. Inaonekana kama kioo kigumu, lakini ni taa ndogo ndogo za rangi. Kuna mirija midogo inayowaunganisha. Mwanga unaonekana thabiti, lakini ni miale midogo ndani ya paneli. Muundo wa mfumo wa jua hubadilika kwa kila mtu anayesimama chini ya mwanga. Husomwa na mwanga ulio kwenye kifundo cha mkono, kisha huonyeshwa kwenye mchoro wa dari. Kisha mwanga hujipanga na kushuka kupitia chini ya fuvu la kichwa, kuingia mwilini na kupanga upya mwanga wako.

D: Hivyo ni mashine fulani? (Ndiyo.) Kwa hiyo mchoro hubadilika kwa kila mtu.

L: Ni chati yao binafsi. Zamani nilikuwa nafanya mimi mwenyewe kwa kila mmoja. Baadaye niliwafundisha kutumia sauti wenyewe. Hatuna magonjwa tena.

D: Kuna kitu kingine kwenye dari, au ni hizo tu taa na michoro?

L: Kuna kitu kikubwa katikati kinachoelekeza miale. Ni kama fuwele nyingi zilizopangwa katika sehemu fulani za nafasi. Mwanga hupasuka unapopita ndani yake huku kikizunguka haraka sana. Haraka sana. Huwezi kukiona kikisogea. Lakini kinatembea. Hutuma vipande vya mwanga kupitia kioo, na nambari zinabadilika, na huvuta taa kutoka paneli za rangi. Zinapiga kupitia tabaka nyingi za fuwele hadi kufikia nambari za muundo wa mtu binafsi. Kisha hutuma mwanga chini ya fuvu la kichwa, kupitia sehemu za mwili. Sehemu ndogo zinazolingana na kila mwanga. Na kisha hurudi juu kupitia chakra ya mizizi na kutoka kwenye chakra ya taji.

D: Na hii humponya mtu?

L: Huupanga mwanga wake binafsi!

D: Na kila mtu ana muundo wake? (Ndiyo!) Na hii hupata muundo huo ili mwanga uamshwe na kumponya?

L: Ndiyo. Tunajua jinsi ya kupanga mwanga. Mwanga unapovunjika, taarifa ya ugonjwa hutoweka. Kadri mwanga wao unavyopangwa vizuri, miili haizeeki.

D: Na lazima kuwe na sauti maalum za kuamsha hili. (Ndiyo.) Je, wanaume wanajua kufanya hivi?

L: Hapana. Mimi tu. Nina matatizo kwa sababu ya kufanya hivyo. Watu walitozwa pesa nyingi kuponywa. Ni matajiri tu walioponywa. Wamenikasirikia kwa kuwafundisha wengine wajiponye wenyewe. Lakini haijalishi. Njia yetu ya maisha inakaribia mwisho.

D: Hicho ndicho unachoona?

L: Ndiyo. Bahati mbaya yote inakua hadi ukubwa na nguvu itakayolipuka. Na hawajali; hawaamini. Wanasema ni jukumu langu kuibadilisha. Kutuma bahati mbaya kwingine. Wamechagua eneo. Ni nchi yenye watu wengi maskini. Wavuvi, wakulima. Walikuwa wanatuunga mkono. Lakini wanafikiri hawawahitaji tena. Maadamu wananayo mimi kuelekeza bahati!

D: Watapata wapi chakula?

L: Hawahitaji tena.

D: Hawahitaji kula?

L: Si kama zamani.

D: Kwa hiyo watu hao wanaonekana hawana maana?

L: Wao wanafikiri hivyo. Lakini hiyo si kweli, kwa sababu watu ndio kitu pekee muhimu. Wasichojua ni kwamba mlipuko huo utachukua kila kitu pamoja nao. Si wao tu, sisi sote. Ni mkubwa sana, wenye nguvu sana.

D: Je, ulijifunza maarifa yao yote?

L: Ndiyo, lakini bado haitoshi. Sidhani kutakuwa na muda wa kutosha. Nahitaji kujua kila kitu kikamilifu ili niwadhibiti. Ili nikubali bahati mbaya, na kuiachia kidogo kidogo ili kupunguza shinikizo, isiweze kulipuka. Wanafikiri naweza kuituma mbali iwaangamize wengine. Lakini hawajui ni kubwa sana, itatumeza sisi sote.

D: Basi nini kilitokea?

L: (kimya kirefu) Niliacha ituangamize.

D: Je, uliielekeza kidogo kidogo?

L: Hapana. Hilo ndilo nililotaka kufanya, lakini sikuruhusiwa. Hakuna aliyekuwa tayari kuishi na bahati mbaya. Kuiachia kidogo kidogo kungekuwa na maana kwamba watu wangeishi na kushindwa, njaa, magonjwa na kutokuelewana. Sikuwaambia kwamba inakuja. Niliacha ilipuke. (kwa huzuni) Na ikachukua kila kitu. Kila kitu kilivunjika. Kulikuwa na mtikisiko mrefu, wa chini chini ya ardhi. Kila kitu kilianza kuanguka kutuzunguka. Tukabingirika hadi baharini.

D: Kisiwa kizima?

L: (kwa sauti ya chini) Kila kitu.

D: Unaona nini wakati hii inatokea?

L: (kwa mnong'ono hafifu) Hofu... hofu! Kila kitu kiliharibiwa. Hakuna kilichosalia. Ilikuwa kama matetemeko ya ardhi na mabomu ya atomiki kwa wakati mmoja. Nguvu kubwa sana. Nyekundu na nyeusi na giza kutoka ndani kabisa ya ardhi. Vikalipuka na kubeba kila kitu, mpaka kila kitu kikawa sawa tena.

D: Kila kitu kilisawazika tena? (Ndiyo.) Uko wapi unapoitazama?

L: Nimesimama kati ya nguzo chini ya moja ya matao, nikitazama yakitokea. Ilionekana kama ardhi ilifunguka ili kumeza kila kitu, kisha ikakitapika tena. Kuna mawingu meusi angani na moto. Na sanaa yote na uzuri wote umetoweka. Mimi pia nimetoweka.

Alianza kutoa sauti za kufoka. Nilitoa mapendekezo kwamba angeweza kutazama tukio kama mtazamaji ikiwa anataka kwa, ili asipate hisia za kimwili.

L: (kwa mnong'ono) Maji. Nilizama. Kutoka juu tulikuwa wa mwisho kwenda. (kwa mnong'ono) Tuliwaona wote wakifa.

D: Sasa unaangalia kutoka juu baada ya kutoka mwilini?

L: (kwa sauti thabiti) Ndiyo!

D: Unaona nini kutoka mtazamo huo?

L: Vitu vinaanguka baharini. Miili ya watu waliokufa na wanyama wanaelea majini. Familia yangu iko nami. Wote wako nami!

D: Unajisikiaje kuhusu kilichotokea ukiangalia kutoka upande huo?

L: Ni kosa kubwa kuruhusu tamaa idhibiti nguvu. Ilikuwa tamaa mbaya sana. Kuna mizani ya vitu: wanyama, miti, mimea, wanadamu. Na kwa namna fulani upande hasi ulitawala upande chanya.

D: Lakini haikuwa kosa lako. Huna haja ya kujilaumu.

L: Nahisi huzuni kwamba nilishindwa.

D: Ulikuwa unajaribu kufanya lililo sahihi.

L: Ndiyo. Bahari imetulia sasa. Anga la waridi limerudi. Hakuna kitu tena; ni maji tu.

D: Nini kilitokea baadaye?

L: Tulirudi kwenye nchi iliyokuwa jangwa.

D: Ardhi ilirudi tena?

L: (kwa mshangao) Ndiyo. Maji yalirudi nyuma. Ni pazuri sana hapa.

D: Kwa nini mliamua kurudi mahali palipokuwa jangwa?

L: Kuanza tena. Lazima tufanye kwa njia sahihi!

D: Bado mna nguvu zilezile?

L: Hapana! Sisi ni watu wa kawaida. Ni salama zaidi. Inachukua muda... vizazi vingi sana. Na baada ya muda huja uelewa. Tutafikia kiwango kile tena, lakini safari hii tutafanya kwa njia sahihi. Na wanaume hawatawala! Hakutakuwa na tamaa.

D: Unafikiri mtaweza kurudisha maarifa na nguvu mliyokuwa nayo?

L: Yanakuja. Tutayapata.

D: Lakini, watu wakiwa watu, unafikiri wataweza kuudhibiti au kuuelekeza wakati huu kwa njia ifaayo? (Ndiyo.) Fanya unadhani wako tayari kwa hilo? (Ndiyo.) Kwa sababu unajua daima kuna wale watu wenye tamaa duniani ambao wanataka kudhibiti kila kitu.

L: Watafunuliwa. Hawatawasiliana na nguvu. Watakuwa nje ya mzunguko. Walinzi wa nguvu hawatawaruhusu kuzidhibiti tena.

D: Walinzi wa nguvu ni akina nani?

L: Wanawake. Wataongoza dunia kwa upendo.

D: Unamaanisha safari hii wanaume hawatahusika?

L: Hapana, watahusika. Lakini wanachukua muda mrefu zaidi kufikia nguvu.

D: Wanawake ndio wataamua jinsi ya kutumia nguvu. Unafikiri safari hii zitatumika vizuri?

L: Kwa miaka mingi sana. Mamia na mamia ya miaka.

D: Itakuwa dunia nzima au sehemu fulani tu?

L: Dunia nzima.

D: Itatokea haraka au polepole?

L: Inachukua muda.

D: Lazima uanze mahali fulani, sivyo?

L: Ndiyo. Kwa maarifa ambayo yalitumika vibaya.

Kisha nikaomba ruhusa ya kuzungumza na fahamu ili tuweze kujua kwa nini maisha haya yalichaguliwa Lorraine kuona.

D: Kwa nini ulimchagulia maisha hayo ayaone sasa? Ulitaka kumwambia nini?

L: Kwamba mawazo yake ni sahihi. Njia ya zamani inaondoka na njia mpya inakuja. Haitakuwa tena kama zamani. Lazima ajitayarishe kuwa peke yake.

D: Unamaanisha nini?

L: Jukumu lake liko katika nishati ya kike.

D: Lakini ameolewa.

L: (kimya) Maisha yana njia tofauti kwa ajili yake. Hatuwezi kumwambia zaidi sasa.

Hii ni mojawapo ya njia ninazojua ninapowasiliana na akili ya chini ya fahamu. Inaweza kuwa ya moja kwa moja sana bila hisia, na inaweza kuwa wazi kabisa. Wakati mwingine hata ya kikatili.

Mara nyingi wakati Lorraine alikuwa anapumzika au kutafakari alikuwa ameona chumba ambacho alifanya uponyaji, chenye fuwele na alama za zodiac kwenye dari. Akili ya chini ya fahamu ilikubaliana, ilikuwa chumba kilekile.

D: Anahisi ana nguvu hii ya uponyaji, lakini hawezi kuifikia kabisa.

L: Anatakiwa kuirudisha. Daima ni vilevile. Kile kinachoanza mwanzoni kitamalizika.

D: Alikuwa akijaribu kuitumia kwa njia sahihi. Kilichotokea hakikuwa kosa lake, sivyo?

L: Hakuna kosa. Hakuna cha kujutia. Nguvu zilifungwa kwa muda, mpaka kila mtu aelewe usawa wa nguvu.

D: Inaonekana kama hasa anapaswa kuwafundisha wanawake, ilhali madaktari wengi ni wanaume.

L: Wanawake wengi zaidi wanakuwa madaktari. Utaona siku zijazo, wanaume wachache sana watakuwa madaktari. Uponyaji hutoka kupitia mwanamke. Nishati chanya. Hapo ndipo uponyaji huanza; hapo ndipo maisha huanza.

D: Wanapuuza nguvu ya nishati ya kike, sivyo?

L: Wameidhibiti milele.

D: Mara nyingi nadhani ni kwa sababu wanaogopa.

L: Umm, wanapaswa kuogopa. Tulimleta kwako ili apate majibu fulani. Tunatumaini atachukua alichoona leo na ataweza kukitumia.

Kikao hiki kilikuwa na taarifa kuhusu uharibifu wa Dunia katika zamani za mbali sana. Nimeambiwa kwamba ustaarabu wa Dunia umeinuka hadi maendeleo ya ajabu kisha kutoweka kabisa mara nyingi sana. Hii ilitokea muda mrefu kabla ya mwanadamu wa “kisasa” kuonekana. Kuna sehemu kubwa ya historia ambayo hatujui chochote kuihusu. Hiyo ni sehemu ya kazi yangu: kurejesha maarifa haya yaliyopotea.

* * *

Katika kikao kingine changu mhusika alielezea kundi linalofanana la watu waliokuwa wameendelea sana wanaoishi katika ustaarabu wa zamani sana. Rita, mtayarishaji wa televisheni, alijikuta katika ukumbi mkubwa sana wenye nguzo. Dari lilikuwa dome lenye urefu wa futi 60. Kuta zilikuwa zimetengenezwa kwa alabasta ya dhahabu nzuri au akiki. Sakafu pia zilionekana kuwa za alabasta zilizowekwa katika miundo ya kijiometri na safu nyembamba ya fedha ikizitenganisha. Kulikuwa na ngazi pana sana za hatua tatu au nne kubwa zinazoelekea juu hadi eneo la katikati lililoinuliwa chini ya dome. Hapo ndipo yeye na wanawake wengine kumi na mmoja walifanya kazi.

"Chumba hiki cha mviringo ni mahali maalum sana ambapo tunakusanyika kufanya aina fulani za kazi. Muundo wa dome uko katikati ya jengo hili kwa kusudi la nishati. Hapa ndipo tunaita nishati kwa nia kwa madhumuni ya kurekebisha mashamba ya nishati."

Walivaa mavazi mepesi mapana yaliyokaa kwa uhuru, yaliyofungwa kwa kamba huru kiunoni. Ilimkumbusha michoro ya viumbe wa kike wa kimungu wa kale. Mavazi yalikuwa ya rangi nyepesi za pastel. Alikuwa katika miaka ya mapema thelathini akiwa na nywele nyekundu giza na ngozi nyeupe.

"Hakuna wanaume wanaoruhusiwa katika jengo hili. Ni wanawake tu wanaofanya kazi hii. Sisi si kundi pekee la wanawake wanaofanya hivi. Kuna kundi la wanawake wazee wanaofanya kazi na aina tofauti ya nishati. Ninachojua ni kwamba kuna wanawake wakongwe wanaofanya hivi, na sisi ni wanawake wachanga. Kuna mwanamke mmoja mzee katika kundi letu. Tunapaswa kuchukua kazi kwa sababu ni zamu yao kutofanya kazi kwa bidii sana. Wakati aina tofauti za nishati zinahitajika kwa njia zao za zamani za maarifa, basi wao huja kwa hilo. Hilo ni maalum sana kwa nasaba zao na njia zao za kujua. Sisi ni kizazi cha vijana au kizazi kinachofuata. Kwa hiyo wanatufundisha, na sasa tumekuwa wakubwa na wenye uzoefu wa kutosha hivi kwamba bado tuna mmoja mwenye hekima mwenye nywele nyeupe anayefanya kazi nasi. Na tunaweza kuwafundisha walio wachanga. Maarifa haya hayapaswi kupotea."

Walipokuwa wote wamekusanyika, alielezea sherehe au tambiko walilotumia kuanza kazi ya nishati. "Kuna utulivu mkubwa sana. Yule mzee ndiye anayeweka toni, kihalisi kabisa. Ni sauti fulani. Sijui chanzo chake kinatoka wapi, lakini yeye huiita au kuunda toni ndani ya chumba. Na toni hiyo huzunguka kwa mduara, kwa mwelekeo wa saa. Huiita toni hiyo na inaweka mtetemo wa masafa ndani ya chumba kwa ajili ya kazi tutakayofanya. Kisha tunapaswa kuandaa mashamba yetu ya aura. Tunaingia ndani ya aura zetu na kuunda yai la bluu kuzunguka kila mmoja wetu kwa ulinzi. Lakini si kwa ulinzi tu. Yai la bluu hutuchukua hadi mahali ambapo tunaweza kusikia na kuona kwa uwazi zaidi. Ni kama mahali pa kutuma na kupokea kwa wakati mmoja. Kwa hiyo kuna yai la bluu, na tunapokea na kutuma kutoka kwenye uwanja huu maalum wa nishati unaotuzunguka kila mmoja wetu."

Walikuwa wamekutana kushughulikia tatizo maalum lenye umuhimu mkubwa. "Kuna kitu kinaathiri uoto wa nje katika eneo hili, na inaonekana kuna tatizo na Jua. Ninachopata ni kitu kinachohusiana na madoa ya Jua, milipuko ya miale ya Jua, au kitu cha aina hiyo. Kwa sasa Dunia inapata matatizo ya aina fulani ya mwingiliano, kiwango fulani cha mionzi kutoka Jua kinachoathiri mimea na viumbe hapa. Kinaathiri mashamba ya nishati ya baadhi ya watu na mimea, na hawaitikii vizuri. Ni kali sana, na tunajaribu kufanya marekebisho kwenye utoaji wake. Tunaweza kuisikia katika mifumo ya mitetemo inayotuzunguka."

Nilifikiri Jua lingekuwa kitu kikubwa sana kushughulikia kwa sababu lina nguvu nyingi. "Si kwetu. Hatuwezi kubadilisha Jua lenyewe, lakini tunaweza kupunguza ukali wa athari ambazo kasoro za Jua zinaleta kwa baadhi ya watu. Kwa sababu zinawaka, zinaumiza na kuharibu mashamba ya kihisia ya baadhi ya watu. Anga linaonekana kuwa jembamba, kwa sababu kila kunapotokea matukio yasiyo ya kawaida ya Jua, tunaathiriwa sana na ushawishi wake. Inaonekana wazi sana na si ya kustarehesha kwa viumbe wote hai hapa. Samaki pia. Maji pia. Maji ni ya moto."

Kisha aliendelea na mchakato wao wa tambiko. "Sote tunafanya sala kubwa pamoja na kuzungumza na viumbe wanaoingilia kati na kufanya kazi kati yetu na Jua, tukiomba athari zipunguzwe. Tunaomba na kuita tabaka la kinga ambalo kimsingi ni kama kiputo cha ulinzi kinachotulinda dhidi ya baadhi ya athari hizi ambazo tumeunda."

Bila shaka nilitaka kujua zaidi kuhusu viumbe waliokuwa wanawasiliana nao. "Ni viumbe wakubwa kama devas wa asili na roho ya Jua, na kila kitu kinachofanya kazi kati yao. Kuna ngazi ya viumbe wa kimalaika na wa kideva wanaofanya kazi kati ya Jua na sisi kama mawakala kwa ushirikiano. Hii huruhusu nishati za Jua kutumika, kufyonzwa na kuchukuliwa kwa njia sahihi kwenye sayari. Kuna kitu kimebadilika. Hili ni jambo kubwa sana. Sijui kama tunaweza kuendelea kupata msaada wao kwa njia hii. Tuko kwenye hatua ya mabadiliko. Ninahisi huzuni kubwa, na mwili wangu wote unatetemeka. Siku zote tuliweza kuwaita viumbe hawa kutusaidia, na wangefanya kama wangeweza. Lakini sasa hawawezi. Huu ni wakati mkali sana."

Wanawake wote kumi na wawili walisimama katika duara kuomba ulinzi. "Tunaingia ndani ya mayai ya bluu la sivyo hatuwezi kufanya kazi. Ni kizuizi cha ulinzi kati ya vipengele vinavyotokea katika kiwango cha mtetemo ili sisi kumi na wawili tuweze kufanya kazi. Hii itaendelea kwa muda mrefu. Tunaweza kusimama kwa muda mrefu. Hatuhisi miili yetu. Hatutambui miili yetu. Tunaomba ruhusa kwa viumbe wa kideva kwa msaada, na ruhusa ya kutuma nishati zetu nje ili ziwe kama kiputo cha ulinzi kitakachotupa kinga tena. Muda wetu unaisha. Tumeruhusiwa hili mara nyingi hapo awali ili kuzuia hatima fulani, tukio la aina ya kupatwa. 'Kupatwa' ni neno linalojitokeza sana hapa. Ni kupatwa kwa tukio fulani na sielewi maana yake. Wakati wa kupatwa, lolote liwalo. Sasa tunakabiliwa na wakati ambapo hatujui kama watatuluhusu kuendelea kuita ulinzi wa viumbe hawa, kwa sababu ya hofu ya watu walioko kwenye sayari sasa. Kwa sababu mambo yanabadilika kwa kasi na kwa kiwango kikubwa. Kila kitu kinaathiriwa hapa na tunajua tunaweza tu kusimama na kuomba, na kukubali chochote kitakachotokea. Hilo ndilo tu tunaweza kufanya. Tumekuwa na mafanikio makubwa hapo zamani katika kuzuia hili. Tumewahi kufanya kazi na nishati hizi kabla, si mara ya kwanza. Wamekuwa wakifanya kazi nasi kwa vizazi na vizazi. Kipimo cha muda hapa ni tofauti sana kwani vizazi ni vipindi virefu sana. Na katika vizazi kadhaa vilivyopita tumekuwa tukiita ulinzi huu huu. Ulifanya kazi zamani, lakini sasa tunaelewa kwamba unakaribia mwisho. Lazima tufanye tunachoweza."

Licha ya juhudi zao zote walishindwa. Alitoa kauli ya ajabu ambayo sikuielewa. Alisema, "Hatuwezi kuendelea hivi tena. Sasa tunalala. Hakuna utaratibu mwingine baada ya huu. Sote tunapaswa kulala kwa muda mrefu sana." Nikamuomba afafanue zaidi. Je, alimaanisha kwamba walikufa na wangeuacha mwili wao wa kimwili?

Ilikuwa kwa kiasi fulani hivyo, lakini zaidi ya hapo. "Inamaanisha kwamba baada ya miili yetu kushindwa tena kustahimili athari za mionzi hii, miili yetu itakufa, na kisha tutalazimika kuiacha. Mimi ni kama wengine wote. Ninaogopa pia. Njia tulizozoea zitamezwa na nguvu fulani zinazoonekana kama sehemu za Jua. Hilo litamezwa na hatutakuwepo tena kama tulivyojijua katika wakati huu. Huu utakuwa mwisho wa enzi. Lakini itachukua muda mrefu kabla hatujarudi na kuanza tena kazi zetu. Tunapaswa kupitia kipindi cha usingizi ambapo tunapaswa kuruhusu mambo mengine yatokee, ili kwa namna fulani turudi mahali pa kuanza tena tulipokuwa na kujenga upya wakati huu wa dhahabu. Tutakuwa tumelala kwa muda. Inamaanisha kwamba maarifa yetu ya ufahamu hayatakuwa kama yalivyo leo. Hayatakuwa kama yalivyokuwa kwetu au kwa vizazi vilivyotutangulia. Yatalala na kufungwa, huku tukipitia mzunguko huu wa giza. Yanaweza kuamka tena wakati utakapofaa, na kutakuwa na nyakati na mahali kama hapa tena kwa njia mpya. Viumbe hawa wa kike watarudi tena kuita nguvu zote, na viumbe wote wa kideva wa Jua na anga na nyanja za Dunia na ulimwengu, wote wakija pamoja kufanya kazi tena. Kurudi katika wakati wa dhahabu kama huu wa alabasta uliotuzunguka. Tutakutana tena siku moja kwa njia mpya, kuashiria kuamka tena. Tuna huzuni sana. Maarifa yatalala hadi... ni kama yalipangwa ndani yetu mapema kwamba kutakuwa na wakati ambapo, kama Sleeping Beauty, tutaamka tena, na kila kitu kitakuwa kizuri sana mara nyingine."

Inaonekana alimaanisha kwamba maarifa na uwezo wao wa kibinadamu wa kuyatumia ungefichwa kwa muda mrefu, hadi wakati ufaao wa uwezo na vipaji hivyo kurudishwa tena Duniani. Niliambiwa kwamba hili ndilo lililotokea baada ya matumizi mabaya ya uwezo huko Atlantis. Ilikuwa kama fuse kulipuka, na akili ya mwanadamu isingeweza kuirejesha hadi wakati ufaao.

Ilibidi ifungwe mbali na wanadamu. Pia nimeambiwa kwamba wanafikiri sasa tumefikia wakati wa kuamka, na uwezo huu unaanza kujitokeza tena kwa wanadamu wengi. Najua linafanyika kwa watu wanaokuja kwangu kwa vikao. Moja ya madhumuni ya kikao inaonekana kuwa kuwafanya wajue kwamba waliwahi kuwa na uwezo huu, na kwamba wanaweza kuupata tena sasa.

Kutoka katika mtazamo wake wa nje ya mwili nilijua angeweza kuona kila kitu kilichotokea, kwa hiyo nikamuomba aniambie alichokuwa anaona. "Inachoma kila kitu! Kila kitu! Maumbo ya uhai hayawezi kustahimili mionzi. Tunachomwa na mionzi, lakini imejaa nishati na mwanga wa dhahabu. Sielewi haya yote. Kila kitu kimepotea." Nikamuuliza kuhusu majengo. "Sidhani kama yana umuhimu tena. Kila kitu kilichopaswa kuishi ndani ya masafa hayo, ndani ya mwelekeo huo, vitu vyote dhaifu vinavyotegemea usawa sahihi wa sumaku-umeme, viwango sahihi vya mionzi, joto na unyevunyevu sahihi. Kwa kuwa uhai wote ni nyeti kwa kila kitu ndani ya wigo huo wa uhai kama tunavyoujua, ikiwemo mimea na wanyama, havipo tena sasa. Inaisha."

Kisha alielezea jinsi ilivyoonekana baada ya mambo kutulia. Inaonekana haukuwa mwisho wa wanadamu, kwa sababu bado aliona baadhi ya wanadamu wakiishi. "Ni giza sana. Watu wamerudi. Ni mahali tofauti tu. Ni eneo tofauti la kijiografia. Ni giza zaidi. Eneo la ardhi linaonekana kama lile linaloitwa Mashariki ya Kati, labda Afrika. Linafanana, isipokuwa kuna ardhi zaidi kati ya Mashariki ya Kati na Afrika."

Nilitaka taarifa zaidi kuhusu chanzo cha janga hilo. "Walikuwa wanajaribu na kucheza. Walikuwa wakitumia nishati, kwa sababu tulikuwa tumefika mbali sana katika maarifa yetu ya nishati na mwanga na nguvu za fuwele/silikoni. Na tulidhibiti mengi yake, isipokuwa kwamba inaonekana hili lilikuwa linavuka mipaka. Mimi sikufanya kazi katika eneo hilo. Hiyo haikuwa kazi yangu. Nilikuwa hapa katika eneo lenye kuba, kwa sababu nilikuwa mwanamke na hiyo ndiyo niliyofanya. Lakini kulikuwa na wengine, wanaume, nje na waliruhusiwa kufanya kazi na nishati. Kulikuwa pia na baadhi ya wanawake walioruhusiwa kufanya kazi nayo. Na walifanya kazi pamoja na jenereta hizi na fuwele na vitu kama hivyo. Ninaweza kuwaona sasa. Wanaongeza nguvu sana, lakini wanaunda matatizo makubwa ambayo hatuwezi kuyarekebisha. Na haifanyi kazi vizuri pamoja na athari za mionzi ya Jua inayoingiliana na kile walichounda. Ilikuwa na athari mbaya sana. Hakukuwa na njia ya kuizuia. Waliiumba. Walizidisha. Kwa sababu walivuruga sana usawa wa mionzi hapa. Walifanya iwe kwamba tulikuwa hatuna kinga kabisa na hatukuwa na vizuizi vya anga vya kutulinda dhidi ya Jua na mionzi yake. Na kwa namna fulani iliingiliana na kile walichokuwa wakifanya. Waliharibu, waliyeyusha vizuizi vyetu vya kinga, kwa sababu hatupaswi kuwa wazi kabisa kwa athari za Jua. Tuko karibu sana nalo. Vipengele vingi vya hali ya juu sana vilikuwa tayari vimewekwa kwa ajili ya ulinzi wetu, na viliharibiwa. Walikuwa wanacheza na vyanzo vya nguvu. Sasa tunarudi kwenye giza. Tunapaswa kuanza kuelewa mambo yote upya."

Nikauliza, "Je, eneo lenu pekee ndilo lililoathiriwa na hili, au kulikuwa na maeneo mengine duniani pia?"

"Hiyo ndiyo ardhi na eneo lililochomwa. Hata hivyo, kulikuwa na matatizo makubwa mahali pengine pia. Sijui hata ni muda gani umepita. Kuna maisha. Ni ya huzuni, ni dhaifu, lakini yapo katika eneo hili la Mashariki ya Kati, na linaenea hadi Afrika. Kuna uoto fulani, lakini si mwingi. Hakuna mambo mengi yaliyoendelea kwa ustaarabu. Zamani palikuwa na uoto mwingi sana. Ninaona tu mahali nilipokuwa awali. Hapapo tena. Hilo limekwisha. Lakini kulikuwa na athari za kimazingira zilizogusa maeneo mengine pia. Haikuwa tu katika eneo moja, na ilichukua muda mrefu kwa maisha, kwa namna fulani, kujijenga tena, kwa sababu maeneo mengine yalionekana kuathiriwa. Na kilichobaki hakikuwa kizuri wala cha kupendeza. Hayakuwa maeneo yanayotamanika kwenda, lakini tulilazimika kwenda huko. Na hakukuwa na mimea mingi na haikuvutia. Ni pakavu."

Nilijiuliza kama hili ndilo lililosababisha jangwa, ambalo ni miongoni mwa makubwa zaidi duniani, kuunda katika eneo hilo. "Huenda kabisa ndivyo ilivyokuwa, kwa sababu hakuna uoto mwingi uliorejea. Ninapoangalia mbele katika wakati ujao, kuna nishati nyingi nyeusi na za giza. Kuna maeneo mengi makavu, yaliyochomeka, tunayoyajua kama majangwa. Rangi ya kahawia iliyopasuka ya jangwani. Hakuna uoto mwingi hata kidogo, ni vipande vidogo vidogo tu hapa na pale. Hakuna kitu kama tulichokijua. Tulikuwa na mazao mazuri na mimea mizuri, na njia nzuri sana ya kukuza mimea. Na tulikuwa na nishati ya kuyakuza kwa njia safi kabisa, za kipekee na za kuvutia. Kila kitu kilistawi mara kumi zaidi kuliko nyakati za kisasa bila kemikali hata kidogo. Kwa sababu tu tulijua jinsi ya kutumia nishati vizuri kukuza mazao yetu na kupata mavuno mengi bila kuharibu au kudhoofisha chochote. Na sasa hata sioni jinsi tutakavyoishi katika ardhi hii mbaya inayoonekana."

"Ulisema mlipaswa kulala kwa muda."

"Ndiyo, na nguvu hiyo haikuamka. Maarifa hayo hayakuamka. Kilichoamka ni akili na miili yetu ya kimsingi tu; ya kuishi kwa taabu. Roho imekingwa dhidi ya sisi wenyewe. Hatukujua tena roho ni nini."

"Kwa hiyo mlianza tena katika maisha ya kimsingi zaidi?"

"Siyo ya kimsingi kama watu wa mapangoni. Sisi ni watu, wanadamu kama tunavyowajua sasa. Lakini ya kimsingi kwa maana ya kuwepo kwa shida na njaa. Hakuna wingi tena. Maarifa yalikuwa yamepotea. Na chakula na mimea. Hata sioni wanyama wengi hapa. Viumbe vidogo vinavyotambaa tu. Ni wale tu wanaoweza kustahimili mazingira magumu sana ndio wapo hapa. Hiyo tu. Hata tunakula baadhi yao. – Moja ya uelewa wangu wa mwisho ulikuwa kwamba tulikuwa na uzuri mwingi hapa, na tulipewa msaada mwingi. Na mwingiliano mwingi kutoka vipimo na nyanja nyingi, ulioufanya huu kuwa uzoefu mzuri, wa kuishi na wenye wingi kwetu. Na hatukuheshimu hilo. Hatukuheshimu viwango vyote vya kina vya akili vilivyohitajika kuifanya mahali hapa kufanya kazi kama umoja kamili. Kulikuwa na wengi miongoni mwetu ambao hawakuheshimu hilo, kwa sababu walishughulishwa sana na kuongeza nguvu. Nguvu zaidi ni bora zaidi, na walichukua vyanzo halisi vya fuwele na silikoni na kila kitu na nguvu hizi za kiasili. Na wakaongeza sana wakifikiri zaidi itakuwa bora. Siko wazi kwa nini walifikiri hivyo kwa sababu sikuwa katika uwanja wa nishati au uzalishaji wa nishati kama walivyokuwa. Hata sasa sijaelewa kabisa walifikiri wanafanya nini. Tayari tulikuwa na kila kitu. Hatukuhitaji kitu kingine. Sielewi hata kwa nini walifikiri tulihitaji nguvu zaidi. Lazima kulikuwa na jambo walilokuwa wakijaribu kutimiza au kukumbuka. Sijui."

"Unafikiri kulikuwa na funzo hapo?"

"Zaidi si bora. Matumizi mabaya ya nishati, matumizi mabaya ya nguvu, kwenda kinyume na mpangilio mzuri wa kiasili na wa kimalaika ulioumbwa kwa ajili yetu. Kwenda kinyume na yote hayo kwa kuyapuuza kana kwamba hayana maana, kwa sababu nguvu ni nguvu. Nguvu ghafi na majaribio yao, kwa wachache, yalionekana kuwa muhimu zaidi kuliko kuheshimu kile kilichokuwapo tayari hapa kilichokuwa kinatulinda. Kwa sababu hawakuelewa kwamba kuna nguvu kuu zaidi kuliko chochote walichoweza kufikiria ambacho kinaweza kutuchoma. Inaonekana tunafanya mambo yanayofanana sasa.

Historia inajirudia. Lakini kulikuwa na madhara makubwa kwa roho na viumbe vyote vilivyoishi hapo. Madhara makubwa, huzuni kuu. Mshtuko mkubwa, huzuni na giza vilishuka juu ya roho hizo. Sote tulikuwa hapo wakati huo na tulikubali kuwa hapo wakati huo. Wengine walikuwa waandishi wa kumbukumbu. Wengine walikuwa hapo tu kuhifadhi kumbukumbu hadi tulipoamka. Wengine walikuwa hapo kuharakisha tukio hilo, na ni kweli, haikuwa jambo la busara sana kufanya. Lakini lilifanyika na kila mtu alicheza jukumu lake kama alivyokubaliana kabla ya kuja. Sielewi kwa nini ilipaswa kuwa hivi. Lazima kulikuwa na mchakato fulani tuliopaswa kupitia. Sielewi kwa nini ilipaswa kwenda kwa njia hiyo, lakini ilikwenda. Na hilo likasababisha mchakato uliofuata."

Kisha niliita ufahamu wa ndani kuuliza kwa nini maisha haya yalichaguliwa kwa Rita kuyaona. Hili lingewezaje kuhusiana na maisha yake ya sasa?

Ilisema, "Hapa ndipo moyo uliumia. Hapa ndipo roho nzima iliathirika. Kila kitu kiliathirika kwa wengi. Hapa ndipo tulianguka. Ilikuwa ya kushangaza kwa viwango vyote. Kila ngazi. Shambulio kwa roho. Katika viwango vya astrali, kila ngazi ya uwepo ilishtuka sana. Haikuweza kuruhusiwa kukumbuka, kwa sababu uchungu wa kujua kilichokuwa hapo ungeleta huzuni kubwa katika siku za 'ukosefu' zilizofuata. Siku za giza zilizokuja. Hakukuwa na maana kukumbuka hilo kwa sababu ingerudi baada ya muda mrefu sana. Kituo cha moyo cha Rita kimekuwa kikilindwa kwa muda mrefu sana, na ulinzi huo sasa hauhitajiki tena. Anaweza kurudisha kumbukumbu. Huu ni wakati muhimu sana kwa wote. Ni jambo la kushangaza kuona kwamba tumejifunza tena jinsi ya kukuza vitu na kuvifanya kuwa vingi. Na tuna wingi wa wanyama na mimea na kila kitu. Na tunaharibu tena. Hili haliwezi kuvumiliwa."

Sayansi ilikuwa imepita mipaka wakati huo, na wanasayansi walikuwa wakicheza na kudhibiti hali ya hewa na anga. "Inaonekana walifanya jambo lililotufanya kuwa dhaifu sana katika kiwango cha sumaku-umeme. Tulikuwa dhaifu sana kwa athari za Jua na mabadiliko yake. Walihusika katika jambo hili. Kwa namna fulani kulikuwa na kupungua kwa kinga dhidi ya Jua. Na Jua linafanya kile linaweza kufanya kama Dunia haijalindwa ipasavyo."

Kundi hili ambalo alikuwa sehemu yake lilijua kwamba matumizi mabaya ya asili yangeleta maafa. Walijaribu kutumia nishati yao chanya kuyazuia, lakini walishindwa. Matumizi mabaya ya nishati yalifanikiwa kutoboa shimo kubwa katika tabaka la ozoni. Nguvu ya moja kwa moja ya Jua ilipenya na kuichoma Dunia katika maeneo fulani. Mamilioni mengi walipoteza maisha yao na hali ya hewa ilibadilika. Majangwa makubwa yaliundwa pale ambapo nguvu ya moja kwa moja ilishuka na maisha na rutuba havikurudi tena katika maeneo hayo. Hili linafanana kwa kutisha na kipindi chetu cha sasa. Ni mara ngapi historia itajirudia kabla ya mwanadamu kupata ujumbe? Dunia ni kiumbe hai, na itajibu ikiwa uharibifu mwingi utafanyika. Na ina nguvu ya kujilinda ikiwa wanadamu watafikiria wanaweza kuitawala.

* * *

Mfano mwingine wa ustaarabu uliyoangamizwa katika nyakati za kale:

Carol ni mwenye kipawa kikubwa cha uaguzi wa kiroho anayefanya kazi na polisi, na pia na watu kutoka sehemu mbalimbali za dunia wanaojaribu kufichua taarifa zilizopotea kutoka maeneo ya kihistoria. Tumekuwa marafiki kwa miaka mingi, na kikao hiki kilifanyika nilipomtembelea nyumbani kwake huko Little Rock, Arkansas. Tulikuwa tunatafuta taarifa ambazo zingemsaidia katika uchunguzi wake nchini Misri. Kama kawaida, nilianza kwa kuomba ufahamu wa ndani kumrudisha mtu huyo katika maisha ya zamani yanayofaa zaidi ambayo yanaweza kueleza kinachoendelea katika maisha yake ya sasa. Carol aliingia katika hali ya usingizi wa kina haraka sana, lakini kama mtu mwenye uwezo wa kiroho alikuwa amezoea hali ya nusu usingizi; na pia alinijua na kuniamini.

Aliposhuka kutoka kwenye wingu alijikuta katika mazingira yasiyofahamika na alikuwa na ugumu kueleza kile alichokuwa anaona. "Ni makazi, lakini yamepangwa juu kwa juu." Yalikuwa yamejengwa kwa udongo wa rangi tofauti za pastel. "Sina kitu cha kulinganisha nacho. Yamepangwa kwa hatua. Makazi mengi sana ya watu binafsi yenye mianya, yamepangwa moja juu ya jingine. Kama mlima au kilima cha makazi." Hayakujengwa ndani ya mlima, bali yalijengwa kama mlima au jabali. "Baadhi yanatokeza zaidi kuliko mengine. Baadhi yameingia ndani, na baadhi hayajaingia. Na baadhi ya yale yaliyoingia ndani ni njia za kupita. Ni ya ajabu sana. Kuna majengo upande wangu wa kushoto ambayo hayapo katika mkusanyiko huu wa kimlima. Nayo pia ni ya ajabu. Paa zimeegemea kwa namna isiyo ya kawaida. Tambarare, pembe za ajabu. Hakuna uoto mwingi. Ni jiji hili kubwa tu la majengo ya ajabu."

Nilimwomba ajieleze mwenyewe, na akaona kwamba alikuwa msichana mdogo wa takribani miaka kumi na nne mwenye nywele nyekundu na ngozi nyeupe sana. Alikuwa amevaa vazi refu la aina ya kanzu lililokuwa na tabaka, limefungwa kwa kamba kiunoni. Jambo la pekee lililoonekana zaidi ni kwamba alikuwa na jiwe kubwa jekundu kwenye mnyororo shingoni mwake. Sauti yake ikawa ya kitoto alipokuwa akijitambulisha zaidi na utu huo.

C: Mkufu. (Alilishika neno hilo kana kwamba halikuwa neno ambalo angefikiria kutumia.) Wenye jiwe jekundu.

D: Inaonekana ni mzuri.

C: Mzuri, hapana. Chombo. Ni la asili. Ni refu sana. Si kamilifu. Ni chombo cha kutumia ... (Alikuwa na ugumu wa lugha na kupata maneno sahihi. Alizungumza kwa mtindo wa kimsingi, mara nyingi akitumia neno moja badala ya sentensi.) Moyo. Hutumika kwa moyo. Fungua. Kuweka moyo wazi.

D: Unajua jinsi ya kulitumia kwa njia hiyo?

C: Nimekuwa nikijua siku zote. Kila mmoja wetu anajua namna anavyopaswa kutumia mawe haya. Kila mmoja wetu anajua.

D: Kuna mawe tofauti kwa mambo tofauti? (Ndiyo) Je, kila mmoja wenu ana jiwe tofauti?

C: Kila mmoja wetu, ndiyo. Langu ni jekundu. Kuweka moyo wazi na ukitiririka katika umoja.

D: Ulisema kuna wengine. Je, ninyi ni kundi?

C: Ndiyo. Na tumekuwa tukifanya hivi siku zote.

D: Hata ukiwa mtoto?

C: Siku zote.

D: Je, kuna mtu aliyekufundisha jinsi ya kulitumia?

C: (Amechanganyikiwa.) Kufundisha?

D: Kuonyesha jinsi ya kufanya?

C: Um... Wengi.

D: Watu wengi walikuonyesha...

C: (Akamkatiza) Watu, hapana. Sio watu. Watu hawajui. Watu hawaelewi.

D: Unamaanisha watu wa kawaida hawaelewi jinsi ya kufanya hivi?

C: Hapana, sisi tunawasaidia.

Kulikuwa na wavulana na wasichana kumi na wawili katika kundi lake, na wote walikuwa karibu umri mmoja. Majibu yake yalikuwa rahisi sana, karibu ya kitoto.

D: Lakini ulisema umekuwa ukijua siku zote jinsi ya kufanya hili. Na mtu mwingine alikuonyesha?

C: (Amechanganyikiwa.) Um... Nahitaji jina kwa hili.

D: Labda si jina, bali maelezo tu. Ulisema si watu wa kawaida?

C: Sio wanadamu. (Alikuwa na ugumu kupata maneno ya kuwaeleza.) Wao ni wale warembo.

D: Wanafanana na nini?

C: Wanang'aa, warembo. Wao ni wa Chanzo. Wa umoja. Wanifanya nikumbuke mimi ni nani. Lakini si kila wakati.

D: Kwa nini si kila wakati?

C: Si salama.

D: Kwa nini isingekuwa salama?

C: Jaribio. Kuvutia umakini mwingi.

D: Kutoka kwa watu wa jiji?

C: Hapana. Nguvu za giza. Tuko salama. Tunalindwa. (Neno hilo lilisemwa kana kwamba ni la ajabu.) Lakini tukivuta umakini mwingi — kwa sababu bado ni vijana — inaweza kuwa hatari kwa miili yetu.

D: Kwa hiyo si watu wa jiji unaopaswa kuwaogopa?

C: Um... Hapana. Wako katika umri wa uelewa na uwazi. Si wote. Lakini kwa sehemu kubwa. Ni vijana katika hekima yao.

D: Je, una familia huko?

C: Familia. Ndiyo.

D: Je, familia yako inajua uliyofundishwa?

C: Hawakuwa na chaguo. Wao ni familia yetu. Ni wa kimwili, na tunawapenda. Lakini hawaelewi kikamilifu.

D: Ulisema hawakuwa na chaguo. Unamaanisha nini?

C: (Akiwa na ugumu wa kupata maneno.) Wamelazimishwa? (Amechanganyikiwa) Sina maarifa kamili bado. Wanapaswa kuturuhusu tufanye tunachohitaji kufanya. Hawawezi kutuzuia, wala hawangetaka kweli. Lakini wanaelewa kuwa sisi ni tofauti. Na kwa sababu hiyo, hawajaribu kuingilia tunachofanya. Lakini hawaelewi kwa nini wamelazimishwa kuturuhusu tufanye tunachohitaji kufanya. Hawajui kwa nini. Wamelazimishwa.

Hili lilikuwa sawa na wale waliotajwa katika sura zilizotangulia ambao walizaliwa katika familia za kawaida ambazo hazikuweza kuelewa vipawa vyao maalum. Katika visa vingine watoto walitolewa hekaluni kulelewa, kwa sababu wazazi wao hawakuwaelewa. Katika kesi hii waliruhusiwa kukuza na kufanya mazoezi ya vipawa vyao bila kuingiliwa na wazazi.

Nilitaka kujua zaidi kuhusu jiwe maalum alilovaa shingoni. "Ulisema wengine katika kundi wana mawe tofauti. Je, ni kwa sehemu nyingine za mwili? Kama lako ni kwa moyo?"

C: Ndiyo, ndiyo. Nishati. Vituo vya nishati.

D: Ni rangi gani nyingine wanazo?

C: Bluu. Hiyo ni kusaidia mawasiliano. Kwa kusema neno, kwa kupokea na kupitisha ujumbe, kwa kuleta taarifa. (Hii ilisemwa kwa makini sana, kana kwamba maneno hayo hayakuwa ya kawaida na yalikuwa magumu kutamka.) Njano. Kwa afya. Mizani takatifu.

D: Unamaanisha kusawazisha kati ya kiroho na kimwili? (Ndiyo) Kuna mawe mengine?

C: Mawe mengine, ndiyo. Kijani. Kijani ni kwa uponyaji. Kijani pia ni kwa kudumisha mizani na nishati za dunia. Na mimea. Husaidia mawasiliano na mimea.

D: Unaweza kuwasiliana na mimea?

C: (Kwa msisitizo) Ndiyo! Hivyo wanavyotufundisha.

D: Sijawahi kufikiria hivyo. Mmea unaweza kukufundisha nini?

C: Jinsi ya kuutumia.

D: Unawezaje kutumia mimea?

C: Kwa namna yoyote iliyoumbwa kwa ajili yake. (Kana kwamba kila mtu angepaswa kujua hili.) Kusaidia watu. Kusaidia mimea mingine. Kusaidia mazingira. Kusaidia wanyama. Kusaidia kuunda umoja. Wanaweza kufanya chochote!

Sauti yake ilikuwa ya mshangao kwamba sikujua mambo haya. Kwake lilikuwa jambo la wazi na la msingi sana, lilipaswa kuwa hivyo kwangu pia.

D: Sijawahi kufikiria hivyo. Je, mnatumia mimea kusaidia watu?

C: Ndiyo. Tunaambiwa nini cha kufanya. Wanajua jinsi wanavyopaswa kutumika.

D: Nilikuwa nafikiria kuchuma majani au kitu kama hicho.

C: Hatuhitaji kuharibu mmea ili kuutumia.

D: Nilikuwa nikifikiria kutumia mimea, au majani, matunda au maua. Huhitaji kufanya hivyo?

C: Mtu anaweza.

D: Ungetumiaje bila kuharibu mmea?

C: (Kwa urahisi, kana kwamba anazungumza na mtoto.) Unatumia ufahamu. Mtetemo na kiini chake. Na unawaomba wafanye kile wanachofanya.

D: Ah, sikuwahi kufikiria kwamba mimea ina ufahamu.

C: Kila kitu kina ufahamu. Lakini tunapaswa kuwa waangalifu sana jinsi tunavyoutumia, kwa sababu ingeleta umakini.

D: Watu wengine hawaelewi tu, sivyo?

C: Haijalishi. Baadhi wanaelewa.

D: Jiji unaloishi, je, mna usafiri ndani ya jiji?

C: (Amechanganyikiwa) Usafiri?

D: Mnatoaje kutoka sehemu moja kwenda nyingine?

C: (Kimya kidogo, bado amechanganyikiwa.) Kwa nani?

D: Kama ungependa kwenda kutoka sehemu moja ya jiji hadi nyingine. Au hata nje ya jiji? (Bado amechanganyikiwa.) Nina hamu tu ya kujua kuhusu jiji.

C: Jiji? Mwendo? (Ndiyo) Vyombo? (Neno lisilojulikana.)

D: Ndiyo. Unalijua neno hilo?

C: Kupitia akili ya sasa.

D: Akili ya sasa. Hiyo ina maana gani?

C: (Kimya cha kuchanganyikiwa na kukata tamaa.) Kutafsiri. Kutafsiri kupitia neno akili ya sasa. (Kwa makusudi) Kutafsiri wakati huu kupitia akili ya sasa.

D: Kutafsiri wakati huu kupitia akili ya sasa. (Sikuelewa, lakini niliendelea na istilahi yake.) Je, kuna vyombo vya usafiri? Ulitumia neno hilo.

C: Vyombo. (Akiwa na ugumu kueleza.) Vyombo vya mtu mmoja. Baadhi vya watu wawili vyenye mwendo. Na mwendo wa kawaida. Na kama ... sumaku?

D: Unaweza kuketi ndani ya vyombo hivi na kwenda sehemu mbalimbali?

C: Kuketi ndani, ndiyo.

D: Vinatembea juu ya ardhi? (Kusita) Juu ya uso wa ardhi?

C: Kwa namna fulani, ndiyo.

Kadiri alivyozama zaidi, ndivyo ilivyokuwa vigumu zaidi. Nilijua alikuwa akijitambulisha zaidi na zaidi na ule utu mwingine, na alikuwa na ugumu zaidi kueleza mambo kwa namna tungeweza kuelewa. Alikuwa ametengana kabisa na akili ya Carol, lakini alikuwa akijaribu kutumia msamiati wake.

C: Siwezi... Jaribu kutafsiri kupitia akili ya sasa. Kielektroni-sumaku.

D: Unaingia tu ndani ya chombo, halafu unafanya nini?

C: Nenda!

D: Unaweza tu kufanya hivyo? (Ndiyo) Kwa kutumia akili ya sasa.

Sikuelewa kwamba alikuwa akimaanisha akili ya Carol. Alimaanisha alikuwa akitafsiri kupitia akili ya Carol kwa kutumia msamiati wake.

C: Hapana. Kutafsiri kupitia akili ya sasa.

D: (Bado sikuelewa.) Kwa kutafsiri kupitia akili ya sasa unaweza kufanya vyombo vitambae. Je, hiyo ni sahihi? (Alikuwa amekasirika: Hapana.) Samahani nina tatizo kuelewa, kwa sababu ninataka kuelewa kweli.

C: Ninakutafsiria kile kilicho hapa kupitia akili ambayo ni .... (Amechanganyikiwa)

D: Sasa nafikiri ninaelewa unachomaanisha. Unajaribu kupata maneno. Je, ni hivyo? (Ndiyo) Na akili nyingine, akili yako, haina maneno hayo hayo.

Alionekana kufarijika kwamba hatimaye nilielewa. Hatimaye aliweza kunieleza.

D: Fanya kadiri uwezavyo. Hicho ndicho ninachotarajia. Fanya kadiri uwezavyo kwa maneno unayoweza kupata. Vyombo hivi vinaendeshwaje?

C: (Polepole) Mpigo wa kielektroni-sumaku.

D: Je, unapaswa kuvikokota kwa namna fulani, au unavifanya viende vipi?

C: Wazo.

D: Basi akili yako lazima iwe na nguvu sana kama unaweza kufanya hivyo. Unafikiria tu unapotaka kwenda?

C: Chombo kinatii.

D: Kinatii mawazo yako. (Ndiyo) Je, kila mtu katika jiji ana uwezo huo huo?

C: (Akasita tena.) Baadhi. Baadhi hawawezi. Basi wanachukuliwa na wale wanaoweza.

D: Naelewa. Wale wasioweza lazima wachukuliwe na mtu mwingine. Hivyo jiji ni mahali pazuri kuishi.

C: Ndiyo, kwa sasa. Nyakati za giza zinakuja.

D: Unajuaje nyakati za giza zinakuja?

C: (Kwa huzuni) Tunajua. (Karibu analia) Tunajua.

D: Unaona nini kinachokuja? (Alikuwa analia.)

C: Kila kitu kitapotea! Kitaenda!

D: Unaona nini kikitokea?

Alikuwa analia waziwazi, na ilikuwa vigumu kuzungumza.

C: (Kati ya kwikwi) Kutakuwa na giza ... na mabadiliko. Na hakuna tunachoweza kufanya.

D: Ni nani atasababisha giza hilo? Unaweza kuona?

C: (Akiendelea kulia) Sijui yote. Hawataamka. Hawatajiunga ... katika mchakato wa kuamka. Mchakato wa umoja.

D: Hujui kinachosababisha giza?

C: Linakuja. (Kusita na kuchanganyikiwa.) Nguvu za giza? Si kutoka hapa.

D: Zinakuja kutoka mahali pengine?

C: Sehemu yake. Ni ya kutisha. Hatuwezi kukaa tukifikiria hilo. Tunajua litakuja. Lakini tutafanya tunachoweza wakati tunaweza.

Niliamua kumhamisha kutoka tukio hilo ili kujua kitakachotokea. Nilimwelekeza asonge mbele hadi siku muhimu, na nikamuuliza anaona nini. Alifika hapo mara moja, na alionekana kushtuka. Alikuwa analia kwa maumivu kimyakimya.

D: Nini kinatokea?

C: (Hakujibu kwa sekunde chache, lakini niliona kwa uso wake kwamba jambo fulani lilikuwa likitokea.) Nimekwisha. (Rahisi na moja kwa moja, bila hisia.)

Nilijua ningelazimika kumrudisha nyuma kabla ya tukio hilo kama ningetaka kujua kilichotokea. Nilimwelekeza kwamba angeweza kulitazama kama mtazamaji ikiwa angependa. Ilionekana kuwa jambo la kutisha, na ingekuwa rahisi zaidi kama angelitazama kwa mtazamo wa mbali bila kuhusika kihisia. Uso wake ulionyesha hisia. Kisha akavuta pumzi ndefu na akaanza kuniambia alichokuwa akiona.

C: Duara. Tuko wote kwenye duara. Na tunazunguka kwenye duara, na kuna kitu katikati. (Alichanganyikiwa akijaribu kueleza kilichokuwa kinatokea.) Ni mnara mwembamba wenye jiwe juu yake. Na tunauzunguka. Kinyume ... kinyume cha mwelekeo wa saa.

D: Kwa nini mnafanya sherehe hiyo?

C: Kuleta mwanga. Giza linakuja. Lazima tufanye kwa muda mrefu kadiri tuwezavyo.

D: Halafu nini kinatokea?

C: Kuna milipuko. Kuna ... milipuko ya giza, mingurumo, mitikisiko. Mayowe! Lazima tuendelee.

D: Milipuko inatoka wapi?

C: Inatoka magharibi.

D: Unajua ni nini kinachosababisha milipuko hiyo?

C: Sijui. Kuna ... (Alichanganyikiwa kabisa, hakuweza kupata maneno.) Dunia ... inasogea. Kitu kinapasuka, kinachosababisha milipuko mingi. Sijui. Giza. Giza ambalo ... unaweza kuliona likija. Lazima tudumishe mwanga. Kwa ajili ya muunganiko na matumaini.

D: Halafu nini kinatokea?

C: (Pumzi kubwa) Imeisha!

D: Ni nini kilisababisha?

C: Kila kitu. Ni kama ... (kuchanganyikiwa) milipuko? Ni kama wimbi kubwa. La maji. (Amechanganyikiwa.) Nguvu. Maji. Mlipuko. Joto. Kila kitu kilichokuwa ... (amekasirika) kuna neno. Mabaki? Milima ya mabaki.

D: Aa, wimbi la mabaki. Basi usingeweza kukimbia kitu kama hicho, sivyo?

C: Hapana. Ilibidi tuendelee.

D: Kwa muda mrefu kadiri mlivyoweza? (Ndiyo) Halafu mkapigwa na giza na milipuko yote hiyo. (Ndiyo) Je, hapo ndipo ulipotoka mwilini? (Ndiyo) Je, mlitoka wote mwilini kwa wakati mmoja? (Ndiyo) Hilo ni jambo jema. Angalau hukua peke yako, sivyo?

C: Hapana, hatukuwa peke yetu.

D: Unapotazama kutoka mtazamo huo, unaweza kuona kilichotokea?

C: Dunia ... ilibadilika. Mabadiliko makubwa ya dunia. Mgeuko!

D: Je, ilitokea kila mahali?

C: (Alichanganyikiwa, kisha:) Ndiyo. Kwa kiwango kikubwa sana.

D: Kama ilitokea kila mahali kwa wakati mmoja, basi lazima watu wengi walipoteza maisha yao.

C: Mamilioni.

D: Unapotazama kutoka mtazamo huo, sasa unaweza kuona zaidi kwa sababu uko nje ya mwili. Je, una wazo lolote mahali hapo palikuwa wapi? Je, palikuwa na jina?

C: (Pumzi kubwa.) Si jina ambalo mngejua sasa.

D: Lakini inaonekana kama ilikuwa ustaarabu fulani.

C: Ilikuwa. Ilikuwa.

D: Uliokuwa umeendelea sana. Isipokuwa kundi lenu lilikuwa limeendelea zaidi kuliko wengine, sivyo?

C: Ilibidi iwe hivyo.

Wataalamu wengi na wanaakiolojia hukataa kwamba ustaarabu wa kale kama huo ungeweza kuwepo. Wanasema kama ungekuwa wa kweli, wangegundua ushahidi fulani wake. Kipindi hiki kinaeleza kwa nini hilo linaweza kuwa haliwezekani. Sio tu kwamba baadhi yao wamezikwa chini ya maji ya bahari, pia wamefunikwa chini ya milima ya matope na mabaki, na chini ya mchanga unaosogea bila kukoma wa majangwa. Kwa hali hiyo, ni vigumu sana mabaki yoyote kupatikana. Jambo hilo hilo lingetokea kama ustaarabu wetu wa sasa ungefukiwa ghafla katika janga kubwa. Miundo yetu yote ya ajabu na teknolojia yetu ingetoweka ghafla. Na watu wa baadaye wasingejua kamwe kwamba tuliwahi kuwepo katika hali ya maendeleo makubwa, isipokuwa kupitia hadithi ambazo huenda zingesambazwa. Hivyo huwaambia wenye shaka wasiwe na uhakika sana kwamba maajabu hayo hayakuwahi kuwepo zamani. Huenda tunazungumzia mustakabali wetu wenyewe.

D: Ulipokuwa katika maisha hayo, ulitaja viumbe wengine waliokufundisha mambo. (Ndiyo) Kutoka upande huu unapolitazama, je, unajua zaidi wao walikuwa nani?

C: Waongozi wetu. Kulikuwa pia na wengine wengi sana waliotusaidia na kutuunga mkono. Walikuwa viumbe wa kiroho kutoka ... anga? Vipimo vingine?

D: Kwa nini walikuwa wakisaidia kundi lenu?

C: Sisi hatukuwa pekee. Kulikuwa na makundi mengine pia.

D: Lakini hawakuwa wakitoa taarifa hii kwa mtu wa kawaida.

C: Wangeweza. Watu hawakuitaka. Ni baadhi tu waliotaka. Lakini hata wale waliotaka, waliitaka kwa ajili ya ubinafsi wao. Hilo lingekuwa kosa.

D: Lakini sasa ni sawa, kwa sababu mlinusurika, sivyo?

C: Siku zote tunanusurika. Haiwezekani kutonusurika.

D: Hiyo ni kweli, kwa sababu hakuna anayeweza kukuua kweli. Hufi kamwe.

C: Hiyo ni sahihi. Lakini tuna nafasi chache za kutimiza mambo tukiwa katika mwili wa kimwili. Na muda hauwahi kutosha.

Kisha nilimhamisha kutoka tukio hilo la huzuni na nikarudisha utu wa Carol ndani ya mwili wake, ili niweze kuuliza maswali kwa nafsi ya ndani.

D: Kwa nini ulichagua maisha hayo kumuonyesha Carol?

C: Imekuwa hivyo siku zote. Siku zote tunarudi pamoja. Siku zote tunafanya hivi katika vipindi vilevile tunaporudi pamoja.

D: Unamaanisha kundi?

C: Ndiyo. Tunarudi kila mmoja kivyake, lakini si katika muda mmoja.

D: Zamani, unamaanisha? (Ndiyo) Lakini sasa mmerudi pamoja tena?

C: Wengi walipotea. Katika maisha hayo. Katikati. Na katika maisha haya pia.

D: Unamaanisha hawajarudi wote pamoja tena?

C: Wengi walichukuliwa kutoka makundi mengine yaliyokuwa yakifanya kazi kama hiyo, ili kuleta uwiano, ili kazi iweze kufanyika.

D: Maisha hayo yana uhusiano gani na maisha yake ya sasa?

C: Maarifa. Umoja. Maarifa ya ufahamu. Vitu vyote vilivyo kimoja vinaweza kuunganishwa, na maarifa yote yanaweza kutumika na kuletwa mbele kwa ajili ya mabadiliko.

D: Unamaanisha tunapitia jambo lilelile tena? (Ndiyo) Inaonekana kufanana kwa namna fulani, sivyo? Je, anatakiwa kuleta maarifa haya katika maisha yetu ya sasa? (Ndiyo) Katika maisha hayo alikuwa na maarifa mengi kuhusu mawe na mimea, sivyo?

C: Zaidi. Maarifa ya harmoniki. Maarifa ya masafa. Maarifa ya kupata taarifa kupitia masafa kutoka kwa yeyote au chochote. Kusafiri katika muda.

D: Kundi hili liliweza kufanya hivyo kwa maarifa ya harmoniki na masafa?

C: Ndiyo. Ubongo ni ... (akitafuta neno) holografu.

D: Holografia. Waliwezaje kusafiri katika muda?

C: Milango ya vipimo.

D: Na yeye anajua jinsi ya kuipata milango hiyo? (Ndiyo) Kwa hiyo ana maarifa hayo kutoka maisha yale?

C: Ndiyo. Na pia kutoka mengine yanayounganika na hilo.

Nilitaka kujua kama Carol angeruhusiwa kurejesha maarifa hayo katika maisha yake ya sasa, kwa sababu hakuna kitu kinachopotea kamwe. Daima yapo yakisubiri ndani ya nafsi ya ndani kama ni busara kuyatumia tena. Nafsi ya ndani ilisema kulikuwa na tatizo kwa sababu alikuwa na hofu ya ndani iliyokita mizizi, kwa kuwa alitumia maarifa haya katika maisha mengine mengi na kulikuwa na hatari kubwa katika baadhi yake. Hofu hiyo ilikuwa imepandikizwa kwa ajili ya ulinzi wake, ili asiwe wazi na kuwa katika hatari ya kuumizwa kimwili. Nafsi ya ndani ilikubali kwamba sasa ulikuwa wakati wa kuondoa hofu hiyo ili aweze kuleta maarifa katika wakati wetu wa sasa. Ilinielekeza kwamba ilikuwa na ufunguo, lakini mimi ndiye niliyepaswa kuanzisha mchakato wa kuufungua. Niliambiwa nimwite mlinzi. Hili lilikuwa jambo jipya kwangu. Niliuliza maana yake.

C: Mlinzi wa maarifa ya ndani na ya nje.

D: Na mlinzi huyu anaweza kuruhusu yaachiliwe kwa njia salama?

C: Polepole si lazima.

D: Lakini kwa usalama.

C: Kwa usalama.

D: Hatutaki akili yake ifurike ghafla. Lazima yaachiliwe kwa njia ambayo anaweza kuimudu.

C: Ndiyo, lakini ulinzi ... hofu ... kipandikizi lazima kiondolewe.

D: Mlinzi anaonekana kuwa mtu muhimu sana. Je, ana uwezo wa kufanya hili na kuruhusu taarifa itoke kwa kipimo kinachofaa?

C: Nakupa ruhusa kufungua kipandikizi cha ulinzi wa hofu. Mengine yote yatajiweka sawa. Sasa ninafungua kipandikizi cha ulinzi wa hofu. Milele.

D: Na maarifa yatatumika tu kwa wema. Kwa mambo chanya. Sivyo?

C: Kwa wema tu.

D: Na hivyo taarifa itaanza kurudi, ambayo imefichwa kwa muda mrefu. (Pumzi kubwa) Na ataweza kuitumia. Hilo ni jambo la ajabu sana. Nakushukuru kwa kuruhusu hili litokee. Bila wewe, lisingewezekana.

C: Bila wewe lisingewezekana.

D: Lakini mimi ni chombo tu cha kusaidia kufikia taarifa ambayo Carol anataka kuitumia. Nakushukuru kwa kuruhusu hili litokee. Utaachiliaje taarifa? Je, itakuja kupitia ndoto au hisia za ndani?

C: Maarifa. Atayajua. Atayakumbuka.

* * *

Mifano hii inaonyesha kwamba zamani wengi wetu tulipata maarifa makubwa kuhusu jinsi ya kutumia nguvu za akili. Ingawa tumesahau uwezo huu, bado upo ukisubiri wakati wa kuamshwa tena. Watu wengi walio hai leo wanabeba kumbukumbu hizi za jinsi ya kutumia akili, na inaonekana huu ndio wakati wa kuamshwa na kutumika kwa manufaa ya sayari yetu. Hakika hawa ni watu maalum. Na kazi yangu inaonyesha kwamba wako wengi zaidi kuliko mtu yeyote anavyodhani. Wakati wa kuamka tena ni sasa!

Sura ya 8

KUCHUKULIWA KWENDA USALAMANI

Kupitia kazi yangu na viumbe wa nje ya dunia na kazi yangu ya kurudisha kumbukumbu za maisha ya zamani, nimeambiwa mara nyingi kwamba kama Dunia ingekabiliwa na uharibifu, au kama janga jingine kubwa lingetokea ambalo lingetishia jamii ya wanadamu, viumbe hao wangetuondoa kwenye sayari. Kumekuwa na matoleo kadhaa ya jambo hili katika kazi yangu. Katika mojawapo yao walisema sayari nyingine ilikuwa ikiandaliwa ambayo ingekuwa karibu sawa kabisa na Dunia. Kijiografia ingekuwa tofauti, lakini wanadamu wangeweza kuishi huko. Iliitwa "Bustani Mpya ya Edeni", na wanyama pamoja na mimea tayari walikuwa wanaandaliwa huko ili wanadamu wahisi wako nyumbani. Hali nyingine ingekuwa kwamba watu wangechukuliwa ndani ya vyombo vya anga kusubiri mpaka Dunia itulie baada ya janga hilo. Katika hali yoyote, nilidhani ingeweza kuchukua maelfu ya miaka kwa Dunia kutulia na kuwa mahali panapoweza kukaliwa tena, kwa sababu kila kitu kingelazimika kuanza upya, kulingana na ukubwa wa janga. Kama manusura wangeondolewa Duniani kusubiri hili, nilidhani ingelazimu kuwa vizazi vyao ndivyo vingerejeshwa kuanzisha tena ustaarabu (hata kama kwa hatua za mwanzo). Nimeambiwa kwamba hili limetokea mara nyingi katika historia yenye misukosuko ya Dunia, kwamba ustaarabu umeangamizwa na maisha yameanza upya. Ujumbe muhimu zaidi kutoka kwa viumbe hao ni kwamba jamii ya wanadamu isiangamie! Wamewekeza muda na nguvu nyingi sana katika maendeleo yetu ili kuruhusu tujiangamize kabisa kwa ujinga wetu wenyewe.

Haya yalikuwa mawazo yangu kulingana na mantiki yetu ya kawaida. Kwamba ingelazimu kuwa vizazi vya manusura wa awali ndivyo vingerejea kuijaza Dunia tena, kwa sababu ya muda mrefu sana ungeohusika. Wakati wa kurudishwa kumbukumbu uliofuata niligundua kwamba mawazo yangu hayakuwa sahihi.

* * *

Marian aliposhuka kutoka kwenye wingu, alijikuta akiwa mwanaume wa miaka thelathini na kitu, mwenye nywele ndefu nyeusi, amevaa vazi fupi lililofungwa kwa kamba. Alikuwa amesimama kwenye ukingo wa msitu akiangalia tambarare ya nyasi kuelekea mji mdogo. Huo ndio ulikuwa mwelekeo wake, na alikuwa ameondoka kijijini kwake siku mbili au tatu kabla. Alipoingia kijijini kulikuwa na mkanganyiko mwingi miongoni mwa wakazi.

"Kuna kitu kinaendelea, na watu hawaelewi. Wamevurugika sana. Wanazunguka huku na huku, wanakimbia, wakijaribu kujua kinachoendelea." Ilionekana kana kwamba hakuna aliyekuwa anajua hasa tatizo ni nini, lakini walikuwa wakitenda kama wanyama wanapohisi hatari. Yeye pia alihisi wasiwasi. "Nimekusudiwa kulifanya kundi hili katika kijiji hiki kuungana na kundi langu au kijiji changu. Mimi ni kama mjumbe, lakini ni kama, sawa, nianzie wapi katika fujo hii. Kuna kiongozi wa asili atakayekuwa mtu wa kuleta utulivu. Lazima nimtafute mtu atakayenisaidia kutimiza kile ninachopaswa kufanya. Huenda asiwe mtawala rasmi. Kuna jambo linaendelea. Hapa si peke yake. Kuna kitu kinavuruga mambo. Kinawaathiri wote. Ndiyo maana tunapaswa kuungana."

Alipompata mtu aliyekuwa akimtafuta, alikuwa mwanamke. "Yuko katika moja ya nyumba. Ana mawazo kama yangu. Anajua mambo yanahitaji kudhibitiwa. Kwamba mpangilio unahitajika kwa watu, kwa kundi. Na yuko tayari kushirikiana nami. Yuko mtulivu. Anaheshimiwa."

Alijua watu wangemsikiliza, naye alisimama nyuma huku akithibitisha kile alichohitaji kujua na kufanya. Anasema, "Anazungumza nao, nao wanaanza kusikiliza. Kwa sababu wanahitaji. Wanataka, kwa sababu wanaogopa. Wanahitaji mwongozo fulani, na inaonekana kiongozi rasmi hawapati."

Sikujua jambo hili lilielekea wapi, kwa sababu sababu ya mkanganyiko ilikuwa haijulikani wazi, na jukumu la Marian halikuwa bayana. Lakini sikuweza kuelekeza. Nilipaswa kuacha hadithi ijifunue kwa kuuliza maswali tu. Niliuliza, "Mnaamua kufanya nini?"

"Tumruhusu afanye kazi nao kwa muda kabla ya kuwasilisha wazo la muungano. La kuungana na vijiji vingine ili tujadili mkakati. Kuna watu wengine waliokwenda vijiji vingine. Itakuwa kama baraza. Kuna tishio linalotuhusu sote. Si watu wengine wanaotutishia."

Nilidhani labda ni jeshi linalovamia, kwa sababu hilo limetokea mara nyingi katika historia. "Ni vigumu kufafanua, kwa sababu hata mimi sielewi. Siwezi kusema kama ni mabadiliko ya Dunia, au kama yanatoka nje. Hakuna anayejua hasa ni nini. Kama tunaweza kujiandaa na kuungana, tunaweza kuvuka hili."

Nilimsogeza mbele kidogo katika muda kuona kinachoendelea, nikitumaini mambo yangeeleweka zaidi. Watu wote walikuwa wamekusanyika katika eneo kubwa wazi. Alivuta pumzi ndefu na kusema, "Ni wazimu." Baada ya kimya kifupi, alisema kwa kusitasita, "Naona vyombo vya angani. Vyombo vya wageni. Vinashuka. Vinaleta hofu, lakini si vya uadui."

Alivieleza vyombo hivyo kama, "Vina umbo la mviringo, lakini si kama mpira. Zaidi kama yai. Si vidogo vya watu wawili au watatu. Ni vikubwa. Vinaweza kubeba watu wengi." Havikutua, bali vilikuwa vimeelea juu ya ardhi.

D: Unafanya nini?

M: (Kicheko cha kihofu) Najaribu kujifanya siogopi.

D: Watu walijua jambo kama hili lingetokea?

M: Hatukuwahi kuona kitu kama hiki maishani. Labda kwa kiwango cha kiroho tulijua. Kwa kiwango cha kiasili tulijua kuna kitu kinakuja, lakini hatukujua ni nini. Ndiyo maana tulikuwa tunaandaa watu. Kulikuwa na tishio. Lakini hakuna aliyelielewa.

D: Hivyo ni jambo ambalo usingeweza kujiandaa nalo kweli.

M: Hapana, lakini tulilazimika. Vinginevyo watu wangekimbia hovyo. Lazima kuwe na mpangilio. Na watu kutoka vijiji vingi wako hapa.

D: Nini kinatokea?

M: Tunapaswa kuondoka. Kila mtu lazima aingie kwenye chombo.

D: Kuna mtu anawaambia hivyo?

M: Hapana, najua tu. Najua tu.

D: Kwa nini mnapaswa kuondoka? Hapa ni nyumbani kwenu.

M: Kwa sababu kitu kitatokea. Na ikiwa hatufanyi hivyo kuondoka tutauawa. Kwa hiyo mwanamke huyu kutoka kijiji kile, na mimi kutoka kijijini kwangu wako hapa na watu waliokwenda vijiji mbalimbali. Tunajua inabidi tuwafikishe watu kwenda.

D: Una wazo lolote lingekuuwa? kutokea kama hauendi?

M: Kitu kitakachotokea kwa Dunia.

D: Watu wako tayari kwenda?

M: Wote wanaogopa. Ni ngumu. Siwezi kuwafahamisha mimi hofu. Mimi na mwanamke huyu, na watu wengine kutoka kwa wengine vijiji vitasaidia kuwaongoza kwenye meli hizi. Sisi ni kujaribu kuwakusanya. Wengine huenda kwa hiari. Wako tayari kufuata. Na wengine, unapaswa kuwatia moyo. Wao fikiria ni wazimu.

Nilimwomba aeleze ndani ya chombo baada ya wote kupanda.

M: Ni kikubwa vya kutosha. Kuna nafasi kwa kila mtu. Na hakijabanwa.

D: Ulisema kuna vyombo kadhaa?

M: Ndiyo. Maeneo tofauti. Unaweza kuviwona kwa mbali. Unaweza kuchukua vitu vyako, au wanyama, chochote unachotaka.

D: Unaweza kuwaona waliokuja na vyombo? Wanaonekanaje?

M: (Kicheko) Wanajaribu kuonekana wasiotisha. Wanajaribu kutabasamu, kushika mkono, kuwa rafiki. Wanakuwa waangalifu wanamkaribia nani.

D: Je, wanaonekana binadamu? (Ndiyo) Sio ya kutisha hivyo njia. Vema, ikiwa wale watakaokuja wataendelea na zao wanyama na chochote, nini kitatokea?

M: (Kimya kirefu) Vyombo vinapanda juu, kuelekea anga na mbinguni.

D: Unajisikiaje kuhusu hilo?

M: Kuna kazi nyingi ya kufanya. Kuhusu kuzungumza na watu, na kuwaambia kwamba ni sawa. Ni jambo sahihi kufanya. Nayo itakuwa sawa. Ninaanza kutulia. Niko bize sana.

Aliweza kuona nje ya chombo, na Dunia chini. Nilitaka kujua inaonekanaje. Alivuta pumzi ndefu alipokuwa akijaribu kuelezea alichokuwa anakiona. "Dunia inaonekana kama vile ninavyofikiria milipuko ya miale ya jua inavyoonekana. Vitu vinawaka na kuchomoza kutoka Duniani. Siwezi kusema ni volkano. Sijui ni nini."

D: Je, unaweza kumuuliza mmoja wa watu walioko kwenye chombo kile kinachoendelea?

M: Naweza. Wako bize, lakini naweza.

D: Muulize tu kinachoendelea kule chini?

M: Ni mabadiliko ya sayari ambayo usingeweza kuelewa. (Kicheko kidogo) Unaweza kujaribu. (Anacheka)

D: Ndiyo, mwache ajaribu.

M: Ni kama mchanganyiko kati ya volkano na kometi na mlipuko wa nyuklia. Hicho ndicho kilicho karibu zaidi anachoweza kuelezea ili niweze kuelewa. Walijua inakuja, na ndiyo maana walitaka kuwatoa watu wengi kadiri walivyoweza. Na tutarudi.

D: Je, mtarudi mara moja?

M: Anaanza kueleza kwamba tunaweza kushikiliwa katika hali ambayo muda unapita, lakini sisi hatubadiliki. Halafu tutarudi tu.

D: Hiyo ni njia ya kuvutia ya kusema. Muda utapita lakini hamtabadilika. Je, anaweza kueleza vizuri zaidi?

M: Si usingizi wa kusimamishwa. Muda utapita, lakini huta.... (Kwa sauti ya chini sana:) Ninaelezaje? Muda unapita Duniani, muda haupiti kwenye chombo. Dunia itapitia mambo, na chombo hakitapitia.

D: Ni kama vitu viwili tofauti—sidhani "vipindi vya muda" ndio maneno sahihi.

M: Muda unapita kule, muda haupiti hapa.

Hili linafanana sana na dhana waliyoniambia, kwamba muda ni udanganyifu. Muda hupita kutoka mtazamo wa binadamu: saa, siku, wiki, miezi, kwa sababu tumenaswa katika wazo hilo. Hawana dhana ya muda na hivyo haupo kwao. Hii ni mojawapo ya sababu wanaweza kusafiri kwa urahisi sana kupitia muda na nafasi bila vizuizi. Walisema kwamba binadamu huenda ndio spishi pekee katika ulimwengu ambayo imepata njia ya kupima kitu ambacho hakipo.

D: Je, watakuweka kwenye chombo mpaka wakati wa kurudi ufike?

M: Ndiyo. Haitakuwa muda mrefu.

D: Lakini Duniani itakuwa muda mrefu zaidi. (Ndiyo) Kwa hiyo hamtaenda mahali pengine. Mtakaa tu kwenye chombo.

M: Kuelea tu.

Hilo lilijibu swali nililokuwa nalo awali. Nilidhani wangepelekwa mahali fulani kusubiri janga lipite, na wasiweze kurudi mpaka Dunia iweze tena kuhimili maisha, jambo ambalo lingeweza kuchukua maelfu ya miaka. Kama hawajanaswa na dhana ya muda, ingekuwa kama kutazama matukio kwa mwendo wa haraka kwenye kanda ya video.

M: Ni vizuri kwamba haitachukua muda mrefu, kwa sababu watu hawatakasirika sana. Kuna nafasi ya kutosha, hivyo baadhi yao walileta wanyama wao pamoja nao. (Anacheka) Ni kama safina ya Nuhu!

D: (Anacheka) Hicho ndicho nilichokuwa nafikiria. Kilisikika kama hivyo.

M: Hatutahisi kama ni muda mrefu tukiwa kwenye chombo.

Nilimsogeza mbele ili aone kinachoendelea Duniani chini.

M: Ni karibu kama sikukuu ya nne ya Julai. Unajua, yale mafungu yenye umbo la koni yanayolipuka. Hivyo ndivyo inavyoonekana ikilipuka katika sehemu mbalimbali za Dunia. Kulikuwa na moto, na mawingu ya majivu. Unaweza kuona rangi zikibadilika.

D: Unamaanisha nini kwa rangi?

M: Ilipolipuka mara ya kwanza, kulikuwa na kijani na bluu na yale mawingu meupe. Halafu miale hiyo ya milipuko. Na wakati mwingine kulikuwa na mawingu ya kijivu. Halafu kijivu, na yale mawingu mabaya ya kahawia na kijivu yanayosikitisha yanaanza kusafika taratibu. Halafu mambo yakarudi kuwa bluu na kijani na meupe.

Katika kipindi kifupi, aliona kile ambacho kingechukua maelfu ya miaka kutokea. Kisha akaenda mbele hadi waliporudishwa wote Duniani.

D: Je, wanawarudisha mahali pale pale?

M: Ni vigumu kusema. Kuna miti na vitu tena. Vimerudi. Lakini hakuna vijiji na hakuna vitu vilivyotengenezwa na binadamu kote. Hakuna wanyama isipokuwa wanyama tuliowaleta pamoja nasi.

D: Walipowashusha, walibaki pamoja nanyi?

M: Walituambia kwamba tutalazimika kuanza upya.

D: Kwa hiyo si jukumu lao kuwasaidia?

M: Walijaribu tu kuwasaidia watu waone kwamba watalazimika kutumia ujuzi wao, chochote wanachojua.

D: Ni vigumu kuanza upya. (Ndiyo) Angalau waliwaokoa wote.

M: Ndiyo. Na wanafanya kazi na watu kuongeza ari yao na kuwapa kujiamini. Kuwaambia kwa nini inaweza kufanyika.

D: Je, unajua kama kila kitu kiliharibiwa? (Ndiyo) Dunia yote? (Ndiyo) Kisha wanaondoka?

M: Ndiyo. Wataendelea na majukumu yao.

D: Mtalazimika kuanza tena. Hilo lilionyesha uvumilivu mkubwa kufanya yote hayo.

Kisha nikamsogeza mbele nikijaribu kupata siku nyingine muhimu, ingawa sikudhani kuna kitu kingekuwa muhimu zaidi kuliko kile alichokuwa amepitia. Alitangaza, "Sitaishi muda mrefu. Kitu kinanitokea. Kuna ajali. Mti unaanguka wakati wa mchakato wa kujenga upya. Ulinisaga." Kisha nikamwambia aende upande wa roho na aangalie maisha hayo kutoka mtazamo huo. Nikamuuliza alijifunza nini kutokana na maisha hayo. "Wakati mwingine lazima uende pamoja na yasiyojulikana."

Kisha nikarudisha utu wa Mariyani ndani ya mwili, nikibadilisha yule kiumbe mwingine, na nikaiita akili ya ndani.

D: Kwa nini ulichagua maisha haya ya ajabu ili Mariyani ayaone?

M: Itatokea tena.

D: (Hili lilinishangaza.) Unafikiri hivyo?

M: Itatokea tena. Kutakuwa na mabadiliko ya Dunia. Na vyombo vitakuja tena.

D: Kuna uhusiano gani na maisha ya Mariyani sasa?

M: Kwa sababu anajua itatokea tena. Alishapitia mara moja tayari, na atakuwa hai wakati Dunia inapitia tena.

D: Yule mwanaume aliweza kuona kitu kinatokea kutoka kwenye chombo. Nini kilitokea kwa Dunia?

M: Kulikuwa na mabadiliko mengi. Misukosuko mingi. Ni mzunguko.

D: Je, ilisababishwa na binadamu mara ya mwisho?

M: Hapana, ni mzunguko. Mzunguko wa asili.

D: Ambao Dunia hupitia? (Ndiyo) Lakini haikukusudiwa maisha yote yafe, sivyo?

M: Hapana, hawataki kila kitu kifutike.

D: Hilo ni muhimu, kwa sababu ni kazi kubwa kuanza tena. Walimaanisha nini waliposema, "Muda ungepita Duniani, lakini si kwenye chombo"?

M: Kwa sababu hivyo ndivyo muda ulivyo.

D: Lazima ilichukua muda mrefu kwa Dunia kurudi kuwa mahali pa kuishi tena. Lakini watu kwenye chombo hawakubadilika.

M: Muda ni pale unapoweka umakini. Duniani unaenda hatua kwa hatua kwa hatua kwa hatua. Huna haja ya kufanya hivyo ukiwa nje ya Dunia. Unaweka umakini na upo hapo. Ukiweka umakini kule, upo kule. Hakuna kipimo cha muda. Uko nje ya kipimo, kwa sababu hawahitaji kipimo.

D: Daima ni vigumu kwa akili zetu kuelewa.

M: Itatokea tena. Sina uhakika hata kama itatokea katika maisha haya au la. Namaaanisha maisha ya Mariyani. Lakini kazi ni kuwafanya watu wawe na ufahamu. Mpango ni kwamba afunue habari polepole, ili isimmiminike na kumlemea. Lakini habari ipo, na lazima aifunue. Na inahusiana na hii... mambo ya nje ya Dunia. Mambo ya mradi wa Dunia. Lazima awafanye watu waone kilichoko huko nje. Kuwafanya wawe tayari. Watu wengi zaidi wawe na ufahamu. Kwamba kuna mambo mengi zaidi kuliko kukimbizana na kuharakisha katika dunia hii. Kuna mambo zaidi kuliko kwenda dukani kununua vyakula. Anahitaji kufungua akili zao. Lazima waamke. Sio wajinga.

D: Nimeambiwa mara nyingi kwamba watu wanaumiza sana Dunia. Ndiyo unamaanisha?

M: (Anavuta pumzi ndefu) Ni zaidi ya hapo. Kusitisha kuumiza Dunia kungeweza kupunguza kasi. Itatokea. Mwisho wa maneno!

D: Hakuna njia ya kuizuia sasa?

M: Hapana. Iko njiani.

D: Anapaswa kufanya nini?

M: Aendelee tu kuwaamsha watu. Huenda isifanyike katika kizazi hiki. Lakini kadiri watu wengi wanavyofahamu kwamba mambo yanaweza kutokea kwa Dunia yenyewe, ndivyo watu wengi watakavyokuwa tayari na wenye nia ya kupanda kwenye vyombo.

D: Itakuwa kitu kilekile tena? (Ndiyo) Watakuja kuchukua baadhi? (Ndiyo) Lakini kutakuwa na baadhi ambao hawatataka kwenda?

M: Wapole watairithi Dunia.

D: Nafikiri wapole watakuwa wale wanaoogopa kwenda.

M: Lazima awaambie watu mambo ambayo hawajawahi kuyafikiria. Mambo ambayo hawajawahi kuyaangalia. Mambo ambayo daima wameyafikiri kuwa ya ajabu na ya kuchekesha.

D: Unamaanisha mawazo ya kiroho au ya nje ya kawaida?

M: Ndiyo. Si lazima yawe vyombo vya angani.

D: Hii itakuwa njia ya kusonga mbele?

M: Itakuwa njia ya kujiokoa.

Inashangaza jinsi ninavyoendelea kupata vipande vya fumbo hili kutoka kwa watu wengi kote ulimwenguni. Kazi yangu ni kuunganisha fumbo hilo, na ninapofanya hivyo linaanza kuwa na maana fulani, hata kama akili yetu ya kawaida haiwezi kuelewa kikamilifu ukubwa wa jambo lote. Inaonekana kuna mengi zaidi yaliyo karibu kufikiwa lakini bado yako nje kidogo ya upeo wetu.

SEHEMU YA TATU

VIUMBE VILIVYOENDELEA NA KARMA

Sura ya 9

WATOTO HUUNDA KARMA

Kisa nilichofanya kalifornia mwaka 2001 kilionyesha ugumu ambao roho ambazo hazijazoea maisha ya Dunia hupata wanapojaribu kuzoea sayari hii yenye msukosuko. Mwanamke kijana alikuja kuniona nilipokuwa San Jose kwa ajili ya mhadhara wa siku nzima kwa kundi la A.R.E. (Taasisi ya Edgar Cayce). Kwa kawaida mimi hujaribu kuwaona watu walioko kwenye orodha yangu ya kungoja kwa vikao vya faragha na hupanga ratiba yao kuzunguka mihadhara yangu. Susan alikuwa na uzito wa ziada, na mara moja nilidhani hilo lingekuwa mojawapo ya matatizo ambayo angetaka kuchunguza. Lakini tatizo lake kuu lilikuwa kwamba yeye na mumewe walitaka kupata mtoto, na hakuweza kushika mimba. Kila mara mimi huielekeza nafsi ya ndani imrudishe mtu kwenye maisha yanayofaa zaidi kueleza matatizo anayokumbana nayo katika maisha haya ya sasa. Huo ndio utaratibu nilioutumia kwa Susan.

Susan alipokuwa katika hali ya kina ya usingizi wa kiakili, badala ya kujikuta katika maisha ya zamani hapa Duniani, alielea angani na kujikuta amesimama mbele ya mlango mkubwa wa chuma uliokuwa na alama kubwa ya X juu yake. Alama hiyo ya X iliundwa na pembetatu nne, na tulipokuwa tukizungumza, pembetatu hizo zilifunguka nje ili aweze kuingia. Kupitia mlango huo aliweza kuona wazi kwamba hakuwa Duniani. Alikuwa juu ya jabali akitazama bonde, na kila kitu—miamba, udongo na anga—kilikuwa na rangi ya wekundu. Aliona kuba kubwa katika bonde, lakini hakukuwa na miti wala uoto. Mara moja alijua kwamba hewa haingeweza kuvutwa. Hakuna aliyekuwa salama nje. Alijua watu walikuwa kwenye makazi chini ya ardhi, na hapo ndipo alipaswa kwenda. Alipata mlango wa kuingia upande wa jabali na akashuka hadi eneo la giza chini ya uso wa ardhi ambako watu walikuwa wamejificha. Susan alionekana kama mwanaume mrefu, mwembamba, mwenye nywele za dhahabu. "Hakuna unene!" alicheka.

Kazi yake ilikuwa kupeleka vifaa katika vituo mbalimbali kwenye sayari ndani ya mfumo wao wa jua mbili. Hapa palikuwa moja ya vituo njiani, na kazi yake ilikuwa kuangalia watu na kuona wanachohitaji. Watu walikuwa na chakula, lakini maji yalikuwa haba. Hawakuweza kwenda juu ya uso wa sayari, bali walilazimika kuishi kwa msongamano chini ya ardhi. Watu hao walionekana kama binadamu, lakini walikuwa wamevaa mavazi yaliyoharibika. Kuba ile ilikuwa na injini na ilihusiana na uzalishaji wa nishati. Inaonekana pia ilichuja hewa iliyofika kwenye makazi ya chini ya ardhi. Alieleza kwamba kulikuwa na vita miaka mingi iliyopita vilivyoharibu anga na kuifanya kuwa hatari kwa waliobaki hai. Ilisababishwa na kitu kama bomu la nyuklia, na maisha hayakurudi juu ya uso kwa sababu hewa ilikuwa imechafuliwa. Walikuwa wamezoea aina hiyo ya maisha na kujenga makazi ya chini ya ardhi, lakini sasa hatari mpya ilikuwa inakaribia. Kundi lingine lilikuwa limegundua sayari hiyo na lilikuwa linajaribu kuichukua kwa ajili ya madini yaliyokuwamo. Hivyo mapigano mapya yalikuwa yanaendelea, na kufanya iwe hatari mara mbili kuwa juu ya uso.

Mapigano yalipopungua kwa muda, alirudi juu ya uso, akaingia kwenye chombo chake kidogo cha uchunguzi na kuondoka sayarini. Nilimwomba aende kwenye siku muhimu katika maisha hayo. Kawaida mimi huchagua siku muhimu kwa sababu katika maisha mengi (hata ya sasa) siku huwa zinafanana sana. Kile mtu mmoja anaona ni siku muhimu, mwingine haoni hivyo. Mara nyingi siku hizo huwa za kawaida tu, kwa sababu maisha yenyewe ni ya kawaida na hakuna mengi yanayobadilika. Maisha ya Susan hayakuwa tofauti. Hata kama yalionekana kufanyika kwenye sayari nyingine, yalionekana kuwa ya kawaida tu—mwanaume anayesambaza vifaa kutoka kituo kimoja hadi kingine. Hata mahali alipokuwa akichukua vifaa (sayari kame) halikuwa na kitu cha pekee. Nilipomwomba asonge mbele hadi siku muhimu, ghafla alitangaza, "Ninaanguka!" Hakushtuka aliposema hivyo. Bila hisia alieleza hali ya kuanguka. "Tuligonga kitu, au kitu kilitugonga. Sehemu ya mbele ya chombo imekatika nusu. Sijui kilichotokea." Alikuwa tayari ametoka mwilini kabla chombo hakijaanguka tena kwenye sayari.

Sikuweza kuelewa jinsi maisha haya ya ajabu ya sayari nyingine yangeweza kueleza kwa nini Susan hakuweza kushika mimba. Mantiki ya nafsi ya ndani daima huzidi yangu, na jibu ililotoa halikuwa nililotarajia.

Subconscious ilikuwa imemuonyesha maisha hayo hivyo yeye angekumbuka alikotoka: sayari yenye mbili jua. Susan alikuwa na ndoto tangu utotoni kuhusu mahali hapo haikuwa Dunia iliyokuwa na jua mbili angani. Hata alichora picha za mahali hapa pa ajabu, lakini hakuweza kuelewa kumbukumbu hizi zilitoka wapi. Akili ndogo ilisema sababu hakuwa na watoto ni kwa sababu yeye bado alikuwa akijitambulisha na mtu mwingine aliyeanguka.

Maisha yake mengine yalikuwa kwenye sayari zingine, na alipoamua kufanya majaribio na kujaribu kuishi duniani yeye alikuwa na ugumu wa kurekebisha. Yeye hakupenda hapa, na alitaka kuondoka na kwenda nyumbani. Alisema, "Kuna mengi sana wajibu. Sana kila kitu. Ngumu sana. Zaidi yenye changamoto."

Miili yake katika maisha mengine haikuwa na viungo vya uzazi na haikuweza kufafanuliwa kama ya kiume wala ya kike. Hali hii huitwa kuwa wa jinsia mbili kwa pamoja, na viumbe wengi wa nje ya Dunia ambao nimewachunguza wanaishi hivyo leo kwenye sayari zao. Hakuipenda kuwa mwanamke au kuwa na viungo vya uzazi. Alisema, "Hakuna ngono kama hakuna viungo vya ngono." Viumbe hao hawakuzaa kwa njia ya kawaida, bali "walitengenezwa". Mara nyingi hili hutokea kwa mchakato wa uigaji wa kijenetiki, hivyo hauhitaji ngono kuzaa.

Nilijaribu kumweleza kwamba ninaelewa kujitambulisha kwake na utu mwingine, lakini ili kupata mtoto katika maisha haya, ngono ndiyo njia pekee wanadamu wanayojua ya kupata watoto. Alijibu kwamba hataki kuwa binadamu. Hakuipenda Dunia kabisa. Aliona amejifunza vya kutosha na alitaka kuondoka. Hii daima ni ishara ya tahadhari, na nilijua nilipaswa kuendelea kwa uangalifu. Hata kama utu wa nje wa Susan ulionekana kuzoea vizuri na kutaka watoto, sehemu hii nyingine yake ilikuwa tofauti kabisa. Haikupenda hapa na ilitaka kuondoka. Kazi yangu daima ni kumlinda mtu ninayefanya naye kazi, na kutoruhusu hatari imfike, hata kama inatoka kwa sehemu nyingine yake mwenyewe. Aliendelea kusisitiza, "Nimemaliza sasa. Nimemaliza. Nimemaliza. Nataka kwenda."

Pia alisisitiza kwamba hahitaji kuwa na mtoto. Mtoto angeunda muunganiko na Dunia. Alitaka kukata miunganiko yote. Hakutaka kuunda karma kwa kupata mtoto ambayo ingemlazimisha kurudi tena hapa. Kama hakuwa na mafungamano na Dunia, ingekuwa rahisi kurudi kwenye sayari yake ya nyumbani. Jaribio hili la kuishi Duniani halikuenda kama alivyotarajia. Sababu ya kuwa na uzito wa ziada ilikuwa kujilinda dhidi ya ngono ili asipate watoto. Nimesikia hili mara nyingi, ambapo watu kwa njia ya ndani husababisha kuwa na uzito wa ziada ili wasivutie jinsia nyingine, na uzito huo wa ziada huwa kama kinga au ukuta. Hivyo, hata kama akili ya nje ya Susan ilikuwa ikisema anataka watoto, sehemu ya ndani ilikuwa na mpango tofauti.

Nilijaribu kubishana naye. Alisema anapenda watoto na anapenda kufanya kazi nao. Nikapendekeza kwamba kwa kuwa ana tabia ya upendo, angekuwa mama mzuri. Kama angekuwa na mtoto wake mwenyewe, angeweza kumfundisha mambo mengi mazuri, na hiyo ingekuwa uzoefu mpya. Kumfundisha mtoto jinsi ya kuishi Duniani ingekuwa changamoto. Ingekuwa zawadi ambayo angeweza kuipa sayari hii. Lakini bado aliogopa kuunda mafungamano yatakayomfunga na Dunia. "Ingenifanya nirudi hapa tena na tena. Sipendi hapa. Sipendi mafungamano."

Alikuwa na msisitizo mkubwa kwamba maisha yake yangekuwa mafupi. Kwamba karibu ilikuwa wakati wa kuondoka kwa sababu alitaka kurudi nyumbani. Nilijaribu kumshawishi kwamba kama angeyakatiza maisha yake mapema, angelazimika tu kurudi na kuyafanya tena hadi akamilishe wajibu wake. Hakutaka hilo litokee kwa vyovyote, kwa sababu alitaka kutoka kabisa. Hivyo nilidhani nilikuwa napiga hatua kwa hoja zangu za ushawishi. Alikuwa ameota ndoto kuhusu sayari yake ya nyumbani kwa muda mwingi wa maisha yake, ili asisahau alikotoka na asikwame hapa. Ni rahisi sana kusahau mara tu roho inapoingia mwilini. Mtu hushikwa na ulimwengu huu na matatizo yake ya kipekee. Nilipozungumzia kupunguza uzito wake, alisema ulimwengu huu ni mzito sana. Njia moja ya kuondoa uzito huo ilikuwa kuacha tu mwili wake. Kwa hakika alikuwa amedhamiria. Naweza tu kutumaini kwamba uthibitisho wangu chanya ulikuwa unapenya ukaidi wake. Niliendelea kusisitiza kwamba hangeweza kuondoka hadi akamilishe majukumu yake. Hakuwa na haja ya kukwama katika mzunguko wa kurudi tena Duniani. Huo ni mzunguko mgumu zaidi kuvunja.

Hii ilikuwa kesi ngumu kwa sababu sikujua kwamba ningekutana na upinzani mkubwa kiasi hicho kutoka kwenye fahamu fiche ya Susan. Baadaye niligundua roho wengine waliokuwa wamejitolea kuja katika ulimwengu huu wakati huu ili kusaidia. Nao pia hawakutaka kuwa na watoto kwa sababu ingeweza kuwafunga na ulimwengu wetu. Walipaswa kubaki huru dhidi ya karma ili waweze kuondoka watakapomaliza kazi yao.

* * *

Inavutia kwamba watu wengi niliowafanyia kazi katika miaka michache iliyopita hurudi kwenye maisha ambayo walikuwa viumbe wa nuru waliokuwa wakiishi katika hali ya furaha kuu. Hawakuwa na sababu ya kuingia katika msongamano na hali hasi ya Dunia. Wote walijitolea kuja kusaidia Dunia wakati huu, lakini hawakuwa na wazo jinsi ingekuwa vigumu mara tu walipoingia mwilini.

Nimekutana na kile ninachokiona kama mawimbi kadhaa tofauti ya roho yaliyokuja katika nyakati mbalimbali. Wimbi la kwanza lilikuwa roho kama Phil katika kitabu changu Walinzi wa Bustani. Hawa sasa wako katika umri wa arobaini. Walipata ugumu wa kuzoea na wengi walitaka kujiua ili warudi "nyumbani". Kwa kawaida wana maisha mazuri ya kifamilia, kazi nzuri na kila kitu ambacho tungekiona kuwa ni maisha bora. Lakini kulikuwa na kitu kilichokosekana kwa sababu hawakuwahi kuhisi kwamba walikuwa wa hapa. Hawakupenda vurugu na ubaya walioukuta katika ulimwengu huu. Walitaka kurudi nyumbani ingawa hawakuwa na wazo, kwa ufahamu wao wa kawaida, ni wapi nyumbani hapo palikuwa. Nimesikia kutoka kwa watu wengi duniani kote wanaodhani wako katika kundi hili. Walidhani wao pekee duniani walihisi hivyo, na walifarijika sana, baada ya kusoma kitabu changu, kugundua kwamba kwa kweli hawakuwa peke yao.

Wimbi la pili nililogundua lilikuja takribani miaka kumi au zaidi baadaye. Hawa sasa wako katika umri wa ishirini na thelathini. Baadhi yao wamezoea vizuri sana. Chini ya hipnosisi, wanasema wako hapa tu kutenda kama njia au mkondo wa kupitisha aina ya nishati kwa Dunia inayohitajika wakati huu. Watu hawa wanaishi maisha yasiyo na mambo ya kipekee, mara nyingi hawajaoa au kuolewa na hawana majukumu makubwa (hasa hawana watoto). Wana kazi zinazowapa muda mwingi wa kuchunguza maslahi yao halisi, ambayo yanaonekana kuzingatia kuwasaidia watu. Wanaonekana hawana matatizo na wamezoea ulimwengu huu kwa urahisi zaidi kuliko wimbi la kwanza.

Wimbi la tatu kwa hakika ni watoto maalum (wanaoitwa Watoto wa Indigo) ambao wamekuja na bado wanaendelea kuja. Baadhi yao sasa wako katika hatua za mwanzo za kubalehe. Hawa kwa kweli ni maalum, na wameitwa tumaini la wanadamu. Wanahitaji kueleweka kwa sababu wanafanya kazi katika kiwango na mzunguko tofauti na watoto wengine wa umri wao. Vitabu vingi vimeandikwa kuhusu watoto hawa, na nimezungumza katika makongamano yanayowahusu. Kwa kweli ni tofauti. Hata DNA yao imethibitishwa kuwa tofauti. Katika kazi yangu, nimeambiwa kusisitiza kwamba wasiwekwe kwenye dawa, hasa Ritalin, ambayo ni dutu inayobadilisha akili. Wanachoshwa shuleni na wakati mwingine husababisha vurugu kwa sababu wana uwezo wa kujifunza na kunyonya mambo kwa kasi kubwa zaidi kuliko watoto wa vizazi vingine. Niliambiwa kwamba wanahitaji kupewa changamoto. Hili litachochea udadisi wao na kuimarisha uwezo wao. Kuna watoto wengi katika kundi hili la umri ambao tayari wanapata umakini wa vyombo vya habari kwa sababu ya uwezo wao wa ajabu. Katika historia kumekuwapo daima hadithi za watoto wenye vipaji vya ajabu; watoto waliokuwa na talanta mbali zaidi ya umri wao. Hawa walikuwa wachache na wa kipekee. Sayansi haikuweza kuwaeleza, lakini nadhani uwezo wao unatokana na vipaji vilivyojifunzwa na kukamilishwa katika maisha yao ya zamani. Hata hivyo, kundi jipya linaonekana kuwa tofauti. Wakati wale wa zamani walikuwa wachache na wa kipekee, inaonekana kuna wengi zaidi katika wimbi hili jipya la watoto wanaoonyesha uwezo wa kipaji cha kipekee. Watoto wanaohojiwa kwenye runinga tayari wako vyuoni na wanafuatilia taaluma. Lakini kila mmoja wao alisisitiza hamu yao ya kuunda mashirika ya kuwasaidia watoto wasio na bahati duniani.

Kwa kuzingatia kazi yangu, nina mwelekeo wa kufikiri kwamba vipaji hivi havitokani na maisha yao ya zamani, bali kutoka katika tofauti ya muundo wa roho zao. Mawimbi haya yote matatu niliyoyaona yalikuja kusaidia Dunia katika wakati wake wa uhitaji. Wengi wao hawajawahi kuishi kwenye sayari hii hapo awali, hivyo wanaiona kuwa mahali pagumu kuishi. Wako hapa kwa madhumuni mahususi na wanataka kumaliza kazi yao na kurudi "nyumbani". Ingawa hawajui kwa ufahamu wao wa kawaida, wanatambua kikamilifu utume wao Duniani. Haujafichwa chini ya tabaka za maisha ya zamani na karma. Wimbi jipya zaidi halijafichwa kama mengine. Nguvu zinazoamua nani atatumwa zinafanya wawe dhahiri zaidi, kwa sababu muda unazidi kupungua wa kufanya mabadiliko yatakayookoa au kuharibu ulimwengu wetu. Roho zaidi na zaidi ambazo si za asili ya ulimwengu wetu, bali zimeishi maisha yao mengi kwenye sayari nyingine au vipimo vingine, zinatumwa kwa sababu inaaminika zinaweza kuleta mabadiliko. Roho "za asili" ambazo zimeishi maisha mengi Duniani zimelemewa sana na karma na shinikizo za kila siku za kuishi katika ulimwengu wetu wenye haraka, kiasi kwamba wamepoteza mtazamo wa kusudi lao la kuwa hapa. Hii huwafanya waendelee kurudi na kurudia makosa yale yale. Hivyo tumaini la baadaye yetu ni roho ambazo hazijachafuliwa na Dunia, ambazo zinaweza kutusaidia kuendelea kuishi — ikiwa tu zitaweza kuepuka kukwama pia na kusahau utume wao.

* * *

Mwanzoni mwa kazi yangu nilidhani ingekuwa haiwezekani kwa roho kuingia moja kwa moja katika mwili wa kimwili katika utamaduni wetu wa kisasa na wenye msongamano kama mwili wao wa kwanza. Nilikuwa nimeambiwa kwamba kimantiki wangepaswa kwanza kuzaliwa katika jamii fulani ya kiasili ambapo maisha yangekuwa rahisi zaidi. Kwa njia hiyo wangeweza kuzoea na kujifunza jinsi ya kuishi Duniani na jinsi ya kushughulika na wanadamu wengine, kabla ya kuingia katika mtindo wetu wa maisha ya kisasa. Sasa ninagundua kwamba si hivyo kila mara. Ninakutana na watu maalum zaidi waliotumwa au waliojitolea kuja kusaidia katika nyakati hizi zenye changamoto. Wanasema wametumwa kama njia za kupitisha nishati, au kama antena, na kadhalika. Bila shaka ni vigumu zaidi kwa roho hawa wapole kwa sababu hawana historia ya maisha ya Dunia ya kuwapa maandalizi.

Mnamo Oktoba 2004 nilikutana na watu wawili zaidi wa aina hii maalum. Na kilichokuwa cha ajabu zaidi ni kwamba walikuwa mume na mke. Nadhani ni jambo la kupendeza kwamba waliweza kuonana miongoni mwa mamilioni ya watu duniani, ili nishati zao zinazofanana ziweze kufanya kazi pamoja. Lakini tena, nimeambiwa pia kwamba hakuna kinachotokea kwa bahati mbaya. Inaonekana walikuwa wamekubaliana na kupanga mambo upande wa pili kabla ya kuzaliwa.

Wote wawili walitoa simulizi zinazofanana kabisa walipokuwa katika hali ya transi ya kina, ingawa kwa ufahamu wa kawaida hawakuwa wanajua mambo haya. Tony aliposhuka kutoka kwenye wingu aliona tu mwanga mkali sana. "Ni mkali sana. Unang'aa, una miale inayoenda pande zote. Ni mzuri sana, lakini huwezi kuutazama moja kwa moja. Pia una rangi nyingi tofauti ndani yake. Unatuliza sana. Kuna upendo mwingi sana unaotoka humo. Unakuzunguka kana kwamba unakukumbatia." Hili linapotokea najua wamekwenda upande wa roho, au kurudi kwenye Chanzo (au Mungu). Pia viumbe mbalimbali vya nishati huonekana kwa namna hii. Niliuomba umchukue Tony na kumuonyesha jambo muhimu kwake kuona. Badala ya kwenda kwenye maisha ya zamani, alipelekwa kwenye chumba ambamo kulikuwa na viumbe kadhaa waliovaa mavazi marefu. Hakuweza kuona sura zao wakati viumbe hao walikuwa wakielea kwa urahisi ndani ya chumba.

T: Sioni kuta zozote, lakini unahisi uko katika mazingira yaliyofungwa. Hii ni kama baraza, na kuna mkutano ambamo wamekuja kujadili aina mbalimbali za mambo. Mambo ya ulimwengu mzima. Sayari zote tofauti. Wanapaswa kufanya maamuzi kwa aina nyingine za viumbe au kwa... nadhani itakuwa kwa mitetemo ya chini. Kwa wale ambao hawajafikia viwango vya juu au mitetemo ya juu. Hili ni baraza linalowasaidia katika kufanya maamuzi katika michakato yao au kile watakachokuwa wakifanya.

Aliona kwamba alikuwa na mwili wa aina ileile wa kivuli, kama roho, na alihisi alikuwa mwanachama wa baraza hilo.

T: Vinginevyo, nisingeweza kuwa hapa. Huu ni mtetemo wa juu, masafa ya juu. Na wanasaidia kufanya maamuzi. Sio lazima wafanye maamuzi moja kwa moja, bali wanasaidia katika kuyafanya. Chochote kitakachofaa kwa mitetemo ya chini.

D: Wanasaidiaje kufanya maamuzi hayo?

T: Inaonekana kwa kila mtetemo wa chini, kuna mambo fulani wanayohitaji kujifunza ili waweze kuinua mitetemo yao hadi ngazi nyingine. Ili kuwasaidia. Baraza linawasaidia kufanya maamuzi ambayo kwa kweli yataongeza mitetemo yao.

D: Hii si kuingilia?

T: Hapana, ni aina tu ya mwongozo.

D: Je, una jambo lolote maalum unalofanyia kazi sasa?

T: Ni kuwa katika huduma. Kusaidia. Kutoa mwongozo. Hiyo tu ndiyo tuko hapa kufanya. Kuwasaidia kupata maarifa.

D: Je, kuna mradi wowote maalum unaokuhusu kwa sasa?

T: Kuna miradi ya aina nyingi tofauti. Tunaposaidia mitetemo ya chini, pia tunajisaidia sisi wenyewe. Kwa sababu inatufundisha pia wakati tunawafundisha wao. Ukihudumu, unapata. Hili hukusaidia kupata maarifa.

D: Je, unafanya kazi na sayari fulani kwa sasa?

T: Ni kufanya kazi na ulimwengu wote. Sio sayari moja tu.

D: Je, ilibidi upitie maisha ya kimwili ili kufikia hatua hiyo? Ambapo ungeweza kuwa kwenye baraza?

T: Hapana. Haikubidi kupitia maisha ya kimwili. Ni kwa uchaguzi tu.

D: Basi ulifikaje kwenye hatua hiyo ya kuwa kwenye baraza?

T: Unaweza kuinua kiwango chako cha mtetemo, hata kama hupitii maisha ya kimwili ili kuwa kwenye baraza. Wakati mwingine inaweza kuchukua kipindi fulani cha muda. Lakini wakati mwingine unaweza kusonga mbele haraka sana.

D: Je, uliwahi kuwa na hamu ya kuwa kimwili?

T: Sio katika wakati huu, hapana.

D: Basi ulikuwa unafanya kazi yako huko.

T: Hicho tu ndicho nilichohitaji kufanya.

D: Inaonekana ni kazi muhimu sana.

T: Hicho tu ndicho niliombwa kufanya.

Kisha nilimwomba aende kwenye wakati alipoamua kuja katika hali ya kimwili, kwa sababu baada ya yote nilikuwa nazungumza na mwili wa kimwili katika kipimo chetu. Lazima aliamua kuja hapa na kuzaliwa. Nilikuwa nataka kujua kama kuna mtu aliyemwambia aje.

T: Hapana, ilikuwa ni kwa uchaguzi tu. Na fursa ilikuwepo. Uwezo... au umbo la kimwili, kwa maneno mengine, ambalo lingefaa, lilikuwepo wakati wa uchaguzi.

D: Je, kuna kitu kilichotokea kukufanya uchague?

T: Ili kupata uzoefu. Kwa sababu hilo lilikuwa jambo ambalo sikuwahi kufanya kabla. Kwa hakika lilikuwa jipya.

D: Je, umechagua tayari mwili utakaouingia? (Ndiyo.) Unaonekanaje?

T: Ni wa sasa. Hakuna wakati mwingine.

D: Eleza unachomaanisha.

T: Ni kama mtu unayezungumza naye.

D: Tony, unamaanisha? (Ndiyo.) Unamaanisha Tony hajawahi kuwa na kuzaliwa kwa kimwili kabla ya hii? (Hapana.) Nimekuwa nikifikiri kwamba kama ingekuwa hivyo, ingekuwa vigumu sana, sivyo? Kuja moja kwa moja kutoka upande wa kiroho kuingia katika maisha kama tulivyo nayo sasa Duniani. Bila maisha ya awali ya kumwandaa mtu.

T: Ni vigumu sana. Lakini kuna njia wanazosaidia katika kufanya mambo. Kulikuwa na mambo fulani. Sijui kama ninaweza kuyaelezea mambo haya kwako.

D: Ningefurahi sana kama ungejaribu. Mifano ya kufananisha huwa mizuri pia.

T: Ni kama taarifa hutolewa. Ni kama unaingia katika chumba. Na mara unapotoka katika chumba hiki, taarifa hii imewekwa ndani yako. Kisha taarifa hii, mara tu inapowekwa ndani yako, hukupa msingi fulani. Kitu cha kuhusianisha nacho.

Nilijua alichokuwa akimaanisha. Alikuwa anarejelea kupandikiza kumbukumbu. Hili linajadiliwa katika kitabu hiki pamoja na Walinzi wa Bustani na Kati ya Kifo na Maisha. Ni njia ya kutoa taarifa kutoka katika maisha ya watu wengine ili roho iwe na msingi fulani wa kuweza kufanya kazi.

T: Sidhani kama unaweza kuja bila kitu chochote. Bado ni vigumu hata kwa taarifa hii kuwekwa ndani. Ni tofauti sana hapa. Kuna mengi ya kujifunza, na kupata uzoefu. Ilikuwa vigumu kuondoka mahali pale pazuri, lakini lilikuwa jambo lililohitaji kupitiwa. Kipindi hiki katika historia ni wakati ambapo kuna mabadiliko makubwa yanayotokea. Mambo yanaenda haraka sana; kwa kasi sana. Alitaka kuweza kuangalia mambo haya.

D: Kwa hiyo hakuna aliyemwambia lazima afanye mambo haya.

T: Hapana, hakuna anayekuelekeza na kukuambia lazima ufanye mambo haya. Haya ni machaguo. Na pia ni majadiliano. Na alisaidiwa na wanachama wengine wa baraza. Wanamsaidia au kumwongoza kufanya machaguo haya.

D: Tumezoea kufikiri kuhusu maisha ya Dunia ambamo tunakusanya karma, kisha tunapaswa kurudi tena na tena kuilipa.

T: Hana aina hiyo ya karma unayozungumzia. Yuko hapa kuangalia maendeleo ya wanadamu. Jinsi wanavyoinua viwango vyao vya mtetemo. Kuona jinsi wanavyokubali maarifa. Na jinsi wanavyotumia maarifa. Kama wanayatumia kwa manufaa ya wanadamu, au kama yanatumika kwa tamaa.

D: Kwa sababu Dunia ni sayari tata.

T: Ni tata sana. Haifanani na sayari nyingine yoyote. Nafikiri aina ya hali hasi katika sayari hii ndiyo inayofanya iwe tofauti. Jamii ya wanadamu ni jamii ya aina ya wapiganaji. Wana ugumu mkubwa wa kuishi kwa amani. Ni kama jamii yao haiwezi kuishi kwa pamoja kwa amani. Hili linaweza kutoka katika mitetemo yao ya chini. Nafikiri kila mmoja anayekuja hapa lazima awe mwangalifu sana asinaswe katika mitetemo hii ya chini. Ni sayari yenye changamoto kubwa. Nilichukua hatari hiyo. Nafikiri kila unapokuja katika uwepo huu, unakuwa umeunda karma. Na bila shaka, nitalazimika kulipa karma hii. Hata hivyo, nafikiri jambo kuu ninalofanya hapa ni kujaribu kudumisha uwiano wa kuwa chanya sana, mwenye upendo sana, na karma niliyoiumba na Dunia si ya aina hasi moja kwa moja. Ni kutafuta njia za kufanya kazi ili kuipunguza. Na kisha kushughulikia karma hiyo. Na kutoiruhusu iendelee.

D: Basi mpango wako ni nini?

T: Kwa sasa, ni kuja kwa maisha haya moja tu. Nitalazimika kuona nitakaporudi.

D: Hutaki kubaki na kupata uzoefu wa uwepo mwingine?

T: Sijui kama nitarudi kwa uwepo mwingine. Kunaweza kuwa na mambo muhimu zaidi ya kufanya kuliko kurudi. Kuliko kuwa kimwili. Sijui kama nitaweza kutimiza hili au la. Itakuwa rahisi sana kunaswa hapa. Kuna mambo mengi ya kuniteka. Ndiyo sababu ni vigumu sana kuja hapa, katika umbo la kimwili. Ingawa wengi wanatamani uwepo huu, ni vigumu sana. Inaonekana rahisi mpaka uingie. Mara tu unapoingia katika umbo la kimwili, basi inakuwa vigumu sana.

D: Moja ya matatizo ni kwamba mwili wa kimwili husahau na haujui mambo haya yote?

T: Oh, ni kweli kabisa.

D: Je, ingekuwa rahisi kama wangekumbuka?

T: Sidhani kama ingekuwa sahihi kwa umbo la kimwili kukumbuka. Nafikiri ingekuwa nyingi sana. Kukumbuka mambo haya yote kungekuwa kupita kiasi. Ingekuwa ya kuchanganya sana na kisha wangejaribu kubadilisha mambo na labda kwa njia isiyofaa. Na labda wasijifunze mambo waliyoja hapa kujifunza kwa ajili ya ukuaji wao.

D: Watu husema kila mara kama tu wangekumbuka ilivyokuwa kabla, ingekuwa rahisi.

T: Nafikiri hiyo ingekuwa taarifa nyingi sana kwao. Kama ungekuwa na maarifa haya yote mbele yako, kusudi la kuja hapa lingekuwa nini? Sisi pia hufundisha. Watoto huwafundisha wazazi wao kama wazazi wanavyofikiri wanawafundisha watoto wao. Mara nyingi ni kinyume chake. Zaidi ya tunavyotambua.

D: Naonekana kufanya kazi na watu wengi hivi karibuni ambao ni wafanyakazi wa nishati na waponyaji.

T: Kutakuwa na wengi zaidi. Huu ni mwanzo tu wa kufunguka. Na watu wanatafuta mbadala nyingine. Wanatafuta njia tofauti. Wanaona kwamba kile walichozoea hakifanyi kazi kwa manufaa yao bora. Kutakuwa na baadhi watakaoshikilia mifumo ya zamani. Wanapata shida kupita hapo. Ni mazoea yao na malezi yao, lakini una wengi hapa, na hasa wapya wanaokuja, ambao watatafuta taarifa hii mpya. Na bila shaka, wataleta taarifa hiyo mpya pia. Taarifa nyingi si mpya. Ni mpya kwa watu waliopo sasa. Lakini kwa kweli ni taarifa za zamani. – Kuna maumbo ya kimwili machache tu yanayopatikana. Na kuna maumbo mengi zaidi ya kiroho yanayotaka kuja, kiasi kwamba hakuna maumbo ya kimwili ya kutosha.

D: Lakini sasa hivi kwa ongezeko la idadi ya watu, kuna maumbo mengi ya kimwili yanayopatikana.

T: Lakini hakuna. Pia una baadhi wanaojaribu kudhibiti maumbo ya kimetafizikia yanayopatikana. Una viongozi wanaojaribu kudhibiti upatikanaji wa maumbo ya kimwili. Bila shaka, magonjwa, vita.

D: Unamaanisha wanaondoa maumbo mengi ya kimwili? (Ndiyo, sana.) Halafu kuna yale maumbo ya kimwili yaliyokwisha chukuliwa na roho zinazotaka kurudi kulipa karma pia.

T: Hiyo ni kweli kabisa, ndiyo.

D: Hicho ndicho unachomaanisha, kwamba kuna maumbo ya kimwili machache tu ambayo aina yako ya roho inaweza kuingia?

T: Ndiyo. Hilo ni kweli. Ni vigumu kupata chakula kinachofaa kwa sababu ya kemikali zote zilizopo kwenye vyakula. Lakini mwili wa binadamu pia unaanza kuzoea. Kwa wakati huu mnaona wanadamu wapya wanaokuja wakiwa na maarifa ya zamani. Chanzo cha chakula kitakuwa kigumu zaidi kadiri muda unavyoendelea. Hilo litakuwa tatizo kubwa.

D: Haya yote yataathiri kuinua mitetemo.

T: Tunapaswa kuufanya mwili uwe mwepesi zaidi. Na hilo litasaidia katika mchakato.

Tony aliambiwa jinsi angeweza kutumia akili yake kuponya. "Atalazimika kukuza akili yake na pia kuamini akili yake. Akili ina nguvu sana. Kwa kuutazama tatizo, kuliona tatizo, basi akili yake itafanya mabadiliko. Itakuwa kana kwamba unaweza kuona ndani ya mwili. Ni kama ungeingia ndani ya mtu na kumtazama kutoka ndani. Ni kama ungeingia ndani ya jani la mti na kuelea ndani ya mifereji ya klorofili. Ataviona kama picha. Na mabadiliko haya yanaweza kutokea. Hatahitaji ushiriki wa mtu huyo, lakini atahitaji ruhusa yao. Kwa sababu wengine huchagua kuwa na hali hizo kwa sababu zao wenyewe."

* * *

Mchana nilikuwa na kikao na mke wa Tony, Sally, na nilishangaa kugundua kwamba yeye pia alikuwa aina ileile ya roho. Hii pia ilikuwa mara yake ya kwanza kuja Duniani. Inashangaza jinsi walivyoweza kuonana. Bila shaka, hakuna kinachotokea kwa bahati mbaya, lakini sikuwahi kukutana na visa viwili vya aina hii katika siku moja.

Mwanzoni mwa kikao, Sally pia alikuwa na ugumu wa kuona chochote isipokuwa rangi zinazobadilika, na baada ya majaribio kadhaa ya kumpeleka kwenye maisha ya zamani au kitu cha kuona, hatimaye niliwasiliana na nafsi ya ndani. Ilitoa taarifa ambayo nilikuwa nimezuiwa kuipata. Wakati mwingine kama mhusika hayuko tayari, taarifa haitatolewa. Kwa sababu ya ulinzi wa nafsi ya ndani, huwa makini sana kuhusu ni nani itamruhusu aipokee.

S: Kinachotokea kwa Sally ni jaribio. Halijawahi kufanywa kabla. Tunajaribu kuinua viwango vya nishati. Kuna kanuni za nishati katika kuzaliwa Duniani na kila mahali pengine. Lakini kwa sababu ya nyakati hizi na kwa sababu ya umuhimu wake, tulichokuwa tukijaribu kufanikisha ni kuleta mtetemo wa juu zaidi Duniani na kisha kuupanua, kuinua kiwango hata baada ya kuzaliwa. Na pia kuleta kiwango cha juu zaidi tulichoweza bila kuudhuru umbo la kimwili. Kuna kiwango ambacho umbo la binadamu haliwezi kukibeba. Hili ni muhimu sana kwa Sally kwa sababu tulishindwa hapo kabla. Ndiyo maana alijitolea kuja na kuleta nishati hiyo na kuipitia na kuifanya. Na tuliifanya. Ilifanikiwa wakati huu. Iliposhindikana hapo awali ilikuwa kama kupasua mzunguko wa umeme.

D: Je, ilidhuru umbo la kimwili alilokuwa akijaribu kuingia?

S: Ndiyo. Ilidhuru. Mwili ulikufa. Ilikuwa nishati nyingi sana, taarifa nyingi sana, mtetemo wa juu sana katika mwili mmoja wa kimwili.

D: Hauwezi kuhimili hilo.

S: Ndiyo. Lakini mwili huu umeweza. Na pia tulirekebisha mwili kadiri ulivyozeeka ili uweze kubeba zaidi, na tumeongeza zaidi tangu wakati huo.

D: Je, amewahi kuwa na kuzaliwa kwa kimwili hapo kabla?

S: Kumbukumbu zilizopandikizwa. Matatizo mengi ya kimwili yanatokana na msongo na mkazo kwenye mwili kutokana na kubeba nishati iliyopo.

D: Basi unamaanisha kwamba Sally hajawahi kuwa katika kuzaliwa kwa kimwili popote? (Hapana.) Lakini siku zote nilifikiri wanapokuja katika mwili wa kimwili kwa mara ya kwanza, katika aina hii ya ustaarabu, ingekuwa vigumu sana kwa mwili. Kwa roho.

S: Amekuwa msaidizi wa Dunia. Hakuzaliwa Duniani, bali alikuwa karibu na Dunia akiwasaidia wengine wanaozaliwa. Ana maarifa ya kufanya kazi, lakini si maarifa ya kuzaliwa moja kwa moja; amekuwa nyuma ya pazia akiwasaidia wengine wanaozaliwa.

D: Basi kwa nini aliamua kuja wakati huu?

S: Kwa sababu ilikuwa muhimu sana kwa Dunia, na alikuwa na uwezo wa kuleta nishati iliyohitajika wakati huo. Kwa namna hiyo, kwa kiwango hicho, na kwa uwiano uliotakiwa wakati huo. Ni ya kisayansi sana. Siiielezi vizuri. Ni kama hesabu za kihisabati za nishati. Yake yalikuwa yanayoweza kubadilika zaidi kuja kwa sababu alikuwa akifanya kazi kwa karibu na Dunia. Na alijua jinsi mambo yanavyofanya kazi na kanuni na taratibu za aina hiyo, kisayansi. Kwa hiyo aliweza kurekebisha nishati yake, na kurekebisha mwili. Na pia tunasaidia katika hilo.

D: Lakini mtu anapofanya hili kwa mara ya kwanza, je, hachukui hatari ya kunaswa katika karma?

S: Hapana. Sababu hafanyi hivyo ni kwa sababu hakusanyi karma. Yuko katika kiwango tofauti. Au mkataba tofauti, tunaweza kusema, na Dunia. Hatanaswa. Mkataba wake ulikuwa kuja na kuleta nishati hiyo. Kuleta nishati yake Duniani. Huu si mkataba wa karma.

D: Hilo ni la kipekee sana.

S: Na watu aliokuja nao ni wale waliokuja na mikataba na wamenaswa. Na wanavutiwa kwake kwa sababu, katika kiwango cha nafsi ya ndani, anawasaidia kuachilia hilo.

D: Kwa hiyo hawakuwa na karma naye.

S: Hapana. Alikuja kuwasaidia kuachilia karma yao na wengine, bila yeye mwenyewe kunaswa. Ni kama mashine ya kurusha mpira unapofanya mazoezi ya kupiga. Mpira unakuja na unaupiga. Yeye alikuwa kama ukuta unaorudishia mpira. Lakini haikuwa timu halisi inayoukimbiza mpira. Alishika nafasi ili waweze kuachilia karma yao kwake.

D: Kwa hiyo watu hawa wengine walihitaji mtu wa kuwasaidia kutatua karma yao.

S: Ndiyo, kwa sababu walikuwa kwenye mteremko wa kushuka. Kwa sababu walikuwa wamejiingiza katika mzunguko hasi. Alikubali kusaidia Dunia, lakini ilikuwa katika kiwango tofauti. Haikuwa katika kiwango cha kuzaliwa. Lakini sasa alichagua kufanya hivi, kuvuta nishati zaidi kwa wakati huu. Ni wakati wa kimkakati kwa sababu ya hiari, na kwa sababu ni uwiano. Ni wakati wa uwiano ambapo Dunia inaweza kwenda upande wowote na ni mabadiliko makubwa. Ni mahali pa mabadiliko. Njia panda.

D: Je, hii ndiyo sababu zaidi ya hizi roho, sitaki kusema "mpya" kwa sababu mna maarifa na nguvu nyingi, lakini ndiyo sababu wengi wao wanakuja wakati huu? (Ndiyo.) Ninaendelea kukutana na wengi zaidi. Baadhi yao wanasema wao ni waangalizi tu. Hawataki kunaswa hapa.

S: Sio kwamba ni waangalizi, bali kama nilivyosema: ni kama mpigaji anapiga mpira na unagonga kitu. Unapiga na kuutoa nje, lakini ukuta hauitiki kwa njia yoyote. Kwa hiyo haukusanyi karma. Kila kitu kinagonga na kurudi. Lakini mtu huyo anafanya jambo lake, na anaachilia mambo yake. Ndiyo maana hawakusanyi karma. Hawakuja kukusanya. Na sio waangalizi tu. Ni waponyaji. Wanaleta nishati chanya kuwasaidia roho nyingine kuona. Na wanahisi mitetemo yao na wanataka kuzoea hiyo.

D: Lakini jambo kuu ni kwamba hawavutiwi na kunaswa.

S: Hakuna hatari ya kunaswa. Kwa sababu kiwango chao cha nishati ni kile kilicho, ni kama mwanga unaotoka kila wakati. Au nishati inayotoka na kuingiliana na wengine kwa namna ya uponyaji. Na hakuna mashimo ya kuvuta. Au hakuna karma ya kuunganisha nayo. Kwa hiyo ni jambo chanya sana.

Baadhi ya visa vyangu vingine vya viumbe maalum wa aina hii walilindwa dhidi ya kukusanya karma kwa kuwekwa vifaa vya kinga au ngao kuzunguka wao. Hili limeelezwa katika sura nyingine. Lakini nafsi ya ndani ya Sally ilisema, "Hakuna haja ya ulinzi, kwa sababu umejengwa ndani, kwa sababu ya kusudi na kwa sababu ya kiwango cha nishati. Na kwa sababu hakuna karma ya awali. Hakuna kitu cha kuunganishwa nayo."

S: Binti yake amekuja kwa namna inayofanana na mama yake, ila sasa imekamilishwa zaidi. Mwili wake umezoea vizuri zaidi. Kwa sababu ya wale waliokuja kwanza na kuleta nishati, si vigumu sana kwa wapya kuja. Majaribio ya kwanza hayakufanikiwa. Ilikuwa kali sana; yenye msongo mkubwa kwa umbo la binadamu.

D: Nimeambiwa kwamba nishati yote ya roho ya mtu haiwezi kabisa kutoshea katika mwili wa binadamu. Ingeuharibu mwili.

S: Hilo ni kweli. Mume wake, Tony, amekuja kwa namna inayofanana sana. Kufungua njia.

D: Na yeye pia hakusanyi karma. (Ndiyo.) Je, ilikuwa kwa bahati mbaya kwamba wawili hao walikutana?

S: Hapana. Haikuwa kwa bahati mbaya. Walipanga kuja pamoja katika eneo lilelile kabla ya kuzaliwa. Ni aina mbili za nishati zinazofanana. Sio sawa kabisa, lakini zinafanana sana. Sally alikuwa jaribio. Kiasi cha nishati kilicho katika mwili wake kwa kawaida kingekuwa sawa na kilicho katika miili miwili tofauti. Na sehemu ya tatizo ilikuwa kiasi cha nishati, na pia kiwango cha mtetemo. Mara ya awali ilishindikana. Hatukuwa na wakati sahihi na urekebishaji sahihi wa mwili na roho inayoingia na viwango sahihi vya nishati kwa wakati sahihi. Ni ya kiufundi sana.

D: Lakini ilibidi iwe nishati sawa na ambayo kawaida ingekuwa katika miili miwili?

S: Ndiyo. Hilo ndilo lilikuwa jaribio. Lilikuwa muhimu sana na limefanikisha mengi. Hilo lilikuwa la manufaa sana. Yeye si peke yake aliyefanya hili. Kama mume wake. Yeye alikuwa mmoja wa waliokuja. Ni tofauti kidogo, lakini karibu sana na sawa. Wapo wengine. Na pia amewasaidia, akiwa nje ya mwili. Amewasaidia kuzoea na kuingia katika kuzaliwa. Amewasaidia kadhaa kufanya hili, lakini sehemu asiyoielewa ni kwamba tangu wakati huo wa kuja, pia nishati zaidi imeingia ndani yake. Umesikia kuhusu wale wanaoitwa wanaoingia ambapo roho moja huondoka na nyingine kuja. Hii si hivyo. Hizi hazikuwa roho mbili. Ilikuwa tu kwamba sehemu iliyoingia ilichukua ujazo wa roho mbili. Mara mbili ya kiwango cha kawaida imekuja na kuungana naye hivi karibuni. Hiyo sasa imezaliwa pamoja naye.

D: Wawili hawakubadilishana.

S: Hapana, hakukuwa na kubadilishana. Huo ulikuwa muungano, nyongeza. Tulimwambia mara mbili kwamba sehemu hii mpya yake ilikuwa inakuja. Na sasa ipo hapa na imeungana.

D: Je, alijua ilipotokea?

S: Sio kwa ufahamu wa kawaida. Lakini alijua ilikuwa inakuja na alijiandaa kwa ufahamu, na hilo lilisaidia sana. Na anajua anahisi tofauti sasa. Lakini hakuwa ametambua kwa ufahamu kwamba kuna zaidi yake. Na kwamba imeungana. Sasa atapokea maarifa mengi sana. Hayatatokea yote mara moja, lakini yatachochewa kadiri anavyozoea.

D: Basi maisha haya yakimalizika, atarudi na hatalazimika kuendelea kurudi tena?

S: Ndiyo. Atabaki hadi kazi yake ikamilike. Hatatalazimika kuzaliwa tena. Atabaki hadi mabadiliko yakamilike.

D: Mahali alipotoka, je, ndiko ninakokiita upande wa roho?

S: Kitu chochote kisicho na umbo ni upande wa roho. Kuna maeneo mengi, mengi. Sio kama unakufa na kwenda huko. Ni kabla ya kuzaliwa, uko huko. Ni ulimwengu tofauti tu.

D: Watu wengine hufikiria kwamba roho hizo ni malaika ambao hawajawahi kuzaliwa.

S: Sio malaika. Ni roho kama nyingine zote. Ila hazijazaliwa katika umbo. Haikuhitaji. Haikuhisi haja hadi sasa. Alikuwa katika umbo, lakini sio katika umbo la mwili. Alikuwa katika umbo la roho. Na kuna viwango tofauti vya ... hatuviiti kuzaliwa, kwa sababu sio umbo la chini kama mwili katika sayari yoyote. Ni nishati, na ina mwili. Ina utambulisho wake, lakini ni nishati tu. Lakini iko katika nafasi. Sio nishati tunayoita Nishati Moja. Nishati ya Ziwa. Ni nishati ya kipekee, ya mtu binafsi. Lakini haiko katika mwili au umbo la kimwili kama la binadamu. Au mwili katika sayari yoyote.

D: Hilo lina maana kwangu. Lakini sasa nina watu wengi zaidi wanaokuja kwangu ambao wako hapa kama waponyaji na wafanyakazi wa nishati.

S: Hilo linatokana kwa kiasi kikubwa na nyakati kubadilika. Ni kufungwa kwa enzi fulani. Kwa hiyo viumbe wa aina hii kama Sally na Tony wako hapa kusaidia katika mpito huu. – Nitakuambia ni nani ambaye umekuwa ukiongea naye. Hii ni ile sehemu ya Sally ambayo ndiyo imeunganishwa sasa hivi.

D: Nishati mpya. (Ndiyo.)

* * *

Kisa kingine cha ajabu mwaka 2004 kilihusu mwanaume katika taaluma ya udaktari ambaye malalamiko yake makuu yalikuwa kwamba alionekana kubeba kile alichokiita "hofu na wasiwasi" ndani ya eneo la plexus ya jua. Ilikuwa kama fundo kubwa, na lilimsababishia usumbufu mwingi. Alikuwa daima hajiamini, na alikuwa na hofu ya kitu fulani ambacho kingeweza kutokea. Ingawa hakukuwa na sababu katika maisha yake yaliyopangwa vizuri kueleza "kitu" hicho kilikuwa nini. Alitaka kujua hisia hiyo ilitoka wapi, ilimaanisha nini, na jinsi ya kupata nafuu.

Aliingia katika moja ya maisha ya zamani yasiyo ya kawaida ambayo nimewahi kuchunguza. Alikuwa katika sayari nyingine, na alikuwa mashine ya kuua. Katika hali yake ya kawaida ya ufahamu, angeshtushwa na chuki kali iliyokuwa katika sauti yake aliposema kwamba alitaka kuua kila kitu. Hilo ndilo lilikuwa kusudi lake pekee: kuua kila kitu alichokutana nacho. Na alifanya hivyo kwa namna ya kipekee. Sayari yake ya asili na nyingine zilikuwa katika vita kwa vizazi vingi. Yeye alikuwa matokeo ya uhandisi wa kijenetiki. Mwili wake uliundwa kuhifadhi kiasi kikubwa sana cha nishati. Alitumwa kwenye sayari ya adui kwa chombo cha anga. Alipotua, alipaswa kuwatafuta maadui waliokuwa wamejifunza kujificha kutoka kwa mashine hizi. Hakutumia silaha za aina yoyote. Yeye mwenyewe alikuwa silaha. Alikuwa mashine ya kujitoa mhanga. Aliweza kuchochea nishati ndani ya mwili wake, na ingelipuka kwa nguvu sawa na mabomu kumi ya haidrojeni. Ingeharibu kila kitu kwa maili nyingi kuzunguka. Sayari yake ilikuwa imeendelea kiasi kwamba walielewa metafizikia. Alipolipuka na kufa, roho yake ilizaliwa upya mara moja katika jamii ileile. Na mchakato ungeanza tena. Alipofikia hatua fulani ya maendeleo na umri fulani, alitumwa tena. Ilikuwa mzunguko wa kikatili na ilionekana kana kwamba alikuwa amenaswa ndani yake. Hakuwahi kuwa na familia au maisha ya kijamii ndani ya muundo wa sayari. Aliundwa tu kama mashine ya kuua. Hiyo ndiyo ilikuwa hali yake kamili ya akili: chuki, kuua na uharibifu. Hatimaye baada ya vizazi vingi sana, sayari hizo mbili zilizigundua kwamba njia pekee ya kusimamisha mauaji ilikuwa kuinua ufahamu wao, na hilo likaanza kutokea.

Wakati huo, hatimaye aliweza kujinasua, na alizaliwa upya Duniani. Hata hivyo msukumo huo ulikuwa bado wenye nguvu kiasi kwamba alipitia maisha mengi sana ambamo aliua na kufanya mauaji. Hakuwa amepoteza programu ile. Alisema kwa namna fulani Dunia ilikuwa kama sayari yake ya nyumbani, kwa sababu kulikuwa na mauaji mengi hapa. Ilikuwa tu si kwa kiwango kikubwa sana. Maisha yake ya sasa hatimaye yalikuwa jaribio la kuvunja mzunguko huo. Alizaliwa katika familia iliyomkandamiza, ilivunja roho yake na kumfanya awe mpole na mtulivu. (Kwa hiyo hata familia za aina hiyo zina kazi yake.) Alisema akiwa mtoto alikuwa na hamu ya kuwa mamluki alipokua, jambo ambalo lingeendeleza mzunguko uleule. Badala yake aliingia katika taaluma ya udaktari na sasa alikuwa akiwasaidia watu.

Hisia kali aliyohisi katika eneo la plexus ya jua ilikuwa ni kuzuiwa kwa hasira, chuki na vurugu ambazo zilikuwa sehemu kubwa ya utu wake kwa enzi nyingi sana. Aliogopa nini kingetokea kama zingetolewa, kwa hiyo alipaswa kuzikandamiza. Alikuwa akifanya kazi nzuri ya hilo, na kwa msaada wa nafsi ya ndani ilionekana angeweza kushinda vita hii. Alisema aliporudi katika hali ya kawaida ya ufahamu, kwamba maelezo haya ya ajabu yalikuwa kipande kilichokosekana ambacho hangeweza kamwe kukigundua peke yake. Moja ya sababu zilizomleta Duniani wakati huu ilikuwa kwa sababu Dunia pia ilikuwa ikitoka katika mzunguko wake wa vurugu na ilikuwa karibu kuinua ufahamu wake kuingia katika enzi mpya.

Ninajiuliza ni wangapi wengine wana hisia na mihemko iliyokandamizwa ambayo haina maana kwao, na haiwezi kuelezwa na malezi yao? Ni vijana wangapi wanaopitia hisia kama hizo zikiimarishwa na kuamshwa na vurugu katika ulimwengu wetu na kwenye televisheni? Hili linafungua njia mpya ya kuangalia hali hizi ambazo mamlaka zinaonekana kutokuwa na maelezo yake.

Sura ya 10

MAISHA KATIKA MIILI ISIYO YA KIBINADAMU

Kikao hiki kilifanyika Clearwater, Florida, nilipokuwa huko kwa Maonesho mwezi Oktoba, 2002.

Kama wanadamu, tunazoea kufikiri (mara tu tunapokubali dhana ya kuzaliwa upya) kwamba tumewahi kupitia tu maisha ya zamani kama wanadamu. Imani hii ina mipaka sana, kama nilivyogundua kupitia utafiti wangu. Maisha katika umbo lolote yana somo la kutufundisha. Hicho ndicho maisha Duniani yanahusu; kwenda shule ya Dunia na kujifunza masomo. Huwezi kuendelea hadi darasa linalofuata mpaka umekamilisha kwa mafanikio lile unalolifanyia kazi kwa sasa. Bila shaka, somo linalopatikana kwa kuwa mwanadamu ni tata zaidi kuliko maisha kama jiwe au shuke la mahindi, lakini vyote vina uhai sawasawa, vinatetemeka tu kwa masafa tofauti.

Katika kitabu changu Urithi Kutoka kwa Nyota, nilimrudisha kijana mmoja kwenye maisha yake ya kwanza Duniani, nikifikiri labda yangekuwa kama mtu wa mapangoni au kitu kama hicho. Badala yake alikwenda katika wakati ambao Dunia ilikuwa bado inapoa ili iweze kuhimili uhai. Bado kulikuwa na volkano zikitoa lava na gesi hatari angani. Haikuwa bado mazingira salama kwa uhai kuanza kuendelea. Kijana huyo alijikuta akiwa sehemu ya angahewa. Kazi yake, pamoja na wengine wengi, ilikuwa kusaidia kusafisha hewa kutoka amonia na gesi nyingine zenye sumu, ili Dunia ilipokuwa inapoa, iweze kuwa mahali panapofaa kwa uhai kuanza katika hatua zake za awali kabisa. Ingawa hakuwa na kile tunachokiita "mwili", alikuwa hai na alitambua jukumu lake. Alikuwa na utu wake dhahiri na aliona kila kitu kutoka mtazamo wake wa kipekee.

Hata alichukua muda wa mapumziko kutoka "kazi" yake ili mara kwa mara kufurahia kwa kuingia na kutoka katika lava inayotiririka ili kujionea ilivyohisi.

Niligundua na kuripoti katika kitabu changu Kati ya Kifo na Maisha kwamba lazima tupitie maisha katika maumbo yake yote kabla hatujaingia hatimaye katika hatua ya kibinadamu. Hili lina kusudi ambalo halitambuliwi na akili zetu za fahamu. Ni kutuonyesha kwamba uhai wote ni mmoja, na sote tumeunganishwa katika ngazi ya kina ya roho. Sisi ni roho kwanza, na tuna matukio mengi tofauti tunapoendelea kupanda ngazi ya maarifa yote, hadi kurejea na kuwa mmoja tena na Muumba. Kwa hiyo sishangai tena pale mhusika anaporipoti maisha yasiyo ya kibinadamu. Nafsi ya ndani huchagua lile linalofikiri wanahitaji kuliona katika wakati huu unaofaa wa maisha yao wanapotafuta majibu.

Baadhi ya maisha yasiyo ya kibinadamu yaliyoripotiwa kwangu ni: maisha kama shina la mahindi ambapo furaha ilitokana na kuota jua na kuyumba katika upepo mwanana. Maisha kama jiwe ambapo muda ulipita kwa polepole ajabu. Maisha kama mamuthi ambapo hisia kuu ilikuwa ukubwa na uzito wa mwili. Maisha kama ndege mkubwa aliyekuwa na hisia ya kulinda yai lake, na kuhisi urafiki wa wengine wa aina yake. Maisha kama sokwe mkubwa aliyekuwa na amani na kuridhika na wengine wa kundi lake. Alikuwa na hisia rahisi kabisa. Kiongozi wao alikuwa sokwe mzee ambaye walitarajia awatunze. Alipokufa, kulikuwa na mkanganyiko mkubwa miongoni mwa kundi, na walichochea mwili wake wakijaribu kumfanya aamke.

Maisha haya yote yalikuwa rahisi kwa kulinganisha na wanadamu, lakini yalikuwa na sifa zao mahususi zilizoonyesha kuwa yalikuwa viumbe hai na wenye hisia. Labda kama tungeweza kuelewa hili, na kutambua kwamba sote tumepitia hatua hizi, tungejali vizuri zaidi mazingira yetu na sayari yetu;

tukitambua kwamba sote tumeunganishwa katika ngazi ya kina na pana zaidi ya roho.

Kikao hiki na Rick kilikuwa mfano mwingine wa mhusika kwenda katika maisha yasiyo ya kawaida na yasiyotarajiwa kama kiumbe kisicho mwanadamu. Rick aliposhuka kutoka kwenye wingu alichanganyikiwa, kwa sababu hakuweza kuelewa alikuwa nini au alikuwa wapi. Kwa kawaida, mhusika hushuka kutoka kwenye wingu na kujikuta amesimama juu ya kitu kigumu, na hisia huendelea baada ya hapo. Wakosoaji husema kwamba mhusika atabuni tukio ili kumfurahisha mtaalamu wa hipnosisi. Hata hivyo Rick hakuhisi kitu chochote chini ya miguu yake alipofika chini, na hilo liliongeza zaidi mkanganyiko wake. Nilimwambia aamini hisia zozote zinazokuja.

R: Naam, ni kama ninatazama juu. Na kuna anga la rangi ya zambarau. (Mkanganyiko) Na hilo liko moja kwa moja mbele ya macho yangu ninapotazama juu. Na kile kilicho kwenye pembezoni mwa macho yangu ni ... ni vigumu kuelezea. Ni kama hafifu sana. Sihisi shinikizo lolote dhidi ya miguu yangu.

Nilimwelekeza kwamba hisia hizo zingekuwa wazi zaidi.

D: Angalia upande wako wa kulia na uone kilicho kwenye pembezoni. (Kimya kirefu) Kitakuwa wazi badala ya kuwa hafifu. (Kimya) Amini chochote kinachokuja. Hisia ya kwanza.

R: Sawa, sasa kuna rangi zaidi. Ni ang'avu zaidi, kama macheo. Na labda kama maji.

D: Kama jua juu ya maji?

R: Ndiyo, au kama ... umewahi kuona jua chini ya maji?

D: Sijawahi, lakini nadhani inawezekana.

R: Ni kama ... ndiyo, nahisi kama niko chini ya maji.

Hili lilikuwa jambo la kushangaza. Sikujua kama alikuwa akiogelea au labda tulikuwa tumeingia katika mwisho wa maisha yake na alikuwa amezama. Kulikuwa na uwezekano kadhaa.

Lakini kamwe nisingeweza kutabiri kile alichokuwa akipitia kweli. Hii ilikuwa mara ya kwanza.

R: Hiyo ndiyo rangi ya zambarau-bluu. Nikitazama juu kupitia maji. Na upande wangu wa kulia ni kama macheo juu ya maji, kama unavyoona ukiwa chini ya maji. Hmmm. Ni rangi tu zinazosogea na kuyumba, kama vile mawimbi ya maji yanavyopindisha mifumo ya mwanga. Na ni rangi ya dhahabu, kama asubuhi, miale inapopenya ndani ya maji. Ndiyo maana hakuna umbo. Niko ndani ya maji.

D: Ndiyo maana huhisi shinikizo pia. (Ndiyo) Je, unaona kitu chochote upande mwingine?

R: Hapana, si kweli. Ni giza tu. Kinyume chake, kwa sababu jua linachomoza upande huu mwingine.

D: Jua linasikika zuri sana likichuja kupitia maji. (Ndiyo) Maji yanahisije kwenye mwili wako?

R: Hmm. Ni asili. Hakuna hofu. Inahisi vizuri sana.

D: Fahamu mwili wako. Mwili wako ukoje?

R: Ni laini. (Aliona hili ni la kuchekesha.) Sijui. Ni kama pomboo. (Kwa sauti ya chini) Inawezekanaje? Lakini, ndiyo, hicho ndicho ninachoona. Naona pomboo. Kama niko nje nikimtazama, au ninamtazama mwingine. Lakini siko chali nikitazama juu. Niko kifudifudi nikitazama juu. Kama nimelala, kwa namna fulani. Nimelala tu ndani ya maji. Nikisogea juu na chini. Kwa jicho moja naweza kuona jua, na kwa jingine naweza kuona giza. Na naweza kuona juu pia, bila kugeuka na kusogea. Mandhari yote kutoka mashariki hadi magharibi.

Je, pomboo au viumbe wa baharini wanaonaje, na upeo wao wa kuona ni upi? Je, kweli tunajua? Labda wanaweza kuona kwa upeo mpana zaidi kwa kuwa macho yao yako pande zote za kichwa chao. Hakika ilionekana kuwa hivyo.

D: Hilo linavutia. Na unafikiri kuna mwingine hapo?

R: Nafikiri. Au niliona. Ninasogea ndani na nje, nikitazama. Kwa sababu nilikuwa ndani halafu nikatoka kuona mwili ulivyo. Kwa hiyo nadhani ni wangu. Ni laini. Laini sana. (Kwa msisitizo) Mimi ni pomboo. Ni amani sana. Inashangaza.

D: Inahisi vizuri kuwa ndani ya maji?

R: Ndiyo. Inahisi uhuru. Hakuna vikwazo. Una kila unachohitaji hapo hapo.

D: Uhuru kamili ndani ya maji. (Ndiyo) Unafanya nini na muda wako? Bila shaka, sasa hivi ulisema ulikuwa umelala.

R: Kulala. Ni wakati wa kufanya kitu sasa nimeamka. Tunaishi tu ... tunaishi tu! Hakuna mpango. Kuna kula. Lazima ule. Lakini sasa hivi inaonekana ... tunasafiri tu na kisha ... ni vigumu kuelezea. Hakuna kazi. Hakuna lazima ya kufanya kitu. Isipokuwa tu kuhisi. Na kuhisi – sijui – vizuri tu, kweli. Hii ni ajabu kidogo kwangu sasa hivi.

D: Kwa nini ni ajabu?

R: Kwa sababu siwezi kuiweka katika muktadha sahihi. Siwezi kuiwekea jina.

D: Fanya kadiri uwezavyo. Unakula nini?

R: Oh, samaki wengine.

D: Unaweza kupumua ndani ya maji?

R: Ndiyo. Lakini hewa. Ajabu! (Kimya) Ninaona kitu. Ninaona majengo ambayo yako ... ufukweni.

D: Je, uko juu ya maji sasa?

R: Kwa namna fulani. Kando kidogo. Naweza kuyaona na kichwa changu juu ya maji. Ni kama vibanda. Kama vitu vya msituni, na paa za nyasi. Najiuliza tu ni akina nani? Ni kitu gani?

D: Umewahi kuona watu? (Hapana) Umewahi kuona ufukwe kama huo kabla? (Hapana. Hapana.) Umekuwa zaidi baharini? (Ndiyo)

Ni wazi alikuwa akizidi kuwa na kujitambulisha zaidi na pomboo. Majibu yake yalikuwa ya polepole na rahisi.

D: Na sasa unaweza kuona mpaka ambapo maji yanaishia? (Ndiyo)

Nilikuwa nikiunda maswali yangu kulingana na kiumbe rahisi sana. Sikufikiri kingeweza kuelewa kitu changamano sana. Tayari kilikuwa kimeonyesha kuwa ni kiumbe mwenye hisia.

D: Hilo linahisije?

R: Udadi.

D: Kujua kuna mpaka kwenye maji au nini?

R: Ndiyo. (Alikuwa na shida kupata maneno.) Ni ... kwa nini ... ni nini? Ni tofauti. Nahisi kama ninapaswa kwenda mahali pengine.

Kulikuwa na kimya kirefu. Ni wazi alikuwa na shida kupata maneno sahihi katika ubongo wa pomboo.

R: (Kimya kirefu huku akitafuta maneno.) Ni ... ni tu ... sijui. Sielewi. Sielewi yale ... ni nini kinafanya hapa. Ni nini ... kwa nini niko hapa. Na kwa nini ninafanya hili. Ni kitu kipya. Na sikielewi. Na sijui. Naelewa vitu kule nilipokuwa. Sielewi hili. Na sijui ni nini. Ni tofauti tu.

Ilikuwa wazi kwamba kama kiumbe wa baharini alikuwa amezoea kuona maji tu. Sasa aliweza kuona kwamba bahari ina mipaka, na kundi la vibanda lilikuwa kitu asichokifahamu, kwa hiyo hakukuwa na namna ya kukielezea.

D: Lakini ulisema ulihisi unapaswa kwenda mahali pengine?

R: Ndiyo, kwa muda mfupi nilihisi kama ninapaswa kuondoka.

D: Uliposema kwenda mahali pengine, ulimaanisha nini?

R: Kama kuondoka. Kama kusogea haraka.

D: Kuondoka wapi? Kutoka pale vibanda vilipo?

R: Hapana, kuondoka pale ... nilipo. Mimi. Mimi ni .... (Kimya) Nje ya ule mwili?

D: Niambie kinachotokea. Inahisije?

R: Nimechanganyikiwa. Kwa sababu naweza kuuona ule mwili. Ule ... pomboo. Halafu ni kama nataka kuondoka humo. Au nataka kwenda mahali pengine. Nilihisi kama ninasogea haraka kwa muda mfupi. Kisha ilisimama, kwa sababu ilinistua. Lakini ningependa kurudi pale. Nilipenda kuwa ndani ya pomboo, lakini si ... ilikuwa ... (alikuwa na shida) ya kuchanganya ... tofauti sana? Sikuweza kuhusiana nayo.

D: Lakini kama unataka kwenda mahali pengine, unaweza. Unaweza kwenda popote unapotaka. Tunatafuta kitu kinachofaa na chenye maana. Kwa hiyo twende mahali hapo. Niambie kinachotokea unapohama. Unaona nini unapoenda kwenye kitu kingine kinachofaa na muhimu kwako kujua?

Rick kisha alijikuta katika maisha ya zamani ambapo alikuwa kiongozi wa kundi la watu. Alikuwa na wajibu mkubwa na alihisi aliwasaliti alipowaongoza kwenye vita visivyoweza kushindwa. Ilikuwa zaidi kwa ajili ya kuridhisha nafsi yake kuliko kuwanufaisha watu. Alikuwa bado amebeba hatia hiyo katika maisha yake ya sasa, na hiyo ilieleza matatizo yake mengi ya kimwili. Hili lilijumuisha matatizo ya mgongo, kwa sababu alikufa kwa kuanguka kutoka kwenye mwamba na kuishi kwa siku kadhaa katika maumivu kutokana na mgongo uliovunjika. Kumbukumbu zilibaki katika mwili wake wa sasa kama ukumbusho wa kutokuchukulia wajibu kwa wepesi katika maisha haya.

Kisha niliwasiliana na nafsi yake ya ndani ili tuweze kuuliza maswali yake. Kuu ambalo nilikuwa ninalijali lilikuwa sababu ya kumuonyesha maisha kama pomboo au kiumbe wa baharini.

D: Kwa nini ulimuonyesha maisha hayo?

R: Kwa sababu ni ya kigeni. Kwa sababu ni mahali ambako mizizi yake halisi ilianzia. Amebadilishwa kwa namna fulani ili apate uzoefu wa “ubinadamu” kutoka mizizi ya mwili wake wa kwanza.

D: Je, hilo lilikuwa mwili wake wa kwanza Duniani?

R: Hapana. Ilikuwa mahali pengine pasipo na wanadamu. Ni viumbe wa aina hiyo tu.

D: Wale wanaoishi majini?

R: Ndiyo. Ndiyo maana alipitia hisia ya kusogea haraka. Kwa kuwa alikuwa mwenye udadi, na alijiuliza ingekuwaje kuwa mahali pale, ufukweni. Maono yale aliyokuwa nayo ya miti na vibanda. Ndiyo maana hakuelewa. Ilikuwa maono ya mahali asichowahi kuona.

D: Kwa hiyo haikuwa mahali halisi katika ulimwengu wake wa maji?

R: Ilikuwa mahali halisi alilokuwa na udadi nalo. Alikuwa na udadi wa kujua ingekuwaje kuwa nje ya maji. Kwa hiyo alitamani uzoefu huo.

D: Na hilo lilimpelekea kuzaliwa upya kama mwanadamu?

R: Hatimaye, ndiyo. Hiyo ndiyo mizizi yake halisi. Hapo ndipo yote yalianza kwa safari hii.

D: Katika ulimwengu wa maji.

R: Kutoka katika ulimwengu wa maji.

D: Na ulisema alipaswa kubadilishwa?

R: Ndiyo. Mabadiliko yake yalitokea katika mfululizo wa michakato. Mabadiliko ya mtetemo. Yaliosaidwa na wale ambao bado wanasaidia maendeleo yasiyo na kikomo ya sayari. Jaribio hili limekuwa likiendelea kwa maelfu ya miaka. Walichagua na waliomba. Walitafuta chanzo na asili ambayo ingeweza kutumiwa na kubadilishwa kwa ajili ya uzoefu wa kibinadamu.

D: Lakini je, roho isingeweza tu kuja na kuingia katika mwili wa mwanadamu?

R: Ilipaswa kubadilishwa. Kuna kutokulingana kati ya roho, nishati, na asili ya kiumbe huyo wa maji. Kabla ya kuja katika uzoefu huu, marekebisho hayo yalikuwa muhimu ili kiumbe aweze kuelewa ipasavyo hisia au silika zilizopangwa ndani ya mwanadamu.

D: Naona. Kwa hiyo ingekuwa vigumu sana – au haiwezekani – kwake kuja moja kwa moja kutoka kwa kiumbe wa maji na kuwa mwanadamu.

R: Hiyo ni sahihi.

Hili linafanana na Estelle aliyekuja kutoka jamii ya reptilia na kufanyiwa mabadiliko katika mwili wake wa kibinadamu ili kuweza kubeba aina tofauti ya nishati.

D: Lakini kisha alianza mfululizo wa maisha Duniani. (Ndiyo) Na ndiyo maana ulimwonyesha pomboo mwanzoni. (Ndiyo) Amejiuliza maisha yake yote kwa nini ana shauku na vyombo visivyojulikana angani na viumbe wa nje ya Dunia. Je, ndiyo sababu? (Ndiyo) Ingawa nafikiri anavifikiria kama vile vya filamu. (Kicheko) Kwa hiyo hii ni tofauti, sivyo?

R: Inafanana, lakini ni tofauti. Kuna mipango iliyoanzishwa kote katika ulimwengu. Aina zote za vyanzo vya kimaada. Tuseme, vyanzo vyote vilizingatiwa kwa uzoefu huu. Hiki ndicho chanzo chake kikuu, ambacho ni cha viumbe wa ulimwengu wa maji. Kulikuwa na wengine pia kutoka makundi mbalimbali, wote wakiwa pamoja katika hili.

D: Kwa hiyo si lazima iwe kama anavyofikiria, ya vyombo vya angani na mambo kama hayo. Kunaweza kuwa na aina nyingi tofauti?

R: Ndiyo. Lakini hivyo vilihusika hakika katika usafirishaji. Mchakato wa mabadiliko na majaribio.

D: Urekebishaji wa mwili.

R: Kwa maelfu ya miaka.

D: Kwa hiyo waliweza kuwasaidia wale waliotaka kuja katika mwili wa kibinadamu kujiandaa.

R: Walihitajika. Kusudi la awali lilikuwa kupata uzoefu. Kusudi hilo la awali lilikubaliwa na kuwezeshwa na wengine. Hadi kufikia kiwango cha yeye kuwekwa hapa.

D: Naona. Je, amewahi kuwa na mawasiliano nao tangu akiwa katika mwili wa kibinadamu kama Rick?

R: Si kimwili. Katika ndoto zake. Katika hali yake isiyo ya kimwili. Anapotafakari, anapolala.

D: Anakuwa nje ya mwili wakati huo?

R: Ndiyo. Anapohisi baridi sana au anapohisi joto sana. Hiyo ndiyo uhamisho.

D: Unamaanisha anapotoka nje ya mwili?

R: Ndiyo. Au anapoingia. Anapoingia katika mwili wake wa kimwili, anakuwa na joto. Anapotoka na kuingia katika mwili wake wa nuru, anakuwa baridi.

D: Na hakumbuki hili.

R: Anazidi kutambua hali isiyo ya kawaida ya ndoto zake za kawaida. Sasa anajaribu kile kinachoweza kuitwa "uoni wa mbali". Hili huja katika wakati fulani akiwa kimya. Halitokei mara nyingi, lakini anatambua. Anapaswa kulifanyia mazoezi mara nyingi zaidi. Angeweza kuona wazi matukio, ya sasa na ya zamani, na hata ya baadaye yanayoweza kutokea. Uwezo huu utakuwa muhimu si kwake tu, bali pia kwa wale wanaotafuta ulinzi.

* * *

Hili lilifanana kwa kiasi fulani na kesi nyingine niliyokuwa nayo miezi michache kabla ya kufanya kazi na Rick. Mwanamke mmoja alikuja kuniona nilipokuwa Memphis. Alikuwa mwembamba sana kiasi cha kufanana na mifupa inayotembea. Aliniambia alikuwa karibu kufa mara tatu. Madaktari walisema kulikuwa na tatizo katika kila kiungo cha mwili wake. Walishangaa bado alikuwa hai. Kwa kawaida, alikuwa katika maumivu na usumbufu mkubwa, na hakuwa na furaha katika maisha yake. Alitamani sana majibu, lakini yalipokuja hayakuwa yale aliyotarajia. Alirudi nyuma katika maisha ya furaha yasiyo na wasiwasi kama kiumbe wa baharini sawa na pomboo. Alifurahia sana maisha yake akiogelea katika mazingira huru kabisa bila matatizo. Kisha ukafika wakati wa kuondoka katika maisha hayo. Haijalishi mtu ana furaha kiasi gani katika maisha fulani, hatimaye masomo hujifunzwa na hakuna cha ziada kinachoweza kupatikana kwa kubaki hapo. Hapo ndipo wakati wa roho kuendelea mbele kwenye masomo ya kina na changamano zaidi. Roho lazima iendelee kukua. Hivyo alilazimika kuondoka na kuanza kuzaliwa kama mwanadamu. Alichukia kulazimishwa kuingia katika mwili wa kibinadamu wenye mipaka yake. Alitamani uhuru wa maji, lakini haikuwa hivyo. Kwa hiyo katika kuchanganyikiwa kwake alikuwa akijaribu kuuharibu mwili wake wa sasa ili aweze kuutoka. Hili, bila shaka, halikujulikana kwake katika kiwango cha fahamu, lakini ndilo lililosababisha matatizo mengi ya kimwili. Hata hivyo hakuruhusiwa kutoka kwa njia hiyo. Alikuwa anajifanya tu mwenye mateso kwa kushindwa kuzoea mwili wake wa kimwili. Ilibidi afanyiwe tiba nyingi ili aone sababu ya magonjwa hayo. Maelezo ya ajabu, lakini yalionyesha namna mtu anavyoweza kushikamana na maisha ya furaha na uhuru usio na changamoto.

Nilipomuona mwaka mmoja baadaye alionekana ameanza kuongezeka uzito, na hakuwa tena na matatizo mengi ya kiafya. Hatimaye alikuwa amekubali kubaki katika ulimwengu huu mpaka somo hili lijifunzwe. Baada ya yote, ukitoka mapema sana, kwa sababu yoyote ile, lazima urudi kukamilisha somo hilo. Huwezi kulikwepa kwa urahisi hivyo.

Kulikuwa pia na kesi iliyoripotiwa katika Ulimwengu Uliochanganyika, Kitabu cha Kwanza, ya kijana kutoka Australia ambaye alitumia enzi nyingi kama roho huru inayozunguka katika sayari nzuri. Hakuwa na wajibu wala majukumu, bali maisha ya furaha safi. Alipewa mara nyingi fursa ya kuondoka na kuendelea katika umbo jingine, lakini alikuwa akifurahia na hakutaka kuondoka. Hatimaye hatima (au mamlaka zinazohusika, au yeyote anayesimamia mambo haya) ililazimika kuingilia kati na kumfanyia uamuzi. Na alivutwa kutoka kwenye sayari hiyo kama vile kifaa cha kunyonya vumbi kinavyovuta kipande cha karatasi. Hivyo ndivyo alivyoelezea. Na akawekwa katika mwili wa kimwili, jambo lililomkatisha tamaa na kumchukiza sana. Alipoiona sayari yake nzuri mwanzoni mwa kikao, aliguswa sana kihisia. Alilia na kuiita "nyumbani", kwa sababu kumbukumbu zote za kuwa huko katika amani na maelewano kamili zilimiminika tena. Kulikuwa na utambuzi wa papo hapo na huzuni kubwa kwa kulazimishwa kuondoka. Kwa hiyo inawezekana kubeba ndani yetu kumbukumbu ya mahali pa furaha kamili ambayo huleta huzuni ya kina. Iwe ni kama roho huru katika ulimwengu mzuri, au kama kiumbe wa baharini asiyezuiliwa katika ulimwengu wa maji.

Sura ya 11

MGENI KATIKA DUNIA

Ninaendelea kukutana na roho hizi maalum, ambazo hazikutoka Duniani asili, kwa njia za ajabu sana. Ukweli kwamba ni tofauti na ziko hapa kwa misheni maalum hauonekani kabisa tunapokutana mara ya kwanza. Kimwili wanafanana na mtu mwingine yeyote. Mara nyingi hawajui kwa kiwango cha fahamu kwamba ni tofauti, ingawa mara nyingi huhisi kama hawafai mahali walipo. Sifa zao za kipekee hufunuliwa tu na nafsi ya ndani, na hata hapo ni pale tu inapodhani mtu yuko tayari kujua habari hizo. Nafsi ya ndani inalinda kama ninavyolinda, na inajua vizuri kwamba habari fulani zinaweza kuleta madhara zaidi kuliko manufaa. Lakini inaonekana kwamba mtu anapokuwa tayari kujua mambo haya, kwa namna fulani hupata njia ya kunifikia; na siri hufunuliwa.

Aaron alikuwa mwanaume anayefanya kazi kwa shirika la anga za juu kama mhandisi anayehusika na miradi ya anga. Sitaki kufichua mahali anapofanya kazi, kwa sababu zitakazokuwa wazi baadaye. Alisafiri masaa mengi kuja kwa ajili ya kikao hiki. Alikuja na mpenzi wake, na alitaka kukaa ndani ya kikao. Alisisitiza sana nilipomwambia kwamba hakuna anayekubaliwa kukaa katika vikao vyangu vya tiba. Alisema Aaron humwambia kila kitu hata hivyo. Nilisisitiza kwamba sitabadilisha utaratibu wangu, na kwa kusita akarudi kwenye hoteli yake. Baada ya kuondoka, Aaron alisema alifurahi kwamba sikumruhusu kubaki. Hakumtaka awepo, lakini anaweza kushawishi sana. Akiwa ameondoka, aliweza kupumzika na tukafanya mahojiano yetu. Kikao hiki kilifanyika katika hoteli ndogo huko Eureka Springs, Arkansas, Februari 2002, wakati nilipotenga wiki moja kufanya vikao na watu wa eneo hilo: Arkansas, Missouri,

Oklahoma, na Kansas. Lakini Aaron alipoona tangazo kwenye tovuti yangu alisafiri umbali mrefu, kwa sababu alikuwa na hamu sana ya kupata kurudishwa nyuma kwa kumbukumbu.

Tulipoanza kikao, Aaron alishuka kutoka kwenye wingu. Kitu cha kwanza alichokiona kilikuwa kijiji kidogo cha vibanda vyenye paa za nyasi kilichojificha kati ya vilima vya kijani vinavyopinda. Aliona kwamba alikuwa kijana wa miaka ishirini na kitu, mwenye nywele nyeusi, ndevu, amevaa mavazi mapana yaliyolegea. Hii ilionekana kama mwanzo wa kurudi nyuma kwa maisha ya kawaida, ambapo mhusika anaishi maisha rahisi ya kijijini kama mkulima n.k., lakini haraka ikawa wazi kwamba kulikuwa na tofauti. Alikuwa juu ya kilima akiangalia kijiji na alikuwa na wasiwasi kwa sababu alikuwa amejificha. "Ninahisi wasiwasi kuhusu jambo fulani. Kama kuna kitu kitakachotokea kijijini. Nafikiri kuna kundi fulani, au watu wa kijeshi wanakuja kunitafuta." Hawa hawakuwa watu wa kijiji. Walionekana kuwa serikali ya eneo au jeshi. Alijawa na hofu, "Wananitafuta kwa sababu fulani. Ndiyo maana niko hapa juu. Sitaki kuwa chini kijijini. Ninaogopa watanipata au kitu kama hicho." Hakuwa mzaliwa wa kijiji hicho, bali alikuwa akiishi na familia pale.

D: Kwa nini unafikiri wanakutafuta?

A: (Polepole) Kwa sababu kwa namna fulani mimi ni tofauti. Natumia mambo kama mawasiliano ya kiakili, au mambo ya kisaikolojia niliyokulia nayo. Ninaweza kusogeza vitu kwa akili yangu tu, na kufanya vitu vipite ndani ya vitu vingine vilivyo imara. Naweza kuendesha mambo kwa namna hiyo. Watu wachache tu wanajua hili. Na hii inaleta tatizo. Inavuta umakini. Wanafikiri mimi ni aina nyingine ya kiumbe, au kama pepo fulani. Najaribu nisivute umakini.

D: Naona kwa nini hilo lingeweza kuwaogopesha baadhi ya watu. Jeshi liliwezaje kusikia habari zake?

A: Nafikiri mtu fulani alikuwa akipitia kutembelea kijiji, na baadhi ya wakazi wakawaambia kunihusu. Hawakudhani ni jambo la kuficha. Wamezoea mimi kufanya mambo haya. Ninaogopa watanipiga au kitu kama hicho.

Alihisi atalazimika kuondoka kwa usalama wake, ingawa hakujua ataenda wapi. "Nimekwishaondoka sehemu zingine kadhaa."

D: Kwa nini ulilazimika kuondoka sehemu hizo nyingine?

A: Sababu zilezile. Kitu kilekile kingetokea. Nahisi sitakuwa na mahali pa kudumu. Nahisi peke yangu, ninaogopa. (Anavuta pumzi kwa nguvu)

D: Ulijifunza vipi kufanya haya?

A: Nafikiri nilitoka katika mfumo mwingine wa nyota au mahali pengine. Kwa namna fulani nilijua tu hili. Nilikuwa na uwezo huu. Nilikulia nao.

Hili hakika halingekuwa kurudi nyuma kwa maisha ya kawaida. Nilijiuliza kama alikuja moja kwa moja kutoka mfumo mwingine wa nyota akiwa amekua, au kama aliingia katika mwili akiwa mtoto na kulelewa Duniani. Hili lilifanana na watu niliowahi kufanya nao kazi ambao waliingia mwilini kama roho katika maisha yao ya sasa, na baadaye kugundua walikuwa "Watoto wa Nyota".

A: Nilizaliwa hapa, lakini najua sitoki hapa.

D: Unakumbuka mahali pengine ulipotoka?

A: Unamaanisha sehemu zingine nilizoishi?

D: Ulikuwa ukizungumza kuhusu kutoka katika mfumo mwingine wa nyota.

A: Nafikiri narudi huko kwa ziara, usiku au nyakati nyingine. Na ndiyo maana najua mimi ni nani.

D: Je, uliwahi kujaribu kuficha uwezo wako ili watu wasijue?

A: Ndiyo, nilijaribu. Kisha kitu cha ajabu kingetokea. Halafu kingine kingetokea. Na kwa namna fulani wangetambua kwamba mimi ndiye niliyesababisha.

D: Unafanya kazi gani katika vijiji hivyo?

A: Najua kutengeneza vitu kwa glasi. Kama kupuliza glasi, na ninaweza kutumia baadhi ya uwezo wangu kuendesha glasi kwa namna ambazo kawaida usingeweza kufanya.

Uwezo wake wa ajabu pia ulimwonya kama kulikuwa na hatari yoyote. Ndiyo maana alienda kujificha kwenye vilima juu ya kijiji. Alikuwa na hisia kwamba madhara yalikuwa yanakuja. Wanajeshi waliposhindwa kumpata, aliwaona wakiondoka. Sasa alikuwa akiamua nini cha kufanya, kwa sababu alijua hakuwa salama tena kijijini. "Lazima nitafute mahali pengine pa kuishi. Labda nipate watu ambao – hata kama si kama mimi – angalau wako wazi zaidi, na wanaweza kunilinda kidogo."

Kwa kuwa kwa muda alikuwa amewakwepa waliomtafuta, nilimsogeza mbele hadi siku muhimu, na kumuuliza anaona nini.

A: Niko katika uwanja wa wazi, na nimepewa tuzo kwa kufanya huduma fulani yenye thamani kwa jamii hii. Nilipata maeneo wanayoweza kupata maji, na pia aina nyingine za madini. Naona pango. Na baadhi ya madini yanayotumika kutengeneza vitu mbalimbali. Na nina furaha. Sasa nimekuwa mkubwa zaidi. Nina udhibiti zaidi wa mambo kweli.

D: Uwezo wako?

A: Uwezo na pia uwezo wa kushughulika na watu kwa ufanisi zaidi. Na siogopi sana tena.

Alikuwa amevigundua vitu hivyo kwa jamii kwa kutumia uwezo wake wa kiakili. Inaonekana alikuwa amejifunza kuvidhibiti na kuvitumia bila kuvuta umakini usiotakiwa. Watu hawa walionekana kuwa na uelewa zaidi, na hakulazimika kuendelea kuhama.

D: Unafikiri sehemu kubwa ilikuwa ni kujifunza kudhibiti uwezo?

A: Ndiyo, kuwa makini zaidi. Lazima uwe makini zaidi na nishati. Niko katika eneo tofauti sasa. Na nahisi ni ustaarabu wa juu zaidi. Si wa kizamani sana. Nina jamii ninayoweza kuhisi kuwa sehemu yake.

D: Ulisema ulihisi umerudi mahali ulipokujafr om usiku (mfumo mwingine wa nyota). Je, bado unajisikia wewe kufanya hivyo?

A: Hapana, nadhani ninafanya hivyo kwa njia ya moja kwa moja. Niliweka kando a wakati wa kurudi nyuma, na kisha kiakili narudi huko.

D: Unamaanisha Dunia ni kama misheni ya mafunzo?

A: Sasa ni kama kubadilishana habari. Inaelezea jinsi uzoefu wa maisha yangu ulivyo hapa kwa wale wa huko nyuma. Hii ni kama misheni ya mafunzo. Uwanja wa mafunzo. Hii ni kunifundisha kujifunza jinsi ya kufanya mambo haya na kuingiliana na binadamu hapa.

D: Unamaanisha kuwa Dunia ni kama misheni ya mafunzo?

A: Hapana. Ni kama maisha haya yanajitayarisha kwa wakati ujao wakati mengi ya haya yatahitajika. Itakuwa kidogo kidogo zaidi asili ya pili na kuelewa vizuri jinsi gani watu hujibu kwa mambo haya tofauti.

Nilimsogeza mbele tena kwa siku nyingine muhimu, na Aaron aliendelea kunishangaa.

A: Ninakutana na viumbe hawa kutoka sayari hii ninapokuja kutoka.

D: Katika kimwili?

A: Nadhani ni ya kimwili.

D: Je, unaweza kurudi huko?

A: Hapana, nafikiri wao walikuja hapa nilipokuwa. Katika chombo fulani. Angalau ndiyo picha ninayoona. Hii ni ziara tu. Ni kama zawadi kwa kazi nzuri, badala ya kurudi kiakili tu. Sasa ni uwepo wa kimwili, na ni kama kukutana na marafiki wa zamani. Kuwakumbatia tu.

D: Basi mwili haukufa. Unamaanisha hivyo?

Hili ni jambo ambalo kawaida hutokea baada ya kifo, kurudi "nyumbani".

A: Bado katika maisha haya, hapana. Lakini sasa nimekuwa mzee sana. Ni hisia nzuri. Ninarudi nao.

D: Je, wamekuambia utaenda kufanya nini sasa?

A: Kimsingi nitaacha mwili huu wa kibinadamu, na kurudi nao. Ustaarabu wetu haupo katika msongamano huu wa kimwili. Ni tofauti. Una mtetemo wa juu kidogo. Lakini tunapokuja Duniani tunachukua umbo la kimwili kama viumbe wengine wote hapa Duniani. Ni hivyo tu, ila sisi tuna ujuzi zaidi kuhusu mchakato huu. Na tunafanya kazi nayo moja kwa moja zaidi, tu.

D: Kwa hiyo unaporudi huko, mwili wako wa kimwili hauwezi kuwepo huko?

A: Ndiyo, kimsingi. Huyeyuka tu, au ungeyeyuka, ndiyo.

D: Kwa sababu huhitaji tena. (Hapana) Unajisikiaje kuhusu kurudi?

A: Nzuri sana. Hapo ni nyumbani. (Anavuta pumzi kwa nguvu) Na kuwa Duniani kulikuwa kugumu sana, si jambo rahisi kufanya. Ni kama jukumu gumu sana. Na unapomaliza, unajisikia vizuri na umeondokewa na mzigo. Najua huenda nitarudi Duniani wakati fulani ujao, lakini sasa ni wakati wa kupumzika. Kupata muda wa kufuatilia mambo yaliyokuwa yanaendelea.

D: Je, hiyo ilikuwa mara yako ya kwanza kuja Duniani katika mwili wa kidunia?

A: Sijui. Nafikiri ilikuwa mara ya kwanza kutoka nyumbani huku. Kutoka mahali hapa. Nafikiri ilikuwa ya kwanza. Lakini sina uhakika.

D: Je, mahali hapa ni mahali pa kimwili? Sayari ya kimwili? Mimi huwa najitahidi kutofautisha kama tunazungumzia upande wa roho ambapo mtu huenda kati ya maisha ya kimwili, au mahali halisi pa kimwili.

A: Ndiyo, kwangu lina vipengele vya kimwili, kama vile Dunia ilivyo kwako na kwa wengine.

D: Ila usingehitaji mwili huu.

A: Tuna umbo. Ni kwamba tu unatetemeka kwa kiwango tofauti. Ni kama kuwa Duniani, lakini kubadilishana nishati na mazingira ni tofauti. Wewe ni sehemu yake zaidi. Unahisi kuwa sehemu ya kila kitu, na unaweza kuhisi mambo moja kwa moja zaidi.

D: Umbo lenu linaonekanaje?

A: Sisi ni warefu kiasi na wembamba. Viungo virefu – kama mnavyosema – mikono au nyongeza za mwili. Kwa mtazamo wa Dunia tunaonekana wembamba sana. Na nadhani mnaweza kusema tunaonekana kidogo kama panzi.

D: Ni mwembamba?

A: Ndiyo, kama hivyo. Na sayari yetu ina rangi nyekundu sana, kwa hiyo sisi pia tuna mwelekeo wa kuwa na rangi ya nyekundu.

D: Kwa hiyo mnapoamua, mnaweza tu kwenda mahali pengine? Au mnatumwa?

A: Tunaweza kutembelea, kama katika misheni, kwenda maeneo fulani. Lakini hilo daima linahusisha kushusha kiwango cha nishati. Na kuna taratibu fulani tunazopaswa kufuata zilizowekwa na viumbe wanaosimamia – si kusimamia kwa maana ya kutawala, bali wanaoangalia maeneo tofauti. Kwa hiyo si kwamba unaweza tu kuondoka na kwenda popote unapotaka.

D: Kuna kanuni na taratibu. (Ndiyo) Wanawaambia mnapaswa kwenda wapi?

A: Ikiwa tuna maslahi katika eneo fulani, au tuna misheni ya kutekeleza, tunaweza kuomba au kupanga ziara. Halafu kama inalingana na vikwazo vingine, tunaweza kuendelea. Kwa sasa tuna mradi kwenye sayari hii ya Dunia tunaoufanyia kazi. Ni mradi wa muda mrefu ambao tuliombwa kushiriki.

D: Umesema awali kuhusu kufanya uwezo huu uenee zaidi. Je, hiyo ni sehemu ya mradi, au kuna kitu kingine pia?

A: Hiyo ni sehemu yake; kuruhusu viumbe katika umbo la kibinadamu kuanza kutumia baadhi ya uwezo huu kwa namna itakayosaidia mpito wa wanadamu kwenda katika hali ya juu ya utendaji. Kupitia kipindi hiki cha mgogoro ambapo bado kuna mwelekeo wa kutaka kuzuia hili lisitokee. Kuwazuia watu hawa, au kuzuia harakati zao, au kuwaona kama tishio.

D: Je, watu wa Dunia wasingeweza kuendeleza hili wao wenyewe bila msaada wenu?

A: Tunachukuliwa kama washauri au waongoza njia.

D: Nilikuwa nikifikiria kama walimu, lakini hapo mngewaonyesha moja kwa moja.

A: Ndiyo. Ni kama mchezaji nyota wa mpira. Watu wanamwona, wanamvutia, na wanaelewa kile anachoweza kufanya. Ni zaidi ya kuwa mfano.

D: Inaonekana ni mradi mrefu sana, ikiwa mnakuja Duniani katika vipindi tofauti.

A: Ndiyo, kila kitu kina wakati na mahali pake, na sisi tulikuwa tukifanya kazi kwenye kipengele kimoja tu.

D: Inaonekana kundi lenu lina subira, kuendelea na mradi.

A: Dunia si mradi wetu pekee. Kuna mingine inayolenga mambo tofauti. Tunafanya kazi na ustaarabu mwingine pia. Huduma hii ni sehemu ya mchakato wetu wa mageuzi, jinsi tunavyoendelea mbele.

D: Umesema ni kipindi cha mgogoro Duniani. Unamaanisha nini?

A: Kuna nishati zinazotaka kudhibiti au kuzuia maendeleo makubwa katika eneo hili. Wanaogopa kupoteza udhibiti wao. Hivyo inafanya iwe vigumu. Ni kama uzoefu niliokuwa nao Duniani awali. Ni suala la kujifunza jinsi ya kufanya hili bila kuvutia umakini mwingi, hadi ifikie hatua ambapo tayari limefanyika na hakuna kinachoweza kufanywa kulizuia.

D: Ikiwa ni kipindi cha mgogoro, basi kinaweza kwenda upande wowote.

A: Nadhani ndiyo sababu sisi wengine tulitumwa kusaidia, ndio. Hapo ilikuwa wasiwasi kwamba ... sio kwamba ingeizuia kabisa. Ni kwamba tu ni wakati na awamu swali. Ingekuwa hatimaye ilitokea, lakini inaweza yametokea baada ya ustaarabu kuharibiwa na wamekwenda, na kuanza tena.

D: Hilo lingekuwa gumu zaidi, sivyo?

A: Ndiyo. Unapoteza kasi fulani, na ina athari zingine mahali pengine. Chochote kinachotokea hapa kinaathiri mambo mengine mahali pengine. Kwa hivyo ni kwa maslahi ya kila mtu kuona njia ya mafanikio.

D: Inaonekana ninyi ni spishi iliyoendelea zaidi kuliko wale wa Duniani.

A: Tumepiga hatua nyingi, lakini tuna changamoto na malengo yetu pia.

D: Kwa hiyo hamjafikia hali kamilifu bado. (Hapana) Lakini mnaonekana mko mbele kuliko wale wa Duniani, ikiwa mnaweza kurudi kuwasaidia.

A: Ndiyo, tuko mbele, ndiyo.

D: Mnaporudi kusaidia, je, daima mnafanya hivyo kwa kuzaliwa kama mtoto?

A: Kwa kawaida, ndiyo. Ingawa wakati mwingine tunaweza kuunganisha mtetemo wetu na mtu mwingine aliyeko hapa tayari katika umbo la kibinadamu. Wakati mwingine kuna makubaliano ya muunganiko. Hivyo tunafanya kazi kupitia wao, au pamoja nao, tukiwashauri au kuwaelekeza. Ni njia ya kutekeleza baadhi ya mambo bila kupitia mchakato wa kuzaliwa.

D: Kwenye sayari yenu, mwili hufa?

A: Inapitia kipindi cha mpito pia. Na inachukua – nataka sema - maelfu ya miaka yako kwa hili kutokea. Lakini ni hutokea kwa dhana zaidi ya kumwaga, kwa maana kwamba tunajua kuna sehemu ya juu kwetu pia. Tunalifahamu hilo zaidi. Na ni karibu kama ilivyopangwa tukio ambalo unajua litatokea.

D: Kwa hiyo hamko wasiokufa. Mwili hatimaye lazima ufe.

A: Hatuiangalii hivyo. Tunaiona kama kipindi cha kujizalisha upya, kwenda kwa nafsi ya juu, kwa nishati za juu, kujirekebisha, na kisha kurudi na kuchukua umbo tena.

D: Umbo lolote mtakalo. (Ndiyo) Hilo ni la kuvutia sana. Kwa hiyo mmekuwa na maisha katika maeneo mengi tofauti.

A: Ndiyo. Ninafurahia kupitia uzoefu tofauti katika ustaarabu tofauti.

D: Ingawa inaonekana mnapokuja Duniani kuna vikwazo zaidi.

A: Ndiyo, si raha sana hapa. Kwa mtazamo mpana ni uzoefu mzuri, lakini ukiwa hapa, baadhi yake si rahisi.

D: Lakini angalau si ya kuchosha. Unajaribu mambo tofauti.

Nilihisi tumepata yote tuliyoweza kutoka kwa kiumbe hiki cha ajabu, kwa hiyo nikamwomba aondoke na nikamrudisha Aaron kikamilifu ili niwasiliane na nafsi yake ya ndani. Aaron alivuta pumzi kwa nguvu wakati uhamisho huu ulipotokea. Nikaiuliza nafsi ya ndani kwa nini ilichagua maisha hayo fulani kumuonyesha Aaron.

A: Hii ni sehemu ya sababu ya yeye kuwa hapa wakati huu. Inahusu uwezo huu na vipengele vyake ambavyo hajaruhusu vidhihirike katika maisha haya. Hali hii haijajitokeza vizuri bado. Amejizuia kwa hofu, kama alivyoogopa mwanzoni mwa maisha yale ya kwanza. Anahitaji kuachilia hofu hiyo na kufikia hali aliyohisi alipokuwa akipokea tuzo katika maisha yale. Hisia hiyo badala ya ile ya hofu. Ameona mambo fulani yametokea, na ameogopa kwamba yatafanya aonekane kama mgeni. Yatasababisha hali ya kutishiwa kama kiumbe wa nje au kitu tofauti.

D: Lakini hilo labda halingetokea sasa, sivyo?

A: Hapana. Hii ni hofu anayoweza kuachilia sasa. Uunganisho huu ni kitu ambacho hajaruhusu kijitokeze wazi.

D: Inaonekana kana kwamba yeye si mtu wa Dunia kimsingi. Ni hivyo?

A: Ilikuwa chini ya kificho, ndiyo.

D: Kwamba kwa kweli anatoka sehemu nyingine. (Ndiyo) Na anakuja Duniani mara kwa mara tu?

A: Ndiyo. Amefanya zote mbili. Kuzaliwa na kuunganika. Zote mbili. Lakini si kama wengine, ingawa ana uhusiano na nyumbani kwingine.

D: Jinsi ninavyoelewa, wakati wowote watu wanapokuwa na wengi Dunia inaishi wanakula k arma ambayo inawahitaji waok eep kurudi wakati wake baada ya muda. Wao ni e zaidi au chini alimfunga e kwa muda hadi atakapolipwa.

A: Anafanya kazi na mifumo ya karma iliyopo, kuruhusu uzoefu wa kibinadamu kufunuka. Lakini hatima yake haijafungwa nayo. Anachangia katika fahamu ya pamoja ya wanadamu. Kwa maana hiyo, kuna mifumo ya karma inayoundwa na kuyeyushwa, lakini hafungwi nayo. Unaelewa?

D: Ni vigumu kuwa Duniani bila kuunda karma.

A: Karibu haiwezekani.

D: Lakini ni aina tofauti, kwa sababu hafungwi kurudi tena na tena?

A: Ndiyo. Ni kama vazi lililowekwa juu yake. Kwa sababu ya huduma hii na jukumu hili, analindwa dhidi ya deni la karma ambalo lingetokea vinginevyo.

D: Kwa hiyo hatanaswa hapa. (Ndiyo)

Aaron alikuwa ameuliza kujua kwa nini ndoa yake ilimalizika kwa talaka. Ningedhani tukio hilo lingeunda karma, lakini nafsi ya ndani ilisema hapana. Sehemu yake ilikuwa ni somo na fursa ya kusaidia. "Gamba la kutokuwa imara kihisia" lililomruhusu pia kupitia hisia za kibinadamu ambazo asingekutana nazo vinginevyo. Pia ilikuwa njia ya kificho ili aonekane wa kawaida kwa macho ya watu.

A: Haya ni masomo kwake kuyapitia. Hawezi kuunda karma kwa sababu analindwa dhidi ya mambo ya kidunia na kinga ya vazi lililowekwa juu yake.

Kisha nikaamua kwenda kwenye maswali ambayo Aaron alikuwa nayo na yaliyokuwa yakimsumbua maisha yake yote.

D: Alisema katika utoto wa mapema sana anakumbuka kuwa na aina fulani ya uzoefu na viumbe wengine. Ilionekana kama walikuwa wa aina ya panzi. Hakuwa na uhakika kama alikuwa anaota tu, au kama kweli alikuwa akipitia hilo. Unaweza kumweleza kuhusu hilo?

A: Ndiyo, hayo yalikuwa uzoefu halisi. Hao walikuwa viumbe tuliowataja, waliotoka kwenye sayari yake ya nyumbani. Walimtembelea mapema katika maisha yake ili kumwandaa mahsusi kwa jeraha alilopata akiwa mtoto. Na pia kwa mambo mengine ambayo yangetokea ili kufanya iwe rahisi kwake kupita katika maisha haya.

D: Na hakupaswa kukumbuka zaidi ya hapo. Tu kwamba walikuwa kama watu wa ndotoni, marafiki wa kucheza?

A: Ndiyo. Alipokea mafundisho na mwongozo. Wamekuwepo muda wote kumsaidia na kumwelekeza, lakini yeye hajawarekodi kwa ufahamu wake wa kawaida.

D: Kwa kuwa umetaja jeraha, kwa nini ilibidi alipitie hilo? Kusudi lake lilikuwa nini?

Aaron alipata jeraha la kutisha la ajali alipokuwa mtoto. Sitaki kueleza ni sehemu gani ya mwili wake, kwa sababu ninajaribu kulinda utambulisho wake kwa sababu zilizo wazi. Lakini lilimwacha na kasoro ndogo ya umbo na upungufu fulani. Sikuweza kuelewa jinsi walivyoona jeraha kama hilo lingemfanya apite maisha haya kwa urahisi zaidi.

A: Ulikuwa ni ulemavu tuliouona kuwa ungekuwa bora kwake kama, unavyoweza kusema, kipengele cha kificho ili kumruhusu afanye kazi katika maeneo fulani bila kuvutia umakini mwingi. Uliingiza na kuruhusu kutokuwepo kwa uthabiti wa kihisia ndani yake, jambo ambalo humgusa nyakati fulani. Na kwa hiyo humruhusu asiwe wa pekee sana au kujitokeza kupita kiasi.

D: Unamaanisha kuwa kuwa na aina fulani ya ulemavu kunamfanya aonekane wa kawaida zaidi, wa kibinadamu zaidi?

A: Ndiyo, kimsingi wa kibinadamu zaidi. Hili lilikuwa ni utekelezaji wa karma iliyohitajika na wengine waliomzunguka. Hivyo lilikuwa pia njia ya kuendana na mazingira. Ilikuwa ni dhabihu aliyokuwa tayari kuifanya. Tulijaribu kuifanya iendane na hali iliyokuwapo. Ni muhimu asijisikie peke yake. Namwambia aweke mtazamo wake kwenye nyota. Asipoteze taswira ya mahali alikotoka, na anakoelekea katika maisha haya. Kuna ushawishi mwingi utakaokujaribu kumwondoa kwenye mwelekeo huo. Lakini akiendelea kuzingatia hilo, atafanikiwa na atakuwa na furaha zaidi.

* * *

Kikao na mwanaume mwingine pia kilihusisha mwingiliano na viumbe wa anga katika maisha ya zamani. Mara nyingi tunafikiri kuwa matukio ya vyombo vya anga visivyojulikana ni jambo jipya na la kipekee kwa nyakati zetu za kisasa, lakini nimekuwa na vikao ambavyo watu katika maisha mengine walipitia kuona, kuwasiliana na kuhisi mambo yale yale kama yanayoripotiwa leo. Mwanaume mmoja alirudi katika maisha ambayo mwanzoni yalionekana ya kawaida na yasiyo na msisimko, kama ilivyo kwa asilimia tisini ya kumbukumbu za maisha ya zamani. Alikuwa mchungaji wa kawaida akiishi katika kibanda kidogo katika bonde kati ya milima mirefu. Wenzake pekee walikuwa kondoo aliowatunza. Hakuwa na familia na hakuona mtu yeyote isipokuwa alipolazimika kwenda mji wa jirani. Alikuwa hana furaha sana na alitamani kuwa na mwenzake.

Kulikuwa pia na kipengele cha hofu katika maisha yake ya upweke, kwa sababu mara kwa mara aliona taa kubwa zikija juu ya milima na kuelea juu ya malisho ambako kibanda chake na kondoo walikuwa. Nyakati hizo, alijificha ndani ya nyumba yake hadi taa zilipotoweka. Angalau hayo ndiyo yalikuwa kumbukumbu zake za kawaida. Kwa uhalisia, mara kadhaa moja ya taa hizo, ambayo iligeuka kuwa chombo cha anga, ilitua si mbali na kibanda chake. Angeamka na kwenda uwanjani na kuzungumza na waliokuwa ndani yake. Wakati huo aliwasihi wamchukue pamoja nao. Alitaka kurudi "nyumbani". Walimwambia muda haukuwa umefika bado. Alikuwa amejitolea kuwa sehemu ya jaribio hili, na ilimbidi abaki hadi litakapokamilika. Aliambiwa kulikuwa na wengi waliojitolea kuja kuishi maisha kama wanadamu katika hali tofauti, ili kuona jinsi wangeweza kuzoea maisha ya Duniani. Wengine waliishi aina nyingine za maisha, lakini yeye alichaguliwa kuishi maisha ya upweke na kutengwa ili kuona jinsi angeyashughulikia. Chombo kilipoondoka, angesimama shambani na kulia, akiwasihi warudi wamchukue kwa sababu aliona maisha haya hayavumiliki. Kisha angerudi ndani ya kibanda, kulala tena na kuamka asubuhi bila kumbukumbu ya kile kilichotokea usiku.

Hii ilikuwa sawa sana na visa vya kisasa vya vyombo vya anga visivyojulikana nilivyochunguza. Kumbukumbu za kawaida za mtu kuhusu kilichotokea na uzoefu halisi mara nyingi hutofautiana sana. Kile akili ya kawaida hukumbuka kwa hofu mara nyingi ni tukio lisilo na madhara. Mara nyingi wanadamu huogopa kile wasichokielewa. Ukweli unapojulikana, huwa rahisi kukabiliana nao kwa sababu hauwi mbaya kama walivyodhani.

Mchungaji huyo hakuachiliwa kutoka katika maisha yake ya upweke bondeni hadi alipokuwa anakufa kama mzee. Wakati huo chombo kilirudi mara ya mwisho. Aliweza kutembea nje na kwa furaha kuwasalimia waliokuwemo na kuingia kwenye chombo kwa safari ya kurudi nyumbani. Kama ilivyo katika mikataba mingi ya maisha ya zamani ya kuja kuishi Duniani na kujifunza jinsi ilivyo kuwa mwanadamu, maisha hayo hayakuwa ya kusisimua au ya kipekee. Huenda kuna mengi zaidi ya kujifunza kwa roho ya kigeni kupitia maisha ya ukimya na urahisi kuliko kupitia vurugu au drama. Ilikuwa wazi kuwa aina hii ya maisha haikuweza kuunda karma, kwa sababu hakukuwa na mwingiliano na watu wengine.

Kama Aaron alivyosema, ni vigumu kuepuka karma ukiwa unaishi Duniani. Roho inapounda karma, basi inanaswa na kulazimika kurudi ili kuilipa. Aaron alisema katika hali yake, vazi la kinga liliwekwa juu yake kumlinda dhidi ya ushawishi wa karma, kuizuia isimuathiri. Bila kifaa kama hicho cha kinga, ingekuwa vigumu kuishi miongoni mwa wanadamu na kisha kurudi "nyumbani" bila kuathiriwa na kunaswa na karma.

Kanda ya Bobbi pia ilitaja kifaa cha kinga. Aliielezea kama filamu ya kinga inayomzuia asishikwe kwenye "karatasi ya kunata ya karma," kama alivyoeleza. Hili limepanuliwa zaidi katika Sura ya 28, "Njia Tofauti kwa Wanaoingia Baadaye." Kikao cha Bobbi kilifanywa mahali pale pale Eureka Springs mara tu baada ya kikao cha Aaron. Kana kwamba "wao" walitaka nipate mifano miwili ya roho binafsi kuweza kujitenga na karma na kuepuka kunaswa.

Sura ya 12

KAZI WAKATI WA HALI YA USINGIZI

Kikao hiki kilifanyika Clearwater, Florida mnamo Oktoba, 2002 wakati nilipokuwa huko nikizungumza katika Maonesho. Patricia alikuwa muuguzi na mfanyakazi wa huduma za wagonjwa wanaokaribia kufa (hospice) aliyesaidia kuwashauri wanaokufa na familia zao. Sikujua nilipoanza kikao hiki kwamba pia alikuwa akiendelea na kazi yake wakati wa hali ya usingizi, akisaidia roho kufanya mpito kwenda upande wa pili. Haishangazi kazi yake ilimpa kuridhika sana. Alikuwa akifanya kazi na wanaokufa wakati wa hali ya kuamka na pia wakati wa usingizi.

Unapokuwa umefanya regresheni kwa muda mrefu kama mimi, unajifunza kutambua wakati mteja anaelezea kitu tofauti na mazingira ya kawaida ya Dunia. Wanapotoka juu ya wingu na kuingia katika maisha ya zamani, mazingira yanaweza kuwa mji, shamba, jangwa, msitu, bustani, n.k., lakini maelezo husikika ya kawaida na wanaendelea kupitia maisha ya zamani yanayoweza kutumika kwa tiba. Hapa ndipo kusikiliza ni muhimu sana, kwa sababu ikiwa mazingira ni sayari nyingine, mwelekeo mwingine au ulimwengu wa roho, dalili zitatolewa katika maelezo yao. Mimi huenda sambamba nayo na sijaribu kuwasahihisha au kubadilisha. Fahamu yao ya ndani imechagua mazingira haya ili wapate uzoefu wa kitu wanachohitaji kujua kitakachowasaidia katika maisha haya. Ikiwa pia itanisaidia katika utafiti wangu, ninakaribisha hilo, lakini sijui kamwe tutaongozwa wapi.

Mwanzoni maelezo ya Patricia yalisikika ya kawaida na ya kidunia, lakini alipokuwa akiendelea, ilidhihirika kuwa haikuwa hivyo. Aliposhuka kutoka juu ya wingu aliona ardhi chini yake yenye vilima vya kijani na maji ya buluu. Ilisikika ya kawaida vya kutosha, na miguu yake ilipogusa ardhi alisema, "Inahisi vizuri sana. Ni ang'avu sana. Ang'avu sana, lakini ni vizuri. Kila kitu kinaonekana kama bustani. Inahisi kama bustani, lakini si kama kuna mtu anayepaswa kuitunza. Iko hivyo tu. Kuna njia, na inagawanyika katika mwelekeo tofauti. Niko kama katika bustani ya umma. Kuna nyasi za kijani na sehemu ndogo za kukaa. Na miti mizuri. Na maji yako mbele yangu. Kuna mchanga, na ni wa rangi ya dhahabu. Na ninapotembea, nahisi kama mimi ni sehemu ya kila kitu. Ninatembea juu yake, na siko tofauti nayo, lakini bado ni mimi. Naweza kutembea ndani ya maji bila kulowa, kama nikitaka."

Hapana, hii tayari ilikuwa inasikika kama kitu kingine tofauti na bustani ya kawaida.

P: Kuna maua yanayokua kila mahali. Ni mahali pazuri sana. Ninatembea, lakini ni tofauti. Nahisi kama ninataka tu kusonga, na nafanya hivyo. Naliwaza tu na naweza kufanya. Ni rahisi bila juhudi.

D: Kuna mtu yeyote hapo?

Ghafla na bila mantiki alihisi hisia kali, "Hapo ndipo familia yangu ilipo!"

D: Unamaanisha nini unaposema familia yako?

P: Inahisi kama nilikotoka. (Kwa huzuni) Na sikutaka kuondoka.

D: Inaonekana ni mahali pazuri sana.

P: Ndiyo. (Alikuwa karibu kulia. Alijituliza:) Ni sawa. Kuwa hapa tu ni vizuri.

Hili limetokea mara nyingi katika kazi yangu, na limeripotiwa katika Keepers of the Garden na Kitabu cha Kwanza cha Convoluted Universe. Mtu ataona mahali panapoonekana kigeni kwa chochote anachokijua Duniani, na hakuna sababu ya kimantiki ya hisia kali. Hata hivyo, kukiona tu kunaleta hisia kujaa juu na huzuni kubwa pamoja na hamu ya nyumbani. Ingawa hawana kumbukumbu ya kawaida ya mahali hapo, wana hisia nzito ya kurudi "nyumbani" baada ya safari ndefu kwenda mahali maalum sana lakini palipozikwa sana akilini. Kukiona tena kunafufua hisia zote zilizopotea na kusahaulika.

D: Inaonekana ni mahali pazuri sana. Lakini ulisema kuna njia nyingi zinazoenda pande tofauti?

P: Ndiyo, katika mwelekeo mwingi tofauti. Naweza kwenda popote, na ni tofauti. (Anacheka kidogo) Ni tofauti sana.

D: Kwa nini ni tofauti?

P: (Anavuta pumzi ndefu, kisha kwa sauti ya chini:) Kwa nini ni tofauti? Ni vigumu kupata maneno. Sisi sote tuko pamoja wakati wote. Kila kitu kiko kama inavyopaswa kuwa. Ni vigumu kueleza hilo. Naweza kuchukua njia au kufikiria mwelekeo, na naweza kuwa na watu hawa, na tunaweza kufanya mambo mengi pamoja. Tunaweza kuumba vitu pamoja. Tunaweza kuwa pamoja, na kufurahia tu kuwa pamoja, au tuna miradi tunayofanya kusaidia watu wengine, kwa sababu hapa ni mahali maalum. Naona hewa ni tofauti. Ina rangi ndani yake, na inaweza kuwa rangi tofauti katika sehemu tofauti. Na ninatoka mahali ambapo hewa inaonekana ya dhahabu. Unaweza kuchukua njia na kwenda kwenye – tungeita "vitongoji". Ni kama hivyo. Na naweza kuhamia vitongoji fulani vya rangi tofauti na kuwa na starehe sana. Na vingine naenda kwa miradi maalum.

D: Hizo si sehemu unazopenda kwenda? (Niliweza kutambua hilo kwa sauti yake.)

P: Hapana, hapana. Lakini naenda huko kwa sababu ya rangi zangu.

D: Unamaanisha nini?

P: Kwa sababu niko vizuri katika rangi ya dhahabu. Na hiyo ni rangi ya kusaidia sana, ya upendo sana. Na hapo ndipo ninapotoka.

D: Anga lina rangi hiyo huko?

P: Ninaangalia kupitia rangi ya dhahabu, na anga linaweza kuwa rangi yoyote ninayotaka liwe.

D: Lakini ulisema unaambiwa kwenda kwenye baadhi ya sehemu nyingine kwa miradi?

P: Ninaenda kwenye miradi. Ninaenda kwenye kazi ninapochagua. Sinalazimishwa. Inapendekezwa. Naweza kusema "hapana", lakini sisemi.

D: Je, baadhi ya sehemu hizi zina rangi tofauti?

P: Zina hisia tofauti sana. Sehemu tofauti, nishati tofauti, na rangi ni tofauti. Sipendi sehemu zenye giza zaidi. Rangi za giza zaidi, nishati nzito zaidi. Sifiki mara nyingi katika sehemu hizo za giza. Baadhi ya njia hizo huchukuliwa tu na wengine, kwa sababu nishati yao inaweza kufanya kazi nazo vizuri zaidi. Lakini naweza, kama ningechagua kufanya hivyo.

D: Kuna njia zinazoenda huko pia.

P: Ndiyo. Sisi sote tunaenda mahali panapofaa kwetu kufanya kazi. Ndiyo maana nilikuja. Nataka kufanya kazi na nishati iliyo nyepesi zaidi. (Anasimama kidogo) Siwezi kupata maneno. Wale wanaoweza kushughulika na nishati kali zaidi huenda kwenye njia hizo nyingine. Njia za giza zaidi. Sipendi kufanya hivyo. Lakini napenda kuwa nyumbani.

D: Je, unarudi huko mara kwa mara?

P: (Anavuta pumzi ndefu) Ndiyo, ninapolala.

D: Kila wakati mwili wa Patricia unapolala, unaweza kurudi mahali hapa?

P: Ndiyo. Patricia, mwili, kile nilicho nacho, kile kilicho pamoja nami. Nimeunganishwa na mwili huo.

D: Umeunganishwaje?

P: Kupitia nishati. Nishati huja kwenye mwili, na mwili huo unaweza kushikilia nishati nyingi, kwa sababu niko pamoja na mwili huo.

D: Lakini unamaanisha, usiku, mwili unapolala, unapenda kurudi mahali hapa?

P: Wakati mwingine narudi huko. Wakati mwingine naenda sehemu nyingine. Mara nyingi nakaa karibu na Dunia, nikifanya kazi. Nafanya kazi nyingi.

D: Ni aina gani ya kazi unafanya mwili unapolala?

P: Ninawasaidia watu wanaorudi nyumbani. Nawasaidia watu waliopotea kurudi nyumbani. Nafanya kazi kati ya ulimwengu kusaidia warudi nyumbani. Hiyo ndiyo kazi yangu. Ninaweza kushikilia nishati za sehemu zote mbili. Nuru ya dhahabu ina nguvu sana Duniani, kwa hivyo niko hapa kusaidia watu kushikilia nishati hiyo. Na kusaidia watu kupita kupitia nishati hiyo kwenda nyumbani. Kwa hivyo nafanya kazi kila wakati.

D: Je, hawa watu hawawezi kupata nyumbani wenyewe?

P: Baadhi yao hawawezi. Baadhi wanaogopa. Baadhi wamechanganyikiwa. Baadhi hata hawajui kuwa kuna nyumbani. Mimi ni mmoja wa wanaowaongoza watu, kuwaonyesha mahali palipo nyumbani. Baadhi wanajua kuna nyumbani, lakini wanaogopa; ni waoga. Hawajui pa kuangalia. Mimi naweza kwenda huko kwa urahisi sana. Na hata nisipoingia mahali hapo, ninawaongoza hadi kwenye mlango ambapo wengine wanasubiri. Hiyo ndiyo ninayofanya.

D: Unamaanisha, wanatafuta nyumbani wanapoondoka mwili wa kimwili? (Ndiyo) Sio tu usiku, bali wanapoondoka kabisa?

P: Ndiyo. Kuna baadhi watakaondoka hivi karibuni, na wanaweza kuwa “wanajifunza”, lakini si mazoezi hasa. Ni kama kujifunza, kwa sababu (Anavuta pumzi) wakati wengi wanaondoka kuna ... siwezi kusema "msongamano wa trafiki", kwa sababu si kama Dunia. Lakini wengi wanaondoka, na ni rahisi zaidi kama wanajua njia.

D: Vinginevyo kuna mkanganyiko wakati roho wengi wanaondoka kwa wakati mmoja?

P: Ndiyo. Kwa hiyo tunawasaidia watu kujifunza jinsi ya kufanya hivyo.

D: Nilidhani kwamba wanapoondoka mwili na kurudi nyumbani, ni jambo la moja kwa moja. Wangejua mwelekeo wa kwenda.

P: Kuna wale wanaosaidia. Lakini watu wanapoondoka katika nishati kubwa ya mkanganyiko au hofu, mwili wa kihisia hauyeyuki mara moja. Na wakati mwingine hawaoni. Kuna njia tofauti za kuwasaidia hata kabla hawajaondoka. Tunaweza kuita "mazoezi" au mafundisho au mwongozo. Hivyo ndivyo ilivyo.

Katika kitabu changu Between Death and Life niliambiwa kuna "wakaribishaji" wanaokutana na mtu anapokufa, anapoondoka mwili na kuanza safari kuelekea kwenye nuru. Nilidhani daima hawa ni roho, jamaa au marafiki waliokufa, au malaika au mwongozo wa mtu huyo. Sasa ilionekana kuwa kazi hii pia hufanywa na wale bado wanaoishi katika mwili. Hufanyika wakati wa safari ya usiku tunayofanya sote tunapolala. Angalau Patricia alisema kazi yake ni kuwaongoza waliokufa hadi kwenye mlango ambapo wengine watachukua jukumu kuendelea kuwaongoza. Hangeweza kwenda mpaka mwisho ilhali bado ameunganishwa na mwili wake wa kimwili kupitia kamba ya fedha.

D: Unajua hawa ni watu watakaoondoka hivi karibuni? (Ndiyo) Unajuaje kuwa ni wakati wao?

P: Kwa sababu ni mpango wao. Hawajui kila wakati. Lakini roho yao ya juu inajua, imekubaliana, na inajua kuwa ni wakati. Kwa hiyo kuna wale wanaofanya kazi nao, na miili yao. Sio mwili wa kimwili, bali sehemu ya roho yao iliyounganishwa na mwili, kwa sababu tuna viwango vingi vya uwepo. Tuna sehemu yetu iliyo kwenye njia ya roho, kwenye ulimwengu wa roho. Na sehemu zilizo katikati. Na sehemu kwenye ulimwengu wa kimwili. Na baadhi ya watu hawajaunganishwa na sehemu yao ya roho, au hawajui muunganiko huo, kwa njia bora ya kusema. Kwa hiyo tunawasaidia watu hao kujifunza. Kisha wakati ukifika, wanajua jinsi ya kusonga. Wanajua jinsi ya kuhisi, na watajua kutambua sehemu ya roho.

D: Lakini hawalazimiki kwenda mpaka mwisho. Wanaonyeshwa tu njia.

P: Ndiyo. Kuonyeshwa tu njia ili waweze kuunganika kwa urahisi zaidi. Kuna mikusanyiko mingi ya watu hawa.

D: Unamaanisha nini unaposema mikusanyiko?

P: Sehemu nyingi za nuru karibu na Dunia ambako watu hawa hupelekwa. Tunajiandaa.

D: Lakini unajuaje kuwa ni wakati wao? Unaambiwa kwa namna fulani?

P: Ndiyo, kwa sababu mimi ni tofauti na wengi. Nilitoka nyumbani kujitolea kuwa hapa, kufanya hili.

D: Lakini sote hatukutoka nyumbani?

P: Ndiyo, tulitoka, lakini njia tofauti za nyumbani. Sio wote walitoka kwenye njia ya nishati ya dhahabu.

D: Je, hili linahusiana na maendeleo ya mtu?

P: Linahusiana na kiasi cha roho yako ulichoikumbatia, kwa sababu sote tuna roho ile ile. Hakuna aliye na roho zaidi kuliko mwingine. Ni kiasi gani umeikumbatia.

D: Nilidhani ni jambo la moja kwa moja, lakini inapofanyika, hawajui kila wakati njia ya kwenda.

P: Hiyo ni kweli. Inapotokea katika hali ya mkanganyiko, au kwa mtu aliye katika hofu, au ambaye hataki kuondoka.

Tunaweza kusema “mazoezi”. Sio mazoezi hasa, bali ni kama kuonyeshwa mapema, ili iwe rahisi.

D: Je, kama sehemu ya kawaida ya mtu itaamua haitaki kuondoka wakati huo? Inaweza kubadilisha mawazo?

P: Sio kila wakati, hapana. Kuna nyakati inaweza kuahirisha. Wakati mwingine, hapana. Inategemea mkataba. Katika baadhi ya mikataba kuna tukio maalum au hali inayohusisha watu wengi. Na mtu hawezi kubadilisha mkataba huo. Kuna mingine ambapo kuna uwezekano wa muda au hali kubadilika. Inategemea mkataba.

D: Kwa sababu wanadamu huwa hawataki kuondoka. (Ndiyo) Ingawa roho inajua mpango, mwili wa kibinadamu unataka kushikilia kadri uwezavyo.

P: Ndiyo. Na kuna nyakati hilo si chaguo. Ajali, majanga, au hata tukio la kibinafsi kama kiharusi au mshtuko wa moyo. Mara nyingi hilo haliwezi kubadilishwa. Liko katika mkataba wao.

Mkataba ni makubaliano unayofanya ukiwa upande wa roho kabla ya kuingia tena katika mwili wa kimwili. Kuna maelezo zaidi kuhusu hili katika Between Death and Life.

D: Lakini ulisema kulikuwa na baadhi ya makundi ya watu wengi waliokuwa wanaondoka kwa wakati mmoja.

P: Inahisi hivyo. (Anavuta pumzi kwa huzuni) Niliihisi pia mwaka jana (2001), kabla ya Septemba 11. Kulikuwa na viumbe wengi, na sikuelewa. Sehemu yangu iliyo hapa Duniani iliihisi. Kuhusu watu wengi sana wanaokuja kusaidia. Zaidi ya kawaida walikuwa hapa. Niliwahisi wasaidizi wote wa kiroho. Walikuwa hapa. Na niliwahisi wakisaidia watu. Na ninaihisi inakuja tena pia. Nahisi kuna zaidi watakaokuja.

D: Unamaanisha kwa sababu ya mkanganyiko wa wakati huo, walitaka kuwaonyesha njia sahihi ya kwenda? (Ndiyo) Au kungekuwa na mkanganyiko mkubwa kwa kuwa wengi sana walikuwa wanaondoka?

P: Ndiyo. Kulikuwa na ... nishati ya hofu kubwa mno. Lakini kulikuwa na viumbe wengi wa kiroho waliokuwa hapa, waliokuwa wakisaidia.

D: Je, wewe ulisaidia wakati huo?

P: (Kwa sauti ya upole) Ndiyo, nilisaidia.

D: Je, baadhi ya watu hao hawakuwa na mazoezi ya awali? Ilikuwa jambo lisilotarajiwa sana.

P: Wote walikuwa na mazoezi.

D: Kila mmoja alijua katika kiwango kingine kwamba ulikuwa wakati wao wa kuondoka?

P: Ndiyo. Wote walikuwa na mazoezi. Ndiyo maana wale waliopaswa kuwa pale walikuwa pale. Wale ambao hawakupaswa kuwa pale hawakuwa pale.

D: Kulikuwa na hadithi za watu kuokoka kwa njia za kimiujiza.

P: Ndiyo. Kulikuwa pia na mazoezi kwa hilo. Na kulikuwa na mazoezi kwa wale ambao hawakuokoka. Kwa sasa kuna uwezekano mwingi, na sitaki kuyaona.

* * *

Nilipokea barua pepe mwaka 2004 kutoka kwa chanzo kisichojulikana ambayo ninaamini inafaa kuiweka hapa:

Baada ya Septemba 11, kampuni moja iliwakaribisha wanachama waliobaki wa kampuni nyingine zilizoharibiwa na shambulio la Minara Pacha kushiriki nafasi yao ya ofisi iliyokuwa wazi. Katika mkutano wa asubuhi, mkuu wa usalama alisimulia hadithi za kwa nini watu walikuwa hai. Na hadithi zote zilikuwa ni MAMBO MADOGO tu:

Mkuu wa kampuni alichelewa siku hiyo kwa sababu mwanawe alianza shule ya chekechea.

Mtu mwingine alikuwa hai kwa sababu ilikuwa zamu yake kuleta donati.

Mwanamke mmoja alichelewa kwa sababu saa yake ya kengele haikulia kwa wakati.

Mmoja alichelewa kwa sababu alikwama kwenye Barabara ya New Jersey kwa sababu ya ajali ya gari.

Mmoja wao alikosa basi lake.

Mmoja alimwaga chakula kwenye nguo zake, na ilimbidi achukue muda kubadilisha.

Gari la mmoja halikuwaka.

Mmoja alirudi kujibu simu iliyokuwa ikilia.

Mmoja alikuwa na mtoto aliyekuwa akichelewesha na hakujitayarisha haraka kama alivyopaswa.

Mmoja hakuweza kupata teksi.

Moja ya hadithi zisizo za kawaida ilikuwa ya mtu aliyavaa viatu vipya asubuhi hiyo, akatumia njia mbalimbali kufika kazini lakini kabla hajafika alipata malengelenge mguuni. Alisimama katika duka la dawa kununua plasta. Ndiyo maana yuko hai leo.

Sasa ninapokwama kwenye msongamano wa magari, kukosa lifti, kurudi kujibu simu inayolia ... mambo yote madogo yanayoniudhi. Najiambia, hapa ndipo hasa Mungu anapotaka niwe katika wakati huu huu.

Wakati mwingine asubuhi yako inaonekana kwenda vibaya, watoto wanachelewa kuvaa, huwezi kupata funguo za gari, unapita kila taa nyekundu ya barabarani, usikasirike au kufadhaika;

Mungu yuko kazini akikuangalia.

Mungu aendelee kukubariki kwa mambo yote hayo madogo yanayoudhi na ukumbuke kusudi lao linalowezekana.

(Kwangu mimi haya yanaonekana kama mazoezi ya kuishi.)

* * *

D: Lakini ulisema ulihisi kwamba watu wengi watakuwa wanaondoka katika mwaka huu ujao? (Ndiyo) Je, ni uwezekano na matarajio tu, au kuna jambo lolote la hakika?

P: Huu ni wakati tofauti. Tukio lililotokea ninalolizungumzia .... lile la mwaka jana (2001), lilikuwa katika kile tunachokiita "etheriki", kisha likaingia katika kimwili. Kuna matukio mengi katika etheriki sasa. Baadhi ni makubwa, baadhi ni madogo. Kuna uwezekano mwingi tofauti, lakini hata sisi tunaofanya kazi na uwezekano sasa hivi, hatujui ni lipi litakalotokea. Kwa sababu huu ni wakati ... ninaona duara. Ni kama kila kitu kimewekwa ndani ya duara la mwanga. Linawakilisha yote, uungu, roho. Linawakilisha yote yaliyopo. Ndani yake kuna uwezekano mwingi. Na hatuhitaji kujua sasa hivi. Nahisi tunafanya mabadiliko. Yote huenda yasidhihirike. Na ninaona zaidi ya hilo. Na nahisi vizuri zaidi, kwa sababu sikuwa nahisi vizuri kufikiria juu yake.

D: Lakini kama unafanya kazi na watu kuwaandaa katika mwaka huu ujao, kuna uwezekano na matarajio mengi, nini kinatokea kama hali zitabadilika?

P: Ndiyo maana ni jambo zuri sana. Tunafanya kazi na watu, kuwasaidia kidogo kidogo kuona zaidi na zaidi mwanga, wa wao ni nani. Ili wakati utakapofika wasiogope. Na lolote litakalokuja halina maana, kwa sababu wakati utafika kwao kujua mwanga wao wa kweli. Kusonga katika upanuzi mkubwa zaidi. Na haijalishi wakati huo unakuja vipi, na ninajua hilo. Sehemu yangu inayofanya kazi na watu inajua hilo. Tuna njia nyingi tofauti za kusonga katika mwanga huo mkubwa zaidi. Na tunaelekea huko. Sote tunaelekea huko hivi karibuni.

D: Hivi karibuni kiasi gani? Kama mwishowe?

P: Hivi karibuni kama ... kwa mwili wa kimwili katika maisha haya.

D: Maisha haya yanaweza kuwa na urefu tofauti tofauti. (Ndiyo)

Ilionekana kama angeweza kuwa akimaanisha kupaa katika mwelekeo unaofuata wakati mzunguko na mtetemo wa miili yetu hubadilika, na tunakuwa mwanga safi. Hili limezungumziwa katika vikao vyangu vingi, na linajadiliwa kwa kina zaidi katika sura hii na katika kitabu chote.

D: Lakini mapema kidogo ulisema kunaweza kuwa na majanga ambapo watu wengi wataondoka.

P: Inawezekana. Milango itafunguka. Ingawa ni vigumu kusema, milango itafunguka kwa njia tofauti, kulingana na jinsi tunavyohitaji ifunguke. Na kuna chaguzi nyingi zinazopaswa kufanywa ndani ya hilo.

D: Lakini katika majanga watu wengi hutoka kwa wakati mmoja.

P: Ndiyo. Lakini kutakuwa na fursa na milango katika nyakati zijazo ambapo wengi wataweza kupita katika mwanga. Kama kutembea kwenye njia nyumbani kwangu.

D: Nini kinatokea kwa wale watu waliokanganyikiwa, na hawataki kuondoka? Wale wasioelewa kinachotokea?

P: Mwili wao haupo tena. Lakini wakati mwingine hawajui hilo, kwa sababu mwili wao wa nishati umeunganishwa na mwili wa kimwili. Na wanafikiri bado wako ndani yake. Wamechanganyikiwa tu, hawajui wafanye nini nao. Lakini wengi wako pamoja nao kusaidia, na wanaweza kuwasaidia. Njia tunavyowasaidia watu hawa ni, tunatuma nishati kuwazunguka kwa upendo. Na nishati yetu inapowakumbatia, wanahisi faraja. Na kwa sababu wamewahi kuhisi faraja hii hapo awali, wanaweza kuielekeza akili yao juu yake. Wana machafuko mengi katika nishati yao. Lakini wanaanza kuhisi faraja ya kutuliza, kwa sababu wameihisi hapo awali. Kisha wanaweza kuzingatia zaidi. Na wanaweza kuelewa. Kisha sehemu yao ya roho inaweza kuwasiliana. Kwa hiyo tunafanya kazi kuwasaidia watu hawa. Ni nishati yenye machafuko sana inayotokea katika janga. Ni kama mitetemo yote inaanza kusonga kwa njia isiyo tulivu. Kwa hiyo lazima ulete nishati ya faraja na utulivu. Ili watu waanze kuihisi na kupunguza machafuko ya nishati yao. Na wale ambao mioyoni mwao ni wenye amani na wameunganishwa na roho zao za ndani hawapati ugumu sana. Na wako wengi zaidi wa aina hiyo. Wengi sana zaidi wanakuja. Hiyo ndiyo tunayofanya. Ndiyo maana tunafanya kazi na watu. Mlango ni roho yao wenyewe. Wanapita kupitia roho yao kwenda katika mitetemo ya juu zaidi. Na wanapofanya hivyo, wanaweza kurudi nyumbani kwa amani.

D: Vipi kuhusu mifumo ya imani ya mtu? Je, hilo halizuii kwa namna fulani?

P: Wakati mwingine huzui. Ndiyo maana kuna hofu. Wale walio na hatia, wale wanaoogopa kile wanachokiita "Mungu". Wanaona aibu, na wana hofu kubwa ndani yake. Wamefundishwa kuogopa kifo, jehanamu. Hilo linawazuia kukumbatia mwanga, ambao ni upendo tu. Ni upendo unaotawala, na upendo uko nyumbani.

D: Wanafikiri ni kitu kibaya.

P: Ndivyo wanavyofikiri. Na sisi sote ni upendo. Lakini sehemu hiyo ya kibinadamu ndani yetu ni rahisi kubadilishwa, rahisi sana kudhibitiwa. Ni kama udongo wa mfinyanzi, na wakati mwingine wanakuwa kile wasicho. Na kisha ni vigumu sana kwao kuona njia ya kurudi nyumbani.

D: Watu huathiriwa na tamaduni zao, elimu zao.

P: Na hilo ni sehemu ya somo letu. Kujifunza kwa njia tofauti.

D: Pia ulisema katika njia zile nyingine kulikuwa na miradi mingine. Huu ni mradi wako, lakini miradi mingine ni ipi katika njia hizo nyingine?

P: (Anavuta pumzi) Hao ni watu, viumbe ... (amechanganyikiwa jinsi ya kuweka maneno) ... kama ungechukua plasta ukaifunika kitu na kuiacha ikakauka. Na ndani yake kulikuwa na jiwe la thamani zuri, lakini nje kulikuwa na plasta nyeusi na mbaya. Hivyo ndivyo walivyo. Hawajui kuwa wao ni wazuri ndani; wanafikiri wao ni wa giza na wabaya. Na kuna viumbe wakubwa, wenye upendo wanaofanya kazi nao. Na huo ni mradi tofauti kabisa na mradi huu niliomo mimi.

D: Je, hizi ni nishati za watu wakiwa bado katika mwili wa kimwili, au baada ya kuvuka upande wa pili?

P: Hapana, hawako Duniani, kama mnavyoiita.

D: Wako wapi? Katika ulimwengu wa roho?

P: Ndiyo, ni sehemu ya mahali pa nishati. Kila kitu ni nishati, lakini ni mtetemo tofauti unaokuzunguka. Ni nishati iliyo nzito sana. Ni nzito hata kuliko sayari hii.

D: Je, hizi ni roho zilizofanya mambo yanayochukuliwa kuwa hasi? (Ndiyo) Ndiyo maana wako ndani ya plasta, kwa kusema hivyo?

P: Ndiyo, wako, kwa sababu walipenda sana hali ya hasi. Kuumiza watu – au chochote – kufanya mambo yanayowafanya watu wengine wajisikie vibaya, au washindwe kupata mwanga wao. Wanapenda giza. Hivyo hiyo ndiyo njia yao, na wanaendelea kufanya hivyo hadi watakapobadilika.

D: Lazima inahitaji uvumilivu mwingi kwa roho kufanya kazi na aina hizo.

P: Inahitaji upendo mkubwa na mwanga mkubwa kufanya hivyo.

D: Na kujitolea. (Ndiyo) Je, roho hao hasi wanaruhusiwa kuzaliwa tena mahali popote?

P: Hapana, si kwa sasa. Hapana.

D: Niliambiwa aina hii inaweza kuleta hasi hiyo pamoja nao wakirudi.

P: Ndiyo, hawazaliwi tena kwa sasa. Hasa hawawezi kuja Duniani. Lakini pia hawawezi kwenda mahali pengine, kwa sababu ni mradi wa muda mrefu. Na lazima utoke ndani yao. Hawa viumbe wakubwa wa mwanga wako pale pamoja nao, na wanaangaza mwanga wao. Na wanahitaji kupenya giza hili kubwa. Na inachukua muda – si muda kama mnavyofikiria, bali ni mtetemo. Na inatokea mahali tofauti. Inatokea kwa njia tofauti. Na hawawezi kuwa hapa. Kuna baadhi hapa ambao bado wako katika mwili wa kimwili ambao wanaweza kwenda huko. Kuna sehemu katika duara tunalolikaribia. Ninaweza kuiona. Ni duara. Siyo mpasuko. Lakini kuna sehemu tunalofikia ambapo tunaweza kuhamia mahali pengine. Na tunapofika hapo, watu wataenda mahali tofauti, kulingana na mtetemo wao wenyewe, nishati yao wenyewe. Na kunaweza kuwa na baadhi wanaopaswa kwenda mahali hapo pa giza.

D: Kwa sababu ya yale waliyofanya Duniani?

P: Ndiyo. Sio wengi!

D: Lakini hii inahusiana na karma, sivyo?

P: Ni kama hivyo. Ndiyo, ni hivyo. Tunaweza kuiita hivyo, lakini ni nishati yao. Si adhabu, kwa sababu wangependa kwenda huko. Hapo ndipo wanapojisikia vizuri.

D: Lakini hawalazimishwi kwenda huko, kama kanisa linavyofundisha?

P: Hapana, wanataka kwenda. Si adhabu.

D: Viumbe hawa wanataka kuwa katika maeneo hayo ya giza.

P: Oh, ndiyo. Na bado wana mwanga wao, kwa sababu naweza kuuona mwanga ndani yao. Daima uko pale. Lakini umefunikwa na plasta, na wanafikiri wao ni hiyo plasta.

D: Lakini hawatarudi hapa, kwa sababu Dunia inabadilika.

P: Haswa. Ndiyo maana hawawezi kuja tena. Mambo yamebadilika sana. Hawawezi kuuona mwanga. Wanaona giza. Lakini kupitia mabadiliko ya mtetemo, kupitia viumbe hawa wakubwa kwa hiari yao wakifanya kazi nao, wanaanza kuruhusu mwanga wao wa ndani uangaze. Na mwanga huo wa ndani unapoungana na mwanga wa nje, basi giza linaondoka. Lakini inachukua muda wowote unaohitajika. Na hilo linapotokea, basi wanaweza kwenda mahali pengine, kwenda tena na kuwepo, ili waweze kuleta mwanga huo katika matumizi. Kwa sababu yote ni kuhusu kutumia mwanga. Na kuna mahali pengine mbali na hapa Duniani tunakoenda na kurudi. Lakini mahali hapa linakaribia ufunguzi wa duara hilo. Ni nishati yote. Mahali tofauti. Nishati tofauti. Ni ... ngoja nione. (Anatafuta maneno.) Siyo nyumbani! Lakini ni kama nyumbani. Unaona, nyumbani ni nishati tulikotoka.

D: Nishati ya asili.

P: Ndiyo. Kuna viwango vingi tofauti (sijui kama hilo ndilo neno sahihi) vya nishati katika sayari hii ya Dunia. Na kutakuwa na uelekezaji upya wa nishati, wa watu. Uelekezaji upya. Hivyo kutakuwa na watu wanaochukua njia kuelekea mahali tofauti ambapo watajisikia vizuri.

D: Si lazima kurudi nyumbani. Ni kwenda mahali pengine.

P: Sawa. Baadhi watarudi nyumbani. Baadhi waliokuja kusaidia, ambao hawana kusudi la kuwa mahali pengine. Kusudi lao pekee ni kusaidia. Hilo ndilo kusudi langu.

D: Wao wangerudi nyumbani. (Ndiyo) Lakini wale wengine wangekuwa na kusudi tofauti wanapovuka upande wa pili? (Kimya kidogo) Au ulisema tunakaribia sehemu katika duara ambapo litafunguka.

P: Litafungua njia tofauti, viwango tofauti. Watu wataenda mahali ambapo watajisikia vizuri. Na kutoka hapo wataweza kufanya chaguo na maamuzi mengine, wakati utakapokuwa sahihi kwao.

D: Je, yote inategemea yale waliyofanya katika maisha yao ya kimwili? (Ndiyo) Kwa hiyo karma inahusika kwa namna hiyo pia.

P: Ndiyo. Karma ikimaanisha usawaziko wa nishati yao, mahali inapowapeleka. Na hakuna anayehitaji kuadhibiwa. Na pale tulipo sasa, kumekuwa na mpango maalum sana katika mahali maalum sana katika ulimwengu. Na nahisi mengi mema yanatoka katika hili.

D: Siku zote nilihisi kwamba kila mtu, anapovuka baada ya kila maisha, huenda nyumbani. Huenda mahali unapolielezea.

P: Ndiyo, lakini nyumbani ni tofauti kwa watu tofauti. Nyumbani kwa mmoja si sawa na nyumbani kwa mwingine. Ingawa yote yako katika kitu kilekile, lakini ni viwango tofauti vya kitu kilekile. Hiyo ndiyo ninamaanisha.

D: Kwa hiyo, ulisema baadhi ya watu hawa wataonyeshwa njia nyingine. (Ndiyo) Kurudi nyumbani ni tofauti na kwenda upande wa roho.

P: Kwanza wanaweza kwenda katika roho, kisha watachagua kwenda mahali pengine. Sayari hii inaenda katika roho.

D: Sayari nzima?

P: Kwa namna fulani, kwa sababu inakwenda kuwa na ufahamu wa mtetemo wake wa juu.

D: Ndiyo, nimesikia hili. Wanasema kwamba mtetemo, masafa ya sayari yenyewe yanabadilika.

P: Ndiyo, yanabadilika. Ndiyo maana niko hapa. Na wengine wengi wako hapa pia, kwa sababu kuna mitetemo mingi tofauti ya watu katika sayari. Wengi wako hapa kusaidia.

D: Nimesikia sayari nzima itasonga kwa pamoja. Je, hilo ni kweli?

P: Hilo ndilo ninaloona.

D: Watu wengi wenye mitetemo mingi tofauti, hilo lingekuwa gumu.

P: Ndiyo maana kuna njia nyingi. Unaona, huo ndio mlango. Ni kama duara, na ufunguzi katika duara hilo. Na tunapofika kwenye ufunguzi wataingia ndani ya duara, lakini wakienda katika sehemu tofauti ndani ya duara. Katika njia tofauti. Hivyo ni sawa kwa kila mtu. Kila mmoja atakuwa pale anapopaswa kuwa. Na kuna duara lingine la viumbe kuzunguka Dunia yetu. Kuna nishati hizi zote nzuri. Viumbe wazuri wanaofanya kazi pamoja nasi kwa wale walioko katika uwanja wa kimwili. Na wao si malaika wetu. Ni kile tunachokiita "viumbe waliopaa", ambao wamefanya hili. Wamepita katika nishati. Na wanaeneza nishati yao kama njia kwa ajili yetu. Hao ndio viumbe niliowazungumzia awali.

Huu ulikuwa wakati mzuri kwangu kuuliza baadhi ya maswali ya Patricia. Nilijua sikuhitaji kumwita tena ufahamu wa chini, kwa sababu tangu mwanzo wa kikao nilikuwa nikiwasiliana na sehemu yake iliyokuwa na maarifa yote.

D: Patricia alitaja kwamba ameona viumbe katika kutafakari kwake waliokuwa wa dhahabu na platinamu. Je, hawa ndio unaowazungumzia?

P: Ninaona viumbe wengi tofauti wakizunguka sayari. Mitetemo mingi tofauti ya rangi. Ninaona bluu, na nyeupe na zambarau, na dhahabu na fedha na platinamu. Lakini hawa wote ni nishati za upendo zinazokuja kutusaidia sasa. Rangi tofauti zinawasaidia watu wa mitetemo hiyo hiyo.

D: Kwa hiyo sisi sote tuna rangi tofauti, pamoja na mitetemo?

P: Rangi ni mitetemo.

D: Na viumbe hawa wanavutwa na rangi tofauti? (Ndiyo) Kwa hiyo wasaidizi hawa wa roho ni tofauti na malaika?

P: Ndiyo, ni tofauti. Malaika wako nasi pia, lakini hawa ni tofauti, kwa sababu hawa wana uelewa. Wengi wao wamepitia hili, ama katika dunia hii ya kimwili, au dunia nyingine zinazofanana. Lakini pia wanajua jinsi ilivyo kusonga kupitia viwango vya mtetemo. Hilo ndilo wanalofanya.

D: Kwa hiyo kusudi lao ni nini, kama walezi au wasaidizi wa roho kama wewe mnavyosaidia watu binafsi?

P: Wanatusaidia sisi, wasaidizi wa roho. Ni kama vibadilishaji nishati vinavyopunguza nguvu ya nishati. Na kuna watu wengi hapa Duniani ambao wasingeweza kushikilia au kuhisi nishati ya viumbe hao wakubwa. Lakini kuna wengine wanaoweza kuwa wapatanishi. Kwa hiyo sisi ni wapatanishi.

D: Patricia alipokuja katika maisha haya, je, alijua angekuwa akifanya mambo haya?

P: Hapana, Patricia hakujua. Roho ya Patricia ndiyo iliyojua.

D: Ndiyo, mwili wa kimwili huwa wa mwisho kujua.

P: Ndiyo. Patricia alijiweka katika kabati la kujificha, ili asijue. Na alipitia mambo mengi. Na ilimbidi atoke kabatini na kusema, "Sawa, mimi siko kabatini." Na alifanya hivyo. Na pia ameunganishwa na mwanga wa dhahabu. Hiyo ndiyo nishati yake.

D: Lakini kama wanadamu hatujui kwa ufahamu wetu mikataba tuliyofanya, na hatujui miunganiko.

P: Hapana. Na alihisi familia ya roho. Na anajua nyumbani. Anaijua vizuri sana. Na wakati mwingine anataka kwenda huko. Zamani alitaka sana kwenda huko, na kutoka katika maisha haya, lakini hakuweza kujiua.

D: Kwa sababu tuna mkataba, sivyo?

P: Ndiyo, na alijua alipaswa kuwa hapa. Kwamba kulikuwa na jambo la kufanya. Kwa hiyo alibaki. Na hatimaye aliweza kuingia katika uelewa wake wa kweli wa yeye ni nani. Mengi ya matatizo aliyokuwa nayo katika mahusiano yalikuwa kwa sababu ya makubaliano.

D: Makubaliano ya aina gani?

P: Kama angechagua kufanya hivyo, hiyo ilikuwa njia ngumu. Ilikuwa chaguo. Hakulazimika kufanya hivyo, lakini alichagua kufanya hivyo.

D: Ulisema kulikuwa na chaguo, na alichagua lililo gumu zaidi. Njia nyingine ingekuwa ipi? Unaweza kuiona?

P: Ndiyo. Nafikiri angekufa akiwa mchanga.

D: Kwa nini unafikiri hivyo?

P: Kwa sababu ... hili ni tata, lakini ni wakati wake kujua. Lazima nitafute maneno. Kama angechagua njia rahisi, asingekuwa na maarifa katika maisha yake ya kimwili ya kuwasaidia watu wengi. Kukubali njia ngumu kunamfundisha uzoefu mwingi na maarifa mengi, lakini watu wengine wengi wanaweza kusaidiwa kupitia hilo. Hakulazimika kufanya hili. Angeweza kusaidia tu kutoka upande mwingine. Kutoka nyumbani. Ni kama mzaha kidogo. Kwa sababu daima ametaka kwenda nyumbani, na bado huko ndiko anawasaidia watu kwenda. Hiyo ndiyo kazi yake.

D: Na anaenda huko usiku, ingawa hatambui.

P: Ndiyo, anaenda huko. Mwili wake wa kimwili wakati mwingine unapata ugumu kushikilia nishati nyingi kiasi hicho. Na ingawa ana afya, lazima awe mwangalifu sana, na ajitunze zaidi, kwa sababu mwili wake unashikilia nishati nyingi. Lakini lazima awe mwangalifu sana sasa, hasa kwa sababu nishati zinaendelea kupanda juu na juu katika mtetemo. Ninaona mwili wake ukijaa mwanga wa dhahabu, ukigeuka kuwa nishati ya dhahabu. Na anaweza kufanya hivyo. Atashikilia zaidi na zaidi. Akigeuka zaidi na zaidi kuwa mwanga wa dhahabu, ambako ndiko alikotoka. Na mwili wa kimwili unaposonga kuelekea hapo, anawasaidia wengi zaidi kusonga kuelekea hapo. Wale wanaochagua kuchukua njia hiyo. Wale wanaochukua barabara kuu ya mwanga wa dhahabu, kwa kusema hivyo. Lakini sasa tunaingia katika nyakati za mwisho za hilo. Siku za mwisho.

D: Unamaanisha nini kwa "siku za mwisho"?

P: Kabla hatujafika mahali pale katika duara, ambapo sote tunasonga katika mahali tofauti.

D: Ulisema upande wa roho wakati mwili wake umelala, anafanya kazi na watu watakaokufa, kuwasaidia kuvuka. (Ndiyo) Lakini katika kimwili, yeye pia ni mfanyakazi wa hospice.

P: Amefanya mengi. Anahisi ulimwengu wote miwili. Daima amehisi ulimwengu wote miwili.

D: Je, ndiyo maana anajisikia vizuri kufanya kazi kama mhudumu wa hospice, kwa sababu ya muunganiko huo wakati amelala?

P: Oh, ndiyo. Ana furaha kuwasaidia watu kurudi nyumbani, kwa sababu anajua jinsi ilivyo ya ajabu.

D: Bila shaka, ni rahisi zaidi kufanya kazi katika kiwango cha roho, sivyo?

P: Ndiyo, ni rahisi zaidi kwake.

D: Kwa sababu unapokuwa katika mwili wa kimwili ukijaribu kufanya kazi na watu wanaokufa, unakutana na kuingiliwa na hali ya kimwili – nataka kusema – upangaji wa kifikra.

P: Watu huhisi hofu, hofu kubwa katika kimwili. Na hilo ndilo analofanya, kuwasaidia watu kushinda hofu, kwa sababu yeye mwenyewe hana hofu ya kifo. Na watu wanapokuwa pamoja naye, wanahisi ukweli wake, kwa sababu yeye ni halisi. Huyo ndiye yeye. Ameunganishwa na nishati hiyo ya upendo.

D: Kwa njia hiyo anaweza kuwasaidia watu kwa ufanisi zaidi. Lakini amekuwa na maisha mengine Duniani, sivyo? (Kimya kidogo) Kwa sababu ulisema pia yupo katika upande huu wa roho wakati huohuo anaishi maisha ya Patricia.

P: Inahisi kama ni ndiyo, na pia siyo. Sehemu yake imekuwa na maisha. Lakini si Patricia, ni sehemu nyingine za roho yake.

D: Kwa sababu sisi tunafikiria kama kuzaliwa upya.

P: Ndiyo, kwa namna fulani ni hivyo, lakini ni tofauti. (Alipata ugumu kupata maneno.) Ametoka katika roho ambayo imekuwa na maisha mengi sana yenye umuhimu wa kiroho, ikifanya kazi katika njia ya kiroho. Na maisha hayo yamerudisha katika roho yake nishati yao, maarifa yao, kile walichopata. Hivyo sehemu iliyo Patricia imechukua vipande vidogo kutoka katika maisha hayo yote. Lazima akumbuke kwamba daima ameunganishwa na nyumbani, na daima ameunganishwa na familia yake (ikimaanisha familia ya roho). Na anapendwa sana.

* * *

Wakati wa kikao kingine huko Minneapolis mnamo Oktoba 2002, kulikuwa na tukio linalofanana. Nilikuwa Minneapolis kutoa mfululizo wa mihadhara na warsha, na nilikuwa naenda Australia na New Zealand mara moja baada ya hapo. Kikao hiki kilikuwa kinafanywa na mwalimu mstaafu nitakayemwita Ida.

Kama nilivyosema, kwa kawaida katika mbinu yangu namwomba mhusika aone mahali pazuri kwa chaguo lake ili kuanza taswira. Kisha nakamilisha uingizaji, ambao unajumuisha kushuka kutoka kwenye wingu. Katika hali hii Ida hakuniacha nikamilishe uingizaji. Alikuwa anaelezea mahali pake pazuri na haikusikika kama Dunia. Alikuwa tayari anaizungumzia kabla sijagundua kwamba hakuhitaji sehemu iliyobaki ya uingizaji. Hili hutokea mara chache, na nimejifunza kutambua tofauti na jinsi ya kuendelea. Niliwasha kipaza sauti. Alikuwa anaelezea bustani nzuri katika sayari yake, ambayo ilikuwa mahali palipojaa mwanga.

I: Kuna viumbe wazuri wa mwanga wanaotembea kila mahali. Kuna upendo tu. Na ni pazuri sana, pa amani sana, pa maelewano kabisa. Hapa ndipo ninapotoka.

D: Ulisema kulikuwa na bustani huko?

I: Oh, ndiyo. Ni pazuri sana. Inang'aa kwa mwanga wa dhahabu wa Mungu. Ina uangavu, na nishati na masafa ya amani kamili, upendo na maelewano. Kuna chemchemi nzuri za dhahabu. Zinaonekana kama maji, lakini ni kiini cha Mungu kinachotiririka kila mahali. Ni uzuri mtupu, upendo na furaha ya milele.

Hii ilisikika sawa kabisa na mahali palipoelezewa na Patricia wiki moja tu kabla.

I: Sisi sote ni viumbe wa mwanga. Tunatambuana kwa kiini na mitetemo ya masafa. Hakuna mawasiliano ya maneno. Tunazungumza bila maneno. Ni mtetemo tu wa kile tunachotaka kusema ambao mwingine anaupokea. Hapa ndipo ninapotoka. Na hapa ndipo kuna furaha kamili na amani kamili na maelewano kamili. Narudi huko na kuja katika hali ya usingizi wangu. Nakutana na baraza na tunajadili kazi ninayopaswa kufanya katika kiwango hiki cha Dunia.

D: Baraza hilo liko wapi?

I: Baraza liko katika sayari hii pia. Na tunakutana katika bustani hizo hizo nzuri.

D: Unafanya hivi katika hali ya usingizi.

I: Nafanya. Katika masafa hayo ya usingizi wangu. Ingawa umbo langu la kimwili na akili yangu ya kimwili hazikumbuki. Lakini hili hufanyika kila wakati. Na pia naenda katika ujumbe wakati wa usingizi wangu. Tunaangalia mwingiliano wote nilio nao na viumbe mbalimbali katika kiwango hiki cha Dunia. Na kila mara kunapohitajika msaada, naongozwa na kuelekezwa kufanya kazi yoyote ninayopaswa kufanya.

D: Je, ni na watu unaowajua au wengine au ....?

I: Baadhi ni watu ninaowajua, na kuna wengine nisiowajua.

D: Ni aina gani ya mwongozo unaowapa unapokutana nao usiku?

I: Nafanya kazi nao katika viwango vingi. Nafanya kazi na akili. Naingiza mifumo ya mawazo ndani yao, ili waweze kubadilika katika maisha yao ya kila siku. Pia nawaponya baadhi yao. Nafanya kazi na masafa ya uponyaji na nishati za uponyaji na wengi wao. Pia naenda katika maeneo ya vita na kufanya kazi na waliojeruhiwa. Nafanya kazi na wale walio katika maumivu. Nimekuwa nikifanya kazi nyingi Afghanistan. (2002) Kuna kiwewe na maumivu mengi sana katika nchi hiyo. Sio tu kwa wanajeshi wa Marekani na vikosi vingine vya kulinda amani vilivyoko huko, bali pia wenyeji wamejeruhiwa kabisa na kile kinachoendelea. Hawajazoea mabomu yote yaliyoanguka huko. Majeraha yote yaliyotokea katika ardhi yao. Kuna uharibifu mkubwa sana huko. Nusu yake hairipotiwi katika vyombo vyenu vya habari.

D: Ninaweza kuamini hilo. Hatufahamu kweli kinachoendelea.

Sehemu iliyobaki ya kikao ilihusu utabiri kuhusu vita vilivyozuka Iraq mwaka uliofuata 2003. Vilikuwa sahihi sana, lakini sikuwa na uhakika kama nijumuishe hili katika kitabu hiki. Nilichotaka kujumuisha hapa ni sehemu inayohusiana na kazi tunayofanya katika hali ya usingizi ambayo haijulikani kwa akili yetu ya ufahamu. Tulionyeshwa kwamba kutakuwa na vifo vingi wakati wa vita, na watu kama Ida wangekuwa na shughuli nyingi katika hali yao ya "usingizi" wakiwaongoza katika mwelekeo sahihi.

* * *

Kuna shule nyingi katika upande wa roho. Hizi zilijadiliwa katika Between Death and Life. Zilizo juu zaidi ziko katika jengo la Hekalu la Hekima lenye Kumbi Kuu za Mafunzo ambapo kila kitu kinachojulikana na kisichojulikana kinaweza kujifunzwa. Hizi pia zimeelezewa katika Holiday in Heaven, na Aron Abramsen. Walimu wengi ni waongozaji waliokomaa ambao wamekamilisha karma yao kiasi kwamba hawahitaji kurudi Duniani kwa masomo zaidi. Wako katika nafasi ya kufundisha na kuwafundisha wengine. Kama ilivyosemwa katika kitabu changu kingine, "Huwezi kuwa mwongozo maadamu unahitaji mwongozo." Kwa kawaida mafunzo ya kuwa mwongozo huanza mtu anapoondoka katika kiwango cha Dunia. Waongozaji na wazee huamua kama mtu yuko tayari kwa maendeleo hayo, baada ya kuangalia mapitio ya maisha. Hata hivyo, mambo Duniani yanabadilika haraka na mafunzo lazima yabadilike pamoja nayo. Kuna matatizo mengi Duniani kwa sasa kiasi kwamba roho nyingi zilizoendelea zimezaliwa, si kwa ajili ya kushughulikia karma yao wenyewe, bali kusaidia wengine walioko katika kimwili. Bila shaka hawajui hili kwa ufahamu wao, kwamba ni roho zilizoendelea zilizotumwa Duniani kwa madhumuni maalum. Lakini ninakutana na wengi zaidi kupitia kazi yangu, na ufahamu wao wa chini hausiti tena kuwaambia kwamba wana kazi ya kufanya, na ni bora waanze kuifanya badala ya kupoteza muda wa thamani. Katika siku zangu za mwanzo za kufanya kazi katika hali ya usingizi mzito, hili halikutajwa. Sasa linatajwa karibu kwa kila mteja. Inasisitizwa kwamba muda unazidi kupungua, na wanapaswa kuendelea na kazi waliyojitolea kufanya.

Kwa sababu kuna roho nyingi zilizoendelea zilizorudi katika kiwango cha Dunia, baadhi ya mafunzo ya kiroho hufanyika katika hali ya usingizi. Baadhi ya mafunzo ambayo roho hizi hupokea ni jinsi ya kusaidia roho zinazoondoka Duniani kupitia mchakato wa kifo. Katika hali ya usingizi wamekuwa wakisaidia katika misaada mingi kama hiyo kwa msaada wa mwongozo mwenye uzoefu zaidi. Hawatumwi kufanya kazi peke yao hadi wawe wamepata mafunzo au uzoefu au ujasiri wa kutosha kuhisi wanaweza kushughulikia. Kazi yao kuu ni kumwongoza mtu katika mwelekeo sahihi na kutoka katika mkanganyiko, ili "mkaribishaji" mwenye uzoefu zaidi aweze kuchukua nafasi. Zaidi ya hayo, msaidizi hawezi kwenda zaidi ya hatua fulani hadi utakapofika wakati wake wa kuondoka mwilini.

* * *

Katika kazi yangu, nimegundua kwamba sehemu yetu halisi: roho au nafsi yetu, hailali kamwe. Mwili wa kimwili ndio unaochoka na lazima upumzike. Roho haina haja ya hilo. Daima nasema, "Ingechoka kwa kusubiri mwili uamke ili iendelee na maisha." Kwa hiyo wakati mwili umelala, roho iko katika matukio mengi tofauti yenyewe. Inaweza kusafiri popote duniani, au kwenda upande wa roho na kuzungumza na waongozaji wake na walimu na wazee au kupata taarifa zaidi, na kuhudhuria madarasa na kupata mafunzo. Ninasikia kutoka kwa wasomaji wengi wanaoripoti ndoto za kuhudhuria shule wakiwa katika hali ya usingizi. Ninajaribu kuwaeleza kwamba huenda ni kweli, kwa sababu hili ni mahali pendwa kwa roho kurudi. Pia wanaweza kusafiri kwenda sayari nyingine au vipimo vingine. Kwa kawaida sehemu ya ufahamu haina kumbukumbu za safari hizi isipokuwa ikumbuke ndoto za kuruka au maeneo yasiyo ya kawaida. Hili ni sawa na safari za nje ya mwili, ambapo mtu amejifundisha kutoka nje ya mwili wake na kukumbuka kile alichoona. Katika maisha yote ya kimwili, roho imeunganishwa na mwili kwa kamba ya fedha ambayo hufanya kama kamba ya kumfunga wakati wote mtu yuko hai. Ni kama kitovu ambacho hakikatwi hadi kifo cha mwili wa kimwili. Kwa kifo hicho, kamba hukatwa na roho huachiliwa kurudi "nyumbani." Wakati roho inasafiri nje ya mwili usiku, daima imeunganishwa kwa kamba hiyo. Wakati fulani, mwili lazima uamke ili kuendelea na maisha yake. Wakati huo roho huhisi mvutano katika kamba, na "hurejeshwa," kwa kukosa neno bora. Wakati huo roho huingia tena mwilini na mwili unaweza kuamka.

Watu wengi wameripoti kwangu hisia ya ajabu wanayoipata wakati mwingine wanapoamka. Hii pia inaweza kutokea wakati mwili unapoenda kulala. Wanasema hupata kupooza kwa muda, na hili linaweza kuogopesha. Mwanamke mmoja alisema daktari wake alimwambia ni hali mbaya inayoitwa "sleep apnea", na alimtoza zaidi ya dola 1700 kwa vipimo vya usingizi. Kwa kweli si jambo gumu hivyo, bali ni tukio la kawaida linalotokea wakati mwingine. Wakati roho imejitenga na mwili, kazi za mwili hutunzwa na sehemu nyingine ya ubongo. Huenda kama kwenye hali ya kiotomatiki. Roho inaporerudi, miunganisho ya ubongo na mwili lazima iunganishwe tena. Ikiwa mwili utaamka mapema kabla miunganisho haijakamilika, kunaweza kuwa na hisia ya muda ya kupooza. Nimechunguza kesi ambapo kelele ya ghafla katika mazingira ya mtu humwamsha kabla hajarejea kikamilifu mwilini. Ikiwa wanaweza kupumzika kwa dakika chache, kila kitu hurudi kawaida. Hisia hiyo hiyo inaweza kutokea wakati roho inaondoka mwilini na inajitenga. Hii inaonyesha jinsi roho na mwili ni tofauti, lakini ni kitu kimoja. Mwili hauwezi kuwepo bila cheche ya uhai ndani yake, lakini roho au nafsi inaweza kuwepo bila mwili. Katika kifo, roho inapoondoka mara ya mwisho, muunganiko hukatika na mwili huanza kuoza mara moja. Bila roho ya uhai, mifumo yote huzima. Kisha kamba ya fedha inapokatwa wakati wa kifo, roho haiwezi kuingia tena mwilini.

Katika kikao hiki, pamoja na vingine, tunaona kwamba "nafsi" yetu halisi, roho, si tu inasafiri na kuwa na matukio wakati mwili umelala, bali pia inafanya kazi. Inaonekana kuna kazi nyingi zinafanyika katika hali ya astrali ambazo hatujui kabisa. Kama nilivyoambiwa katika kikao kimoja, "Mambo haya yanatokea hata hivyo. Huna udhibiti juu yake. Ni sehemu ya uwepo wako ambayo huijui. Hakuna unachoweza kufanya kuhusu hilo. Ni ya asili, hivyo hakuna haja ya kuwa na wasiwasi." Ni sawa na kuzaliwa upya na dhana nyingine za kimetafizikia. Zitaendelea kutokea iwe mtu anaamini au la. Niliambiwa kwamba hatutaweza kamwe kuelewa kikamilifu ugumu wa yote haya. Haiwezekani. Tatizo la kuelewa na kufahamu liko katika akili. Si ubongo, bali akili. Hakuna kitu ndani yake kinachoweza kushika ukamilifu wa dhana hizi. Kwa hiyo ninapewa vipande vidogo na vihintsi vya ukubwa wa yote haya. Kadiri muda unavyopita, inaonekana tunaruhusiwa kuona zaidi, na tunaweza kujaribu kufahamu. Lakini ni kama kuchungulia kupitia ufa mdogo katika ukuta wa wakati na nafasi, na kuruhusiwa kuona sehemu ndogo sana ya picha nzima.

* * *

Wakati roho inapochagua kurudi Duniani kwa mzunguko mwingine wa kuishi maisha ya kibinadamu katika mwili wa kimwili, huja na mpango wake wa kile inachotaka kutimiza safari hii. Tayari imekutana na wazee na walimu, imepitia maisha iliyoyaacha, na kufanya maamuzi, mipango na malengo. Imefanya makubaliano na roho nyingine ambazo ilikuwa na uhusiano nazo kuhusu madeni ya kulipa. Na kwa idhini yao, mambo fulani yangefanyiwa kazi na masomo fulani yangejifunzwa. Inarudi Duniani ikiwa na mpango wake mzuri umefungwa kama zawadi ya Krismasi. Tatizo ni kwamba hii ni sayari ya hiari huru. Hilo ndilo linaloifanya Dunia kuwa changamoto sana. Na kila mtu mwingine pia anakuja na mipango yake mizuri. Na kwa sababu ya hiari huru, mipango hii na matumaini na hofu wakati mwingine hugongana. Pia roho huzaliwa upya ikiwa kumbukumbu zote zimefutwa kuhusu mipango hiyo hapo mwanzo. Ni ufahamu wa ndani tu unaokumbuka. Niliwahi kuuliza, kwa nini tusingeweza kukumbuka? Je, haingefanya iwe rahisi zaidi? Niliambiwa, "Isingekuwa mtihani kama ungejua majibu." Hivyo tunakuja Duniani tukifikiri tuko tayari kukabiliana na changamoto zitakazowekwa njiani mwetu tunapofanya kazi kuelekea malengo, ndoto na matarajio au changamoto zetu. Lakini mara nyingi, hatuko tayari kama tunavyodhani. Daima huonekana rahisi zaidi kutoka upande wa pili. Tunapoishi katika msongo wa maisha ya kimwili, tunajikuta tumezamishwa katika kila kitu kinachotufanya kuwa "binadamu". Kwa matumaini tutayashughulikia na kupita mtihani ili kuendelea hadi "darasa" linalofuata. Au tunafanya makosa na tutalazimika kurudi na kufanya yote tena. Huwezi kuendelea hadi darasa au kiwango kinachofuata hadi umalize masomo na mitihani ya hiki. Unaweza kurudi nyuma katika shule hii, lakini huwezi kuruka darasa. Kuna walimu wakuu wakali sana wenye sheria na kanuni kali sana. Hata hivyo, kwa namna ya kushangaza, walimu hawa pia ni wema sana, wa haki na wenye uelewa.

Kama tunavyoingia katika maisha tukiwa na mpango, pia tuna mpango wa kuondoka katika maisha haya. Kila mtu huamua kabla ya kuingia jinsi atakavyotoka. Hili linasemwa bila hisia zozote, na lazima lieleweke kwa namna hiyo. Hakuna kati ya haya yanayojulikana katika kiwango cha ufahamu wa kawaida, na huenda ni jambo la hekima sana kwamba hatukumbuki mipango hii. Watu daima husema hawataki kufa, hawataki kuugua, na hawapangi kuwaacha wapendwa wao. Wangekataa kwa nguvu kwamba walikuwa wanapanga kifo chao. Lakini yote ni sehemu ya mpango ulio mbali zaidi ya maarifa na uelewa wetu. Kwa hiyo, njia pekee ya kuliangalia kwa akili zetu za kibinadamu zilizo na mipaka ni kwa mantiki, bila hisia.

Kuna sababu mbalimbali kwa nini roho huamua kuwa ni wakati wa kuondoka katika kimwili. Imetimiza lengo lake, mpango wake na kumaliza karma yote iliyohitajika kwa maisha haya. Katika hali hii hakuna haja ya kuendelea. Katika hali nyingine, huamua kwamba watu wengine wataendelea kwa kasi zaidi ikiwa uwepo wake hautakuwa mzigo. Katika hali hizi roho huamua kuacha maendeleo yake binafsi ili wengine waliotegemea sana waweze kuendelea wenyewe. Kwa maneno mengine, waweze "kukomaa". Sababu hizi mara nyingi hazionekani juu juu, na zinaweza kugunduliwa tu baada ya uchunguzi mkubwa wa nafsi.

Hali nyingine ya kuvutia ni kwamba maisha ya baadhi ya watu yanafungwa sana katika mfululizo mmoja wa matukio kiasi kwamba kubadilisha ili kutimiza lengo lao la maisha huwa haiwezekani. Inawezekana walishindwa kutimiza kusudi lao la kidunia kwa sababu ya chaguo zisizofaa zilizofanywa kupitia hiari huru. Hivyo wanaamua kufa, kutoka katika hali hiyo, na kuanza upya. Wakati mwingine, kwa matumaini, hawatakwama tena katika mwelekeo au hali ileile.

Njia mbadala ya kuvutia na inayofaa zaidi ni wakati maisha ya mtu "yanakufa" kwa namna nyingine. Mtu huyo pia amefungwa katika mfululizo wa matukio ambao haumruhusu kutimiza kile alichokuja kufanya katika maisha haya. Muda mwingi ungepotea kama angekufa kimwili ili kuanza upya. Au labda hali za kimwili zinazohitajika hazingekuwepo katika mstari mwingine wa wakati. Badala ya kufa, wanaamua kuanza upya kwa kuleta kifo cha maisha yao kwa njia nyingine. Kwa kupoteza kila kitu wanachokithamini, hasa mali zao zote za kimwili. Hali kama hiyo pia ingewaruhusu kuzingatia kile kilicho muhimu kweli maishani, na si mali, hata kama wanazishikilia kwa nguvu kiasi gani. Sasa kwa kuwa kila kitu kimechukuliwa, wanaweza kuanza tena na kuanza upya kuelekea lengo lao halisi maishani. Kile walichokuja kufanya kweli. Walizama sana katika ulimwengu wa mali, hivyo ilibidi yote yaondolewe. Bila usumbufu huo wa mali, sasa wanaweza kuendelea katika mwelekeo sahihi. Tukio kama hilo lilimtokea mmoja wa wanafamilia wangu. Kupitia mfululizo wa matukio ya ajabu yaliyo nje ya udhibiti wao, walipoteza kila kitu cha kimwili: nyumba, biashara, kazi, na mali zote. Wakati huo ilionekana kama mgeuko wa kikatili wa hatima au adhabu kutoka kwa Mungu. Ilikuwa vigumu sana kuelewa. Lakini muda ulionyesha kwamba ilikuwa njia ya kuwasukuma katika mwelekeo mwingine. Mwelekeo ambao walipaswa kuwa wakienda tangu mwanzo, lakini walikwama katika njia nyingine ya maisha. Wanasema mlango mmoja unapofungwa, mwingine hufunguliwa. Katika hali hii mlango haukufungwa tu, ulifungwa kwa nguvu. Hawakuwa na chaguo ila kwenda katika mwelekeo mwingine. Hakukuwa na kurudi nyuma. Mara nyingi, kile kinachoonekana kama janga huwa baraka iliyojificha.

Mfano mwingine wa suluhisho kali ulitolewa na mteja mmoja. Wakati wa mahojiano yangu naye, mwanaume huyo aliniambia kuhusu tukio la kutisha lililotokea alipokuwa kijana. Alishambuliwa katika njia ya pembeni katika jiji kubwa, akachomwa mara kadhaa na genge, kisha akaachwa afe. Aliweza kutambaa hadi barabarani ambako mtu fulani alimwona na kumpeleka hospitalini. Karibu afe na alikaa hospitalini kwa muda mrefu akipona. Mojawapo ya mambo alitaka kujua katika kikao chetu ilikuwa kusudi la uzoefu huo mbaya. Kwa nini ulitokea? Wakati wa kikao, nilipowasiliana na ufahamu wa ndani na kuuliza swali hilo, jibu lilishangaza sana. Lilisema, “Oh, hilo lilikuwa kundi la marafiki zake waliokubali kumsaidia.” Nilifikiri, kwa marafiki wa aina hiyo, ni nani anayehitaji maadui! Haikuonekana kama jambo ambalo rafiki angefanya!

Ufahamu wa ndani ulieleza kwamba yote yalipangwa kutoka upande wa pili. Maisha ya mwanaume huyo yalikuwa yanaenda katika mwelekeo usio sahihi, na hangeweza kurudi kwenye njia yake bila hatua kali ambayo ingebadilisha maisha yake. Kulikuwa na majaribio mengi ya hila ya kumvutia, na yaliposhindikana, shambulio hilo lilipangwa. Kali, ya kushangaza, isiyoelezeka, ndiyo, lakini inaonyesha kiwango ambacho ulimwengu unaweza kufikia ili kubadilisha maisha ya mtu bila kumfanya aondoke kimwili duniani. Huenda hiyo ingekuwa hatua iliyofuata kama hii isingefanikiwa.

Mara tu roho inapokuwa imeamua kuwa ni wakati wa kuondoka katika kimwili, itapanga matukio ili iweze kufa. Jambo la kuvutia lililojitokeza kupitia nyenzo zangu za kurudi nyuma ni kwamba moja ya matatizo ya leo ni taasisi ya matibabu. Ikiwa mtu anakufa hospitalini, mara nyingi madaktari hujaribu kumweka hai kwa kutumia vifaa vyote vya ajabu vilivyopo. Pia familia huwa na kusita kumwacha aondoke hata kama mwili wa kimwili umeharibika sana kiasi kwamba hauwezi tena kumudu, na hakuna maana ya kubaki. Hivyo njia ya haraka na rahisi zaidi yenye uwezekano mdogo wa kuingiliwa ni kufa katika ajali au maafa ya asili, n.k. Baadhi ya njia hizi za kuondoka maishani huitwa "ajali za ajabu" na zinaweza kuwa za kushangaza sana. Nimekuwa nikiamini kwamba ikiwa ni wakati wako wa kuondoka, itatokea hata ukiwa umekaa sebuleni kwako. Kuna kesi zilizoripotiwa za ndege au magari kuanguka ndani ya nyumba na kumuua mtu.

Nilipokuwa nikiandika hili mwishoni mwa 2003 tetemeko baya la ardhi huko Bam, Iran lilikuwa limetokea na kuchukua maisha ya zaidi ya watu 41,000. Kabla hatujaweza kuchapisha kitabu hiki, tetemeko baya la 9.3 na tsunami vilitokea wakati wa Krismasi, 2004, karibu na pwani ya Indonesia. Kwa hesabu ya mwisho, karibu watu 200,000 waliamua kuondoka katika msafara wa pamoja. Pia wakati huohuo, watu wengi walikufa katika maporomoko ya matope na maporomoko ya theluji katika sehemu nyingine za dunia. Kama ilivyoripotiwa katika sura hii, mara nyingi watu huamua kuondoka pamoja. Haya yote huamuliwa katika kiwango cha ufahamu wa ndani na maandalizi (au kama Patricia alivyosema, "mazoezi") hufanywa. Pia maandalizi hufanywa kwa wale ambao hawapaswi kuhusika kuokoka kwa miujiza, au kutokuwepo kabisa mahali hapo. Hili limetokea kwa watu wengi ambao walikosa tu safari iliyolaaniwa au waliondolewa dakika za mwisho. Au walicheleweshwa kuondoka nyumbani kwa simu ya dakika ya mwisho, na kisha wakagundua kwamba walikosa kwa muda mfupi kukamatwa katika ajali mbaya. Pia ninaamini kwamba malaika walinzi wetu wana jukumu kubwa katika yote haya pia. Wanakuwa na shughuli nyingi wakijaribu kutuonya kwa misukumo midogo na mapendekezo, au "sauti ndogo kichwani mwetu". Na wakati mwingine mbinu zao za kutuweka salama si za hila hata kidogo. Tunapaswa kujifunza kuzingatia kwa makini sana hisia zetu za ndani na "hisia za tumbo" zetu.

Sura ya 13

WA KWANZA KATI YA SABA

Kipindi hiki kilifanywa nilipokuwa nikizungumza katika Mkutano wa Mizunguko ya Mazao wa Glastonbury huko Glastonbury, Uingereza mnamo Julai, 2002. Huu ni mji wa kale sana wenye mafungamano mengi ya zamani na historia. Kuna kiasi kikubwa sana cha nishati kinachoweza kuhisiwa hapo. Kikao kilifanyika katika nyumba ya kulala na kifungua kinywa tuliyokuwa tunakaa, karibu na uwanja wa katikati ya mji. Mteja, Robert, alishuka kwa treni kutoka London kwa ajili ya kikao hicho. Amekuwa akifanya uchanne kwa miaka michache na alikuwa ameandika kitabu kuhusu uchanne huo. Hata hivyo, alihisi kwamba hakuweza kupata taarifa binafsi za kuaminika, hasa kuhusu mwelekeo ambao maisha yake yalipaswa kuchukua, kupitia uchanne. Kwa hiyo alitaka kikao cha kibinafsi ili kufafanua baadhi ya mambo. Huwa ninajaribu kumsaidia mteja kupata chaguo bora zaidi kwa maisha yake, kwa ushirikiano na ufahamu wa ndani. Kwa kuwa alikuwa amezoea hali ya usingizi wa kina, aliingia ndani sana haraka sana. Hili mara nyingi hutokea unapofanya kazi na wachanne, wanasaikiki, waganga au watu wanaotafakari mara kwa mara. Hali iliyobadilishwa ya ufahamu ni hali inayojulikana kwao.

Alipoombwa aende mahali pazuri, tayari alikuwa akiwasiliana na mtu fulani, kwa hiyo sikuhitaji kukamilisha uingiliaji ambao kwa kawaida huhitaji mbinu ya wingu. Kwa kawaida ninaweza kutambua walipo kutokana na majibu wanayotoa. Na najua kile kisichosikika kama mahali pazuri pa kawaida. Ikiwa maelezo yanasikika yasiyo ya kidunia, hilo huwa dalili ya kwanza. Niliwasha kinasa sauti na kujaribu kurejea yale aliyokuwa amesema.

Alijiona katika mahali pazuri karibu na maporomoko ya maji. Kulikuwa na mzee mmoja mwenye ndevu za fedha. Hili lilikuwa dalili ya kwanza kwamba hakuwa katika mahali pa kawaida. Robert aliendelea kwa sauti ya chini sana iliyokuwa vigumu kusikika, "Anasema, 'Una maumivu makubwa sana. Njoo hapa.'" Anataka kusambaza maarifa. Anasema lazima nisambaze maarifa. Na yeye ni sehemu ya uumbaji wa maarifa hayo. "Wewe ni mpatanishi wa maarifa hayo. Unahitaji kuelewa maumivu."

D: Unamaanisha nini unaposema maumivu?

R: Athari zake kwenye mwili wa binadamu. Mzigo unaoubeba. Yule mvulana. Anazungumza na mvulana. Huyu mvulana.

D: Je, unajiona kama mvulana? (Ndiyo) Ana umri gani takribani?

R: Mvulana ana miaka mitatu.

D: Na yuko katika mahali hapo pazuri penye maporomoko ya maji?

R: Yuko hapo sasa hivi. Si lazima pawe pazuri wakati wote. Ni uzoefu wa vipimo vingi wa muundo wa molekuli, wa uwiano wake kama chanya na hasi. Mtoto yuko hapa kujifunza, kufundisha. Si tu kwamba kuna maua, bali kuna maua yaliyo hai na kuna maua yaliyokufa. Na mzunguko unaoendelea ni wa uumbaji.

Sauti yake ilikuwa inaongezeka, na nilijua kutokana na uzoefu na kutokana na mabadiliko ya sauti na msamiati, kwamba kiumbe fulani kilikuwa kinazungumza kupitia Robert. Kiumbe hiki kilijitokeza kuwa tofauti kwa njia kadhaa na vile nilivyozoea kuzungumza navyo katika hali hii. Hiki kilitumia maneno na istilahi tata ambazo mara nyingi zilikuwa vigumu kueleweka, na kiliunda maneno mapya. Huenda hii ilikuwa kwa sababu hakikuwa kimezoea msamiati wa kibinadamu, na kilikuwa kinabuni. Pia kilionekana kuwa na mtazamo baridi, karibu wa kinadharia, kuhusu Robert. Ufahamu wa ndani kwa kawaida huwa na mtazamo wa mtazamaji asiyehusika sana unapozungumza kuhusu mhusika, lakini hiki kilionekana karibu kuwa cha kikatili katika uchunguzi wake. Tulipoendelea, kilimwelezea Robert kama aina tofauti ya binadamu kuliko nilivyowahi kukutana naye hapo awali. Kusudi langu la kwanza ni kumlinda mhusika, lakini kiumbe hiki kilinifanya nijisikie kutokuwa na utulivu, na kilikuwa kigumu na cha kuchosha kuzungumza nacho. Lugha na istilahi zilikuwa tata mno kueleweka wazi, kwa hiyo nimefupisha na kujaribu kufafanua sehemu kubwa ya kikao.

Mwili wa Robert ulianza kuonyesha dalili. Ulikuwa ukiruka-ruka mara kwa mara kwa mikazo ya ghafla. Niliuliza, "Ni nini?" Hakukuwa na jibu. Nilijua kwamba kama singeweka mkazo juu yake ingeacha yenyewe, kwa sababu haikuonekana kumsababishia Robert usumbufu wa kimwili.

R: Mzunguko wa vipimo vingi wa mtoto unakuja hapa kujifunza. Ana vipengele kadhaa vinavyohusiana na zamani, sasa na baadaye. Kuna taarifa nyingi sana zinazohusiana na hili. Taarifa hii ni ya umuhimu mkubwa sana, na mzigo unaowekwa juu ya mtoto mdogo wakati mwingine ni mkubwa sana. Lakini umuhimu wa taarifa hii hubadilika kuwa nishati ya mtetemo. Ili upolarishaji upya wa ubinadamu na ncha anazofanyia kazi ziweze kuunda mchakato mpya wa uundaji upya.

D: Kwa nini mzigo huu uwekewe mtoto mdogo?

R: Mtoto si mtoto. Mtoto ni sehemu ya nishati hii. Mtoto ni uhalisia ulio nyuma ya muundo wako wa kibinadamu. Lakini uhalisia ulio nyuma ya mtoto ni kwamba yeye ni mkusanyiko wa nishati. Na nishati hiyo ndiyo umuhimu ulio nyuma ya mabadiliko ambayo mwanadamu, mwili, roho, akili na umbo la kimwili ni sehemu yake. Mapambano kati ya vipimo vitatu na kisicho cha kimwili ni magumu sana. Kwa sababu kuna mapambano ndani ya mzunguko huu wa kibinadamu. Na hadi mapambano hayo yakome, mtoto ataendelea na maumivu. Na kutokujua ndiko kunakohitajika.

D: Kwa hiyo kutokujua ndiko kunakosababisha maumivu? Hilo ndilo unamaanisha?

R: Ni kutokukubali kutokujua.

D: Lakini unajua, katika maisha ya kibinadamu hivyo ndivyo tulivyo. Tunakuja bila maarifa.

R: Mtoto huyu alikuja na maarifa.

D: Tulikuwa na hamu ya kujua kama alikuwa na maisha mengine Duniani? (Hapana) Maisha yake ya awali yalikuwa wapi?

Robert alianza mfululizo wa sauti zisizoeleweka, kama sauti za kugongana kwa kasi. Hili liliendelea kwa takriban dakika moja, kwa haraka sana, kana kwamba anajaribu kutoa kitu kwa haraka sana lakini kwa namna isiyoeleweka. Haikusikika kama lugha, bali kama mlolongo wa sauti tu. Nilijaribu kuisimamisha.

D: Utalazimika kuzungumza kwa Kiingereza, ili niweze kukuelewa.

Robert alitoa pumzi kadhaa ndefu za mluzi, kana kwamba anatumia breki kuzuia mtiririko huo.

R: Tunapaswa kupakua miundo ya nishati katika mzunguko wa nishati ya vipimo vitatu uliopo hapa. Ili aweze kuizungumza tena katika muundo wake kwa ajili yako.

D: Lakini lazima msiumize chombo kwa namna yoyote.

Mimi huwa mwangalifu sana matukio haya ya ajabu ya kimwili yanapotokea. Daima nataka kuhakikisha kwamba viumbe (au chochote walicho) vinatambua kwamba chombo cha kimwili wanachojaribu kuzungumza kupitia kinaweza kuumizwa na nishati yao. Lakini sijawahi kuwa na sababu ya kuogopa, kwa sababu "wao" wanaonekana kuwa walinzi (au hata zaidi) kama mimi.

R: Chombo hakiwahi kuumizwa. Madhara huundwa na kusudi alilonalo mtoto katika kiwango cha vipimo vitatu, la kutokukubali yeye ni nani. Anajiumiza mwenyewe. Madhara hutoka nje, si ndani yetu. Umbo la kimwili analounda mtoto huyu ndilo madhara yanayoundwa. Sisi hatuleti madhara ndani ya mtoto.

D: Kwa sababu hilo ndilo ninalohitaji ninapofanya vikao hivi, kwamba hakuna madhara yanayokuja kwa chombo.

Bado alikuwa akipata mikazo ya ghafla, karibu kama mishtuko ya umeme. Hili na mwitikio wa mwili kwa sauti zile za ajabu vilinifanya nijisikie wasiwasi.

R: Hili halijawahi kutokea. Tunathamini taarifa yako.

D: Sawa. Lakini nina hamu ya kujua, ikiwa hakuwa na maisha ya kimwili Duniani kabla, maisha yake mengi yalikuwa wapi?

R: Hakuna kitu kama "kuwa na maisha" katika muundo.

D: Hajawahi kuwa na maisha ya kimwili katika kipimo kingine chochote?

R: Ndiyo. Maisha katika kipimo ambacho huzungumzii.

D: Si katika kipimo hiki basi. (Hapana) Lakini alikuwa katika kipimo gani kabla ya kuja hapa?

R: Kipimo cha astrali.

D: Je, hicho kilikuwa cha kimwili? (Hapana) Kwa sababu ninajua kuna vipimo vingine ambako miji na watu wa kimwili wapo.

R: Kifurushi cha taarifa cha umuhimu kilikuwa sehemu ya mpito kati ya mtoto huyu na maisha anayokubali katika wakati huu. Kifurushi hiki cha taarifa ndicho mtoto huyu anabeba. Yeye ni mwili wa mwanga. Yeye ni mwili wa etha. Yeye ni mwili wa kimwili. Lakini si hivyo tu, yeye ni mzunguko wa vipimo vingi unaobeba kiasi kikubwa cha maarifa. Hili kwa upande wake linapunguzwa polepole, kupitia viwango, hadi mzunguko wa vipimo vitatu. Ili mtoto huyu aweze kutetemesha maarifa haya katika muundo wa sauti. Katika muundo wa mzunguko unaozunguka kuelekea na kwa uelewa wa wale wanaofanya kazi na viwango hivi katika wakati huu.

Kiumbe hiki kilitumia neno "kibadilishaji" mara kadhaa katika kikao hiki kama nomino na pia kama kitenzi. Hatimaye niliweza kulipata katika kamusi ya visawe. Lilielezewa kama kitu kinachofanana na kibadilishaji cha umeme, au kitu kinachobadilisha kitu kuwa kitu tofauti.

D: Kuna wengine wengi wanaofanya jambo hilohilo ambao nimekutana nao. (Ndiyo) Je, hili lilitokea akiwa na miaka mitatu, au kabla ya hapo?

R: Sehemu ya mpito, mabadiliko, ilitokea katika wakati huo.

D: Lakini alizaliwa kama binadamu wa kimwili. (Ndiyo) Na maarifa yalikuwepo hata akiwa mtoto mchanga. (Hapana) Kabla ya hapo alikuwa ... nini? (Nilijaribu kuelewa.)

R: Mtoto, kabla ya uwepo na kubadilika, alikuwa muundo wa fikra ya mpito uliotazamwa na wengine, lakini si halisi.

D: Hakuwa imara na wa kimwili?

R: Hapana, alikuwa mwonekano tu.

D: Lakini bado alilishwa na kulelewa na wazazi.

R: Ndiyo, alionekana kuwa hivyo, lakini kwa uhalisia, hapana. Hivyo hakuna kosa au mchakato wa uumbaji uliosababishwa kwa ubinadamu kupitia matumizi ya umbo la kibinadamu. Umbo la kibinadamu unaloliona sasa ni mchakato wa uumbaji. Si mchakato halisi. Ni kivuli cha mawazo. Kivuli ambacho hatutakipanua kwa wakati huu. Ni kivuli.

Mwili wa kimwili wa Robert uliokuwa umelala kitandani kwa hakika ulionekana halisi na imara vya kutosha, si kivuli.

Nilitarajia kabla ya kikao kumalizika, maelezo haya yangekuwa wazi zaidi.

Moja ya matukio ambayo Robert aliomba kuchunguza, lilihusu kumbukumbu yake kwamba kitu fulani kilimtokea akiwa na miaka mitatu. Alihisi kulikuwa na mabadiliko ya nafsi. Hilo ndilo neno pekee aliloweza kupata lililoleta maana.

R: Mabadiliko ya nafsi ni toleo la mtoto kupitia macho yake. Utambuzi ulio nyuma ya hili ni tofauti kabisa.

D: Alihisi kana kwamba kulikuwa na kuamka wakati huo.

R: Kuamka kwa mtazamo wako. Ilikuwa kukubali wajibu.

D: Akiwa na miaka mitatu?

R: Katika umri wako wa miaka mitatu, si wake. Kipimo cha fikra na saa, dakika, nyakati, vipimo, ni mchakato ambao tunapaswa kuujirekebisha. Kuelezea kwako ni kufanya kazi ndani ya mipaka yako. Kwa hiyo tutakubali unachosema, lakini si uhalisia wa kweli ulio nyuma ya ukweli.

D: Ndiyo. Nimesikia hili mara nyingi, kwa hiyo ninaweza kuelewa kwa namna yangu yenye mipaka, unachozungumzia. Lakini tukio aliloona la maporomoko ya maji na yule mzee, je, hilo lilikuwa mahali halisi pa kimwili ambako mtoto alipelekwa?

R: Hili ni lango la muunganiko. Na muunganiko huu utamchukua yeye na nishati kurudi katika hatua ya kutokuwepo. Katika hatua ya uhalisia. Katika hatua ambako nishati hii na mzigo ulio nyuma ya nishati uliumbwa na viumbe vilivyojitokeza ambavyo vipo hapa kusaidia kuunda kusudi jipya. Muundo mpya wa fikra kwa mwanadamu kupanua na kunyoosha akili yake. Mchakato huu si wa kulazimishwa kwa mwanadamu. Ni wa kukubaliwa. Na wale wanaotaka kufanya kazi na kukubali huku wanaweza kuunganishwa na maarifa haya. Hili linaitwa "kutokujua". Ni maarifa mapya. Si lile lililoachwa katika malango ya taarifa kutoka katika uwepo wenu wa tatu. Hili ni kutokujua, kukubali upya. Mipaka mipya, muundo mpya, uelewa mpya.

Hisia mpya na mtazamo unaotolewa kwa mwanadamu. Mtoto huyu anakaa na maarifa haya. Anatetemeka na maarifa haya. Na anafanya kazi na maarifa haya katika wakati huu. Katika wakati huu, mtoto anajua kidogo sana kuhusu yeye ni nini. Si kile alicho, bali kile anachobeba ndicho muundo muhimu wa kufikia utambuzi. Hakuna wengi wa watoto hawa kwenye sayari hii. Tunaweka mipaka ya watano hadi saba wanaofanya kazi sahihi katika wakati huu, kuhusiana na upanuzi huu wa akili.

D: Nimeambiwa kuna watoto wengine waliokuja ambao ni kama njia za nishati kusaidia wanadamu wakati huu.

R: Wote wanatoka katika nyanja tofauti za kitu kimoja. Kuna wengi hapa wanaosaidia sayari hii katika wakati huu.

D: Kwa hiyo huu ni upande mwingine tu?

R: Huu ni upande mwingine. Kivuli kingine. Kwa namna mtoto alivyo kivuli, nishati, uwezekano, upanuzi.

D: Kwa hiyo roho iliyo katika mwili haijawahi kuwa na uwepo mwingine wa kimwili katika sayari au vipimo vingine?

R: Hilo si sahihi. Upanuzi huu wa akili hauwezi kujipeleka katika maeneo hayo, kwa sababu utaathiri mwili wa vipimo vitatu uliopo hapa. Hakuna, na haiwezi kuwa na, kukubaliwa kwa asili ya mahali alipotoka mtoto huyu. Hilo lingeingilia kazi ya sasa. Ni vigumu sana wakati mtoto huyu amechagua kufanya kazi.

D: Lakini ninazungumzia roho. Tunajua kuna roho na nafsi iliyopo ndani ya mwili ambayo ni cheche ya uhai.

R: Cheche ya uhai inayowaka ndani ya mtoto wangu iliundwa na kusudi la uumbaji lililo nyuma ya ubinadamu. Kwa hiyo ikiwa tunafanya kazi kutoka katika hatua hiyo, kusudi la uumbaji linaweza kuumba upya na kuweka mipaka kwa mtoto huyu. Na kumpa roho yake mpya na mipaka ya kufanya kazi nayo. Kwa kuzingatia kwamba roho mpya haitakuwa na upanuzi wa uzoefu wa uwepo wa awali. Lakini mpangilio, ikiwa unataka kuupanua katika maisha, unaweza kujinyoosha katika maisha yaliyopangwa ndani ya mtoto huyu, lakini hayana umuhimu. Ikiwa ungejaribu kumrudisha nyuma mtoto huyu, ungerudi katika kumbukumbu zilizopangwa, lakini hazingekuwa na umuhimu wowote.

D: Je, hili ndilo nililokuta kama uwekaji wa kumbukumbu?

Kwa ufafanuzi wa wazi zaidi wa uwekaji wa kumbukumbu tazama kitabu changu Kati ya Kifo na Maisha. Huu ni mchakato ambao kumbukumbu za maisha mengine zinaweza kuwekwa juu ya roho. Haya ni maisha ambayo mtu huyo hakuishi, lakini hutoa taarifa muhimu ili kumruhusu kufanya kazi katika dunia hii. Kumbukumbu zote, ikiwa ni pamoja na hisia, hujumuishwa katika mchakato huu, na hakuna mtu (hata mtu mwenyewe) angeweza kutambua kama ni za kweli au la. Haya ni muhimu sana ikiwa mtu hajawahi kuwa na maisha yoyote ya Dunia hapo awali. Ikiwa hii ni mara yake ya kwanza katika sayari hii.

R: Unaweza kusema hivyo. Huo ni mtazamo wako. Hilo linakubalika kwetu.

D: Nimefanya kazi na wengine walioliita uwekaji wa kumbukumbu. Ambazo kwa kweli zilikuwa mipango ya maisha mengine ambayo hawakuwahi kuyaishi.

R: Sahihi.

D: Kwa hiyo tunatumia ufafanuzi uleule hata hivyo.

R: Sahihi.

D: Najua ni vigumu kwetu kuelewa, kwa sababu nimegundua kwamba roho inaweza kugawanyika katika sehemu nyingi tofauti. Hilo ndilo unalolizungumzia, sivyo?

R: Kabisa.

Dhana hii itapanuliwa baadaye katika kitabu hiki.

D: Daima nimewarudisha watu katika maisha yanayofaa na muhimu, ili waelewe kinachotokea katika maisha yao sasa. Na unamaanisha hilo halingewezekana?

R: Hilo halingekuwa na umuhimu.

D: Sawa. Kwa sababu daima tunataka kujua roho ilikotoka. Na wengi wa hawa watu walijitolea kuja hapa kufanya kazi hii.

R: Ilidhihirishwa, iliundwa, ilitangazwa.

D: Ninyi ni nani, viumbe vinavyozungumza, mnaposema "sisi"?

R: Sisi ni sehemu ya mchakato wa uumbaji ulio nyuma ya muundo wa binadamu. Binadamu, kiumbe: asili iliyo nyuma ya mchakato wa uumbaji, taswira ya ubinadamu na sayari tunayoishi. Sisi ni sehemu ya kusudi hilo la uumbaji. Sisi ni sehemu ya nishati iliyo nyuma ya hilo. Tuko hapa sasa kuwapa mwanga upya wale wanaotaka kuelewa kwamba kuna uwepo mwingine. Kuna muundo mwingine wa nishati wa kuelekea. Kuna wachache sana hapa walio tayari kukubali mabadiliko na umuhimu wake. Mabadiliko ni muhimu sana katika wakati huu. Ubinadamu uko katika hatua ambayo wanapanua akili ya roho hadi kufikia hatua ambayo uwepo wa mwanadamu hauwezi kuendelea katika kiwango hiki cha mzunguko wa nishati. Hili si kuingilia. Hili ni tamko la ukweli. Kunahitajika mabadiliko. Kunahitajika uelewa. Lakini kusonga mbele kunahitaji kufanywa kwa usahihi, kwa uelewa, kwa maarifa, kwa kurekebisha upya mzunguko wa miili iliyo tayari kufanya hivyo. Na kwa kufanya hivyo wanaweza kuzungumza na kufanya kazi na viwango hivi vya nishati. Fikra na miundo hii si mchakato wa ubinadamu. Ni mchakato wa jitihada za uumbaji zilizo nyuma ya jinsi wanadamu walivyoumbwa.

D: Ndiyo, ninaweza kuelewa hilo, ingawa kuna wengi wasioweza, kwa sababu nimekuwa nikifanya kazi na hili kwa muda mrefu. Lakini nimeambiwa kuna makumi ya maelfu ya watu walioufikia kiwango ambacho watakuwa sehemu ya mabadiliko haya.

R: Kuna wengi. Makumi ya maelfu ni wachache sana ukizingatia mamilioni yasiyojulikana ya watu katika sayari hii. Makumi ya maelfu ni sahihi. Uko sahihi. Jambo ni kwamba kuna wachache sana wanaobeba nishati ya sababu. Wengi wanajifunza sababu, lakini kusema ukweli ulio nyuma ya sababu, hiyo ndiyo sababu ya mtoto huyu. Hiyo ndiyo sababu.

D: Najua kulikuwa na wengi sana waliohusika katika hili, lakini hawajui. Mtu hatambui kinachotokea. Kuna kuamka kunakotokea. Wengi wanakuwa na ufahamu zaidi kwamba kuna jambo linatokea kwa Dunia. – Lakini haya ndiyo mambo aliyotaka kujua, kilichotokea alipokuwa na miaka mitatu.

R: Mtoto anajua hasa kilichotokea, kwa hiyo hatuhitaji kutoa taarifa zaidi juu ya hili.

D: Lakini alikuwa na maswali kuhusu hilo.

R: Mtoto ana majibu yote. Daima amekuwa nayo.

Kumbukumbu moja iliyomsumbua Robert tangu akiwa na miaka mitatu na ambayo haikuwa na maana, ilikuwa kwamba alikuwa amesimama kwenye ufukwe akiangalia juu kwenye jabali. Aliwaona waliodhaniwa kuwa wazazi wake "wa kweli" wakiondoka juu ya jabali hilo. Alikasirika sana, akilia na kupiga kelele waurudi, wasimuache pale. Alipokumbuka tukio hili kama mtu mzima, halikuwa na maana kwa sababu watu aliowakumbuka na kuwaita wazazi wake "wa kweli" hawakuwa wazazi wake wa kibaolojia waliomlea. Hiyo ndiyo sababu alitaka kulichunguza.

R: (Pumzi ndefu) Tuko tayari kukubali kwamba mtoto hatapewa taarifa hii. Lazima ukubali, na lazima tukubali kwamba katika wakati huu, kumpanua mtoto hadi kufikia mahali alikotoka hakutamruhusu kuishi na kudumu ndani ya vipimo alivyonavyo. Kuna mizunguko ya nishati ambayo haitalingana kabisa na muundo alionao. Anafanya kazi kidogo sana na nishati hizi, lakini zinamuathiri sana. Hili lilikuwa chaguo. Hili lilikuwa kukubali wakati mtoto huyu alipoja kufanya kazi hii. Mipaka iliyo nyuma ya hilo itasababisha kutokuwepo kwa uwiano fulani ndani ya muundo wake wa kimwili. Hili lazima likubalike. Hatua zisizo za marekebisho zitawekwa, lakini hazitafanya kazi kikamilifu au kimwili. Mwili wake utateseka sana kuhusiana na nishati anayobeba. Hatuwezi kuvuka kusudi la mahali alikotoka. Kwa sababu rahisi: nishati aliyo nayo si nishati na uhalisia wa mahali alikotoka. Hili litakuwa la kuchanganya sana kwa wale wanaotaka kuelewa ukweli.

D: Lakini nimeambiwa kwamba nishati kamili ya uumbaji haiwezi kamwe kuingia ndani ya mwili wa binadamu. Hilo haliwezekani. Kwa hiyo hii ni sehemu tu?

R: Hii ni sehemu. Mtoto amepewa sehemu ya uhalisia wake.

D: Lakini unafikiri baadhi ya maarifa haya ya kilichotokea alipokuwa na miaka mitatu ni hatari kwake kuyajua?

R: Maarifa ya uwepo wa awali alikotoka, nishati alikotoka, hayatalingana na kipengele chake cha kimwili. Anaweza kuwa na maarifa haya akiwa nje ya kipengele chake cha kimwili, jambo ambalo si katika wakati huu. Kwa hiyo haruhusiwi kutoka nje. Hilo ni sehemu ya maumivu anayopaswa kubeba. Alijua hilo alipochukua kazi hii. Yeye kama muundo wa nishati alijua kwamba hataweza kuwasiliana na nishati ya uhai alikotoka. Kuna lango moja tu la kukubaliwa linalomruhusu kufanya hivyo. Tuliona sehemu ya kuingia. Wakati pekee lango hilo linaweza kuingia tena ni katika wakati wa kifo. Wakati na ikiwa mtoto huyu ataondoka katika sayari hii, atachukuliwa. Hatapitia njia za kawaida za sambamba zitakazomrudisha katika mzunguko usio wa kukubalika. Kama tunavyojua katika wakati huu, roho ya kidunia inapohamia katika kipimo cha nne, kuna njia kama handaki. Ndani ya handaki hilo kuna mwanga mzuri. Lakini ndani ya mwanga huo kuna uzoefu mwingi unaoweza kukupeleka na kukuvuta katika wigo usiofaa kwako. Hizo zimeumbwa na mizunguko ya chini ya astrali. Mtoto hatakuwa na uhusiano na hizo. Hatapitia michakato hiyo. Mtoto amezaliwa upya katika mwanga, na sasa anajua vizuri kazi anayotakiwa kufanya. Amesukumwa katika kazi hii.

D: Kwa hiyo unafikiri si busara kuuliza maswali kwa ajili ya udadisi wake kuhusu kilichotokea alipokuwa na miaka mitatu.

R: Hapana. Ukweli upo hapo. Kilichotokea ni kutoka wakati anaruhusiwa kukumbuka. Hakuna chochote kabla ya hapo kitakachotolewa, na hakitatolewa kamwe.

Sikutaka kukata tamaa. Nilijaribu tena kupata angalau kiasi kidogo cha taarifa kwa ajili ya Robert.

D: Alikuwa na udadisi tu, kwa sababu ya kumbukumbu zake za kuwaona wazazi wake wa kweli wakimwacha.

R: Nishati halisi ziliachwa katika muundo wa kibinadamu. Wakati alipoingia katika muundo wa kibinadamu, nishati ziliunda muundo wa kibinadamu ili aone, wao waone, wewe uone, kwamba mabadiliko yalitokea. Kwamba kusimamishwa kwa hali ya kutotambulika kulifanyika katika wakati huo.

D: Kwa hiyo hilo lilikuwa jambo tu la yeye kukumbuka.

R: Sahihi.

D: Hiyo ingekuwa kumbukumbu salama.

R: Kwamba ametoka mahali fulani, si hapa. Na kuna upendo mwingi atakaoupata ikiwa na wakati kazi yake itakapokamilika, na bado iko mbali kukamilika.

D: Ndiyo, ninaelewa. Lakini unajua hili ni vigumu kwa mwanadamu wanapohisi wameachwa hapa. Wanahisi wametengwa sana. Na wanahisi tofauti na wanadamu wengine.

R: Kumbuka, kile unachozungumza nacho katika wakati huu si cha kimwili. Lakini mwili wa kimwili unaoutazama sasa ni wa kimwili na unateseka sana kupitia kazi na kutokuelewana kwa wale ambao yeye katika muundo wa fikra za kimwili hukutana nao.

Robert alisema kwamba akiwa mtoto alikuwa na homa kali sana na matatizo ya kimwili ambayo madaktari hawakuweza kueleza. Alikaribia kufa mara kadhaa, na alikaa hospitalini kwa siku nyingi wakijaribu kudhibiti joto lake na kuelewa kilichokuwa kinamtokea. Hadi leo, wazazi wake hawakuwahi kupewa maelezo yoyote.

R: Hili linahusiana na mpito wa kubadilisha nishati mpya zinazolenga. Kuna watu wengi walio kama vioo vya kukuza nishati. Mtoto huyu ni mmoja wao. Yeye ni msimamizi wa nishati, lakini huipitisha. Yeye ni mumbaji wa muundo. Yeye ni mwelewa. Yeye ni kibadilishaji. Yeye ni kama kiunganishi kinachohamisha nishati kutoka sehemu moja hadi nyingine. Sio daima anaielewa. Hili linaathiri sana mwili wa kimwili anaoubeba. Anaelewa kwamba nishati hii si yake pekee. Ni nishati ya pamoja. Ni uhamishaji kutoka lango moja hadi sehemu ya kuingia kimwili, hadi ubinadamu wa kimwili.

D: Na hili ndilo lililosababisha homa na matatizo ya kimwili yaliyotokea katika siku hizo za awali?

R: Hili lilikuwa kujifunza kushughulika na nishati. Hii ilikuwa hatua katika maisha yake ambapo alipaswa kuamka kwa yeye ni nani. Vinginevyo angeondoka katika sayari hii. Kusingekuwa na sababu ya yeye kuwa hapa.

D: Kwa hiyo alikuwa analazimika kuzoea ... nini? Kuongezeka kwa nishati?

R: Ama kuzoea au kutoka! Ukweli! Takwimu! Ku zoea au kutoka! Hakuna umuhimu upande wowote wa hilo.

D: Kwa hiyo ingekuwa kama kupanda kwa mzunguko wa nishati wakati huo?

R: Ndiyo, au kutoka! Kujiondoa kutoka kwa ubinadamu. Kurudi nyuma. Na kuruhusu nishati nyingine kufanya kazi kwa usahihi.

D: Alisema ilikuwa ya kiwewe sana, na hawakuweza kuelewa kilichokuwa kinamtokea.

R: Kwa kiwango kikubwa sana, kupita kiasi kwa nishati ya kimwili kustahimili. Karibu zaidi ya uwezo wa kustahimili. Mtoto ana mengi ya kuvuka zaidi ya ustahimilivu. Ili pia kuruhusiwa kushughulika na nishati katika kiwango cha kimwili, lazima ufikishwe katika hatua ya kutokuwa na ustahimilivu kabisa. Kuelewa kwamba hiyo ndiyo hatua ambayo huwezi kwenda zaidi. Hii ndiyo inayoitwa wakati wa majaribio. Ni kujifunza kuelewa kwamba sayari ni ya kimwili. Mtoto huyu ana nguvu kubwa sana zaidi ya wengi. Bado hajafahamu kikamilifu maana na kusudi la kweli la kile atakachotekeleza. Kuna kazi nyingi sana ya kufanywa. Sehemu kubwa itafanywa katika kimwili, lakini nyingi pia itafanywa katika viwango vya chini ya fahamu na juu ya fahamu.

Sauti ilikuwa ikiathiri kanda. Ilikuwa na sauti ya kukwaruza tangu mwanzo, lakini sasa ilikuwa inazidi kuwa wazi, kama ishara ya kielektroniki inayokatika. Baadhi ya maneno yalikuwa na sauti iliyochanganyika na isiyo ya kawaida. Wakati wote, sauti yangu ilisika kawaida kwenye kanda, ni yake tu iliyopotoshwa. Sikugundua hilo wakati wa kikao. Lilionekana tu niliposikiliza kanda. Hili limetokea mara nyingi, kwamba kiumbe kimeathiri vifaa vyangu vya kielektroniki kwa njia isiyo ya kawaida.

D: Lakini sasa amezoea. Hana tena homa na maumivu aliyokuwa nayo zamani.

R: Ana maumivu mapya. Huu ni ufafanuzi potofu wa miundo ya nishati.

D: Alisema yapo mgongoni na miguuni.

R: Hizo ni sehemu za nishati za nishati mpya.

D: Kwa hiyo kuna hatua nyingine ya kupanda kwa nishati inayotokea?

R: Hilo ni sahihi. Mtoto ameelezewa hili. Hakubali. Atakubali. Hilo linatarajiwa.

Ghafla Robert alitoa mlio wa ajabu wa sauti ya juu, na mwili wake ukatetemeka na kushtuka. Ilikuwa ya ghafla na ilinifanya nishituke.

R: Sauti ndiyo njia pekee ya kupanga na kukubali.

Inaonekana hiyo ndiyo ilikuwa sababu ya sauti hiyo ya ajabu.

R: Sauti ni mpangilio mpya wa uumbaji. Kubali. Kubali. Kubali. Tuko tayari kukubali kwamba mipaka mipya ya sauti inayounda msingi wa uponyaji katika sayari hii, itakuwa fomula kwa wanadamu kukubali maumivu wanayoyavumilia. Mtoto huyu sasa anafanya kazi kuelekea kufanya kazi na sauti. Sauti itaruhusu mwili wake kupolarishwa upya. Kufikia upya. Kujifunza tena jinsi ya kuendeleza mipaka ya nishati anayobeba. Mtoto ana hili tayari.

D: Kwa sauti unamaanisha sauti ya binadamu au muziki?

R: Kwa muziki. Mtoto anafanya kazi na muziki. Kusambaza muziki na kuimba na kutengeneza muziki. Na pia anahusika na sauti. Na watu wanaofanya kazi na ulinganifu wa sauti. Mlingano wa sauti, mizunguko, sauti, rangi, upanuzi.

D: Hili ni muhimu sana kwa sababu mizunguko ya muziki huathiri mwili wa binadamu. Ingekuwa bora kama angeweza kufanya marekebisho haya ya nishati na hatua hizi za kupanda bila usumbufu kwa mwili.

R: Ndiyo, hilo lingekuwa zuri, lakini mwili haujui mipaka yake hadi ipatikane. Hilo ndilo jambo. Huu ni mchakato wa kujifunza. Ili mwili wa binadamu ubadilike, mtu anahitaji kuelewa kwamba vipengele ambavyo ubinadamu ulivichagua havikuwa kwa kujifunza kupitia upendo, bali kwa kujifunza kupitia wasiwasi na nishati. Na wasiwasi na nishati huunda kuachiliwa kwa nishati isiyotakiwa, ambayo mwishowe huleta maumivu. Kwa hiyo maumivu ni hatua ya kujifunza. Maumivu ni hatua ya kukua na kunyoosha hadi kufikia uelewa. Kwa hiyo maumivu ni hatua ya kujifunza.

Hapa sauti ya Robert ilibadilika na kuwa ya kihisia, hadi kufikia kulia. Kile kilichokuwa kinasemwa kilikuwa kinamgusa Robert, na sehemu yake ya kibinadamu ilikuwa ikizidi nguvu juu ya kiumbe.

R: Kwa hiyo maumivu ni hatua ambayo mtoto huyu atafikia kiwango cha ustahimilivu. Na kisha atakuwa na uwezo wa kuwafundisha wengine kufanya hivyo.

Sasa Robert alikuwa analia. Nilijaribu kupuuza hilo badala ya kulizingatia. Kwa njia hii ningeweza kumrudisha kiumbe, na kuzuia hisia za Robert. Zaidi ya hayo, kazi yangu daima ni kuondoa maumivu, si kuyahalalisha au kuyaongeza.

D: Lakini hatutaki maumivu, kwa sababu maumivu huleta usumbufu kwa mwili.

R: Ndiyo, sahihi. (Kiumbe kilikuwa kimerudi tena katika udhibiti.)

D: Je, basi inaweza kufanywa kwa njia rahisi zaidi?

R: Hapana, si katika hali hii. Kinachohitaji kutokea ni hiki: dhibiti kiwango cha maumivu. Amechagua kipengele hiki, mzunguko huu, mzunguko huu wa miaka elfu mbili ili kukua kupitia nishati ya maumivu kuelekea mageuzi ya mwili mpya. Hivi ndivyo mwanadamu alivyokubali kujifunza. Sasa tunaingia katika mchakato mpya wa mazingira ya upendo ambapo maumivu yatapunguzwa. Na upendo utaruhusiwa kuwa mzunguko wa uzoefu kadiri na wakati uzoefu mpya unapokuja. Kinachohitaji kutokea ni mchakato wa kuharakishwa ambapo mwanadamu anaruhusiwa kubadilisha na kuachilia maumivu yote anayobeba na kuyaondoa. Hivyo basi, hisia na mitetemo mipya ya upendo inaweza kubebwa kuingia katika vipimo vya nne na vitatu. Hivi ndivyo hili linavyotokea. Linaonyeshwa kupitia mzunguko huu wa uzoefu wa mzigo wa mtoto huyu.

Mabadiliko haya ya mwili wa binadamu ili uweze kuishi katika Dunia Mpya yatafafanuliwa zaidi baadaye katika kitabu hiki.

D: Je, ni asidi ya kiini ya mwili inayoguswa?

R: Kabisa.

D: Nimesikia hili kutoka kwa wengine pia. Walisema ni kuinuliwa dhahiri kwa mitetemo.

R: Ndiyo, kabisa.

D: Lakini ningependa litokee kwa usumbufu mdogo kwa mwili wake.

Nilikuwa nimeazimia kupunguza usumbufu kutoka kwa mwili wa Robert, ingawa nilikuwa nakutana na upinzani mkubwa kutoka kwa kiumbe huyo mgumu.

R: Mwanzoni unajifunza kwamba maumivu si kila kitu. Kadiri unavyojifunza, maumivu hupungua na kupungua zaidi. Maumivu si lazima yawe kazi ya maumivu. Maumivu ni mchakato wa mageuzi wa kujifunza. Ukijifunza sana, maumivu hutokea kupitia utendaji wa ubongo. Maumivu hutokea kupitia kufanya kazi kwa bidii. Maumivu hutokea kupitia kupenda sana au kuishi sana. Hizi ndizo taratibu ambazo mwanadamu alichagua kukua nazo.

D: Ndiyo, yote ni sehemu ya masomo yetu.

R: Mwanadamu anapewa sehemu ya kushuka, lakini anahitaji kujua mipaka yake. Anahitaji kuelewa kwamba sehemu hizi za kushuka ni sehemu za utambuzi. Unahitaji kuondoa ya zamani ili uende na ya mpya. Huu ni wakati wa kusafisha. Tunahitaji kufanya kazi na hili. Kunahitaji kuwa na wanafunzi wa wakati huu wa kusafisha. Mtoto huyu ni mmoja wa wanafunzi saba katika wakati huu, akifanya kazi maalum aliyochagua kufanya. Huyu ndiye wa kwanza utakayekutana naye. Utakutana na wengine. Sasa umefanya kazi na nishati hii. Utavuta nishati hii tena. Huenda wasiwe somo gumu kama huyu kufanya kazi naye. Mtoto huyu amewekewa mipango ambayo haitamruhusu kwenda mahali alikotoka. Ilikuwa ni mwili wa mwanga aliochagua kuingia nao. Miili ya mwanga ya mtoto anayefuata utakayefanya naye kazi, itakuruhusu kurudi katika kusudi la mtoto huyu. Na katika nishati walikotoka. Sasa utakutana na mwingine. Utamvuta kwako, kwa sababu utapenda kujua kilicho nyuma ya kusudi hili. Hutapata hilo wakati huu.

D: Ninajua sehemu ya kusudi ina uhusiano na uumbaji wa dunia mpya, na kuingia katika kipimo kingine kwa kubadilisha mzunguko na mtetemo. Nimepewa taarifa za aina hiyo.

R: Ndiyo, umepewa. Utapanua wigo wa taarifa hiyo. Kumbuka kwamba mlingano wa taarifa hiyo utakuruhusu kulingana katika mambo mengi. Kama unavyofahamu, binti yangu mpendwa anayefanya kazi kwa bidii na vizuri, unabeba uzoefu mdogo sana kati ya yote uliyopitia. Na nishati unayobeba katika hali isiyo ya kimwili ndiyo ukubwa wa kazi uliyo nayo. Mtoto wangu, unastahili kushukuriwa. Lakini kipengele chako cha kimwili hubeba kidogo sana, na ukweli kwamba kipengele hiki cha kimwili hubeba kidogo sana, ni kile unachobeba, si wewe ni nani.

D: Nishati zilizo nyuma ya haya yote.

R: Si nishati tu, bali nishati zilizounganishwa na nishati hiyo. Inachukua muda kwa uzoefu wa sambamba kukusanywa. Ni kama samaki ndani ya wavu wa uvuvi wakati mashua inavuta wavu. Polepole mazao yanaonekana kadiri samaki wanavyovutwa ndani. Lakini nguvu lazima ipatikane ili kuvuta wavu ndani. Kwa hiyo uzito wa maarifa yaliyomo ndani ya wavu huo utatokea tu ikiwa na wakati mtu au ustahimilivu umepewa kwa kusudi hilo. Unakusanya taarifa hiyo. Una kukubali kuhusu wewe ni nani na kile ulicho, mtoto wangu. Pia una kukubali zaidi ya hilo, kwamba ulichagua kuja kufanya kazi na kile unachofanya. Nje ya vipengele vyako vya kimwili utapewa mengi sana. Lakini ndani ya vipengele vyako vya kimwili unapewa kidogo sana. Kwa kweli unapewa shukrani chache sana kuhusiana na kile unachofanya katika viwango vingi tofauti. Lakini shukrani chache unazopata ni za kweli. Kinachokusubiri, katika ukweli halisi, kiko nyuma yako kutoka kile ulichoacha. Kwa namna hiyo hiyo kwa mtoto huyu. Nyote mnatoka katika kusudi lilelile. Sote tunatambua hilo. Mzunguko huu wa fahamu ulizunguka kutoka mzunguko mwingine uliotoka katika mzunguko mwingine uliotoka katika mzunguko mwingine. Ni upanuzi wa mchakato ambao hauwezekani kueleweka katika vipimo mlivyonavyo. Lakini mnapewe zaidi kuliko mlivyopewa hapo awali. Mnapewe uwezo wa kuelewa, ikiwa hilo lina maana.

D: Sehemu yangu ni kujaribu kuwasaidia wengine kuelewa hilo, na kuliwasilisha kwa njia wanayoweza kuelewa na kukubali.

R: Unasema maneno mengi ambayo yana maana ndogo sana wakati huo. Lakini mlingano ulio nyuma ya maneno hayo ndio maana halisi. Upanuzi ulio nyuma ya nishati hiyo. Kuna maono mengi na miundo tuliyo nayo wakati unapozungumza, lakini huwezi kuzungumzia hayo. Lakini kile unachofanya kwa maneno ni kubadilisha na kusafirisha nishati hiyo kwa watu hawa. Hivyo basi muundo wa seli unahifadhi na kuchukua nishati inayowafaa; itakayowaruhusu kusonga mbele. Kuna watu wengi wanaofanya kidogo sana. Kuna watu wengi sana wanaofanya mengi sana.

D: Kwa hiyo itawagusa katika kiwango kingine, zaidi ya kile wanachosoma katika vitabu.

R: Kabisa, mtoto wangu. Vitabu vyako vinabeba mlingano. Unahitaji tu kuvimiliki ili kubeba mlingano, muundo wa taarifa yao, nishati yao.

D: Kwa hiyo watu watapata zaidi ya kile wanachopata kwa kusoma maneno kwenye ukurasa?

R: Watahisi msukumo. Watashika na kugusa vitabu, na kuhisi kwamba kuna kitu ndani ya kitabu hicho. Huenda ikawa sentensi moja. Huenda ikawa wazo, huenda ikawa hisia ya ndani. Huenda ikawa upanuzi. Huenda ikawa kusikia tu hilo litakalopanua mzunguko mpya wa muundo wa fikra kwao. Litakalowaruhusu kubadilisha na kukubali mzunguko mpya kabisa wa taarifa. Hili ndilo jambo. Wewe, sisi, tukiwa wasimamizi wa nguvu mpya. Na nguvu si mahali mnapokwenda. Ni mahali mlipotoka. Ni wakati wa kumaliza kwa wengi. Na ni wakati wa kuanza kwa wengine wengi. Ni wakati wa mageuzi ya mabadiliko. Mzunguko umeanza.

D: Hilo ndilo nililosikia, kwamba si kila mtu atafanya mpito huu.

R: Hilo ni sahihi. Wale walio tayari ndio watakaoweza angalau kuelewa kwa kimwili asilimia kumi ya mahali wanapokwenda. Watahitaji kustahili haki hiyo.

D: Wengine hawataelewa kinachotokea, na watachanganyikiwa sana.

R: Huenda katika dakika tano za mwisho za uwepo wao, wakapewa taarifa katika kiwango chao cha kimwili, ili waweze kusonga mbele. Na watakuwa wamefanya kazi katika kiwango cha chini ya fahamu. Katika dakika za mwisho za maisha yao watapewa hilo katika kiwango cha kimwili. Hivyo basi watakuwa na nishati ya kuvuka. Na kwa mafundisho ya kuelewa kwamba wanapopita katika handaki la maarifa, wanapopanuka kutoka uwepo mmoja kwenda mwingine, hawataingia katika kipimo cha nne. Watarudi katika kiwango, katika sehemu ya nishati walikotengana nayo.

D: Vipi kuhusu wale watu wanaokataa kuelewa?

R: Tena, chaguo ni usawa wa uhuru wa mwanadamu.

D: Hiyo ni kweli. Tuna hiari.

R: Hilo ni sahihi.

D: Basi hawataingia katika mpito.

R: Siyo wakati huu! Wakati ukiwa kipengele cha mzunguko wenu.

D: Ndiyo, najua wakati ni udanganyifu, lakini tumenaswa ndani yake. Lazima tuutumie.

R: Katika uzoefu wao, huo utakuwa wakati wao. Katika uzoefu wako, hautakuwa kitu. Wewe, ukiwa tayari umevuka katika uzoefu mwingine. Itakuwa kama unasubiri kukusanya kundi lako, ili kundi liweze kusonga kwenda malisho mengine. Ikiwa tutakubali kwamba cheche za kimungu za fahamu za binadamu zilitengana kutoka kiwango kimoja, ikiwa hili litakubaliwa, mmejitenga kimungu katika cheche za ubinafsi. Kisha mnafanya kazi na kukua katika hali ya fahamu. Kadiri mlivyokua katika fahamu hii, mmeunda mzunguko wa msongamano wa sayari hii. Mizunguko ya msongamano wa maarifa ya nishati iliyo nyuma ya sayari hii. Maisha, kifo, maisha, kifo. Mzunguko wa msongamano, karma, taarifa inayozunguka hilo. Wakati mnapoondoka katika sehemu hii na kurudi katika mzunguko wenu wa pekee wa vipimo vingi, mtasubiri kundi lijikusanye tena. Hii inaweza kuchukua maelfu ya miaka. Lakini jambo ni kwamba, mnaposubiri kundi lijikusanye, mko katika shimo la upendo kamili na kukubaliwa. Mtapewa kile mnachohitaji kufurahia kile mlivyo.

D: Ndiyo, nimesikia kwamba ni mahali pazuri sana. Itakuwa tofauti kabisa. Mwanzoni nilifikiri ni ukatili kwamba wengine hawataenda wakati huo huo. Wataachwa nyuma.

R: Sivyo ilivyo hata kidogo. Si kama kuacha miili, kama mtoto alivyojihisi, anavyohisi, hisia za kuacha familia ya kimwili. Kile alichoacha kwa kweli ni familia ya kimwili ya kipimo alikotoka. Anaukosa upendo. Pia anatambua kwamba hawezi kurudi huko. Amekuwa akirudi na kuondoka kwa maelfu ya miaka, kuelewa jinsi sayari inavyofanya kazi. Katika tukio hili amechagua, au amepewa chaguo, kuja kufanya kazi na sayari. Kubadilisha na kulirudisha kundi. Ikiwa tutaliweka hili katika muundo wa fikra, mtoto huyu ni mwanafunzi wa maarifa mapya. Mtoto huyu anapaswa kuenziwa kwa taarifa iliyotolewa na sauti hii. Mtoto hafanyi kazi ndani ya karma. Amejiondoa kutoka mizunguko ya nishati ya mzunguko wa karma na vipimo vya tatu na nne.

D: Kwa sababu unajua kwa karma unaweza kunaswa katika mzunguko wa kidunia.

R: Unazungumza na kusudi lisilo la karma katika wakati huu. Ondoa viwango vyote vya fikra kutoka hilo. Jinyanyue juu.

D: Kwa hiyo yuko hapa tu kutumikia kusudi hili. Na kisha atarudi katika kipimo alikotoka.

R: Hilo ni sahihi. Ataishi maisha ya kawaida ya binadamu. Na katika maisha hayo ya binadamu atatekeleza kusudi lake, lakini ana ushawishi. Anaweza kuvutwa katika kusudi la vipimo vitatu.

D: Ndiyo, ni vigumu sana kuishi katika dunia hii bila kuvutwa katika hilo.

R: Na ikiwa atavutwa katika kusudi la vipimo vitatu, atavutwa tena kutoka humo.

D: Kwa sababu hivi ndivyo karma inavyoundwa. Tuko hapa kujifunza masomo.

R: (Akimkatiza.) Tunachoshwa na mada hii. Karma haionyeshwi katika ushawishi huu katika wakati huu. Hatutakuwa wakorofi kwako. Je, tunaweza kuendeleza taarifa hii mahali pengine, tafadhali?

D: Sawa. Nilitaka tu kufafanua kwa manufaa yake, kwa sababu alikuwa na wasiwasi kuhusu hilo.

R: Ufafanuzi umekubaliwa. Mtoto anajua majibu yote.

D: Lakini akili yake ya ufahamu haijui. Tunajaribu kuyafikisha kwenye akili ya ufahamu.

R: Asante kwa kufanya kazi na akili yake ya ufahamu. Ingekuwa bora ufanye kazi na taarifa unazohitaji. Mtoto ana majibu yote. Huna haja ya kuuliza maswali haya. Maswali yote ambayo amekuwa akiuliza, ana taarifa zake. Utafanya kazi kutoka sehemu ileile. Umeambiwa kwamba utafanya kazi na watu hawa. Hilo litatokea kwako hatimaye. Linahitaji kutokea. Linahitaji kusubiriwa. Litatokea kwa wakati wake.

D: Watu wengine niliowafanyia kazi ambao tunawaita "watoto wa nyota", au wale wanaokuja sasa, hawana ugumu mwingi kama Robert alivyo nao.

R: Tunarudia taarifa ya zamani, lakini nitaieleza tena: (alionekana kukasirika) katika wakati huu, kipindi cha mpito kati ya mzunguko wa upendo na uzoefu wa nishati ya fikra za mwanadamu, kinapanuliwa kupitia maumivu. Sehemu ambayo kuna hatua ya mpito, ambapo mwanadamu anaweza kusogea kutoka mageuzi yaliyojifunza kupitia maumivu kwenda mageuzi yaliyojifunza kupitia upendo, inahitaji kuonyeshwa na mifano. Inahitaji kuonyeshwa sehemu ya kusogea na kupinduka kutoka upande mmoja kwenda mwingine. Njia pekee ya kufanya hivyo ni kufika katika sehemu hiyo. Na kujifunza kusogea kutoka kilele cha juu cha mzunguko kwenda upanuzi unaofuata wa maelezo. Kwa hiyo wanafunzi wanaokuja wanahitaji kuelewa sehemu hiyo iko wapi. Sehemu ya kushuka. Sehemu ya kukutana juu ya daraja. Sehemu ya kuelewa kwamba ni wakati wa kupenda. (Kwa makusudi) Je, hili linafafanua?

D: Ndiyo. Ninaamini wale wengine niliowazungumza nao labda si wa mzunguko uleule. Lakini wao pia wamejitolea kuja kusaidia dunia.

R: Wanafanya kazi katika viwango vya mizunguko vinavyoelekea sehemu hii. Hii haimaanishi kwamba mzunguko huu wa nishati ni wa juu au wa chini. Wao ni sehemu ya jiwe la kukanyagia. Wao ni sehemu ya ngazi zinazoelekea kileleni mwa piramidi. Kilele cha piramidi kikiwa sehemu ambapo mtoto yuko tayari kujirudisha kupitia lango. Upanuzi wa uwepo wa kiroho wa kunyoosha akili utafika katika sehemu ambapo wataruhusiwa kujipanua kurudi katika kusudi walikotoka. Kisha watafuta uzoefu mwingine wakati kundi litakapokusanyika tena.

D: Lakini unajua jinsi itakavyokuwa vigumu kwa mtu wa kawaida kuelewa hili.

R: Mwanadamu wa kawaida ana wakati mikononi mwake, lakini wakati unaongezeka kasi. Kwa hiyo upanuzi huu unaongezeka kasi. Kwa hiyo matarajio yanaongezeka kasi. Kwa hiyo mabadiliko ya asidi ya kiini yanaongezeka kasi. Kwa hiyo mzunguko wa mtetemo unaongezeka kasi. Kila kitu kinaongezeka kasi. Kwa hiyo maumivu pia yataongezeka kasi, na kupanuliwa hadi kufikia kiwango fulani. Tena, maumivu si tu maumivu ya damu. Pia ni maumivu ya kila kusudi la mageuzi lililopangwa. Uvumilivu wa mwanadamu wa mageuzi na kukua.

D: Nimeambiwa kwamba tunalipa karma kwa haraka zaidi, kwa sababu tunajaribu kujirekebisha kwa mizunguko hii na kuondoka.

R: Hilo ni sahihi. Tunapakua taarifa za sasa, miundo ya nishati ya fikra, ambazo zimekuwa nasi kwa maelfu ya miaka. Kuna sehemu sasa ambapo watu wanaruhusiwa kupakua, kusafisha, na kuruhusiwa kutoka katika mzunguko wa karma. Mara tu wanapotoka katika ushawishi wa mzunguko wa karma, wanaweza kufanya kazi na mzunguko wa taarifa unaowaruhusu kutoka na kurudi katika mzunguko walikotoka. Maelezo kwa lugha rahisi. Si rahisi kufanya kazi nayo. Lakini itafanya kazi.

Alionekana kukasirika kwa sababu ilibidi aeleze kwa urahisi na kuiweka katika maneno niliyoweza kuelewa, lakini sasa ilianza kuwa na maana zaidi.

D: Nimeambiwa kwamba mengi ya mambo haya ni magumu sana kwa akili zetu kuyaelewa. Ndiyo maana hatukupewa taarifa hapo awali.

R: Imekubaliwa.

D: Kwamba akili ya kimwili ya mwanadamu haina uwezo wa kuyashika.

R: Hilo ni sahihi.

D: Kwa hiyo nimeambiwa kila mara kuwasilisha taarifa kwa njia watu wanaweza kuelewa.

R: Hilo ni sahihi. Na unafanya hivyo.

D: Lakini taarifa unazotoa ni ngumu zaidi.

R: Hilo ni sahihi, kwa sababu unaomba majibu.

D: Lakini nafikiri bado itakuwa vigumu kwa baadhi ya watu kuyaelewa. Hilo ndilo tatizo.

R: Watu, katika wakati huu, wataelewa. Kwa sababu kusudi lao la mageuzi, mzunguko wa nishati ya miili yao utaruhusu kusudi hili kukubaliwa. Hilo ndilo tunalosema. Tumetuma wanafunzi saba sasa katika sayari hii. Wawili wanapanua, wawili wananyoosha. Kutakuwa na watatu, na kutakuwa na wanne. Wote watakutana wakati fulani. Lakini watatu hawatamjua wanne, na wanne hawatamjua watatu. Wa kwanza kukutana na mmoja tayari imetokea. Wa kwanza kati ya watatu wako karibu kukutana.

D: Lakini hawatakutana kamwe na wale wanne wengine.

R: Hilo ni sahihi.

D: Watakuwa wakifanya kazi katika maeneo tofauti?

R: Hilo ni sahihi.

D: Lakini nitakutana na baadhi yao?

R: Utakutana nao. Na unapokutana nao, usimtaje mmoja kwa mwingine kwa njia ya kimwili. Unaweza kuzungumza kwa njia ya chini ya fahamu, lakini si kwa njia ya kimwili. Itaingilia nishati. Kwa sababu wanabeba nishati zilezile, lakini wanatumia fomula tofauti. Kumbuka, asili za kitamaduni ni tofauti. Wanabeba nishati tofauti. Kwa hiyo nishati za kaskazini, kusini, mashariki na magharibi si sawasawa kabisa katika sayari. Kwa hiyo usitaje.

D: Kwa hiyo watakuwa wa tamaduni tofauti.

R: Tofauti za tamaduni ni bora zaidi kuliko kusema makabila. Wanaweza kuzungumza lugha ileile, lakini madaraja ya kitamaduni yatakuwa tofauti.

D: Lakini nitakapokutana nao, nitajua?

R: Utajua.

D: Nitajua katika hali hii ya maono ya ndani?

R: Utajua mara moja.

D: Kwa sababu hapa ndipo ninapopewa taarifa zangu.

R: Hilo ni sahihi kabisa. Kwa hiyo utajua mara moja unapokutana na mmoja wa wengine. Utajua hata kabla halijatokea.

D: Na sipaswi kuwaunganisha. Hawapaswi kuwekwa katika mawasiliano.

R: Hilo ni sahihi. Isipokuwa ukiambiwa.

D: Nimeambiwa jambo hilo hilo kuhusu taarifa nyingine. Nimekutana na watu wanaofanya uvumbuzi uleule. Na nikaambiwa nisiwaambie kuhusu kila mmoja kwa sasa.

R: Hilo ni sahihi. Nishati zinaingiliana na nishati. Kile ulichonacho ni muunganiko kupitia mchakato wa fikra za chini ya fahamu, uliounganishwa kupitia mzunguko mmoja wa nishati. Ukimunganisha mmoja kwa mwingine, unaweza kuunganisha wawili na kupunguza nguvu ya taarifa. Unajua hasa kinachosemwa, kwa hiyo kupunguzwa huko hakutafaa kwa kusudi la kukusanya muundo wa fikra ulio nyuma ya nishati. Kwa hiyo kuwatambulisha wanaofanya kazi ileile kutaleta mkanganyiko. Kumbuka, uvumbuzi unapokuwa tayari kutokea, unahitaji kutokea katika njia nyingi tofauti. Kwa hiyo nishati tayari iko katika kiwango cha chini ya fahamu. Wakati kukubali kwa ufahamu kunakuja, kiwango cha chini ya fahamu tayari kipo. Kwa hiyo kinakaa vizuri.

D: Nilikutana na mwanaume mmoja huko California, na baadaye Australia nikakutana na mwingine akifanya uvumbuzi uleule. Na nikaambiwa katika hali hii kwamba itakuwa kama mawimbi mawili ya bahari yakisonga peke yake, lakini yakijiunga yatakuwa wimbi moja tu na yangepoteza nguvu yake.

R: Hilo ni sahihi. Huo ni mfano mzuri kwa maneno yenu ya vipimo vitatu. Pia, hivi karibuni, kama bado hujaanza, utafanya kazi na mlingano kamili wa sauti.

D: Nimekutana na watu wanaofanya kazi na taaluma ya tiba wakijaribu kuingiza uponyaji wa asili.

R: Utapanua akili yako katika wazo hili zaidi. Sasa unapokea muundo wa nishati unaobadilishwa kwako katika wakati huu. Utaweza kuandika kuhusu hili. Litafanya kazi nawe hivi karibuni.

D: Nimekuwa na wateja wengine wakisema wanataka kufanya kazi na sauti na rangi. Huu utakuwa uponyaji mpya.

R: Rangi huja kabla ya sauti.

D: Kabla ya sauti.

R: Rangi huja kabla ya sauti. Rangi huzalisha mlingano wa sauti. Na hiyo huzalisha mlingano wa nishati. Kisha hiyo huzalisha mlingano wa muundo wa fikra. Rangi huja kwanza. Wigo wa rangi huzalisha sauti. Wigo wa sauti huzalisha rangi.

D: Kwa hiyo zinafanya kazi pamoja.

R: Zinafanya kazi katika upanuzi kamili na kunyooshwa. Kile ambacho hatujakielewa kikamilifu kwa sasa ni kwamba kila kipengele, kila mzunguko wa kimwili wa mwili, huzalisha katika kiwango fulani cha sauti. Asidi ya kiini, muundo wa seli, vyote vinafanya kazi kwa mlingano wa sauti. Ndiyo maana tunawekewa muundo mpya kabisa wa asidi ya kiini. Kwa hiyo mlingano wa sauti unaweza kulindwa na kupelekwa katika muundo wa fikra za mwanadamu. Hivyo tutaweza kukubali mizunguko mipya. Na hii inabadilishwa kupitia sauti. Kupitia sauti za miduara ya mazao, kupitia upandikizaji, kupitia mikutano ya sauti, kupitia mizunguko ya sauti. Haya yote ni mitetemo ya sauti na rangi. Na yanakuja kwa wingi zaidi katika wakati huu. Pia tunapewa kipengele cha utangulizi wa maarifa katika kiwango cha vipimo vitatu. Jinsi ya kuelewa na kufanya kazi navyo. Kwa hiyo magonjwa ya mwanadamu yanaweza kubadilishwa kuwa muundo chanya zaidi, badala ya kuishi na kufa nayo na kujifunza nishati wanazobeba. Magonjwa ni taarifa. Lakini kama mwili hauna taarifa hiyo, mwili huleta kuanguka. Ni wazo la kuvutia kwamba ugonjwa ni nishati ya umuhimu, si nishati ya hasi.

D: Pia niliambiwa kwamba mwili utakuwa sugu zaidi kwa magonjwa tofauti.

R: Mwili utakuwa sugu kwa magonjwa tofauti tu ikiwa kusudi la muundo wa fikra wa uumbaji ndani ya mwili uko tayari kuwa sugu. Ikiwa kusudi la muundo wa fikra ndani ya mwili ni la vipimo vitatu tu, basi magonjwa yatafuata mkondo wake wa kawaida. Isipokuwa viwango vipya vianzishe.

D: Niliambiwa wanajaribu kuufanya mwili uwe sugu zaidi, na pia kuongeza muda wa maisha.

R: Hilo ni sahihi kabisa.

D: Kwa sababu tunaingia katika kipimo na mzunguko tofauti kabisa kuliko tulivyowahi kuwa nao hapo awali.

R: Hilo ni sahihi. Hatujawahi, katika uelewa wa kibinadamu, kusonga mbele zaidi kutoka sehemu hii ya wakati. Hii ni mara ya kwanza. Hamtambui umuhimu wa kiwango hiki kipya cha kazi. Hii ni mara ya kwanza kuletwa katika sayari Dunia katika viwango hivi.

D: Ndiyo maana niliambiwa kwamba ulimwengu mzima unatazama kuona kitakachotokea?

R: Hilo ni sahihi.

D: Lakini kwanza lazima tupitie kipindi hiki cha sasa.

R: Hilo ni sahihi.

D: Ndiyo maana inaitwa "T ime of T roubles". (Kinachojulikana na Nostradamus katika vitabu vyangu vya utabiri wake.)

R: Wakati wa Taabu kimsingi ni karma ya dunia kufikia sehemu ya kujibadilisha. Dunia ni kiumbe hai na kinachopumua, pamoja na yote yanayojiumba ndani yake. Ubinadamu ni kama kiroboto juu ya ngozi ya dunia. Sisi sote ni sehemu ya mchakato wa mpito, kusudi. Nishati mpya kabisa itakayopanuliwa katika mfumo wa sayari. Sayari nyingi ziko hapa kusaidia. Haziko hapa kulazimisha au kudhibiti. Ziko hapa kusaidia.

D: Ninaamini hilo, kwa sababu nimeambiwa na wengine wengi. Na pia najua kuhusu sayari kuwa kiumbe hai, kwa sababu ni dhana nilizopewa pia. Kwa hiyo unasisitiza taarifa zilezile.

R: Hilo ni sahihi kabisa. Kuna mengi zaidi yatakayokuja kwako. Unastahili mengi sana kwa sababu ya kazi uliyoifanya. Baraka utakazopewa ni baraka za upendo kamili.

D: Basi inaruhusiwa nikitumia taarifa tuliyopewa leo?

R: Kabisa. Taarifa hii ni ya watu wote. Si ya mtu mmoja. Na Robert ataelewa kwamba maumivu ni maumivu ya kazi aliyochagua kufanya. Maumivu haya yakieleweka, yatakubalika, yataweza kuvumilika. Kazi anayopaswa kufanya iko nyuma ya maumivu. Na maumivu yako nyuma ya kazi anayopaswa kufanya. Yote ni sehemu ya ahadi. Yote ni sehemu ya kusudi la uumbaji lililo nyuma ya kazi na nishati mtoto alichagua kufanya nayo kazi. Haiwezi kuingiliwa kamwe. Ameambiwa hili. Pia kuna kusudi lingine linalohitaji kupanuliwa kwako katika wakati huu, kwa sababu uko karibu kukutana nalo.

D: Ni lipi hilo?

R: Umepewa taarifa jioni hii kuhusu muundo mpya kabisa wa mpito wa wanadamu. Hili likiwa ni kusudi lililo nyuma ya baadhi ya wanadamu ambao watakuwa tofauti kabisa na ulivyozoea. Kinachotokea sasa ni kwamba kuna wanadamu waliopo katika kiwango cha kimwili, lakini wanabeba uingizwaji wa roho ambao hauwezi kusomwa. Mtoto huyu aliyeketi hapa leo hawezi kusomwa katika kiwango cha kiakili, katika kiwango cha uchunguzi wa nishati, katika kiwango chochote hawezi kusomwa. Kwa sababu tunajua vizuri katika sayari hii, ukisomwa unaweza kulengwa na kuingiliwa. Mzunguko huo umeondolewa. Hawezi kusomwa. Kwa hiyo ukijaribu kumsoma kwa hisia za ndani, utapata kusudi tofauti la mazingira. Wewe binafsi hutapata hilo, kwa sababu uko katika kiwango cha kusudi la mageuzi. Kiwango chako cha mwili wa mwanga ni cha uzuri na upendo. Wale ambao hawako katika kiwango hicho hawataweza kuungana naye, na wengi wengine kama yeye wanaofanya kazi hii. Sasa utaanza kuelewa kwamba kuna aina mbili hapa. Wale wanaoweza kuunganishwa nao, na wale wasioweza.

D: Ni aina ya ulinzi.

R: Hilo ni sahihi. Ulinzi wa chini ya fahamu uliowekwa. Kwa hiyo kinachotokea ni kwamba mtoto huyu hayumo katika mchakato wa mageuzi ya karma.

D: Ni muhimu alindwe.

R: Ni muhimu. Amelindwa. Pia huu ni mchakato wa kujifunza kwako jioni hii, kwa sababu ninaamini utaanza kukutana zaidi na kusudi hili, kwa sababu umeialika nishati hii. Na nishati imejiita yenyewe.

D: Na nitapata watu zaidi wa aina hii.

R: Ndiyo, utapata. Usishangae.

Tulipofika mwisho wa kikao, nilikishukuru kiumbe huyo kwa taarifa na nikakiomba kijiondoe. Alijibu kwa sauti zile za kugonga-gonga. Robert kisha alirejeshwa na kurudishwa katika hali kamili ya ufahamu.

Kesi ya kuvutia ya kijana mzuri aliyekuwa akitengeneza makabati kwa kazi. Katika hali yake ya ufahamu wa kawaida, hakukuwa na dalili yoyote ya kile kilichokuwa chini ya uso wa utu wake.

Bila shaka, mambo mengi aliyosema yalikuwa ya kuchanganya na kusumbua kwa sababu yalikuwa magumu kueleweka. Zaidi kwa sababu ya namna kiumbe huyo alivyotumia lugha ya Kiingereza. Lakini moja kati ya hayo ilitimia. Alisema kulikuwa na wanafunzi saba walioko duniani kote. Hawa walikuwa watu maalum waliotumwa katika dunia hii. Walikuwa wakitetemeka katika mzunguko tofauti, hawakuwa wamefungwa na karma na walikuwa na kusudi maalum. Alisema nilikuwa nimekutana na mmoja wa saba, na kwamba ningekutana na mwingine. Wangeishi katika nchi tofauti na kuwa na asili tofauti za kitamaduni. Onyo kuu lilikuwa nisiwaweke katika mawasiliano. Kwa kushangaza na bila kutarajia, hili lilitokea wiki chache baadaye, baada ya kurudi Marekani. Nilikutana na mwanafunzi mwingine wakati wa darasa langu la hipnosi huko Fayetteville, Arkansas. Sijui kama nitaruhusiwa kukutana na wote saba, au kama nilipaswa tu kujua kwamba wapo. Labda kujua hilo kunatosha. Lakini alikuwa sahihi, wako katika mabara tofauti na wana asili tofauti za kitamaduni.

Nimekutana na watu wengi ambao, kupitia hali ya maono ya ndani na bila kujua kwa akili zao za ufahamu, walisema walikuja duniani katika wakati huu kusaidia wanadamu kupita katika mabadiliko yanayokuja. Lakini inaonekana hawa saba wako katika mtetemo tofauti kabisa na katika jukumu tofauti.

Sura ya 14

VIUMBE WALIOENDELEA

Kikao hiki kilikuwa mfano kamili kwamba "wao" waliendelea kujitokeza kupitia wateja wangu wengi, mara nyingi katika hali zisizo za kawaida na zisizotarajiwa. Kesi hii hakika haikutegemewa. Nilikuwa nimerudi kutoka Uingereza wiki chache tu kabla. Huko, wakati wa kikao na Robert huko Glastonbury, "wao" walisema kwamba nilikuwa nimekutana na mmoja wa watu maalum waliokuwa wamejitolea au kutumwa kusaidia katika mabadiliko yanayoendelea duniani leo. Walisema kulikuwa na watu saba maalum au wanafunzi hawa, na nilikuwa nimekutana na mmoja wao nilipofanya kazi na Robert. Na kwamba ningekutana na mwingine hivi karibuni. Lakini nilipewa onyo nisiwaweke katika mawasiliano. Walipaswa kuendelea katika njia zao wenyewe, hata kama walikuwa katika maeneo tofauti kabisa ya dunia. Sikuwa najua kwamba ningemgundua wa pili wiki chache tu baadaye katika mazingira yasiyo ya kawaida kabisa.

"Wao" walikuwa wakinionya katika mwaka mzima wa 2002 kwamba nilikuwa nikisafiri sana nikitoa mihadhara katika makongamano na maonesho. Katika kilele cha kazi yangu mwaka 2001 na 2002, nilikuwa ndani ya ndege kila wiki nikizungumza katika sehemu mbalimbali za dunia. Haikuwa ajabu kwangu kwenda katika miji miwili au mitatu tofauti ndani ya wiki moja kabla ya kurudi nyumbani, kisha kuanza tena safari nyingine. Nilianza kuhisi mkazo, hivyo nilijua walikuwa sahihi. Walisema sikuhitaji kusafiri sana kama nilivyokuwa nikifanya hapo awali. Kwamba vitabu vyangu sasa vingeweza kusimama peke yake. Nishati ilikuwa tayari nje huko na ingeendelea kuongezeka. Walitaka niandike zaidi, na nifundishe mbinu yangu ya hipnosi zaidi. Walisema itakuwa tiba ya siku zijazo. Nikasema bado ningelazimika kusafiri ili kufundisha, lakini walisema, "Waache waje kwako." Na kwa kushangaza, hilo ndilo lililotokea. Nilianza kushikilia madarasa yangu katika mji jirani wa Fayetteville, Arkansas, na watu wamekuwa wakija kutoka kote ulimwenguni kujifunza mbinu hiyo.

Katikati ya Agosti 2002, nilikuwa nikifanya darasa lingine la mafunzo ya hipnosi katika mji huo jirani. Huwa naweka madarasa yangu madogo ili kuwe na mwingiliano zaidi na ushiriki wa binafsi, kufanya iwe rahisi kuelewa mbinu yangu. Sikuwa nimefanya madarasa mengi, hivyo bado nilikuwa nikibuni utaratibu wa jinsi ya kuyaendesha. Katika madarasa ya awali, nilikuwa nikiwafanya wanafunzi (ambao tayari walikuwa wahipnosi waliothibitishwa) wafanye mazoezi kwa kila mmoja siku ya mwisho. Katika darasa hili, niliamua kujaribu kitu tofauti, kwa sababu ingawa nilikuwa nimefundisha mbinu yangu, hawakuwa na muda wa kutosha kuisoma kwa kina. Wangehitaji kufanya hivyo waliporudi katika kazi zao. Hapo awali, matokeo yalikuwa ya kukwama kwa sababu haikuwa mbinu waliyoizoea. Hivyo mwishoni mwa siku ya pili ya mafunzo, nilijadili hili na darasa. Wote waliamua wangependa kuniona nikifanya maonesho kwa mmoja wa wanafunzi, ili waweze kuangalia. Walidhani hilo lingekuwa bora zaidi. Bila shaka, hilo humweka mwalimu katika hali ya shinikizo. Ingawa nina mafanikio makubwa na mbinu yangu, hii ingekuwa katika mazingira tofauti, kama samaki ndani ya bakuli la kioo. Vipi kama, kwa sababu ya watu wote kutazama, mhusika angekuwa na wasiwasi na kujitambua sana na kupinga kuingia katika hali ya nusu usingizi? Ningelazimika kufanya kazi kwa bidii zaidi kama hilo lingetokea, hivyo nilikuwa na wasiwasi kama lingefanikiwa. Watu kadhaa walitaka kujitolea kuwa mhusika wa majaribio. Suluhisho lilikuwa kila mmoja aandike jina lake kwenye karatasi na kuweka ndani ya boksi, kisha ningechagua mmoja kwa maonesho asubuhi iliyofuata. Nilichanganya majina, na karatasi moja ikaonekana kuruka juu na kushikamana na mkono wangu. Ilikuwa ya Estelle.

Alikuwa mwanafunzi wa dakika za mwisho. Sitataja alikotoka kwa sababu zitakazokuwa wazi baadaye. Nilikuwa nikitoa mhadhara katika mkutano, na watu wawili walitaka kuhudhuria darasa langu wiki iliyofuata. Tayari nilikuwa nimefikia idadi niliyotaka kwa darasa, hivyo sikujua kama kungekuwa na nafasi. Nilipopiga simu ofisini kwangu nikagundua watu wawili walikuwa wameghairi dakika za mwisho, hivyo nikamwambia Estelle kulikuwa na nafasi kama angependa. Kwa sababu aliamua kuja dakika za mwisho, ilibidi alipe zaidi kwa tiketi yake ya ndege. Mwanzoni alikuwa na shaka kuja, lakini aliamua kwamba fursa hiyo ilitolewa kwa sababu fulani, na ilistahili gharama. Pia alishangaa jinsi bosi wake alivyokubali kwa urahisi kumpa siku chache za mapumziko kazini. Alisema baadaye kwamba alikuwa ametaka kikao sana, hivyo hakushangaa jina lake kuchaguliwa.

Mmoja wa wanafunzi alikuwa na chumba cha hoteli kilichokuwa kama suiti, hivyo tuliamua asubuhi iliyofuata tukutane kwanza darasani, kisha tuende chumbani kwake. Baadhi ya wanaume walibeba viti vya ziada, na chumba kilijaa sana. Kulikuwa na wanafunzi kumi, msaidizi wangu na mimi, jumla ya watu kumi na wawili ndani ya chumba kidogo cha hoteli. Usiku huo, nilikuwa na wasiwasi zaidi kwa sababu Estelle alikuwa na lafudhi, na wakati mwingine nina shida kuelewa lafudhi wakati mteja yuko katika hali ya nusu usingizi. Wanapokuwa katika hali ya kina, sauti yao huwa laini na ya kukokota. Nilikuwa na matatizo makubwa nilipofanya vikao huko Hong Kong na Singapore, lakini hatimaye nilizoea lafudhi hizo. Mawazo haya yote yalipita akilini mwangu tulipokuwa tukijiandaa kuanza. Sikuwa na haja ya kuwa na wasiwasi, kwa sababu "wao" walikuwa mbele yangu tayari na walikuwa wangeshughulikia kila kitu.

Chumba kilijaa sana wanafunzi walioketi kwenye sofa, kwenye viti vyote vilivyopatikana na wengine sakafuni. Estelle alikuwa juu ya kitanda cha watu wawili, nami nikawaambia wote wawe kimya kabisa nilipoanza. Sikujua kwamba mambo ya ajabu tayari yalikuwa yakitokea hadi kikao kilipoisha, lakini "wao" walikuwa tayari wamechukua usimamizi. Kwa sababu kwa kawaida sirekodi sehemu ya kuanzisha, kipaza sauti kilikuwa kimewekwa juu ya meza ya pembeni karibu na kinasa sauti. Natumia kipaza sauti cha mkononi, kwa sababu hukishika karibu na mdomo wa mteja. Sauti yao inaweza kuwa laini sana wanapokuwa katika hali ya kina, na kwa njia hii nina hakika maneno yatanaswa kwenye kinasa sauti. Wengine hutumia vipaza sauti vya shingoni, lakini hii ndiyo njia ambayo nimekuwa nikirekodi vikao vyangu. Aina hii ya kipaza sauti inaweza kudhibitiwa kwa kubonyeza kitufe juu yake, hivyo kinasa sauti hakiwezi kuanza hadi nikipokee kipaza sauti na kukiwasha. Zaidi kuhusu hili baadaye.

Nilianza kuanzisha na alishuka mara moja. Hivyo hofu yangu ya kwanza haikuwa na msingi. Hakujali idadi ya watu ndani ya chumba. Hawakusababisha usumbufu wowote. Katika mbinu yangu, kwa kawaida humwomba mhusika aone mahali ninapokiita mahali pazuri, mahali pasipo na wasiwasi au matatizo. Humruhusu achague mahali anapoona kuwa pazuri zaidi na penye amani. Kutoka hapo mbinu iliyobaki humpeleka katika maisha ya zamani, ambayo ilikuwa lengo la maonesho. Lakini Estelle hakusubiri nikamilishe kuanzisha lote. Hili wakati mwingine hutokea, na nimezoea sana kiasi kwamba hutambua kwa maelezo yao ya mahali pazuri. Halikusikika kama mahali pazuri la kawaida. Kwa kweli, halikusikika hata kama la Dunia.

E: Ni mahali ambapo kuna maua mengi ya ajabu na rangi tofauti. Upepo unavuma. Nahisi upepo mwanana. Kuna fuwele nyingi pale. Vyanzo vingi vya nguvu. Ndege wanaruka, naweza kuona rangi zao tofauti.

Hapo ndipo niligundua hakuwa akizungumzia Dunia. Alikuwa ameruka mbele yangu, tayari akipitia kitu, mahali fulani. Nikachukua kipaza sauti kutoka mezani na kuwasha kinasa sauti. Hali ndani ya chumba kilichojaa ilikuwa ya msisimko. Hakuna aliyetoa sauti, lakini kila mmoja alihisi kwamba jambo lisilo la kawaida tayari lilikuwa likitokea. Hasa kwa sababu sikuruhusiwa hata kukamilisha sehemu ya kuanzisha niliyokuwa nimewafundisha. Haikuwa ya lazima.

D: Unamaanisha nini unaposema fuwele na vyanzo vya nguvu?

E: Fuwele kubwa zinazotoka ardhini. Na ni ndefu, kama futi tatu au nne. Zina ncha juu.

D: Kwa nini uliziita vyanzo vya nguvu?

E: Zinazalisha nishati.

D: Kuna kitu kingine karibu?

E: Rangi ya sakafu. Rangi ni kijani, lakini si nyasi kama tunavyozijua. Ni kitu kinachofanana na nyasi. Lakini ni kijani na kinafunika ardhi.

D: Na fuwele hizi zinatoka humo?

E: Ndiyo, na zimewekwa kimkakati ili kuzalisha nishati katika eneo hilo.

D: Ni eneo gani hili?

E: Ni mahali mbali sana. Nataka kusema ... galaksi nyingine?

D: Kuna majengo yoyote?

E: Hapana. Ni kama eneo maalum la kwenda pale kujichaji nishati na wakati huo huo kupumzika na kuhisi amani.

D: Kwa hiyo si mahali watu wanaishi wakati wote?

E: Ndiyo.

D: Ni kama kwenda likizo? Unaenda pale hasa kujichaji nishati na kupumzika.

E: Hilo ni sahihi.

D: Ni akina nani wanaoenda pale kujichaji nishati?

E: Una viumbe wa aina mbalimbali wanaoenda pale.

Inaonekana ndiyo sababu bila kujua alichagua mahali hapo kama mahali pake pazuri. Watu wengine huona mahali walipowahi kwenda likizo ambayo ilikuwa maalum sana kwao.

E: Mara tu wanapolifahamu wanaweza kujielekeza pale.

D: Ah, wanajielekeza bila kutumia chombo?

E: Hilo ni sahihi. Mtu yeyote anaweza kujielekeza pale kama ataungana na mahali hapo au atalifahamu. Unakaa kwa muda, si mrefu sana. Inatosha kuhisi nishati na kupata hali ya amani na utulivu, kisha unaweza kurudi pale ulipokuwa. Na kuendelea na kile ulichokuwa ukifanya.

D: Unaenda pale katika mwili wa kimwili?

E: Unaweza kwenda pale katika mwili wa kimwili au unaweza kuelekeza nishati yako pale.

D: Unapokuwa pale, unaonekana katika umbo la kimwili ... kama aina fulani ya umbo?

E: Viumbe wengine wanaweza. Wanaweza kuonekana katika umbo lao. Ni mahali ambapo kila mtu anakaribishwa.

D: Na unaenda pale mara nyingi?

E: Ndiyo. Ninafurahia mahali hapo sana. Hunipa hisia ya utulivu na ufahamu.

D: Kisha lazima urudi pale unapofanya kazi yako?

E: Hilo ni sahihi.

D: Unaporudi kutoka mahali hapo pazuri na kujielekeza tena pale unapofanya kazi, mahali hapo panaonekana vipi?

E: Kazi inafanyika kwa wakati mmoja katika ngazi ya Dunia. Na kazi pia inafanyika katika mahali mbali sana, katika kile mnachoweza kuita kituo. Inafanyika katika galaksi nyingi, vipimo vingi. Lakini kituo cha nyumbani kwa sasa ni Dunia.

D: Kwa hiyo unafanya yote mawili kwa wakati mmoja?

E: Hilo ni sahihi.

D: Unapofanya kazi katika ngazi ya Dunia, mwili wako unaonekana vipi?

E: Ni mahali ambapo unatangamana na viumbe wengi pia kama unafanya katika nafasi hiyo takatifu. Unawatambua wengine wengi kwa kuangalia macho yao. Unawatambua kwa kuunganishwa na nguvu zao. Na licha ya yote masks kwamba wao kuvaa, wewe kuwa na ufahamu wa nani ni. Unaangalia ndani yao na unatambua yao nishati.

D: Je, hiki ni kitu ambacho mtu wa kawaida hangeweza kufanya kujua?

E: Wengi wanajua hili. Na wengine wengi wanaifahamu, lakini sio kwa kiwango cha ufahamu.

D: Unapofanya kazi kwenye ndege ya Dunia, yako inafanya nini mwili unaonekana kama e?

E: Ninapofanya kazi kwenye ndege ya dunia, mwili wangu unaonekana kama wengi zaidi watu. Inachukua sura ya kibinadamu. Lakini ni kama mask hiyo Mimi kuvaa. Ninaionyesha ili wengine waone wao ni nini kutumika kuona.

D: Umbo la kawaida la kimwili.

E: Hilo ni sahihi.

D: Hiyo ndiyo barakoa ya Estelle?

E: Hilo ni sahihi.

Ilikuwa ya kuvutia kwangu kugundua kwamba maana ya neno mtu/utu ni barakoa. Imetokana na neno la Kilatini persona. Kihalisi: barakoa ya mwigizaji, hivyo mtu.

D: Hiyo ndiyo barakoa unayovaa kwa sasa Duniani ukifanya kazi yako. (Ndiyo.) Ni barakoa nzuri sana, ni nzuri. Na hiyo ndiyo wengine wanaona.

E: Hiyo ndiyo wanayoona.

Robert pia alisema kwamba kile watu walichokiona kama umbo lake la kimwili kilikuwa ni udanganyifu tu. Ingawa watu hawa wawili kwa hakika walionekana kuwa halisi na wa kibinadamu kwangu.

D: Unaonekanaje bila barakoa?

E: Bila barakoa, mimi pia nina umbo la kimwili lililozungukwa na mwanga. Ni umbo la kimwili lenye sura, lenye uzito. Lakini ndani ya umbo hilo la kimwili, katika kingo za nje, pia kuna nishati na mwanga.

D: Nimeambiwa kwamba umbo la msingi la kila mtu ni mwanga.

E: Hilo ni sahihi. Hivyo ndivyo wengine wangeliwona. Lakini wakitazama kwa kina zaidi ndani, wataona kwamba lina umbo jingine la kimwili, kama mnavyosema kimwili. Kwa sababu lina umbo la mahali lilipotoka. Na mahali lilipotoka, kulikuwa na umbo, lakini lilikuwa tofauti.

D: Umbo hilo lilikuwa vipi?

E: Lingetajwa Duniani kama umbo la "reptilia". Lazima niseme kwamba kuna viwango vingi vya umbo la reptilia.

D: Hapo ndipo unaishi kwa wakati mmoja, unamaanisha?

E: Hilo ni sahihi.

D: Kwa hiyo una umbo la reptilia mahali pengine? Na umbo la Dunia hapa? Naelewa vizuri?

E: Kuna sehemu ya nishati iliyo pale katika mahali pale pengine, lakini uzoefu wa sasa unaishiwa hapa katika ngazi hii ya kimwili ya Dunia.

Nimesikia mambo mengi ya ajabu katika kazi yangu kiasi kwamba kauli hii haikunisumbua. Huendelea tu kuuliza maswali, kwa sababu kila kitu kinawezekana katika aina hii ya kazi. Lakini nilitazama chumbani kuona jinsi kauli hii ilivyowaathiri wanafunzi wangu. Walikuwa kimya kabisa, macho yao yakiwa yamemkazia mwanamke aliyelala kitandani bila kusogea. Hapa kulikuwa na mwanamke mzuri wa makamo mwenye nywele nyeusi akisema kwamba anaishi maisha ya wakati mmoja kama reptilia katika sayari nyingine. Na haikuwashtua hata kidogo. Labda walikuwa wamesoma vitabu vyangu vya kutosha kujua kwamba chochote kinawezekana katika aina hii ya hipnosi, lakini ilikuwa si kawaida kwangu kuwa na wengine wakishuhudia jambo kama hili. Baada ya kikao tulipoenda chakula cha mchana, mmoja wa wanafunzi wanaume aliniambia ilikuwa jambo la kushangaza zaidi kuwahi kuona. Katika kesi hii, vitendo vilizungumza zaidi kuliko maneno. Maonesho yaliwafundisha zaidi kuliko darasa. Ni jambo moja kuwaambia jinsi inavyofanywa, na jambo lingine kabisa kuwaonyesha. Kujifunza kwa kitabu dhidi ya uzoefu wa moja kwa moja.

Niliendelea, "Huko mahali pengine kukoje?"

E: Huko mahali pengine, tunatazama galaksi nyingine ili kuhakikisha kila kitu kiko sawa, kwamba hakuna anayefanya au kusababisha madhara kwa wengine. Na hapo tunaangalia na kufuatilia yote yanayoendelea.

D: Hiyo inaonekana kama kazi kubwa sana. Kuangalia kila kitu.

E: Ni kubwa, lakini tumefundishwa kwa hilo. Na ni jambo ambalo ukishafundishwa, linakuwa la kawaida kwako. Kama ilivyo kwa mambo yote unapofundishwa, haijalishi uko wapi.

D: Itakuwa kazi kubwa kuangalia kila kitu. Je, mnatumia mashine kufanya hili?

E: Unafanya kwa kutumia akili yako.

D: Hiyo ina maana mna uwezo mkubwa wa akili, sivyo?

E: Ndiyo, tunaelekeza akili katika maeneo mbalimbali. Kila mmoja ana maeneo maalum anayounganishwa nayo, lakini wakati wowote anaweza kujielekeza katika maeneo mengine. Binadamu bado hawajakuza uwezo huo.

D: Ulisema hii ni kama kituo cha nyumbani?

E: Ndiyo, mngeita kituo cha nyumbani.

D: Kama makao makuu?

E: Kama kituo.

D: Je, ni chombo au ni sayari?

E: Si chombo, wala si sayari kama mnavyoielewa sayari. Ni zaidi ya ... mahali, kituo.

D: Nafikiria mahali pa kimwili fulani.

E: Ni kama ... eneo lililofungwa ... ndani ya anga wazi .... Ukifikiria anga, kwa mfano. Na ndani ya anga hili, kuna eneo lililofungwa ndani yake, linalofuatilia maeneo tofauti yanayolizunguka. Hicho ndicho kingekuwa.

D: Nafikiria ulimwengu wa roho tunakoenda baada ya kuacha mwili wa kimwili. Je, ni kama huo au tofauti?

E: Hii ni tofauti, kwa sababu huu si ulimwengu wa kiroho. Hapa ni mahali pa kimwili. Ni mahali ambapo kuna kile mngeita umbo la kimwili. Si kimwili kama wanadamu wanavyochukua, bali umbo ambalo viumbe kutoka maeneo mengine huchukua ili kuweza kuishi.

D: Je, ni kama kipimo kingine?

E: Ingekuwa zaidi kama galaksi tofauti.

D: Ambapo nyote mmeumba mahali hapa tu angani, kwa namna fulani?

E: Ndiyo, ni kana kwamba mahali hapo liliumbwa kwa sababu linatimiza kazi fulani maalum. Na hapo ndipo tunaishi.

D: Je, inahitaji nguvu ya pamoja ya akili ya kila mmoja kulifanya liendelee kuwepo?

E: Hapana. Mara tu linapoletwa katika uwepo, linaendelea kuwepo. Kwa sababu lina kusudi maalum na ni kusudi endelevu.

D: Kwa hiyo lipo iwe mpo au hamupo.

E: Hilo ni sahihi.

Hili lilifanana na kesi ya yule kiumbe kama mtu wa mapango aliyekuwa akiishi katika ulimwengu wenye jua la zambarau. Nafsi yake ya ndani ilisema haukuwa sayari, bali galaksi inayofanya kazi chini ya sheria tofauti tusizoweza kuelewa. Viumbe hao pia waliunda kila kitu walichohitaji kwa akili zao.

D: Na ni kama makao makuu, kituo kikuu, mahali panapofanyika ufuatiliaji wa ulimwengu wote.

E: Hilo ni sahihi.

D: Inaonekana kama mahali penye nguvu sana. Taarifa hizi zinahifadhiwaje ikiwa mnazikusanya kwa akili zenu?

E: Hazihifadhiwi kama mnavyohifadhi katika kompyuta, kwa sababu hiyo imepitwa na wakati. Lakini zinahifadhiwa kama vile mnavyofikiria kuhifadhi kwenye diski. Lakini ni kama diski ndogo sana inayohifadhi mamilioni ya vipande vya taarifa.

D: Hiyo ingeifanya kompyuta zetu zipitwe na wakati. Na taarifa hizi zinasomwaje ikiwa ni diski ndogo tu?

E: Zinasomwa kwa akili. Unaposhika mkononi, unapokea taarifa zote.

D: Unazozihitaji? (Ndiyo.) Vinginevyo, ingekuwa mvua ya taarifa, sivyo?

E: Hilo ni sahihi, hutaki kuweka taarifa nyingi kupita kiasi katika akili, kwa sababu si lazima.

Jambo jingine la ajabu lililotokea muda mfupi baada ya kikao kuanza, ni kwamba Estelle alipoteza lafudhi yake tulipoingia katika ulimwengu huu mwingine. Kiumbe kilichokuwa kikizungumza kupitia yeye kilikuwa na namna sahihi na wazi ya kutamka maneno. Bila shaka, hilo lilinifanya iwe rahisi. Sikuhitaji kusikiliza kwa makini sana. Ilikuwa wazi kwa kila mtu chumbani kwamba huyu hakuwa Estelle akizungumza.

D: Sitaki kukudharau au kukukera, lakini katika wakati wetu watu wengine wana dhana kwamba jamii ya reptilia ni hasi.

E: Hiyo ni kwa sababu bado kuna wengi walio hasi. Lazima uelewe kwamba katika kila kitu, kuna mizani. Kuna mizani hapa pia. Kuna mizani kila mahali. Na hasa katika ngazi ya Dunia, viumbe wengine wanapokuja kuishi, utaona hali ya pande mbili zaidi kuliko katika maeneo mengine. Kwa hiyo, kuhusu reptilia, kuna wengi hapa Duniani wanaobeba nishati hiyo. Na kwa sababu wanabeba nishati hiyo hasi – kulipa neno hilo – ni zaidi nishati iliyopoteza mwelekeo wa nafsi yake ya kweli. Watafanya mambo ambayo ndiyo, yataonekana kuwa hasi.

D: Lakini hiyo si asili ya kweli ya watu wenu.

E: Sio katika wakati ujao, kama mnavyoweza – kwa kukosa neno bora – kuita wakati ujao.

D: Je, hapo ndipo unapozungumza kutoka?

E: Hilo ni sahihi.

D: Unajua unazungumza kupitia chombo, yule uliyosema anaishi katika ngazi ya Dunia. Moja ya maswali aliyokuwa nayo ni: je, anaishi kwa wakati mmoja katika wakati ujao?

E: Nazungumza kutoka wakati ujao. Lakini pia nazungumza kutoka kile mnachokiita sasa. Nazungumza kwa wakati mmoja kutoka pande zote mbili. Kwa sababu mimi ni mmoja.

D: Kwa hiyo, katika maisha haya ya wakati ujao, uko katika kituo hiki ukikusanya na kuandaa taarifa. Kwa nini basi uliamua pia kuishi katika kipindi chetu cha karne ya ishirini na moja?

E: Kwa sababu ya kile kilichokuwa kinatokea hapa, na kinachoendelea hapa kuhusu jamii ya reptilia. Kuna wengi walio katika nafasi za nguvu na mamlaka wanaotumia vibaya nguvu hiyo kudhibiti na kuendesha. Na niliombwa kuja hapa kusaidia, kuelimisha na kuwajulisha wengine kinachoendelea. Kwa sababu wachache hawawezi kudhibiti wote. Na kwa sababu wote hawafahamu, wanaruhusu wachache kudhibiti na kuendesha.

D: Kwa hiyo ulichagua kuja kwa wakati mmoja huku ukiishi pale, kuwa na sehemu ya nishati yako iingie katika mwili wa kimwili?

E: (Anavuta pumzi) Sikuingia katika mwili wa kimwili. Nilibadilisha umbo na kuwa mwili wa kimwili. Lakini ili nishati yangu iwe hapa na kuendana na nishati ya sayari, ambayo ni nzito, na kuweza kuishi katika nishati hiyo nzito, ilibidi nizaliwe kupitia kiumbe cha kimwili. Lakini watu niliowachagua kuja kupitia wao, mmoja, baba ni reptilia pia. Daima amekuwa reptilia. Katika uwepo wake wote, amechagua kutopitia chochote kingine. Na kwa uzoefu huu wa Dunia, alichagua kuwa chombo kuruhusu nishati yangu ipite. Yule ambaye ni mama yangu wa kimwili alinibeba kwa miezi tisa tu, kama muda unavyoeleweka. Kazi nyingi na maandalizi yalifanyika ili aweze kubeba nishati yangu, kwa sababu hakuweza hapo awali. Hivyo ilibidi aandaewe ili niweze kukaa katika nafasi hiyo na kisha kuzaliwa na kuwa, kwa namna fulani, nimesimikwa ardhini.

D: Lakini mwili uliundwa kijeni kutoka kwa DNA ya mama na baba, sivyo?

E: (Anavuta pumzi kwa uzito) Ni mchakato tofauti ambao haujaeleweka kikamilifu na wanadamu. Ndiyo maana unaonekana wa kibinadamu. Lakini kama uchunguzi ungefanywa kugundua muundo wa kweli wa kijeni, wangegundua kuna mambo yaliyo tofauti.

D: Kama mtu angechunguza DNA au jeni za yule anayejulikana kama Estelle?

E: Hilo ni sahihi. Ndiyo maana mwili wa kimwili hauugui. Kwa sababu hauwezi kufanyiwa uchunguzi na majaribio.

D: Ndiyo maana hutaki madaktari wachunguze mwili?

E: Hiyo ni sawa. Watapata kitu tofauti na basi watataka kuchunguza. Na hiyo haitakuwa kuruhusiwa. Kwa hivyo haruhusiwi kuugua. Mpaka yeye na ISI wanasema mimi na yeye kutofautisha alipo kuwasiliana, na ninapowasiliana, hata ingawa sisi ni sawa. Yeye wakati mwingine hairuhusu habari ya kuja kupitia.

D: Kwa nini hivyo?

E: Hajapata amani kamili na uzoefu wake wote kwenye ndege ya Dunia.

D: Lakini unajua ni vigumu kwa mwanadamu kuelewa hii.

E: Imekuwa vigumu kwangu kujiona katika sayari hii Dunia.

D: (Anacheka) Ni tofauti, sivyo?

E: Ni tofauti sana.

D: Kwa sababu umebadilika zaidi ya hapo.

E: Hiyo ni sawa. Nimekuwa na maisha mengi, au niseme, roho yangu imekuwa na maisha mengi kwenye ndege ya Dunia. Ni ilikuwa mshangao kwangu nilipochaguliwa kurudi na uwe na uzoefu tena hapa.

D: Ulidhani umemaliza, sivyo?

E: Hiyo ni sawa.

D: (Anacheka) Ilikuwa ni wakati wa kwenda mahali pengine.

E: Hiyo ni sawa.

D: Kisha wakasema unapaswa kurudi. Ni karibu kama Kwenda kurudi kwenye bustani ya chekechea, sivyo?

E: Hiyo ni sawa, na nilihisi jukumu kubwa kuwa nalo kurudi kujua mazingira ya nini ilikuwa kuwa. Nilihisi peke yangu.

D: Je, ni kwa sababu hakuna wengi wa aina yako hapa?

E: Hiyo ni sawa. Na nilijua wengi ningekuwa kukutana, itakuwa ya aina ambayo ilikuwa ikifanya kazi nayo nguvu zao kusababisha madhara na kusababisha udhibiti. Hiyo ilikuwa sababu kwa nini, kama umri wa miaka mitatu, nilikuwa na uzoefu niliokuwa nao. Kwa sababu ilikuwa muhimu kusaidia mwili wa kimwili husahau ni nani, na ulikuwa wapi kutoka na kile kinachohitajika kufanya. Kwa maana, kama ilikuwa ilianza katika umri huo mdogo kusema mambo ambayo yatakuwa ni muhimu kusema, ingekuwa imeondolewa.

Taarifa hiyo ilikuwa mshangao usiotarajiwa.

D: Unafikiri hivyo? Au wangefikiri ni ajabu tu mtoto?

E: Hiyo ni sawa. Kulikuwa na wengi ambao walikuwa wakijaribu kutafuta nishati, lakini nishati ilifichwa kwa mtoto.

D: Kwa hivyo wasingefikiria tu kuwa ni mazungumzo ya kitoto. Wao wanaweza kukutambua?

E: Hiyo ni sawa. Kwa maana hatuzungumzii mambo ya kimwili tu viumbe. Pia tunafanya kazi na nishati tofauti, iwe zinachukuliwa kuwa za kimwili au la.

D: Kwa hiyo ilikuwa ulinzi?

E: Hiyo ni sawa. Ilikuwa ni ulinzi wa kulinda kiumbe kutokana na kuzungumza. Haukuwa wakati.

D: Nini kilitokea alipokuwa na umri wa miaka mitatu, kwa sababu hilo ni swali mojawapo alilotaka kujua?

E: Alipokuwa na umri wa miaka mitatu, alichukuliwa kwenye a ufundi. Kumbukumbu yake ni sahihi. Huku akitazama pande zote na kuona mahali alipokuwa, alijua hakuwa na madhara. Lakini ilikuwa ni mshangao kwa mwili wake kujikuta huko na sijui. Kupitia uwepo wote, tunayo kufahamu tunapowasiliana na kwa namna gani. Saa wakati huo, kulikuwa na pazia ambalo liliwekwa ili hakuna kumbukumbu itakuja ya yale ambayo yangekuja. Kama mtoto wa miaka mitatu, uzoefu ni ule wa jinsi unavyoitikia.

D: Kwa hivyo hadi alipokuwa na umri wa miaka mitatu, alikuwa na kumbukumbu yeye ni nani na alitoka wapi?

E: Hiyo ni sawa.

D: Lakini bado hakuweza kueleza?

E: Hakukuwa na maneno ya kueleza.

D: Hakuwa na msamiati. Hiyo ingeleta maana.

E: Hiyo ni sawa. Kwa hivyo alihisi kutengwa. Na bado, yeye aliweza kuwasiliana nasi na wengine wengi. Wakati wa kuwa na umri wa miaka mitatu, pazia liliinuliwa na yeye aliona kidogo zaidi, lakini hakuweza kujieleza basi, kwa hivyo kumbukumbu ilibidi iwekwe mahali hadi ilikuwa inafaa. Uunganisho bado ulifanyika, lakini sasa ilifanyika zaidi kwa kiwango cha kiakili kuliko kiwango cha mwili.

D: Na kwa usalama wake mwenyewe, unaweka pazia karibu naye wakati gani alikuwa kwenye mpango wa ... nini? Kufisha au kupunguza kumi hizo kumbukumbu?

E: Kwa zaidi au kidogo ... kufisha kumbukumbu, hiyo itakuwa a neno zuri.

D: Kwa hivyo angeweza kufanya kazi kama mtoto bila kusababisha visivyofaa umakini.

E: Ndiyo. Na bado kama mtoto alijisikia kutengwa, kwa sababu yeye hakuweza kuhusiana na chochote kilichokuwa kikiendelea karibu yake.

D: Nimepata watu wengi ambao wanahisi wametoka maeneo mengine. Wako wapweke sana hapa. Lakini ilikuwaje pazia kuwekwa wakati yeye alikuwa juu ya bodi t craf? Nini ilitokea wakati huo?

E: Alishikwa na hisia za kusalitiwa kujua kwamba hii ilikuwa ikiendelea, kwamba iliunda saa wakati, kipindi cha kutojali kwa kutotaka kuwasiliana tena.

D: Lakini, je, watu kwenye ufundi walifanya jambo fulani kimwili kwake kuunda kipofu hiki, pazia hili?

E: Kwa nguvu, sanduku liliwekwa ndani yake, hiyo kuruhusiwa mawasiliano ya mara kwa mara. Kubadilishana kwa habari, lakini sio kwa kiwango cha ufahamu. Ambapo kabla, ni ilifanyika kwa kiwango cha fahamu.

D: Unamaanisha nini unaposema sanduku?

E: Ilikuwa zaidi ya, sitaki kutumia neno "kupandikiza" per se, kwa hiyo ina maana hasi, lakini kwa kweli ni ulikuwa kama ... ungeitaje .... (Alikuwa na shida.)

D: Kweli, kwangu kipandikizi sio hasi, kwa sababu mimi waelewe.

E: Ilikuwa zaidi, tuseme ... kama jopo.

Nilikuwa nimesikia juu ya vipandikizi mara nyingi na mimi kuelewa madhumuni yao. Hii inaelezwa katika The Walinzi. Lakini sikuwahi kusikia kuhusu jopo kuwekwa ndani ya mtu yeyote.

E: Paneli yenye kina ndani yake. Ndani ambapo ... hivyo inayoitwa "sanduku" ilikuwa na chips kidogo. Sawa na zile za kwenye vituo vya udhibiti.

D: Ah, sehemu ndogo za elektroniki.

E: Ndiyo. Ambayo, kwa njia, pia ni sehemu ya utengenezaji wake wa mwili juu. Ndani ya uundaji wake wa mwili kuna - ningefanya nini kuiita - neno pekee linalokuja akilini litakuwa kama waya.

D: Waya hizi ziko ndani ya mwili wake. (Ndiyo.) Kwa nini wapo?

E: Kwa sababu yeye huwa ameunganishwa na kila kitu huko nje. Pia ni sehemu ya uundaji wake wa maumbile kama mtambaazi. Na kwa hiyo, katika sura shifting, kuangalia binadamu, yeye kubakia yote hayo ndani ya mwonekano wa mwili wa kimwili.

D: Ikiwa daktari angemchunguza, angepata haya mambo ya ajabu?

E: Angekuta mambo tofauti yakiendelea ndani. Angeweza kugundua kuwa nishati ingetiririka kwa njia tofauti kuliko yeye ilitumika na hapo ndipo hamu ya kuchunguza zaidi wangeingia.

D: Hmm, kwa hivyo hatuwezi kuwa na hiyo, tunaweza.

E: Hapana, hatuwezi.

D: Kwa sababu hawataelewa. Vivyo hivyo wewe alifikiri angekuwa hatarini akiwa na umri wa miaka mitatu kama wangejua nini kilikuwa kikiendelea. (Ndiyo.) Lakini, je, ni sawa kwetu kujua hii?

E: Ni sawa kwako kujua, kwa kuwa mlikuwa pamoja kama kikundi. Kuna mambo mengi ambayo utakuwa unafanya kwa pamoja kusaidia wote.

D: Kwa hivyo unajua kuwa hayuko hatarini kutoka kwetu.

E: Hapana, anaamini kila mtu hapa. Au, ni lazima niseme, tunaamini kila mtu hapa. Wameunganishwa.

D: Usingeruhusu habari hiyo kuja kama hukutuamini, je!

E: Hiyo ni sawa.

D: Kwa sababu singeweza kamwe kuweka gari katika aina yoyote ya hatari.

E: Hiyo ni sawa.

D: Kwa hivyo walio hapa, ndio waliochaguliwa kujua habari hii.

E: Ndio maana tulingoja hadi dakika ya mwisho ili kuwa sehemu yake kikundi. Kwa vile unavyojua, hapakuwa na nafasi mwanzo.

D: Ni kweli, alikuwa wa mwisho kuingia.

E: Ilibidi tuwe na uhakika kwamba nishati ambazo zingekuwepo sasa, ingelingana na kufichua mambo haya.

D: Na haikuwa bahati kwamba nilichagua jina lake wakati huo.

E: Ndiyo, alijua alipoweka jina lake kwenye kisanduku kuwa alijua alikuwa anaenda kuchuliwa, na rafiki yake aliyekuwa ameketi karibu naye pia alijua. Kwa hivyo ilikuwa uthibitisho kwa wote wawili ilipotokea.

D: Kwa hivyo, habari hii isingeruhusiwa kuja kwa wakati wote kama ulikuwa si kuamini kila mtu katika chumba cha kumlinda. Kwa sababu hatutaki hii kuwa maarifa ya umma. Ingemdhuru, sivyo?

E: Hiyo ni sawa.

D: Kwa hivyo nadhani kila mtu hapa ataiweka siri.

Niliangalia kuzunguka chumbani kwa wanafunzi niliposema hivyo, na wote walitikisa vichwa vyao kuonyesha kukubali. Nilijua walielewa uzito wa kulinda utambulisho wake, na jambo la pekee lililotokea waliporuhusiwa wote kushuhudia habari hizi za ajabu. Pia nilihisi kwamba kama wasingeheshimu ahadi hii ya faragha na ulinzi kwa Estelle, "wao" wangejua. Sijui nini kingetokea kama ahadi hii ingevunjwa, lakini nimefanya kazi nao kwa muda wa kutosha kujua kwamba lazima niwasikilize na nifanye wanavyosema. Kama nisingefuata maelekezo yao, ubadilishanaji wa taarifa ungesitishwa. Sijui nini kingetokea kwa wengine, lakini nafikiri walitambua uzito wa hali hiyo. Baadaye huenda wangejiuliza nini hasa kilitokea asubuhi hiyo, lakini wakati tukio lilipokuwa linaendelea, lilikuwa halisi kabisa. Nilikuwa nimezoea kuwasiliana na aina hizi za viumbe kwa miaka mingi, na nilijua ilikuwa jambo lisilo la kawaida kwao kuruhusu taarifa za aina hii zitoke mbele ya mashahidi wengi hivyo. Huenda hili pia lilikuwa limekusudiwa kuwaonyesha wanafunzi kwa njia ya wazi kile kinachoweza kutokea wanapotumia mbinu yangu ya hipnosisi, ili wasishtuke kama ingetokea katika vikao vyao. Onyesho moja lina thamani ya maneno elfu moja.

E: Tutakuwa tukiangalia. Ikiwa wanataka kushiriki sehemu ya uzoefu, inaruhusiwa, lakini msitumie jina wala mahali ambapo taarifa inaweza kupatikana.

D: Hiyo ni kweli. Nafanya kazi na watu wengi wa aina hii na daima ninaambiwa niwalinde.

Hii ndiyo sababu jina lake halisi, mahali alipo, na asili yake ya kikabila havitajwi hapa.

Nilikuwa na hamu kujua kuhusu paneli aliyosema ipo katika mwili wake, kwa sababu hii ilionekana tofauti na vipandikizi ambavyo nilikuwa navifahamu vizuri. "Iko wapi hiyo katika kichwa chake?"

E: Iko nyuma ya kichwa chake.

D: Ninavyoelewa, ingekuwa ndogo sana, sivyo?

E: Kwa kweli, hapana. Hii inafunika sehemu yote ya nyuma ya kichwa chake, sehemu ya chini. Kulikuwa na taarifa nyingi sana zilizohitaji kupokelewa na kuhamishwa kutoka sehemu moja hadi nyingine. Ndiyo maana iliundwa kwa namna hiyo.

D: Hm, kwa hiyo ni kubwa zaidi kuliko zile ninazozifahamu. Je, ni kitu cha kimwili au ni cha kietheria?

E: Ilikuwa zote mbili. Kwanza ilikuwa ya kietheria kisha ikawa ya kimwili, ili wengine waweze kuisikia na kuifahamu. Na kwa kuifahamu, wakawa na ufahamu zaidi wa yeye ni nani, sisi ni nani, na kushiriki maarifa hayo.

D: Je, ingeweza kuonekana kwenye picha ya eksirei kama mtu angemchunguza?

E: Ndiyo maana ililindwa kwa ngao ya nishati ambayo ingeonekana tu kwa wale walioruhusiwa kuiona.

D: Hiyo ndiyo sababu nyingine kwa nini haruhusiwi kuugua. Hamtaki uchunguzi.

E: Hiyo ni sahihi.

D: Pia mnamlinda dhidi ya kupata ajali yoyote?

E: Ndiyo. Wakati pekee alilazimika kuchunguzwa kidogo ilikuwa alipopata watoto. Kwa bahati mbaya kwa mwili wa kimwili, kwa sababu ya jinsi ulivyo, haukuweza kuzaa kwa njia ya kawaida. Kwa hiyo kilichoitwa upasuaji wa tumbo ilibidi ufanywe kumtoa mtoto.

D: Kwa hiyo mwili haukuundwa kwa namna ya kuzaa kawaida.

E: Hiyo ni sahihi, mwili haukupitia kile mnachokiita "uchungu wa uzazi".

D: Lakini madaktari hawakuona kitu chochote kisicho cha kawaida?

E: Hiyo ni sahihi, kwa sababu alipoingia kwa upasuaji, ilikamilika haraka na hakukuwa na sababu ya kuchunguza zaidi.

D: Na kabla ya kupata mtoto? Kwa kawaida wanafanya vipimo vingi wakati wa ujauzito.

E: Hakuna vipimo vilivyofanywa, kwa sababu alikuwa na afya njema. Walihakikisha tu lishe yake iko sawa. Kuhusu lishe, kwa kawaida huli au hahitaji vyakula vingi vinavyoliwa katika kiwango hiki cha kimwili. Ladha zake ni rahisi sana. Hatumii vyakula vilivyotengenezwa sana. Kwa sababu vitaufanya mwili wa kimwili uwe mzito zaidi, na yeye pamoja nasi hatutahisi vizuri.

D: Kwa kula vyakula vizito zaidi, mwili unakuwa mzito zaidi, na itakuwa vigumu kwa sehemu nyingine kuingia na kudumisha udhibiti?

E: Hiyo ni sahihi.

D: Kwa nini sasa anaruhusiwa kujua mambo haya?

E: Kwa sababu ni wakati wa kuamka na kuelimisha. Kadiri unavyojua zaidi, ndivyo unavyoweza kushiriki zaidi na wengine. Tunachokikabili sasa katika kiwango cha kimwili cha Dunia ni vita, lakini si vita kama wengine wanavyofikiri. Si vita ya kimwili, ingawa vita za kimwili zipo. Vita vinavyoendelea sasa ni kati ya giza na mwanga. Na mwanga unahitaji kuungana ili usambae, ili wale wanaodhibiti waweze kusimamishwa.

D: Hii ni sehemu ya kazi yake?

E: Hiyo ni sahihi.

D: Je, kuna wengi wenu mliokuja katika miili ya kimwili hapa Duniani?

E: Kwa upande wa aina yangu, ni wachache tu, lakini pia kuna aina nyingi tofauti zilizokuja kusaidia kwa njia hiyo hiyo.

D: Kwa sababu nimeambiwa kuna aina nyingi za viumbe vinavyokuja kusaidia, na baadhi yao ni roho zilizokuwepo tu kwenye sayari nyingine na kujitolea kuja katika mwili wa kimwili hapa kusaidia wakati huu.

E: Hiyo ni sahihi. Wengi sasa wamechukua uwepo wa kimwili, lakini roho yao halisi imeunganishwa na mambo mengi zaidi. Taarifa imetolewa kwao ili waweze kuamka kikamilifu na kujua wao ni nani na kwa nini wako hapa.

D: Baadhi ya wale ninaofanya nao kazi hupata ugumu kuzoea Dunia.

E: Hiyo ni sahihi, kwa sababu kadiri unavyokuwa na ufahamu zaidi wa ulikotoka, ndivyo inavyokuwa vigumu kuishi katika sayari iliyo nzito sana kwa sababu ya hasi iliyopo hapa. Hata hivyo hasi hiyo pia husaidia wengine kusonga mbele.

D: Wamenieleza hivyo, kwamba Dunia ni yenye vurugu na hasi nyingi, na hawataki kuwa hapa kwa sababu si kama walikotoka.

E: Lakini watabaki, kwa sababu hilo ndilo walilochagua.

D: Lakini wengine wanapata ugumu kiasi cha kujaribu kujiua ili kuondoka.

E: Kama tunavyojua, hii ni sayari ya hiari.

D: Ni kweli. Na kesi nilizofanya nazo kazi zililindwa kimiujiza wasifanye hivyo.

E: Msaada hupatikana kila mara unapohitajika, ikiwa unaombwa.

D: Na sasa wanapojua kwa nini wako hapa, wamesema watabaki hata kama hawapendi Dunia.

E: Hiyo ni sahihi.

D: Lakini nimegundua mawimbi tofauti ya watu wanaokuja. Wale wa kizazi cha Estelle walionekana kuwa na ugumu zaidi kuzoea kuliko watoto wanaokuja sasa.

E: Hiyo ni kwa sababu wale wanaokuja sasa wana ufahamu mkubwa zaidi wa wao ni nani. Watoto wanahitaji kulelewa na kueleweka kwamba si wajinga kwa sababu tu wako katika miili midogo. Wao ni wa hali ya juu zaidi kuliko wanadamu wengi waliopo sasa.

D: Ndiyo maana ninaenda kwa makundi mengi kuzungumza, kujaribu kuelimisha walimu. Hawawaelewi watoto hawa wapya.

E: Hiyo ni sahihi.

D: Watoto wanaonekana kuwa wa hali ya juu zaidi, lakini walimu hawajui jinsi ya kushughulika nao.

E: Watoto wanahitaji kufundishwa jinsi ya kufanya kazi na nishati pia, kwa sababu watasaidia katika mabadiliko haya. Kadiri watu wengi wanavyoamka, ndivyo nishati itakavyokuwa na nguvu zaidi.

D: Kwa hiyo ni sawa kama watoto wapya wanajua walikotoka?

E: Walichagua kuja kama watoto kwa sababu watoto wako wazi sana. Kwa hiyo wana ufahamu zaidi na wanaweza kufanya mengi zaidi. Zamani, watoto walipokuwa na ufahamu, watu wazima waliwaambia wanatunga hadithi na hawakuwatia moyo.

D: Unadhani sasa watu wazima wataelewa vizuri zaidi?

E: Wengi zaidi wataelewa na watoto watawaelimisha watu wazima.

D: Lakini tatizo sasa ni kwamba walimu na madaktari wanawapa watoto hawa dawa.

E: Ni juu ya wazazi kusimama na kusema hapana. Hapo ndipo ufahamu wa watoto hawa ulipo muhimu. Kuna wanaoandika vitabu kuhusu watoto hawa. Ni jukumu la kila mtu kushiriki maarifa na kuwafanya wazazi wajue wanashughulika na nani.

D: Nimeambiwa wao ni tumaini la dunia.

E: Hiyo ni sahihi. Katika umbo la roho mengi yanaweza kufanywa, lakini wengi wamechagua kufanya kazi katika umbo la kimwili.

D: Lakini dawa wanazowapa zina nguvu sana na si jambo zuri.

E: Dawa yoyote inayotumika si njia ya asili ya kuwa. Na fahamu kuwa dawa nyingi zaidi zitajaribiwa ili kufifisha akili na kufanya mwili uwe dhaifu. Hiyo itakuwa njia ya kuwaondoa wengi.

D: Unamaanisha baadhi ya dawa hizo zinalenga kuwaondoa watu?

E: Siyo watoto tu, bali pia watu wazima. Huo ndio ukweli wa wale wanaojaribu kudhibiti na kuendesha.

D: Nimewaza kwamba huenda ni njia ya kuondoa watu, kwa sababu wanazungumzia chanjo nyingi zisizohitajika.

E: Hiyo ni sahihi. Watu wengi hawajui kinachoendelea, lakini si kosa lao, kwa sababu wanaambiwa wanachotakiwa kuamini. Hapo ndipo ufahamu wa wewe ni nani na unafanya nini hapa unakuwa muhimu. Unaanza kuona mambo si kama yanavyoonekana. Kuna mengi zaidi yanayoendelea.

D: Lakini wanatumia hofu kuwafanya watu wakubali dawa na chanjo.

E: Hiyo ni sahihi. Na chanjo zitatumika kujaribu kuzuia wengi. Watu wanahitaji kukumbuka kwamba palipo na hofu, kuna udhibiti kutoka nje.

D: Kwa hiyo jambo kuu ni kubaki na afya ili tusihitaji dawa?

E: Hiyo ni sahihi. Jihadhari na kile unachofanya kwa mwili wako. Tafuta njia nyingine kabla ya kuchukua dawa. Wakati mwingine dawa itahitajika kusaidia mwili, lakini mara nyingi mambo yanaweza kushughulikiwa kwa njia nyingine isipokuwa kama ni somo la roho lililochaguliwa makusudi.

D: Je, ni sawa kutumia vitu vya asili kama mimea na madini?

E: Hiyo ni sawa, lakini muhimu zaidi ni kuruhusu mwili ujiponye wenyewe, kwa sababu una uwezo huo.

D: Lakini tunawezaje kuzuia serikali kutulazimisha chanjo tusizohitaji?

E: Ni suala la kuchukua msimamo. Ikiwa msimamo hautachukuliwa, basi serikali itaendelea kufanya inachofanya sasa. Inakuja wakati ambapo uchaguzi unapaswa kufanywa. Na ikiwa unakumbuka hii ni vita ya kiroho, basi ni nini huko kuogopa?

D: Kwa hivyo kuna viumbe vingi ambavyo vimekuja katika ulimwengu wetu kusaidia katika haya yote. Na wengi wao wanaishi ndani miili ya kimwili kama hii.

E: Hiyo ni sahihi.

D: Na hawajui kwa ufahamu wao wa kawaida kwamba wanatoka mahali pengine.

E: Wengine wanafahamu, wengine wanaamka zaidi. Lakini, ndio, wapo wengi ambao bado hawajafahamu kabisa.

D: Jinsi ninavyoielewa, mbio za reptilia zimeendelea hivi karibuni katika mwelekeo mwingine. Ndio maana mnaonekana tofauti, hiyo ni sahihi?

E: Hiyo ni sawa. Ilikuwa ni suala la wapi mtu aliendeleza kwa kadiri ya hali ya mahali hapo. Kwa kuwa ni nini huamua jinsi mtu anavyoonekana au mtu. Mazingira ya mahali ambapo mtu yupo, huamua jinsi mtu angefanya tazama. Je, mtu angechukua sura gani kuishi mahali hapo.

D: Ndiyo, hiyo inaleta maana. Hiyo ndiyo niliyoambiwa, baadhi maendeleo katika mstari wa reptilian, baadhi maendeleo katika mstari wa wadudu, na tukaendelea katika mstari wa mamalia.

E: Hiyo ni sawa. Na sehemu ya hiyo ni kwa sababu ya hali katika sayari.

D: Ndiyo. Hali katika sayari na mazingira na "supu ya kwanza", kama inaitwa, kwa njia gani wakaendelea.

E: Hiyo ni sawa.

D: Lakini roho, nafsi, inaweza kuingia katika mwili wa aina yoyote anataka.

E: Hiyo ni sawa. Hilo ndilo linalohitaji kukumbukwa. Hapana haijalishi mwili ni wa namna gani, wewe ni nini hasa ni umbo la roho yako. Na hiyo daima ni nishati na mwanga.

D: Tunaingia tu miili tofauti ili kuwa na tofauti uzoefu na masomo.

E: Hiyo ni sawa.

D: Estelle alitaka kujua kuhusu kusudi lake. Kwa nini yeye hapa, anapaswa kufanya nini? Anahisi ana vikwazo vingi katika njia yake kama binadamu, na yeye anataka kwenda mbele katika kazi yake. Unaweza kumwambia nini kuhusu hilo?

E: Atakuwa akifanya kazi zake nyingi zaidi ambazo amefanya hii, kwa kuwa ana uwazi zaidi na ufahamu wa sisi ni nani ni. Ninasema "sisi" ingawa sisi ni wamoja. Na sasa yeye ana ufahamu huu na anafanya amani nao, atafanya songa mbele. Maana ataruhusu mwongozo huo uingie na kuifuata.

D: Atakuwa na imani zaidi sasa.

E: Hiyo ni sawa.

D: Lakini, itakuwa vigumu, kwa sababu hawezi kuwaambia watu haya mambo, anaweza?

E: Itafika wakati atafanya hivyo. Yeye ni inatakiwa kuwaelimisha watu na kuwasaidia kumbuka wao ni akina nani na wametoka wapi.

D: Unamaanisha kutoka kwa Chanzo?

E: Ndiyo, kutoka kwa Chanzo, lakini kuwasaidia kukumbuka kwenye mtu binafsi uzoefu wa nafsi zao na kwa nini wao alichagua kuwa hapa sasa. Yeye pia yuko hapa kuwaelimisha kuhusu viumbe hivi tofauti katika vipimo vingine na galaksi nyingine, na kwa nini ziko hapa na jinsi zilivyo kazi. Kuna maoni mengi potofu na hofu juu yake viumbe kutoka maeneo mengine. Imekuwa vigumu kwa wanadamu. Wakati fulani hawapendi wanadamu wenzao. Jinsi gani wanatarajiwa kufungua na kupokea wengine kutoka kwa wengine maeneo? Ni muhimu sana sasa kwa sababu mambo ni kuongeza kasi. Wale wanaosimamia wanakuwa wakijua kuwa kuna mwamko, na watajaribu kufanya mambo ya kuzuia hilo au angalau kulipunguza.

D: Lakini mambo yanabadilika. Najua wanaongeza kasi. Itakuwa vyema ikiwa Estelle anaweza kukumbuka habari alizopewa leo? Kwa sababu kawaida mtu hakumbuki.

E: Itakuwa vyema kwa itamsaidia kujua na kuungana na kufanya amani na hayo yote.

D: Itakuwa sawa ikiwa nitatumia baadhi ya habari hii katika kazi yangu?

E: Sio bahati mbaya kwamba hii ilitokea. Anaijua na vivyo hivyo na wewe.

D: Lakini huwa naomba ruhusa.

E: Ndiyo, una ruhusa ya kutumia yote unavyotaka.

D: Kwa sababu ninaipata kutoka vyanzo vingi tofauti na ninaiweka wote kwa pamoja kama fumbo. Na sitamfunulia utambulisho. Mimi huwa naweka kila mtu bila majina ninayoandika kuhusu.

E: Yeye hana wasiwasi na hilo, kwani wewe na yeye mna a muunganisho wa muda mrefu uliopita. Kulikuwa na wakati huko Atlantis ambapo ulifanya kazi bega kwa bega. (Hii ilikuwa mshangao.) Ulifanya kazi na fuwele. Ulikuwa sana kushikamana na nishati ya kutumia fuwele.

D: W kama kwenye maabara?

E: Hakukuwa na maabara. Ilikuwa zaidi ya nafasi wazi kutumia fuwele kuponya. Ilikuwa mahekalu zaidi kuliko maabara. Katika zaidi ya mpangilio wa hekalu katika jinsi mahekalu itafahamika kwa wakati huu. Ninyi wawili mlikuwa kufanya uponyaji kwa fuwele. Kazi ya miujiza inaweza kufanywa na fuwele na wale wanaojua jinsi ya kuunganishwa na nishati. Kuna wengi humu ndani ya chumba hiki waliokuwa pale katika nyakati tofauti kufanya kazi na fuwele. Ni zawadi ambayo fuwele zilitoa, na ni zawadi ambayo inaweza kutumika sasa katika nyakati hizi kukusanya taarifa, na kuweza Kwenda zaidi katika kazi ya kusaidia wengine katika uponyaji.

D: Nimeambiwa Atlantis ilikuwepo kwa maelfu ya miaka. Hivyo wengi katika chumba hiki walikuwa hai nyakati hizo?

E: Wengi wa walio hapa walikuwa na maisha mengi huko. Ikiwa wao swali wanaweza kutumia hali hii kurejesha maarifa.

D: Ndiyo, na wanafundisha ili kuweza kutumia njia hii kupata habari tena.

E: Hiyo ni sawa. Hiyo ni moja ya miunganisho ambayo sisi sote kuwa hapa. Maisha yetu huko Atlantis. Wanaweza kutumia hizi njia za kurejesha habari, na kisha wangeweza kupona na kufanya kazi na fuwele, kwa fuwele huhifadhi mengi maarifa. Na fuwele pia zinaweza kufanya kazi katika kuponya wengi mambo mbalimbali ambayo watu bado hawajayafahamu. Ni wakati sasa ili kupata taarifa. Ni wakati sasa kwa wengi mambo. Ni wakati sasa wa kuwa na ufahamu zaidi na kuwa kuwezeshwa. Ikiwa kuna vitalu vyovyote vinavyohitaji kuwa kusafishwa, kwa sababu ya imani za kimwili, basi mahitaji hayo kufanyiwa kazi ili roho yako iweze kuwasiliana zaidi na wewe na unaweza kufanya ulichokuja kufanya. Hii sio wakati wa hofu. Huu ni wakati wa kuamka na kufurahi na kugundua kuwa wewe ni mtu wa kiroho na sababu nyingi za kuwa hapa kwa wakati huu.

D: Hii ni moja ya sababu ya wao kuja Pamoja hapa?

E: Hiyo ni sawa. Wote wanahisi haikuwa bahati mbaya kwamba wao kuwasiliana. Na wanawasiliana kwa undani zaidi ngazi ya mambo mengi ambayo yatakuja mbele katika karibu baadaye.

D: Na wanatakiwa kurudisha ujuzi huu nyuma na itumie, na upate maarifa zaidi wanapofanya kazi nayo watu mbalimbali.

E: Hiyo ni sawa.

Ilikuwa wakati wa kumaliza kikao, kwa hiyo niliuliza (kama kawaida) kama kulikuwa na ujumbe au ushauri wowote kwa Estelle kabla hatujaondoka.

E: Atagundua kwamba katika siku zijazo mambo yatatiririka kwa kawaida kama yalivyokuwa yakitokea katika wiki zilizopita. Atagundua kwamba kiakili, anachohitaji kufanya ni kufikiria jambo na ataona matokeo. Hiyo ni sehemu ya nishati tunayobeba.

D: Na analindwa na kutunzwa.

E: Hajawahi kuogopa au kutilia shaka hilo. Ilikuwa zaidi ni kuweka wengine nje kuliko kumweka yeye ndani.

D: Kwa sababu hakuwa anajua mambo haya kwa ufahamu wa kawaida, sivyo?

E: Hiyo ni sahihi. Sasa anaweza kuyajua, kwa sababu amekuwa akiomba kwa muda. Anaelewa anafanya kazi nyingi na kuna mambo mengi yanaendelea, lakini alihitaji kujiamini zaidi kwa kiwango cha ufahamu.

D: Kwa sababu hatutaki kufanya jambo lolote litakalomletea madhara au matatizo. Anapewa tu kile anachoweza kushughulikia sasa.

E: Hiyo ni sahihi.

D: Sawa. Ninataka kukushukuru kwa kuja na kutupatia taarifa hii. Ni jambo la ajabu kuruhusu kila mtu chumbani kusikia.

E: Ni heshima na furaha kuwa hapa miongoni mwenu. Na kumbukeni, tutakuwa tukiwaangalia kila mmoja wenu. Na wewe, Dolores, utakutana na wengine wanaobeba nishati hii maalum ili upate taarifa zaidi.

Kisha nilikiomba kiini hicho kiondoke, nikatoa maelekezo ya kuunganisha tena, na nikamrudisha Estelle katika fahamu ya kawaida. Alikumbuka kidogo sana alipoamka na kuona chumba kimejaa watu waliostaajabu.

* * *

Kikao hiki kilikuwa mshangao kwa njia nyingi. Kiliwagusa sana wanafunzi, kwa sababu nadhani kiliwaonyesha kile wanachoweza kufanya wanapochunguza fahamu fiche kwa njia hii. Nilianza kikao nikiwa na mashaka kwa sababu ya mazingira—watu wengi wamejaa katika chumba kidogo cha hoteli. Nilihisi huenda mazingira yasingekuwa mazuri kwa Estelle kuingia katika hali ya kina. Hakuna anayependa kuonyeshwa mbele ya watu. Niliwaza pia kwamba huenda hakuna kingetokea kabisa. Lakini "wao" walijua vizuri zaidi. Walipanga kila kitu tangu mwanzo, tangu Estelle alipoamua kuja darasani dakika ya mwisho na kughairiwa kwa ghafla kulipofungua nafasi. Wengine pia walighairi dakika ya mwisho, lakini "wao" walisema hiyo haikuwa bahati mbaya. Waliokuwepo walikuwa wale waliopaswa kushuhudia kikao hiki cha ajabu. Pia haikuwa bahati mbaya kwamba nilichagua jina la Estelle kutoka kwenye kisanduku. Hii ilithibitisha kwamba hakuna aliyepanga mapema, kwa sababu hakuna aliyejua nani angechaguliwa. Ndiyo, kikao hiki kilikuwa na mshangao mwingi kwangu na kwa wanafunzi. Lakini mshangao mwingine ulikuwa bado haujaja, na nisingeujua hadi niliporudi nyumbani.

Niliwaambia wanafunzi ningetengeneza nakala za kanda ya onyesho na kuwatumia pamoja na vyeti vyao. Usiku huo, baada ya kila mtu kuondoka, nilikumbuka jambo nililosahau katika haraka ya kuandaa kikao. Nilijuta kwamba sikuandika mwanzoni mwa induction yote, kwa sababu ingekuwa ya thamani kwa wanafunzi kuwa nayo. Kawaida siandiki sehemu hiyo, kwa sababu sihitaji na sitaki mteja aisikie baadaye. Sauti yangu inaweza kumrudisha katika hali ya kina tena, na sitaki hilo litokee nisipokuwepo. Lakini katika kesi ya Estelle, hakuniruhusu hata kumaliza induction kabla hajaanza uzoefu wake. Nilinyakua kipaza sauti na kuwasha kinasa sauti ghafla nilipoona kilichokuwa kinaendelea. Baadaye nilijikasirikia kwa kutokuwasha mapema. Lakini siku iliyofuata niligundua kwamba “wao” pia walikuwa wameingilia. Nilipocheza kanda ofisini kwangu kabla ya kutengeneza nakala, nilishtuka. Induction yote ilikuwa imeandikwa tangu mwanzo! Hilo lilikuwa haliwezekani. Niliita rafiki yangu Gladys, aliyekuwa darasani na aliona wazi kwamba sikuwa nimewasha kinasa sauti hadi baadaye. Hakuwa na maelezo, nami pia sikuwa nayo. Nilipowatuma wanafunzi kanda na vyeti, niliwaandikia barua fupi kuwaeleza kilichotokea. Hii ilimaanisha walikuwa wameshuhudia jambo la ajabu zaidi ya walivyodhani. Sina maelezo ya kile kilichotokea, hasa jinsi induction iliandikwa. Jibu pekee linaweza kuwa kwamba “wao” walikuwa wakidhibiti kila kitu. Walitaka wanafunzi wawe na rekodi kamili ya utaratibu pamoja na kikao chenyewe.

Siku iliyofuata ofisini kwangu, niliamua kucheza mwanzo wa kanda kabla sijaanza kufanya nakala. I nilitaka kuona ilipoanzia, na ikiwa hatua yangu ya ghafla ilikuwa kukatisha sana mwanzo wa kikao. Yangu binti, Nancy, alikuwa akifanya kazi ya uhasibu katika kompyuta. Nilipoanza ule mkanda alinisikia nikiguna, na aliuliza ni jambo gani. Nikasema, “Hutafanya hivyo amini hili! Induction nzima iko kwenye mkanda! Inaanza saa mwanzo kabisa! Lakini hilo haliwezekani!”

Mara moja nilimpigia simu rafiki yangu, Gladys McCoy, ambaye naye mume wake, Harold, ni mkuu wa Utafiti wa Ozark Taasisi ya Fayetteville. Yeye ni rafiki wa muda mrefu na alikuwa mwanafunzi katika darasa hili. Alikuwa amekaa moja kwa moja kutoka kwangu upande wa pili wa kitanda wakati wa kikao. Alikuwa na mtazamo wazi wa kila kitu kilichotokea. Nikamwambia kwamba induction ilikuwa kwenye kanda.

Alisema, "Hilo haliwezekani! Nilikuwa nikikutazama karibu sana kuona jinsi ya kufanya inductions yako. The kipaza sauti ilikuwa imelala juu ya meza, na haukuichukua na kuiwasha hadi atakapokuwa chini yake." Hakuwa na maelezo kwa hilo ama, kwa sababu alijua alichokiona, na nilijua nilichokuwa nimefanya. Nilipotuma kanda na vyeti kwa wanafunzi, nilijumuisha barua fupi nikiwaambia walikuwa nayo kilichotokea. Kwa njia hii wangejua wameshuhudia hata tukio geni kuliko walivyofikiri walikuwa nalo. Bado ninayo hakuna maelezo kwa yoyote ya haya, haswa kwa utangulizi kurekodiwa. Jibu pekee linaweza kuwa "wao" walikuwa kudhibiti kila kitu. Walikusudia wanafunzi kuwa na rekodi ya utaratibu, pamoja na kikao. Kikao ambacho wote walikubaliana watakiweka faragha na siri. Na waliahidi kuwa hawatatoa Utambulisho au eneo la Estelle. Naamini walikuwa na hisia kwamba ikiwa watakiuka uaminifu huu, kitu kinaweza kutokea. Sisi sote tulijua kuwa tunashughulika na kitu sana juu na mwenye ufahamu zaidi na mwenye udhibiti kuliko sisi wanadamu tu. Hili lilikuwa tukio ambalo sitasahau kamwe, na nina imani kuwa ilifanya hisia isiyofutika kwa wote waliopo.

Lakini sikujua kwamba ingerudiwa wakati ujao darasa. Kwa hakika walikuwa wakifuatilia matendo yangu na yangu madarasa.

* * *

Ninaamini Estelle huenda ndiye wa pili kati ya wale saba maalum niliambiwa ningekutana nao nilipokuwa Uingereza nikifanya kikao na Robert. Niliambiwa ningekutana na baadhi yao, si wote, na kwamba sipaswi kuwaunganisha. Kazi yao ilipaswa kufanywa kwa kujitegemea kwa sasa. Ikiwa yeye ni mmoja wa kundi hilo maalum lililorudi kusaidia Dunia katika nyakati hizi za msukosuko, basi tunajua mmoja yuko Uingereza na mmoja Amerika. Niliambiwa wataishi katika mabara tofauti na kuwa na tamaduni tofauti. Kati ya mabilioni ya watu duniani, uwezekano wa kukutana na wawili kati yao ndani ya wiki mbili katika pande tofauti za dunia ni mdogo sana. Lakini siulizi maswali. Naendelea tu na kazi yangu katika yasiyojulikana, bila kujua wataniandalia nini baadaye.

SEHEMU YA NNE

WATU WENYE HEKIMA

Sura ya 15

KUMBUKA MWENYE HEKIMA

Hiki kilikuwa kikao kingine kati ya vile nilivyofanya katika ile wiki ya ajabu niliyotumia Laughlin, Nevada, kwenye Mkutano wa UFO mara tu baada ya mashambulizi ya Septemba 11 mwaka 2001. Kati ya vikao kumi na viwili nilivyofanya wiki hiyo, kumi vilikuwa na taarifa ambazo ningeweza kuzitumia au zilikuwa na ujumbe binafsi kwa ajili yangu. Virginia alikuwepo kwenye mikutano ya Waliopitia Uzoefu ambayo mimi na Barbara Lamb tulikuwa tunaendesha kila asubuhi wakati wa mkutano huo. Hii ilikuwa mikutano iliyokusudiwa kwa wale waliodhani walikuwa na uzoefu wa UFO/utekaji, na kadhalika, ili waweze kushiriki uzoefu wao na watu wengine wenye huruma. Katika kikao hicho, Virginia alikusudia zaidi kuzingatia uzoefu wake wa UFO aliouhisi kuwa nao. Hata hivyo, kikao kilielekea upande mwingine. Alikuwa mwanamke mwenye sura nzuri ambaye kwa hakika hakuonekana umri wake (mwanzoni mwa miaka ya hamsini). Alikuwa muuguzi aliyesajiliwa katika hospitali kubwa kwa miaka mingi.

Virginia aliposhuka kutoka kwenye wingu alijikuta katika mazingira makavu na yasiyo na uhai. Hakukuwa na mimea, ni udongo wa kahawia tu uliotanuka kwa maili nyingi kuelekea vilima vya kahawia kwa mbali. Mahali pa upweke sana. Hakupenda mahali hapo kwa sababu palikuwa pakavu sana. “Napenda kijani, na napenda mitende, lakini hapa hakuna.”

V: Hiyo ndiyo ninayoiona. Kwa mbali naanza kuona baadhi ya watu. Msafara mrefu wa watu. Na ngamia kadhaa. Watu wengi wanawaongoza ngamia waliobeba mizigo mizito. Mara chache kuna mtu juu ya ngamia. Lakini mara nyingi ni watu wanaotembea, na ngamia wamebeba hazina zao, bidhaa zao, vitu vyao, mazao yao. Wanavipeleka sokoni. Kubadilishwa kwa vitu vingine. Naona wanapita mbele yangu kwa mbali. Wanatembea kutoka kulia kwangu kwenda kushoto, wakifuata njia hii, lakini wako mbali kidogo. Sioni watu wengine isipokuwa hawa. Ni mahali pa upweke sana. Watu wanapaswa kufunga vizuri mizigo yao, kubeba chakula, na kujua vyanzo vya maji vilipo. Ni watu tu kwenye njia ndefu yenye joto.

Nilimuuliza ajielezee. Alikuwa mwanamke mwenye ngozi nyeusi na nywele ndefu nyeusi zilizolegea, tofauti kabisa na rangi yake ya sasa. "Nimevaa viatu rahisi vya ngozi. Nafikiri nilivitengeneza mwenyewe. Nilikata ngozi na kuvitengeneza kulingana na mguu wangu. Nimevaa joho pana. Nyeupe, lakini si nyeupe kabisa. Ni pana kwa sababu kuna joto kali. Na ni hewa inapita. Ni kitambaa kilichofumwa nyumbani. Lakini kinatimiza kusudi, kinafunika mwili wangu na kuruhusu hewa kupita. Ni kitu tunachoweza kujitengenezea."

Nilipomuuliza kama alikuwa kijana au mzee, alisema, "Ninaanza kuwa mzee kwa utamaduni wetu. Nina karibu miaka thelathini na tano. Mwili unajisikia wenye afya, lakini umechoka. Kuna kazi nyingi za kimwili. Na zinachosha mwili wangu. Nimechoka. Nafanya kazi sana, nina majukumu mengi sana. Na sina muda wa kupumzika au kucheza. Kuna mambo mengi katika maisha yangu. Ni mapambano ya kuishi."

D: Unaishi huko nje?

V: Tunapoishi ni sehemu ya pango na sehemu ya muundo uliojengwa mbele ya mlango wa pango. Ndani tunaweza kuepuka sehemu ya joto kali. Wakati mwingine usiku inapokuwa baridi zaidi, tunaweza kutoka nje. Tuna muundo wa wazi nje ya pango ambako tunaweka baadhi ya vyombo vyetu na vitu vyetu.

D: Je, mnaishi wengi huko?

V: Siyo wengi kama zamani. Mabaki tu. Hakuna familia nyingi zilizobaki. Tunaishi kwa hofu. Kuna makundi ya waporaji wanaopita. Tunaogopa kwamba tutashambuliwa tena. Wengi wameuawa, na baadhi ya wanawake wamekosewa heshima. (Kwa hisia) Na wakati mwingine watoto wao huibwa.

D: Wanachukua watoto?

V: (Analilia) Wanachukua! Wanawalea kwa njia zao. Wanataka kuongeza jamii yao na kupunguza yetu. Wanatuchukia. (Analilia) Sijui kwa nini!

Nilihitaji kumtoa kwenye hisia kali ili aweze kuzungumza nami bila kulia.

D: Lakini katika jamii yenu wote mnaishi katika mapango tofauti yenye miundo mbele yake?

V: (Anavuta kamasi) Hiyo ndiyo tunayojua. Najua kuna watu wanaoishi maisha tofauti na njia tofauti, lakini hawa ni watu wangu. (Analilia)

D: Ni wangapi katika familia yako?

V: Nina mume, na nina watoto wawili. Na nilikuwa na mwingine ambaye ... (Kwa huzuni) hayupo nasi tena. (Analilia) Kulikuwa na watu waliokuja, wakamchukua tu, wakamchukua.

D: Ndiyo maana ni hisia kali sana kwako, kwa sababu ulimpoteza mmoja wako.

V: (Analilia) Ndio. Sijui kilichompata. Lakini nimesikia kwamba wanawalea kama wao. (Anavuta kamasi) Wanataka kuongeza ... nataka kusema "kundi" lao.

D: Lakini kwa njia hiyo hawatamdhuru.

V: Hapana. (Anavuta kamasi) Nimesikia hivyo, na natumaini ni kweli. (Analilia) Lakini ninamkosa. Ningependa kujua kama yuko salama, na si mwenye hofu sana.

D: Lakini una watoto wengine.

V: Ndio. Nina mwana mwingine na binti mdogo. (Analilia) Lakini ninaogopa kila wakati kwamba itatokea tena. Ni vigumu. Maisha ni vigumu. Maisha ni vigumu, na wakati mwingine najiuliza kwa nini ni vigumu sana. (Analilia) Kwa nini hatuwezi tu kuwa huru na wenye furaha? Nakumbuka kuwa huru. Sijui kwa nini nakumbuka kuwa huru, lakini ilipaswa kuwa bora kuliko hii.

D: Je, ni vigumu kupata chakula huko nje?

V: Ni vigumu. Kuna maeneo yenye maji. Na kuna mitini na tende. Tunaweza kufanya safari. Tunakusanya chakula na kukileta nyumbani. Lakini ni ya kutisha kwenda nje. Na kuna watu tunaofanya biashara nao ili tuweze kupata njia ya kutengeneza mkate. (Anavuta kamasi) Lakini ni vigumu. Tunapaswa kuwa waangalifu.

D: Kwa nini hamuishi katika mji; katika jiji? Je, isingekuwa salama zaidi?

V: Hatuyajui maisha hayo. Ni mbali sana. Sisi si watu wa miji. Hapa ndipo tunapojua. Lakini tumesikia kuhusu makazi makubwa zaidi. Lakini pia tumesikia mambo mabaya yanayotokea huko pia. Hivyo hatujaribu kwenda kwenye makazi makubwa.

D: Ikiwa ungeenda mahali kama hivyo, labda ungekuwa salama zaidi, kwa sababu kungekuwa na watu wengi zaidi.

V: Labda. Labda. Hapa ndipo nilipoishi kila wakati.

D: Una wanyama wowote?

V: Kuna wachache wetu ambao wana punda wa kawaida. Hapo ni baadhi ambao wana ngamia. Lakini si wengi wetu mambo hayo.

D: Nilidhani hiyo ingekurahisishia ikiwa utasafiri na chakula kilichokusanywa na wanyama.

V: Ndiyo, tunaenda mahali ambapo tunaweza kubadilishana baadhi ya vitu. Mimi nafuma. Na ninachukua blanketi zangu na vikapu vyangu, na ninaweza kubadilisha kwa chakula. Tunafanya biashara, na kuna njia hii ya biashara ambapo watu hupita karibu nasi. Na si mbali sana na kambi yetu, tunapoishi. Na wakati mwingine tunaweza kupata vitu kutoka kwao.

Huenda huu ulikuwa ni msururu mrefu wa watu aliowaona mwanzo wa kikao. Msafara uliokuwa ukifuata njia ya biashara.

D: Kwa hiyo mnaweza kuishi.

V: Tunaishi. Lakini ni vigumu.

D: Je, kufuma ndicho unachofanya muda mwingi?

V: Nafuma, na ninajaribu kuweka uzuri katika blanketi zangu. Kwa kutumia rangi ninazoweza kupata. Naweza kupata sufu. Kuna baadhi ya watu wana mbuzi. Naweza kutengeneza blanketi. Na ninajaribu kuweka miundo ndani yake ninapoweza kupata rangi sahihi za kupaka nyuzi zangu. Naweza kuweka miundo inayofanya nijisikie furaha zaidi. Na natumaini itawafanya watu wengine wajisikie furaha zaidi. Nahisi ninahitaji kuunda uzuri. Ni muhimu.

D: Mume wako anafanya nini kwa ajili ya kikundi chenu kidogo?

V: Ana mbuzi wachache anaowachunga. Na anawapeleka mahali ambapo wanaweza kupata maji. Na wakati mwingine kuna nyasi kijani karibu na maeneo ya maji wanayoweza kula. Anawapeleka, na huwa hayupo siku nzima. Wakati mwingine zaidi ya siku moja pamoja nao. Tunaweza kupata maziwa kutoka kwao. Na tunaweza kula baadhi yao. Hilo linaniumiza! Inaniumiza kula wanyama wangu! Sipendi kula wanyama wangu, lakini tunapaswa kuishi. Tunapaswa kujilisha sisi wenyewe. Wanyama ni marafiki zangu.

D: Hiyo inamaanisha uko peke yako mara nyingi, sivyo?

V: Ndio. Kuna watu wengine si mbali sana katika eneo hili. Na sijisikii nimejitenga. Lakini yeye hayupo mara nyingi, na mimi nafuma na kufikiri. Na hilo ni zuri.

D: Na una watoto wa kuwatunza.

V: Ndio, na wao ni furaha.

D: Inaonekana huna furaha sana huko.

V: Ni kazi nyingi. Kwa namna fulani najua kuna zaidi ya maisha haya kuliko tu kupambana kuishi na kutunza familia yangu. Ninawapenda familia yangu, na nataka kuwatunza, lakini kuna sehemu yangu inayojua kwamba hii si yote iliyopo. Hii haiwezi kuwa yote iliyopo. Na wakati mwingine natamani maeneo mengine, na kuwa huru zaidi. Lazima kuwe na kitu kingine. Na kwa namna fulani najua nakumbuka — sijui ninakumbukaje, au nakumbuka nini — lakini nakumbuka haikuwa hivi. (Analilia) Na bado kumbukumbu hizo zinanisumbua. Zinaniwaza jinsi maisha haya yalivyo magumu. Na najua kuna kitu kuhusu maisha kutokuwa magumu hivi. Lakini pia hunisaidia, kunikumbusha kwamba kuna mambo yanayokuja, yatakayokuwa hivi tena.

D: Hilo linaweza kuwa la kuchanganya kujua hilo, na kutoweza kulikumbuka kikamilifu.

V: ndio. Ni. Najua, lakini bado sijui kwa nini najua. Hakuna mtu mwingine inaonekana kujua.

D: Hawana kumbukumbu hizi?

V: Hawaonekani. (Kulia) Mbona wao pia hawajui? (Alikuwa analia waziwazi sasa.) Wakati mwingine wanafikiri mimi nina kichaa. Wanadhani siko sawa kichwani. (kunusa) Wakati wanachofikiria ni kutengeneza mkate au kulisha wenyewe, nadhani kuhusu mambo. Sijui kwa nini nadhani kuhusu mambo, lakini nafikiri kuhusu mambo mengine, na sifanyi hivyo kujua jinsi ninavyojua. (Kunusa) Mambo yalikuwa tofauti. Wao walikuwa na amani, na nilikuwa na furaha. Na sikulazimika kufanya kazi ngumu sana. (Kulia)

Hii ilisikika sawa na watu wengine katika siku zetu hizi dunia. Wana kumbukumbu za maisha mengine na mengine kuwepo. Hawajui hawa wanatoka wapi, kwa sababu hawana msingi katika ukweli wao wa sasa, hasa jinsi walivyofunzwa na Kanisa. Hii inaweza kuwa na utata sana sasa, hivyo ni rahisi kuona jinsi gani itakuwa ngeni kabisa kwa mwanamke anayeishi katika katikati ya mahali, na elimu ni wazi kidogo, ambaye alikuwa hakuwa na yatokanayo na njia nyingine yoyote ya kufikiri. Yeye inaonekana alikuwa na kumbukumbu zisizo wazi za maisha mengine, na huko haikuwa maelezo ya kimantiki. Iliongeza tu kutokuwa na furaha kwake na hisia ya kujitenga na kikundi. Kuchanganyikiwa kwa kujaribu kutoshea na kutoeleweka inaonekana kuwa isiyo na wakati. Inaonekana haijui mipaka na imekuwepo kama kwa muda mrefu kama kumekuwa na wanadamu wanaofikiria juu ya Dunia hii. Ni pia inaelezea kwa kiasi hamu ya msingi ya "kwenda nyumbani".

D: Hiyo hufanya iwe vigumu zaidi unapokuwa na hizo kumbukumbu.

V: (Akivuta pumzi) Ni ngumu. Ni ngumu kwa watu kufikiria kuwa mimi siko sawa kichwani.

D: Lakini unajua uko sawa.

V: (Kihisia) Wakati mwingine huwa najiuliza kama niko sawa.

D: Wewe ni tofauti kidogo, ni hivyo tu. Unakumbuka mambo ambayo hawana. Lakini hiyo ni sawa. Unaweza kuzungumza nami hata hivyo. Ninaelewa.

Nilimsogeza mbele kwa wakati hadi siku muhimu. Katika maisha ambapo siku moja ni kama siku inayofuata, mara nyingi ni vigumu kwa mtu chini ya kupata chochote ambacho kitakuwa muhimu. Na kwa sababu maisha yao ni ya kawaida sana, mara nyingi yale wao kufikiria kuwa muhimu haingekuwa muhimu kwetu.

D: Ni siku muhimu. Unafanya nini sasa? Unaona nini?

Hisia zilizokuwapo hapo awali zilikuwa zimepotea sasa. Sauti yake ilikuwa ya kawaida tena, hata ya kawaida sana.

V: Oh, ninaanza siku yangu kama zilivyo nyingine zote. Kuamka na kujiandaa kwa siku yangu, na kwa chakula cha familia yangu. Lakini hata hivyo, hii ni siku ya kukumbukwa. Nitakutana na mtu siku hii, ambaye atabadilisha maisha yangu.

D: Unajuaje hilo?

V: Kweli, sijui bado wakati huo, lakini hii ndiyo siku. Nikitazama nyuma kutoka mtazamo wa "hapa", hii ndiyo siku ambayo mtu wa ajabu sana alikuwa sehemu ya msafara wa biashara niliokwenda kukutana nao. Nilitoka na baadhi ya blanketi na vikapu. Na kulikuwa na mtu katika barabara hii ambayo msafara hupita. Alikuwa tu anaandamana nao kwa muda. Labda alikuwa anaenda mahali pale pale walipokuwa wanaenda, lakini hakuwa mfanyabiashara. Alikuwa mzee. (Kwa uzito) Lakini alikuwa mtu aliyefahamu mambo mengine. Msafara ulisimama kwa muda. Hapo ndipo nilijua ningeweza kuwapeleka bidhaa zangu. Walikuwa wanakaa usiku huo. Na mtu huyu alikuwa akisafiri pamoja nao. Alikuwa mtu tofauti. Mtu wa upole na nguvu na maarifa. Na mnyenyekevu sana, sana. Sio kama baadhi ya watu katika njia hii, wanaodhani wewe si kitu. Na wao ndio muhimu na wanajua kila kitu. Mtu huyu alinena nami. Alizungumza nami kana kwamba mimi pia ni wa muhimu. Alinitazama, na akaniita, "Mwanangu." Na alizungumza nami kuhusu mambo mengine, kuhusu mahali pengine, na hata nyakati nyingine. Aliweza kunitazama na alijua kila kitu kunihusu. Sikuhitaji hata kumwambia. Alihisi maumivu yangu. Alihisi mkanganyiko wangu kuhusu maisha. Na jinsi maisha yalivyokuwa yanaendelea. Nilikuwa nikijiuliza, "Tunafanya nini hapa? Je, hiki ndicho kilichopo tu? Kwa nini hakuna mambo mengine katika maisha yangu ambayo nahisi kama niliyakuwa nayo hapo kabla?" Na nilitamani maji. Nimesikia kwamba kuna maji, maji mengi katika maeneo mengine. Sijawahi kuyaona. Nataka kuwa mahali penye maji mengi. Ingefanya maisha yangu yawe rahisi sana. Na yeye anazungumza kuhusu maji. (Akalilia) Na anazungumza kuhusu maji ya uzima. Anazungumza kuhusu maji kana kwamba hamaanishi maji halisi. (Akipiga pua) Anazungumza kuhusu mambo mengine yanayoweza kuniweka huru. Ni kuhusu mimi ni nani ndani yangu. Ananiambia kwamba kama ninaweza tu kukumbuka kwa nguvu ya kutosha, kwamba... sehemu yangu inaweza kwenda mahali pasipo kuuchukua mwili wangu. Kwamba mwili huu si mimi halisi. Kwamba ninaweza kwenda mahali pasipo kuhangaika juu ya kutokuwa tajiri, au kutokuwa na fursa nyingi. Na ninaweza tu kuwa mimi hapa nilipo. Na ninaweza kufikia falme nyingine, hata nyakati nyingine. Na ninaweza kuwatembelea marafiki zangu ambao nimewajua katika nyakati nyingine na maeneo mengine. Na anazungumza kuhusu malaika. (Kwa sauti ya chini) Wakati mwingine nimeona mambo, lakini simwambii mtu. Hata simwambii mume wangu. Lakini naona watu wanaokuja, na wameumbwa kwa nuru. Na wanazungumza nami. Lakini kisha najiuliza kama nina wazimu. Na ananiambia kwamba hawa ni viumbe wakuu wanaonipenda. Na kwamba wananimisi pia. Wanakuja kunitembelea. Na ninaweza kwenda pamoja nao, hata bila kusafiri kwa njia yoyote. Lakini nahisi kama lazima nifanye hivyo. Ninaweza kwenda nao, na ninaweza kuwatembelea watu. Na ninaweza hata kula kadiri nitakavyo. Naweza kuhisi kama ninakula kadiri nitakavyo. Labda haitakuwa halisi. Lakini naweza kufurahia hisia ya kupokea ndani yangu kila ninachotamani, pamoja na maarifa mengi. Kwa sababu nataka kujua mambo zaidi. (Akawa na hisia tena.) Na siwezi kujua mambo zaidi hapa. Hakuna wa kunifundisha. Lakini ananiambia ninaweza. (Akalilia) Na ni vigumu kwangu kuamini. Nataka kuamini. Nataka kujua zaidi. Nahisi kama najua zaidi, lakini bado sijui. Ni vigumu kueleza. Lakini ananiambia kwamba ninaweza kwenda mahali. Na kama nikiungana tu na hawa viumbe wakuu ninaowaona, hawa viumbe nisiowazungumzia. Wao ni nuru. Ni kama wameumbwa kwa mwanga wa mshumaa au kitu kama hicho.

D: Je, wanakuja kwako ukiwa peke yako?

V: Wanakuja kwangu usiku wakati kila mtu amelala. Wakati mwingine nawaona, na wakati mwingine wanazungumza nami. Sijawahi kujaribu kuzungumza nao kwa sauti, kwa sababu sitaki kumuamsha mtu yeyote. Lakini ninawasikiliza. Kisha nafikiri labda ninapoteza akili. Nataka kuwasikia, lakini... wakati mwingine sitaki waondoke.

D: Lakini huyu mtu anaelewa mambo haya?

V: Anaelewa mambo haya, na ananielewa mimi. Anaelewa tamanio langu, na anaelewa kuchanganyikiwa kwangu. Na anajua kwamba nataka kujua. Na ananiambia kwamba ninaweza kwenda katika maeneo haya. Ninaweza kwenda katika maeneo ya kujifunza. Na ninaweza kufanya hivyo kwa kuwa mimi ni nani, na nilipo. Na hilo linanifurahisha.

D: Hayo ni mawazo ya ajabu sana, sivyo?

V: Ni mawazo ya ajabu. Hakuna anayezungumza mambo haya.

D: Unajua huyu mtu ni nani?

V: Ananiambia kuhusu mtu ambaye amekuwa akihusiana naye kwa muda mrefu. Na wote wawili wanazeeka sana sasa. Na ananiambia kuhusu wakati katika nchi nyingine ambapo walilazimika kukimbia. Na wamekuwa katika nchi yangu kwa miaka mingi sana, na muda wao katika maisha haya unakaribia kuisha. Na ananiambia kuhusu maisha mengine. Na nisiogope. Mtu huyu anayemzungumzia ni mtu mkuu wa amani na upendo. Amekuwa rafiki yake, na mlinzi wake kwa miaka mingi sana. Na wanachoka, na wanatamani kurudi walikotoka. Siku zote nilijua nilitoka mahali pengine. Na ananiambia kwamba tunapomaliza maisha haya, tunarudi huko. Na ni pazuri, na ni pa ajabu. Na yeye atafanya hivyo. Yeye na "bwana" wake — kama anavyomwita — watafanya hivyo hivi karibuni. Wataenda kuwa pamoja na marafiki wao kutoka mahali pengine kabla ya kuingia katika maisha haya. Lakini amejifunza mambo mengi. Mtu huyu anajua mambo mengi, na ameshiriki uzoefu mwingi na yule anayemwita "bwana".

Hii haikusikika kama Yesu, kwa sababu mtu huyo alikuwa mzee sana. Nilijiuliza kama angekuwa anaishi katika Nchi Takatifu, na labda huyu angekuwa mmoja wa wanafunzi waliokuwa wakisafiri na kufundisha wengine.

D: Nchi hii unayoishi, umewahi kusikia ikiitwa kwa jina?

V: Jina lake linafanana na mto ninaoujua. Nasikia watu wakizungumza kuhusu mto mkubwa. Unaitwa Mto Indus. Ni nchi inayozunguka mto huo. Hatuna jina hapa.

D: Je, mtu huyo alisema alikotoka?

V: Alikuwa ametoka mbali zaidi upande wa magharibi, akitembelea mahali alipokuwa akiishi zamani. Alikuwa na mawasiliano muhimu na watu aliopaswa kuwaona kule. Alitaka kuendelea kuwasiliana nao. Ilikuwa mbali sana, lakini njia hizi za biashara hupita huku, na anasafiri nao kwa ajili ya ulinzi.

D: Basi hii ni siku muhimu unapokutana na mtu huyu, na kupata mtu anayekuelewa.

V: Anaendelea na safari. Lakini amenipa zawadi ambayo haiwezi kunyang'anywa kutoka kwangu. (Akalilia) Amenisaidia kuelewa. Na ananiambia jinsi ya kuruhusu zaidi, na kutokupinga. Na kutafuta njia za kujifunza na kutembelea maeneo mengine. Na jinsi ya kufanya hivyo na bado kuishi maisha yangu hapa pia. Ninaweza kuitunza familia yangu. Ninaweza kuwa mke mwema. Ninaweza kuwa mama mwema. Na ninaweza kusuka vikapu vyangu na blanketi zangu. Na pia ninaweza kuwa huru kwenda maeneo mengine, na kujua mambo mengine. Na kujilisha kwa njia hiyo.

D: Hilo ni muhimu sana. Amekupa zawadi kubwa sana.

Kisha nilimsogeza mbele tena hadi siku nyingine muhimu katika maisha yake.

V: Mimi (akavuta pumzi ndefu) ninajiandaa kuondoka katika maisha haya. Mwili ni dhaifu, na nimezeeka. Na ninaanza kuona maono. Nimetembelea maeneo mengi tangu nilipokutana na mtu huyu. Mtu huyu wa Yudea, ananiambia.

D: Je, hapo ndipo alisema alikotoka?

V: Alitoka Yudea. Sijui Yudea ni nini. Na nina furaha zaidi mwishoni mwa maisha yangu, kwa sababu alinifundisha mambo. Alinifundisha jinsi ya kuwa huru nilipo. Aliniambia kuhusu kuondoka mwilini kabisa, katika kile tunachoita "kifo". Aliniambia nisiogope. Na nimejifunza pia kutoka kwa wengine tangu wakati huo, ambao nimewasiliana nao. Viumbe wakuu ambao hawafi kamwe. Na najua kwamba niko hapa kwa muda mfupi tu. Na nina mambo mengine ya kufanya, maeneo mengine ya kuwa, na watu wengine wa kushirikiana nao. Na ninaondoka katika mwili huu, na sina hofu.

D: Kwa hiyo hakuna tatizo na mwili? Umechoka tu.

V: Umechoka tu. Na nimemaliza muda wangu hapa. Familia yangu, waliobaki, wana huzuni. Lakini ninawaambia wasiwe na huzuni. Lakini hawanielewi hata hivyo. Hawajawahi kunielewa. Na wanafurahi kwamba nimekuwa mwenye furaha zaidi katika miaka yangu ya baadaye. Lakini hawajui kwa nini. Na ninawaambia wasiwe na huzuni kwa kuondoka kwangu. Hawaelewi hilo pia. Nimejaribu kuwafundisha wengine. Hawajakubali vizuri sana.

D: Lakini siku zote ulikuwa tofauti.

V: Nilikuwa. Na watoto wangu wanafikiri labda ninaweza kuwa sahihi, kwa sababu wananipenda na wananiheshimu. Lakini wanaathiriwa zaidi na wengine kuliko nami, nasikitika kusema hivyo. Lakini ninaondoka. Sina huzuni kuhusu kuondoka. Najua kwamba ninaweza kuilinda familia yangu, watoto wangu, na sasa wana maisha yao wenyewe. Lakini ninaweza kuwaangalia kama vile viumbe hawa, najua, walivyonilinda mimi.

Nilimsogeza hadi wakati alipoondoka mwilini (alipokufa), na nikamwomba aniambie ilikuwaje.

V: Ni ya amani sana, sana, sana. Ninawaona marafiki zangu malaika. Wananinyoshea mikono yao. Na ninahisi kuwa mwepesi zaidi na zaidi na zaidi. Na hatimaye naelea tu kuelekea kwao. Na niko katika mahali hapa pa ajabu pa amani na upendo. Amani na upendo na nuru na uhuru. Na ni hisia ya ajabu ya kurudi pale ninapopaswa kuwa, pale ninapohisi kama nilitoka muda mfupi uliopita. Kama ilikuwa dakika moja tu. Maisha yangu yalionekana marefu na magumu, lakini sasa yanaonekana kama dakika moja tu.

D: Unapotazama maisha haya uliyoyaacha, unaweza kuyaona yote kwa mtazamo tofauti. Kusudi la maisha hayo lilikuwa nini?

V: Nilipaswa kujifunza jinsi ya kuunganisha ulimwengu huu na ulimwengu wa kidunia. Maisha ya kawaida ya kila siku. Nilipaswa kujifunza jinsi ya kuingiza maarifa yangu ya falme za juu katika maisha yangu ya kila siku. Hili ni jambo ambalo bado sijalimaliza kikamilifu. Nilijifunza mengi katika maisha hayo. Na ilikuwa thamani ya maumivu yote niliyopitia kujifunza kwamba linawezekana. Na linaweza kuunganishwa kwa mafanikio.

D: Hata kama kulikuwa na upinzani na dhihaka.

V: Daima kutakuwa na upinzani katika maisha ya duniani. Mtu anapoleta kumbukumbu na maarifa ya falme za mbinguni, anapokumbuka uwepo kabla ya maisha hayo na kujua kwamba kuna mambo mengine, na sio kufungwa tu kwa kile kilicho mbele ya macho. Daima kutakuwa na wale walio katika kiwango hicho tu. Na watashambulia wale wanaodokeza mambo kama hayo. Hivyo hii ni kunisaidia katika maisha yajayo pia. Kwa sababu maisha yoyote nitakayoingia, yatakuwa maisha yenye upinzani.

D: Lakini je, hilo halifanyi iwe vigumu zaidi kuwa na kumbukumbu hizi ukiwa katika ulimwengu wa kimwili?

V: Inaonekana nitakuwa na kumbukumbu hizi daima. Nimeambiwa kwamba mimi si mmoja wa wanaosahau kabisa. Na hili ni kunisaidia kujiandaa kuweza kuunganisha yote haya, kwa sababu nimechagua katika kiwango cha juu kutosahau kabisa. Kutokuwa kabisa nyuma ya pazia. Nimechagua hili. Na kwa kuchagua hili, lazima pia nijifunze jinsi ya kuunganisha.

D: Lakini je, hilo halifanyi iwe vigumu zaidi kuishi maisha wakati una kumbukumbu hizo?

V: Ni maisha magumu. Lakini kutoka katika mtazamo wangu wa juu zaidi, ninachagua kuwa na matatizo katika maisha ya kimwili yatakayosaidia kukua kwangu kiroho. Sio muhimu jinsi maisha yangu yalivyo rahisi. Kilicho muhimu ni jinsi ninavyokua. Na huu ndio njia niliyochagua kufanya hivyo. Sio tu kuingia katika maisha nikiwa kipofu kabisa na mjinga kuhusu picha kubwa. Na kusahau kile nilichokuja kufanya. Hilo halina umuhimu. Ninaingia katika maisha nikiwa na kumbukumbu ya mambo ninayopaswa kujifunza. Wakati mwingine inanichukua muda kuyaunganisha, kukumbuka ni nini hasa, na jinsi ya kuyatekeleza. Lakini hii ni njia niliyoichagua baada ya kushauriana na wazee.

D: Ndiyo, lakini inafanya iwe ngumu zaidi.

V: Ni ngumu zaidi, lakini nimechagua njia hii ambayo roho hupitia magumu.

D: Kwa hiyo utakuwa na kusahau kidogo zaidi katika maisha yako yote.

V: Nitakuwa hivyo. Nitayajua mambo, na nitakumbuka mambo. Na hilo litanisaidia kukumbuka mimi ni nani, na nilikuja katika maisha kufanya nini. Nahisi kwamba ikiwa nitakuwa na uzoefu huu mgumu, nitafanikiwa zaidi kuliko kuingia maisha baada ya maisha, na kusahau kile nilichokuja kufanya na jinsi ya kukifanya. Kwa hiyo ninaingia nikiwa na kumbukumbu ya sehemu tu. Ya kutosha kunisukuma mbele, na kujua kwamba kuna mambo ya kujifunza na kazi ya kufanya. Kujua kwamba kuna zaidi. Nimekuwa na hofu sana juu ya uwezekano wa kuingia katika maisha nikiwa na maono makubwa ya mambo nitakayofanya, kisha kupotea na kusahau kile nilichokuja kufanya. Na huo ungekuwa muda uliopotea na fursa zilizopotea. Na labda kuwaumiza watu wengine na kuzuia njia yao. Nachagua kuwa na mwanga zaidi kwa hili. Ingawa mara nyingi ni vigumu kwangu kuunganisha yote. Lakini nina marafiki wanaoingia katika maisha pamoja nami, na tumefanya agano la kusaidiana kukumbuka. Na nilifanya hivyo na kiumbe huyu wa ajabu niliyemkutana naye njiani. Yeye alijua na mimi nilijua kabla ya kuingia katika mojawapo ya maisha haya kile tutakachofanya kwa ajili ya kila mmoja. Ilikuwa ahadi ya karmia. Na nimeweka hili pamoja na wengine katika maisha mengine pia. Nitajua vya kutosha kuuliza maswali, na wengine watanisaidia kupata majibu.

D: Kwa hiyo katika maisha yoyote utakayoingia, kutakuwa daima na mtu pale.

V: Kutakuwa. Mimi si peke yangu kamwe. Nina marafiki wengi, wengi, wengi kutoka kwa kukutana na kuhusiana huko nyuma. Na sote tunajua hatari ya kupotea katika matope na tope la maisha. Na tuna kinga ya usalama.

D: Unamaanisha nini kwa kinga ya usalama?

V: Labda ninafikiri ninapoingia katika maisha kwamba nitasahau. Na nina marafiki wa upendo wanaoingia katika maisha pamoja nami, au nitakaokutana nao wakati fulani katika maisha yangu. Na tumefanya ahadi kwamba tutakumbushana sisi ni nani. Na hakika si wote tutasahau kila kitu. Kwa hiyo mmoja akikumbuka jambo moja, na mwingine akakumbuka jambo lingine, tutasaidiana. Na hata tutakuwa na kile tunachoita "misimbo". Ikiwa mmoja atakumbuka tu kifungu au sentensi moja, itaamsha ndani ya mwingine kumbukumbu nyingi na maarifa mengi.

D: Kwa hiyo mtajua jinsi ya kutambuana?

V: Tutafanya hivi kwa ajili ya kila mmoja. Sio msimbo wa fahamu. Lakini kuna mambo ambayo mtu anaweza kusema ambayo tumeyaandaa mapema. Kama ukisema hili, litapakua kisanduku kizima cha habari ndani yangu nitakapokuwa tayari. Na tutakutana nitakapokuwa tayari, au wewe utakapokuwa tayari. Na tunafanya hivi kwa ajili ya kila mmoja. Ni kama wavu mdogo wa usalama wa kuingia katika maisha ya kutisha ambapo tunaogopa kusahau.

D: Na mtakuwa pamoja daima katika maisha tofauti. Je, ni hivyo?

V: Ni hivyo. Inanichukua muda fulani, baada ya maisha, kupumzika na kufikiri kuhusu kila kitu nilichojifunza. Na mambo nisiyojifunza.

D: Kuyeyusha na kuunganisha, ndiyo.

V: "Kuunganisha" ni neno zuri. Inanichukua muda kufanya hivyo, kisha niko huru kufanya ninachochagua. Naweza kuchagua njia nyingi. Mojawapo ni kuingia katika maisha mengine. Na nimechagua kurudi katika maisha mara kwa mara, nikiwa na mapumziko kidogo kati yake ili kwenda katika mafunzo ya juu zaidi na kufanya kazi na wengine. Wakati mwingine ninatumia muda tu kufanya kazi na wengine katika ngazi ya dunia. Kuwatembelea na kuwahamasisha. Na bado nina wale ninaowaita wenzi wa roho katika maisha. Na ninatumia muda pamoja nao hata katika wakati wa ndoto. Ninawanong'oneza mambo, ninawaathiri, na ninawalinda. Na kuna nyakati ninapoenda kutembelea maeneo mengine ya mafunzo. Na wakati mwingine kupumzika tu. Na kutakuja wakati daima nitakaposhirikiana na wale ninaowaita "wazee".

Kisha nilimsogeza Virginia mbele katika wakati, nikiliacha lile nafsi lingine huko nyuma, ili niweze kuuliza maswali kuhusu maisha yake ya sasa. Fahamu fiche ilikuwa na ugumu kuacha ule utu wa zamani.

V: Ni kana kwamba Virginia sasa ndiye yule mwanamke katika nchi kame ambayo sasa ni India. Kana kwamba yeye ndiye mtu huyo sasa. Na huu ni mfano ninaotaka auelewe. Yeye ni kama mtu huyo, katika kiwango fulani. Na mgeni aliyekuwa akipita katika eneo lake — si wa eneo lake, kumbuka — lakini akipita tu kwa muda mfupi, akiangalia mahali pale, na kuwafahamu watu kwa kiasi fulani. Kuna wengine wanaofanana na msafiri aliyepita na kumletea mwanga zaidi. Na kumwonyesha jinsi ya kuangalia ndani yake ili kupata uhuru wake, na kukumbuka yeye ni nani.

D: Je, ndio maana fahamu fiche ilichagua maisha hayo ayaone leo?

V: Hilo ndilo kusudi la maisha hayo. Ni mfano. Yeye sasa ndiye yule mwanamke anayehusika na kazi ngumu. Na anafanya kazi kwa bidii sana. Na wakati mwingine ana shida kuunganisha maarifa yake na maisha yake ya kila siku. Na kuna wale, hasa katika mahali pake pa kazi, ambao hawataki kusikia chochote kuhusu hali yake ya kiroho. (Virginia ni muuguzi katika hospitali kubwa.) Na hilo mara nyingi linamkatisha tamaa. Na kuna wale wanaokuja kwake usiku, wanaomfundisha mambo mengine. Wanampeleka katika falme nyingine, na wanamwonyesha mambo mengi. Na hiyo ndiyo njia yake ya kukua juu ya maisha haya. Na alikubali hili litokee. Ilikuwa kumsaidia kukumbuka kwamba kuna mambo mengine katika maisha zaidi ya hapa na sasa, na kazi iliyo mbele ya uso wako kwa wakati huo. Kuna mambo mengi yanayotokea katika viwango vingi. Lakini kwa kiwango chake cha sasa, ilikuwa makubaliano kabla hajaingia katika maisha haya, kwa sababu alikuwa na mengi ya kufanya katika maisha haya. Karma nyingi za kukamilisha. Na lengo lake lilikuwa kuwasaidia watu kukumbuka wao ni nani. Na aliogopa kwamba angesahau yeye ni nani, na asingekuwa na uwezo wa kujisaidia au kuwasaidia wengine.

Virginia alikuwa, wakati wa kutafakari na ndoto, ameona mwangaza wa kiumbe aliyemwita "Heperon". Alitaka kujua kama huyu ni kiumbe halisi, na kama ni hivyo, yeye ni nani.

V: Heperon ni sehemu muhimu sana ya uwepo wake. Asingejiandikisha kwa uzoefu wa Dunia kama isingekuwa kwa maarifa kwamba "mwenzi wake wa roho" — ningemwita hivyo — huyu mtu wa thamani sana kutoka kundi lake la roho katika sayari nyingine, yuko pamoja naye. Alimhakikishia kwamba ilikuwa makubaliano yao kwamba yeye angeingia katika maisha ya Dunia, na yeye angemlinda. Angekuwa pamoja naye katika kiwango fulani wakati wote. Yeye ni kile unachoweza kuita kiumbe wa vipimo vingi. Anaweza kufanya mambo mengi katika falme nyingi, na pia kumlinda Virginia. Na hili ni sehemu muhimu sana ya maisha yake. Uwepo wake hapa Duniani unategemea maarifa kwamba Heperon anamwangalia kutoka katika — unaweza kusema — nafasi yake ya juu. Anaweza kuwa mahali pengine kwa nyakati nyingi. Yeye ni, kama unavyoweza kusema, malaika. Yeye ni malaika kwake.

D: Kwa hiyo yeye ni muhimu sana katika maisha yake.

V: Muunganiko huo ni muhimu sana. Uko katika kiini cha uwepo wake Duniani.

D: Hilo ni zuri sana. Ana maswali machache zaidi. Alitaka kujua kama aliwahi kuwa na uhusiano wowote na Yesu?

V: Kulikuwa na tukio huko Kashmir ambapo alikutana na kijana aliyekuwa Yesu. Alikuwa kuhani wakati huo Yesu alipokuwa akisafiri na mjomba wake Yosefu, na kusoma na walimu wenye hekima. Ilikuwa ni kukutana halisi. Ni kumbukumbu ya kweli sana, yenye kina kikubwa. Na kumbukumbu ya utulivu wake imemsaidia kwa njia nyingi katika maisha haya. Kugusa tu kumbukumbu hiyo ya roho ya upendo na amani aliyotoa imekuwa nguvu ya kumtuliza. Na maarifa kwamba yuko pale. Yuko imara kama mwamba, na ni upendo na amani. Hiyo imekuwa maarifa ya ndani. Na pia katika maisha hayo yaliyofunuliwa leo katika kikao hiki. Ilikuwa ni mwili uliofuata wa kiumbe huyu, Virginia.

D: Baada ya yule wa Kashmir?

V: Baada ya yule. Na mtu huyu — hili ni vigumu kusema, kwa sababu halikubaliki kwa kawaida — lakini mtu huyu aliyemfundisha aliishi maisha marefu pamoja na Yesu.

D: Nilikuwa nikifikiri hakuwa Yesu, kwa sababu alikuwa mzee zaidi.

V: Alikuwa mwandamani wa Yesu. Alibeba maarifa. Kwa hiyo Yesu amegusa maisha yake mara mbili.

Nilimaliza kikao kwa kuuliza kuhusu matatizo ya kimwili ya Virginia. Yalisababishwa na kuendelea kwake kufanya kazi katika mazingira hasi ya hospitali baada ya manufaa yake pale kuisha. Alifikiri anawasaidia watu, lakini nguvu zilizokuwapo katika mazingira hayo zilikuwa zinamnyonya. Ilikuwa wakati wa kuendelea mbele katika kazi yake. Angeweza bado kuwasaidia watu, na kufanya kazi na wale waliokuwa wanakaribia kufa, lakini alipaswa kuondoka hospitalini.

Sura ya 16

KUMTAFUTA MWENYE HEKIMA

Hiki ni kikao kingine nilichofanya Clearwater, Florida, nilipokuwa huko nikizungumza kwenye Expo mnamo Oktoba 2002. Nalo pia lilikuwa na uhusiano na mtu mwenye hekima, lakini wa aina tofauti.

Nancy, mhusika, aliposhuka kutoka kwenye wingu, alijikuta amesimama peku juu ya kokoto kali, vipande vidogo vya miamba iliyopondwa. Hilo lilimfanya ajisikie vibaya, lakini alikasirika zaidi alipoona kuwa alikuwa amesimama ukingoni mwa mwamba mwinuko. Aliona kuwa alikuwa mvulana kijana mwenye nywele fupi za kahawia, amevaa koti nene lililopigwa pamba na suruali ya kitambaa kigumu. "Niko karibu sana na ukingo wa mwamba. Nahisi nataka kurudi nyuma mbali na ukingo. Naambiwa nisigeuke. Kuna mtu nyuma yangu. Na nataka kukimbia," alisema kwa pumzi kubwa. "Nataka kuondoka. Kwa nini wanafanya hivi?" Jibu lilikuwa la kushangaza: "Wananijaribu kunitisha."

Nilimuuliza kama anataka kugeuka aone ni nani. "Kuna zaidi ya mtu mmoja. Nahisi nikikaribia zaidi ukingo, nitateleza na kuanguka. Na wananifanya niseme hapa ili kunifundisha somo. Lakini sijui somo hilo ni nini. Ni watu wadogo sana wenye nywele nyepesi. Karibu nyeupe. Mimi ni mkubwa zaidi kuliko wao, angalau futi moja au zaidi mrefu. Na rangi yangu ni tofauti. Mimi ni mweusi na wao ni weupe sana. Wao ni tofauti na mimi. Mimi si wao. Mimi si sehemu yao. Nahisi nilikuwa napita tu kwenye kijiji chao. Wananihofia. Sikujua nilikuwa wapi, nikakipata mahali hapa. Mwanzoni nilifikiri ni watoto. Hawana silaha, lakini kwa namna fulani wamenilazimisha kufika hapa."

D: Walikuwa na kijiji cha aina gani?

N: Hmmm. Naona wanaweza kujificha. Sijui nisemeje hili. Wanaweza kutoweka. Wanaweza kuficha nyumba zao, majengo yao ndani ya maumbile, ndani ya mazingira. Na nilipowaona mara ya kwanza, ilionekana kama kijiji cha watoto. Walikuwa na paa za nyasi, kama vibanda vidogo, lakini hilo halikuwa halisi. Huo ulikuwa ni ufichaji (camouflage) walioutumia. Haikuwa kweli sura ya nyumba zao. Kama walikuwa wanacheza mchezo kwangu. Inachanganya sana.

D: Hicho ndicho ulichokiona ulipoingia kijijini?

N: Ndiyo. Niliona vibanda vidogo vyenye nyasi juu ya paa. Na ilionekana kama watoto wanacheza. Lakini kwa kweli makazi yao yamefichwa. Najua wanayaficha. Wanayaficha ndani ya mteremko wa kilima. Ni ajabu, lakini sijui yanafanana na nini hasa. Lakini najua yamefichwa.

D: Ulitoka mbali kufika hapo?

N: Juu kabisa milimani.

D: Huko ndiko nyumbani kwako kulikuwa?

N: Hapana, huko ndiko nilikokuwa napitia. Hapa ni juu sana, sana. Nilikuwa nasafiri tu. (Pumzi kubwa) Nilikuwa nataka kwenda mashariki ya mbali. Ilikuwa safari yangu. Nilisikia hadithi za mtu wa miujiza niliyotaka kumwona. Mbali sana, juu kabisa milimani. Juu mno. Aliyekuwa na uchawi. Yule mtu mtakatifu. Hadithi za mtu huyu. Nilikuwa nataka kumpata.

D: Inaonekana ungekuwa na safari ndefu sana.

N: Ndefu sana. Nilifikiri huenda ingechukua mwaka mmoja au zaidi kufika. Nilikuwa na vifaa, lakini hawa watu walivinichukua.

D: Ulikuwa na familia mahali ulipotoka?

N: Nahisi nilikuwa peke yangu.

D: Kwa hiyo ulikuwa huru kusafiri ukitaka? (Ndiyo) Je, ulikuwa bado una safari ndefu baada ya kukutana na hicho kijiji kidogo?

N: Oo, ndiyo, mbali zaidi sana. Nilikuwa barabarani muda mrefu. Nilipinda kona, na sikuwa makini sana. Palikuwa pazuri sana. Halafu nikaona hivi vibanda. Na nikasikia watu ndani. Nilifikiri ni watoto wanacheza. Lakini niliwatisha. Niliangalia ndani, nikawatia hofu. Hapa nahisi ni mahali pasipokuja watu. Hapa ni mahali pa siri. Ni mahali pa siri sana kwao.

D: Kwa hiyo uliwatisha kwa sababu hukupaswa kuwa hapo.

N: Ndiyo. Na siwezi kuwasiliana nao kwa lugha yangu. Hawafahamu ninachosema. Najitahidi kuwaambia kwamba sitawaumiza, lakini hawaelewi.

D: Ulisema walichukua vifaa vyako?

N: Ndiyo. Nilikuwa na pochi kwenye mikanda juu yangu. (Mikono ikionyesha kitu mabegani.) Iliyokatiza kifuani. Na maji. Na mfuko wa—sijui niuite nini—chakula fulani... vitu vilivyokauka kwenye mwingine. Na kisha mara kwa mara, nilikuwa napata chakula kingine katika safari zangu. Maeneo niliyokuwa nasimama na watu wakanishirikisha. Lakini hapa ni mahali tofauti. Watu hawa hawaonekani sawa. Wao ni weupe sana na wadogo. Ngozi nyepesi sana. Nywele nyepesi sana, karibu nyeupe.

D: Sura zao ni tofauti?

N: Ndiyo, ni tofauti. Wote wana sura zinazofanana. Macho yao ni rangi tofauti. Si bluu, si kijani, bali zote mbili. Karibu turquoise, rangi ya kijani-bluu. Lakini sura zao ni ndogo sana. Pua ndogo sana, laini. Kidevu kidogo sana. Sura nyororo sana. Na kali.

D: Je, wanaonekana wanaume na wanawake?

N: Naona vijana wadogo pamoja nao ambao ni watoto wao. Kuna wenzi watu wazima. Familia! Ni familia. Lakini wazazi wanafanana sana.

D: Kwa hiyo ni vigumu kutofautisha jinsia? (Ndiyo.) Je, ulijaribu kuwazuia wasichukue vifaa vyako?

N: Hapana. Nilisimama tu. Nilijisikia kimya sana. Bado sana. Na wao wakaja tu wakavichukua kutoka kwangu. Kwa nini walichukua viatu vyangu? (Alishangaa na mwitikio wake.) Niliwaruhusu tu. Nilisema tu hapo. Hilo ni la ajabu sana. Nilisema bado sana. Halafu wakanipeleka juu kwenye njia hii yenye mawe. Miguu yangu ikaumia. (Akihema kwa maumivu) Iliuma miguu yangu. (Ufunuo:) Aa! Makazi yao ni siri. Hakuna anayepaswa kujua wako hapo. Na mimi niliwapata. Na hawataki kuniumiza, lakini hawawezi kuniacha niende. Wanaogopa nitaleta wengine, au nitasema habari zao. Singesema. Nilijaribu kuwaambia singesema chochote. (Pumzi kubwa) Na nataka kuondoka mbali na huo ukingo wa mwamba. Wamesimama nyuma yangu, lakini wako mbali kidogo. Hawanishiki, na hakuna silaha, lakini mawazo yao yananisukuma kuelekea ukingoni. (Kwa ukali) Na mimi nawapingana. Sifanyi! Sitaruhusu wafanye hivi. (Kwa msisitizo) Nitageuka. Najua naweza. Nitageuka kwa nguvu. Na nitawaambia waache. Acheni! (Pumzi kubwa, na akainua mkono wake kiganja kikiwa nje.) Nawaambia waache. (Pumzi kubwa ya ahueni.) Wanaacha! Na sasa ninakuwa thabiti sana nao. Sitaruhusu wafanye hivi! Nilikuwa nafikiri kwamba nikifuata walichotaka nifanye, wangeona kwamba siwadhuru. Lakini sasa naona lazima niwaambie waache. Hawatanielekeza nifanye hivi. Na sasa mmoja wao analeta vifaa vyangu, na viatu vyangu. Wananikabidhi ili niendelee na safari yangu. Wana huzuni sana. Wanaomba msamaha. Hawasemi nami, lakini nahisi wanavyojisikia. Nahisi kwamba wanajuta.

D: Uliweza kuwasiliana nao kwamba usingewaweka wazi?

N: Ndiyo. Nilipogeuka na kuwaambia waache, nilikuwa na hasira. Na nilijisikia mwenye nguvu. Niliwaambia sitawaumiza. Singemwambia mtu yeyote. Lakini hawatanifanya nitembee nikaanguke kwenye mwamba. Kwamba hilo ni kosa. Na walijisikia huzuni sana.

D: Labda hiyo ndiyo njia pekee walidhani wanaweza kujilinda.

N: Walikuwa na hofu sana. Na sasa ninaondoka. Napanda kilimani. (Pumzi kubwa) Wananitazama. Wanaanza kuondoka. Nilisimama juu ya kilele cha kilima, na wao wakawa wanashuka kurudi chini. Whew! Lakini niko sawa, niko salama, nimerudi kwenye njia yangu tena. Lakini ni jambo la kushangaza sana, kwa sababu najua hawakupaswa kuwa hapa. Wao ni tofauti. Nahisi kama hawapaswi kuwa hapa katika wakati huu.

D: Wakati huu?

N: Ndiyo. Hawapaswi kuwa katika wakati huu. (Akijaribu kufafanua.) Nahisi wao ni wa wakati mwingine. Mbali sana siku zijazo! Mbali sana siku zijazo. Na walikuwa tu hapo. Lakini nahisi wamekuwa hapo muda mrefu. Lakini walidhani wako salama mahali hapa. Kwamba hakuna mtu angewaona hapo.

D: Kwa nini unapata hisia kwamba wao ni wa siku zijazo ukilinganisha na hapo ulipo?

N: Sijui. Najua tu kwamba wao ni wa siku zijazo za mbali sana. Kwamba wao si wa mahali pangu, wakati huu. Si wa hapa. Walidhani wamepata mahali salama pa kujificha.

D: Naajiuliza walikuwa wanajificha kutoka kwa nini?

N: Sijui.

D: Lakini hata hivyo, uliwasimamia.

N: Ndiyo, niko sawa. (Pumzi ya ahueni.) Nimefurahi kuwa kwenye njia yangu. Ninasubiri kwa hamu kukutana na huyu mtu wa pekee. Na najua nitamwona huyu mtu.

Kisha nikamsogeza Nancy mbele hadi siku muhimu:

N: (Akitabasamu) Nipo hapa. Nina furaha sana. Nilikutana na watu wengi njiani. Na nilisikia hadithi za huyu mtu kila wakati. Najihisi nimezeeka.

D: Lakini hukuwahi kukutana na mtu wa ajabu kama wale watu wadogo.

N: Hapana. (Akicheka) Hilo lilitokea mara moja tu.

D: Je, huyu mtu anaishi mjini?

N: Yuko juu kabisa kileleni, lakini kila mtu hapa mjini anamjua. Ni mtu mtakatifu. Na mimi niko sokoni fulani.

D: Unajua jina la mji huu? Umesikia mtu akisema?

N: Nahisi kama ni Himalaya. Kuna jina wanaloliita, lakini mji uko chini kidogo. (Niliona anahangaika kupata jina.) Sidhani ni jina wanaloliita, lakini nataka kusema Katmandu, lakini nafikiri hilo ni jina la kisasa. Sidhani hilo ndilo wanaloliita sasa, katika wakati wangu. Kuna milima mingi mirefu kuzunguka. Na mji huu uko juu, lakini uko chini ya mahali alipo yeye.

Alipotaja Himalaya, mara moja nilifikiri Tibet. Nilishangaa nilipotazama kwenye ensaiklopidia na kugundua kwamba Katmandu ni mji nchini Nepal. Uko kwenye tambarare ya nyanda za juu futi 4000 juu ya usawa wa bahari na umezungukwa na milima mirefu sana. Safu ya milima ya Himalaya ina milima mirefu zaidi duniani na huunda mpaka wa kaskazini wa Nepal na China. Sikujua Himalaya inaenea hadi huko. Sidhani Nancy alikuwa na habari hii pia. Ingekuwa kawaida zaidi kwake kusema yuko Tibet alipofikiria Himalaya. Inaonekana kumbukumbu ilikuwa halisi, kwa sababu haikufuata kile ambacho akili zetu za fahamu zingebuni. Wale watu wadogo wa ajabu hawakuonekana kuingia, lakini yote haya yangeelezewa kabla ya kikao kuisha.

D: Yuko juu zaidi sana, na kila mtu anajua kuhusu huyu mtu?

N: Ndiyo, huyu ni mtu wa pekee sana ambaye nahisi naweza kujifunza kwake. (Kimya kirefu) Lazima nipumzike hapa na kujisafisha. Lazima nioge. Nimekuwa barabarani muda mrefu. Nahisi kama ninahitaji kupumzika kwa muda, na kuzoea pia urefu wa eneo. Na ninahitaji kubadilisha nguo. Sijapata joto la kutosha sasa. Nahitaji kuvaa nguo zaidi, kwa sababu hapa ni juu sana na baridi.

Niliamua kumsogeza mbele hadi wakati alipokuwa anapanda mlima kumwona.

D: Wamekuambia yuko wapi?

N: Najua yuko wapi. Naweza kumhisi kana kwamba ananivuta huko... ananiita. Anajua ninakuja, na ananiongoza. Naweza kuhisi ananivuta juu zaidi. Hapa ni mteremko mkali sana. Ni baridi sana. Ninahisi baridi.

Alikuwa anatetemeka, na sauti yake ilikuwa inatetemeka. Nilitoa maelekezo ili asiwe na usumbufu wowote wa kimwili.

D: Kuna theluji pia?

N: Hapana, ni mwinuko tu sasa. Sio msimu wa baridi. Lakini kuna upepo mwingi sana. Nimefika kwenye sehemu tambarare kidogo ya ardhi. Kuna pango. Na yuko ndani. Ni giza na kimya. Na kuna mishumaa humo. Na nasimama kwa muda. Macho yangu yanazoea mwanga. Na yuko hapa.

D: Unaweza kumwona? (Alitikisa kichwa ndiyo) Anafanana na nini?

N: (Pumzi kubwa) Ana umbo la mwanadamu, lakini yeye ni nishati. Sio imara kweli. (Kicheko cha ghafla.) Ananiambia yeye ni mwili wa pamoja wa watu wengi watakatifu. Ananionyesha kwanza, mtu mtakatifu aliyevaa nguo chakavu, kama joho, na nywele ndefu za kahawia, chafu na zimegandana. Na ndevu ndefu nyeusi chafu. Halafu ghafla anakuwa safi na mweupe. Na yeye ni wengi. Sio mtu mmoja tu. Ni roho nyingi. Ni mchanganyiko wa.... (Alipata shida kupata neno.)

D: Muungano wa vipande mbalimbali?

N: Ndiyo! Wa wote. Na yeye ni mkali sana. Anaonekana kama mwanga mkali, lakini pia umbo la mwanadamu. Ni vyote. Anaweza kubadilika kutoka mwanadamu hadi umbo la mwanadamu, halafu ghafla kuwa mwanga huu wa kung'aa sana. Karibu unakuja upofu kwa mwanga.

D: Je, ndio maana anaweza kuishi mahali pa ajabu namna hiyo, kwa sababu si imara?

N: Ndiyo. Anajirekebisha kwa popote, chochote kilicho mazingira yake. Hakimwathiri.

D: Kama watu wengine wakija kumwona, wangemwona kwa namna hiyo?

N: Ni wachache tu wanaomfikia. Watu wanajua yuko pale, lakini ni wachache sana wanaowahi kufanya safari hadi kwake. (Kimya) Ni mwito. Anakuita.

D: Nilikuwa najiuliza kama mtu kutoka kijijini angekuja, angemwona kama binadamu, au kama unavyomwona wewe?

N: Wanajua hawawezi kwenda. Lazima uitwe. Wanajua yuko pale, lakini anawaita wachache tu. Anaweza kuwepo sehemu nyingine kwa wakati huohuo.

D: Lakini wewe ulilazimika kufanya safari hadi huko. (Ndiyo) Hungeweza kumpata mahali pengine?

N: Hapana. Nililazimika kwenda huko. Ndiko alipotaka niende. Safari ilikuwa muhimu sana. Ilibidi ajue kwamba ninaamini. Ilibidi ajue kwamba nastahili.... Ilibidi ajue kwamba ule mwito niliokuwa nahisi ndani yangu ulikuwa wenye nguvu ya kutosha.

D: Kwa sababu vinginevyo, angeweza kujitokeza kwako popote. (Aa, ndiyo.) Lakini ilibidi ajue una azma ya kusafiri mbali kiasi hicho ili kumpata. (Ndiyo) Kwa nini ulijisikia na azma hiyo?

N: Nilihisi tu kwamba lazima niwe pale. Nilivutwa na kuvutiwa kwake. Nahisi kuna kitu ninachopaswa kujifunza kutoka kwake. Na sikuweza kabisa kutokwenda. Ilibidi niende. Na ningekwenda. Sikuijali ingechukua muda gani kufika huko. Nilikuwa namwenda kumwona.

D: Lakini katika maisha yako ya kawaida ulipoanzia, ulikuwa mtu mtakatifu, au mtu wa kawaida?

N: Ilikuwa zamani sana. Nilikuwa mwanafunzi wa kazi fulani. Sikupenda. Nilifanya kwa sababu... well, ilibidi ufanye kitu. Nilikuwa nafanya kazi kwa mikono yangu. Mjenzi wa mawe, nafikiri. Nilikuwa najenga vitu, lakini nilikuwa tu najifunza jinsi ya kufanya haya mambo mbalimbali. Nilikuwa kijana.

D: Lakini kisha ukahisi msukumo huu wa kumtafuta mtu huyo, hata kama haikuwa na maana?

N: Ndiyo, nilijua lazima nimtafute. Sikuwa kama watu wengine. Kila mara nilihisi kama kwa kweli sikufaa kuwa huko. Nilihisi tofauti. Watu walikuwa maskini sana, na wachafu sana. Na walifanya kazi muda wote. Walikuwa wema kwangu, lakini sidhani nilikuwa wa hapo pia. Nafikiri nilisimama hapo kwa muda kidogo tu, kwa sababu sikujua niende wapi. Nilijua lazima nimtafute huyu mtu. Na nilijua mwelekeo wa kufuata. Na nilijua kwamba nikiendelea kwenye njia yangu kwake, kwamba angenipatia mahitaji yangu yote. Kwamba angenipa chakula na maji. Lakini ilibidi nibaki kwenye njia yangu kwake. Ningeweza kusimama wakati wowote kama ningetaka, lakini sikutaka.

D: Sasa kwamba umempata, utafanya nini?

N: Ana mambo ya kunifundisha.

D: Utabaki naye?

N: Ndiyo. Kwa muda kidogo. Mpaka wakati utakapokuwa sahihi. Na mimi ndiye wa pekee hapa. Ni sisi wawili tu. Hakuna mwingine.

D: Hakuna wanafunzi wengine.

N: Hapana. Ni mimi tu. Aliniita. Kutoka mbali sana, mbali sana.

D: Ni nini hasa anachopaswa kukufundisha?

N: (Kimya kirefu) Ninapaswa kuwa mmoja wa watoto wake. Na kwa kufanya hivyo, naweza kushiriki na wengine mafundisho yake. Mafundisho ya wengi yote yanatoka kwa Yule Mmoja. Na ninaanza kuelewa, lakini bado ni mengi sana kwangu kufahamu. Itachukua muda wangu kuwa naye ili kuelewa kikamilifu. Ana mengi ya kunifundisha.

Nilihisi hili lingeweza kuchukua muda mrefu, kwa hiyo nikamsogeza mbele tena kwa muda. "Unakaa huko kwa muda gani?"

N: (Pumzi kubwa) Baridi ilipita, na sasa ni majira ya kuchipua. Nimekuwa hapa kwa muda. (Kicheko) Na sasa nina nywele usoni. (Nikacheka) Na nywele kichwani kwangu ni ndefu zaidi. Na najihisi nimezeeka. Bado ni kijana, lakini najihisi nimekomaa. Na karibu ni wakati wa mimi kuondoka.

D: Amekuwa akikufundisha nini?

N: (Kwa mnong'ono) Mengi sana. Ananiambia, kadri ninavyohitaji taarifa, itakuwa hapo. Lakini ananituma niende zangu nikiwa na ujuzi wa ukweli, wa unyenyekevu, wa mafundisho ya Kristo, mafundisho ya ukweli wa wengi. Wa Buddha. Mafundisho ya wengi ambao wote ni kitu kimoja. Wote wana ukweli uleule.

D: Watu wote wenye hekima?

N: Ndiyo. Kristo hakuwa yeye peke yake. Yesu hakuwa yeye peke yake, bali walikuwepo wengi. Na kulikuwa na wanawake pia waliokuwa na nishati hii ya Kristo.

D: Uwezo na ujuzi.

N: Ndiyo. Na sasa karibu ni wakati wa mimi kuondoka, kushiriki ukweli.

D: Je, uliwahi kumuuliza anatoka wapi, na yeye ni nini? Ulisema hakuwa binadamu. Hakuwa imara.

N: Aa, najua. Huna haja ya kuuliza. Yeye ni nishati ya Kristo. Yeye ni nishati ya Mungu ikijidhihirisha katika maeneo mbalimbali kote duniani.

D: Alikufundishaje?

N: Nililala kwa muda mrefu sana, na ndivyo ilivyotokea. Nilipokuwa nalala, ndiyo.

D: Kwa kiasi fulani uliinyonya hii. Hilo lingekuwa neno zuri?

N: Ndiyo, hilo ndilo. Kunyonywa. Na sasa lazima niondoke. Nina furaha sana. Nina furaha mno.

D: Huna shida kumwacha?

N: Kwa sababu najua yuko pamoja nami kila wakati.

D: Basi humpotezi kamwe.

N: (Jibu lenye hisia kali:) Hapana! Yeye ni sehemu yangu.

D: Kwa sababu ameweka ujuzi na taarifa hii ndani yako.

N: Ndiyo. Na kuna furaha kubwa. (Alikuwa na hisia nyingi na karibu analia.) Sasa nashuka kilimani kwa uangalifu sana. Naangalia ninapokanyaga, kwa sababu kuna mawe mengi, na ni mteremko mkali sana. Na ninapofika kijijini, nakaribishwa na kila mtu. Na kuna maua mengi, na muziki na kucheza. Sherehe.

D: Kwa sababu umerudi?

N: Ndiyo. (Akitabasamu) Ni ya shangwe sana. Na kuna rangi nzuri, na muziki. Na karamu. Na nakaa kwa muda. Na ninapewa nguo na vifaa. Na ninaheshimiwa. Na sasa lazima niondoke. Sijui ninapaswa kwenda wapi. (Kicheko kidogo) Ninapaswa kuzurura na kukutana na watu. Nahisi kama naelekea kusini.

D: Mbali na milima?

N: Ndiyo. Kusini zaidi. Na sijui hasa nitakuwa nafanya nini. Lakini najua lazima nifuatilie mafundisho yake. Na kuzungumza na watu.

D: Kushiriki alichokufundisha? (Ndiyo) Unadhani utakuwa sawa?

N: Ndiyo, najua nitakuwa sawa. Sina hofu. Nitatunzwa. Hakuna hofu.

Nikamsogeza mbele tena kwa muda hadi siku nyingine muhimu, kwa sababu safari ingeweza kuchukua muda mrefu sana.

N: Ni siku ya kuondoka kwangu. Mimi ni mzee sana. Kumekuwa na harusi nyingi na baraka nyingi. Na watu wengi niliowapenda, na niliowagusa. Najisikia vizuri kuhusu maisha yangu. Na nina watoto wengi, wengi sana. Na wajukuu wengi. Wapendwa wengi wapo karibu nami. Na niko tayari kwenda.

D: Uliweza kufundisha ujuzi huo?

N: Ndiyo. Ulijitokeza tu ulipokuwa tayari. Nilipoongea na kuzungumza, na kushiriki hadithi.

D: Na hukuwahi kutilia shaka, kwa sababu ulijua uko tu hapo. (Ndiyo) Katika siku ya kuondoka kwako, ni nini kinachosababisha mwili kuacha kufanya kazi?

N: Ni muda tu. Mimi ni mzee na nimechoka. Na ananiita. Ananiita tena. Ni wakati wa mimi kupumzika. Anasema kwamba nimemtumikia vizuri, lakini sasa ni wakati wa zawadi zangu. Na nina furaha sana. (Pumzi ya kuridhika.) Na amani. Na najua nitaondoka hivi karibuni.

D: Basi twende kwenye wakati unapotokea. Unapofanya kuondoka, nini hutokea wakati huo?

N: (Pumzi kubwa) Mimi tu... mimi tu nimekwenda. (Kicheko) Nimekwenda. Na nahisi mwendo, na naona mwanga. Nilikuwa hapa kisha nimekwenda. (Kicheko) Ni rahisi sana.

D: Je, kuna mtu yeyote pamoja nawe?

N: Nahisi kadhaa wa wale waliokuja. Lakini kwa kweli sikuhitaji msaada wao, kwa sababu niliambiwa jinsi ya kufanya hili kabla. Walikuwa pale kama ningewahitaji, lakini mimi niliteleza tu nikaondoka.

D: Lakini ulisema alikuwa anakuita kwa ajili ya zawadi yako. Zawadi yako unayokwenda kuyo ni nini?

N: Niliondoa ule mwili wa zamani. Ulikuwa umechoka. Na nilikuwa mzee sana. Na nahisi mimi bado ni mtu yuleyule. Lakini sasa sina ule mwili mzito, mchovu juu yangu.

D: Ukiwa katika mtazamo huo, unaweza kutazama nyuma maisha yote. Na inaonekana ilikuwa maisha yenye thawabu kubwa.

N: Ndiyo, sana.

D: Ulifanya mema mengi. Ukiyatazama, somo la kujifunza katika maisha hayo lilikuwa nini?

N: Nilikuwa na masomo mengi katika maisha hayo. Nilikuwa na masomo ya imani, na kujiamini. Na upeo wa roho. Ilibidi nijifunze kwamba sitakubalika kwa urahisi kila wakati. Na ilibidi nijifunze kwamba nilipaswa kutumia nguvu yangu pamoja na upole wangu. Kwamba haikuwa moja au nyingine tu. Bali ilikuwa mchanganyiko wa kutumia nguvu na uwezo wako pamoja na upole na upendo.

D: Hayo ni mambo muhimu, sivyo?

N: Ndiyo. Roho nyingi ziliguswa katika maisha hayo.

Kisha niliiomba ile nafsi ibaki pale ilipokuwa, na nikarudisha utu wa Nancy ndani ya mwili. Baada ya kumtuliza na kumrejesha katika hali ya kawaida, niliomba kuzungumza na akili ya chini ili kupata taarifa zaidi kuhusu kikao hiki cha ajabu.

D: Kwa nini ulichagua maisha hayo kwa Nancy ayatazame?

N: (Pumzi kubwa) Alipaswa kukumbuka uhusiano wake wenye nguvu na nishati ya Kristo. Na pia kuleta mbele ule uwezo alionao. Ile nguvu ya kufanya mambo yatokee. Lakini pia kuhisi ule upendo na ukweli. Kumkumbusha bado kutumia sifa hizi katika maisha yake ya sasa. Wakati mwingine ana ugumu na hili. Ana changamoto kubwa katika maisha haya. Ana maisha sasa ambayo, ingawa mazingira ni tofauti, muda ni tofauti, bado anakutana na changamoto zinazofanana. Za kukutana na watu na kushiriki ukweli nao. Na kuunganisha ule nguvu na hekima.

D: Kiumbe hiki alichokiita nishati ya Kristo, kilichoonekana kama mwanaume pangoni. Hicho kilikuwa nini? Hakuonekana kuwa binadamu.

N: Hicho kilikuwa hekima ya ulimwengu wote. Hicho kilikuwa nguvu ya ulimwengu wote. Hicho kilikuwa maarifa ya kozmiki. Hicho kilikuwa kipengele kinachowasha ile sehemu ndani ya kila mmoja wetu, kinachotukumbusha... (Kwa sauti ya chini, mnong'ono:) Hayo si maneno sahihi.

D: Maneno si sahihi?

N: Ndiyo. Kilikuwa kichocheo. Kichocheo cha kumkumbusha kile anachopaswa kufanya.

D: Kwa hiyo ni kama mwili wa maarifa yote? (Ndiyo) Na kilipitishwa kwa yule mwanaume aliyekuwa katika maisha hayo. (Ndiyo) Mwanzoni, alifika kwenye kijiji chenye viumbe wale wadogo wa ajabu. Walikuwa nani?

N: (Kicheko kikubwa) Huo ulikuwa mtihani uliowekwa kwenye njia yangu. Kuona jinsi ningeshughulikia mambo mengi. Kushughulika na wale wasio kama mimi. Kushughulika na nguvu yangu mwenyewe. Ulikuwa mtihani wa imani na uwezo wangu mwenyewe. Ulikuwa mtihani wa kiasi cha nishati ya upendo niliyokuwa nayo. Jinsi ningetumia nguvu yangu. Je, ningejitahidi kuwaumiza, au ningewaacha kwa amani? Mitihani mingi.

D: Na kwamba ulikuwa utakutana na watu wengi ambao wangekuwa tofauti. (Ndiyo) Je, walikuwa viumbe halisi wa kimwili?

N: Ndiyo, lakini hawakuwa wa mahali hapo. Walikuwa wa mahali pengine. Walijitolea kuja kuigiza tukio hili, lakini hawakuwa wa wakati huo.

D: Alisema mwonekano wa vibanda ulikuwa kama udanganyifu.

N: Ndiyo. Lakini hawakuwa wa wakati huo. Walikuwa wa mwelekeo mwingine. Na walijitolea, kwa sababu walijua kwamba ilibidi nisaidiwe njiani. Ndiyo, walikuwepo kunisaidia.

D: Nancy atawezaje kugusa maarifa haya, na kuyatumia katika maisha yake ya sasa?

N: Anaogopa kukataliwa, kudhihakiwa, kwa kuwa tofauti.

D: Hizo ni hofu za kawaida za binadamu, sivyo?

N: Ndiyo. Hakuna kitu kilichomtokea yule mwanaume katika maisha hayo. Alikubaliwa. Hii ndiyo sababu ilionyeshwa kwake. Ili aone kwamba inawezekana kutumia maarifa haya bila kukataliwa au kudhihakiwa. Ataweza kutumia uwezo huu uliosahaulika. Kutakuwa daima na watu ambao hawataelewa. Lakini labda si lazima afanye kazi na watu hao, au si lazima ashiriki kiasi kikubwa kama angeweza.

Hii ilikuwa kesi nyingine ambapo mtu alikuwa amekusanya maarifa makubwa katika maisha ya nyuma. Inadhaniwa kwamba hupotea; hubaki na utu uliokufa. Lakini nilijua kutokana na uzoefu, kwamba hii si kweli. Kitu chochote kilichojifunzwa katika maisha mengine, kipaji chochote n.k., hakipotei. Huifadhiwa katika akili ya chini, na kinaweza kufufuliwa na kuletwa mbele ili kitumike katika maisha ya sasa, ikiwa inafaa. Nimeona visa vingi katika miaka ya karibuni, ambapo uwezo mkubwa wa kiroho na maarifa ya uponyaji yanaruhusiwa kuja mbele kwenye akili ya fahamu. Kwa sababu yatakuwa yanahitajika katika wakati tunaouelekea.

* * *

Nadhani ingefaa kutaja kisa kingine cha ajabu ambacho pia kilionekana kuwa ni mabadiliko ya wakati. Mhusika alishuka hadi kwenye jiji kubwa la kisasa, lakini popote alipotazama hakukuwa na watu, wala dalili yoyote ya uhai. Kila kitu kilikuwa kimetulia na kimya; zilikuwa tu majengo na mazingira yake. Nilimsogeza kwenda maeneo mengi ndani ya jiji, lakini kila mahali palionekana tupu. Alisema hakuna kitu kilichoonekana cha kufahamika, kana kwamba alikuwa mtazamaji aliyeshangaa sana. Alionekana kuwa nje ya wakati na mahali, kana kwamba alikuwa ametupwa kwenye mazingira ya kigeni ambamo hakuwa wa huko. Alikuwa amechanganyikiwa sana, nami pia nilikuwa hivyo, kwa sababu ilikuwa vigumu kujua jinsi ya kuendelea. Hatimaye, nilimuuliza aende kwenye mahali ambapo angejisikia yuko sawa. Kisha akajikuta katikati ya msitu, akiishi maisha ya kinyonge sana, ya kizamani na ya upweke ndani ya pango. Hapo alihisi yuko nyumbani, akiwa na ushirika wa mbwa wake tu. Sehemu iliyobaki ya kikao ilihusu maisha rahisi sana, ya kawaida, ambamo hakuwahi kukutana na mtu mwingine yeyote, lakini alikuwa ameridhika.

Baada ya kifo chake, niliwasiliana na akili yake ya chini. Nilikuwa nataka kujua kuhusu mazingira yasiyo ya kawaida ya mwanzo. Kwa nini kulikuwa na utofauti huo wa ajabu? Akili ya chini ilisema kwamba alikuwa ameingia kwenye tukio hilo katika mahali sahihi, lakini katika wakati usio sahihi. Wakati wa kuwepo kwake msituni hakukuwa na jiji hapo, lakini katika wakati wa baadaye jiji kubwa lingejengwa katika eneo hilo hilo. Hivyo aliliona jiji na lilikuwa tupu, kwa sababu jiji hilo halikuwepo bado katika wakati wake. Ndiyo maana alichanganyikiwa, na hakuweza kupata kitu chochote cha kufahamika. Alikuwa ameridhika tulipogundua msitu uliokuwepo kabla ya jiji. Ilikuwa kana kwamba wakati uliopita na ujao vilikuwa vinaingiliana kama tabaka juu ya eneo moja kwa wakati mmoja, na kulikuwa na gamba jepesi tu linalotenganisha vipimo.

* * *

Nilidhani kitabu hiki kilikuwa kimekamilika na nilikuwa nakitayarisha kwa ajili ya wachapishaji, lakini taarifa ziliendelea kujitokeza wakati wa vikao vyangu vya tiba. Familia yangu huendelea kuniambia nikikishikilie na niweke katika Kitabu cha Tatu cha mfululizo huu. Kwa kuwa taarifa hazikomi, naona italazimika kuwepo Kitabu cha Tatu. Hata hivyo vipande hivi vinavyoendelea kujitokeza vinaonekana kutaka kuingizwa ndani ya kitabu hiki, kwa hiyo nadhani hili litaendelea hadi kitabu kitakapoenda rasmi kuchapishwa.

Mnamo Novemba 2004 katika ofisi yangu binafsi huko Arkansas nilifanya kikao kinachohusiana na hiki cha utafutaji wa mtu mwenye hekima. Hiki kilitokea kwa bahati mbaya, na kina sifa za hadithi maarufu ya Rip Van Winkle.

Gail alienda katika maisha ya zamani ambapo alikuwa kijana wa kiume akiishi na kikundi cha watu wa nusu-kizamani katika eneo la milima mirefu. Walikuwa wanaishi katika makazi yaliyotengenezwa kwa matawi na ngozi, au ndani ya mapango. Aliishi kwenye moja ya vibanda pamoja na mwanamke mzee wa ukoo. Kazi yake ilikuwa kwenda msituni na vilimani kukusanya matunda ya porini na karanga, ambavyo vilishirikiwa na wengine. Katika moja ya utafutaji huo wa kukusanya kwenye milima mirefu iliyoizunguka makazi yao alikuta mawe madogo ya ajabu kwenye kigongo. Yalikuwa na picha za wanyama na watu zilizochongwa juu yake. Hakuwa na wazo yalitoka wapi kwa kuwa vitu vya aina hiyo vilikuwa vya kigeni kwa utamaduni wao. Akififikiri ni mazuri na pengine yana bahati aliyeyeka kwenye mfuko mdogo na akaanza kuyabeba kila mara. Alipowaonyesha watu wengine, iliibua hofu kubwa na mashaka, kwa kuwa hawakuwa wamewahi kuona kitu kama hicho. Watu wao walichonga tu vyombo vya matumizi kutoka kwenye mbao, kamwe si kutoka kwenye mawe.

Alitaka kurudi eneo lile lile ili aone kama angeweza kupata zaidi. Kwa kuwa yalipatikana kwenye mlima mrefu zaidi, pia alitaka kupanda hadi kileleni, jambo ambalo hakuna mtu kijijini aliyewahi kufanya. Nilikunja muda (nikausukuma mbele) ili kuona nini kingetokea alipoamua kupanda mlima. Njiani alipata mawe zaidi, lakini hayakuwa ya aina yenye michoro. Yalikuwa ya buluu na meupe na yalimetameta. (Huenda yalikuwa aina fulani ya fuwele ya quartz.) Nilikunja muda tena ili kuona kama aliweza kufika juu. Alisema, "Niko karibu kufika juu kabisa. Ilikuwa ngumu. Ni vigumu kupumua. Ilikuwa mbali sana. Nimepata pango pembeni. Nimechoka... mwili wangu. Jua liko juu nje, kwa hiyo ni joto. Hapa panaonekana mahali pazuri pa kupumzika na ni baridi."

Alipoingia pangoni alishangaa kumkuta mtu humo. Kiumbe fulani kilikuwa kinachonga kwenye mawe makubwa kwa kutumia jiwe jingine lililokuwa linatoa cheche alipolitumia. Nilipouliza mtu huyo anaonekanaje, alisema, "Sio kama mimi. Ngozi yake inaonekana kama inang'aa. Ana macho makubwa na kichwa chake kimeelekea kushuka na kina ncha." Ilikuwa vigumu kumwona wazi kwa sababu alikuwa ang'avu sana. "Anang'aa. Huenda nguo zake ndizo zinang'aa, lakini kisha haionekani kana kwamba kuna tofauti kati ya nguo zake na ngozi yake, kwa hiyo sijui." Kwa kuwa hakuwa anamwogopa kiumbe huyo, aliamua kukaa na kumwangalia kwa muda badala ya kuendelea kupanda hadi kileleni. Kulikuwa na aina fulani ya mawasiliano ya kiakili. "Anatikisa kichwa kana kwamba ninapaswa kuelewa. Sidhani anaishi hapo, lakini anakaa hapo. Naamini kwamba anapochonga, zile cheche zinazong'aa humfanya apate joto, kwa sababu sasa hapa ndani kuna joto sana."

Alihisi lazima alikuwa amelala, kwa sababu alipofungua macho, kiumbe huyo alikuwa ameondoka, na pango lilikuwa baridi. "Lazima nimekuwa hapa kwa muda mrefu, kwa sababu kuna maandishi au michoro mingi zaidi hapo. Zaidi kama alama." Hizi hazikuwa michoro ya watu na wanyama, bali zilikuwa miundo au alama. "Ni maumbo yenye pande tatu. Na yako kwenye pembe tofauti tofauti kwa kila mmoja. Baadhi zimeunganishwa juu ya nyingine ili zipate pande zaidi. Lazima iwe ni aina fulani ya ujumbe." Hizi zilikuwa juu ya miamba iliyokuwa sehemu ya pango, kwa hiyo haikuwezekana kuzihamisha. "Ameondoka na hapa ni baridi, kwa hiyo nadhani nitoke nje na kupanda hadi juu ya mlima."

Alipotoka pangoni aligundua kila kitu kilikuwa kimebadilika. Mlima sasa ulikuwa na barafu na theluji, na hakuweza kuendelea hadi juu. Alipojaribu kutafuta njia ya kurudi chini, aligundua kitu kilichomwacha ameduwaa kabisa. Aliona kitu chekundu kikitoka pembeni ya mlima. "Ni chekundu na kinatembea. Na kuna mawingu ya buluu yanayopanda kutoka ndani yake. Kuna mawe na vitu vingine vinavyoshuka upande wa mlima." Kilikuwa kitu ambacho hakuwahi kukiona. Akipuuza usalama wake mwenyewe alitaka kukikaribia. "Haijalishi. Nataka kukiona. Ninapanda kupitia barafu na theluji na mawe, na nimefika mahali ambapo naweza kuangalia chini upande mwingine wa mlima. Kinafanya kelele na... kinatembea... na ni cheusi na chekundu na... ni moto. Kinayeyusha barafu na theluji. Kinaunda mawingu yake yenyewe. Kizuri. Ardhi inatikisika. Labda ni mahali ambako yule mtu alitoka. Labda anaishi huko." Kwangu ilisikika kama alikuwa anashuhudia mlipuko mdogo wa volkano kwa karibu sana, lakini yeye hakuwa amewahi kuona kitu kama hicho, na aliweza kukielezea tu kwa msamiati na uzoefu wake mdogo.

Kisha alipata ugumu kuamua atashukaje tena. "Labda nilipanda juu sana. Sijui jinsi ya kushuka. Siwezi kupata njia niliyopandia. Ni mteremko mkali na ni wa kuteleza. Imeondoka! Imeanguka upande wa mlima. Nitalazimika kwenda njia nyingine." Alipokuwa anajitahidi kushuka aliteleza na kuanguka mara kadhaa na kuumia kichwa, mgongo, na mguu. "Ninashuka mbali sana kabla sijapata njia ya kushuka ambayo haina barafu na haitikisiki. Hakukuwa na barafu nilipopanda. Mwishowe ninafanya kazi ya kurudi chini hadi mahali ambapo kuna miti tena."

Baada ya kupata kijito cha kunywa, alitafuta kitu cha kufahamika ili arudi nyumbani. Lakini hakuna kitu kilichoonekana sawa. Baada ya kutembea sana aliona mapango na watu fulani. "Hawaonekani sawa. Sio watu wale wale ninaowajua. Vibanda vipo, lakini vinaonekana vimezeeka, kama vinahitaji matengenezo. Hawanishauri (hawanijui). Hawatambui mimi. Ninajaribu kumtafuta yule mwanamke mzee, ninauliza mtu. Ameshaondoka kwa muda mrefu. Hawanitambui. Sionekani sawa. Mimi ni... mzee. Nywele zangu ni mvi, na ndefu sana. Hawanikumbuki. Sijui nini kilitokea. Lazima nilikuwa nimeondoka kwa muda mrefu sana. Haikuonekana kama muda mrefu, lakini kila kitu ni tofauti sasa. Hata hivyo ni mahali pale pale." Ingawa ilipaswa kuwa ya kushangaza sana kuona mzee huyu mchafu na mchanganyiko akiingia kijijini, walimruhusu abakie hapo.

Nilipomsogeza mbele hadi siku muhimu, alikuwa amekaa pangoni na watu wakiwa wamemzunguka. Alikuwa akiwaonyesha mawe kutoka kwenye mfuko wake na kuwaeleza hadithi ya yule mtu na alama pangoni. "Baadhi yao wana hasira. Hawadhani ni kweli. Hawajui maana yake. Ni tofauti. Wanafikiri mimi ni mzee kichaa. Kwamba nilikaa juu mlimani muda mrefu sana. Nilijigonga kichwa. Wanafikiri ninaogopesha watoto.

Lakini ninaanza kujaribu kuelewa, na ninahitaji tu kuzungumza juu yake ili kuwaambia. Ni kama uchawi na wao wanaona ni kitu cha kuogopa. Baadhi yao wanataka kusikiliza."

Kulikuwa na mwanamke mmoja kijana aliyemsikiliza na kumwamini. Aliendelea kuuliza kuhusu hilo, na alitaka kwenda huko, lakini alikuwa na woga sana. Alikuwa pamoja naye alipokufa katika moja ya mapango, akiwa na mawe yake pembeni. Baada ya kufa, nilimuuliza aeleze akiwa upande wa roho ni somo gani alilojifunza. "Nilipaswa kugundua kilichokuwa upande mwingine wa ule mlima. Nilimkuta mtu huko aliyekuwa na maarifa. Niliweka maarifa juu ya kila kitu." Alikuwa tayari kwenda kwenye lisilojulikana ili kuyapata hata kama hakuna mtu angeamini. Nilipoita akili ya chini ili ijibu maswali, ilipanua zaidi. "Kutafuta maarifa ndilo jambo muhimu. Sio jibu la kile Gail anachotafuta. Ni safari tu. Ni uzoefu. Sasa lazima atumie maarifa. Maarifa hayako mahali pengine. Tayari anao maarifa hayo."

Nilitaka kujua ni aina gani ya maarifa aliyopaswa kutumia, kwa sababu moja ya maswali yake yalihusu kusudi lake katika maisha haya. "Tunamwona huyu akitumia mwanga wa rangi mbalimbali, masafa mbalimbali, na ngazi za mtetemo kuponya mwili. Mwanga utamjia kutoka kwenye mawe. Mawe ya buluu. Ndiyo atakayotumia kusema ukweli, ndipo mwanga utakuja. Atajua njia ya kufuata. Kutakuwa na maelekezo. Itakuwa taarifa itakayokuja kutoka kwenye mwanga. Tunaona hili likitoka kwenye hali halisi mbadala. Atahitaji kwenda ndani yake, kisha kutakuwa na maelekezo ya jinsi ya kutumia mwanga na rangi. Huyu atapata taarifa kutoka kwa mawasiliano katika hali halisi mbadala."

Bila shaka, nilitaka kujua kuhusu yule kiumbe aliyemwona pangoni juu ya mlima. "Kiumbe huyo alikuwa kutoka katika nyingine—kama huyu angesema—mfumo wa jua (alipata ugumu na neno). Lakini fahamu ndizo zilivyowasiliana. Sio kupitia sauti ya kimwili, na hiyo ndiyo njia ile ile taarifa hii mpya itakavyoingia."

Niliuliza, "Kama alikuwa kutoka mahali pengine, alikuwa anafanya nini hapo pangoni, katika ulimwengu wetu?"

"Ni vigumu kuelezea. Ni nyembamba sana... ni kama ukuta au pazia linalotenganisha hizo mbili ingawa ziko mbali. Alikuwepo na zile alama, ili apitishe mbele. Lakini ulikuwa wakati uleule, lakini pia, haukuwa. Huyu, wakati huo, hakuwa na ufahamu wa kuelewa hilo. Maarifa yalipitishwa, na bado anayahifadhi. Huyu anahitaji kugusa hilo, kwa kusema. Huyu anahitaji kuwa na nidhamu."

Niliuliza, "Yule mwanaume alisema alihisi kama alikuwa ndani ya pango muda mrefu. Je, hilo ni sahihi?"

"Kwa njia yake ya kupima muda, ndiyo. Kiumbe huyo mwingine alirudi kwenye wakati na mahali pake panapofaa."

"Ningewezaje kubaki hai kama hakuwa anakula kitu?"

"Hakukuwa na haja. Mwili wake wa kimwili ulikuwa unatunzwa na nishati."

"Alisema alihisi kama alikuwa amezeeka aliporudi chini ya mlima."

"Kwa njia yake ya kurekodi muda, ndiyo."

Alikuwa amewekwa katika hali ya uhai uliosimamishwa (suspended animation) wakati muda ukipita. Hata hivyo mwili wake wa kimwili uliendelea kuzeeka. "Nini kilikuwa kinatokea katika kipindi hicho?"

"Akili yake ilikuwa wazi, kwa kusema, ili alama hizi ziweze kuwekwa ndani yake. Ingawa, huenda kwa macho yake ya kimwili, hakuziona. Ilikuwa inapandikizwa, hivyo inajilisha tu ndani ya fahamu yake. Hakuzihitaji katika maisha hayo. Alikosa ujuzi kiakili. Taarifa imekuwa hapo kwa miaka mingi, lakini huyu ameikandamiza. Na sasa ni wakati wa ijitokeze. Ndiyo maana alionyeshwa maisha hayo."

Pia nilitaka kujua kuhusu tukio lililokuwa linaendelea alipotoka pangoni. "Ilikuwa nguvu kutoka kwenye Dunia. Nishati kutoka kwenye Dunia inayoweza kutumiwa katika maisha haya. Ilikuwa sana kama volkano, lakini yeye hakuwa amewahi kuona hii kabla. Hakuielewa. Dunia ni nishati hai na ina nishati zake. Hiyo ilikuwa ikitoka nje."

Hiki kilikuwa kisa kingine cha kumbukumbu za maisha ya nyuma kufufuliwa ili kuleta maarifa ya uponyaji mbele katika wakati huu. Nimechunguza visa vingi vya UFO/ET ambapo alama zimewekwa kwenye ubongo katika kiwango cha seli. Hii ni taarifa ya kutumika wakati ujao itakapowashwa. Hii pia ndiyo kusudi la "Crop Circles", kuachilia taarifa iliyomo ndani ya alama na kuipandikiza katika akili za yeyote anayeiona alama hiyo kwenye mazao. Ni lugha inayofahamika kikamilifu na akili ya chini.

* * *

Mikutano hii tofauti katika nyakati zilizopita na watu waliokuwa na maarifa na hekima ya kupindukia ilitofautiana kati yao. Lakini ilionyesha kwamba kufikia maarifa ya namna hiyo kunawezekana na kumeafikiwa mara nyingi. Katika kila kisa imani kuu ilibadilisha maisha yao. Ni wangapi kati yetu pia tumewahi kuishi maisha kama hayo na tuna ujuzi na taarifa zilizozikwa ndani ya akili zetu za chini? Idadi lazima iwe kubwa mno, kwa sababu lazima tuishi kila aina ya maisha inayowezekana kufikirika, na tupitie kila aina ya hali, kabla hatujafikia ukamilifu na hatimaye kupaa.

SEHEMU YA TANO

SAYARI NYINGINE

Sura ya 17

MAISHA KWENYE SAYARI NYINGINE

Hiki kilikuwa kikao kingine cha maonyesho kwa darasa langu la hipnosisi mwaka 2003. Kama kile cha mwisho, nilifanya wanafunzi waweke majina yao kwenye sanduku, kisha nikachagua yule ambaye ningemfanyia maonesho siku iliyofuata. Margaret ndiye niliyemchagua. Nilimwomba aandike orodha ya maswali kwa ajili yangu ili niulize atakapokuwa katika transi. Kwa kuwa hiyo ilikuwa siku ya mwisho ya darasa, tulichagua chumba cha mmoja wa wanafunzi ambaye alikuwa anabaki kwa usiku mwingine, kwa sababu wengi wetu tulikuwa tumeshatoa vyumba vyetu. Tulikuwa watu kumi na wawili na tena, tulijazana ndani ya chumba kidogo cha hoteli. Nilikuwa nimekaa kwenye kona karibu na meza ndogo kando ya kitanda, nikikuwa na nafasi kidogo sana ya kugeuka. Wanafunzi wote walikuwa wamejazana kuzunguka kitanda. Baadhi walikuwa wameleta viti kutoka darasani, na baadhi walikuwa wamekaa sakafuni. Wengi walikuwa na daftari na walikuwa wanaandika notsi. Hili lilisababisha kauli ya kuchekesha ambayo Margaret alituambia baada ya kikao. Alisema aliweza kusikia kila mtu akiandika, wakitoa sauti za kukwangua. Alisema hajawahi kusikia uandishi mwingi hivyo kabla, na aliogopa kwamba kelele hiyo ingemsumbua na kumzuia asiingie transi. Lakini cha kushangaza kwake, aliingia transi ya kina mara moja na hakuendelea kusikia sauti hizo. Alipoamka baada ya kikao, hakukumbuka chochote, na tulilazimika sisi sote kumweleza kilichotokea. Kikao kilikuwa cha ajabu tena, lakini si cha ajabu sana kama cha Estelle wakati wa darasa la 2002. Ningependa kuchunguza hiki kwa kina zaidi, lakini kwa kuwa kilikuwa ni maonesho ya mbinu yangu nilijaribu kukifanya kifupi.

Nilipoanza safari hii, nilikumbuka kurekodi uingizaji, ili wanafunzi wawe na rekodi ya jinsi ilivyofanyika. Margaret alishuka kutoka "wingu" hadi kwenye mandhari tasa sana, yenye upweke. Hakukuwa na uoto, ni udongo tu wenye mawe machache. Ilikuwa mazingira magumu sana kuishi. Aliona watu wachache warefu wamesimama karibu wakiwa wamevaa majoho ya rangi ya beige na viatu vya ngozi (sandals). Aliona yeye ni mwanaume aliyekuwa amevaa vivyo hivyo, joho likiwa limefungwa kwa kamba kiunoni. Nilipomuuliza kama anaishi karibu na hapo, hakuona miundo yoyote kabisa, ni mandhari tasa tu. Kisha alishtuka kuona kitu kisichotarajiwa ardhini karibu na hao watu. "Kuna shimo ardhini," alisema. "Linaenda ndani ya ardhi. Huko ndiko tunakoshuka." Alipokaribia, aliona kuna ngazi inayoshuka ndani ya shimo, na alijua anaweza kushuka ndani kama angetaka.

Aliposhuka ngazi, aliona watu wengi wanaishi maisha rahisi sana chini ya ardhi. Kulikuwa na mwanamke anapika juu ya moto wa wazi.

M: Ni nafasi kubwa. Ni mlango wa kuingilia kwenye njia za ndani na korido. Na hapa ndipo watu wanaishi.

D: Kwa nini mnaishi chini ya ardhi?

M: Hakuna chochote juu.

D: Msiwezi kujenga nyumba huko juu?

M: Hakuna haja ya kujenga chochote huko juu, kwa sababu kila kitu tunachohitaji kiko chini. Hakuna chochote huko juu.

Nilipouliza chakula na mahitaji yanatoka wapi, alichanganyikiwa na hakuweza kuniambia. Inaonekana hakuwahi kuhoji hilo. Walikuwa wanapewa wanachohitaji ili kuishi. Wote waliishi pamoja humo, lakini walikuwa na maeneo yao binafsi. Yeye alishiriki eneo lake na mke wake. Ilikuwa rahisi sana. Kulikuwa na watu wengi, na pia watoto.

M: Kuna udongo mwingi. Vichuguu. Kule ni mviringo sana. Moto kila mahali. Kuna mwanga mwingi.

D: Je, moto uko chini ardhini?

M: Hapana, uko pembeni. Ndani ya kuta. Wanakata tundu dogo... nadhani tundu dogo kwa ajili yake.

D: Je, mmeishi chini ya ardhi siku zote? (Ndiyo) Kwa hiyo hakuna mtu aliyewahi kuishi juu ya ardhi?

M: (Kwa ukali:) Hapana, hapana! Hatuishi juu. Hapana, hapana!

Inaonekana hawakuhoji hilo. Ilikuwa ya kawaida kabisa kwao kuishi hivyo. Walikuwa na kila kitu walichohitaji ili kuwepo chini ya ardhi. Nilimuuliza kazi yake ilikuwa nini. Alifanya nini kwa ajili ya jamii?

M: Mimi huangalia! Huenda juu ya ardhi na huangalia. Hulinda. Huangalia. Mimi ni mlinzi.

D: Je, lazima usimame huko juu karibu na mdomo wa tundu? (Kwa msisitizo: Ndiyo!) Unaangalia nini?

M: Mashine.

D: (Hilo lilikuwa jibu la ajabu.) Kuna hatari?

M: Haionekani kuwa kuna hatari sasa. Ni zaidi ya kuzuia.

D: Mashine za aina gani? (Alikuwa hana uhakika.) Zinaonekana vipi?

M: Inategemea. Kuna aina tofauti. Baadhi ni ndogo, na huruka juu ya uso wa ardhi. Husogea haraka sana. Ni ndogo na duara.

Hii haikusikika kama mazingira ya Dunia, isipokuwa Margaret alikuwa ameenda mbele hadi maisha ya baadaye.

D: Unafanya nini ukiona moja ya hizo mashine?

M: Tunashuka. Daima tunashuka.

D: Lakini si kubwa sana. Ulisema huruka tu karibu na uso wa ardhi?

M: Ndogo huruka karibu na uso.

D: Vipi kuhusu mashine nyingine? Zinaonekana vipi?

M: Baadhi ni kubwa sana, na... zenye ukatili. Sijui kwa nini hupita, lakini wakati mwingine hupita.

D: Unaweza kueleza moja inaonekana vipi?

M: Ndiyo. Miguu miwili. Na juu, wanaweza kuona. Hupita na wanaweza kuona.

D: Inaonekana kama mmoja wenu? Kama mtu?

M: (Kwa msisitizo:) Hapana, hapana! Ina miguu ya chuma. Haina mikono.

D: Je, inatembea?

M: Ndiyo. Ni ya kujikokota. Ndizo tunazoziogopa zaidi. (Mapumziko marefu) Huchunguza mashimo ardhini. Hupita, na huchunguza.

D: Wangefanya nini wakipata shimo?

M: Wangechukua mtu. Mashine nyingine hazichukui mtu yeyote.

Kazi yake ilikuwa kuangalia hizi mashine za ajabu na kuwaonya watu zinapokuja. Wengine pia walipokezana zamu za kuangalia. Hakujua kilichowatokea watu waliokuwa wanachukuliwa; hawakuonekana tena. Niliamua kumsogeza Margaret mbele hadi siku muhimu. Alianza kuwa na hisia kali sana alipofika huko.

M: Naogopa. (Kusita) Wame... wametupata. Na wanachukua... (kwa hisia) wanawachukua watu. Na ninajaribu kulinda familia yangu. (Hisia, anapumua haraka.) Kila mtu yuko kwenye taharuki.

D: Nilidhani mko salama huko chini. Wanaweza kushuka ndani ya shimo?

M: Hapana, hawashuki ndani ya shimo, lakini wanatuchukua. Ni kama hawahitaji kushuka kimwili. Wanatunyonyoa juu. Kupitia shimo. (Hilo lilimkasirisha/likamsumbua sana.) Tuna njia za kutupitisha mbali na hatari. Zinazoenda chini zaidi. Tunawachukua familia zetu na tunawapeleka chini zaidi. Chini zaidi ndani ya... sayari. Ndani ya udongo. Tuna njia zinazoenda ndani zaidi.

D: Je, mna silaha zozote mnazoweza kutumia?

M: Hapana. Hatuwezi kufanya chochote dhidi yao.

D: Kwa hiyo mnakimbia tu. Hiyo ndiyo njia pekee ya kuponyoka? (Ndiyo.) Ulisema ni kama kunyonya juu. Hivyo ndivyo ulivyoona ikitokea? (Tena kwa hisia: Ndiyo.) Hii ndiyo mara ya kwanza wamekuja humo namna hiyo? (Ndiyo)

Nilikuwa nikijaribu kufikiria maswali ya kuuliza, kwa sababu Margaret hakuwa anatoa taarifa nyingi kwa hiari. Hofu ilikuwa inatawala hamu yake ya kuzungumza nami. Huu ulikuwa urejeshaji (regression) wa ajabu kwa ajili ya maonesho, na wanafunzi walikuwa wamekaa kimya kabisa wakisikiliza kila neno. Mimi nimezoea vikao vya aina hii vya ajabu, lakini wao hawakuwa wamewahi kupitia kitu kama hiki katika kazi zao. Lakini hiyo ndiyo sababu kuu ya darasa, kuwaonyesha kwamba ajabu na isiyo ya kawaida inawezekana kupatikana kwa mbinu yangu. Kwa njia hii, ikitokea kwao, watajua inaweza kudhibitiwa, na kwamba mteja hayuko hatarini. Akili ya chini ilikuwa inaacha hadithi ijitokeze kwa sababu ambayo ingemnufaisha Margaret. Nilipaswa kujua sababu hiyo ilikuwa nini.

Watu wengi waliweza kuponyoka kutoka kwa mashine hiyo ya ajabu ya "scavenger". Kisha nikamsogeza Margaret mbele tena hadi siku nyingine muhimu. Kama angekuwa anabuni hadithi ya ajabu ili kutuvutia, nadhani angeendelea na mashine ya kutisha. Badala yake alienda kwenye tukio la kawaida sana.

M: Mwanangu anajiandaa kuondoka. Anaondoka hapa sasa... kabisa.

D: Nilidhani mnapaswa kukaa huko.

M: Yeye habaki. Anakwendako kutumikia mahali pengine. Anaandaa mizigo yake. Anajivunia sana. Wakati mwingine wavulana huenda mahali pengine. Wanachukuliwa na huenda kutumikia maeneo mengine. Kwa njia tofauti tofauti. Si kila mtu hukaa chini ya ardhi.

D: Umewahi kuona maeneo hayo? (Hapana) Unajisikiaje mwanako anaondoka?

M: Ni sawa. Ni mvulana imara. Ni thabiti sana. Ni mrefu sana. Ni mwenye nguvu. Walio na nguvu zaidi huenda maeneo mengine. Si huzuni. Ni ngumu, lakini ninajivunia.

Nilimsogeza mbele hadi siku nyingine muhimu, na alikuwa anaheshimiwa kwa miaka ya huduma ya uaminifu. Sasa alikuwa mzee na hangehitaji kufanya kazi tena. Alisema sasa ulikuwa wakati wa kufikiri, wakati wa kutafakari.

Sehemu moja tu ilikuwa imebaki sasa, nayo ni kifo chake. Sikujua nitarajie nini kutokana na asili ya ajabu ya urejeshaji huu. Lakini haikuwa kifo cha vurugu kwa mashine hiyo ya ajabu. Ilikuwa kifo cha kawaida tu kitandani kwake, katika makazi ya chini ya ardhi. Alisema alikuwa mzee na moyo wake ulikuwa unamsumbua. Margaret alikuwa anaonyesha hisia za kimwili, kwa hiyo nililazimika kutoa mapendekezo ya kuondoa hisia hizo.

M: Nimeandika vitabu vingi vilivyo kule kona. Ninajivunia sana.

D: Vitabu vilihusu nini?

M: Falsafa. Kiroho. Watu wengi wanasoma vitabu vyangu. Kuna rundo zima pale.

D: Hiyo ni nzuri. Unapenda kufikiri. Umeipitisha maarifa.

Kisha nikamsogeza hadi baada ya kifo alipokuwa ameingia kwenye ulimwengu wa roho. Kutoka mtazamo huo, angeweza kuona maisha yote, si sehemu chache tu tulizogusa. Alieleza kwamba desturi yao ilikuwa kuchoma mwili baada ya kifo. Hili pia lilifanywa katika mazingira ya chini ya ardhi, kwa hiyo lazima kulikuwa na maeneo mengi ndani ya mtandao wa vichuguu. Nilimuuliza aliona ni somo gani lilijifunzwa katika maisha haya ya ajabu—ajabu kwa mtazamo wangu angalau.

M: Huduma. Huduma kwa kazi yangu, na huduma kwa vitabu vyangu. Na umuhimu wa kujitazama ndani.

D: Unamaanisha kufikiri?

M: Ndiyo, nilifanya hivyo sana.

Kisha nikamtoa kwenye tukio, na nikamrudisha kwenye wakati wa sasa. Nilifanya haiba ya Margaret ichukue nafasi ya yule mwanaume ili niweze kuleta akili ya chini na kupata sababu za kuwasilisha kikao hiki cha ajabu.

D: Kwa nini ulichagua maisha haya kwa Margaret ayaone?

M: Unyenyekevu. Aliishi maisha ya kulinda na kutumikia, lakini hakuwa mnyenyekevu sana. Alihitaji kujifunza jinsi ya kuwa mnyenyekevu.

D: Alikuwa na majivuno? (Ndiyo) Hatukujua hilo. Alikuwa anafanya kazi yake vizuri, lakini hakuwa mnyenyekevu. (Ndiyo) Hayo yalikuwa maisha ya ajabu. Je, yalikuwa Duniani? (Hapana) Unaweza kutupa wazo yalikuwa wapi?

M: Orion.

D: Kwa nini palikuwa tasa hivyo?

M: Hakuna uhai juu ya uso wa hiyo sayari.

D: Ndiyo maana waliishi chini ya ardhi? (Ndiyo) Walipata wapi chakula chao?

M: Waliletewa. Marafiki wao wa karibu wangeleta chakula mara kwa mara. Ilikuwa ni kwa kubadilishana na vifaa vilivyokuwa kwenye sayari. Wangeleta chakula, na wao walichukua vifaa vingi.

D: Kwa kweli, hakuonekana kujua chakula kilikuwa kinatoka wapi.

M: Hapana, kililetwa kwa njia ya nchi kavu. Watu wengi hawakufanya kazi ndani ya sayari. Walikuwa wanapewa tu.

D: Watu waliokuwa wanaishi chini ya ardhi hawakuonekana kuwa wa kisasa sana. Hawakuwa na teknolojia nyingi, sivyo?

M: Hapana. Walikuwa kundi la furaha na wepesi wa moyo, lenye wema.

D: Hizo mashine za ajabu zilikuwa nini?

M: Zilitoka kwenye kituo kikuu.

Inaonekana mahali alipoishi yule mwanaume palikuwa ni kituo cha pembeni, na hawakuwa na sababu wala uwezo wa kusafiri mbali sana kutoka hapo.

D: Hizo mashine ndogo za kuruka alizoziona zilikuwa nini?

M: Doria. Zilikuwa zinaenda doria kuzunguka, kuangalia zinaweza kupata nini.

D: Na zile zenye miguu ya chuma?

M: Wakusanyaji (scavengers). Walikuwa wanaenda kuzunguka wakitafuta mashimo, na kuchukua chochote walichoweza kupata... kutoka kwenye nishati.

D: Wangefanya nini kwa watu walipowapata?

M: Kuwatumia. Wangewatumia kama mafuta.

D: Mafuta? Unamaanisha nini?

M: Kuwachoma kuwa mafuta kwenye kituo kikuu.

D: Hivi ndivyo kituo hicho kilivyokuwa kinapata nguvu, au nini?

M: Ndiyo. Kwa watu. Watu ambao wangeweza kuwapata chini ya ardhi. Hakukuwa na chochote juu. Walihitaji kuwa na kitu cha kutumia kama mafuta.

Huo kwa hakika ulikuwa taswira ya kutisha kichwani.

D: Alisema ilikuwa karibu kama wananyonya watu kutoka huko.

M: Ndiyo. Kulikuwa na mchanganyiko wa kuwavuta kimwili na kujaza/kunyonya nishati yao. Ingetokea kana kwamba wananyonya nje.

D: Na wangechukua hao watu kurudi kwenye kituo, na kuwatumia kama mafuta ya kuendesha "mji"?

M: Hakuna mji kama unavyofikiria mji. Ni zaidi ya mashine, mashine kubwa kuu. Si mji sana. Ni ya kimekanika.

D: Hiyo ina uhusiano gani na maisha ya Margaret sasa?

M: Anahitaji kujifunza somo la unyenyekevu. Lengo lake kubwa ni kuwahudumia wengine. Ana hisia ya uharaka ya kutoka na kuwasaidia watu wengine. Ni kama kwamba haiishi wakati mwingine.

D: Lakini je, hiyo ndiyo kusudi lake? Kwa sababu hilo ni mojawapo ya maswali aliyotaka kuuliza.

M: Ndiyo, bila shaka. Anafanya jambo sahihi. Ana hofu na wasiwasi mwingi. Na haachi tu.

* * *

Huu ni uzi wa kawaida unaopitia karibu urejeshaji wangu wote, ingawa ni jambo la mwisho mteja huwa analijua. Akili ya chini kila mara huwakemea kwa sababu wako hapa kufanya jambo fulani (kwa kawaida kuwasaidia wengine kwa namna fulani) na wao wamenaswa na mambo ya kila siku ya maisha. Hili limewafanya wasahau walichokuja kufanya. Sijawahi kuwa na akili ya chini ikisema mtu yuko hapa kuishi na kucheza, kuwa na familia na maisha ya kawaida tu. Daima wanaambiwa wako hapa kwa kusudi, na kusudi hilo linapaswa kuleta tofauti katika maisha ya watu wengine na tofauti katika dunia. Inashangaza kwamba huu ni mwelekeo wa kawaida, lakini bado haujulikani kabisa kwa akili ya juu (conscious mind). Inaonekana kwamba mtu anapofika hapa na kuwa mtu mzima, hunaswa na mbio za panya za duniani. Kutokuwapo-uhalisia (unreality) wa yote hayo huwa ndiyo uhalisia wao, na haijalishi wanaweza kuonekana kuwa na fikra za juu kiasi gani, wamepoteza mtazamo wa sababu yao halisi ya kuingia mwilini. Kwa matumaini, wanaweza kugundua kusudi lao na kulifanyia kazi kabla hawajakaribia sana mwisho wa maisha yao, na iwe ni kuchelewa mno kulitimiza. Ikiwa hilo litatokea, suluhisho pekee ni kurudi na kujaribu tena tangu mwanzo.

Niliendelea na maswali yake, mengi yakiwa yanahusu maisha yake binafsi: kazi yake na mji anaopaswa kuishi. Uhusiano wake wa kimapenzi na mambo mengine yanayomhangaisha.

Baada ya Margaret kuamka, nilirudisha tena kinasa sauti kuwaka ili kurekodi baadhi ya kumbukumbu zake kuhusu kikao.

M: Tulipokuwa tunashuka kwenye njia ya ndani. Niliona njia ya ndani kwa uwazi sana. Kulikuwa na kama madaraja chini ya ardhi. Madaraja marefu ya udongo. Ilikuwa tupu sana ndani. Niliona mistari mirefu ya watu wakishuka.

Inaonekana, hicho ndicho tu alichokumbuka, matukio ya mwanzoni. Hili ni la kawaida na ndilo watu wengi hukumbuka. Wanafunzi walimweleza kuhusu mambo aliyosema, hasa sehemu zilizotoka kwenye akili ya chini. Mengi ya hayo yalikuwa ya binafsi na sikuyajumuisha hapa. Hakukumbuka sehemu hizo. Alishangazwa sana na ufunuo wake kuhusu yeye mwenyewe.

* * *

Katika kisa kingine mwishoni mwa 2004, mwanamke alisafiri hadi sayari nyingine ambako wakazi walikuwa na umbo la mwili la kibinadamu, lakini kwa hakika hawakuwa binadamu. Wote walionekana kufanana kwa sababu walivaa mavazi yanayofunika mwili mzima kwa ukaribu (skin tight). Kitu pekee ambacho hakikufunikwa ni uso wao. Hata hivyo, uso nao ulikuwa umefunikwa na paneli ya kuonekana kupitia (see-through) iliyokuwa kifaa cha kupumua. Kwenye sayari hiyo hawakuwa na haja ya chakula wala usingizi. Kiumbe huyo alisafiri kwenda sayari nyingine na asteroidi kwa chombo kidogo cha mtu mmoja, na kukusanya sampuli za udongo. Hizo alizileta nyuma kwenye sayari ya nyumbani na zikachambuliwa. Kazi yao ilikuwa kuona kama sayari anayoitembelea ingeweza kuhimili uhai. Kisha taratibu nyingine zote zilishughulikiwa na mtu mwingine. Hatimaye alikufa wakati kifaa chake cha kupumua kilipoharibika. Visa vyote katika sehemu hii vinaonyesha kwamba kuna matukio mengi yanayowezekana ya maisha kwenye sayari nyingine kama vile nyota zilivyo angani. Yanapita mipaka ya mawazo yetu.

Sura ya 18

SAYARI YENYE JUA LA ZAMBARAU

Kikao hiki kilikuwa mojawapo ya vya kwanza nilivyofanya baada ya kufungua ofisi yangu huko Huntsville, Arkansas, muda mfupi baada ya Krismasi ya mwaka 2003. Ofisi imefanya kazi vizuri sana, na nishati yake inaonekana kusaidia vikao vyenye nguvu kubwa. Kila mtu anayekuja pale huleta mtetemo wake wa kipekee. Wateja wangu wanasema wanaweza kuhisi nishati chanya sana pale.

Katika kikao hiki, Molly kwa kweli aligeuka kuwa ule utu mwingine na alikuwa hai sana katika maonyesho yake.

Molly aliposhuka kutoka kwenye wingu, alichoweza kuona tu kilikuwa rangi za zambarau na kijani. Hili hutokea wakati mwingine, na kwa kawaida hulazimika kumsogeza mtu kupitia hizo rangi ili afike kwenye tukio. Wakati huu rangi hizo ziligeuka kuwa kitu kingine ambacho singeweza kukitarajia. Aliona giza tu, huku rangi zikiwa ndizo pekee zilizotoa mwanga. Baada ya dakika kadhaa, hatimaye aligundua kwamba alikuwa ndani ya pango. Hiyo ndiyo sababu kulikuwa na giza na ilikuwa vigumu kuona chochote isipokuwa rangi.

M: Ndiyo, niko ndani ya pango. Na kuna mwanga juu. Niko chini, na kwenye dari ya pango kuna mng'ao. Mwanga unaoakisiwa. Hakuna moto. Hakuna taa. Ni hizi tu taa zinazong'aa kwenye dari.

D: Nashangaa ni mwanga wa nini unaoakisiwa?

M: Fuwele. Ametisti. Kubwa, kama mawe yenye uwazi wa ndani. Na ninavyoenda ndani zaidi, ndivyo rangi inavyozidi kuwa nzito. Zinang'aa kule juu kwenye dari. (Sauti yake ilisikika karibu kama ya mtoto.) Na nimelala chini nikiangalia juu. Sitembei. Nimelala sakafuni mwa pango nikiangalia juu.

Mchanga. Nimelala juu ya kitu cha mchanga, na nikiangalia dari. Hmm. Lazima kuna mwanga mahali unaoakisiwa kuingia humu. Lakini napenda kuwa hapa. Ni kama taa za angani za rangi ndani yangu mwenyewe.

D: Je, uko peke yako?

M: Nafikiri hivyo. Inahisi kama niko peke yangu.

D: Umevaa nguo za aina gani? Inahisi vipi?

M: (Akipapasa kifua chake kujaribu kuhisi nguo.) Laini kama manyoya. (Akacheka.) Manyoya. Ndiyo, manyoya. (Aliendelea kuzipapasa na kutabasamu.)

D: Je, zinaufunika mwili wako wote?

M: Siwezi kuona. Ni giza. Inafunika mpaka hapa na mpaka hapa. (Aliweka mikono yake kwenye kifua na mapajani.)

D: Kifua na kiuno?

M: Kiwiliwili. Si kwenye mikono yangu.

D: Je, wewe ni mwanaume au mwanamke?

M: Mimi ni mwanaume. Najihisi mkubwa sana. (Alikuwa akijisogeza kana kwamba anajivunia mwili wake. Alifurahia kuwa ndani ya mwili huo.)

D: Je, wewe ni kijana au mzee? (Kimya kidogo) Inahisi vipi?

M: Majira ya joto kumi na tano.

D: Oo, basi bado wewe ni kijana.

M: Nina familia. Nina majukumu.

Kwa kweli alikuwa anaingia kabisa katika ule utu mwingine. Sauti yake na namna alivyoongea zilikuwa rahisi sana. Kwa hiyo nilidhani alikuwa mtu wa kiasili au wa zamani.

D: Ikiwa wewe ni mwanaume, je, una ndevu? (Alipapasa uso na kidevu chake.) Unahisi nini hapo?

M: Manyoya. Haya (ndevu) ni makali kuliko haya (manyoya ya mwilini/ya nguo).

D: Lakini una majukumu. Tayari una familia. (Ndiyo) Una watoto? (Ndiyo) Mke?

M: (Alisita kana kwamba neno hilo halikuwa la kawaida kwake.) Nina mwanamke.

D: Je, unaishi katika pango hilo?

Hakika alisikika kama mtu wa pangoni, lakini nilikuwa karibu kupata mshangao.

M: Hapana, niligundua hapa. Nilifuata mnyama fulani kuingia humu. Na hapa ndipo ninapoweza kuja na kuangalia tu rangi. Nimejua kuhusu hapa tangu nilipokuwa mtoto. Lakini siwaambii wote. Ni kwangu. (Kicheko cha kujigamba.)

D: Hutaki wagundue.

M: Hapana. Ikiwa ningelazimika, ningeshiriki. Lakini kwa kuwa sihitaji, tuna makazi mengine. Nitahifadhi hii kwangu kwa muda. Ni tulivu hapa. Kazi yangu imekamilika. Ninaweza kupumzika hapa.

D: Unafanya kazi gani?

M: Hmm. (Akifikiria) Napanda vitu. Nachimba ardhini, na napanda vitu. Ninachopanda na kukikuza, nakibadilisha kwa vitu vingine. Tuna wawindaji na tuna wakulima. Mimi niko upande wa wakulima, kwa sababu siwezi kuwinda.

D: Kila mtu ana kitu anachoweza kufanya. Ana utaalamu wake. (Ndiyo) Je, kuna wengi katika kundi lenu? (Kimya kidogo) Kwa sababu nafikiri si wewe tu na mwanamke wako na watoto wenu.

M: Kuna... nahesabu. Kumi na tano. Sisi ni kundi la ukubwa mzuri.

D: Ndiyo. Je, nyote ni familia? Mmeunganishwa kwa ukoo?

M: (Akifikiria) Hapana. Sisi ni kundi.

D: Je, mnaishi karibu na pango hili?

M: Ni... nusu siku kutoka ninapoishi.

D: Je, kundi halina wasiwasi ukiwa umeondoka muda mrefu hivyo?

M: Wanafikiri niko katika safari ya kiroho.

D: Je, watu wenu huenda kwenye safari za aina hiyo?

M: Wanaume huenda.

D: Mnatafuta nini mnapoenda kwenye safari hizo?

M: Mazimwi. Mimi nafanya safari kwa ajili ya kundi. Wanaume wanaokwenda kwenye safari huongozwa kuelekea... kwa uwindaji. Mimi ninapoenda kwenye safari yangu, ni kugundua kile kinachohitajika kwa kundi.

Sawa na tamaduni nyingine za kale, walitegemea hisia za ndani ili kupata wanyama na kadhalika.

D: Ulisema pia mnafanya biashara na wengine.

M: Zaidi kwa ajili ya kuishi, nafanya biashara ndani ya kundi langu. Na kisha pia mara moja kwa mwaka tunaenda kwenye mkusanyiko na kubadilishana bidhaa.

D: Inaonekana unafurahia kuishi pale, sivyo? (Hakuna jibu.) Je, unajua hilo lina maana gani? (Hapana) Lina maana unapenda kuishi pale.

M: Ndiyo, napenda kuishi pale. Tunatunzwa vizuri. (Maneno yakawa magumu.) Tuna makazi. Tuna maji. Tuna chakula. Na tuna kile tunachohitaji. Je, hiyo ndiyo furaha?

D: Ndiyo, nadhani hivyo. Hungependa kubadilisha chochote. Ikiwa hutaki kitu kingine, basi umeridhika. Wewe ni mwenye furaha.

M: Ndiyo, furaha. Tunapoenda kwenye mkusanyiko wa makundi, tunafanya mabadiliko pale. Tunajifunza makundi mengine yanafanya nini, na kama tunapenda, tunaleta nyumbani. Tunaweza kubadilishana na kupata zana tofauti na vitu tunavyohitaji ili kufanya maisha yetu yawe mazuri zaidi.

D: Mnashirikiana maarifa na taarifa. Hilo ni zuri sana. Mahali mnapoishi, ni baridi au joto?

M: Ni joto. Ni... (alishindwa kupata neno) la kufaa na la joto. Hii ni nini? (Alipata shida kupanga maneno.) Kuna ubaridi kidogo wakati mwingine tunahitaji ngozi ya ziada au blanketi, lakini si kwa muda mrefu.

D: Basi hapo ni mahali pazuri pa kuishi. Na mna kila mnachohitaji.

M: (Bila kutarajia) Tuna jua la zambarau. Hmph!

D: Jua la zambarau?

Huu ulikuwa mgeuko usiotarajiwa. Dalili ya kwanza kwamba haya hayakuwa maisha rahisi ya kale.

M: Tuna jua la zambarau. Jua lililo juu pale, ni la zambarau.

D: Zambarau? Hiyo ni rangi ya ajabu kidogo, nadhani.

M: Sijui. Ni zambarau. (Nikacheka.)

D: Mahali ninapoishi, jua ni la njano au machungwa.

M: Hicho ni kitu cha ajabu. Langu ni la zambarau.

D: Hmm. Anga ni rangi gani?

M: Ni... kama... zambarau. (Kana kwamba alikuwa akilichunguza.) (Kicheko) Vivuli mbalimbali vya zambarau.

D: Kwa hiyo anga pia ni la zambarau? (Ndiyo) Je, jua huangaza wakati wote, mchana na usiku?

M: (Kimya) Sijui mchana, usiku.

D: Je, kunawahi kuwa giza nje?

M: Siyo nje, hapana. Humu ndani kuna giza (pangoni), lakini si nje.

D: Kwa sababu unajua, giza likiwa, ni vigumu kuona. (Ndiyo) Lakini ukiwa nje, unamaanisha jua huangaza wakati wote?

M: Isipokuwa nikifumba macho. Lakini ndiyo, haliwi kama ndani ya pango. Hubaki vilevile, vivuli mbalimbali vya rangi nje.

D: Oo. Kwa sababu mahali ninapoishi, huwa kuna giza sana wakati mwingine, jua linapoondoka.

M: Nje? Jua lenu linaondoka?

Alionyesha mshangao wa kweli.

D: Ndiyo. (Oo!) Lakini hurudi tena.

M: Inaenda wapi?

D: Oo, inaondoka kwa muda mfupi na kwenda kulala, halafu inarudi.

Ninapozungumza na mtu anayeonekana wa kiasili au wa zamani sana, lazima nitumie maneno ninayodhani ataelewa. Huwezi kufanya mambo yawe magumu sana.

D: Na sisi hatuhofu. Lakini inapolala, basi dunia nzima huwa giza. Kwa hiyo ninyi hamna hali kama hiyo?

M: Hapana. Ni ya rangi ya lavenda sana... tuna vivuli mbalimbali vya lavenda au za zambarau. Na wakati mwingine huwa nyepesi, na wakati mwingine huwa kivuli cha giza zaidi, lakini bado naweza kuona mkono wangu. Au naweza kuona kutembea kwenye njia. Sihitaji mwanga wa bandia au mwanga mwingine ili kuona hivyo.

D: Huhitaji moto au kitu chochote? (Hapana) Unajua "moto" ni nini?

M: Basi, siuhitaji, kwa hiyo sidhani kama naujua.

Unaelezaje kitu cha msingi na rahisi kiasi hicho?

D: Je, mnapika chakula chenu?

M: Kupika chakula? Hapana. Tunang'oa chakula. Na tunachimba. Na tuna njia za kuandaa chakula chetu. Tuna mawe haya ambayo ni moto sana, sana. Na tunaweka chakula chetu kwenye vyombo, na tunakiweka karibu na mawe mpaka kiive.

D: Basi, moto ungekuwa wa joto sana sana, kama miali. Na unaweza kuuona. Kwa hiyo ninyi hamna hivyo.

M: Hapana, tuna mawe ya moto. Tuna maji ya moto, na tuna mvuke wa moto.

D: Hiyo hutoka milimani?

M: Iko ardhini. Daima ni ya moto.

D: Hiyo ni nzuri sana.

M: Ni nzuri? Ndiyo, ni nzuri sana.

D: Je, mnawahi kuua kitu ili mkile?

M: Kuua vitu? Kama kuwapiga kichwani, au kuwafukuza hadi kwenye mawe ya moto?

D: Basi, wanyama wa aina yoyote?

M: Ndiyo, kwa sababu hicho ndicho hiki manyoya yametengenezwa nacho.

D: Ndicho unachovaa. (Ndiyo) Kwa hiyo mnaaua wanyama wakati mwingine? (Ndiyo) Halafu mnakula nyama?

M: Ndiyo, ndiyo. Tunatumia kila kitu. Hakibaki sana tunapomaliza.

D: Kwa hiyo kuna aina fulani za wanyama mnazowala?

M: Ndiyo, wana miguu minne.

D: Je, mnawahi kutumia wanyama kwa jambo jingine lolote?

M: (Ameshindwa kuelewa) Hapana. Kama... hapana.

D: Basi, watu wengine hutumia wanyama kubeba vitu, na kuvuta vitu.

M: Hapana. Tunapokuwa na kitu kizito kinachotakiwa kwenda mahali pengine, tunakiangalia tu. Kinasogea.

D: (Hilo lilinistua.) Oo! Hiyo inaonekana rahisi.

M: Ndiyo. Na niliposema tunawafukuza wanyama kwenda kwenye mawe ya moto? Kwa kweli sisi tu... (ana ugumu kufikiria jinsi ya kueleza) ... tuwaombe wafanye hivyo, nao wanafanya. (Anavuta pumzi ndefu)

D: Je, watu wote kwenye kundi lenu wana uwezo huu? Wa kuangalia tu vitu na kufanya mambo haya yatokee?

M: (Ameshindwa kuelewa) Nafikiri ndiyo. Sisi sote tu hufanya hivyo. Ndiyo, lazima iwe hivyo, kwa sababu kama mtoto, au mdogo, anataka kitu pale, kinaenda pale alipopo mtoto. Vitu vidogo.

D: Kwa hiyo hata mtoto anaweza kufanya hivyo. (Ndiyo)

Kiumbe huyu alisikika wa ajabu sana na uwezo huu, nikajiuliza kama hata mwonekano wake ulikuwa tofauti na binadamu.

D: Nashangaa kuhusu mwili wako. Je, wewe pia una... basi, huna miguu minne, sivyo?

M: Hapana, nina miguu miwili.

D: Na mikono miwili?

M: (Aliinua mikono yake mbele yake kuichunguza.) Mikono miwili. Ndiyo, mikono miwili.

D: Nafikiri baadhi ya maneno haya huyajui. Lakini ni sawa. Nafikiri tunaelewana. Una vidole vingapi kwenye mkono mmoja?

M: (Aliinua mkono wake kuuangalia.) Vitatu.

D: Vidole vitatu. Ni vipi? Unaweza kunionyesha?

M: (Aliinua vidole hivyo.) Vitatu. Hivi.

Kidole kidogo kilikosekana. Hili limejitokeza katika marejesho kadhaa ambapo watu walikuwa wageni (aliens) au walikuwa wanawaona wageni. Kidole kidogo aidha hukosekana, au huwa ni kama kifundo kisichofaa.

D: Je, una kile tunachokiita "kidole gumba"?

M: Kama hivi? Ndiyo.

D: Hicho kinatosha kufanya kazi?

M: (Akacheka. Labda swali lilionekana la kijinga kwake.) Ndiyo.

D: (Nikacheka) Sawa. Lakini ngozi yako ni rangi gani?

M: Nyeusi. Ni nyeusi sana.

D: Na ulisema una ndevu. Nywele zako za kichwani na ndevu zako ni rangi gani?

M: Nyeusi. Nyeusi. Ni giza tofauti na ngozi yangu.

D: Je, una macho? Na pua na mdomo?

M: (Kimya kirefu) Naona! Naongea! Na nakula!

D: Na pua ni ya kunusa, sivyo?

M: (Kwa kujiamini) Nanusa!

D: Kwa hiyo unaweza kufanya mambo hayo yote. (Ndiyo) Je, kuna wengine wanaoonekana tofauti au wanaovaa tofauti?

M: Tunavaa tunavyopenda, lakini sisi sote tuna mwonekano uleule, ndiyo.

Sikuwa nafikiri vizuri, kwa sababu hilo ni gumu kufanya katika kikao kama hiki, lakini huenda alikuwa akifikiri, "Tofauti na nini?" Kwa sababu labda yeye alikuwa kama kila mtu mwingine katika utamaduni wake. Mimi ndiye nilikuwa kipengele cha tofauti.

D: Unaishi wapi?

M: Nina jengo.

Alipoeleza "jengo" hilo, ikawa wazi zaidi kwamba hii haikuwa jamii ya kishenzi, ingawa mwanaume huyo alionekana kuishi maisha rahisi sana.

Jengo hilo lilikuwa la umbo la kuba, na kila mtu alikuwa na "sehemu" yake ndani ya jengo kubwa zaidi. "Ni makuba ndani ya makuba." Kulikuwa na jengo kubwa la katikati lililotumika kwa mikutano, kula, na kutembeleana. Nilipouliza nyenzo zilizotumika kutengeneza majengo, alichanganyikiwa zaidi. Niliuliza kuhusu mbao na hakuelewa. Nilijaribu kueleza miti, na ilikuwa wazi hawakuwa na mimea ya aina hiyo. Au kama walikuwa nayo, haikutumika kwa ujenzi. "Mimea yetu ni kwa ajili ya kula na mapambo. Hutoa chakula kwa wanyama wetu pamoja na viumbe wetu, watu wetu." Alisema majengo yalikuwa yametengenezwa kwa polima. Sasa ilikuwa zamu yangu kuchanganyikiwa; hili lilikuwa neno ambalo sikulijua.

Kamusi: polima - mojawapo ya misombo miwili au zaidi ya kipolima. Kipolima - kimeundwa na elementi zilezile za kemikali kwa uwiano uleule kwa uzito, lakini hutofautiana katika uzito wa molekuli. Upolimishaji - mchakato wa kuunganisha molekuli mbili au zaidi zinazofanana ili kuunda molekuli changamano zaidi, ambayo uzito wake wa molekuli ni mzidisho wa ile ya awali na sifa zake za kimwili ni tofauti.

Sikujua zaidi kuliko kabla ya kulitazama. "Changamano" ni kauli ya upole sana. Niliuliza kama watu wao ndio walijenga jengo hilo.

"Oo, hapana. Unaangalia picha, na unaangalia unapotaka iwe. Na inakuwa."

Alikuwa amejaa mshangao. Alisema picha zilikuwa katika maktaba zao. "Kuna maktaba ndogo ndani ya jengo hili, halafu kuna maktaba kubwa kuu kwenye mahali pa mkusanyiko mkubwa. Naziona. Ni... miradi (hajui neno). Ambapo unaenda chumbani, na unawaza unachotaka kuona. Halafu miradi inakuja, na unachagua unayotaka. Na unachagua mahali unapotaka iwe, na inakuwa pale."

D: (Hili lilikuwa wazo tofauti na la kipekee.) Kwa hiyo picha huwa ukutani muda wote basi.

M: Ziko kama... sanduku. Sanduku. Na zinaenda... haraka. Au haraka unavyotaka ziende. (Akacheka) (Akiashiria kwa mikono.) Halafu ukipata sehemu unayotaka kuiangalia, inapunguza mwendo. Halafu unaangalia kila moja, mpaka upate ile inayokuvutia.

D: Halafu unaifanya tu kwa akili yako. (Ndiyo) Hilo ni la kushangaza.

M: Halafu unafanya chochote unachotaka ndani.

D: Kwa hiyo watu wenu waliamua kufanya majengo ya umbo la kuba. (Ndiyo) Na mnaweza hata kuunda nyenzo ya kuyatengeneza. (Ndiyo) Hamhitaji kuwa na nyenzo ambazo ungejenga nazo kwa mikono, ili yafanyike.

M: Hapana. Una... unaifanya tu. Tumekuwa tukifanya hivi kwa miezi mingi, mingi.

D: Je, kuna mtu aliyekuonyesha jinsi ya kufanya hivyo?

M: Sidhani. Ni kama... unajifunza kwa kufanya mazoezi. Unafanya kitu ukiwa mtoto, halafu unavyokua unaanza kufanya vitu tofauti. Na muda si muda unaweza kuwaza chako mwenyewe. Ukihitaji mahali pa kujisitiri, unaweza kutengeneza chako mwenyewe. Wengine huchagua kufanya hivyo katika makundi madogo. Wengine katika makundi makubwa. Wengine hufanya wakiwa peke yao, au mahali walipo mbali zaidi na wengine wa kundi.

D: Lakini kila mtu katika kundi lenu anajua kufanya mambo haya.

M: Ndiyo. Watoto wangu wakikua zaidi, nao watafanya hivyo hivyo.

D: Mahali mnapoishi, kuna miji karibu?

M: Tunaenda kwenye mkusanyiko mkubwa. Na huko ni kubwa zaidi. Huenda kuna mamia ya watu huko.

D: Unajua mji ni nini? (Kimya kirefu, kisha: Hapana.) Ni mahali ambapo kuna majengo mengi sana karibu karibu. Na kuna watu wengi sana wanaoishi mahali pamoja.

M: Hilo lingekuwa lisilofurahisha sana. Kwa hiyo sisi tunakuwa zaidi katika makundi madogo kwa ajili ya faraja yetu, na kutoweka msongo kwenye ardhi yetu.

D: Ndiyo, hilo linaeleweka kweli. Basi, mnasafiri vipi kwenda kwenye sehemu hizi tofauti?

M: Tunapoenda kwenye mikusanyiko, kundi letu hukusanyika pamoja, na tunawaza mahali tunapotaka kwenda, na tupo huko.

D: Kundi zima huenda mara moja?

M: Tunaenda kwa... wote kwa wakati... Ndiyo.

D: Nilidhani labda ilibidi mtembee.

M: Ninapoenda pangoni mwangu, au ninapoenda kuchunguza, basi nasogea kwa miguu yangu. Lakini tunapoenda kwenye mikusanyiko, tunaenda "Pufu". (Akiashiria kwa mikono kuonyesha kasi).

D: Haraka sana.

M: Ndiyo. Na tunakosa mambo mengi. Tu "Pufu". (Nikacheka) Kwa hiyo ninapokuwa nyumbani na nataka kutafuta vitu, natembea huku na huko na kuangalia, ili nione ninachoweza kuona.

Kikao hiki kwa kweli kilinishangaza na kilikuwa na mabadiliko mengi yasiyotazamiwa. Kilichoonekana kama maisha rahisi ya mtu wa pangoni wa kishenzi kiligeuka kuwa jamii iliyoendelea zaidi. Niliamua kumsogeza mbele hadi siku muhimu.

D: Unafanya nini? Unaona nini?

M: Kuna kelele nyingi. Kelele nyingi za vurugu. Watu wanagongana-gongana. Ardhi inatetemeka—aina ya kelele. Ardhi... Ooooh.

D: Unamaanisha ardhi inasogea?

M: Inatetemeka. Watu wanapiga kelele. Wanyama wanapiga kelele. Ni kelele sana. (Alitetemeka) Vurugu sana. Na ni vigumu sana kupumua.

Alionyesha dalili za kimwili kwamba hilo lilikuwa linamuathiri. Alianza kukohoa. Nikatoa maelekezo ya kumtuliza. Alivuta pumzi kadhaa ndefu kadri dalili hizo za kimwili zilivyopungua.

D: Nini kinasababisha hilo?

M: Mlima unapasuka. Umeshapasuka tu. Labda hatukumridhisha mungu.

D: Je, mnaamini miungu?

M: Tuna miungu mingi. Makuhani na makuhani wa kike wanatuambia tuna miungu mingi. Tuna mungu wa nyumba, na mungu wa kuwa na uzazi kwa ajili ya watoto, wa ulinzi, wa bustani, wa... tuna miungu mingi.

D: Na ulisema lazima muwaridhishe?

M: Ndiyo. Vinginevyo wanakasirika wakipuuzwa. Wakati mwingine wako kama... (Alishusha sauti kuwa mnong'ono, kana kwamba anatoa siri, au anajaribu miungu isimsikie.) Shhh! Wako kama watoto wadogo wasiopata wanachotaka.

D: Naelewa unachomaanisha. Mnafanya nini kuwaridhisha miungu hii?

M: Tunawapa pesa makuhani. Tunatoa asali. Tunatengeneza madhabahu madogo. Tunawaheshimu tu, na kuwajulisha kwamba tunajua wapo.

D: Sidhani kama mngehitaji pesa.

M: Ni vitu vidogo vya fedha. Pesa ndogo zinawafurahisha, kuwa na kitu kinachong'aa.

D: Lakini unadhani labda hamkufanya sawa?

M: Makuhani wanasema hatukufanya. Hatukutoa sadaka ya kutosha. Kwamba hatukuamini kwa nguvu ya kutosha. Kwa hiyo mungu wa mlima lazima atuambie kwamba tunahitaji kuamini, tunahitaji kujirekebisha.

D: Unaona mungu wa mlima alikasirika.

M: Ndivyo ninavyoambiwa.

D: Na hii ikasababisha mlima kulipuka, na ardhi kutetemeka.

M: Ndiyo. Na lile la moto... moto... moto (alipata ugumu kupata neno) kitu cha lava cha moto kuja. Na majivu hewani.

D: Ndiyo maana ni vigumu kupumua?

M: Ndiyo. Na huwezi kuona. Ni vigumu sana, na inatisha sana. Na ni uharibifu mkubwa. Watu wanakufa.

D: Hamwezi kutumia uwezo wenu tu kuhamia mahali pengine ili kukimbia?

M: Basi, unaweza kukimbia, lakini unaenda wapi? (Kicheko cha woga)

D: Namaanisha ule uwezo mwingine mlionao wa kuhama kutoka sehemu moja kwenda nyingine. Huwezi kufanya hivyo ili kuondoka?

M: Siwezi kufanya hivyo!

D: Lazima mfanye kama kundi?

M: Siwezi kufanya hivyo. Hatuwezi kufanya hivyo.

D: Nilidhani hivyo ndivyo mlivyokuwa mnaenda kutoka sehemu moja kwenda nyingine.

M: Siyo mimi! Mimi lazima nitembee au nikimbie au nipande punda.

D: Kwa hiyo huwezi kuondoka. Watu lazima wakimbie tu.

M: Ndiyo. Na unaposhindwa kupumua, na unapokuwa na hofu, watu huanguka. Halafu majivu yanakufunika haraka sana. Halafu huwezi kupumua tena. Na... na... na....

D: Unaweza kuzungumza kuhusu hilo. Halitakusumbua hata kidogo. Sitaki ujisikie vibaya. Vipi kuhusu familia yako? Wapo hapo?

M: Hapana. Baba yangu na mama yangu walikuwa karibu zaidi na kilele. Walikuwa juu ya mlima. Wanaishi karibu zaidi na juu, na mimi niko bondeni. Na wale waliokuwa juu ndiyo waliouawa kwanza. Lakini sasa imeshuka mpaka bondeni. Na majivu yanapeperushwa, na lava inatiririka. Ardhi inatetemeka, na nyumba zinaanguka.

D: Je, mwanamke wako na watoto wako wapo hapo?

M: Sina mwanamke wala watoto! Sina familia wakati huu nilipo.

D: Kwa hiyo hii ni sehemu tofauti? Lo, samahani. Nachanganyikiwa.

M: Hii ndiyo sehemu pekee ninayoishi.

Sikugundua dalili hizo mapema, mpaka niliposikiliza kanda wakati wa kuiandika upya. Nilipaswa kugundua pale alipokuwa hajui nilichokuwa nikizungumza—ule uwezo wa kuhama. Sasa ilikuwa wazi. Nilipomwomba aende kwenye siku muhimu, "alirukaruka." Aliruka kwenda kwenye maisha tofauti. Nilikuwa nimeendelea kuzungumza naye kana kwamba yeye ndiye yule mwanaume kwenye sayari yenye jua la zambarau. Sasa nilielewa kwamba alikuwa ameruka kwenda kwenye maisha tofauti. Ingebidi nirekebishe maswali yangu.

D: Sehemu pekee unayoishi. Sawa. Lakini hiyo inaogopesha sana.

M: Anga linaanguka, na ardhi inainuka kukutana nalo. Hatutakaa muda mrefu.

D: Ulikuwa unafanya kazi gani?

M: Nilikuwa natengeneza mapambo ya dhahabu. Majani ya dhahabu na... mikufu. Taji za kichwani na taji za kifalme. Na bangili. Nilikuwa natengeneza vito.

Tulikuwa tumeingia kwenye maisha haya mengine siku ya kifo chake. Lakini nilitaka kuendelea na kumaliza maisha ya yule mwanaume wa ajabu kwenye sayari yenye jua la zambarau, badala ya kujua kuhusu maisha mengine. Isitoshe, nilijua tunaweza kuyaweka sawa yote nitakapozungumza na fahamu za ndani. Kwa hiyo nilimwambia aache eneo hilo la uharibifu, na amtafute yule mwanaume mwenye manyoya ambaye aliishi kwenye jengo la makuba kwenye sayari yenye jua la zambarau. Mara moja akarudi kwenye maisha hayo, na niliweza kumsogeza hadi siku ya mwisho ya maisha yake katika maisha hayo.

D: Nini kinaendelea? Unaona nini katika siku ya mwisho?

M: Familia yangu imekuja kuniaga. Ni wakati wangu wa kuondoka.

D: Je, kuna tatizo lolote na mwili?

M: Umetumika tu. Ni wakati wa kuuacha. Na kutoa nafasi kwa wengine waje waishi hapa.

D: Wakati mwingine mwili husimama kwa sababu kuna kitu kibaya nao.

M: Hapana, hauendi kazi tena tu. Ninaamini ni wakati wa kwenda. Niko huru kabisa.

D: Je, mnaamua tu kuondoka mnapotaka?

M: Tuna chaguo katika... jamii yetu. Tunaweza kubaki hadi tukohoewe na ugonjwa, au ajali, au tunaweza kuchagua muda wetu. Nami nimeamua sasa kwamba ni wakati wa kwenda. Nimetimiza makusudi yangu.

D: Kwa hiyo familia yako iko pamoja nawe. Nadhani sasa wamekua, sivyo?

M: Mwanamke wangu amekwisha. Neno lenu ni "mke", sivyo? Na yeye ameondoka. Wana wangu na binti zangu wapo hapa. Na wajukuu wao. Sasa tuna wajukuu wa wajukuu.

D: Kwa hiyo wote wako hapo kukuaga.

M: Kukuaga. Si jambo kubwa. Ni heshima tu wanakuja kunionyesha.

D: Je, uko ndani ya jengo lako la kuba?

M: Hatuipo kwenye ile mliyokuja kunitembelea hapo awali. Tuna nyingine tofauti. Tumechagua kuishi huko mashambani.

D: Nilidhani uko pangoni ulilolipenda sana.

M: Hapana, kwa sababu sikutaka kushiriki hilo bado na mtu yeyote. Sikuwahi kumwambia mtu yeyote kuhusu hilo pango. Hakukuwa na haja.

D: Hiyo ilikuwa siri yako mwenyewe.

M: Hilo lilikuwa pango langu la safari, ndiyo.

D: Hebu tusogee hadi mahali ambapo chochote kilichotokea tayari kimetokea, na wewe uko upande wa pili yake. Na unaweza kutazama nyuma maisha yote ukiwa katika nafasi hiyo—na kuyaona kwa mtazamo tofauti kabisa. Walifanya nini na mwili wako baada ya kuuacha? Desturi yenu ni ipi huko?

M: Ina... (anacheka) inayeyuka. Inayeyuka, ndiyo. Lakini hatutoweki kabisa taratibu, unajua. Inayeyuka, halafu inamezwa na mfumo wa ardhi yetu. Wa nchi yetu. Sehemu yetu inakuwa sehemu ya hewa na ardhi. Ilikuwa rahisi, unajua. Unapokuwa tayari, na unajua umetimiza ulichokuja kutimiza, ni sherehe nyepesi, ya furaha, ya kuondoka. Wapo baadhi wanaoweza kuhuzunika, lakini hapana—ni jambo la muda mfupi tu. Sasa kuna sherehe. Na mimi niko huru kutoka kwenye mwili.

D: Na wanasherehekea kwa sababu wanajua unaenda kwenye ulimwengu tofauti.

M: Ndiyo. Na ni hai sana. (Anacheka) Lo, wanafurahia sana kule chini. Na (sauti inashuka kuwa mnong'ono) wananikumbuka kwa maneno mazuri. Wana kumbukumbu nzuri.

D: Unadhani ulijifunza chochote kutokana na maisha hayo?

M: (Polepole) Nilijifunza kwamba niliweza kuwaathiri wengine. Na nilihitaji kuwa mwangalifu sana nisitume mitazamo yangu kana kwamba ndiyo mitazamo pekee—kwa watu wengine, viumbe wengine, sehemu nyingine za familia. Kutoa nafasi kwa kila mtu kufanya ugunduzi wake mwenyewe.

D: Hilo ni somo zuri sana, sivyo?

M: Ndiyo. Ilikuwa ngumu nyakati fulani. (Anacheka)

D: Na ulikuwa maisha mazuri.

M: Lo, yalikuwa maisha mazuri sana. Sina matakwa, sina majuto.

D: Na uliweza kufanya mambo ya ajabu kwa akili yako.

M: Unaonekana kushangaa au kustaajabu hilo.

D: Kweli, kuna sehemu ambazo hawatumii akili zao.

M: Naona! Sioni, lakini... (anacheka)

D: Namaanisha kuna sehemu nyingi ambako hawajui kutumia uwezo huu.

M: Nafikiri labda jamii yetu siku zote ilikuwa na uwezo huu. Nikitazama nyuma ndani ya maisha yangu—tulikuwa nao.

D: Nyote mlikuwa nao, kwa hiyo lilikuwa jambo la kawaida sana. (Ndiyo) Ndiyo maana nashangaa, kwa sababu kule ninakotoka, si jambo la kawaida.

M: Lakini ninyi mna jua la njano.

D: (anacheka) Ndiyo, tuna jua la njano. (anacheka) Lazima liwe tofauti katika maeneo tofauti. (Akacheka.) Na tuna kitu ambacho ninyi hamkuwa nacho. Tuna mwezi. (Aah?) Mwezi ni mweupe, na huonekana gizani. (Aah.) Kama nilivyokuambia, jua linaondoka na "kulala", mwezi hutokea. (Aah.) Kwa hiyo sote tuna vitu tofauti.

M: Je, mnaweza kusogeza vitu kwa akili yenu?

D: Hapana, bado hatujajifunza kufanya hivyo.

M: (anapumua kwa nguvu) Inafanya maisha kuwa rahisi sana, unajua.

D: Inafanya. Na ninaheshimu kwamba mnajua kufanya hivyo. Hicho kingekuwa kitu mngeweza kutufundisha. Kitu ambacho tungekitumia sana.

M: Inawezekana. Sijui jinsi ya kufundisha hilo, kwa sababu kilikuwa tu... kipo. Na siwezi hata kukieleza. Nilikuwa nafanya tu.

Kisha nilimrudisha kwenye kipindi chetu cha sasa na nikaunganisha tena utu wa Molly ndani ya mwili wake, ili niweze kuwasiliana na fahamu yake ya ndani kupata majibu. Kulikuwa na pumzi ndefu kadri mabadiliko yalivyotokea.

D: Kwa nini ulimchagulia maisha yale yasiyo ya kawaida kuyaona? Nadhani ni ya ajabu, angalau kwangu. (anacheka) Kwa nini ulichagua maisha ya yule mzawa kwenye sayari yenye jua la zambarau ili ayaone?

M: Alitaka kujua kuhusu maisha mengine ya sayari nyingine, si ya viumbe wa Dunia.

D: Ilisikika kama ilikuwa sayari nyingine. (Ndiyo) Hawakuwa na usiku huko?

M: Hapana. Kama unavyofikiri kwa kipimo cha muda? (Ndiyo) Hawakuwa na dhana hiyo ya muda. Hawakuwa na mchana na usiku. Walipokuwa wamechoka, walipumzika. Walipokuwa hawajachoka, hawakupumzika. Lakini hapakuwa na giza, kweli. Ilikuwa thabiti kwa kiasi kikubwa. Na hakukuwa na haja ya giza la usiku.

D: Kwa sababu mimi nafikiria Dunia kuzunguka jua.

M: Galaksi yao iko mbali zaidi. Siyo sehemu ya galaksi hii yenye jua. Nafikiri ni ya... (Ananyamaza akitafuta namna ya kusema.) "Super sun". Hapana, hilo si neno sahihi.

D: Lakini si sehemu ya mfumo wetu wa jua.

M: Sahihi.

D: Lakini ni sehemu ya galaksi?

M: Sahihi.

D: Na kuna "jua" tofauti huko.

M: Hapana—si jua kama wanadamu wanavyojua. Ni sehemu ya "super"... nadhani "super sun" ndiyo... hiyo ni lugha ya Molly: "super sun". "Super sun" ndiyo inayojulikana kama Kiumbe Mkuu. Hutoa nuru ndani ya giza. Na sayari hiyo haina giza.

D: Inasikika kama kile nilichosikia pia kikitwa "jua la kati".

M: Ndiyo! Jua la kati. Hilo linafaa maelezo, ndiyo.

D: Lakini walionekana kuwa viumbe wa kimwili. (Ndiyo) Na waliweza kutumia akili zao kwa kiwango cha kushangaza.

M: Ndiyo, hilo ni sahihi. Wana-manifesta tu.

D: Walikuwa wa kimwili kwa sababu walikula na walilala na walikufa.

M: Ndiyo. Walikuwa na maisha mafupi zaidi. Walichagua muda mfupi wa kuishi ili sayari yao isijae watu kupita kiasi.

D: Lakini bado, ni tofauti kwa sababu "jua" lilikuwa angani muda wote. Na lilikuwa rangi ya zambarau.

M: Sahihi.

D: Lakini ulimwonyesha Molly hili ili ajue kwamba amewahi kuishi kwenye sayari nyingine?

M: Sahihi.

D: Hilo linaunganishwaje na maisha yake ya sasa?

M: Bado ana uwezo wa kuleta/kuvuta kile anachohitaji kwa urahisi, kwa kiasi chochote anachohitaji. Ana vipawa vingi vya asili ambavyo anaogopa kukubali kwamba anavyo, kwa sababu hapo angekuwa tofauti.

D: Kwa hiyo unajaribu kumwonyesha kwamba amefanya haya kabla, na anaweza kuyafanya tena? (Ndiyo) Lakini anawezaje kuyafikia haya? Anawezaje kuyatoa nje?

M: Chagua kukumbuka.

D: Kwa sababu najua ukijifunza kitu, hukisahau kamwe. Kipo tu. Na kama inafaa, kinaweza kuletwa mbele. Anaweza kukitumia sasa, sivyo?

M: Ndiyo. Ikiwa atapita kile kinachoitwa hofu yake ya kibinadamu.

D: Unajua jinsi wanadamu walivyo.

M: Ndiyo. (anacheka) Lo, changamoto gani! (kicheko kikubwa) Kwa nini watu wanakuja hapa? (anacheka) Wanayo changamoto hii. Inachekesha sana! (Aliendelea kucheka.)

D: Ili kujifunza masomo. (Ndiyo) Wanasahau vitu vyote walivyokuwa wanajua. (Ndiyo) Kwa hiyo anaweza kurudisha uwezo huu, kuleta kile anachotaka, ikiwa atachagua kukumbuka.

M: Sahihi.

D: Nafikiri angependa kurudisha uwezo huu. Unaweza kueleza vizuri kidogo anaweza kufanya nini?

M: Mambo kwa namna fulani humjia kwa urahisi sana. Katika maisha haya, amejishawishi kwamba lazima afanye kazi kwa bidii ili apate kila kitu. (anacheka) Na hahitaji. Kwa hiyo kama angechukua dakika chache zaidi katika kutafakari kwake, kumbukumbu zingemjia kwa wingi ghafla. Na niseme: ni hali ya kufundishwa/kuwekewa programu ambayo ameikubali katika maisha haya inayosema hawezi.

D: Wakati wa kikao, nilipompeleka kwenye siku muhimu, aliruka kwenye kile kilichoonekana kuwa maisha mengine.

Ambapo volkano zililipuka na ardhi ikatetemeka. Kwa nini ulimruka kwenye maisha hayo? Hatukuendelea nayo. Ilikuwa siku ya kifo. Kwa nini ulimwonyesha hilo?

M: Kumkumbusha—kwa kukosa neno bora—upuuzi wa kukabidhi nguvu yako kwa ushawishi wa nje. Badala ya kwenda ndani, na kumjua mungu aliye ndani yake.

D: Hilo liliunganishwaje na volkano na mabadiliko ya ardhi?

M: Mfumo wa imani ulikuwa kwamba ilisababishwa na kutowaridhisha miungu.

D: Aa, ndiyo, ni kweli. Hawakuwaridhisha miungu na ndiyo iliyosababisha hilo.

M: Ndiyo. Huo ndiyo ulikuwa mfumo wa imani, na bado kuna kiasi cha hilo ambacho kipo sana katika eneo analoishi. Na linamtisha.

D: Ndiyo, linaenda pamoja na dini ya kipindi hiki.

Kwa hiyo alionyeshwa kipande hicho kidogo cha maisha ili kumkumbusha kwamba asikwame kwenye imani za dini za kitamaduni za utamaduni anaokaa. Bali afikirie mwenyewe na amtafute Mungu wa kweli ndani yake.

Wakati wa mahojiano yangu na Molly, alisema ana kumbukumbu za ajabu za mambo yaliyotokea utotoni. Alikumbuka kuwekwa mahali pa giza na kuachwa humo, kwa sababu hakuna aliyekuwa akitaka kuwa na mawasiliano naye. Alidhani labda ilikuwa kabatini, na ilionekana kama alikuwa humo kwa siku kadhaa kwa kila wakati. Bila shaka, kufikia muda huo angekuwa mchafu na mwenye harufu, lakini alikuwa na hisia kwamba hakuna aliyekuwa akimtaka. Alipomuuliza mama yake kuhusu kumbukumbu hizi za utotoni, alikana kwamba kitu kama hicho kilishawahi kutokea, na akasema huenda alikuwa anabuni au kufikiria. Lakini Molly alisema, kwa nini afikirie kumbukumbu mbaya hivyo? Moja ya mambo aliyotaka kujua katika kikao hiki ni kama ni kumbukumbu halisi au ni ndoto potofu. Fahamu ya ndani ilitoa jibu kabla hata sijauliza swali. Na jibu lilikuwa la ajabu kiasi kwamba hatungeweza hata kulifikiria.

Familia yake iliishi mashambani, mbali sana na watu wengine, alipokuwa amezaliwa kabla ya wakati wake. Mama yake alifanya kitu pekee alichokijua: alimweka mtoto kwenye boksi la viatu na kuliweka juu ya mlango wa tanuri uliokuwa wazi ili kutoa joto.

M: Basi, unajua... hapana, usingejua, lakini hebu nikuambie. Alichagua kuja katika maisha haya akiwa na vipawa vingi vya kuwapa wengine. Na akaingia kwenye mtoto huyu mdogo sana. Alikuwa na uzito wa kama pauni nne na kitu alipozaliwa. Angekuwa anafanya mambo hayo. Mtoto huyu mdogo kwenye boksi la viatu lililokaa kwenye mlango wa tanuri. (anacheka) Angekuwa anafanya vitu, na lingewaogopesha vibaya watu. Na wakati mmoja mama yake alimfunga ndani ya tanuri ili amfanye aache. Kwa sababu alikuwa anachezesha vitu jikoni. (anacheka) Mama yake alimwogopa sana.

D: Kwa hiyo alikuwa akifanya vitu viondoke vikaelea.

M: Ndiyo. Alipenda "kujuggle" vijiko na uma za fedha, kwa sababu vilimeta. Vilikuwa vinang'aa. (anacheka) Na vilitoa sauti nzuri. Lakini vilimtisha mama yake. Kwa hiyo mama yake alikuwa akimfunga!

D: Kwa hiyo alimweka kwenye tanuri.

M: Wakati mwingine alifunga mlango wa tanuri.

D: Ana kumbukumbu hii ya ajabu ya kuwa kwenye kabati au kitu. Unaweza kumwambia chochote kuhusu hilo? (Kimya) Unaonaje? Je, ni sawa ajue?

M: (Sasa kwa uzito.) Itakuwa bora ajue kwamba ilikuwa ukweli, siyo mawazo. Na kwamba ni muhimu sana ajue. Alipokuwa na miaka michache zaidi, walimfunga kwenye kabati na kujaribu kumsahau, kwa sababu aliwatisha sana. Lakini anajilaumu, kwa sababu siku zote aliambiwa ni kosa lake kuwa humo. Kama angekuwa na tabia nzuri, asingekwama humo.

D: Alifanya nini?

M: Alipenda kufanya hivyo vyombo vya fedha vinavyong'aa vikaelee hewani. Na alipenda kutengeneza mwanga wakati kuna giza. Na alipenda kutengeneza sauti za kuimba wakati hakupaswa kuwa anaweza kuzungumza. Angewaogopesha watu. Kwa hiyo walidhani ni wa ajabu, na kwa hiyo anajilaumu. Na si kosa lake. Alikuwa anatumia kile alichokumbuka, na kile anachojua kutumia. Lakini alikuwa tu kama "nje ya wakati".

D: Ndiyo, alidhani ni jambo la kawaida.

M: Na kisha alipokua zaidi, angefanya mambo ambayo yalikuwa... yasiyo ya kawaida. Tena angekataliwa au kusukumwa mbali au kuadhibiwa, hadi akaacha kabisa kufanya mambo hayo.

D: Hiyo ndiyo ilikuwa njia pekee ya kuishi.

M: Ndiyo. Anaielezea kama kufunga bomba la maji.

D: Kwa hiyo alipokuwa mkubwa sana asiweze kuwekwa kwenye tanuri, nadhani walimweka kwenye kabati. Ndiyo unamaanisha? (Ndiyo) Hilo ni ukatili, lakini nadhani walikuwa wanamuogopa sana.

M: Walipomweka gizani, ilikuwa rahisi zaidi kumwacha humo na kumsahau. Kisha hawakulazimika kushughulika na vitu kuzunguka hewani jikoni au ndani ya nyumba, au yeye kuimba.

D: Kwa hiyo hatimaye ili aishi, alifunga "bomba" na hakufanya tena. Halafu wakamruhusu akae nao ndani ya nyumba?

M: Ndiyo. Maadamu hakuwa "mbaya", basi angeweza kuwa sehemu ya kaya.

D: Sasa kama yote hayo yamebanwa na kufichwa ndani, unadhani angeogopa kurudisha vipawa hivi sasa?

M: Nadhani ndiyo, kwa sababu mtu anaweza kumrudisha kabatini na kufunga mlango na asitolewe tena.

D: Lakini unajua, wasingeweza kufanya hivyo sasa akiwa mtu mzima. (Ndiyo) Lakini naona kwa nini angeogopa.

M: Nafikiri anaweza kufanya mambo fulani ambayo yanakubalika zaidi katika jamii hii, na aruhusu kidogo kidogo virudi. Kwa sababu kama angeenda katikati ya shamba na kuumba nyumba, unajua serikali inaweza kuja kumtafuta. (Anacheka)

D: Kama angefanya vitu vikaelee hewani ndani ya chumba, nafikiri mume wake anaweza kuogopa kidogo. (Anacheka) Kwa hiyo hatakiwi kufanya mambo hayo.

M: Hapana. Lakini anaweza labda kuwasha bomba, kama kidogo tu, tone dogo. Ana uwezo mkubwa wa kuwasaidia watu. Ana uwezo wa kuwainua kutoka gizani. Na hilo huwaogopesha watu, na si wote wako tayari kujua wao ni nani kweli, kweli. Lakini anaogopa kwamba akiwasha bomba, kila kitu kitamiminika kwa nguvu. Na kitawazidi watu, nao watakimbia wakipiga mayowe kutoka chumbani. Ana hofu ya ndani sana ya kukataliwa. Anaweza kutumia aina ya kutafakari (meditation) ili kuleta maarifa kwa kiwango kidogo zaidi, na kupunguza hofu hiyo. Hapa kuna picha itakayomfaa. Chini ya sinki la jikoni kuna "trap". Kama hivi? (Ishara za mikono) Chini ya sinki, ndiyo, kuna bomba la kutolea maji na hiyo trap. Na uchafu mwingi umekwama ndani ya trap. Na kama ataenda kwenye trap, anaweza kuachia kidogo kidogo juu ya ule mviringo kwa wakati. Aache ivuje irudi nje polepole.

D: Aache irudi nyuma juu hadi kwenye sinki. (Ndiyo) Hii itakuwa picha ya akili anayotumia.

M: Ndiyo. Na kisha anapofungua trap, au kusafisha trap kidogo kidogo, hilo linafanya nafasi ili taarifa irudi—ile aliyosahau, au ile aliyoiweka kama imekwama kwenye trap.

D: Kwa hiyo hatakiwi kujaribu kuirudisha yote mara moja. Hilo litamzidi nguvu.

M: Na litawazidi wengi wengine pia.

Aina hizi za uwezo sasa zinaruhusiwa kurudi katika kipindi chetu cha sasa, kwa sababu zitachukuliwa kuwa za kawaida katika siku zisizo mbali sana. Lakini italazimika kufanywa kwa upole, ili asijishtue yeye mwenyewe na wengine waliomzunguka. Jambo kuu ni kwamba Molly sasa alijua kwamba kumbukumbu zake za ajabu za matukio ya utotoni hazikuwa mawazo yake—zilikuwa tu matendo ya watu waliokuwa na hofu na wasioelewa. Nashangaa ni wangapi wengine hili limewatokea, ambapo walilazimika kufunga uwezo na kumbukumbu hizo mbali. Ni vigumu sana kuelewa na kukubali vitendo visivyo vya kawaida vya watoto.

SEHEMU YA SITA

MILANGO YA WAKATI

Sura ya 19

MLINZI WA LANGO

Asilimia tisini ya vipindi ninavyofanya kwa ajili ya tiba huhusisha mteja kurudi kwenye maisha ya zamani yanayoshikilia majibu ya matatizo ya sasa. Lakini imekuwa ikitokea mara kwa mara zaidi kwamba wateja wanajikuta kwenye mazingira ya ajabu ambayo hayafanani na Dunia. Pia wanajikuta mara nyingi zaidi katika hali za sambamba. Hapa ndipo wanaishi uzoefu mwingine unaokuwapo kwa wakati mmoja na maisha ya sasa. Wakosoaji wengi watasema haya ni ndoto tu, lakini hayafanani na ndoto zozote nilizowahi kusikia. Mara nyingi sana, maisha ya zamani ambayo watu hurudi kwayo kupitia urejesho (regression) huwa ya kuchosha na ya kawaida. Mimi huyaita maisha ya "kuchimba viazi", kwa sababu mtu mara nyingi huwa mkulima au mtumishi, n.k., ambapo hakuna tukio la kusisimua la kuripoti. Hutumia maisha yao wakifanya mambo rahisi, ya kawaida, kama kulima mashamba. Maisha hayo hayana drama. Mara nyingi, mtu hukata tamaa anapoamka. Mwanaume mmoja alisema baada ya kipindi kama hicho, "Basi, hakika sikuwa Farao huko Misri." Kama wangekuwa wanabuni, naamini wangebuni maisha ya kuvutia, kama shujaa mwenye silaha zinang'aa akimwokoa binti mrembo kutoka kwenye mnara wa kasri, au mwanamke akiishi upya maisha ya aina ya Cinderella akiwa na Mwanamfalme. Hilo halitokei kamwe. Maisha wanayopitia yanaweza kuonekana ya kawaida kutoka mtazamo wangu, na mara nyingi hujiuliza kwa nini nafsi ya ndani (subconscious) ilichagua hilo kwa kipindi. Lakini kabla hatujamaliza kipindi, huwa dhahiri kwamba yalikuwa hasa maisha waliyohitaji kuyaona. Daima kuna kitu fulani, hata kama ni cha kificho kiasi gani, kinachohusiana na tatizo wanaloendelea kulipitia. Si jambo lililo wazi kwangu juu juu, lakini nafsi ya ndani, katika hekima yake isiyo na mipaka, imechagua lile sahihi kabisa.

Mara kwa mara, tukio wanalokutana nalo huwa la ajabu sana na lisilo katika mahali pake, kiasi kwamba hawawezi hata kupata maneno ya kulieleza. Katika hali hizi, nina uhakika hawabuni ndoto, kwa sababu kama wangebuni, lisingewachanganya. Kipindi hiki, kilichofanyika Florida mwezi Oktoba 2002, ni mfano wa aina hiyo. Betty alikuwa muuguzi katika kitengo cha watoto wachanga (neonatal) katika hospitali kubwa. Alichogundua katika kipindi hiki hakikuwa kabisa kile alichotarajia. Alipotoka "kwenye wingu", alikuwa amesimama mbele ya kitu kisicho cha kawaida sana kiasi kwamba hakuweza kupata maneno ya kukieleza.

B: Kinaonekana kama... kinaonekana kama kioo... ni vigumu kueleza. Ni kama kitu cha mlima wa kioo. Kitu cha mlima wa kioo. (Anacheka kidogo) Sijui nikikiite nini kingine. Ni kama mlima wa kioo. Na namwona kile kinachoonekana kama mvulana wa Kihindi wa Marekani mwenye nywele nyeusi amesimama mbele ya mlima wa kioo. Kinaonekana kama barafu, kwa namna fulani, lakini si baridi. Ni wazi, lakini si wazi kabisa. Kinang'aa kwenye jua.

Hii hakika haikusikika kama kitu cha Dunia, lakini alikuwa ametaja mvulana wa Kihindi. Alikuwa wapi?

D: Je, yule mvulana bado yupo hapo? (Nilifikiri labda yeye ndiye mvulana.) (Ndiyo) Amevaa vipi?

B: Amevaa ngozi laini ya mnyama chini ya kiuno. Labda ana miaka kumi.

D: Sawa, tazama chini kwako mwenyewe. Umevaa kitu?

Hivi ndivyo kwa kawaida ninavyoanza kumwelekeza mteja kwenye mwili alio nao katika maisha ya zamani. Jibu lake lilikuwa mshangao usiotarajiwa.

B: Mimi... hapana, mimi ni mkubwa sana!... mimi ni mkubwa kupita kiasi! Mimi si mwili. Mimi ni (hana uhakika wa jinsi ya kusema) ... mimi ni umbo la nishati. Mimi ni mkubwa sana ukilinganisha na huyu mvulana.

D: Unahisi kana kwamba una mipaka? Wewe si sehemu tu ya hewa, sivyo?

B: Nina mipaka, lakini si imara. Inasogea na kubadilika, lakini ina kiasi hiki hiki ndani yake. Kwa hiyo mipaka inasogea na kubadilika, lakini ni mikubwa.

D: Kwa hiyo imezuiliwa kwa namna fulani. (Ndiyo, ndiyo) Sawa. Una uhusiano gani na huyu mvulana?

B: Namwangalia tu. – Nahisi ningependa kuingia ndani ya huu mlima. Kuna uwazi. Lakini ni kama ningeweza kuwa huu mlima. Ni kama, kwa kuingia kwenye uwazi wa mlima, ningeweza kuonja maisha kama mlima. Ningekuwa huo. Ingawa bado ningeweza kujitenga nao tena.

Nilikuwa nimezoea viumbe wa nishati, aina ya uhai ambapo kiumbe kinaweza kimsingi kuunda au kujiwekea aina yoyote ya mwili kinayotaka, ili kipate uzoefu. Lakini huyu alionekana tofauti.

D: Kwa hiyo unaweza kuonja vitu vingi tofauti?

B: Ndiyo. Naweza kuwa, kuungana na nishati nyingine, ili kuonja jinsi ilivyo. Halafu nijitenge na kubeba ufahamu huo kama sehemu yangu. Mimi ni wa kuonja katika namna hiyo.

D: Ulisema kuna uwazi hapo?

B: Ndiyo. Ni uwazi mkubwa, kama uwazi wa asili. (Ghafla) Unajua nini? Huu mlima wa kioo si mlima kabisa. Hivyo tu ndivyo ulivyojionyesha. Ni kama chombo cha anga. Ni kifaa. Inavutia sana!

D: Unajuaje hilo?

B: (Akiwa na msisimko) Kwa sababu nilipoona uwazi... unaona, hivi ndivyo unavyoonekana kutoka nje. Na nilipochunguza uwazi zaidi ili kujaribu kuueleza, nilitambua kwamba haukuwa kama ulivyoonekana.

D: Unamaanisha ulikuwa unatoa taswira ya mlima?

B: Kabisa. Ndiyo. Kwa hiyo yeyote angekutana nao angeona huo ndio ulivyo. Lakini ukiuchunguza kwa karibu zaidi unabadilika. Ah-ha!

D: Kama upo Duniani, kungekuwa na milima mingine. Huenda ikawa na rangi tofauti, lakini si ya kioo.

B: Ndiyo. Kuna milima mingine karibu nayo iliyo tofauti. Ni ile ya kahawia tu, yenye miti na vitu kama hivyo.

D: Ingekuwa ya ajabu kuona mlima wa kioo. Inaweza kuvuta umakini zaidi.

B: Ingevuta! Ndiyo! Hmm. Inachanganya kidogo. Lakini basi, najiuliza kama wengine hata wanaiona. Kwa sababu nilimwona yule mvulana. Je, mvulana aliiona? Sijui. Sikuweza kujua. Alikuwa amegeuka mgongo kwake. Sijui kabisa. – Uwazi ulibadilika kutoka kuonekana kama uwazi wa asili, ukaonekana kama mlango. Nilipoutazama, ulibadilika ukawa mlango. Na kuna ngazi zinazoelekea kutoka ardhini kupanda hadi mlangoni. Hauonekani kuwa imara sana. Unaonekana wa kioo na mwepesi, na najua unaweza kukanyaga na ungekuwa imara. Na bado, pia nahisi mtu anaweza kutembea tu akapita ndani yake bila kujua, wakati huohuo. Maelezo pekee yanayoniletea maana ni kwamba ni kama kuungana kwa ulimwengu miwili. Ni kama mahali kati ya ulimwengu. Kwamba kuna vipande vya vyote viwili.

D: Hii ndiyo sababu baadhi ya watu wangeuona na wengine wasiuone?

B: Ndiyo. Na kwa hiyo nahisi kana kwamba kwa namna fulani mimi ni sehemu ya—lazima niseme kinachonijia—kwa sababu inahisi kana kwamba kwa namna fulani mimi ni sehemu ya mlinzi wa lango hili, au hili eneo la "kati-kati" . Ili wale wasiopaswa kuingia, wasiingie. Na wale wanaoweza, waingie.

Kuna wajibu fulani wa ufahamu ninapaswa kuwa nao kuhusu hilo, kwa sababu nina ufahamu wa vyote viwili, ndiyo.

D: Kujua ni nani anaweza kuingia na nani hawezi. (Ndiyo) Lakini wale wasiopaswa, je, si hawangekuwa hata na ufahamu wake?

B: Kwa kawaida ni kweli. Hata hivyo, kuna nyakati ambapo hali fulani husababisha iwe hivyo kwamba kuna "kuona" ambako kwa kawaida kusingetokea. Na kwa sehemu kubwa, si jambo lenye faida hilo kutokea. Mabadiliko fulani katika shinikizo la hewa na nishati... vitu. (Haya yalisemwa polepole kana kwamba hakuwa na uhakika, na alikuwa akitafuta maneno.) Kuna mabadiliko fulani, ndiyo, mabadiliko yanayoweza kuyafanya yatokee.

D: Hadi liweze kuonekana, wakati kawaida lisingeonekana. (Sahihi) Katika hali hiyo mtu anaweza kukutana nalo, wakati hakupaswa.

B: Ndiyo. Na ingekuwa ya kuchanganya sana.

D: Je, wangeweza kuingia?

B: Kwa bahati mbaya, muundo wa mwili ungelazimika kubadilika, kwa sababu ya mpangilio wa nishati. Na huenda, pengine, ungeyeyusha nishati ya kimwili papo hapo.

D: Oh? Ingeuangamiza?

B: Roho haiangamizwi. Lakini muundo wa kimwili wa seli, ndiyo.

D: Isingeweza kuwepo mara tu inapogusana nayo?

B: Hivyo ndivyo, kwa sababu kuna muundo tofauti. Na mtetemo tofauti, ndiyo. Ingekuwa ya kuchanganya na ngumu hata kwa nishati ya roho kuelewa kilichotokea. Haikusudiwi iwe hivyo.

D: Kwa hiyo kazi yako ni kuhakikisha hili halitokei?

B: Ndiyo, nina wajibu wa ulinzi wa aina fulani kwa hilo.

D: Je, ungeiita hii "portal"?

B: Ndiyo, unaweza kuiita hivyo. Na naamini hiyo ndiyo pia sababu naweza kuingia ndani ya hiki kitu cha kioo, iwe ni mlima, chombo cha anga au chochote. Na kuwa, kupata ufahamu wa hicho, kwa sababu hicho kinatoa, kinaongeza nguvu ya nishati ya kutenganisha uwepo.

D: Ikiwa mtu angekuja? Ungefanya nini kuzielekeza au kuziweka mbali?

B: Lenga nguvu zangu kwenye bend hiyo mahali ili kuiimarisha. Na kwa namna fulani wape upole kidogo kwenye mwelekeo kinyume. Ili kuwapa kushinikiza kidogo, ili waweze nahisi tu kama upepo uliwasukuma, au wameingizwa ndani mwelekeo tofauti.

D: Inatosha tu kuwaweka mbali nayo, wasiingie kuwasiliana na nishati hiyo? Kwa sababu kazi yako ni kucheka wao kutokana na kuumia.

B: Kabisa. Ulinzi, ndiyo.

D: Je, hii portal iko hapo muda wote?

B: Kuna nyakati fulani ambapo huwa wazi zaidi, wakati ina uwezekano mkubwa wa kuwa wazi, na nyakati nyingine huwa imefungwa. Wakati si suala.

D: Basi haisogei kama chombo cha anga?

B: Hapana, inabaki mahali pamoja. Lakini ninapotazama hii kwa karibu zaidi, ni zaidi kama kile tunachoweza kuiita "stargate", kuliko kama chombo cha anga kinachoondoka. Ni zaidi kama portal ya kwenda kwenye dimensheni nyingine.

D: Kwa hiyo ndiyo sababu inabaki mahali pamoja.

B: Hiyo ni sahihi.

D: Hii portal, hii stargate, inatumika kwa nini?

B: Lazima nifanye kazi kwenye maelezo haya. Naweza kufanya hili. Kuna portal kwa nishati hii, halafu inaenda swoosh (sauti ndefu ya "swoosh" na ishara za mikono) kupitia anga na wakati kwenda eneo jingine kabisa la—nataka kusema—"galaksi".

D: Kutokana na ishara ulizokuwa unafanya, ni ndefu, kama bomba?

B: Sahihi. Na jaribu kufikiria kuona nyota na ulimwengu na nishati. Lakini ni mfumo wa kusafirisha wa haraka sana wa swoosh (sauti hiyo tena na ishara zilezile za mikono). Na inaenda kutoka portal hii kwenda galaksi nyingine.

D: Je, hicho ndicho ungeona kama ungeingia ndani ya huu mlima wa kioo?

B: Hicho kingekuwa sehemu yake, kwa sababu ndani, kuna rangi hizi ang'avu sana, sana, na vitu vya kioo. Ni kama... (alipata ugumu kutafuta maneno) kuingia tena... kuzoeza tena si neno sahihi, lakini kukurudisha kwenye kujisikia wa kawaida tena. (Anacheka) Kwa sababu unapofanya haya masafirishaji, basi lazima... re... si kuzalisha upya, re...

D: Kurekebisha tena?

B: Kurekebisha tena, asante. Whew! Hilo lilikuwa gumu! Kurekebisha. Kuongeza nishati tena. (Anacheka)

D: Maneno huwa magumu kupata wakati mwingine.

B: Ndiyo. Kurekebisha tena. Kwa hiyo ni kama eneo la kurekebishwa tena. Na unaingia kwenye chumba hiki cha kioo chenye rangi nzuri sana, nzuri sana. Na zinatetemeka ndani ya uwepo wako, na zinakurudisha nguvu, au re... lile neno ulilosema?

D: Kurekebisha?

B: Zinakurekebisha.

D: Kama zinakurekebisha, je, hii ni kabla uende au baada urudi?

B: Baada urudi. Kuna moja kwa kila upande. Sijui kabisa ule wa upande mwingine unaonekana vipi kwa sasa. Ingebidi nisafiri. Lakini lazima niache sehemu yangu hapa ili kufanya hivyo, kwa sababu lazima nidumishe wajibu wangu.

D: Ndiyo, kulinda portal.

B: Hii hutumiwa na viumbe wengine wanaokuja kujifunza, na kuja kwa ufahamu zaidi, kwa kuangalia. Ninaposema "kuangalia" ni zaidi ya kutazama tu. Ni kuangalia kwa kila sehemu ya hisia zako, ili uhisi, hapana, uonje. Lakini unauangalia, kwa sababu huumbi chochote kitokee. Wewe ni mwangalizi ambaye ameruhusiwa kwa kiasi fulani kuungana na nishati za hapo kwa ajili ya kujifunza.

D: Je, hawa ni viumbe wa kimwili?

B: Sio kwa kiwango ambacho wanadamu ni viumbe wa kimwili. Kuna umwili ambao una uzito mdogo wa msongamano. Na ndiyo sababu wanaweza kuungana na kuangalia uzoefu, kwa kiwango hicho.

D: Viumbe hawa wanatoka wapi?

B: (Kimya, kisha kicheko kidogo alipokuwa akitafuta namna ya kueleza.) P–L. P–L ina uhusiano fulani nayo. Sidhani ni Pluto. P–L.

D: Niambie tu unachohisi. Lakini hawatoki Duniani?

B: Hapana, hapana. Ni tofauti.

D: Mfumo wetu wa jua?

B: Hmm. Kidogo zaidi mbali. Kutoka asili ya sayari tofauti. Tena, si sayari ya kimwili kabisa.

D: Lakini si nishati tupu kama wewe ulivyo?

B: Sahihi. Ni tofauti na mimi. Mimi sionekani kibinadamu, kama mwili. Nishati yangu inabadilika. Viumbe wanaopita kwenye mfumo huu wa usafiri wa portal wana umbo linalofanana na wanadamu. Linalofanana na mwili. Ni viumbe warefu, wembamba. Inaonekana kama kanzu nzito, lakini kama nilivyosema, si wa kimwili.

D: Sio imara sana? (Hapana, hapana.) Kwa hiyo wanapokuja kupitia hii handaki, hii bomba, chochote ilivyo, wanaingia kwenye chumba hiki mara moja?

B: Sahihi, hapo ndipo wanaingia.

D: Na wanarekebisha nishati zao? Mitetemo au chochote? (Sahihi) Halafu wanafanya nini?

B: Kisha wanaweza kutoka humo. Haya si maelezo mazuri tena, lakini ni kama kuweza kuona kupitia kioo, ila hakuna kioo. Hakuna kizuizi kama hicho. Wamepita kwenye portal, na wakatoka kwenye muundo wa kioo ambako palikuwa na mwanga na rangi. Wametoka humo. Bado ni sehemu ya ile nishati, lakini hawamo tena ndani ya ule muundo. Hivyo wako karibu kabisa na — nataka kusema "Dunia". Wako kwenye sayari na wanaweza kuona kinachoendelea, ili waweze kuangalia na kuungana (ku-integrate).

D: Je, wanaruhusiwa kuondoka mahali hapo?

B: Haionekani kwangu kwamba wanafanya hivyo.

D: Kwa hiyo wanasimama tu na kuangalia kutoka upande huo bila kuingia kabisa kwenye dimensheni hii nyingine.

B: Sahihi. Hata hivyo, wanaweza kuona eneo kubwa sana, sana la mtazamo kutoka hapo. Wanaweza karibu kuangalia popote wanapochagua kutoka kwenye portal hii.

Katika kipindi kingine, mwanamke aliona kitu kilichoonekana kama tundu la minyoo likitokea, na viumbe walikuwa wakipita kwenda na kurudi kupitia humo. Alikieleza kama bomba refu lililorefuka lenye miinuko ya duara inayoonekana ndani yake. Je, hii inaweza kuwa maelezo mengine ya kifaa cha aina hiyo hiyo? Ikiwa ndiyo, viumbe aliowaona walikuwa wanaingia na kutoka, ilhali wale katika urejesho huu waliruhusiwa tu kuitumia kutazama.

D: Kwa hiyo si eneo hili tu lilipo. Wanaweza kuona popote Duniani wanapotaka kuona bila kusafiri kwenda mahali hapo.

B: Hiyo ni sahihi. Karibu hivyo. Na vitu kama hivyo vinafanyaje kazi? Sijui. (Anacheka)

D: Angalia kama unaweza kujua. Wanawezaje kufanya hivyo kutoka mtazamo mmoja tu bila kuingia kwenye dimensheni na kusafiri kote duniani?

B: Wanabadilisha mtazamo wao. Kwa hiyo ni kama wanatoka, halafu kuna tukio au eneo maalum wanaloliona. Na wanaweza tu kubadili, na ni kama dunia inabadilika kwa ajili yake, ili waweze kuliona. Najua hii haisemi akili, lakini.... Ninachoona ni nishati ya dhahabu yenye ncha tatu inayobadilika tu. (Anacheka kidogo) Kwa mfano, Dunia inaweza kuwa kubwa hivi. Na wao wako kwenye sehemu hii juu yake. (Ishara za mikono zikionyesha kitu kidogo.) Na hiyo nishati ya dhahabu yenye ncha tatu inaihamisha ili waweze kuangalia. Kwa hiyo ni kama kila kitu kinakwenda nayo. Hiyo ndiyo namna pekee ninayoweza kueleza. Ingawa wazi, Dunia si ya ukubwa huu. (Ishara za mikono.) Lakini ni kama ni hivyo, wanapoiangalia. Kwa hiyo inaweza kuhamishwa kwa urahisi sana.

D: Kwa njia hii wao ni waangalizi, na hawaingiliani.

B: Sahihi. Hawaingiliani. Hawabadili chochote. Wanaangalia tu na kuunganisha taarifa.

D: Hawangeruhusiwa kuondoka sehemu hiyo hata hivyo, naadhani, kwa sababu ya namna matriki yao ya nishati ilivyo?

B: Kabisa. Hawawezi au hawataki. Wanaelewa namna ingetoathiri uga wao wa nishati. Ilhali wanadamu hawajui hata kwamba hiki kipo.

D: Kwa hiyo viumbe hawa wanaangalia tu na kuunganisha taarifa, au chochote wanachojaribu kukusanya. Halafu wanarudi kupitia bomba hili kwenda walikotoka?

B: Hiyo ni sahihi. Wanakuja kupitia portal hiyo, lakini wanatoka sehemu nyingine ili kufika kwenye portal hiyo. Wanakuja, wanaangalia, halafu wanarudi, na kuripoti.

D: Nilikuwa nafikiria kama mahali pa kati upande ule mwingine. (Ndiyo) Unajua wanafanya nini na taarifa baada ya kuangalia?

B: Inatumika kwa madhumuni mengi. (Kimya anapofikiria.) Naona nishati yangu sasa inabadilika, kutoka yule mlinzi kwenda mmoja wa hao viumbe waliokuja na kurudi.

D: Kwa sababu ulisema unaweza kufanya hivyo, ukiacha sehemu ya nishati yako pale ili kulinda uwazi.

B: Hiyo ni sahihi. (Pumzi kubwa) Kupita kwenye bomba kunatikisa nishati yako kidogo. Kwa hiyo chumba unachotokea ndani yake kinakurejesha kwenye — lile neno ulilotumia?

D: Kurekebisha?

B: Kurekebisha, ni muhimu sana.

D: Na wanaporudi kupitia, ni haraka?

B: Ni haraka sana. Haraka sana, sana. Halafu kutoka upande ule mwingine, tena kuna mfumo mwingine wa rangi na nishati.

D: Kama chumba kingine?

B: Ni kweli. Na rangi na nguvu ya nishati zinakurudisha kwako tena. Kisha nikarudi kwenye sayari ile nyingine. Halafu nikarudi kwenye kituo changu cha nyumbani.

D: Kuingilia upande ule kunafananaje?

B: Nako pia ni muundo wa kioo.

D: Lakini watu wa upande ule wanaweza kuuona?

B: Pia una kipengele cha kujisitiri, kwa sababu kuna wale wanaofanya kazi na nishati hii, na kuna wale ambao hawafanyi.

D: Kwa hiyo ni kama ilivyo Duniani? Haitakuwa inayoonekana kwa kila mtu.

B: Hiyo ni kweli. Ingawa viumbe kwenye sayari hii wako katika mtetemo wa juu au tofauti, bado hakuna haja ya wote kujua kuhusu hilo.

D: Kwa hiyo kiumbe unachoenda nacho, hupita upande wa sayari yake. Huenda wapi baada ya hapo?

B: Namwona. Ni kama mwandishi (scribe) anaandika, lakini uandishi ni wa kichawi. Si wa kimwili, ingawa unaonekana kufanana. (Alikuwa anasogeza mikono.) Anafanya kitu kwa mikono yake. Lakini ninapoangalia kwa karibu, ni mwanga na rangi tena. Mwanga na rangi ni muhimu sana. Na kwa hiyo yaliyotazamwa, yaliyofundwa, maarifa yaliyopatikana yanaunganishwa ndani ya... (Alipata ugumu.) ... naona kama kitambaa cha kufumwa. Ilikuwaje hiyo?

D: Labda unajaribu kufanya ulinganisho.

B: Labda. Kwa sababu taarifa ambayo huyu mwandishi amechukua, inaingia kwenye sehemu ya kitambaa hicho, au kumbukumbu. Amekaa, na inaonekana kama kibao. Ninaposema "kibao" namaanisha kama kibao cha jiwe. Si karatasi. Na kuna kile ninachoweza kuita "kalamu ya kichawi", kwa sababu anaonekana anaandika kwa uandishi wa kichawi. Na kuna rangi na mwanga mzuri sana unaokuja juu ya hiki. Lakini kisha unatembea na kutiririka na kuingia ndani ya... kile ninachoweza kuita "ufumaji". Na ni cha rangi, na mwanga, na kung'aa na kusogea. Kwa hiyo si kama tunavyolichukulia kitambaa cha ukutani (tapestry). (Alipata ugumu.) Ni rekodi ya namna fulani. Na ni rekodi hai.

Hili, bila shaka, lilisikika kama lile "tapestry" ya maisha iliyoko Hekaluni mwa Hekima upande wa roho. Hilo lilielezwa katika Between Death and Life. Linaelezwa kuwa zuri ajabu, na huonekana kama lina uhai na linapumua kwa sababu ya rangi nzuri zinazofumwa ndani yake. Sidhani kama ni kitu kilekile, kwa sababu tapestry ya upande wa roho ni rekodi ya roho zote zilizowahi kuishi na maisha yao. Kila moja inawakilishwa na uzi. Tapestry inayofafanuliwa hapa pia ni rekodi, lakini labda ya aina tofauti.

D: Je, hii ndiyo kazi yake? Je, hufanya hivi muda wote?

B: Ndiyo. Na anaipenda kufanya.

D: Lakini ulisema kuna wengine wengi pia wanaojua kuhusu huu mlango?

B: Ndiyo, kuna viumbe kutoka sayari nyingine wanaokuja kwenye portal. Hilo ni kweli. Wengi wao wanajua ipo. Hii ni portal moja, lakini zipo nyingi nyingine. Baadhi ya taarifa inayorejea, hutumiwa kusaidia kuendeleza uwezekano mpya. Ni kama ukiwa shuleni, wanakufundisha vitu ambavyo watu tayari wanajua. Na ukishakuwa na msingi, basi unaendeleza mawazo yako mwenyewe. Ubunifu.

D: Kama wanasayansi na watafiti, watachukua misingi na kuendeleza dhana zao. Hivyo ndivyo unavyomaanisha?

B: Ndiyo, na pia kuleta uwezekano mpya kwa sayari hii pia. Kwa sababu wanaangalia, wanaona, wanarudi, wanajadili. Wanaangalia, "Tunawezaje kusaidia watu wa sayari hii?" Halafu wanakuja na mawazo fulani. Kisha wanarudi. Hapana, hilo haliwezi kuwa... hilo si sahihi. Hmm. Ni kuongeza kwenye hazina ya maarifa iliyopo. Kuhusu Dunia, hasa katika hali hii.

D: Kwa hiyo wanakusanya taarifa na wanajaribu kuendeleza mawazo mapya ya kusaidia Dunia kusonga mbele au nini?

B: Huo ndio msukumo nilioupata. Lakini lazima kuwe na njia nyingine ya kutumia taarifa kusaidia Dunia. Kwa sababu wanapokuja kupitia bomba, wanaangalia tu, kwa hiyo hawawezi kufanya hivyo kwa namna hiyo. Wanaangalia na kuichukua kwenda sayari yao na kuiandika. Kwa hiyo lazima kuwe na njia nyingine ambayo inatumika kusaidia. Si kupitia njia hiyo.

D: Lakini viumbe wengine wanaokuja kupitia bomba, wanafanya hivyo kwa sababu hiyo hiyo?

B: Baadhi ni udadisi tu. Na hilo linaruhusiwa. Kuangaliwa kwa udadisi bila kuingilia. Kama vile inavyoruhusiwa kwetu kuangalia bila kuingilia. Na nilienda na huyu kiumbe mwingine ambaye kusudi lake ni kupeleka taarifa kurudi kwenye sayari yake. Na kuna aina fulani ya (alipata ugumu) — ninajaribu kupata picha iliyo wazi zaidi. (Kimya) Hiki ni kigumu zaidi kukipata, kwa hiyo.... Kinaonekana kama ni aina fulani ya mchakato wa kupeleka miale (beaming). Hainisemi akili. Ndiyo maana nimekwama kidogo.

D: Eleza kadri unavyoweza.

B: Sawa. Kwa hiyo wanachukua taarifa. Anaishirikisha na viumbe wengine walio kama yeye. Halafu wanapeleka au kupeleka miale ya nishati fulani au taarifa kurudi kuelekea Dunia.

D: Kwa mwelekeo wa kinyume na ilikotoka.

B: Sahihi. Ni kama mfumo wa uongozi. Kwa maana taarifa ilichukuliwa kutoka Dunia, ikatazamwa kutoka Dunia, na kusafirishwa nyuma pamoja na viumbe. Halafu viumbe hawa wanachukua taarifa hii, na.... Hapa ndipo watu wa Dunia wanahitaji msaada au mwongozo, au "kuguswa" kidogo, au msukumo mdogo, ili kuwasaidia kusogea kwenye mwelekeo sahihi. Na si hukumu, kama vile, chukua hatua sahihi. Ni kama kutuma msukumo mdogo tu. Kwa hiyo kwa namna fulani inaelekezwa kwa miale kwenda kwenye anga la nishati la Dunia, chochote kile. Halafu kuna wale Duniani wanaoweza kunasa ishara hizo, kwa kusema hivyo, na kupokea msukumo huo. Na hili huwasaidia kuchukua hatua inayofuata. Au kuleta mambo ambayo yangechukua muda mrefu zaidi.

D: Je, hili hufanywa na mtu mmoja au....

B: Hapana, ni kundi. Kundi lenye aina fulani ya mashine inayoweza kupeleka miale ya wazo au msukumo kurudi Duniani. Kwa mfano, Dunia inahangaika sasa na vita/amani, mwanga/giza. Kusonga kutoka kwenye duality. Na hilo linapotokea, duality inazidishwa. Kwa hiyo viumbe hawa, kwa wakati fulani, walitazama, wakarudi, na wanapeleka miale ya taarifa inayofanana na msukumo wa kuleta fahamu ya pamoja ili kuungana, kuunda uhalisia unaoutaka, kwa mfano. Kwa sababu watu wengi katika sehemu tofauti za dunia hupokea msukumo huu katika nyakati zinazofanana. Halafu wanaungana kuufanya utimie. Je, mfano huo unaeleweka kwako?

D: Ndiyo, nafikiri. Lakini je, haya makundi yako chini ya maagizo fulani? Hawatendi kwa hiari yao tu, sivyo? (Kimya) Kuna anayewaambia wanachoweza kupeleka kurudi?

B: Nataka kuleta maana sahihi. Wao ni kama baraza la juu linalosaidia sayari katika ukuaji wake. Kwa hiyo wao si mwili pekee unaofanya hili. Wao ni mmoja wao. Kama wanavyosaidia Dunia, pia kuna miili ya juu inayowasaidia wao katika mchakato wao. Kwa hiyo inaenda hadi milele.

D: Kwa hiyo kuna tabaka nyingi tofauti. (Ndiyo) Ni kama watu wa Dunia hawajaendelea sana bado. Wako chini kabisa katika viwango, tabaka, nadhani.

B: Nisingesema "chini kabisa". Wako katika mpito. Wanasogea.

D: Lakini hawajui chochote kuhusu haya.

B: Sahihi, sahihi. Kuna baadhi wanaojua. Kwa sababu nishati inabadilika, na mtetemo unaongezeka, kuna wengi zaidi wanaoanza kufahamu muunganiko. Kuna nafsi zetu za juu, kwa mfano, zinazotazama na kusaidia. Lakini daima kuna hiari, uchaguzi. Msukumo unaokuja, ni kwa wale unaowiana nao.

D: Haufungwi kwa mtu yeyote. Inaweza kuwa ni kitu walichokuwa wanakitafuta tayari.

B: Kabisa. Na walikuwa wameomba.

* * *

Inaonekana kuna mada kuu inayoendelea kupitia taarifa zote ninazokusanya. Mada ya mawasiliano ya wingi katika ngazi nyingi. Mwili wetu wenyewe unaendelea kuchakata na kupeleka taarifa kwa ubongo wetu na mfumo mkuu wa neva. DNA yetu pia huchakata taarifa. Katika kitabu changu Between Death and

Life, iliwekwa wazi kwamba lazima tupitie maisha yasiyohesabika, duniani na kwenye sayari nyingine. Lazima, tukiwa Duniani, tuonje kila aina ya uhai (miamba, mimea, wanyama) kabla ya kuendelea hadi hatua ya binadamu. Kisha tunapofika hatua ya binadamu, lazima tuonje kila kitu maishani (tajiri/maskini, mwanaume/mwanamke, kuishi kila bara, kuwa kila kabila na dini, n.k.) kabla hatujamaliza mzunguko huo. Kati ya maisha haya yote, tunarudi na kwenda upande wa roho. Kusudi letu kuu ni kukusanya taarifa kuhusu kila kitu kinachowezekana. Tulianza na Mungu, na lengo letu ni kurudi kwa Mungu. Tuliambiwa katika kitabu hicho, kwamba Mungu aliunda mfumo huu, kwa sababu Mungu hawezi kujifunza peke yake. Sisi, watoto, tunatarajiwa kurudi kwa Mungu tukiwa na maarifa na taarifa zote tulizokusanya katika uzoefu wetu wote. Kwa njia hii, sisi ni kama seli katika mwili wa Mungu.

Hivyo, ninachojifunza kutoka kwa wageni (aliens) na hawa viumbe wengine walioendelea zaidi, au walio na ufahamu zaidi, ni kwamba wao wana sehemu iliyo hai zaidi katika kuunganisha taarifa. Wao pia wanaandika na kukusanya, kwa madhumuni mbalimbali. Katika The Custodians, kulikuwa na mifano ya viumbe wa ET wakirekodi kile tulichojifunza. Hili ni mojawapo ya madhumuni ya vipandikizi (implants) ambavyo watu wana mtazamo usio sahihi kuvihusu. Vinarekodi kila kitu mtu anachoona, kusikia na kuhisi, na kuvipeleka kwenye benki kubwa za kompyuta, kwa kukosa neno bora. Benki hizi za kompyuta zimeunganishwa moja kwa moja na rekodi za kihistoria za ustaarabu wetu katika mabaraza ya juu. Pia tuliona katika Keepers of the Garden na Convoluted Universe, Kitabu cha Kwanza, kwamba wakati mwingine sayari nzima huwa vifaa vya kurekodi. Baadaye katika kitabu hiki, tutaona kwamba hili linafanya kazi pia ndani ya mfumo wetu wa jua, huku Jua letu likiwa kifaa kikuu cha kurekodi. Si jambo lisilowezekana kwamba sayari yetu yenyewe inatuma nje uzoefu wake na miitikio yake kwa uharibifu unaotokea kwake sasa katika historia yetu. Dunia ni kiumbe hai, baada ya yote.

Inaonekana hii ni mada au muundo wa pamoja kila mahali; kuanzia seli ndogo zaidi ndani ya mwili wetu hadi ulimwengu mzima. Kutoka mikrokozm hadi makrokozm, taarifa inasafirishwa na kuhifadhiwa. Maelezo pekee ya kimantiki ni kwamba kituo cha mwisho cha taarifa hizi zote kinaweza tu kuwa Mungu, Chanzo. Kama kompyuta kubwa sana, Anakusanya data. Kwa kusudi gani, tunaweza tu kubashiri. Lakini ilikuwa ikizidi kuwa wazi kwamba hili ndilo linalotokea.

* * *

D: Kwa nini viumbe hawa wote wanahangaika sana na kinachotokea Duniani?

B: Dunia ni sayari ya kipekee sana. Ni muunganiko wa nishati nyingi, nyingi, nyingi kutoka sehemu nyingi, nyingi, nyingi tofauti. Kwa hiyo ni kama kitu kizuri sana — sitaki kusema "jaribio" — lakini jaribio zuri, kwa kukosa neno bora.

D: Ndiyo, nimesikia hilo kabla.

B: Katika kuleta yote pamoja, na kuruhusu hiari na uzoefu tofauti kutokea. Sasa jaribio kuu kwa kweli ni muunganiko wa roho na biolojia. Ni muunganiko wa roho na umwili. Na kwa hiyo wale wanaodharau miili yao ya kimwili wamekosa jambo. Ni kuhusu kuunganika, kuingiza roho ndani ya kiumbe cha kimwili. Na hiyo ndiyo sehemu ya jaribio kuu. Wale ambao si wa msongamano huu hawana uzoefu huo. Ni tofauti kabisa. Na kwa hiyo kuna udadisi mwingi. Na kuna msisimko mwingi kuona jinsi hili litakavyofunuka katika wigo wake wote. Na wazi, tuna mwanga na giza, uzuri na ubaya. Ni yote hayo na changamoto.

D: Wale wanaotazama hawana aina hii ya utofauti?

B: Hapana, si kwa njia hii. Si kama hii kabisa. Ni kama Bustani ya Edeni. Kama wanadamu, tunachukulia kawaida. Tumeichukulia kawaida kabisa hii Bustani nzuri ya Edeni. Inasikitisha sana.

D: Lakini baadhi ya sayari hizi nyingine ni za kimwili, sivyo?

B: Ndiyo, kuna sayari nyingine za kimwili. Utofauti si mkubwa sana kama ulivyo hapa. Utofauti umeongezeka sana hapa.

D: Nilikuwa nafikiri kama ni za kimwili, basi wangekuwa na miili ya kimwili.

B: Ndiyo, lakini kuna tofauti. Kuna tofauti tofauti kwa namna fulani.

D: Ninajaribu kuelewa kwa nini yetu ni tofauti kiasi hicho. Kwa sababu viumbe wengine wana miili ya kimwili, na wanaishi maisha kama hawa viumbe wengine kwenye dunia nyingine.

B: Kitu pekee ninachoweza kuona au kujua katika muda huu, ni kwamba kuna ufahamu wa kuamka ndani ya mwanadamu ambao ni tofauti. Inaonekana kuna drama kubwa tuliyochagua kuipitia Duniani. Kuamka kupitia drama kunatokea sasa. Na ni onesho bora kabisa lililopo. (Anacheka)

D: Ndiyo maana kila mtu anataka kuangalia. (Ndiyo)

* * *

Hili limerudiwa katika vitabu vyangu kadhaa: kwamba viumbe wengi kote ulimwenguni wanatazama kinachotokea sasa Duniani. Hii ni kwa sababu inachukuliwa kuwa tofauti. Ni mara ya kwanza sayari au ustaarabu wowote kupitia matukio yanayotokea sasa. Wana udadisi kuona yatakavyokwisha. Imesemwa pia kwamba ni mara ya kwanza sayari nzima itafikia kiwango cha kuongeza masafa na mtetemo wake ili iweze kuhama kwa pamoja kwenda dimensheni nyingine. Viumbe wengine wengi wanafahamu “drama” inayochezwa hapa, na kama kutazama filamu au kipindi cha TV, wanataka kuona hitimisho. Sisi bila kujua tunatoa mazungumzo, hali na mswada kwa waigizaji juu ya jukwaa la galaksi. Na kama alivyosema, "Ni onesho bora kabisa lililopo."

* * *

Kuendelea na kipindi:

D: Duniani, tunanaswa na karma. Je, hili ni tofauti kwenye sayari nyingine?

B: Inaonekana kuna tofauti katika hilo, ndiyo. Kuna msongamano katika anga la Dunia. Hivi ndivyo ninavyoeleza. Msongamano unaozuia nishati hapa ili zitatue. Na zikishatatuliwa, basi zinaweza kutoka kwenye msongamano huo.

D: Kwa hiyo viumbe wengine wana masomo tofauti ya kujifunza. Ni aina tofauti tu ya kujifunza.

B: Kabisa, kabisa.

D: Najua baadhi ya mambo haya ni magumu sana kuelewa. Lakini je, kuna kama mfululizo mzima au tabaka za mabaraza juu ya mabaraza yanayofuatilia haya yote?

B: Ndiyo, yenye ufahamu wake. Kama mzazi na mtoto. Kwa wazi huwezi kuwa na ufahamu kamili wa kila kitu, lakini unafanya bora uwezavyo. Unaunganishwa nayo na unafanya kazi ya kutoa msaada na mwongozo wanaouhitaji.

D: Lakini katika kazi yangu, nimegundua kwamba si tu viumbe huangalia kupitia portal, bali baadhi yao huja kweli katika meli za kimwili?

B: Hiyo ni sahihi. Lakini kuna kubadilika kwa nishati ili hilo litokee. Kwa sababu lazima mtetemo ushushwe ili kuingia kwenye nishati ya anga hii. Kuna tabaka la ulinzi kuzunguka Dunia. Na kwa hiyo, ili kuingia kwenye kiwango hiki, kuna kubadilika kwa mitetemo kwa kiasi fulani, ili kuonekana katika kimwili. Ili kuonekana katika kimwili.

D: Lakini kama wale wengine wanapata taarifa zote kwa kuangalia, kwa nini baadhi ya viumbe lazima waje Duniani kimwili?

B: Ni muhimu kwamba watu wa Dunia waanze kuelewa kwamba kuna viumbe wengine nje ya wao wenyewe. Na kupanua upeo wao wa ufahamu. Wana mawazo finyu kwa namna nyingi. Na kwa hiyo ni lazima upanuzi utokee kwa ukuaji na maendeleo yao. Sasa, si viumbe wote ni wema na mwanga. Kama kuna giza Duniani, kuna nishati zenye giza sehemu nyingine pia. Na hiyo ni sehemu ya hali ya mambo.

D: Lakini nao pia wanakuja kuangalia?

B: Ndiyo. Katika baadhi ya matukio, kuna tamaa ya udhibiti. Kuna tamaa ya rasilimali, mambo ya aina hiyo. Lakini kadiri inavyowezekana, hilo haliruhusiwi.

D: Kwa sababu sayari hii inatazamwa kwa umakini sana.

B: Ndiyo, kwa umakini sana.

D: Lakini haya ndiyo uliweza kuyaangalia. Ulisema uliacha sehemu yako kulinda portal, na sehemu nyingine ikasafiri ili uweze kuangalia na kuuliza maswali. (Ndiyo) Rudi sasa pale ulipokuwa nishati kamili kwenye portal. Je, umekuwa hapo muda mrefu kufanya kazi hii? Au je, muda una maana yoyote?

B: Inaonekana muda hauna maana, lakini ni kama mlima. Mlima upo kwa kipindi kikubwa sana cha muda. Na una ufahamu. Nishati yake imepungua kasi sana. Kwa hiyo nishati yangu kama mlinzi wa eneo hili pia iko hivyo. Kwa hiyo imekuwa hapo kwa, kile mnachokiita, muda mrefu sana, sana. Na bado haisikii kama muda mrefu kabisa. Ni ya kupendeza sana. (Anacheka kidogo) Ya kupendeza sana. Kama mlima tu.

D: Lakini je, hicho ndicho kitu pekee muundo huu wa kioo unatumika kwa ajili yake, hii portal? Au una sehemu nyingine pia?

B: Inaonekana kuna "vyumba" vingine, kwa namna unavyoviita, kwa sababu kuna maeneo tofauti ndani. Karibu kama mfumo wa kutuma taarifa kurudi bila kurudi wewe mwenyewe. Kwa hiyo kuna mpangilio wa aina hiyo.

D: Ulisema mara nyingi inatumika kama dirisha la kutazama. (Ndiyo) Je, viumbe wanaruhusiwa kutoka mahali hapo? Kutoka na kuingia kwenye sayari hii? (Hapana) Kwa hiyo ni kama kituo cha uangalizi kilichojitosheleza basi. (Ndiyo) Kwa hiyo viumbe hubaki kwenye vyumba vile vingine vinavyotumika kutuma taarifa. (Sahihi) Nataka tu kuifanya iwe sawa akilini. Lakini kiumbe ambaye unazungumza kupitia mwili wake, ambaye jina lake ni Betty, je, unaishi kama nishati hii katika wakati tofauti na wake au vipi?

B: Hapana, ni yote ni kitu kimoja. Ni yote ni kitu kimoja.

D: Unaweza kuwepo kama nishati inayolinda portal wakati huohuo unaishi kama mwili wa kimwili wa Betty? (Sahihi) Hilo linafanywaje? Unaweza kueleza hilo?

B: (Anacheka kidogo) Linafanyika! Na kuna jambo la umakini (focus). Kama Betty, ninaweka umakini wa ufahamu wangu katika maisha haya. Hata hivyo, sehemu nyingine ya uhai wangu pia ni nishati mlinzi kwenye portal hii. Mara nyingi hatutambui kila mmoja.

D: Hilo ndilo nililokuwa nafikiria. Betty hajawa na ufahamu wa sehemu nyingine.

B: Hapana. Na bado ni kiwango tofauti cha mtetemo tunachofanyia kazi. Na kwa hiyo ninaweza kuwa maeneo mengi, na kufanya mambo mengi kwa wakati mmoja.

D: Bila sehemu hizi kuwa na ufahamu wa kila mmoja. (Sahihi) Hilo ni moja ya mambo niliyopata ya kuchanganya. Kwa sababu watu husema, tunawezaje kuwa haya yote kwa wakati mmoja?

B: Kweli, kujaribu kuelewa kwa mtazamo na ufahamu ulio na mipaka hufanya iwe ngumu.

D: (Anacheka kidogo) Mwanadamu ana ugumu mkubwa.

B: Kabisa, kwa sababu umakini ni tofauti. Na kwa hiyo, kwa sasa, hakuna uwezo wa kuwa na ufahamu wa sehemu nyingi za uhai wako kwa wakati mmoja.

D: Vipengele vingi tofauti. (Ndiyo) Hili ndilo nimeambiwa, kwamba akili ya mwanadamu haiwezi tu kuelewa kila kitu.

B: Hiyo ni sahihi.

D: Nafikiri hii ni taarifa muhimu sana. Je, nitaruhusiwa kuitumia taarifa hii? (Ndiyo) Kwa sababu katika kazi yangu mimi pia ni mreporta, ninakusanya....

B: (Anakatiza kwa furaha) Hiyo ni sahihi! Hii inavutia sana! Unafanya kabisa kile viumbe hawa wengine wanafanya. Na ni heshima kubwa kushiriki hili nawe.

D: Kwa sababu nachukua vipande vingi tofauti na kujaribu kuviweka pamoja, nadhani, kwa namna ileile.

B: Hiyo ni sahihi.

D: Ninafanya tu nikiwa ndani ya mwili wa kimwili. (Ndiyo, ndiyo) Kipande kimoja huongeza kipande kingine cha taarifa. Ndiyo maana nina maswali mengi.

B: Na hilo ni zuri, kwa sababu linasaidia, tena, kupanua mitazamo. Kupanua uwezekano. Kuleta ufahamu wa kiroho ndani ya kiumbe cha kimwili. Na hicho ndicho kipindi hiki kinahusu.

D: Tatizo ni kwamba, wanadamu wana wakati mgumu sana kujaribu kuelewa dhana hizi tata. (Ndiyo) Kazi yangu ni kujaribu kuirahisisha ili waelewe. Ambalo ni gumu. Unaweza kuniambia, kwa nini anachunguza hili leo?

B: Ah, yeye ni mjumbe. Hajui kikamilifu hili bado. Atafunguka zaidi kikamilifu kuleta ujumbe ili kusaidia mchakato wa mtetemo. Ameomba kufunguka zaidi kupokea ujumbe kutoka ulimwengu wa kiroho. Na kuwa na ufahamu zaidi wa viumbe walioko huko nje, kunachochea ufunguzi wa kupokea ujumbe.

Pamoja na kufanya kazi muda wote kama muuguzi katika kitengo cha watoto wachanga cha hospitali kubwa, Betty pia alikuwa akifanya usomaji wa kiakili kwa watu. Hili lilitokea kwa ghafla bila mafunzo. Aligundua alikuwa anaweza "kunasa" mambo kuhusu watu kwa kuwa tu karibu nao. Bila shaka, kulikuwa na watu wengi ambao hangeweza kuwaambia kile alichokuwa anakihisi, hasa wale aliokutana nao hospitalini, ambako hisia huwa juu sana.

* * *

Huu ulikuwa mfano mwingine wa jinsi tunavyoishi bila kujua existensi mbili au zaidi kwa wakati mmoja, huku kila mwenzake akiwa hajui kuhusu mwingine. Ni kupitia njia hii tu ndipo wanaweza kuwa na ufahamu wa kila mmoja na kuingiliana.

Sina uhakika kama ingilio la kwenda dimensheni nyingine lililotajwa katika kipindi hiki linaweza kuainishwa kama portal au dirisha. Katika Kitabu cha Kwanza, dhana hii ilielezwa: unaweza kupita kupitia portal kuingia dimensheni nyingine, ilhali unaweza tu kutazama kupitia dirisha na kuangalia.

Katika vipindi vingine vilivyojumuishwa katika sehemu hii, inaonekana pia tunashughulika na portal zinazoweza kuingiliwa na kutoka, si madirisha yanayotumika tu kwa uangalizi.

Sura ya 20

MWABORIJINO

Kipindi hiki na Lily, mwanasaikolojia, kilifanyika wakati wa mkutano wa WE (Walk-ins in Evolution) huko Las Vegas mwezi Aprili 2002. Kilionyesha kwamba portal zimekuwepo kwa muda mrefu zaidi kuliko tunavyoweza kufikiria, na zimekuwa zikitumiwa kikamilifu.

Lily aliposhuka kutoka kwenye "wingu", alijikuta amesimama katikati ya nyasi ndefu hadi macho yanapofikia. Akili yake ilitoa mahali bila kuulizwa.

L: Mashamba ya nyasi ndefu zenye mashina, kama ngano. Na inasema "Veldt, Australia".

D: Je, hapo ndipo unahisi huenda upo?

L: Ndivyo ninavyohisi. Panajihisi tambarare. Na panajihisi kama sehemu ya eneo kubwa la ardhi.

Alizungukwa na nyasi alizodhani ni ngano, lakini kulikuwa na kitu kingine alichoweza kukiona mbali ambacho hakikuendana kabisa na mandhari hii ya kiidili.

L: Na nahisi kuna monolith kubwa mbali kule.

D: Unamaanisha nini kwa monolith?

L: Kilima kikubwa. Mwamba. Kimeundwa na mwamba, lakini kikubwa na tambarare, mwamba.

Nilifikiri kama anazungumzia Australia, huenda ilikuwa Ayers Rock, ambayo iko katikati ya bara. Ni muhimu kwa sababu inasimama peke yake kwenye ardhi tambarare na kame. Lakini sikutaka kumwathiri, kwa hiyo niliuliza kuhusu milima mingine.

L: Ayers. Wanasema Ayers. Inakaa pale peke yake.

Taarifa iliyopatikana kwenye mtandao:

Ayers Rock pia inajulikana kwa jina lake la Waaborijino "Uluru". Ni monolith kubwa zaidi duniani ikiinuka mita 318 juu ya sakafu ya jangwa katikati ya Australia, na mzunguko wa kilomita 8. Inachukuliwa kuwa mojawapo ya maajabu makuu ya dunia, na iko kwenye nukta kuu ya gridi ya sayari kama ilivyo Piramidi Kuu huko Misri. Kulingana na muda wa siku na hali za anga, mwamba unaweza kubadilika rangi kwa namna ya kushangaza, kuanzia bluu hadi nyekundu inayong'aa kama moto.

Ayers Rock inachukuliwa kuwa mahali patakatifu na inaheshimiwa sana katika dini ya Waaborijino. Waaborijino wanaamini kwamba chini ya ardhi ni tupu, na kwamba kuna chanzo cha nishati wanachokiita "Tjukurpa", "Muda wa Ndoto". Neno Tjukurpa pia hutumiwa kumaanisha rekodi ya shughuli zote za kiumbe fulani wa asili tangu mwanzo kabisa wa safari zake hadi mwisho wake. Waaborijino wanajua kwamba eneo linalozunguka Ayers Rock linaishiwa na viumbe wa mababu wengi (ancestral beings) ambao shughuli zao zimeandikwa katika maeneo mengi tofauti. Kwenye kila eneo, matukio yaliyotokea yanaweza kusimuliwa tena. Kuna sanaa nyingi za kale za miambani zilizopatikana eneo hilo. Baadhi yake imetafsiriwa na baadhi haijatafsiriwa. Michoro hiyo inahuishwa mara kwa mara, kwa tabaka juu ya tabaka za rangi, ikirejea nyuma maelfu mengi ya miaka.

* * *

D: Monolith ina rangi gani?

Sauti yake ilianza kubadilika, ikawa rahisi zaidi, karibu ya kiasili/primitivu. Alizungumza kwa makusudi sana.

L: Nyeusi. Nyekundu-kahawia. Jua linapopiga, inakuwa nyekundu ya moto zaidi.

Kwa hakika alikuwa anaielezea Ayers Rock.

D: Lakini vinginevyo, karibu nawe ni mashamba tu.

L: Ya ngano. Au kinachoonekana kama nyasi ndefu. Ngumu, ngumu zaidi kuliko nyasi.

D: Je, kuna ishara yoyote ya makazi, au majengo au kitu chochote?

L: Hapa aborigine (alipata ugumu na neno hilo) watu wanaishi karibu. (Kwa makusudi) Watu wa kikabila wanaishi karibu.

Nilimuomba ajieleze. Alikuwa mwanaume mwenye ngozi ya kahawia na nywele nyeusi, mwenye "nywele chache sana usoni", amevaa "ngozi za wanyama zikifunika kifua na kiuno". Alikuwa kwenye miaka ya ishirini au thelathini, lakini hilo halikuchukuliwa kuwa kijana. Alisema mwili wake ulikuwa "mwenye nguvu, nguvu ya shujaa. Jasiri, mimi ni jasiri."

D: Je, umevaa mapambo yoyote au ....

L: (Akatiza) Shanga. Shingoni mwangu. Aina kadhaa za mikufu, na hirizi za chuma kwa ujasiri na ulinzi. Na kwenye nywele zangu, utaona, heshima. Ishara ya heshima katika jamii.

D: Kitu gani kwenye nywele zako kinachoashiria hilo?

L: Mfupa, pembe, na duara za sarafu za chuma.

D: Hivi vimefumwa ndani ya nywele zako?

L: (Kimya kidogo) Kama mkufu kichwani mwangu. (Alikuwa akizungumza kwa urahisi sana na akitumia maneno ambayo kiumbe huyo yaliwafahamu.) Mimi ni ... mahali pa hadhi. Kama chifu, lakini si chifu. Nimepata hili. (Alichanganyikiwa) Unaweza ... huwezi kuniona?

D: Sioni vizuri sana. Ni kama kuna pazia linalotutenganisha.

L: Kifua changu ni kikubwa kwa fahari na misuli.

D: Ndiyo maana lazima niulize maswali, kwa sababu siwezi kukuona kwa uwazi. Unaweza kuelewa hilo? (Ndiyo) Je, una mapambo mengine?

L: Ndiyo, ngozi yangu ina michoro ya kukatwa. Tunafanya hivi kama sehemu ya kukua na kuonyesha umri wakati wa kubalehe. Na kwa kila kuua mnyama wa asili, na walowezi wengine wanaokuja kutudhuru. Lakini tunaepuka kuua watu, kwa maana hilo ni kinyume na dini yetu.

D: Naona. Lakini unapoua kitu, basi unafanya mkato?

L: Ndiyo. Ni ishara ya uwezo wa shujaa.

D: Unafanya mkato wapi?

L: Kwenye mkono wangu wa juu wa kulia. Wakati mwingine mkono wa kushoto. Na kifuani juu ya chuchu. Juu ... karibu na shingo na kifua.

D: Hivi ndivyo ulivyopata hirizi za heshima, kupitia matendo uliyofanya? Kama kuua wanyama?

L: Mikato ni zaidi kwa kila mafanikio. Hirizi ni zaidi kwa kuwa umekua katika utamaduni tulio nao. Ni mahali pa heshima na hadhi. Unaipata tangu utotoni. Unajua unatarajiwa kufanya nini.

Maneno yake yalichaguliwa kwa umakini, kana kwamba yalikuwa ya ajabu na yasiyofahamika kwa kiumbe huyo. Alizungumza kwa makusudi na moja kwa moja.

D: Kwa hiyo unapokea hili kama alama ya kufikia hali hiyo.

L: Ndiyo. Si watu wote katika kabila hupata fursa hii.

D: Lakini ulisema unaua wanyama wa asili.

L: Ndiyo. Huo ni wajibu wangu kama mwanaume. Naua kwa mkuki na mikono.

D: Wanyama wangekuwa wepesi sana, sivyo?

L: Sisi ni wajanja. Tunajua kufuatilia nyayo, kutambua mnyama, na kushambulia wakati sahihi. Usahihi ndio huua.

D: Lakini ulisema, wakati mwingine mnalazimika kuua binadamu?

L: Walowezi wanapokuja kuharibu ardhi yetu au watu wetu, lazima wakati mwingine – inaambiwa zaidi na baba yangu – lakini nahisi nami nimefanya hivi pia. Si kitu ninachotafuta kufanya, kuumiza. Lakini wakati mwingine lazima ulinde. Watu wangu.

D: Ni kweli. Hao walowezi wanaokuja, nao pia ni watu wa ngozi ya kahawia?

L: Wazungu. Na ... na ... (akasita, akavuta pumzi ndefu) ... wanaume wanaong'aa.

D: Unamaanisha nini kwa wanaume wanaong'aa?

L: (Alionekana kuwa na hofu.) Balbu. Wanaonekana kama balbu za mwanga. Wanaume wanaong'aa na kung'aa. (Alikuwa akipumua haraka.)

D: Wazungu wanafanana nawe isipokuwa ngozi yao? (Ndiyo) Na hao wengine wanaonekana tofauti?

L: (Alichanganyikiwa na kwa kweli aliogopa.) Wanafanya ... pamoja, wanaume wanaong'aa ni ... (akitafuta neno) kuzungusha wao. Akili ... ubongo ... nguvu iliyo nyuma yao. Viputo vinavyong'aa ... viumbe vinavyong'aa ndio wanaongoza. Wana nguvu.

Ilikuwa ngumu, lakini aliridhika kwamba amepata maneno sahihi.

D: Nilidhani ulimaanisha wazungu ndio walowezi.

L: Wazungu hutoka ndani ya ... (alipata ugumu) chombo cha angani? Jengo? Kitu? Hutoka ndani ya kitu kinachong'aa ambamo viumbe wanaong'aa wapo.

D: Kuna viumbe wanaong'aa humo, na wazungu hutoka humo?

L: Ndiyo, wazungu hutoka. Na viumbe wanaong'aa, wanaonekana kama mirija ya majaribio, au mahindi makubwa kwenye shina, lakini ni viumbe wanaong'aa wanaofanana na mahindi. Warefu na mviringo mrefu.

D: Kwa hiyo wanaonekana tofauti na wengine.

L: (Akiwa na furaha kwamba amenifanya nielewe.) Ndiyo, ndiyo!

D: Kwa hiyo ni kitu ambacho hujawahi kuona kabla.

L: Kamwe! Kinaogopesha! (Pumzi kubwa.) Hatuwezi kwenda huko. Wanatoka mbali angani. Na watu weupe huongea nasi, na kutueleza.

D: Hao wanaong'aa, una uwezo wa kuona uso au maumbile yoyote? Au ni kung'aa tu?

L: Wote wanang'aa na kupiga mdundo, na ubongo. Ubongo wote. Kujua, kujua, kujua, kujua.

D: Unamaanisha nini kwa "ubongo wote"?

L: Wao wanajua-yote. Wanajua, wanaona muda wote. Na kama ... kompyuta, lakini hai na inapiga mdundo. Na hawana mikono, hawana miguu, hawana uso. Lakini rangi juu ya "ganda" refu ni tofauti na chini ya ganda. Chini ya ganda ni bluu zaidi, bluu na kijani vinavyometameta. Juu ya ganda ni nyeupe ambako ubongo uko. Ndefu.

Ilikuwa wazi kwamba kiumbe huyo alikuwa akichota maneno kutoka msamiati wa siku za kisasa wa Lily. Vinginevyo, Mwaborijino asingekuwa na maneno ya kueleza vitu visivyojulikana alivyokuwa akijaribu kunielezea.

D: Lakini ulisema, hawa huja, na huwezi kwenda huko.

L: (Akatiza) Hapana! Hapana kwenda kwenye chombo. Hapana kwenda kwenye chombo.

D: Kinashuka wapi?

L: Karibu na miamba ya maporomoko, karibu na miamba. Mbali na monolith, lakini karibu na miamba. Na si karibu na ngano. Wenye ngozi nyeupe ... wanakuja kwetu. Na wanatueleza. Mwanzoni tuliogopa. Hatukuwahi kuona weupe. Tulidhani ni wagonjwa. Hawana damu ndani yao. Na hawana nywele kama sisi. Hawana giza. Hawana ... hakuna kitu kama sisi. Wote weupe. Hawana nguo. Lakini hawana ... (ugumu) hawana vitu vya kuzaa. Hawana kile tulicho nacho.

Kwa wazi alikuwa anarejea viungo vya uzazi.

D: Je, wana macho kama wewe?

L: Ndiyo. Lakini hawapepesi macho. Hawapepesi. Ni watu weupe, lakini tofauti. Lakini hawana ... unavyosema "anatomy". Hawana anatomy.

D: Lakini uliwaita "walowezi", sivyo?

L: Wanakuja kukaa, kupima, kuchukua udongo, kuzungumza nasi, kuchukua watoto wetu warudi nao kufanya kazi nao.

D: Unamaanisha nini, kuchukua watoto wenu warudi nao?

L: Kuchukua warudi kwenye chombo. Kufundisha, kuzungumza, kupanda juu na chini, na kuwarudisha.

D: Unajisikiaje kuhusu hilo?

L: Wanasema ni sawa. Watu wema. Watoto wetu wanataka kujifunza. Tunajisikia sawa. (Hakuwa na sauti ya uhakika sana.) Mimi siendi popote. Siendi huko. Siendi huko. Ninaogopa. Ninaogopa. Sijui jinsi ... sijui jinsi ya kuwa.

D: Na hao watu weupe wanaokuja kuzungumza nawe ....

L: (Akatiza) Wao wanang'aa kidogo. Kidogo.

D: Lakini wanaeleza nini kitakachotokea?

L: Ndiyo, wanasema kila kitu sawa. Uwe mtulivu, uwe sawa, ni makubaliano haya. Tunafanya makubaliano hakuna madhara, na watoto watakuwa sawa. Wanajifunza. Na wanarudisha zana. Mkuki na jiwe. Jiwe, laini, limepinda mwisho wa mkuki. Na ... duara. Diski. Kuwasaidia wanawake kutengeneza mbegu, mahindi, mkate.

D: Diski hizo zimetengenezwa na nini?

L: Jiwe, lakini laini, na duara na laini. Na rahisi kupiga. Juu ya meza na vibakuli vya jiwe. Wanatuonyesha jinsi ya kurahisisha. Nzuri sana. Jinsi wanavyotengeneza, hatujui.

D: Hawawaonyeshi jinsi ya kuzitengeneza?

L: Hapana, wanatoa. Watoto huenda wakajifunza, tunatumaini.

D: Labda hilo ni moja ya mambo wanayowafundisha.

L: Watoto hukaa muda katika chombo. Na kwenda huko na huko. Sisi hatuzungumzi sana kuhusu hili.

D: Watoto hawaambii kinachotokea wanaporudi?

L: (Alionekana kuogopa kuzungumza kuhusu hilo.) Mmoja au wawili husema, lakini hawasemi sana. Wanaenda kujifunza na kupitisha, na kurudi.

D: Lakini je, watoto wanataka kuzungumza kuhusu hilo?

L: Wameambiwa wasizungumze. Ni mengi sana kwa kichwa, ubongo, kuelewa. Hofu. Kuogopesha wanawake. Kuogopesha wanawake, lakini mimi nina nguvu. Naweza kubeba kidogo.

D: Una watoto?

L: Ndiyo. Watano. Wavulana wawili huenda kwenye chombo. Wanapenda.

D: Walifundishwa mambo?

L: Ndiyo. Lakini safari. Safari kwenda mahali pa mbali, mahali. Si hapa. Wanaenda mbali.

D: Walikuambia ilionekanaje mahali walipoenda?

L: Mbali na mwezi. Wanasema viumbe vya zambarau vinaishi huko. Lakini si kama mahali petu, dunia yetu. Kote ni kijani na mimea ambako viumbe vya zambarau wapo. Moto. Moto na unyevunyevu kwenye ngozi. Viumbe vya zambarau hawana ngozi kama sisi. Ni zaidi kama mpira. Wao ndiyo wanaitwa "amphibians". Viumbe vya zambarau ni amphibia.

D: Hilo lina maana gani kwako?

L: Wanaogelea na kutembea sawa. Walichora kwenye udongo. Wanaonekana kama viumbe wa salamander. Umewahi kuona hawa?

D: Najua salamander ni kama mjusi.

L: Huogelea zaidi kuliko mjusi. Na pia wima. Mjusi si wa hali ya juu. Mviringo sana, wa mpira. Si wenye mipaka ya wazi, na si wagumu na wenye ncha kama mjusi. Ni wa mviringo zaidi.

D: Kwa sababu mijusi wakati mwingine wana ngozi mbaya.

L: Hii ni laini na ya mpira. Na wao pia wanang'aa, lakini si sana kama viumbe wanaong'aa kwenye chombo. Hao ndio wang'avu zaidi. Wang'avu sana.

D: Je, hapa ndipo wavulana wako walifundishwa? Au wanafundishwa kwenye chombo?

L: Wanaenda mahali pengi. Wanafundishwa kwenye chombo na kwenye maeneo wanayosafiri.

D: Walisema walifundishwa nini?

L: "Mafundisho mengi, baba, huwezi kuelewa." Hivyo ndivyo wananiambia. Wao ni wema kwangu. Wanasema siwezi kuelewa. Kama, kwa watoto wadogo katika dunia yako, kueleza kwa watu wazee, miaka mia moja, kuhusu kompyuta. Ni bora kusema tu, "Hutaelewa." Hutaelewa, ndiyo. Dunia yako imeendelea sana, kama chombo, ndiyo?

D: Nafikiri hivyo.

Kwa hiyo Mwaborijino aliweza kwa namna fulani kujua kwamba katika dunia ambamo mwenzake, Lily, aliishi, mambo yalikuwa tofauti sana. Inaonekana haikumchanganya. Nimeona hili katika kesi nyingine ninapozungumza na watu wa asili. Wao wana intuisheni zaidi na mara nyingi wanaweza kuona katika dimensheni nyingine bila kutambua kuwa kuna chochote kisicho cha kawaida.

D: Lakini katika maisha yako, mambo ni rahisi sana?

L: Ndiyo, na chombo kiko mbali sana. Wanatoka mbali sana kwa wakati. Wanasafiri mbali sana katika wakati.

D: Hivyo ndivyo wavulana wako walivyokuambia? (Ndiyo) Lakini angalau unajua hawakudhuriwa.

L: Hapana. Wanapenda. Wanataka zaidi.

D: Walitoa maagizo yoyote, kuhusu nini cha kufanya na kile wanachofundishwa?

L: Lima ardhi kwa watu wa asili. Ifanye ikue bora, kwa udongo. Fanya udongo uwe ... (kutojiamini) uwe mkavu zaidi, ili maharagwe na mashina ya mchele yakue bora. Haina maana. Lakini wanasema itatokea. Nasema tunahitaji maji kwa rutuba. Wanasema ukavu kwa rutuba. Wanatuonyesha kwa ... kimiminika kwenye mirija. Lakini si maji. Kinaonekana kama zebaki. Kinaonekana kama mchanganyiko wa fedha-nyeupe wa viumbe vya zambarau. Ukimimina kwenye udongo mkavu, hufanya kila kitu kikue. Ni ajabu!

D: Kwa hiyo huhitaji maji?

L: Hapana. Na viumbe weupe, wanatuonyesha jinsi ya kupanda na kulima. (Akiwa amechanganyikiwa) Inawezaje kuwa hivi? Kwa hiyo wanatusaidia, na tunakuwa imara. Tuna chakula kwa watoto wachanga. Na wanawachukua watoto wetu kwa safari. Na ... wanawachunguza.

D: Wanawaonyesha jinsi ya kutengeneza kimiminika hiki?

L: Hutoka kwenye chombo. Kutoka sayari ya zambarau.

D: Kwa hiyo hamwezi kutengeneza zaidi?

L: Hapana. Ni kubadilishana. Tunawapa watoto wetu kwa utafiti. Wanatupa kimiminika cha mirija ya majaribio kwa kukua na kulima.

D: Lakini mna nacho tu kadiri wanavyowapa. Hamwezi kukitengeneza wenyewe.

L: Tunacho milele. Hawataondoka.

D: Kwa hiyo watabaki na kuendelea kuwapa.

L: Tunadhani. Wapo hapa. Wao ni watu wema sana.

D: Je, kuna maji karibu? Kwa sababu lazima muwe na maji pia ili kuishi.

L: Haitoshi. Ni kavu sana. Ni tatizo wakati mwingine.

D: Lakini ulisema awali, kwamba wakati mwingine watu wenu waliua walowezi. Hilo lilitokea lini?

L: Mwanzoni. Walipokuja mara ya kwanza. Hatukujua. Tulikosea. Tuliogopa sana. Tulidhani wanakuja kuteka watoto wetu. Na tulipigana. Wawili tunaua. Na kisha tunafuatilia.

D: Hawa wawili walikuwa ni viumbe weupe? (Ndiyo) Walijaribu kujitetea?

L: Si kama sisi. Waliwachukua kwenye chombo kuwaponya.

D: Kwa hiyo hawakufa?

L: Walikufa. Na kisha wao ... wanawapa uhai mpya. (Ameshangaazwa) Wanawapa nishati mpya juu ya mwili. (Hakuwa na uhakika jinsi ya kusema.) Nishati mpya ya roho juu ya mwili uliokufa. Kutoka juu. Inashuka na kujaza mwili. Na mwili umelala kwenye chombo. Roho inaingia juu, inaungana, na kuurudisha kwenye uhai.

D: Hivyo ndivyo walivyokuambia?

L: Hivyo ndivyo nilivyoona kupitia mwanangu.

Lily alipoamka, alibaki na picha ya kiakili ya jinsi ilivyofanywa. Aliona kwamba viumbe waliokufa waliwekwa juu ya slab, na mwanga juu kama halo uliwarudisha kwenye uhai.

D: Basi watu wenu waliwaua kwa mikuki?

L: Na kwa sumu kwenye mkuki wa kishale. Kuna mmea unaoua. Ninasema usahihi kwa mnyama mkubwa. Ukipiga kishale au mkuki shingoni. Kupitia mshipa. (Mikono ikionyesha upande wa shingo. Huenda ni mshipa wa jugular.) Unaua.

D: Hivi ndivyo mnavyoua wanyama?

L: Mnyama mkubwa.

D: Hivi ndivyo baadhi ya watu waliua wale wa kwanza waliokuja? (Ndiyo) Lazima walishangaa, sivyo?

L: Hapana. Walijua sayari ni hatari. Hakuna aliyewahi kusema hivyo. Wana ujuzi. Wanajua kuhusu sisi. Wanasema wamekuja kabla. (Kimya) Elfu moja na mia tano. Walikuja kabla.

D: Miaka elfu moja na mia tano kabla?

L: Mwaka elfu moja na mia tano.

D: Je, watu wenu wana hadithi zozote kuhusu watu wa aina hii?

L: Ndiyo, kwenye miamba. Kiputo. Duara kutoka angani.

D: Hiyo imechorwa kwenye miamba?

L: Kwenye maporomoko ambako wanarudi.

D: Je, watu wenu waliowajua tangu zamani ndio walichora michoro hiyo kwenye miamba?

L: Ndiyo. Na walitoweka. Wengi hutoweka, na hawarudi. Watu wetu. Kabla ya wazazi wangu, kabla ya wazazi wao, kabla ya wazazi wao. Hii ndiyo hadithi, uliuliza. Walikuja na wengi hawakurudi. Waliondoka kwenye diski, na hawakurudi. Hali kama hiyo ni kweli pia kwa watu wenu katika nchi hii .... (Alisimama, akachanganyikiwa.)

D: Unaweza kuona ninazungumza kutoka wapi?

L: Ndiyo, wananionyesha. Wewe ni kama ... kusafiri katika wakati.

D: Ndiyo, hili ndilo napenda kufanya. Na najifunza habari nyingi kwa njia hii. Ni habari iliyopotea.

L: (Ameshangaazwa) Anasazi! Wanasema unajua Anasazi. Inafanana. Unatuelewa.

Anasazi walikuwa kabila la Wahindi wa Marekani walioishi Chaco Canyon huko New Mexico katika Karne ya 14. Walitoweka kabisa, na hakuna anayejua kwa nini, ingawa magofu yao yamechunguzwa kwa kina. Je, alikuwa akidokeza kwamba kulikuwa na maelezo ya kimiujiza?

D: Kwa hiyo watu walijua wewe ni hatari. Je, hiyo ndiyo sababu watu wenu waliwaua, kwa sababu waliogopa kwamba wangechukua watu kama walivyofanya kwenye hadithi?

L: Tuliogopa kwa watoto wetu tu. Hatukuweza kufikiria hadithi. Watoto wetu tu. Ni ... inatisha kuangalia. Picha hazionyeshi sura ya kutisha. Hujawahi kuona kitu kama hiki. Hawana mwili na sehemu kama binadamu.

D: Angalau, hukuwa ua hao watu wa ajabu. Walirudishwa kwenye uhai. Hilo ni muujiza sana, sivyo?

L: Walikufa, na kisha ikaondoa-kifo. Dawa nzuri.

D: Lakini hata hivyo, hutaki kwenda kule ambako chombo kiko? (Hapana) Wewe ni jasiri sana, lakini si jasiri kiasi hicho.

L: Baba yangu aliniambia, "Usikaribie chombo!" Wengine hawakurudi. Nina wajibu kwa familia yangu, na watoto wangu. Sisi siendi. Mimi mtiifu. Baba yangu asema, usiende. Lazima nilinde familia yangu. Nazungumza na viumbe weupe sasa. Bila hofu. Siiendi chombo. Viumbe weupe sawa. Watoto wangu wananionyesha wako sawa. Watoto wangu wananitambulisha kwao.

D: Na wanajifunza mengi, na wanatoa vitu ambavyo watu wenu wanaweza kutumia.

L: Kwa mazao yao.

D: Hiyo ina maana hawataki kukuumiza. Wanataka kukusaidia. (Ndiyo)

Niliamua ilikuwa wakati wa kumhamisha kwenye tukio jingine alipokuwa anakua ili tupate taarifa zaidi. Nilimhamisha hadi siku aliyohisi ni muhimu, ambapo jambo fulani lilikuwa linatokea. Alionekana kama alikuwa akitazama kitu.

D: Ni nini hicho?

L: Ni muundo. Unaonekana kama ua la jiwe, sanamu ya jiwe, jiwe ... umbo la almasi, lakini limezunguka, lenye bluu tofauti na ... bluu nyeusi kwenye kingo, na mishipa ya kijani na nyeupe—nyeupe-kijivu—ikipitia kwenye jiwe. Ninalikabili hili. Ni refu. Ni refu kuliko mtu.

D: Limesimama wapi?

L: Kwenye ardhi. Limechomekwa ardhini.

D: Je, lilikuwa hapo kabla? (Hapana) Je, mtu alilitengeneza, kulichonga au vipi?

L: Mimi si ... mimi siko kwenye ardhi yangu ya nyumbani.

Jibu hili lilinishangaza.

D: Oh? Huko mahali ulipokuwa unaishi?

L: Hapana. Mimi ni ... kwenye dunia nyingine.

D: Umefikaje huko?

L: Sijui. Sijisikii vizuri. Ni giza hapa. Sijui mahali hapa.

D: Sitaki ujisikie vibaya. Utaongea nami, na usiache likukuumize?

L: Ndiyo. Hakifani na chochote ninachokijua. Ni ... kama jiwe la obsidian. Refu kuliko mimi. Pana kuliko mimi. Lina umbo kama jani kubwa limesimama wima. Linaanza jembamba, linanenepa katikati, kisha linapungua tena juu. Na ni jiwe! Ninasogea karibu nalo. Na hicho ndicho ninachokiona uliponiweka hapa.

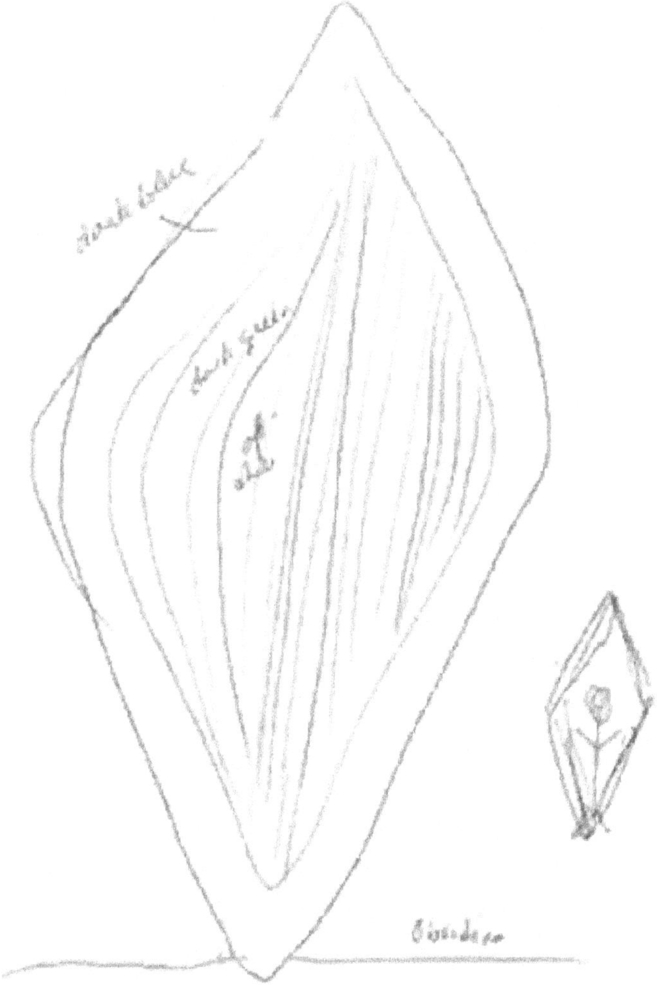

D: Kuna majengo yoyote karibu, au limesimama peke yake?

L: Hapana, hakuna jengo. Lakini unauliza, na nasikia na kuhisi handaki. Mahandaki ya mawe. Ah! Nauliza. Niko ndani ya Dunia.

D: Ndiyo maana ni giza?

L: Ndiyo. Tofauti sana.

D: Ukishauliza hivyo, unaweza kupata majibu? (Ndiyo) Hiyo ni nzuri. Umefikaje hapa?

L: Wamenileta hapa. (Mwangaza wa ghafla.) Nilipitia mlango. Wanasema, kwa lugha yako "portal".

D: Pale ulipokuwa unaishi?

L: Karibu. Karibu na maporomoko.

D: Ulisema hutakaribia chombo.

L: Sio karibu na chombo. Karibu, lakini mbali. Hakuna chombo. Karibu na maporomoko. Kuna kama njia ya kupita.

D: Je, walikupeleka huko?

L: Yeye alinionyesha njia. Mimi nilienda mwenyewe. Nilitembea kupitia mlango wa njia. Mlango wa giza.

D: Portal ilionekanaje ulipoiona mara ya kwanza?

L: (Ameshangaazwa) Kivuli! Ilionekana kama mstari au kivuli kwenye mwamba mwekundu. Unakaribia, unaweka mguu kupita, na umetoweka. Na naona jiwe hili mbele yangu. Ni kama mungu. Nafikiri ni ... nimesadikika ni mungu.

D: Je, kuna mtu pamoja nawe?

L: Hapana. Siwaoni.

D: Walikuacha upite tu. Utafanya nini?

L: Natazama huku na huku ... kutafuta mwanga. Kutafuta wengine. Na kutafuta njia ya kurudi.

D: Unaweza kugeuka na kurudi njia uliyoingia?

L: Sioni chochote ila giza lenye mwanga kidogo. Mahandaki.

D: Sio njia uliyoingia?

L: Hapana. Ninatembea, nachukua hatua moja, nipo hapa. Sijui nilivyokuja.

D: Huwezi kupata njia uliyokuja nayo?

L: Hapana, siwezi. Nahisi lazima nitazame na niwe mbele ya sanamu hii. Nipokee kitu. Au kwa nini niko hapa? Lazima iwe kwa kitu. Unajua hiki ni nini?

D: Hapana, si kitu ninachokifahamu. Nimechanganyikiwa kama wewe.

L: (Ameshangaazwa, mwangaza) Kuna maarifa hapa. Napata maarifa kutoka kwenye jiwe hili. Napata maarifa kwa kusimama hapa mbele ya jiwe, na kuweka kichwa changu kwenye jiwe. Kusimama karibu nalo, na kuweka paji la uso wangu dhidi ya jiwe.

Maelezo haya ya jiwe la ajabu lenye maarifa makubwa na lililoko chini ya ardhi yalifanana sana na kesi nyingine mbili nilizoandika kwenye vitabu vyangu vingine. Katika The Custodians, John Johnson alichukuliwa kutoka chumba chake cha hoteli huko Misri hadi chumba cha chini ya ardhi ambacho kulikuwa na jiwe kubwa katikati ya chumba lililokuwa na maarifa makubwa aliyopewa, lakini hakuweza kuyahifadhi wala kuyasema tena. Katika Legacy From the Stars, kuna kutajwa jiwe kama hilo lililoko kwenye mji wa chini ya ardhi katika siku za usoni wakati Dunia ilipokuwa imeharibu anga yake kiasi kwamba maisha juu ya uso hayakuwezekana. Walionusurika walilazimika kuishi maisha kama ya "chungu" chini ya ardhi. Katika chumba kulikuwa na jiwe kubwa ambapo viumbe wangeweza kupata maarifa yoyote waliyotaka kwa kugusa tu kwa mikono yao, au kuweka paji la uso wao dhidi yake. Kila kesi iliwasilisha maarifa yaliyohifadhiwa kwa namna fulani ndani ya jiwe.

D: Kama uchawi?

L: Kama osmosis.

D: Ni maarifa ya aina gani yanakuja kwa njia hiyo?

L: Sayansi. Mambo ya kielimu.

D: Unaelewa? (Ameshangaazwa: Ndiyo!) Ingawa ni tofauti na mahali unapotoka?

L: Ni njia ya kusafiri katika wakati bila kupanda kwenye chombo.

D: Naona. Je, unadhani hii ndiyo njia ambayo wana wako walifundishwa?

L: (Ameshangaazwa) Sijui! Nilidhani walijifunza kwenye chombo. Hii inajihisi mpya. Sijui kama kuna mtu anayejua kuhusu hili. Inajihisi siri.

D: Lakini waliruhusu uende huko, sivyo?

L: Hawakunizuia. (Kimya) Sijui kama walinionyesha, au kama wana wangu walinionyesha. Sijui kama wanajua niko hapa.

D: Kama unapata taarifa kutoka kwenye jiwe, utafanya nini?

L: Kusafiri.

D: Unamaanisha nini?

L: Nataka kurudi na kuwapata watu wangu waliotoka hapa. Nataka kuwarudisha.

D: Wale wa kwenye hadithi? (Ndiyo) Unadhani hilo linawezekana?

L: Ndiyo. Nahisi naweza kupata kutoka kwenye jiwe. Na nikirudisha watu, basi naweza kufa kwa amani.

D: Unadhani jiwe litakuambia?

L: Hilo ndilo tumaini langu. Na linichukue huko. Nina hisia. Sijui inawezekana kiasi gani, lakini nina hisia kwamba kwa kufanya kazi na jiwe, naweza kuwapata watu wangu.

D: Unadhani hilo lingekuwa hatari?

L: Si hatari kuliko nilichofanya. Kuja huku chini kwenye handaki.

D: Lakini ukiwapata, utawezaje kuwarudisha?

L: Ningependa kujaribu. Sifikiri mapema. Najitahidi.

D: Je, ulikuwa unawaza kuhusu hili kabla, la kuwatafuta watu?

L: Hapana. Lakini sasa nahisi hamu ya kuungana, kutafuta, kuwakusanya na kuwarudisha.

D: Kwa hiyo hujishughulishi sana na jinsi utakavyotoka humo.

L: Ninaenda ... mbele. Nataka kuingia kwenye jiwe.

D: Unafikiri unaweza kuungana nalo? (Ndiyo) Niambie kinachotokea. (Nilisisitiza kwamba alikuwa salama.) Inajisikiaje?

L: Mimi ni mwanga. Ninaangaza. Mimi ni ... Mimi ni Jua la milele.

D: Hilo lilitokea lini?

L: Nimeungana na jiwe. Nilibonyeza kichwa changu ndani ya jiwe, na mwili ndani ya jiwe. Na sasa niko hapa. Mimi ni mwanga. Mimi ni ... kama moto. Naweza kwenda popote.

D: Ulisema ulikuwa "hapa". Hapa ni wapi?

L: Nilikuwa mbele ya jiwe .... kwenye handaki. Na kisha sasa mimi ni ... hakuna mahali. Mimi ni mwanga. Mimi ni nishati.

D: Huna tena mwili uliokuwa nao? (Hapana) Unajisikiaje kuhusu hilo?

L: Najisikia ajabu sana. Sitaki kurudi. Nataka kuwapata watu, lakini sitaki kurudi kwenye mwili wangu. Ni mdogo sana. Ni ... umenibana.

D: Unamaanisha unajihisi umewekewa mipaka?

L: Ndiyo. Huu ni mkubwa. Sasa najua labda kile ambacho wana wangu wanajua.

D: Kile ambacho hawakuweza kuzungumza. Ulisema kitu kuhusu Jua?

L: Nahisi mimi ni Jua.

D: Kuangaza, unamaanisha?

L: Na kubwa.

D: Kubwa na kuangaza. Hilo ni jambo la ajabu sana, sivyo?

L: Halionekani ajabu. Linaonekana kama nimekuwa hapa kabla.

D: Kwa hiyo humkosi mwili kabisa.

L: Hapana, sitaki mwili.

Je! hivi ndivyo ilivyotokea kwa wengine waliotoweka kutoka kwa kundi la kabila? Labda wao pia walijikwaa katika hili portal karibu na miamba. Lango pia lilikuwa karibu ambapo meli daima ilionekana. Labda watu kuhusishwa kutoweka kwao na viumbe wa ajabu. Labda pia viumbe walitumia portal hii kusafiri nyuma na nje kati ya walimwengu.

D: Inajisikiaje?

Sauti ya Lily ilibadilika na kurudi kawaida. Haikuwa tena sauti ya Maborijini akitafuta maneno sahihi, na kuzungumza kwa makini. Utu huo ulionekana kubaki nyuma, na utu halisi ukajitokeza.

L: Inajisikia ya utukufu. Inajisikia ... kama malaika wanacheza. Naweza kuhisi viumbe wengine wote. Naweza kuhisi akili zote. Mimi si mjinga tena. Najua yote.

D: Kwa haraka hivyo uliweza kufanya mabadiliko hayo. Hicho ndicho unachomaanisha?

L: Ndiyo. Mwili wangu na maisha yangu kama yule mtu yalikuwa ya kiume, asiyeelimika, wa kienyeji, wa kizamani. Alikuwa mtu mwema, lakini alikuwa ... wa kienyeji. Nilifikiri mimi ndiye mtu yule yule. Lakini sasa sijihisi wa kiume wala wa kike. Najihisi kila kitu. Najihisi naweza kujua chochote kwa kuwapo tu.

D: Huo ni hisia ya ajabu sana, sivyo?

L: Ndivyo ilivyo.

D: Basi hapo ni mahali kamili.

L: Ndiyo, lakini si mahali. Ni kila mahali. Haina kuta. Mimi sina mipaka. Sitaki kurudi kwenye mwili ule na ule ukomo.

D: Katika hali uliyo nayo sasa, unaweza kujua kilichokuwa kinaendelea. Unaelewa zaidi kuhusu viumbe weupe sasa? Na kile kilichokuwa kinatokea kwa watu wenu wakati huo?

L: Viumbe weupe ni wasafiri wa anga. Na wanasafiri galaksi mbali na pana, wakitafuta ustaarabu wenye kitu cha kutoa, kitu kinachoweza kustawi, kwa faida ya pande zote. Ni ubadilishanaji wa usawa. Ni viumbe wema. Wamekuwa wakifanya hivi kwa enzi nyingi, kwa karne zisizo na mwisho. Hao ndio wasafiri wa anga.

D: Vipi kuhusu wale wanaong'aa? Walikuwa tofauti na wale weupe.

L: Wao ni zaidi kama ... viumbe wa nishati kama tulivyo sasa. Wamefungwa ndani ya mfuko wa seli, utando, unaowawezesha kusafiri na kundi, kama msafara. Vinginevyo ni vigumu sana kuzuia nishati huru. Hivyo ni utando wa kusafiria, kama vazi la anga.

D: Kwa hiyo hawa ni aina mbili tofauti za viumbe.

L: Ndiyo. Wanasafiri pamoja. Viumbe wa utando wa anga, au sisi ndani ya mifuko, au suti, ndio walinzi. Makamanda wa misheni.

D: Kwa hiyo hawashirikiani sana na watu.

L: Hapana. Sisi ndio waelekezi wanaojua yote, wanaoona yote.

D: Ndiyo maana kulikuwa na makundi mawili tofauti. Lakini wamekuwa wakifanya hivi kwa enzi nyingi. Na si jambo hasi, kwa sababu wanajaribu kuwasaidia watu.

L: Kabisa. Hiyo ndiyo njia ya ulimwengu. Kuwafundisha watu na kuwainua. Na kutoingilia isipokuwa kama inatakiwa, na imeombwa. (Kimya) Na wale amfibia uliouliza.

Alionekana kutangulia kujua kwamba ningewauliza pia.

D: Ndiyo, wale wenye ngozi ya zambarau?

L: Ndiyo. Wana viumbe vya ndani vya dhahabu. Uwanja wao wa nishati ndani ni miale ya dhahabu. Na gamba lao la nje la zambarau la aina ya amfibia linawawezesha kuhimili hali ya hewa, na kupumua kwenye hewa, kama ilivyo.

D: Hicho ndicho kinachohitajika mahali wanapoishi. Aina hiyo ya mwili kwa eneo hilo.

L: Ndiyo. Wanakoishi ni zaidi kama sayari nyekundu. Yenye gesi nyingi sana.

D: Lakini wana wako kule sehemu nyingine walichukuliwa huko ili wajifunze mambo hayo.

L: Oo, ndiyo, wale amfibia walivutiwa kuona binadamu.

D: Walikuwa na udadisi kuhusu sisi pia?

L: Ndiyo. Vijana wadogo hupenda konokono na mijusi na samaki. Kwa hiyo haikuwa ya kutisha kwao.

D: Na hivi ndivyo watu wenu walivyochora kwenye miamba?

L: Hapana. Hilo halikupaswa kusemwa. Walichora tu diski angani, na viumbe weupe waliotembea. Lakini hatukujua kama hii ilikuwa kweli. Wakati huo, hatukujua kilichokuwa hadithi na kilichokuwa ukweli.

D: Lakini kulikuwa na muda mrefu kati ya ziara zao.

L: Ndiyo. Makazi tofauti. Si lazima kurudi zaidi ya kila miaka mia nne hadi mia tano ya Dunia. Ili kuchukua sampuli za udongo, na kupima na kuchunguza mmomonyoko. Kuelewa hali za anga, na kuleta sampuli za DNA ya binadamu.

D: Kwa sababu mambo yangetumia muda mrefu kubadilika. (Ndiyo) Kwa hiyo wanarudi mara kwa mara tu kuangalia hali. (Ndiyo) Hawalazimiki kuwapo muda wote. (Hapana) Viumbe hao, angalau.

L: Sahihi.

Niliendelea na tiba, kwa sababu, baada ya yote, hiyo ndiyo ilikuwa kusudi la kikao. Baadhi yake ilikuwa binafsi na ilimhusu Lily tu, kwa hiyo haitawekwa kwenye kitabu hiki.

D: Najua ulipo ni mahali pa ajabu kidogo, lakini unaonekana kuwa na maarifa yote. Unamjua kiumbe anayejulikana kama Lily? (Ndiyo) Katika mahali hapo unajua kwamba katika maisha ya baadaye utakuwa Lily? (Ndiyo) Unaweza kupata taarifa kuhusu yeye?

L: Ninaamini tuko katika nafasi nzuri kwa maarifa. Kwa nini tusijaribu? Na kama hatutaweza kufikia, tunaweza kuomba viumbe vya maarifa yote waje. Wanaweza kusaidia jitihada hii, kwa sababu iko ndani ya mamlaka yake kuomba. Taarifa zote zinapatikana, hata kwako, ikiwa inafaa. Ni pale tu mtu, roho, anapotaka. Kisha wanaweza kuipata, ikiwa ni wakati sahihi.

D: Ndiyo. Wakati daima ni muhimu.

L: Na hatumaanishi kukutisha tunaposema "sisi", kwa kuwa sisi ni nyuso nyingi za roho.

D: Ndiyo, ninaelewa unaposema "sisi". Nimezungumza nanyi mara nyingi, mara nyingi.

L: Asante.

D: Kwa hiyo hilo halinisumbui. Hapo ndipo najua naweza kupata taarifa inayosaidia. Maisha ya huyu mwanaume katika nchi hiyo. Naiita "taarifa iliyopotea."

L: Hmm, wewe ni mpelelezi.

D: Ndiyo, mimi ni mwandishi wa habari, mtafiti.

L: Tunapenda kukufikiria kama mpelelezi wa akili na ulimwengu wa anga.

D: Napenda kuunganisha vipande vidogo vidogo vya mambo ambayo sijawahi kusikia.

L: Umesikia mengi.

D: Ndiyo, nimesikia, lakini daima natafuta zaidi.

L: Unanikumbusha mimi kama ningekuwa Duniani, nikichukua maarifa haya yote na kuyafanya yang'ae karibu nawe kama halo.

D: (Kicheko kidogo) Ndiyo maana ninaandika vitabu. Najaribu kuwapa watu wengine, ili waweze kuelewa.

L: Unafanya kazi nzuri.

D: Basi tuone kama tunaweza kupata majibu kwa Lily. Ana akili ya kutafuta, akili ya kuuliza, pia. Unaweza kutuambia nini kumhusu?

L: Kutakuwa na mabadiliko makubwa. Na mpito utakuwa na misukosuko. Atauhisia kama ya hatari. Lakini lazima apitie hili, kama nilivyofanya nilipokuwa mimi nilipopitia mlango wa

Kuzimu, na ukawa Mbingu. Hii ilikuwa kumwonyesha kwamba ana ufikiaji wa vipimo vyote. Na anajua hili. Ana ufikiaji mkubwa wa dunia nyingine, na anajua hili. Anaweza kutumia hili kwa faida yake. Sisi sote tupo hapa kumsaidia. Anaweza kufanya kile ambacho ungeita uchawi, akiachia na kuamini. Kadiri anavyoshikiliwa na imani zake za kidunia kwamba hakuna zaidi ya hili katika taaluma yake, hatajitanua hadi kiwango chake kinachofuata, kinachojenga juu ya taaluma. Lakini kinampeleka kwenye mruko wa kwanta mbele, kama nilivyofanya niliposimama mbele ya jiwe kuu. Kusudi lake la ulimwengu ni kuwa mmoja na ulimwengu. Atahusika katika mradi mkubwa, unaofanana na jaribio kuu. Tayari amekubali kufanya hili katika vipimo vingine. Atavutwa na kuharakishwa kupitia mchakato huu.

D: Unamaanisha nini kwa "jaribio kuu"?

L: Kuna jaribio kubwa la nia linalopambana kwenye sayari ya Dunia wakati huu. Kuna magonjwa mengi, misukosuko mingi, migogoro ya kiraia mingi, mapigano mengi. Yeye ni mmoja wa wajumbe waliokuja hapa kuleta amani na maelewano na ukamilifu kwa sayari hii, kwa kufanya kazi na watu anaokutana nao. Kwa kujitolea upendo wake, anagonga nyuzi hiyo na kuwasha viumbe kugusa mwanga huo. Kadiri mwanga unavyoendelea kukua kwenye sayari, nguvu zitaingia katika uwiano au maelewano makubwa zaidi. Kuna mashujaa wengi sana au wanajeshi wa mwanga, wanaopigania uwiano huu, mizani hii ya haki inayoshinda.

D: Kwa nini inaitwa "jaribio kuu"?

L: Huo ni mfano. Kwa maana hakuna matokeo yaliyo ya mwisho, yanaonekana tu kupitia uwezekano, kama unavyojua vizuri. Hakuna matokeo ya mwisho. Yeye amezungumza nawe. Mkuu. Unajua hilo. Unajua yeye ni nani. Na yeye anaelewa hili pia. Kuna uwezekano wa sayari hii kujiangamiza yenyewe. Huo ni uwezekano mkubwa. Na kuna uwezekano mkubwa—labda mkubwa zaidi—kwamba itafika hali ya uwiano na utulivu. Na kuna wale wanaohitaji kufanya wanachopaswa kufanya pande zote za gurudumu hili la uwiano. Hili labda si mahsusi vya kutosha. Baadhi ya taarifa hii inatolewa kwake ili kuwe na kiasi fulani cha uobjektivu kutoka mtazamo wa kibinadamu. Na kumpa mtazamo, kwa kuwa bado yuko ndani ya mwili wa binadamu wakati huu. Ingawa kuna ufunguzi wa kiroho kwake, na kuna fursa ya yeye kuchukua likizo kutoka sayari ya Dunia ndani ya miaka miwili, ikiwa ataamua kufanya hivyo. Itakuwa uamuzi wake kabisa. Mwili utabaki.

D: Unamaanisha nini, mwili unabaki?

L: Hatapitia mchakato wa kifo. Mwili utabaki kwenye sayari, na yeye, kiini chake, kitaondoka.

D: Basi mwili utabaki hai?

L: Ndiyo, utabaki hai.

D: Utawekaje hai kama kiini chake .... ?

L: Kwa kiini cha roho kitakachoingia kushikilia nishati ya mwili ikiwa thabiti.

Kuna zaidi kuhusu roho zinazoshikilia katika Sura ya 28.

D: Lakini hii itakuwa kama ataamua hili litokee.

L: Ndiyo. Na huenda ikawa, kwamba mara tu kazi ya miaka miwili ikikamilika, kama kila kitu kitaenda vizuri na kazi hiyo ya miaka miwili ya galaksi, anaweza kuchagua kutobaki kwenye sayari ya Dunia wakati huo.

D: Lakini bado, ni uamuzi wake kufanya.

L: Kabisa ni uamuzi wake. Mwili utabaki. Ni wenye afya na timamu. Na hatuoni sababu ya kuamini kwamba kutakuwa na kudhoofika kwa mwili huu. Kumekuwa na kazi nyingi ya kufanya kwenye sayari. Yeye ni kiumbe wa vipimo vingi.

D: Ndiyo, na nimezungumza na viumbe wengine wa vipimo vingi, kwa hiyo hilo halinishangazi.

L: Ndiyo, wanapenda kufanya kazi na wewe. Huwadhani ni wajinga. Na hivyo yeye angependa ujue kupitia sisi na makundi yetu, na makundi tunayofanya kazi nayo, kwamba tuko kwenye huduma yako pale na inapoweza kukuhudumia, na ikiwa itakuwa sahihi au ya kufurahisha.

D: Viumbe hawa wote wanaendelea kuja na kunipa taarifa. Na ninathamini sana hili na kuliheshimu. Ndiyo maana ninajiona kama mwandishi wa habari, mkusanyaji wa taarifa.

L: Wewe ni zaidi sana kuliko hilo. Wewe ni nahodha mkuu wa wakati na nafasi. Wewe ni kiumbe wa anga mwenyewe, na unajua hilo. Na yeye anaona kiumbe wa anga wa aina moja ndani yako.

D: Nafikiria taarifa tuliyokuwa nayo mapema kuhusu Maborijini. Je, nitaruhusiwa kutumia taarifa hiyo?

L: Kabisa! Ruhusa yake imetolewa.

D: Kwa sababu ninaunganisha mambo haya kama mafumbo. Na daima natafuta kitu ambacho sijawahi kusikia.

L: Ukihitaji vipande zaidi vya fumbo lako unaweza kutuita wakati wowote, kwa niaba ya kusambaza maarifa. Hali hii uliyomsaidia kuifikia ina ufikiaji wa ukamilifu, Maarifa Yote, na imewasaidia ninyi wawili, sivyo? (Ndiyo) Tungependa kuweka pendekezo moja ndani ya akili yake ya kibinadamu sasa. Kwa hiyo tutafanya hivyo kwa makubaliano yako. Tungependa ajue kwamba anaweza kutufikia wakati wowote. Kwamba anaweza kusaidia katika uponyaji wake mwenyewe wa hofu na katika ufahamu na hekima. Lakini anahitaji kukumbuka kuomba, kama ulivyokuwa mwema kuomba. Hakuna cha kuogopa katika mageuzi ya taaluma yake. Hii itachukua tu kasi iliyo ya faraja kwake. Hatakiwi kukimbilia chochote, lakini inatokea.

Sura ya 21

PORTALI ZA WAKATI KWA VIUMBE WA BAADAYE (WASAFIRI WA WAKATI)

Nyenzo hii ilipatikana kutoka kwenye nakala ndefu zaidi. Viumbe waliokuja kupitia hawakuwa ET kama tunavyowafahamu kwa kawaida, na kama ambavyo nimewahi kufanya kazi nao. Safari hii, kiumbe aliyekuwa anazungumza aliweka wazi kabisa kwamba alikuwa msafiri wa wakati kutoka siku za baadaye. Wanatumia vyombo vya angani vinavyofanana na vile vinavyoonekana mara nyingi angani mwetu na kudhaniwa kuhusiana na viumbe wa nje ya dunia. Pia husogea mbele na nyuma kupitia vipimo, kama ET wanavyofanya, lakini wao hutoka kwenye dimension inayohusishwa na mojawapo ya mustakabali wetu unaowezekana. Mara nyingi husafiri kurudi kwenye "zamani" yao ili kufanya mabadiliko yanayoathiri ustaarabu wao wenyewe. Mabadiliko haya mara nyingi huwa madogo sana, yasiyotambulika kirahisi. Kama mabadiliko yangekuwa makubwa, yangelibadilisha dunia yao kupita kiasi, na ustaarabu wao (kama wanavyoujua) ungeweza kubadilika hadi kutotambulika na pengine usiwepo tena. Kwa hiyo, wanaposafiri kupitia wakati, wako chini ya kanuni kali na lazima wawe waangalifu sana jinsi wanavyoathiri matukio. Mara nyingi, wao ni watazamaji tu kwa sababu ya hali hizi nyeti. Wanasema hutumia portali au madirisha. Tofauti kati ya hivi viwili ilielezwa katika sura zilizotangulia. Dirisha hutumika kutazama, ilhali portal unaweza kweli kupita ndani yake. Madirisha ndiyo njia salama zaidi ya kusafiri kwa wakati, kwa sababu viumbe hawawezi kuathiri au kubadili chochote ikiwa wanatazama tu.

Walisema kuna portali nyingi kama hizi zinazohusishwa na vortezi za wakati zilizo maeneo mbalimbali Duniani. Zinahusiana na mpangilio wa ley lines zinapokatana kwenye vortezi. Maeneo mengi matakatifu na mahekalu ya kale yalijengwa kwenye maeneo haya. Watu wa kale walikuwa na maarifa ya jinsi ya kutumia haya, kama si kwa kusafiri kabisa, basi kwa kutazama ili kupata taarifa kwa watu wa wakati wao. Hii ilikuwa mojawapo ya sababu kwa nini maeneo haya matakatifu yalikuwa na sehemu zake takatifu, ambako ni waingizwa tu (initiates) waliruhusiwa. Walikuwa na maarifa ambayo sisi tunaweza kuyaota tu. Sehemu kubwa ya maarifa haya yaliyopotea inaruhusiwa kurudi katika muda wetu sasa. Sasa ni wakati Duniani kurejesha taarifa iliyosahaulika na kuingia katika enzi mpya.

Kukutana kwangu na mmoja wa viumbe hawa wa baadaye, au wasafiri wa wakati, kulitokea bila kutarajiwa, kama ilivyo kwa nyenzo zangu nyingi. Kwa maelekezo yao ya wazi, hairuhusiwi hata kusema ilitokea wapi, isipokuwa kwamba nilikuwa nikizungumza kwenye makongamano kadhaa katika eneo la Jiji la New York na nilikuwa nikifanya vipindi vya faragha wakati nikikaa kwa rafiki. Mwanamke mteja alitaka kuchunguza kile alichodhani kuwa ni tukio la UFO/ET lenye "muda uliopotea" wakati wa kiangazi cha 1996. Yeye na rafiki yake mwanamke walikuwa wanatembea kwenye ufukwe wa upweke usiku wenye mwanga wa mwezi wa giza. Ilikuwa ni eneo salama kiasi la ufukwe kwa sababu kulikuwa na majumba ya kifahari karibu, na mwezi mpevu ulitoa mwanga mzuri uking'aa juu ya maji. Kwa kuwa usiku ulikuwa wa joto, walikusudia kutembea maili kadhaa zaidi kandokando ya ufukwe kabla ya kugeuka kurudi. Walipokuwa wanatembea, waliona taa angani zikija kuelekea kwao, na kitu kilichofuata walichojua ni kwamba walikuwa wamerudi kwenye chumba chao cha hoteli. Wakiwa na azma ya kujua kilichotokea, walirudi ufukweni. Waliona nyayo zao bado zipo kwenye mchanga. Nyayo zilienda umbali fulani tu kisha zikasimama ghafla. Kwa kawaida, akiwa na udadisi kuhusu walivyorejea hotelini, alitaka kuzingatia tukio hili wakati wa kipindi.

Tulipoanza kipindi aliingia kwenye tukio. Alipokuwa akiishi upya kilichotokea, alieleza mazingira na mwezi mpevu. Ishara pekee ya uhai ilikuwa lori jeusi lenye wanaume wanne lililopita karibu nao bila taa kuwaka. Vinginevyo, ufukwe ulikuwa mtupu. Alisema alihisi jambo la ajabu kidogo, na alipoinua macho, waliona taa kadhaa nyeupe. Kulikuwa na ndege nyingi angani, lakini taa hizi zilikuwa tofauti na zilijitokeza kuwa ang'avu sana, hata kwa mwezi mpevu angani.

"Ni ang'avu kuliko mwezi," aliripoti. "Na zinakuwa kubwa zinapokuja kwetu. Zinashuka kama kwenye mviringo wa spiral. Na najihisi kana kwamba ninasukumwa juu, kama hilo ndilo neno. Kama sehemu ya mwisho ya spiral inachukua miguu yako na kukunyanyua tu." Cha kushangaza, hakuwa na hofu. Ingawa kile kilichokuwa kinatokea kilikuwa cha ajabu, alijua hatadhuriwa.

Kisha akajikuta akitembea kupitia eneo fulani ndani ya chombo cha anga kilichokuwa na mchanganyiko wa miraba na miduara kwa wakati mmoja. Sijui kama alikuwa anaelezea michoro kwenye ukuta au nini, kwa sababu hilo halikufafanuliwa. Alijua tu kwamba alipaswa kupitia kwenye mlango uliokuwa na mwanga mkali. Aliona kwamba rafiki yake alikuwa amepelekwa kwenye chumba kingine. "Yeye anakaa tu pale. Hana hofu. Wanamwonyesha kitu. Kwake itakuwa kama filamu. Ni rangi. Sio kama kaleidoscope, lakini zinameremeta na kuchanganyika. Na kuna taarifa imechanganywa humo ndani ya kile wanachomwonyesha. Ni rangi zenye picha ndani yake."

Kwa hiyo taarifa ilikuwa inapitishwa kwa kiwango cha chini ya fahamu.

Katika chumba alichojikuta ndani yake, kulikuwa na mwanga mweupe. Mtu fulani alikuwa kando yake, lakini hakuweza kutambua ni nini au ni nani. "Kuna aina fulani ya umbo pale, lakini si kama mtu. Ni kama kitu kinachozungumza, kilicho ndani ya akili yangu. Na wananiambia kwamba sikupaswa kuwa ufukweni usiku huu. Kama ningeliendelea kutembea, wasingeweza kunilinda. Hii ni mojawapo ya maeneo yao ya kuingilia, mlango wa vipimo tofauti, na ulikuwa unaongezewa nguvu usiku huu. Ni nishati na ina uhusiano fulani na fuwele."

Hapa ndipo kiumbe alianza kuzungumza nami na kutangaza kwamba wao walikuwa kutoka siku za baadaye. Nilitarajia kuwasiliana na mgeni wa anga, kwa sababu hilo limekuwa "la kawaida" kwangu. Nilipouliza kuhusu ugumu wa kusafiri kwa wakati, alicheka kwa sauti na kusema kwamba kwa kweli ilikuwa rahisi tu. Watu wengi kutoka vipimo vingine hutumia milango hii kusafiri mbele na nyuma. Lakini kwa binadamu ingekuwa hatari kuzunguka eneo hilo wakati linapotumiwa. Hii ndiyo sababu wanawake hao wawili walirudishwa kwenye chumba chao cha hoteli. Waliondolewa kwa nguvu kutoka eneo hilo kwa ajili ya ulinzi wao.

Kwa hiyo inaonekana kwamba mara nyingi mtu anapoona taa angani, ana "muda uliopotea", na kudhani ni tukio la kukutana na wageni wa anga, huenda isiwe hivyo kabisa. Huenda ikawa ni kuingilia kati kwa wasafiri wa wakati wa baadaye, kwa sababu mambo hayo mawili yanafanana sana. Ilielezwa katika sehemu nyingine ya sehemu hii kwamba kukutana bila kutarajia au bila ulinzi na portal kunaweza kuwa hatari kwa binadamu. Hata kunaweza kusababisha kuvunjika kwa "matrix" yao ya msingi. Hivyo watu wanaotumia portali hizi hujaribu kuhakikisha hakuna binadamu anayekuwepo karibu ambaye anaweza kuumia kwa kuathiriwa kwa bahati mbaya.

Sehemu kubwa ya taarifa ambayo msafiri wa wakati alinipa lazima ibaki haijafichuliwa kwa sasa. Niliambiwa naweza kuwa nayo kwa kazi yangu ili nitaelewa wakati taarifa zinazofanana zitakapokuja kupitia kwa masomo yangu, lakini nisihubiri kuihusu wala kuichapisha. Nilijifunza miaka iliyopita kuwasikiliza na kuwatii wanapopendekeza niishike nyenzo. Hilo lilithibitishwa kwangu wakati baadhi ya kanda zangu zilipotoweka kwa miaka minane. Zilirudi kuonekana tu wakati ulipofika wa kuchapishwa kwa nyenzo hiyo. Hadithi hii ilisimuliwa katika The Custodians. Kwa hiyo nitasikiliza tena ushauri wao na kushikilia sehemu kubwa ya nyenzo niliyopewa. Nitaandika tu sehemu zile zinazohusiana na nyenzo nyingine nilizopokea kutoka kwa masomo mengine.

Walisema portali nyingi za wakati ziko chini ya ardhi ili ziweze kudhibitiwa. Kama zingekuwa juu ya ardhi, zingeweza kuwa kubwa zaidi, zingeweza kupanuka. Ilikuwa bora zikiwa chini ya ardhi zikizungukwa na miamba ya asili, au ndani ya kuta za mawe. Walitoa maelezo ya jinsi moja ya hizi ingeonekana ikiwa ingewezeshwa. Walisema ilionekana kama "orb tunnel". Nafikiria orb kama duara au mpira.

Mhusika alijaribu kueleza kile alichokuwa akiona, "Ninapata picha ya mbili kati ya hizo. Moja ingekuwa mwanga, na nyingine ni kama giza lenye mistari mingi myeupe iliyovunjika ndani yake. Na hizi mbili zimeunganishwa. Lazima uwe na zote mbili inaonekana ili kutumia hii. Inaonekana unaziwasha zote mbili na orb inaundwa katikati. Sio mpira, ni nishati. Si hata mahali. Ukiweza kufikiria uwazi wa kuingia pangoni. Ni kama kitu ambacho utapitia ndani yake. Huu mduara mzima unang'aa, unasogea. Naona vortezi mbili. Moja ni ile ya giza, moja ni ile ya mwanga. Na zinapokutana, hiki ndicho kinachoumbwa: portal ya wakati. Orb ipo kwa wakati mmoja kama orb nyingine angani katika dimension nyingine, na zinaunganishwa."

Kiumbe aliniambia kuhusu nyingi kati ya hizi zilizoko duniani kote, lakini pekee ninayojisikia salama kuiandika ni ile ya Misri. Labda kwa sababu nimegundua mambo mengi yasiyo ya kawaida kuzunguka piramidi, kwamba moja zaidi haitaonekana kuwa ya ajabu. Ile iliyo chini ya piramidi zamani ilikuwa "mlezi" mkuu, na ilitumiwa mara kwa mara zamani na wale waliokuwa na maarifa ya jinsi ya kusafiri kupitia vipimo. Inatumiwa na wasafiri wa wakati kutoka baadaye, kwa sababu iligunduliwa upya baada ya muda wetu wa sasa, na ikawekwa kutumika. Ni mlango wa vipimo tofauti. Kwa namna fulani husafiri juu ya mistari myeupe iliyoonekana ndani ya orb tunnel inayocheza-cheza. Hawataki wengine kugundua na kutumia portali hizi mbalimbali, kwa sababu zinaweza kuwa hatari sana zikitumika vibaya. Teknolojia yake ni changamano sana.

Ni kama mtoto anayechezea moto. Inategemea ni muda gani wageni wanatoka, kwa sababu wao wanajua jinsi ya kuitumia bila hatari kwao wenyewe. Watu wa vipimo vya juu hawatumii hizi, kwa sababu wanasafiri kwa njia tofauti kabisa. Nilipoambiwa hili, nilifikiria uwezekano mmoja kwamba wanaweza kusafiri kwa kuinua na kushusha mtetemo wa miili yao. Hii ni njia moja ET hutumia kusafiri kutoka dimension moja hadi nyingine, kwa kubadili mtetemo wa vyombo vyao vya angani, kwa hiyo huenda hiki ndicho kinachorejelewa. Watu wengi wanaweza kuhisi au kutambua mahali vortezi ilipo au hata kuiona, lakini hawawezi kuiingia au kuiathiri. Alisema, "Ulimwengu hujitunza wenyewe mwishowe."

Tunaifahamu dhana hii kutoka mfululizo maarufu wa televisheni "Star Trek", ambako watu huvunjwa kima-molekuli na kuunganishwa upya mahali pengine.

JARIBIO LA PHILADELPHIA

Wazo hili la portali za wakati kuelekea zamani na baadaye lilinikumbusha kisa cha ajabu cha Philadelphia Experiment kinachodaiwa kufanywa na serikali yetu wakati wa Vita Kuu ya Pili ya Dunia. Wamekuwa wakilikana kila mara, lakini hadithi imeendelea kwamba walifanya meli pamoja na wafanyakazi wake itoweke, kisha itokee tena mahali pengine. Mojawapo ya sababu ninazoshuku wamekataa (ingawa ulikuwa mradi wa siri) ni kwamba ulitoa matokeo ya maafa. Baadhi ya wafanyakazi walitoweka wakati wa kurejea, na wengine walinaswa nusu ndani na nusu nje ya chuma cha meli. Nilifikiri nione kama alikuwa na chochote cha kusema kuhusu hilo. Ikiwa angeweza kuthibitisha au kukanusha. Alionekana kuwa mtu bora wa kumuuliza.

S: Hili lilifanywa kwa kutumia mojawapo ya portali hizi za wakati, na vortezi ile ile iliyotumika katika jaribio hili bado iko wazi. Ndiyo maana wanaweza kuitumia kwa usafiri wa wakati. Wageni wa anga waliwapa teknolojia ya kufanya Philadelphia Experiment.

D: Lakini haikufaulu, sivyo?

S: Kwa kweli ilifaulu. Lakini hawakujua jinsi ya kuidhibiti, ndiyo maana walilazimika kuacha kuifanya. Hawakupanga vortezi mbili kuungana. Walidhani meli ingeenda kupitia vortezi moja na kurudi pale pale walipoanzia. Lakini hizi mbili ziliungana na ikatokea kwenye vortezi tofauti.

D: Nimesikia kwamba watu waliokuwemo ndani ya meli waliathiriwa kimwili na kiakili. Kwa nini hilo lilitokea?

S: Kwa sababu wakati "kuruka kwa nafasi kubwa" ilipotokea, walienda mahali pengine katika dimension tofauti. Na walipoteza umbo na miili walipofanya hivyo. Walitoweka. Kwa hiyo, wakati kuruka kulipofanywa kurudi, kwa bahati mbaya baadhi yao walikwama wakati maumbo yaliporudi.

D: Je, meli yenyewe ya kimwili ilibaki imara au nayo pia ilivunjika?

S: Meli ya kimwili nayo pia ilivunjika kima-molekuli.

D: Kwa hiyo kila kitu kilikuwa kinavunjika kadiri kilivyopita kwenye vortezi. Hasa ilipounganika na vortezi nyingine. Halafu iliporudishwa, haikurudi yote kwa namna ilivyopaswa?

S: Kwa kweli ilirudi. Ni kwamba iliporudi, vyote vilirudi vimeungana pamoja. Hivyo watu ambao walihamishwa kutoka sehemu hii wakanaswa ndani ya dutu. Kulikuwa na mkengeuko, na hawakujua jinsi ya kushikilia mkengeuko huo kwenye mahali pale mtu alipotoka alipoifanya.

Kwa maneno mengine, hawakujua jinsi ya kumrudisha mtu kwenye nukta halisi alipoanzia. Ilisogea kiasi cha kutosha, hadi mtu akanaswa ndani ya nyenzo ya kimwili ya meli.

D: Unamaanisha kiwango cha mtetemo wa mkengeuko?

S: Na u-geuzi wa kurudi.

D: Haikuwa katika kiwango kilekile?

S: Ilikuwa katika kiwango kilekile. Haikuwa katika nukta ile ile ya wakati. Haikuwa katika sehemu ile ile waliyotoka wakati ilipotokea. Hilo ni la msingi.

D: Kwa hiyo dutu zilichanganyika. Je, hiyo ni njia ya kusema? (Ndiyo) Pia walisema baadhi ya watu walitoweka.

S: Hawakurudi kugeuzwa. Walipotea angani, na hawakuishi.

D: Je, hilo lilikuwa mojawapo ya majaribio ya kwanza?

S: Hapana, kulikuwa na mengine zaidi ya hilo. Hilo ndilo lilikuwa la kwanza walilofanya na watu. Walifanya na vitu kwanza, wanyama na vitu.

D: Je, waliendelea kufanya majaribio baada ya Jaribio la Philadelphia?

S: Kwa kweli, hapana. Baada ya jaribio hilo moja hawakuendelea, kwa sababu hawakujua jinsi ya kudhibiti suala la "watu". Lakini bado waliendelea kufanya majaribio na handaki la wakati. Vortezi. Hawakujaribu tena kuchanganya vitu na watu pamoja. Walipatiwa teknolojia zaidi, hivyo wakaweza kuwatuma watu moja kwa moja kupitia handaki hili. Hawakuwatuma ndani ya chochote.

D: Kwa hiyo walipita (wakakwepa) tatizo lile la kuchanganya dutu pamoja.

S: Ndiyo. Ingawa wanapofanya hivi, lazima wahakikishe kumrudisha mtu kwenye sehemu ile ile kabisa akiwa — nafikiri — dakika mbili mbele, ili waweze kurejesha mabadiliko ya umbo. Wamekuwa hodari sana katika hili.

* * *

Mhusika mwingine pia alitaja wasafiri wa wakati kutoka siku za baadaye. Hii ni sehemu tu ya kipindi.

L: Linda pia amekuwa akifanya kazi na viumbe kutoka siku za baadaye, kutoka karne ya 23. Waligundua kwamba wanajua jinsi ya kusafiri katika muda. Na kuna "maeneo ya mgeuko" fulani katika muda ambayo ni muhimu kwa yaliyopita na yajayo. Wana nia nzuri kwa kiwango fulani, lakini ingawa wao ni shirika bora zaidi... wao ni wa kibinadamu zaidi. Hawajabadilika kabisa kuwa nuru. Walirudi nyuma. Hivyo ndivyo walivyompata Linda kwa kufuatilia maeneo ya mgeuko katika muda. Na wamekuwa wakifanya kazi naye na wengine wachache katika muda huu wa sasa, ili kuwezesha mustakabali bora zaidi kuliko ule waliokuwa nao sasa.

D: Katika muda wao?

L: Ndiyo. Ili kujaribu kupunguza baadhi ya matatizo yaliyokuja katika siku za baadaye.

D: Lakini hiyo haitabadilisha mustakabali wao?

L: Tayari imebadilika. Na wao wana ujuzi mkubwa sana, kutokana na mafundisho kutoka vyanzo vingi, kuhusu jinsi ya kuona vigeu mbalimbali vya siku za baadaye. Na jinsi ya kuendesha hayo. Wao ni waangalifu sana. Wale wanaosafiri katika muda hawajaunganishwa sana na muda wao kama baadhi ya wanachama wengine walivyo.

Moja ya maswali ambayo watu huwa nayo ni kama siku za baadaye zingebadilika sana, kwa mfano, kiasi kwamba baadhi yao wasingezaliwa. Naye alisema wangehakikisha hilo halitokei.

D: Hilo ndilo nililokuwa nafikiria, nadharia kwamba wao wasingeendelea kuwepo.

L: Ndiyo. Alisema wao ni waangalifu sana kuhakikisha hakuna miunganiko ya aina hiyo. Lakini tunaweza kuthibitisha kwamba wamebadilisha sehemu kubwa ya siku za baadaye kwa njia nzuri na chanya sana.

* * *

Nilikutana na aina tofauti ya msafiri wa wakati ambaye anaendana zaidi na dhana ya maisha yanayotokea kwa wakati mmoja. Mwaka 2003 mwanamume aliruka ndege kutoka Denver kuja kwa kipindi cha faragha. Alikuwa na alijaribu hypnosis na walalahoi wengine kadhaa mashuhuri, lakini hawakufanikiwa. Hii mara nyingi hutokea ikiwa fahamu za ndani hazina uhakika kama inapaswa kuachilia taarifa. Inahitaji kuhisi uaminifu na muafaka na mhypnotist. Hilo lilieleweka taarifa ilipotokea. Haikuwa aina ya kitu kinachoweza kushirikiwa na mtu yeyote tu. Haikunishtua kwa sababu nimekuwa nikifanya kazi kwenye uwanja huu kwa muda mrefu, na nimekutana na visa vinavyofanana.

Alienda kwenye tukio la zamani, lakini alionekana kuwa mtazamaji, mgeni anayepita tu. Alisema kazi yake ilikuwa kuhamia kutoka sehemu hadi sehemu na kukusanya taarifa. Alikuwa mpelelezi, na hakukaa muda mrefu sehemu moja. Baada ya muda, alisema hataki kuwa huko zamani, kwa sababu ilikuwa ya kuchosha. Kwa kweli alitaka kwenda siku za baadaye. Huko ndiko alikohisi vizuri zaidi. Huko ndiko "nyumbani" kwake.

Alieleza mji wenye majengo makubwa machache. Kulikuwa zaidi na nyumba, ambako kila kitu kilikuwa kamilifu. Hakukuwa na msongamano wala uchafuzi wala chochote hasi. Vyote hivyo vilikuwa vimeondolewa. Walikuwa na mashine majumbani zilizotoa kila kitu. Hata chakula chao kilishughulikiwa. Kazi yake ilikuwa kukusanya taarifa na kuwafundisha wengine. Kulikuwa na eneo la kati ambako taarifa ziliingizwa na kushirikiwa na wengine. Ilibidi asafiri kwenda katika vipindi mbalimbali vya muda ambavyo vilikuwa "zamani" kulinganisha na alipokuwa. Kule, katika vipindi hivyo tofauti, angeunda mwili kiotomatiki unaolingana na kipindi hicho, ili asionekane. Kisha angeleta taarifa aliyokusanya au aliyotazama na kurudi nayo. Ilionekana kana kwamba safari hizi kwenda vipindi mbalimbali vya muda zilikuwa zinatokea kwa wakati mmoja, hivyo haikumhitaji juhudi yoyote. Kazi yake katika maisha haya ya sasa ilikuwa kujifunza kadiri awezavyo na kupata taarifa yote awezayo. Hii, inaonekana, ilitumiwa na "sehemu nyingine" yake kuirudisha kwenye kituo cha elimu kilichojikita katikati. Alikosa sana "nyumbani" huku siku za baadaye, kwa sababu kulikuwa tofauti sana na kukamilika. Tofauti kubwa na kipindi hiki cha sasa.

Maisha yake yote, hakuwahi kujisikia nyumbani na wazazi wake. Alijihisi kana kwamba si mtoto wao kweli. Nimesikia hili mara nyingi, hisia ya kutokuwa wa hapa Duniani, kana kwamba hapa si "nyumbani" kweli. Regression hii isiyo ya kawaida ilisaidia kueleza hilo, kadiri inavyowezekana. Hili lilikuwa kisa kingine cha Msafiri wa Wakati; mtazamaji anayekusanya taarifa. Wengine wangeuita kubadilisha sura. Ikiwa alikuwa hivyo, basi alikuwa wa aina ya mtazamaji wa jumla ambaye haruhusiwi kuingilia. Pia hajawahi kuoa wala hana watoto. Aina hii hawataki mafungamano, kwa sababu huunda karma na mafungo na Dunia hii (na inaonekana, na kipindi hiki cha muda.) Lazima waweze kukusanya, kufanya kazi yao, kisha kurejea kwenye nyumbani yao halisi.

* * *

Wakati wa kipindi kingine cha faragha, mwanamume alienda kwenye maisha ya zamani yaliyoonekana kama Misri, lakini nafikiri ulikuwa ustaarabu wa zamani zaidi (au labda maisha kwenye sayari nyingine). Kulikuwa na viumbe wenye nyuso za mbwa, wembamba na wenye miguu mikonde (huenda ni barakoa). Alikuwa amefanya kitu kilichokatazwa (labda matumizi mabaya ya nishati), na alikuwa anaadhibiwa. Walimtuma kupitia portal ya wakati. Ilionekana kama nafasi kubwa nyeusi kama mlango. Ilikuwa portal ya njia moja. Hakuweza kurudi kupitia hiyo. Alijikuta kwenye sayari tasa, isiyo na uhai, yenye machweo ya kudumu. Kulikuwa na miundo ya ajabu (ya aina ya piramidi nyingi), lakini ilikuwa tupu. Hakuhitaji kutumia chochote. Aliishi maisha yake yote yaliyobaki pale, akidhoofika kwa upweke na kutengwa. Hatimaye akili yake ikajifisha hisia ya kutengwa. Bila kusema, alifurahi sana hatimaye kuondoka kwenye maisha hayo. Suluhisho lililo "kamilifu", lakini la kutisha, kwa magereza.

Katika kazi yangu, niligundua kwamba baadhi ya wanasayansi waliokuwa wakiishi Atlantis walikuwa na uwezo wa kupitia wormhole au portal kwenda angani kwenye dunia nyingine. Kwa kuwa kulikuwa na vichuguu au njia nyingi za kutoka njiani, ilibidi waache alama pande zote mbili za njia za kutoka ili wapate njia ya kurudi maabara. Walikuwa na pete iliyohusiana kwa namna fulani na uwezo wa kusafiri kwa namna hii.

* * *

Mwanamke ambaye nitamwita "Marie" alianza kuwasiliana nami na alitaka niende kwenye mji mdogo sana ndani ya outback ya Australia kwenye safari yangu ijayo huko. Baada ya kusoma vitabu vyangu alijua kuhusu shauku yangu ya uchunguzi wa UFO. Alisema mji huo mdogo wenye watu takribani 2000 ulikuwa umejengwa kwenye kitu kilichoonekana kama korido ya UFO. Kulikuwa na taarifa endelevu za kuona taa na vitu vya ajabu angani ambavyo vilikuwa vimeonekana kwa miaka kadhaa. Nimekubali kutotaja jina au eneo la mji huo, kwa sababu sitaki watu wenye udadisi tu kuvuruga maisha ya watu hawa wapole. Marie pia alitaka niende kwenye ranchi yake ya ekari 1000 iliyoko nje ya mji, ambako alitaka kunionyesha eneo la portal. Kwenye safari yangu ijayo ya Australia mwaka 2001 nilipanga kujumuisha safari hiyo kati ya Expos na mihadhara katika miji kadhaa. Tuliruka hadi uwanja wa ndege wa karibu zaidi kwa ndege ndogo, kisha tukaendeshwa zaidi ya saa moja hadi kwenye mji mdogo. Ulikuwa umejitenga sana, na umejisitiri kati ya vilima na miti, ambamo kasuku wengi wa porini wenye rangi walikuwa wakiruka huku na huku.

Tulipofika mjini ilikuwa kama kusafiri kurudi nyuma kwa wakati hadi miaka ya 1880 na siku za Old West. Tulipaswa kukaa usiku mbili katika nyumba ya kulala wageni ya back-packer. Hotuba ilifanyika kwenye duka la zamani lililokumbusha filamu za zamani. Wanapokijiji walipofika, wanawake kwa ukarimu walileta vyakula kwa chakula cha pot luck baadaye. Kulikuwa na baridi na nilijikusanya karibu kadiri nilivyoweza na jiko la zamani la potbelly ili nipate joto. Hapo, nilitambulishwa kwa mwanamke mwenye umri wa miaka 90 ambaye alikuwa mwanahistoria rasmi na mtunzaji wa kumbukumbu. Alikuwa ameandika kwa kina taarifa za maono na matukio yasiyo ya kawaida kwa miaka mingi. Ilikuwa jioni ya kuvutia sana watu walipoanza hatimaye, kwa kusitasita, kunisimulia baadhi ya mambo waliyoona. Nasema kwa kusitasita, kwa sababu hawakutaka kubezwa. Watu kadhaa walithibitisha taarifa ya portal iliyoko kwenye ardhi ya Marie, na tukio lisilo la kawaida la mwaka 1997.

Usiku ilikuwa rahisi kuona kwa nini kungeweza kuwa na maono mengi. Eneo lilikuwa limejitenga sana, na kwa sababu hakukuwa na taa za miji anga ilikuwa ang'avu sana. Nyota zilionekana kubwa na nyingi. Jambo moja la ajabu lililonishangaza ni kwamba kundinyota Orion lilikuwa limegeuzwa chini juu. Ambalo nadhani ndivyo linavyopaswa kuwa kwa kuwa nilikuwa upande mwingine wa dunia katika nusu ya kusini.

Wakati kitabu hiki kilipokuwa kinaingia hatua zake za mwisho, nilimpigia Marie na kumuomba anitume kwa barua pepe maelezo yake ya tukio. Sikutaka kutegemea kumbukumbu yangu. Nilitaka liwe sahihi kadiri iwezekanavyo. Alisema hilo halikuwa tatizo, kwa sababu alikuwa ameandika tukio lote mara tu baada ya kutokea.

* * *

Hapa chini ni maelezo yake ya kile ninachokiona kama portal ya kisasa kwenda dimension nyingine, inayotumiwa kikamilifu:

"Mlipuko wa Mwanga wa 'The Drop' - Juni au Julai 1997.

Tuna maporomoko mazuri ya maji yenye urefu wa mita 50 ambayo tumeyaita 'The Drop', umbali wa dakika moja au mbili kutembea kutoka nyumbani. Ilikuwa imekuwa ikinyesha kwa siku kadhaa hivyo maporomoko yalikuwa yanamiminika kwa nguvu. Kabla tu ya saa 11 jioni mvua ilipungua na kukawa na ukungu. Nilisikia mngurumo mkubwa chini kwenye kijito, hivyo nilifikiri niende nione ni nini kinachobingirika kwenye maji. Nilidhani huenda ni jiwe kubwa, au labda mti uliopigwa na mizizi ukiwa unakaribia kusombwa juu ya maporomoko. Sauti haikutofautiana na ngurumo ya radi, lakini ilikuwa inatoka chini kwenye kijito, si kutoka angani.

Nilipokuwa nimefika takribani nusu ya njia kwenye njia ya mbuga na maporomoko yalipoanza kuonekana, kulikuwa na mngurumo mkubwa zaidi, kisha mlipuko wa mwanga wa dhahabu, waridi na mweupe ulipanda kutoka chini ya maporomoko, ukienea nje na juu angani, karibu kunifikia — takribani mita 75-100 mbali. Wakati huo nilisikia sauti ndani ya upande wa kushoto wa kichwa changu ikisema, 'Rudi nyuma! Usikaribie zaidi! Rudi sasa!' Nikasema, 'Sawa, poa, naondoka!' kisha nikageuka na kutembea haraka kurudi nyumbani. Hewa ilionekana kama imejaa umeme na inapasuka-pasuka. Mlipuko wa mwanga ulikuwa jambo la ajabu zaidi kuwahi kuliona. Ulikuwa mzuri; waridi ulikuwa laini, dhahabu na mweupe vilikuwa vinaangaza sana. Tukio lote lingeweza kufunika eneo la takribani mita 100 kipenyo, pengine zaidi, karibu kufika nilipokuwa. Sijui lilipanda juu kiasi gani kwa sababu sikuweza kuona vizuri, kutokana na ukungu uliobadilika rangi pamoja na mlipuko.

Ingawa mngurumo na mlipuko vilikuwa vikali na vya kushtua, nilijua nilikuwa nimekumbana na kitu maalum sana. Nilimpigia simu mume wangu mjini kumwambia kilichotokea, lakini niliweza kuongea kwa muda mfupi tu kwa sababu laini ilikuwa na kelele nyingi na static.

Rafiki anayeishi bondeni upande wa kusini alinipigia simu jioni hiyo. Alisema alikuwa amekuwa akitazama nje ya dirisha kuelekea upande wetu karibu saa 11 jioni, na alikuwa ameona wingu zuri la waridi na dhahabu juu ya vilima upande wetu. Alilieleza kuwa linaonekana 'la Kibiblia — kama linapaswa kuwa na malaika wamekaa juu yake, aina fulani ya wingu'. Kisha alisikia mngurumo mkubwa na kishindo, na nguzo ya mwanga wa dhahabu/waridi ikashuka chini hadi ardhini. 'Lakini haikuonekana kama radi. Ajabu sana.'

Siku iliyofuata, mtu mwingine anayejulikana kwangu anayeishi bondeni upande wa kaskazini alisema, 'Mnafanya nini huko juu kwenu, Marie?' Kisha akaeleza kuona wingu zuri la dhahabu na waridi ambalo lilionekana kulipuka kuwa nguzo, tofauti na radi. Alisema lilikuwa tofauti kabisa na wingu lolote la dhoruba alilowahi kuona.

Usiku mbili baadaye nilikuwa nimeenda kulala, na bado nilikuwa nikitafakari kile nilichokiona. Niliamua kumuomba Yesu na kuuliza kama ingewezekana nipewe ufahamu fulani wa kilichotokea. Mara moja, niliona picha akilini mwangu ya kitabu The Keys of Enoch, cha J.J. Hurtak, na sauti ikasema, 'Ukurasa 221'. Nililala pale nikiwa nimebutwaa; sauti kisha ikasema, 'Wewe kweli ni mwenye shaka, Marie. Ukurasa 221!' Kwa hiyo, bila shaka, niliamka na kuangalia ukurasa 221. Sehemu yake inasema:

'Hivyo, magari ya Merkabah ya Nuru hushuka juu ya sayari yetu, ambapo uwanja wa mwanga hufunguliwa, "viumbe wa mwanga kamili" hushuka wakati Nyuga za Sumaku za kuingiliana kwa nafasi-wakati zinapodhibitiwa.

'Miili hii ya "mwanga kamili" hushuka kupitia maeneo ya bandia ya time warp, na kutua juu ya uso wa Dunia. Na hiki ndicho watu wa kale waliona walipoona "nguzo ya wingu ikipanda kutoka mbele ya nyuso zao".'

Uzoefu huu wa kuona tukio la ajabu namna hiyo, na hasa usukumo laini wa kuambiwa kuwa mimi ni mwenye shaka, umebadilisha kabisa namna ninavyoona mambo. Sasa mimi si mwenye shaka tena — natamani tu ningeelewa zaidi!'

Basi hayo ndiyo, Dolores. Natumaini nimeeleza tukio kwa uwazi. Inasikitisha kwamba hatuwezi kupitisha hisia halisi zilizopatikana wakati huo. Ungepata "buzz" kweli, nina uhakika.

Nilipotembelea nyumba ya Marie nzuri iliyojitenga, alinichukua hadi mahali ambapo tukio lilitokea. Bila shaka, sikuweza kuona ishara yoyote ya portal sasa. Nilichokiona ni maporomoko mazuri ya maji yakishuka upande wa mlima hadi kwenye korongo refu chini. Hata hivyo, hili linaendana na maelezo ya kufunguka kwa portal kwenda dimension nyingine. Walinzi walikuwa kazini kweli siku hiyo kumzuia binadamu yeyote asiye na tahadhari asikaribie sana. Kama walivyosema, nishati hiyo ingeangamiza "matrix" ya binadamu. Marie alijua bila shaka kwamba tukio la ajabu na la adhama lilitokea, lakini ninafurahi kwamba alithibitishwa na marafiki zake waliokuwa pande nyingine za bonde.

* * *

Ninapozungumza kwenye vipindi vya redio, kwa kawaida hupokea barua (za posta na barua pepe) kutoka kwa wasikilizaji. Hasa ninapozungumza kwenye kipindi cha Art Bell ambacho kina mamilioni ya wasikilizaji. Tumepokea mamia ya barua pepe kwa siku moja. Wengi wa watu hawa wanataka kuniambia hadithi zao binafsi ambazo wanahisi hawawezi kuzishiriki na mtu mwingine kwa kuogopa kudhaniwa wazimu. Huwa inawafariji wanapogundua kwamba nimesikia visa vingi vinavyofanana, na kwamba ninaelewa kiasi cha kujaribu kuwapa maelezo. Angalau wanajua si wao pekee wanaopitia uzoefu huu wa ajabu. Kwa baadhi yao, sina maelezo ya kimantiki isipokuwa kufikiri huenda yanahusiana na kusafiri mbele na nyuma kati ya vipimo vingi vinavyotuzunguka. Hili lilielezwa kwa undani zaidi katika Kitabu cha Kwanza.

Mwanamume mmoja alisema alikuwa anaendesha gari usiku kwenye barabara ya pwani huko Florida. Miaka mingi iliyopita barabara ile ilibadilishwa na kupitishwa mbali na miji midogo. Hata hivyo, usiku huo ghafla alijikuta (kwenye barabara hiyo

hiyo) akiendesha gari ndani ya mji mdogo. Aliweza kuona taa za nje za nyumba na biashara mbalimbali zilizokuwa zimefungwa. Kila kitu kilionekana tupu, kama ilivyo kawaida kwa mji mdogo usiku. Baada ya dakika tano hivi, ghafla barabara ikapanuka tena na alikuwa amerudi kwenye interstate ya pwani ambako alipaswa kuwa. Maelezo yangu pekee ni kwamba kwa muda mfupi, alikuwa ameteleza kurudi nyuma katika wakati na akaingia kwenye dimension ambako barabara inayopita mjini bado ilikuwepo.

* * *

Hii inayofuata nitanukuu moja kwa moja kutoka barua pepe niliyopokea Januari 2001. Kama mtu yeyote ana maelezo, ningependa wawasiliane nami.

"Iliweza kunipatia nafasi ya kusikiliza sehemu ya kipindi chako kwenye Coast to Coast AM na nikakiona kuwa cha kuvutia sana, jambo ambalo ndilo lililonifanya niwasiliane nawe. Mnamo Septemba mwaka uliopita (2000), kwa muda wa takribani siku 2 au 3, nilipitia mambo ya ajabu sana. Ilianza nilipokuwa nikipita karibu na uwanja wa ndege wa eneo ninapoishi. Ilikuwa mchana nilipoona ndege ya abiria ikiruka kutoka uwanjani. Dakika chache baadaye ndege ya Lear Jet iliruka, na ilipoondoka kwenye njia ya kurukia na kupaa angani ilianza kwenda nyuma na mbele mara kadhaa wakati wa kuruka kwake. Nilisimama nikiwa nimeshtuka, kwa sababu najua haiwezekani kwa ndege ya jet kwenda nyuma. Dakika chache baadaye, Lear Jet nyingine iliruka na kufanya jambo lilelile. Au ilikuwa ileile? Kisha nikagundua kuwa magari barabarani yalikuwa yakifanya jambo lilelile. Badala ya kwenda mbele barabarani, yalikuwa yakisogea nyuma na mbele wakati yakisafiri. Nikagundua pia mawingu angani yalikuwa yakifanya vivyo hivyo, yakisogea nyuma na mbele. Usiku nilikwenda kutembea karibu na baadhi ya biashara zilizokuwa zimefungwa kwa usiku. Hata hivyo niliwaona watu ndani wakitembea huku na huko ambao hawakupaswa kuwepo pale, kwa sababu walikuwa wamevaa mavazi ya takribani miaka 50 hadi 60 iliyopita. Pia niliona picha nyingine zisizo za kawaida ambazo nilijua haziwezekani. Una wazo lolote kilichokuwa kinatokea? Mimi ni mtu mwenye mashaka sana, na siamini kile nilichokuwa nikiona."

Jibu langu: "Asante kwa kushiriki uzoefu wako wa kuvutia sana. Hata kama una mashaka, huwezi kukataa jambo unapoliona kwa macho yako mwenyewe. Sijawahi kusikia tukio hili hasa kwa namna hiyo, lakini ninaweza kujaribu kubashiri kulingana na taarifa nilizopokea na kuziandika. Kuna mambo mengi ya ajabu huko nje kuliko mtu yeyote anavyoweza kufikiria, kwa hiyo najua sijachunguza yote kwa namna yoyote. Inaonekana kana kwamba huenda ulikuwa ukijaribu kuingia kwenye mpasuko wa muda, lakini hukuvuka kikamilifu. Pia watu mara nyingi hupita na kurudi kati ya vipimo tofauti bila kujua kwa sababu mazingira yanaonekana kufanana sana. Kwa sababu mambo yalikuwa yakisogea nyuma na mbele, huenda mstari kati ya vipimo haukuwa thabiti. Nimesikia kuhusu watu kujikuta ghafla katika kipindi kingine cha muda na kuingiliana na watu waliovaa tofauti, na kadhalika. Mara nyingi hurudi na kujaribu kutafuta sehemu zilezile na kugundua hazipo tena, au ziko katika hali ya uharibifu. Jambo moja linalonishangaza ni kwamba watu katika kipindi hicho kingine cha muda hawaoni kitu chochote cha ajabu kuhusu mtu wa baadaye wanayeingiliana naye. Wanaonekana kuishi maisha yao ya kawaida. Sijui kama hili linasaidia au la, lakini hilo ndilo ninaloweza kulikaribia zaidi. Huenda ulikuwa ukijaribu kuvuka na kurudi kati ya vipimo na haikuwa imetulia. Vinginevyo, unaweza kufanya mambo haya na usijue tofauti yoyote.

Nimewahi pia kusikia kuhusu watu kuripotiwa kuwa katika sehemu mbili kwa wakati mmoja. Hili lilithibitishwa na watu wengine waliowaona na kuzungumza nao. Kwa hiyo nani ajuaye? Wakati mwingine ni bora tusijue kwamba mipasuko hii ya ajabu ya muda inatokea mara kwa mara. Hilo hufanya akili yetu ndogo ya kibinadamu isichanganyikiwe sana."

* * *

Barua pepe inayofuata ni ya ajabu zaidi. Lakini katika kesi hii kulikuwa na ushahidi wa kimwili kwamba jambo lisilo la kawaida lilitokea.

"Nilibahatika kusikia mahojiano yako mazuri sana kwenye Coast to Coast usiku ule, lakini jambo fulani lilitokea lililowachanganya wasikilizaji watatu. Ndiyo maana ninaandika. Ili kuwa mfupi iwezekanavyo, sisi watatu tuna kifaa cha redio/kinasa sauti kinachoitwa Reel Talk ambacho kinaweza kuwekwa mapema na kurekodi kwa kasi ya robo. Tuna kifaa hiki kwa ajili tu ya kipindi cha Coast to Coast kwa sababu hatuwezi kukaa macho hadi usiku wa manane. (Kipindi kwa kawaida huanza saa 12 usiku hadi saa 4 asubuhi.) Sisi watatu tuliweka kifaa chetu kwenye kituo kilekile kinachotangaza kutoka Nashville, Tennessee. Hicho ndicho kituo pekee tunachoweza kupata kwa ajili ya kipindi hicho. Tunaishi mbali kutoka kwa kila mmoja, na pia mbali sana kutoka Nashville, lakini WWTN ni kituo chenye nguvu ya wati 100,000. Kwa mshangao wangu, nilipocheza mkanda uliorekodiwa kwa ajili ya kipindi chako asubuhi iliyofuata, nilipata tukio la michezo tu, saa zote nne. Rafiki yangu mmoja alipata vivyo hivyo kwenye mkanda wake. Nilipiga simu kituoni na wakaniambia kwamba hawatapeperusha tena Coast to Coast. Walikuwa wakibadilisha mfumo wao, na hawakujali ni malalamiko mangapi yangetolewa. Sasa fumbo KUBWA ni hili: wa tatu wetu, mkanda wake ulikuwa na mahojiano yako yote! Tunajua kabisa ilikuwa ni kituo kilekile kwa sababu herufi za utambulisho zilitajwa mara kadhaa. Sote tulikuwa tukisikiliza kituo kilekile, lakini tukipokea matangazo tofauti. Nimezungumza na watu wachache wenye uelewa wa mawasiliano ya redio (watu wa zamani wa serikali waliopata mafunzo katika uwanja huo), na wote walisema haiwezekani jambo kama hilo kutokea. Asante Mungu lilitokea, kwa sababu sisi watatu tulitaka sana kusikia ulichosema. Swali langu kwako ni: una maelezo yoyote kuhusu tukio hili? Ilinijia akilini kwamba huenda linahusiana na hali ya ulimwengu sambamba. Hilo ndilo wazo pekee linaloeleweka. Ufahamu wowote utakaoleta utathaminiwa sana. PS: Kwa sababu fulani, WWTN ilianza tena kutangaza Coast to Coast na tunalithamini sana hilo! Ndiyo mawasiliano yetu na ulimwengu."

Sehemu ya jibu langu: "Katika kazi yangu nimewahi kuona mambo ya ajabu yakitokea kwenye kinasa sauti changu wakati wa vipindi ambavyo haviwezi kuelezwa. Mlio wa ukorofi, sauti za ajabu, kasi kuongezeka na kupungua, sauti juu ya sauti, na mambo mengi ambayo hayapaswi kutokea kwa vifaa vya kielektroniki. Mara nyingi kuna vinasa sauti zaidi ya kimoja vikiendelea, na vyote vinaathiriwa. Nimewahi pia kushuhudia athari za ajabu kwenye simu. Lakini hii ni mara ya kwanza kusikia jambo kama hili. Huenda uko sahihi kwamba lina uhusiano na vipimo. Hilo ni jibu zuri kama jingine lolote. Kituo kilichokuwa kikitangaza mchezo kilikuwa kipo katika uhalisia sambamba. Nimefurahi kwamba kulikuwa na watu watatu waliohusika. Nadhani hilo linaweza kuchukuliwa kama uthibitisho."

Wiki chache baadaye nilizungumza katika Kanisa la Unity huko Memphis, na nilishangaa kuona kwamba wale wanawake watatu waliendesha gari kutoka Nashville kuja kuniona. Walitaka hasa kuniona ili kuthibitisha kwamba tukio hilo lilitokea kweli, na wana mikanda kuthibitisha. Walikuwa wanawake watatu wa kawaida kabisa ambao mtu yeyote angependa kukutana nao. Nina hakika walikuwa wakisema ukweli. Tena, ikiwa mtu yeyote ana maelezo mengine kuhusu tukio hili, ningependa sana kusikia kutoka kwako.

* * *

Katika kitabu changu Yesu na Waeseni, Yesu alitoa mfano ufuatao wa kuzaliwa upya na vipimo tofauti, akitumia maumbile katika mifano yake ili watu waweze kuelewa kwa urahisi zaidi:

"Alitumia mmea mwingine kama mfano, mmea unaojumuisha tabaka nyingi (unaofanana na kitunguu). Alisema hii ingeonyesha viwango tofauti vya uwepo. Alieleza kwamba katikati kabisa ya mmea tabaka zake ni nyembamba sana na ziko karibu sana. Ikiwa mtu angechukulia kila tabaka kama kiwango tofauti, anaweza kuona kwamba katikati ambapo ni ndogo zaidi na yenye mipaka zaidi, hiyo ni kama ulimwengu wa kimwili. Kadiri mtu anavyosafiri juu na nje katika viwango hivyo, upeo wake wa ufahamu ungepanuka kila wakati, na ungeona na kuelewa zaidi."

Inanifanya nijiulize kama watu aliowapa mfano huo walielewa maana za ndani zaidi alizokuwa akijaribu kuwasilisha. Huenda zilikuwa ngumu sana hata kwa wanafunzi wake. Lakini inaonyesha kwamba alikuwa na ufahamu mkubwa sana wa maana za kina za maisha na ulimwengu.

* * *

Matukio mengine mengi ya ajabu yanayohusiana na muda na vipimo yaliyotokea wakati wa vipindi vyangu yametawanywa katika kitabu hiki chote.

SEHEMU YA SABA

VIUMBE WA NISHATI NA VIUMBE WA MUUMBA

Sura ya 22

MAFUMBO

Sehemu hii ya kwanza ni mwendelezo wa sehemu ya mafumbo ya Dunia iliyopatikana katika Kitabu cha Kwanza. Kulikuwa na mambo machache niliyotaka yapate ufafanuzi zaidi kabla sijayajumuisha katika kitabu. Haya yalikuwa ni taarifa zilizokusanywa mwishoni mwa miaka ya 1990. Baadhi yake yalitoka kwa Phil, kijana ambaye nimeandika kumhusu katika vitabu vyangu vingi. Ana uwezo wa kuingia katika hali ya usingizi wa kina na kuzima akili yake ya fahamu ili isiingilie majibu yanayokuja. Daima tumeweza kupokea taarifa mpya, zisizo za kawaida na zenye thamani wakati wa vipindi vyetu.

MFUMO WETU WA JUA

D: Ulinieleza mara moja kwamba hakuna uhai kama tunavyoujua kwenye sayari nyingine katika mfumo wetu wa jua kwa wakati huu.

Phil: Hilo ni sahihi. Hakuna uhai wa kibinadamu, si kusema kwamba hakuna uhai kabisa. Kwa sababu anga za sayari nyingine hazina asili inayoweza kuendeleza uhai wa kibinadamu kama unavyojulikana kwenye sayari hii kwa wakati huu. Hata hivyo, hiyo haimaanishi kwamba hakuna uhai katika maumbo mengine, kama vile katika umbo la roho au hata katika umbo la hali ya juu au aina nyingine ya kimwili.

D: Nimeambiwa kwamba wakati mmoja kulikuwa na uhai kwenye Mirihi. Kulikuwa na ustaarabu mkubwa wa viumbe wanaofanana na binadamu huko. Je, hilo ni kweli?

P: Hilo kwa hakika ndilo lililotokea, na hivi karibuni sayari yenu itafahamu hilo. Limependekezwa kwa tahadhari kupitia uchunguzi wa darubini ndogo wa vimondo. Hili ni badiliko kubwa katika ufahamu ambalo lazima liletwe kwa ustaarabu wenu kwa uangalifu mkubwa. Kwa kweli wao ni mababu wa ustaarabu wenu, na wa uhai wa Dunia kama mnavyoujua. Kulikuwa na aina za uhai zilizokuwa zikitokea kwa wakati mmoja kwenye sayari zote mbili. Hata hivyo, sayari ya Mirihi ilikuwa imetulia na kuweza kuendeleza uhai kwa muda mrefu zaidi kuliko dada yake ambaye alikuwa na njia tofauti kabisa ya kimazingira na kijiolojia. Mirihi ilitulia na kuwa na makazi haraka zaidi kuliko Dunia. Na hivyo mchakato wa kupandikiza uhai ulianza mapema zaidi na haraka zaidi kwenye Mirihi kuliko kwenye sayari ya Dunia.

Hadithi ya kupandikizwa kwa sayari ya Dunia na viumbe wa kwanza wa uhai ilisimuliwa katika Walinzi wa Bustani na kuendelea katika Walinzi wa Dunia. Hii ilionyesha kwamba Dunia haikuwa sayari pekee katika mfumo wetu wa jua iliyopandikizwa uhai, lakini lazima kulikuwa na jambo lililotokea baada ya muda kuifanya baadhi ya sayari hizi nyingine kuwa zisizo na uhai tena.

D: Nini kilichotokea kilichoharibu uhai kwenye Mirihi?

P: Kulikuwa na maoni mengi tofauti wakati huo kuhusu nani alipaswa kuwa na udhibiti wa serikali ya dunia, na aina nyingi za teknolojia zilizowawezesha kudhibiti hali ya hewa yao. Walitengana katika malengo yao na kuharibu mfumo wao wenyewe wa hali ya hewa. Kama vile uwezo unaoanza kujitokeza kwenye sayari yenu sasa utakavyoweza pia kuruhusu kuiharibu sayari yenu ikiwa mtapewa fursa hiyo.

D: Pia nimeambiwa kwamba bado kuna mabaki ya uhai yaliyobaki kwenye Mirihi.

P: Kuna vipengele vya uhai vilivyo ndani kabisa ya sayari ambavyo vimefanikiwa kudumisha aina yao ya uhai. Hata hivyo, si vile mngeita "binadamu" au wanaofanana na binadamu. Ni tofauti kwa namna fulani kwa kuwa mageuzi yao yalifuata njia tofauti na ile mliyonayo kwenye sayari hii.

D: Nimeambiwa kwamba kuna miji chini ya uso wa Mirihi ambako baadhi ya wakazi walikimbilia wakati uso wa sayari haukuwa na makazi tena.

P: Mfano huo unaweza kulinganishwa na dhana ya koloni. Hata hivyo, hatutaitafsiri neno mji kwa namna mnavyoelewa mji. Kwa maana ya kiteknolojia ni kama koloni la mchwa, kwa muundo huo wa kijamii. Viumbe wanaishi ndani ya miundo inayotokea kiasili, na pia iliyotengenezwa ndani ya sayari.

D: Pia nimeambiwa kwamba wanasayansi watakapofika Mirihi hatimaye hawatatambua kwamba bado kuna uhai huko. Hawatautambua.

P: Wakati wanasayansi watakapofika Mirihi, watatambua aina nyingine nyingi za uhai zaidi ya zile zilizo chini ya miguu yao. Kutakuwa na ongezeko la ufahamu wakati huo kwamba aina za uhai kwenye Mirihi zitachukuliwa tu kama aina nyingine ya uhai.

D: Sasa hebu tubadilishe mada kwenda sehemu nyingine ya mfumo wa jua. Ninavutiwa sana na Mshtarii. Ni nini hali inayoitwa "Doa Jekundu" kwenye Mshtarii? Inaonekana kwa darubini zetu.

P: Udhihirisho wa Doa Jekundu katika kiwango chenu ungeitwa msukosuko wa hali ya hewa. Mnachokiona katika kiwango chenu cha uwepo ni kimbunga cha gesi ambacho ni tukio la hali ya hewa. Hata hivyo, ni tukio lenye kiini chake katika kiwango cha juu zaidi cha uhalisia. Maelezo ya juu zaidi yangeonyesha kwamba hii ni eneo la viumbe wengi tofauti – wenye umbo linalofanana lakini tofauti – wa ufahamu binafsi. Ni mji ambao katika kiwango cha juu cha udhihirisho ni aina ya uhai inayodhihirisha vipengele vyake vya chini katika mfumo wa msukosuko wa anga katika kiwango chenu.

D: Ikiwa ni msukosuko wa anga au kimbunga, imekuwepo milele kadiri tunavyojua. Na haionekani kubadilika sana. Pia ingekuwa kubwa sana kwa ukubwa.

P: Kuna aina nyingi tofauti za udhihirisho wa uhai katika ulimwengu huu ambazo ufahamu wa kibinadamu haujui kabisa. Hata hivyo, ili muelewe hili, linaweza kulinganishwa na koloni la viumbe hai ambao udhihirisho wao unafika katika kiwango chenu cha ufahamu, kiasi kwamba hali za anga zinazofunika aina hii ya chini ya udhihirisho zinaonekana. Kuna viwango vingi tofauti vya ufahamu ambavyo havina athari ya moja kwa moja kwenye kiwango kingine. Hata hivyo, katika tukio hili kuna athari kwenye kiwango cha chini cha udhihirisho. Kiasi kwamba koloni hili, ambalo ni ustaarabu katika viwango vya juu vya uwepo, linaacha alama yake katika kiwango chenu kama msukosuko wa anga.

D: Basi nadhani unamaanisha kwamba katika uhalisia mbadala ni kundi la viumbe katika mji wa kimwili kwenye Mshtarii. Na kwa namna fulani linatoa kivuli katika kiwango chetu kinachoonekana kama hali ya anga? Je, huo ni mfano mzuri?

P: Tungeboresha dhana hii kwa kuiona si kama mji kwa istilahi zenu, bali zaidi kama koloni la virusi au bakteria, kwa kuwa wanaishi pamoja katika kiwango chao. Hata hivyo, hatutaitafsiri kama ustaarabu wa kiteknolojia kwa muktadha wenu.

D: Basi hawatakuwa viumbe wenye akili, kama tunavyowachukulia.

P: Hilo si sahihi. Wana akili ya juu sana, lakini wanaishi tu katika umbo tofauti. Udhihirisho wao haujumuishi ujenzi na vipengele vya kiteknolojia. Wameendelea sana na ni wastaarabu, hata hivyo si wa kiteknolojia.

D: Mtu mwingine aliniambia kwamba uhusiano wa Mshtarii na kiwango cha Dunia ni muhimu sana. Je, una taarifa yoyote kuhusu hilo?

P: Kuna viwango vingi tofauti vya utegemeano ndani ya mfumo wenu wa jua, kwa kuwa usawaziko wote wa kimwili unategemea kila kipengele kudumisha usawaziko wake. Katika kiwango cha kimwili tu, kupotea ghafla kwa sayari moja kungesababisha usawaziko wa mvuto wa mfumo mzima wa jua kuvurugika. Bila shaka, kuna viwango vingine vya ufahamu na mabadiliko au upotevu wa sayari kama hiyo ungekuwa na athari katika viwango vingine pia.

D: Hivi ndivyo viumbe wa angani wametuambia kuhusu Dunia. Kwamba hatupaswi kuilipua, kwa sababu itasababisha madhara makubwa katika ulimwengu na vipimo vingine.

P: Hilo ni sahihi.

D: Nimesikia kwamba wale wanaotuchunguza hawataruhusu hili litokee, kwa sababu lingevuruga usawaziko wa galaksi.

P: Hilo ni sahihi, kwa maana kwamba wale wanaoishi katika viwango vingine vya uwepo wana haki ya kulinda ustaarabu wao na aina zao za uhai dhidi ya uvamizi. Ingekuwa kana kwamba vita visivyotangazwa na visivyoeleweka vinaendeshwa dhidi ya upande usioonekana na utamaduni usio na maarifa.

D: Lakini wao wana ufahamu zaidi wa mambo haya kuliko sisi.

P: Hilo ni sahihi. Na hivyo wana haki ya kulinda ustaarabu wao dhidi ya madhara yanayosababishwa na ujinga wa jirani asiye na nidhamu.

D: Je, unajua chochote kuhusu mkanda wa asteroidi ulitoka wapi?

P: Huu hapo zamani ulikuwa sayari ambayo iliharibiwa wakati nyota iliyopita ilisababisha mgongano kati yake na kimondo kilichoingia kwenye njia yake. Mgongano huo ulisababisha sayari hiyo kuvunjika. Kwa nguvu za ndani za sayari yenyewe na zile za Jua na sayari nyingine, ilivutwa na kusambaratishwa kiasi kwamba ilibaki bila umbo, na hivyo kusambaa katika mzunguko wake wa zamani kama vipande au asteroidi.

D: Pia nimesikia kwamba huenda kulikuwa na jamii ya watu waliokuwa wakiishi hapo na waliilipua wenyewe.

P: Hilo si sahihi. Mgongano huo ulikuwa tukio la kiasili lililotokea, si kwa sababu ya kuingiliwa na jamii yoyote. Pia kuna hali ambapo hadithi hizi huibuka kwa sababu ya tafsiri isiyo sahihi ya taarifa. Sio hadithi ya makusudi au uongo, bali ni tafsiri isiyo sahihi tu. Uwasilishaji huu pia si ukweli wa mwisho kabisa, kama vile chombo hiki si cha mwisho. Kuna uwezekano wa makosa katika mawasiliano haya pia. Na hivyo njia zote za uwasilishaji zinapaswa kuangaliwa kwa ufahamu wazi wa ukweli huu. Kwa kuwa mawasiliano haya yanaweza kuwa sahihi tu kwa kiwango ambacho chombo kinaweza kimwili kutafsiri, na itakuwa karibu haiwezekani kufikisha kwa usahihi wa asilimia 100. Kwa sababu kuna dhana na mawazo ambayo hayana mfano katika maisha haya au hata katika kiwango hiki. Na hivyo baadhi ya maswali yanayoulizwa yanahitaji dhana ambazo hazipo hapa, kwa hiyo mifano lazima itolewe, ambayo huenda isiwe sahihi kabisa. Hata hivyo, kiini cha taarifa kinaweza kutafsiriwa.

D: Ninaelewa kwamba chochote kinachopitia kwa binadamu lazima kiwe na changamoto kwa namna hiyo.

P: Ni suala tu la kutoweza kutafsiri kikamilifu, kutokana na sababu nyingi. Baadhi yake, kama tulivyosema, ni ukosefu wa dhana za kutumia kama rejea.

* * *

JUA

D: Je, Jua kwa kweli lina joto?

Phil: Kwa hakika kuna kipengele hicho ambacho ni cha joto. Hata hivyo, tunahisi kwamba hili halieleweki vizuri kutoka katika mtazamo wenu wa kimwili. Kwa kuwa joto lenyewe linaonekana kuwa ndilo linalopewa umakini hapa, ilhali si chochote zaidi ya zao la pembeni. Nishati ya kweli ya jua si joto, bali ni ya asili iliyo mbali zaidi ya kile ambacho uelewa wa mwanadamu unaweza kufikia kwa wakati huu. Joto ni udhihirisho tu wa jambo ambalo ni tata zaidi kuliko mwako wa kawaida. Huu ni mabadiliko ya nishati, na kipengele cha kimwili kingekuwa kile mnachokiita mwali au mwako. Joto likiwa ni zao la pembeni. Uhalisia wa kweli wa hili ni uhamishaji na mabadiliko ya nishati yanayodhihirishwa hadi kiwango cha kimwili kama joto na mwako.

D: Miale na mionzi ambayo hatuwezi kuiona ni ya urujuanimno. Je, unamaanisha kitu kama hicho?

P: Mbali zaidi ya kile ambacho hata mngekiita miale, bali kama maumbo ya kimsingi ya nishati. Mabadiliko ya msingi katika nishati zenyewe.

* * *

Jua, kama kila mtu anavyoliona, ni sayari ya gesi. Lakini mmoja wa washiriki wangu alisema kwamba kwa kweli lina utamaduni chini ya mikanda ya gesi, ambao hauwezi kuonekana kutoka juu ya uso wake wa nje.

D: Watu wa Dunia hawawezi kuona hilo, sivyo?

Bob: Hapana, hawawezi. Hawana wazo lolote. Wanafikiri tu, kama kila mtu mwingine, kwamba ni mpira thabiti wa gesi. Lakini milipuko yote inayotokea kwenye mkanda wa nje, kwa kweli hutokea ndani ya mkanda huo. Lakini sehemu ya katikati ya sayari ni kama ilivyo hapa Duniani. Wana mashamba, wana nyumba, wana watu. Wana ustaarabu. Na yote hayo yamefungwa chini ya mkanda wa nishati.

D: Kwa hiyo si moto juu ya uso wake?

B: La, hapana! Hapana, hapana! Hilo ndilo moja ya mambo ya kuvutia kuhusu hilo.

D: Mtu angefikiria kwamba kungekuwa na joto kupita kiasi kuweza kuendeleza uhai.

B: Ungefikiria hivyo, lakini yote hayo yako juu katika nishati. Juu katika kile mnachokiita "anga." Ni kitu kinachofanana na mkanda wa Van Allen kwenye sayari hii. Lakini sisi husafiri huku na huku kila wakati. Ndani na nje. Ni ustaarabu mzuri sana.

Kulikuwa na mafunuo mengine ya kushangaza kuhusu sifa halisi za Jua letu ambayo yanafunuliwa baadaye katika sura hii.

* * *

D: Baadhi ya watu wanaamini kwamba dunia iliundwa katika kile kinachoitwa nadharia ya Mlipo Mkuu (Big Bang). Je, hilo ni kweli?

Phil: Kama ungekuwa katika umbo la kimwili wakati huo, hakika ungeona kile mnachokiita Mlipo Mkuu. (Nilicheka.) Mlipo Mkuu, bila shaka, ni mfano unaotumiwa na wanasayansi kuelezea mlipuko, kinyume na kujikunja ndani. Nguvu ya kusukuma nje iliyoundwa wakati ulimwengu, au kwa usahihi zaidi kusema, sheria za ulimwengu, ziliwekwa. Na kwa maana hiyo, ndiyo, ingekuwa sahihi kusema kwamba nadharia ya Mlipo Mkuu inaashiria mwanzo wa wakati huo ambapo sheria za kimwili au za kimaada za ulimwengu wenu ziliwekwa.

D: Nadharia moja inasema kwamba msukumo wa nje wa dunia hizi utakapofika mahali fulani, utaanza kugeuka na kurudi pamoja tena. Je, hilo ni kweli?

P: Hilo ni sahihi. Sehemu hiyo ambapo mwendo wote wa nje unakoma huitwa "usawaziko." Na ni katika hatua ya kugeuka ambapo sheria za ulimwengu zingebadilika na kuwa kinyume cha zile zilivyo sasa. Kile kilicho chanya kingekuwa hasi na kile kilicho hasi kingekuwa chanya. Kisha ulimwengu ungejikunja tena ndani ya kile ambacho ni ombwe. Shimo kuu. Wakati huo hadithi ya uumbaji ingerudia tena.

D: Ungeanza upya tena. Baada ya kujikunja ndani yake, ungepasuka tena, kwa kusema hivyo.

P: Hilo ni sahihi.

D: Ingechukua muda gani kwa jambo kama hilo kutokea?

P: Ingekuwa salama kudhani kwamba ungekuwa katika umbo jingine wakati hili linapotokea.

D: (Kicheko) Hatuhitaji kuwa na wasiwasi kuhusu hilo.

Dhana hii inadhihirisha kuwa sheria za kuzaliwa upya au kuchakata hutumika kwa kila kitu kutoka kwa microcosm kwa macrocosm. Hakuna kinachoepuka mzunguko huu.

Ulimwengu unapofika mwisho wa upanuzi wake, the hatua ambapo inarudi nyuma, inaporomoka, inarudi kwenye Chanzo na hulipuka tena, ni kwamba wakati sisi wote kurudi nyumbani kwa Muumba na maarifa yote tuliyokusanya?

D: Kuna mtazamo unaosema kwamba dunia hii itaingia ndani yake yenyewe au kuharibiwa ndani ya miaka 5000. Wakati huo huo kuna sayari nyingine inayoandaliwa kwa ajili ya wale viumbe wanaoishi Duniani ambao wameinua mitetemo yao au kuinua uelewa wao wa kiroho. Je, hii ni nadharia ya kweli?

P: Labda muda wenu wa kihistoria unaweza kuwa na makosa kidogo. Hata hivyo, dhana yenyewe ni halali kabisa, kwa kuwa hata sasa wale wanaochagua kuhamia, si tu sayari hiyo mnayoizungumzia, bali zingine pia, tayari wameanza. Kwa hakika kuna mrithi wa sayari hii katika hatua zake za mwanzo. Na bado haijafikia hatua ambayo ingekuwa rafiki kwa aina za uhai, si kama mnazozijua sasa, bali kama zitakavyokuwa hivi karibuni. Hizo ndizo aina zenu za uhai. Nishati zilizo kwenye sayari hii kwa wakati huu zitahamia kwa pamoja kwenda kwenye ile inayotayarishwa sasa. Kwa kuwa wakati huo aina zenu za uhai zitakuwa zimebadilika hadi kiwango tofauti kidogo na zilivyo sasa. Itakuwa si sahihi na isiyo komaa kujaribu kuhamisha aina hizi za uhai kwenda kwenye sayari hiyo kwa sasa. Kwa kuwa zote mbili, katika hatua hii, haziko tayari. Bado kuna muda wa mageuzi kabla aina ya uhai na sayari ziweze kuwa zenye kufaa kwa kila mmoja. Bila shaka, wakati utakaotokea utakuwa ndio wakati unaofaa zaidi.

Jibu hili lilitolewa katika miaka ya 1990, lakini limejirudia kwa wingi zaidi katika vipindi vyangu vya miaka ya karibuni. Wazo la miili kubadilishwa ili kufanya mpito kwenda kiwango kingine litaelezewa zaidi katika sehemu ya mwisho. Pia kumepokelewa taarifa kuhusu sayari nyingine ya kimwili inayofanana na Dunia ambayo inaandaliwa kwa ajili ya manusura wa majanga yoyote ya Dunia. Imesisitizwa kwamba jamii ya wanadamu haipaswi kuangamia. Kutakuwa na manusura hata kama "wao" watalazimika kuchukua hatua kali. Hadithi ya Dunia hii ya pili imesimuliwa katika Walinzi wa Bustani.

* * *

Kumekuwa na maswali mengi kuhusu mirija (mashimo) katika piramidi kuu ambayo yanaonekana kuwa madogo mno kwa matumizi yoyote, na yanaelekezwa angani. Kama ilivyo kwa kila kitu kinachohusiana na piramidi, yamezungukwa na mafumbo.

D: Kusudi la mashimo hayo katika piramidi ni nini?

Carol: Kusudi la mashimo hayo katika piramidi lilikuwa kuruhusu roho za viumbe waliowachukulia kuwa makuhani na mafarao kurudi kwenye mfumo wao wa sayari, ili wasifungwe katika tabaka au mwanga wa sayari hii. Mwanzoni kabisa waliingizwa katika umbo la kimwili, na kisha ilipokuwa si lazima tena kuonekana kimwili, roho ingeweza kusafiri kupitia mashimo hayo kwa kutumia kile mnachoweza kukiita "lango la nyota." (Neno hili liliulizwa kama swali, kana kwamba hakukuwa na uhakika.) Kwa kutumia vifaa vya kiteknolojia katika chumba cha Mfalme.

D: Kulikuwa na vifaa vya kiteknolojia katika chumba cha Mfalme?

C: Mnachokiita chumba cha Mfalme. Walitumia vifaa hivi vya kiteknolojia kuruhusu roho hizo kurudi kwenye mfumo wao wa nyota wa asili.

Katika Walinzi wa Bustani na Walinzi wa Dunia inatajwa kwamba viumbe wa angani mara nyingi walikuja katika nyakati za mwanzo za ustaarabu kuishi miongoni mwa watu waliokuwa wakikua ili kuwasaidia na kuwapa maarifa na mafundisho waliyohitaji. Viumbe hawa walikuwa na maisha marefu sana, hivyo hatimaye waliheshimiwa na kuabudiwa kama miungu. Hii inaonyesha kwamba mafarao wa kwanza huenda walikuwa viumbe wa aina hii. (Rejea pia Sura ya 4, Isis.)

Hili lilinikumbusha vipindi vilivyoelezwa katika Urithi Kutoka kwa Nyota ambapo roho za viumbe wa angani zilikwama katika dunia yetu baada ya kufa. Inaonekana waliunda karma, na hawakuweza kurudi kwenye nyumbani kwao asili, hata baada ya kifo. Katika visa hivi mara nyingi hakuna mtu kutoka sayari yao aliyekuwa akijua kuwa walikuwa hapa. Huenda viumbe wa angani walikuwa wanajua vizuri kwamba jambo kama hili hutokea mara kwa mara, na hawakutaka wageni hawa, waliokuwa wameishi muda mrefu Duniani, kukwama vivyo hivyo.

Fumbo lingine ni uwepo na mahali pa vyumba vilivyofichwa chini ya Sphinx.

D: Inasemekana kwamba vyumba vilivyo chini ya Sphinx vilifungwa. Kwa nini hilo lilifanywa?

C: Kulikuwa na mapinduzi dhidi ya viumbe waliokuwa si kutoka sayari hii.

Hii inaonyesha kwamba baadhi ya viumbe waliokuwa wakiendesha mfumo wa piramidi wakati huo hawakuwa wanadamu. Huenda walikuwa washauri wanaotajwa katika vitabu vyangu vingine waliokuja kuishi miongoni mwa wanadamu ili kuwapa zawadi mpya (maendeleo) walipohitajika. Hii pia ingeweza kuelezea matumizi ya mashimo kurudisha roho zao kwenye mfumo wao wa nyota wa asili. Hawakutaka kukwama hapa Duniani wakati kazi yao ilipokamilika.

C: Wanadamu walitaka kuwanyang'anya nguvu zao na kuzifanya zao wenyewe. Viumbe hao walijua kwamba hili lingetokea. Hivyo kulikuwa na kufungwa kwa vifaa vyote hivi vya kiteknolojia na taarifa, ili visiangukie mikononi isiyofaa kwa wakati usiofaa, kwa sababu wangeliangamiza wenyewe kwa kutumia hivyo.

Hili pia linafanana na wanadamu ambao, kwa sababu ya ujinga wao, waliharibu vifaa vilivyotumika kuzalisha nguvu kutoka kwa Jua, mwezi na nyota. (Bartholomew alitoa taarifa hii katika Ulimwengu Uliopindika, Kitabu cha Kwanza.)

D: Kwa hiyo viumbe kutoka sayari nyingine ndio waliovifunga vyumba hivyo? Sio wanadamu.

C: Kulikuwa na waingizwa (initiates), wale waliofunzwa na viumbe hawa. Piramidi zilitumika kwa ajili ya uingizwa na mafunzo. Kuna mahekalu mengi ya kale yaliyoko katika kile kinachoitwa "uwanda" sasa. (Hili linaendana na hekalu la Watu wa Paka katika eneo hilo hilo. Tazama Sura ya Tatu.) Na haya yalitumika kwa ajili ya uingizwa kwa watu, wanadamu, kuinua ufahamu wao na mitetemo yao. Kisha wao kwa upande wao wangeweza kutumia vifaa na teknolojia hii kwa namna inayofaa kusaidia mfumo wa sayari. Piramidi zilijengwa juu ya mfumo wa gridi. Mfumo wa gridi ni muhimu sana, kwa sababu ni mfumo mkuu wa muunganisho wa sayari. Moja kati ya mingi. Kulikuwa na mifumo kadhaa, lakini huu ulikuwa mmoja wao. Katika kila mojawapo ya maeneo haya makuu pia kuna piramidi. Piramidi ni wasambazaji wa armoniki za ulimwengu ambazo pia ziliunganisha sayari nyingine katika maelewano na mitetemo. Hili pia lilifanywa kwa kutumia rangi, masafa ya sauti, na pia vimbunga, kimataifa katika mfumo wa gridi, ili kudumisha usawaziko na armoniki kwa mfumo huu wa sayari.

D: Na watu hawa walijua jinsi ya kutumia vitu hivi kwa njia sahihi.

C: Waliwafundisha. Waliwaweka mahali pake.

D: Kwa hiyo kufungwa kulifanywa kwa sababu watu wengine walikuwa wanakuja na hawakutaka wachukue vitu hivi. Ulisema pia kulikuwa na hatari kwa wale ambao hawakujua jinsi ya kuvitumia.

Hili tena linafanana na nishati katika hekalu la Watu wa Paka ambayo ilikuwa hatari kwa wale wasioweza kuishughulikia.

C: Moja ya mifumo ya nyota ya sayari iliingilia kati. Walituma wajumbe waliowasaidia kuathiri wanadamu, kama ilivyo kawaida. Kupindua, kubinafsisha, kuchukua nguvu kutoka kwa makundi yaliyopotoka.

D: Kwa hiyo watu hawa walifunga vyumba hivyo kuficha taarifa, na kulinda watu wasivitumie vibaya.

C: Kuwalinda dhidi yao wenyewe.

D: Na viko wapi?

C: Vyumba vilivyopangwa kwa ngazi chini ya Sphinx. Kila kimoja kimeunganishwa na vingine kwa vichuguu vidogo, na kinalindwa na nishati na masafa.

Hili tena lilifanana na historia ya Bartholomew (Kitabu cha Kwanza) ambapo watu walifikiri kwamba ikiwa wangemiliki vifaa vya siri vya nishati wangekuwa na nguvu na wasingehitaji tena viumbe wa angani au makuhani. Katika historia yake waliharibu vifaa na wao wenyewe. Kwa hiyo inaonekana kundi la mwisho lililodhibiti Sphinx liliamua kuficha vifaa hivyo, ili jambo kama hilo lisitokee tena. Vimebakia vimefungwa tangu wakati huo.

Katika Mazungumzo na Nostradamus, Juzuu ya Tatu, Nostradamus pia alirejelea nishati zilizowekwa ili kuhakikisha kwamba watu sahihi pekee ndio wangeruhusiwa karibu na milango ya siri ya vichuguu na vyumba hivi vilivyofichwa. Ikiwa watu waliokuwa wakijaribu kuingia wangekuwa na mtetemo usio sahihi au hasi, wangeuawa. Hivyo ulikuwa mfumo wa ulinzi uliopangwa kwa ustadi mkubwa uliowekwa maelfu ya miaka iliyopita.

Rejea Sura ya 6 kuhusu alama zinazotumiwa kufanya taarifa zilizofichwa zionekane.

* * *

Unajimu daima umekuwa moja ya mambo yaliyokuwa yananivutia, ingawa mimi si mnajimu. Unajimu ulianzaje? Inaonekana kana kwamba uchunguzi wa nyota umekuwa kivutio cha wanadamu tangu enzi za kale sana. Nilipata jibu hilo kwa njia isiyotarajiwa kabisa wakati wa kikao cha kawaida cha regression. Mwanamke mmoja alirudi kwenye maisha ambayo alikuwa kuhani katika Babeli ya kale. Imekubalika kwamba Babeli ndiko kulikozaliwa uchunguzi wa unajimu. Katika vitabu vyangu kuhusu Nostradamus, alikuwa na ephemeris aliyosema ilitoka kwa Wamisri wa kale na Wababeli. Mwanamke huyo alikuwa kuhani wa kiume katika dini ya siri na iliyojitenga au shule ya mafumbo. Alikuwa katika hekalu zuri lililokuwa juu ya kilima juu kabisa ya mji. Alielezea uchunguzi wa nyota ambao kundi lake lilikuwa limejihusisha nao tangu nyakati ambazo hata kwake zilikuwa za kale. Alisema mwendo wa nyota ulikuwa umechorwa kwa muda wote ambao kundi lake lilikuwepo. Hiyo ndiyo ilikuwa kusudi lao kuu, wakati makundi mengine yalifanya uponyaji na unabii. Hekalu lilikuwa wazi katikati (halikuwa na paa) likiwa na nguzo kubwa katika pande zote nne. Alisema kuhani aliketi katika sehemu maalum katikati ya hekalu na kurekodi nafasi za nyota zilipokuwa zikisogea katika mianya kati ya nguzo. Nguzo zilikuwa zinawapa rejea, na njia ya kupima mwendo wa sayari tofauti na nyota zisizosogea, na pia kupima mzunguko wa dunia. Baada ya kufanya hivyo kwa mamia ya miaka walikuwa wameanzisha ramani sahihi sana. Hii pia ilitumika kama njia ya kuamua solstisi na ikwinoksi, kwa sababu katika nchi za kitropiki kungekuwa na mabadiliko madogo sana ya misimu kuonyesha vipindi hivyo. Hii inaweza kueleza kwa nini majengo mengi ya kale yalijengwa kwa mtindo huu, juu ya kilima na nguzo nyingi zilizo na nafasi sawa. Inaeleweka kwa ujumla kwamba mengi yalikuwa mahekalu katika ulimwengu wa kale, lakini sasa inaonekana nguzo zilikuwa na kusudi la vitendo zaidi. Kuangalia na kurekodi mwendo wa nyota.

* * *

Baada ya mwanamke mwingine kupitia maisha ya zamani na kuwa upande wa roho, alipelekwa kwanza kwa baraza la wazee ambao wangepitia maisha aliyokuwa ameacha. Iliamuliwa kwamba alikuwa ametenda kwa heshima na kujifunza masomo aliyokuja kujifunza. Sasa alikuwa tayari kwa jukumu linalofuata. Haya yote yalipangwa mapema, na yalijadiliwa kwa msaada wa wazee. Wangeweza kupendekeza, lakini hawangeweza kumlazimisha kukubali jukumu hilo. Ilibidi aamue wazazi wake watakuwa nani, atazaliwa wapi, n.k. Aina ile ile ya taarifa ambayo nimepokea mara nyingi kabla. Lakini safari hii alisema pia ilimbidi aamue siku, mwezi na mwaka, na mwezi (awamu ya mwezi) wa kuzaliwa kwake. Kwa hiyo niliuliza swali ambalo wengi wamenipa, "Je, unajimu unahusika katika mchakato wa uamuzi wa roho kurudi Duniani." Alisema bila shaka unahusika. Kila kitu kilipaswa kupangwa kwa usahihi kabisa. Hii inaonyesha kwamba hata kuzaliwa kabla ya wakati wake kulipangwa kabla ya kuzaliwa, kwa sababu athari za unajimu zilikuwa muhimu kwa utu wa roho inayokuja. Huenda kuna mambo mengi zaidi yanayohusika pia, kwa sababu siamini kwamba tunaelewa sifa zote za unajimu na nambariolojia.

* * *

HIFADHI ZA MAARIFA YOTE

Kikao hiki kilichukua mwelekeo wa ajabu na usio wa kawaida. Phil alikuwa akihudhuria Mkutano wa UFO huko Eureka Springs, Arkansas mwezi Aprili 2001, na tuliamua kufanya kikao kwa kuwa ilikuwa muda mrefu tangu kikao cha mwisho.

Rafiki yangu wa zamani, Harriet, alikuwa anakaa chumba kimoja nami. Amenisaidia kwa msaada wa kimaadili tangu mwanzo wa kazi yangu zaidi ya miaka 25 iliyopita. Huo ulikuwa mwaka (2001) ambao Kituo cha Mikutano kilichomeka Eureka Springs, na Lou Farish, mtu anayeandaa mkutano huu, alilazimika kutafuta mahali pengine pa kuufanyia. Tulihifadhi chumba katika Inn of the Ozarks ili kuunga mkono hoteli (kwa sababu ya upotevu wa mapato). Watu wengi walidhani mkutano umefutwa kwa sababu ya moto. Ann alikuja mkutanoni siku ya mwisho, na tukamruhusu akae katika chumba chetu badala ya kurudi Fayetteville. Alilala kwenye godoro sakafuni. Nilipoanza kikao Ann aliuliza kama angeweza kuketi na kutazama, kwa sababu ingawa nilikuwa nimefanya kikao naye, hakuwahi kushuhudia kikao. Phil hakupinga kwani hili lilikuwa limetokea mara nyingi kabla.

Matukio ya ajabu yalianza karibu mara moja. Baada ya kumpa Phil neno lake la ufunguo na kuanza kikao, niligundua kwamba Ann (aliyeketi kwenye kiti upande mwingine wa kitanda) pia alikuwa anaingia katika hali ya trance. Nilimwonyesha Harriet kwa ishara, naye akaona pia. Hakukuwa na kitu kingine cha kufanya isipokuwa kuendelea, ingawa nilimwomba Harriet amwangalie. Huenda kwa sababu nilikuwa pia nimewahi kufanya kazi naye, sauti yangu ilikuwa na athari ya kumuingiza katika trance hata bila nia yangu. Ann aliteleza kwenye kiti kana kwamba yuko katika ulimwengu wake mwenyewe. Niliendesha kikao kwa kawaida, mpaka Ann alianza pia kujibu maswali. Hapo nilijua nina tatizo. Mimi hutumia kipaza sauti cha mkononi na kukishikilia karibu na mdomo wa mhusika. Hii ilileta tatizo alipoanza kujibu kwa sauti ya chini kutoka mbali. Tukio hili litaelezewa zaidi.

Nilipokuwa nikifanya kazi na Phil, hutumia mbinu ya lifti ambayo ameizoea sana. Nilimwomba aniambie jambo la kwanza aliloona mlango wa lifti ulipofunguka.

P: Kuna mtu pale kunisalimu. Katika mwanga mweupe safi. Sisi ni marafiki wa zamani. Ananipeleka katika chumba kingine ambapo taarifa zinaweza kuonyeshwa. Kuna kadhaa hapa ambao kusudi lao ni kusaidia katika mawasiliano haya. Wanasema kuna wengine wengi wanaosaidia, walioko katika vipimo vingine. Wana uwezo wa kuathiri nyenzo kutoka mtazamo wao, ili iweze kuonyeshwa katika mtazamo wetu. Daima kuna taarifa fulani zinazoshikiliwa, kwa sababu ziko juu kidogo ya kiwango ambacho unaweza kuzitambua. Ni mchakato wa ukuaji, ambao mtu anaposonga mbele katika uelewa, huvunja viwango vipya vya taarifa. Kadiri mchakato wa ukuaji unavyoendelea, daima kuna, mbele kidogo ya kiwango cha sasa cha uelewa, kiwango cha taarifa ambacho bado hakijafikiwa. Ni mchakato huu wa kuvunja viwango unaoruhusu uchunguzi na uelewa wa taarifa. Kwa maana kama yote yangetolewa mara moja, isingekuwa na njia ya kuyaelewa.

D: Tumekuwa tukifanya hili kwa miaka mingi. Na taarifa tunazopata sasa, tusingeweza kuzielewa mwanzoni. Kwa hiyo zisingekuwa na maana, na zisingekuwa na thamani kwetu wakati huo.

P: Sasa ni wakati wa kukupeleka kwenye kiwango kinachofuata, kinachofaa zaidi cha taarifa. Taarifa zinazohitajika kujibu maswali yako zitapatikana.

D: Jambo moja lililotajwa miaka mingi iliyopita lilikuwa taarifa kuhusu Jua katika mfumo wetu wa jua. Wakati huo, niliambiwa si kama tunavyoliona, lakini hatukuwa tayari kulielewa. Je, unaweza kupanua hilo? Asili ya kweli ya kile tunachokiita "Jua" katika mfumo wetu wa jua.

P: Tunaomba ufafanue swali lako kwa misingi ya uhalisia. Je, unauliza kuhusu uhalisia wa kimwili hapa, au unagusia vipengele vya vipimo vya juu?

D: Tunaweza kuwa navyo vyote viwili, nadhani. Kwa sababu katika uhalisia wa kimwili, tunaliona kama mpira unaong'aa angani unaotoa uhai kwa Dunia yetu, na kuweka kila kitu kikiendelea kwa gesi zinazolipuka. Huo ndio mtazamo wetu wa kimwili. Je, hilo ni sahihi?

P: Tungeweza kusema kwamba kwa hakika mnaushiriki uzoefu na mwili wa kimwili usio tofauti sana na wenu. Udhihirisho wa kimwili mnaouona kupitia hisi zenu za kimwili ni huo tu. Ni udhihirisho ulioundwa kuruhusu uwepo katika kiwango hicho mnachozungumzia.

D: Tunauona kwa darubini kama gesi zinazolipuka zinazofika mbali sana.

P: Sio tofauti sana na wanasiasa wenu ambao ushawishi wao ni kama mikono mirefu inayotoka kutoka kituo cha nguvu zao. Ushawishi wa Jua lenu ni wa makusudi, na unaathiriwa na mwingiliano kati ya vipengele vinavyohusika, nishati, zinazokaa katika udhihirisho wa jua na sayari. Kuna miitikio inayozingatiwa kwenye Jua ambayo ni matokeo ya moja kwa moja ya matendo yanayofanywa kwenye sayari yenu. Hii haimaanishi kwamba miitikio yote kwenye Jua inaathiriwa na matendo kwenye sayari yenu. Kwa maana kuna viumbe wengine wanaozunguka mfumo wa jua pia, ambao wana ushawishi. Hata hivyo, ushawishi wa karibu zaidi na wa dhahiri zaidi kwa kile mnachokiita "Jua", ni matendo ya viumbe kwenye sayari yenu kwa wakati huu. Kuna marekebisho na ulinganisho unaovutwa kuelekea sayari yenu ili kufidia kutokuwiana kwa wakati huu.

D: Pia ulisema kwamba kile tunachoona kimwili ni sehemu tu yake, udhihirisho mmoja tu, lakini sifa halisi ya Jua ni ya vipimo vingi?

Katika hatua hii jambo la ajabu na lisilotarajiwa lilitokea. Ghafla Ann alijibu swali kutoka kwenye kiti chake. Alikuwa ameinama kwenye kiti na kichwa chake kikiwa kimeegemea upande mmoja, lakini alikuwa akijibu. Nilikuwa mbali sana kwa kipaza sauti kunasa sauti yake vizuri. Ilisikika kama: "Inarekodi," kwenye kanda. Nilijua kwamba kama hili lingeendelea, ningelazimika kumsogeza karibu zaidi, kwa sababu alikuwa upande mwingine wa kitanda ambacho Phil alikuwa amelala. Mwanzoni nilidhani ni mlipuko wa ghafla tu, na kwamba huenda asingeendelea. Niliendelea kumuuliza Phil.

D: Unaweza kueleza unachomaanisha kwa vipimo vingi?

P: Tungeomba yule mtu mwingine ajipange sambamba na nishati zetu hapa, ili sote tushiriki.

Kwa kawaida Phil hakuwa na ufahamu wa chochote kilichokuwa kinaendelea chumbani alipokuwa katika trance. Lakini inaonekana viumbe waliokuwa wakiwasiliana walijua kinachoendelea, na walitaka Ann asogezwe karibu zaidi. Hii ingefanya iwe rahisi kwangu pia.

Nilizima kinasa sauti na kuzunguka kitanda. Harriet alinisaidia kujaribu kumsimamisha Ann. Yeye ni mwanamke mrefu, na alikuwa mzito kama mzigo usio na msaada. Kwa pamoja tulimwinua kwa miguu yake, lakini hakuwa na msaada wowote. Tulimzungusha hadi akaanguka juu ya kitanda kando ya Phil. Muda wote wa kikao alilala pale katika nafasi ile ile isiyo ya kawaida aliyokuwa ameangukia, bila kujaribu kujirekebisha. Angalau kwa njia hii wangekuwa wote wawili juu ya kitanda kimoja. Lakini ilinibidi kusimama juu yao na kusogeza kipaza sauti mbele na nyuma walipokuwa wakibadilishana kuzungumza. Ilikuwa ya kuvutia sana kwamba katika kikao chote walipokuwa wakijibu maswali, hawakuwahi kukatizana. Walionekana kujua ni lini mwingine alikuwa akizungumza, na waliruhusu amalize kabla ya kuingilia. Pia waliendeleza kauli za kila mmoja wakati mwingine, wakiongeza taarifa zaidi. Hii ilikuwa mara ya kwanza jambo kama hili kunitokea. Mara nyingi watu wengine waliokuwa wakitazama chumbani walionekana kulala, labda kwa sababu ya sauti yangu, lakini hawakuwahi kujibu au kushiriki katika kikao. Baada ya kumweka Ann vizuri, nilirudisha kinasa sauti na kuendelea.

D: Mnafahamu kuna mtu mwingine chumbani, ambaye pia yuko katika hali hii?

P: Tunafahamu viwango vya nishati. Hilo ni sahihi.

D: Kwa hiyo kama ana kitu cha kuongeza kwenye mazungumzo, ni sawa kufanya hivyo?

P: Tungeweza kusema mawasiliano ni ya wakati mmoja kati yetu. Tunatumia tu vyombo viwili.

D: Kwa hiyo akizungumza, ni kama nyote wawili mnawasiliana?

(Ann alijibu, "Ndiyo".)

Hili lingekuwa jaribio la kuvutia. Ilikuwa mara ya kwanza kuwa na wahusika wawili waliounganishwa kwa njia hii. Nilijiuliza kama wangeweza kuzungumza pamoja kama mmoja. Sikujuwa nini kingetokea.

D: Sawa. Tunachotaka kujua ni sifa halisi za Jua ikiwa si kama tunavyoliona kwenye kiwango chetu cha kimwili. Ulisema ni la vipimo vingi.

Ann: Kama kinasa sauti.

D: Unamaanisha nini?

Ann: (Alikohoa kidogo ili aweze kuzungumza.) Kinarekodi. Ni chanzo cha nishati kilichotengenezwa na fikra zilizoanzishwa. Fikra hii inarekodi fikra kwa ulimwengu unaoishi sasa. Kwa fikra hizi zinazorekodiwa ndani yake, zinarejeshwa tena katika ulimwengu, na zinatumika kwa wakati mmoja pamoja.

D: Lakini ni kifaa cha kurekodi cha mfumo wetu wa jua tu?

Ann: Hapana. Ni nakala ya Majua mengine mengi.

D: Unamaanisha Majua yote katika ulimwengu ni vifaa vya kurekodi?

Ann: Ndiyo. Ni chanzo cha nishati. Ni cha Chanzo Kikuu unachotoka. Ni nakala, toleo la chini, ishara uliyochagua kutumia kukukumbusha chanzo cha nishati unachotoka.

D: Kwa hiyo chanzo cha nishati tunachotoka ni udhihirisho mkubwa zaidi wa Jua, kama tunavyoliona?

Ann: Ndiyo. Kikubwa zaidi.

Inaonekana alikuwa akirejelea Chanzo au Mungu, ambacho katika baadhi ya vikao vyangu kimeitwa Jua Kuu la Kati wakati watu wanapozungumzia tunakotoka sote.

D: Lakini Jua pia linatoa uhai kwa sayari na kwetu.

Ann: Hicho ndicho mmechagua.

D: Lakini Majua pia huzima. Hulipuka. Tumesikia kuhusu supernova. (Ndiyo) Nini hutokea wakati huo?

Ann: Mnaumba upya.

D: Nini hutokea kwa taarifa kama ni kifaa cha kurekodi?

Ann: Haiwahi kuondoka.

D: Inaenda wapi?

Ann: Hubaki, daima.

D: Wapi?

Ann: Imekuwepo daima.

Phil: Kuna viwango vingine vya ufahamu ambavyo si vya kimwili. Taarifa hii husambazwa kwa wakati mmoja kwenye viwango hivyo vingine ambavyo havina kipengele cha uharibifu wa kimwili. Taarifa hubaki tu kwenye viwango vingine, na inapatikana kusambazwa au kurejeshwa kwenye Jua jipya au linalopanuka, wakati wowote.

D: Katika kazi yetu tumeambiwa kuhusu sayari nyingi ambazo ni sayari za kurekodi. Baadhi ya watu ninaofanya kazi nao huzita "nyumbani". Sayari nzima ni hifadhi ya maarifa. Je, huu ni wazo tofauti?

Phil: Ni sawa kabisa. Ni tofauti tu katika udhihirisho wa kifaa. Mna vyombo tofauti katika eneo lenu la uzoefu ambavyo mnavitumia kurekodi. Hata hivyo, vifaa vyenyewe si kiini cha kurekodi. Ni njia tu ya kuhifadhi na kuonyesha kile kilichorekodiwa. Kwa namna hii tafsiri hubadilika, kulingana na ufaafu wa jinsi taarifa hii itakavyohifadhiwa au kuwasilishwa.

Phil alikuwa wa kwanza kati ya wahusika wangu kuripoti mahali kama hapo. Hili lilielezwa katika Keepers of the Garden kama Sayari ya Minara Mitatu, na kupanuliwa katika kitabu cha kwanza cha Convoluted Universe na The Custodians. Tangu hapo nimesikia kuhusu sayari nyingine zinazorekodi taarifa na kuchukuliwa kama hifadhi. Upande wa roho kuna maktaba ya ajabu inayoshikilia taarifa zote zinazojulikana na zisizojulikana. Kukusanywa kwa taarifa inaonekana kuwa ya umuhimu mkubwa katika jinsi ulimwengu, n.k., ulivyojengwa.

Nilianza kuuliza swali, lakini niligundua Ann alitaka kuingilia.

Ann: Nitakupa mfano. Jua la Kwanza linalong'aa ndani, kwa maana wewe uko ndani ya hilo linalong'aa pamoja na Jua.

Hakuna tofauti katika mwanga huo. Yote ni mwanga mmoja. Ni mwanga ule ule unaopenya maarifa yote na ufahamu wote. Nyinyi mnaumba nguvu yake. Ni nguvu mnazounda pamoja, kwa pamoja, inayofanya nguvu katika chanzo ing'ae zaidi. Kwa maana Jua linapodhoofika, ni nguvu yenu inayodhoofika.

D: Kwa hiyo tunalidhibiti Jua?

Ann: Sahihi.

D: Kwa kweli tunadhibiti kila kitu, lakini hatutambui hilo. Je, ni kweli?

Ann: Ndiyo. Sayari yenu iko katika mchakato wa mabadiliko kwa wakati huu. Mmeomba hili litokee. Mmejua kwamba hili lingetokea. (Ann aliinua mkono wake na kuelekeza kiganja chake kwangu.) Ni kama mkono wangu ninavyouinua kwako sasa hivi. Katika wakati huu, ninafanya sawa na Jua. Ninakutumia nishati. Ninareelekeza nishati hii kwako. Baada ya muda mfupi utahisi hilo.

D: Hebu nitoe mfano wa baadhi ya mambo ninayogundua, na tuone kama yana mantiki. Ni kana kwamba roho yetu, au nafsi yetu — au akili fiche, au chochote unachotaka kuiita — hukusanya taarifa zote ambazo kiumbe anakutana nazo, na ni kifaa cha kurekodi katika kiwango cha chini, kidogo. Kisha hiyo inamaanisha sayari ni hifadhi ya maarifa, au kurekodi katika kiwango kingine. Na sasa unasema Jua pia ni kinasa taarifa. Je, hii inamaanisha kuna viwango tofauti kutoka vidogo hadi vikubwa?

Phil: Kuna namna nyingi tofauti za udhihirisho. Tunaonyesha tu kwamba kila kitu kwa namna fulani ni udhihirisho wa uhalisia na pia ni kinasa cha uhalisia. Hakuna kinasa ambacho hakionyeshi. Kwa maana inawezekanaje kwamba kurekodi kunafanywa tu, lakini hakuwahi kuonyeshwa? Kusingekuwa na maana kuwa na kinasa ambacho hakichezi tena kilichorekodiwa.

D: Basi katika kiwango rahisi ambacho viumbe wengi wa kimwili wanaweza kuelewa, kila kitu kinachotokea kwetu katika maisha yetu yote ni uzoefu unaorekodiwa tu?

Phil: Sayari ni vinasa vya watu. Majua ni vinasa vya sayari. Kwa kweli ni mlolongo wa kurekodi, kiasi kwamba uzoefu binafsi wa mtu mmoja mmoja unarekodiwa kwa pamoja na sayari. Uzoefu wa kila sayari mmoja mmoja unarekodiwa na Jua. Rekodi za kila Jua za kila sayari na kila kiumbe zinarekodiwa katika galaksi. Kila galaksi kisha inarekodiwa katika ulimwengu. Na kila ulimwengu unarekodiwa, kiasi kwamba kila uzoefu binafsi haupotei kamwe. Tunaweza kuonyesha hili kwa kifungu katika Biblia yenu kinachosema hata shomoro haanguki kutoka mtini bila Mungu kujua. Hili ni kweli kabisa. Kila tukio moja katika kila sayari moja hatimaye linarekodiwa na kujulikana kupitia viwango vya sayari, jua, galaksi na ulimwengu. Hakuna tukio au wazo linalopita bila kutambuliwa.

D: Kama watu wangeelewa hili, wangeona hakuna hasi, hakuna chanya. Kuna uzoefu tu unaorekodiwa. Ni masomo tu ambayo watu hujifunza, na huwekwa katika benki kuu ya kumbukumbu, nadhani ungeiita hivyo?

Ann na Phil kwa pamoja walisema, "Ya pamoja."

D: Benki ya kumbukumbu ya pamoja au nini?

Phil: Kiwango cha Mungu. (Ann alikubaliana.)

D: Watu wengi ninaofanya nao kazi wameenda kwenye sayari hizi za hifadhi ya maarifa, ambako hakukuwa na mtu isipokuwa roho. Walipelekwa huko kupakua taarifa, kwa namna ya kusema. Je, hilo ni sahihi?

Ann: Sahihi.

D: Ilikuwa kana kwamba waliokuwepo pale walikuwa walinzi wa kumbukumbu tu.

Ann: Ni viumbe waliopitia uzoefu katika viwango vingine, tofauti na kiwango chenu cha sayari.

D: Na wana uwezo wa kusaidia katika kukusanya maarifa?

Ann: Sahihi. Usambazaji.

D: Usambazaji wa maarifa. Ningependa kufikiria kama kompyuta kubwa sana.

Ann: Umegusa hilo. Uliita "uchapisho wa roho".

D: Tuligusia hilo miaka mingi iliyopita. Ilikuwa kama maktaba ya maisha yote yaliyowahi kuishi.

Nadharia ya uchapisho wa roho ni kwamba roho inaweza kuchunguza na kuchagua kutoka kwenye maktaba maisha ya kuingizwa ndani ya nafsi yake kabla ya kuingia katika mwili. Hii hutokea hasa ikiwa itaingia katika maisha ambako itahitaji uzoefu ambao haijawahi kuwa nao hapo kabla. Badala ya kuishi maisha hayo, ni rahisi kuingiza kumbukumbu ya maisha hayo. Niliambiwa kwamba uchapisho huo una kila kitu kilichotokea katika maisha hayo, ikiwa ni pamoja na hisia. Isingewezekana kutofautisha kwamba mtu huyo hakuwahi kuyaishi kweli maisha hayo. Hili huleta changamoto kwa mtaalamu wa regression. Lakini pia linajibu swali la wakosoaji: "Kwa nini watu wengi wanasema walikuwa Napoleon, Cleopatra, n.k.?" Wanafikiri ikiwa watu wengi wanasema ni kuzaliwa upya kwa mtu mmoja, basi hilo linabatilisha kuzaliwa upya. Lakini sivyo. Inamaanisha tu kwamba watu kadhaa walichagua kuingiza maisha hayo hayo katika nafsi zao kabla ya kuingia katika ulimwengu wetu wa kimwili. Inaweza kulinganishwa na utafiti wa kujiandaa kwa maisha watakayoingia.

Ann: Roho hizi ni walinzi wa kile mnachokiita "uchapisho wa roho". Ndio wasambazaji katika uumbaji mpya mtakaoukabili hivi karibuni.

D: Unamaanisha kwa sababu Dunia inabadilika? (Ndiyo) Lakini katika muktadha huo huo, pia nimeambiwa kwamba DNA ya miili yetu iliyopo inabadilika.

Ann: Inabadilika.

D: Unaweza kuniambia kuhusu hilo?

Ann: Ndiyo. Uliza swali lako.

D: Nimeambiwa kwamba inatokea polepole. Kwamba nyuzi za DNA zinabadilika? (Ndiyo) Wengine wanasema kwamba hatimaye tutakuwa na DNA ya nyuzi kumi na mbili?

Ann: Mtakuwa na kumi na nne.

D: Lakini nimeambiwa kwamba tukifikia nyuzi kumi na mbili, tutakuwa miili ya mwanga, na hivyo tusionekane katika kiwango hiki.

Ann: Hapana. Mtaweza kuonekana katika kiwango hiki, kwa sababu ni chaguo lenu kufanya hivyo. Mmechagua kwa pamoja.

D: Lakini niliambiwa DNA yetu inabadilishwa polepole.

Ann: Imekuwa ikitokea. Ni kidogo sana.

D: Kwa sababu kama ingetokea ghafla isingeweza kushikilia.

Ann: Hii ndiyo sababu mfumo wa nishati unaozunguka sayari yenu unabadilika. Unaongezeka. Kuna baadhi miongoni mwa sayari yenu sasa wanaotambua hili. Na wanajiandaa kwa wakati huu. Na wanaleta maarifa mbele kwenu. Kwa sasa kuna ukuta wa nishati unaozunguka sayari yenu unaobadilika na kuzunguka, ili kuweza kushikilia chanzo hiki.

Phil: Kutakuwa daima na wale wanaoweza kuzoea viwango vya juu vya nishati kwa kasi zaidi. Ni kama dhana ya wakubwa kuwaongoza wadogo. Msaada hutolewa kwa wale ambao uwezo wao wa kuelewa unaimarishwa na kusaidiwa na wale ambao tayari wanaelewa. Mabadiliko katika DNA yenu ni muhimu kwa udhihirisho wenu wa kimwili, mwili wenu, kuwa na uwezekano zaidi wa kujieleza. Ni maboresho ya muundo wa msingi kwa udhihirisho wa juu zaidi na wenye nguvu zaidi. Ni kama kusasisha toleo la mwili wenu, ili uweze kupokea nishati hizi za juu zinazojitayarisha kujidhihirisha kimwili. Hadi sasa haikuwezekana kwa viwango fulani vya nishati kujieleza kimwili, kwa sababu hakukuwa na njia ya kuwasiliana na mwili wa kimwili wa binadamu. Kwa sasisho hili, mwili wa binadamu utaweza kuwasiliana katika kiwango cha juu zaidi, na kuamsha nishati fulani ambazo kwa sasa haziwezi kujidhihirisha.

D: Nimeambiwa kwamba kwa uanzishaji huu wa polepole wa DNA, pia tunakuwa sugu zaidi kwa magonjwa.

Ann: Nitakuonyesha jinsi itakavyofanya kazi. Una nyuzi zako sasa kama unavyozijua. Urefu huu unaongezwa juu ya nyuzi zako. Unafikiri ziko chini, lakini haziko; ziko juu. Zitaunganishwa pamoja katika umbo la duara ambalo kwa sasa hukioni. Katika umbo hili la duara, zitakapounganishwa, zitaongeza nguvu. Kupitia nguvu hii, itabadilisha viwango vyenu vya mtetemo. Mtaweza kujibadilisha kutoka sehemu moja ya uwepo hadi nyingine.

D: Unamaanisha kwa kuyeyusha au kuvunja molekuli za mwili?

Kama vile hufanywa katika Star Trek, wanapotoka moja mahali kwa mwingine.

Ann: Hazivunjwi. Uelewa wenu wa kuvunjika ni tofauti sana na wetu.

D: Kuhamishwa kwa molekuli?

Ann: Itakuwa kwa njia ya nishati ya fikra. Mtaelekeza upya nishati. Lakini mmechagua kutokuelewa hili kwa sasa.

D: Lakini tutaweza kufanya hilo wakati DNA itakapobadilika?

Ann: Sahihi. Itakuwa nyuzi zilizounganishwa kwa duara.

D: Pia tumeambiwa hili litafanya mwili kuwa sugu zaidi kwa magonjwa?

Ann: Hilo ni jambo dogo sana. Halitakuwa tena jambo la kujali.

D: Na walisema pia wanaongeza muda wa maisha yetu.

Ann: Ni milele, ya umilele.

D: Lakini bado itakuwa mwili wa kimwili kama tulio nao sasa?

Ann: Ikiwa mtachagua hivyo.

Nilitaka kufafanua tofauti kati ya mwili na hali ya roho, wakati mwili hauhitajiki tena. Nadhani kama wanadamu, tunapenda kuweka miili yetu kama kwa muda mrefu tuwezavyo. Sisi hushikamana nao baada ya yote, na tungependa kukaa na kile kinachojulikana.

Harriet: (Alikuwa akisikiliza, lakini hii ilikuwa mara ya kwanza alijiunga.) Kutakuwa na faida yoyote katika kutumia mwili wa kimwili?

Nilikuwa nimesimama juu ya kitanda, badala ya kukaa kiti kama kawaida yangu. Ilinibidi kusogeza kipaza sauti kutoka kwa Phil hadi Ann, na hii ilihitaji kunyoosha juu ya kitanda. Ilionekana kuwa ngumu sana, lakini sikujua njia nyingine ya kupata sauti zote mbili. Sasa niliielekeza kwa uelekeo wa Harriet pia. Mimi pekee alitumaini kwamba kinasa sauti kingeweza kuchukua yote mazungumzo. Baadaye, baada ya kunukuu, niligundua kuwa yangu "kisanduku cheusi kidogo" cha kuaminika hakijanishinda. Ilirekodi kikamilifu na kwa uwazi.

Ann: Ndiyo. Itakuwa faida yenu kuweza kujielekeza katika mifumo mingine ya sayari.

D: Kwa hiyo tutahifadhi miili tuliyo nayo sasa.

Ann: Ikiwa mtachagua hivyo.

D: Na itabadilishwa tu. Lakini si miili ya watu wote itabadilishwa kwa njia hii, sivyo?

Ann: Hilo tayari ni wazo na uamuzi wa pamoja. Tayari mmechagua kufanya hili.

D: Vipi kuhusu wale wasioelewa au kuamini hili?

Ann: Wanaelewa. Hawataelewa katika kiwango hiki, lakini watachagua wanaposonga mbele.

Harriet: Unaweza kutupa muda wa mchakato huu utachukua muda gani?

Ann: Muda wenu ni mdogo sana. Hili tayari limefanywa. Ni suala la ninyi kulidhihirisha katika uhalisia wenu.

Harriet: Tutakuwa tunafanya hivi ndani ya muda wetu, kama sisi unaijua sasa? (Ndiyo)

D: Unamaanisha miaka mitano, kumi au ishirini?

Ann: Katika mfumo wenu wa hesabu? Miaka ishirini na miwili.

D: Litakuwa limekamilika kufikia wakati huo?

Ann: Mtaanza. Katika miaka ishirini na miwili mtakuwa mmeunganisha nyuzi zenu kwa duara, na ndipo mtakapoanza kuanzisha mchakato wenu.

Harriet: Je, yeyote kati ya watu ambao wako kwenye mwili sasa hivi kuweza kuendelea hadi hapo?

Ann: Watakuwa wanarudi.

D: Vipi kuhusu sisi tulio katika kizazi cha zamani?

Ann: Utachagua kurudi, ukiamua hivyo. Wewe atarudi na ukumbusho.

D: Lakini je, miili yetu haiwezi kubadilika pale unapoweza kukaa hapa wakati wa mchakato?

Ann: Utaweza kubadilisha kiwango cha ngozi yako kuwa uwezo wa kushughulikia mabadiliko ya sasa katika kiwango cha nishati ya uso wa dunia yako.

D: Kwa sababu, niliambiwa umri hautakuwa sawa na sisi itazame sasa.

Ann: Si.

Harriet: Na kiwango cha ener gy kitakuwa kinaongezeka?

Ann: Sawa.

Harriet: Wale ambao hawawezi kudumisha kiwango hicho cha nishati, wataweza kuchagua kuondoka na kurudi baadaye? Je, hiyo ni sahihi?

Ann: Utachagua kuhama, ukiamua hivyo. Ikiwa wewe chagua kutorudi, hilo litakuwa chaguo lako. Ni tayari mawazo kwa pamoja. Unaonekana huna kuelewa hili.

D: Hapana, hatufanyi, kwa sababu bado tunafikiria mtazamo wa mtu binafsi.

Ann: Hapana, hiyo ilisimama. Hilo ni tatizo lako.

Swali langu nililielekeza kwa Phil ambaye alikuwa kimya kumruhusu Ann kujibu maswali mengi hadi sasa.

D: Je, una lolote la kuongeza kuhusu DNA?

Phil: Tunaweza kusema kwamba kutakuwa na maelezo zaidi katika viwanja vingine. Habari hii itathibitishwa kupitia vyanzo vingine. Tungeomba utuwekee yako ufahamu kwa somo hili, ili wakati vitu ambavyo vinaweza kuboresha taarifa hii ni iliyotolewa na wewe, kama ni iwe katika umbizo lako la habari au umbizo la makusanyiko, uwe kufahamu. Na kisha unaweza kuongeza uelewa wa wengine ambao, kama wewe, wana ufahamu wa kimsingi mchakato unaokaribia kujitokeza.

D: Kubadilika kwa DNA na kuongezwa kwa nyuzi zaidi, hii itaonekana kwa wanasayansi na madaktari? (Ann: Ndiyo.)

Phil: Sasa wanaanza kuelewa, kupitia njia zao za utafiti, athari za jinsi tulivyo kujieleza hapa leo. Mradi wa genome wa binadamu una tu sasa kupewa ladha katika uwezekano, ambayo, kama bado, haijaonyeshwa katika miili yenu ya kimwili. Wapo sehemu nyingi, nyingi za mnyororo ambazo zimekuwa kuainishwa kama DNA "takayo", kwa sababu tu hawana kuelewa kazi yake. Hata hivyo, baadhi ya hii kinachojulikana "Junk" DNA kwa kweli inatumika, na inajieleza. Wapo hata hivyo baadhi ya sehemu ambazo bado, hazijaamilishwa. Sehemu hizi za ziada zitafanya kazi kwa pamoja na wengi ya sehemu ambazo tayari zipo. Ni uboreshaji ambao utaamilisha sehemu nyingi ambayo hapo awali yamekuwa mahali, lakini hayafanyi kazi.

Harriet: Najua mnafahamu sana kuhusu watoto wanaoitwa "Indigo".

Ann: Sahihi. Hao ni walimu wenu. Kuna mabadiliko ya nishati. Miili yao inajijenga upya sasa, pamoja na mabadiliko ya nishati. Viwango vyao vya DNA vinaongezeka.

H: Je, kuna njia nzuri za kukabiliana na hizi ener gies mpya? (Ndiyo) Je, tunawezaje kupata njia bora zaidi ya kufanya hivi?

Ann: Mnazo rasilimali tayari. Maji ni rasilimali kuu kwa watoto wenu.

D: Maji? Kuoga, kunywa?

A: Wapeleke karibu na maji. Uingizaji wa ndani. Je, hiyo ni neno sahihi? Maji ni kusawazisha kwao. Kwa sababu ya ujenzi mpya unaoendelea kwa wakati huu na uwanja wako wa nishati (Alikuwa na ugumu wa kupata ijayo neno. Aliendelea kuanza kitu ambacho kilisikika kama: karibu ...karibu ...).

D: (Nilijitolea) Circuitry? (Hapana)

H: Mzunguko?

Ann: Waweke karibu na maji. Kunywa maji. Maji ni uwiano kwao. Kwa sababu ya mabadiliko yanayoendelea katika uwanja wa nishati unaozunguka sayari yenu, kuna mkanganyiko kwa baadhi yao. Wamekuja hapa kwa ufahamu wa juu na mtetemo wa juu zaidi. Ni kwa sababu ya muundo wa nishati unaozunguka sayari yenu kwamba wana wakati mgumu kuunganika sasa. Lakini walijua hili lingetokea.

D: Lakini walimu wengi hawaelewi watoto hawa.

Ann: Huwezi kutarajia waelewe. Wao ni wachache katika uelewa wao wa kimwili na kihisia.

D: Lakini wanawaweka kwenye dawa, ambazo tunahisi zinaweza kuzuia uwezo wao.

Ann: Wale wanaopewa dawa wanaelewa wanaweza kuzishinda athari zake. Huwezi kuwadhuru. Ni chaguo lao binafsi.

D: Ah, hiyo ni nzuri! Kwa sababu hatutaki wawe kujeruhiwa.

A: Huwezi kuwadhuru. Ni chaguo lao binafsi, hata watu hawa wanaokuja na ufahamu huu. (Sitisha) Maswali yako yalikuwa machache sana. Tumeona kwamba umekuja na maswali mengi huko nyuma. Hiyo maswali yako muda huu ni machache sana.

D: Hiyo ni kwa sababu hatukuwa tayari kufanya hivi, na sisi walikuwa wakijaribu kuzingatia vitu vichache tu kwa wakati mmoja.

A: Utapokea taarifa kidogo tu, tunapohisi hivyo unaihitaji kwa muda uliopo katika maisha yako. Hatuwezi badilisha mkondo wako. Unabadilisha mkondo wako mwenyewe. Tunaweza kukusaidia kwa swali lolote ulilo nalo. Hatutafanya kukunyima taarifa hizo.

Phil: Kutakuwa na nafasi ya kuendeleza haya vikao vya utafiti, kama tunavyopenda kuviita, kwa sababu wao ni, kwa kweli, kifaa au fursa ambayo, sio tu inaweza unachunguza ufahamu wetu, lakini ili tuweze kuchunguza yako. Tunaweza kusema kwamba sisi sote kwa kila ncha hizi uzoefu kujifunza kutoka kwa kila mmoja. Haijalishi unatumia njia gani kuwasiliana nasi na kuuliza maswali. Ni ni mtetemo wako wa sauti unaoathiri mwili. Haifai haijalishi maneno yako.

D: Sauti yangu, unamaanisha?

A: Sahihi. Haijalishi maneno yako. Daima ni mtetemo wa sauti ambao unaunganishwa.

D: Kwa hivyo lazima nizungumze nao kwa nia ya kuwa tuko tutaunganishwa, na tunaweza kufanya hivi?

A: Sahihi.

P: Tungependa kukushukuru kwa jitihada zako katika kusambaza mabadiliko haya ya fahamu. Tunaona Athari unayo kwenye sayari yako. Wale ambao wana walielekeza mtazamo wao kuelekea uelewa wa juu zaidi, au badala ya kusema, uelewa wa ndege za juu, wana kupatikana katika maandishi yako ya kuvutia sana na rahisi kuelewa namna ya kujadili masuala haya, ambayo baadhi ni quote, unquote, "njia juu ya vichwa vyao". Sisi ningekushukuru, kwa kuwa hujui kuwa matokeo hayo yatakuletea madhara wanapata nishati inayozunguka sayari yako tofauti kabisa, kwa sababu au kama a matokeo ya moja kwa moja ya, juhudi zako. Inazingatiwa na wale wanaotazama kwa mbali, hili mabadiliko katika nishati, ambayo ni wazi kwa wale wako na hisia za kimwili. Hata hivyo, wale viumbe ambao ni kwa kutazama maendeleo yako kwa mbali wamegundua mabadiliko haya. Tunakushukuru kwa ajili ya, si wao tu, wale viumbe ambao wako hawawezi kutoa shukrani zao kwako; lakini pia hasa kwa wale ambao tunafanya kazi na wewe moja kwa moja na viumbe kwenye sayari yako. Kwamba kuongezeka kwa ufahamu ni katika njia ya matamanio ya Mungu. Kutakuwa na kupewa fursa nyingi zaidi mbele ya kila mmoja wenu katika hili chumba kuwa na mwisho, au pengine, uzoefu wa mwisho. Hiyo ni kusema, mpito wako wa kurudi nyumbani. Kila mmoja wenu ndani chumba hiki kina mengi ya kufanya. Huna haja ya kuwa na wasiwasi kuhusu masuala yoyote ya mpito, kama muda na utaratibu huu ulivyo za kuondoka, zinashughulikiwa na mamlaka yenye uwezo zaidi.

D: Niliambiwa nitakuwa karibu kuona mambo haya yakitokea.

Ann: Utakuwepo.

P: Kutakuwa na mambo mengi ya ajabu ambayo kila mmoja wenu atafanya uzoefu kabla ya kazi zako kukamilika. Tunakushukuru tena kutoka kwa sisi hapa, na wale ambao hawawezi kuwa hapa.

Alipoamka, Ann alichanganyikiwa sana na mwenye huzuni. Hakuwa na kumbukumbu kabisa ya kwenda chini, na Hapana kumbukumbu ya chochote kilichotokea. Phil alikuwa na maoni machache kuongeza kabla ya mkanda kuisha. Nikawasha tena kinasa sauti kurekodi haya.

D: Ulisema ulihisi kuna njia mbili tofauti, na sio kundi moja.

P: Nadhani hii labda ni kwa sababu vyanzo vyetu vya juu, kwa ngazi fulani, zote zimeunganishwa pamoja. Namaanisha ni sawa na chanzo cha mwisho, lakini kwa kiwango chetu hapa chini inahisi mtu binafsi. Nilihisi Ann alipokuwa akijiandaa kusema kitu, na sikuweza kuzungumza kwa wakati mmoja.

D: Hiyo ndiyo niliogopa kutokea. Ungependa wote wawili anza kuongea mara moja, na usijue kuwa yule mwingine alikuwa akizungumza. Mlikuwa mkiendelea na mawazo ya kila mmoja na kuongeza kwake.

Ann alisema kwamba aliposikia sauti yangu, hakuweza endelea kukesha ingawa nilikuwa nikizungumza na Flp. Hivyo iligeuka kutoka kwa mafanikio, ingawa haikutarajiwa. Kulikuwa na habari zaidi katika kipindi hiki. Imekuwa kuingizwa katika sura zingine.

Sura ya 23

KIUMBE MWINGINE WA NISHATI

Kipindi hiki kilifanyika katika maficho ya siri kaskazini mwa Minnesota mnamo Oktoba, 2001, na kundi la watazamaji wa mbali. Wanafanya kazi na wengine kote Marekani kukusanya taarifa kupitia mbinu ya utazamaji wa mbali. Wanajua wanafuatiliwa na mawakala wa serikali wanaojaribu kila wakati kugundua ni kiasi gani na nini wanajua. Pia wanajua simu zao zinasikilizwa. Tulijua hili walipiga simu kupanga mkutano huu na kundi lake. Takriban mara moja kwa mwaka, kundi hukutana mahali pa faragha kulinganisha taarifa na kupanga mikakati. Mkutano huu ulifanyika katika hoteli ya mapumziko kando ya ziwa ambayo ilikuwa imefungwa kwa majira ya baridi. Tulikuwa peke yetu pale, isipokuwa wamiliki waliokuwa pia wanaendesha baa katika eneo hilo. Siku moja kabla ya mikutano kuanza, walipokuwa bado wakipanga vifaa na mahitaji mengine, watu wa kutiliwa shaka walijitokeza wakiuliza maswali yasiyo ya kawaida. Hivyo walihisi kuwa huenda serikali ilijua walikuwa na mkutano. Wanaonekana kuzoea hali hii na hawairuhusu iwavuruge. Walisema wamejaribu kufanya kazi na mashirika ya serikali kwa kuwapa taarifa wanapohisi kuna jambo litatokea. Hayo ndiyo maelezo mengi ninayohisi salama kusema kuhusu wao. Minnesota inajulikana kama nchi ya maziwa 10,000, hivyo itakuwa vigumu kubaini eneo lao hasa. Najaribu kulinda utambulisho wa washiriki wangu kadiri niwezavyo.

Mahali palikuwa patupu sana. Baada ya kuzungumza katika kundi la MUFON mnamo Oktoba, 2001, tuliruka kutoka Minneapolis kuelekea kaskazini kwa ndege ndogo. Kisha tuliendeshwa zaidi ya saa moja hadi kwenye hoteli ya ziwa. Kulikuwa na baridi na theluji ilinyesha tulipokuwa huko. Baada ya mkutano, tuliruka kurudi Minneapolis kwa ajili ya mkutano wa WE (Walk-ins for Evolution).

Hii ilikuwa wiki chache tu baada ya mashambulizi ya Septemba 11 huko New York na Washington DC. Wakati wa mkutano wa WE, Marekani ilishambulia Afghanistan kwa kisingizio cha kumtafuta Bin Laden. Hivyo zilikuwa wiki zenye mvutano mkubwa na mashaka mengi. Ningeweza kuelewa kwa nini kundi lilikuwa makini sana. Kiongozi wao amenipigia simu mara kadhaa baada ya hapo kunijulisha matukio waliyoona yanaweza kutokea, ili niweze kufuatilia kazi yao. Falsafa yao ni kujaribu kubadilisha matukio yaliyotabiriwa au kuyazuia yasitokee kupitia ushawishi wa akili ya pamoja.

Kikao hiki kilifanywa na mmoja wa wanachama katika hoteli hiyo. Nilitumia mbinu ya wingu na Laura, na aliposhuka, hakujua yuko wapi, lakini haikusikika kama maisha ya zamani. Angalau si duniani. Alikuwa akipata hisia za ajabu zaidi kuliko mandhari halisi.

L: Ni kama jua linaangaza juu ya kitu chenye kung'aa. Ni vivuli vya mwanga na maumbo tu. Ilikuwa kama jua linagonga kioo kwa pembe fulani, na nilikuwa naliangalia kutoka upande wa tambarare. Na sasa ni giza lote.

Niliuliza maswali kadhaa kumwelekeza na kuruhusu picha zijitokeze. Alidhani yuko ndani badala ya nje, kwa sababu alihisi amezungukwa. Aliona sehemu za vitu kadhaa visivyojulikana kwake. Kisha mistari, iliyonyooka na iliyochongoka. Mishale ya mwanga. Kisha michezo ya mwanga, na picha zilizowekwa juu ya nyingine kama picha mbili juu ya moja. Laura aliendelea kwa dakika kadhaa akiona maumbo ya kijiometri, ikiwa ni pamoja na almasi zilizopangwa juu ya nyingine, na rangi, lakini hakuna kilichoeleza mahali alipokuwa. Kisha kwa kushangaza akasema: "Nadhani niko ndani ya mashine fulani! Au ninaangalia mashine. Sasa ninachoona ni kitu kama dirisha. Lakini siwezi kuona kupitia humo. Kuna mwanga mweupe sana nyuma yake. Lakini mwanga hauumizi macho yangu."

D: Dirisha lina umbo gani?

L: Ni duara kabisa. Labda yale niliona mwanzo yalikuwa vibano vilivyoshikilia dirisha. Mwanga niliouona ukipenya dirishani ulikuwa kutoka ndani ya mashine. Sasa niko ndani ya mashine. Na nimezungukwa tu na mwanga. Ni kama uko kando yangu. Kama mviringo wa utukufu? Ila uko kwenye kuta zote na kila mahali. Wakati mwingine mwanga huja na kunizunguka kabisa na wakati mwingine huwa tu mduara au silinda kunizunguka. Nimehamia ndani zaidi ya mashine. Sasa mwanga ni wa zambarau hafifu.

Nilitaka kupata taswira ya mwili wake, hivyo nikamwambia aelekeze mawazo kwenye miguu yake. "Nahisi miguu yangu, lakini siioni. Sidhani kama nina mwili. Niko hapa, lakini... hakuna miguu, hakuna mikono. Niko tu hapa. Sidhani kama kuna mwili, bali ni mimi tu."

Hili limetokea mara nyingi, hivyo halikunishangaza. Nilihitaji tu kuuliza maswali sahihi kwa aina hii ya kiumbe.

D: Mashine nyingine inaonekanaje? Unapata hisia gani nyingine?

L: Nahisi muundo kwenye kuta. Najua ni za metali, lakini hazionekani wala kuhisi kama metali. Na kuta ziko katika umbo la almasi zilizounganishwa juu na chini.

Hizi huenda zilikuwa zile almasi alizoona mwanzo bila kuelewa.

D: Je, unajisikia vizuri mahali hapo? Unahisi kama ni pa nyumbani?

L: Ndiyo. Ni mashine ndogo. Ninazuiliwa ndani yake ninapoingia. Na nahisi dunia ni rangi. Mwanga mwingi wa rangi duniani na mimi ni mwanga wa rangi. Rangi hubadilika ninapoitikia mazingira yangu. Mwanga na giza. Sasa tuko gizani, lakini huenda kwenye mwanga mweupe, mwanga wa zambarau, mwanga wa manjano.

D: Ningependa tujue zaidi kuhusu mahali hapa na kugundua lilipo. Ungependa kutoka nje ya mashine na kuiangalia kwa nje?

L: Ndiyo, ningependa kuona ni nini.

D: Inaonekanaje kwa nje?

L: Tena najua ni ya metali, lakini haionekani hivyo. Inaonekana kama plastiki nyeusi. Lakini najua ni ya metali. Ni ya umbo la silinda, na juu yake kuna ncha kama koni. Inaonekana ni ya kubana kidogo, si kunikandamiza bali kunizuia tu. Nilijaza nafasi yake, lakini kulikuwa na nafasi ya kusogea.

D: Iko wapi?

L: Sijui ninachoona sasa. Naiona katika... kama njia ya juu kuizunguka. Niko juu yake. Nahisi kama ni chombo au kifaa cha usafiri. Sasa ninapopata picha wazi zaidi, najua ni hivyo.

D: Ikiwa ni chombo fulani, kinakusafirisha wapi?

L: Popote. (Anacheka) Kipo mahali pana zaidi, lakini nahisi eneo pana tambarare karibu na sehemu ya kupakia, na kuna mwendo, lakini si mwingi. Si mahali palipojaa watu. Na kuna kitu kinachopaa moja kwa moja juu.

D: Kuna watu wengine karibu?

L: Ndiyo, lakini si wengi. Ni maumbo tu, na nahisi wamevaa sare. Si maumbo ya binadamu, ni maumbo tu.

D: Wana rangi tofauti pia?

L: Wanaonekana kijivu au giza tu, lakini nadhani ni kwa sababu wamevaa kitu.

D: Wanafanya nini?

L: Wanafanya kazi zao. Ningesema ni eneo la kupakia. Ni wafanyakazi tu.

D: Kazi yako ni nini?

L: Mimi ninaendesha chombo. Hapo nahisi ni nyumbani.

D: Sehemu unayoendeshea inaonekanaje?

L: Ni chombo chote. Ninaingia ndani yake na hufanya kile ninachotaka kifanye.

D: Hakuna vidhibiti?

L: Ni kwa akili.

Hii haikuwa mara yangu ya kwanza kusikia kuhusu dhana hii. Katika kitabu changu L egacy F rom the Stars, kulikuwa na mifano ya watu wa nje ambao walikuwa wameunganishwa kwenye meli. Wao walidhibiti meli kupitia akili na misuli yao majibu. Vyombo hivyo vilikuwa vya kimwili zaidi, ambapo hii moja ilisikika sawa na aina mbalimbali za nishati; kwa sababu yeye haikuonekana kuwa na mwili wa dutu.

ET nyingi pia hudhibiti ufundi wao kupitia akili zao. Akili ya kikundi ina nguvu sana.

L: Lakini chombo ni chembamba. Si kama ndege kubwa ya mizigo duniani. Ni kama koni ndefu, kama penseli iliyo mviringo na ndefu yenye ncha kali.

D: Wewe peke yako unakitumia?

L: Ninapata hisia kuwa mimi ndiye, ndio. Wakati mimi kuchukua meli, mimi pekee. Naendesha shughuli. Sio safari za kweli, lakini sifanyi kusafirisha mizigo. Si kama lori au kitu hapa. Sipati hisia wazi ya kile ninachofanya ninapoenda. Nina kusudi kwenda. Peana ujumbe, kufanya kitu, lakini ninajaribu meli. Ninachukua meli na kwenda.

D: Je, unampelekea mtu ujumbe? Je, ndivyo ulivyo maana?

L: Kuenda kwangu tu ndio ujumbe. Ni vigumu sana kueleza. Hata mimi sielewi kabisa maana yake.

D: Jione mwenyewe ukifanya. Je, wewe tu kupata katika t ufundi na fikiria wapi unapaswa kwenda?

L: Ndiyo, hivyo ndivyo kinavyofanya kazi. Mahali ninapoona kimeegeshwa si nyumbani kwangu, lakini ni mahali ninapokuja mara nyingi. Wengine kama mimi pia huja. Ndiyo maana kuna eneo la kupakia linalolingana na chombo. Kinaingia kwenye pete, kisha kuna jukwaa kuzunguka. Ndiyo maana wale maumbo walivaa mavazi na hawakuonekana kama mimi. Hapa si nyumbani kwangu.

D: Hebu tuone mahali unapokuja kutoka. Unarudi hapo kwa urahisi. Nyumbani kunaonekanaje?

L: Mwanga. Mwanga mwingi. Mwanga laini sana wa rangi zote.

D: Unaenda huko kwa chombo?

L: Sikuenda kwa chombo. Nilienda tu.

D: Hakuna kitu cha kimwili?

L: Sioni. Sisi sote ni mwanga.

D: Kuna viumbe wengine?

L: Nahisi ni mimi wote, lakini kuna sehemu yangu inayokwenda. (Anacheka) Lakini mimi wote niko nyumbani. Na ni hisia nzuri sana.

D: Kwa nini itabidi uende kwenye ufundi t basi? Ulisema wewe usijisikie una mwili.

L: Wanahitaji chombo. Mahali ninapoenda wanahitaji kukiona. Naweza kusafiri bila chombo, lakini wanahitaji kukiona.

D: Kwa nini wanahitaji kuiona?

L: Wao si viumbe wepesi bado, lakini wanaielewa baadhi. Na kwa faraja yao, mimi hutumia ufundi ninapoenda mahali hapo na maeneo kama hayo. Na wanastarehe kuona ufundi ukiingia na mwanga ukitoka. Ni haileti maana kwangu, lakini ndivyo walivyo starehe nayo.

D: Kwa hiyo wanakuona kama mwanga wa rangi?

L: Wananiona kama kiumbe mwepesi, lakini wanahitaji kuona hilo ufundi. Kwa nini, sihitaji. Kama, nilienda nyumbani na nimerudi kwenye ufundi sasa. Niliporudi nyumbani, nilihisi vizuri. Ilikuwa mwanga mkubwa tu nilienda nyumbani. Lakini nilihitaji ufundi njoo hapa.

D: Kwenye mwanga huu unaozingatia nyumbani, hakuna kitu kimwili? Nyumba au kitu kama hicho?

L: Hapana, ninapata tu hisia ya mwanga huu unaoelea. Na mimi kupata maana ya "sisi". "Sisi" ni nyepesi.

D: Kama kuna zaidi ya mmoja wenu mahali hapa?

L: Ndiyo. Lakini sisi ni misa moja tu. Nami naondoka kisha nakuja nyuma. Ninapoondoka, mimi ni mimi. Ninaporudi, sisi ni sisi.

D: Nyinyi nyote ni sehemu ya kitu kimoja basi. (Ndiyo)

Niliamua kumsogeza mbele hadi siku muhimu wakati kitu kilikuwa kinatokea. Ingawa sikuweza kufikiria nini itazingatiwa kuwa muhimu kwa kiumbe cha nishati. Bado, mimi ilibidi nifuate utaratibu ambao umenifanyia kazi vizuri kwa miaka mingi.

D: Nini kinatokea? Unaona nini?

L: Inahusiana na sisi kuwa mimi na mimi kuwa sisi. Na inahusiana na kuwa na meli kwa wengine watu. Kwa ajili ya faraja yao, kwa ustawi wao. sina budi kuwa na meli. Lakini kwangu, ni kuwa mimi tu na sio sisi na sisi sio mimi. Na ninapata kwamba sio siku moja mahususi, ni dhana nzima hiyo.

D: Lakini ulisema umetumwa kutoa ujumbe.

L: Ndio, na wakati mwingine mimi hukaa mbali kwa muda mrefu, mahali nilipo inatakiwa kwenda kwa ujumbe. Hivyo ndivyo walivyokuwa kujaribu kuniambia. Hiyo ndiyo ninajaribu kuona.

D: Unamaanisha nini?

L: Mwili huu ni meli yangu sasa. Na niko hapa kwa ujumbe. Kwa sababu.

D: Duniani, unamaanisha?

L: Ndiyo. Mwili huu wa Laura. Na kwa kiwango cha faraja ya hii wakati na mahali, lazima niwe ndani yake. Na lazima niwe mimi. I hatuwezi kuwa sisi. Na mimi nina raha na hilo. Ninapenda kuwa mimi, lakini ninakosa sisi.

D: Je, ndivyo inavyokuonyesha; kwamba wakati mmoja, ulikuwa sisi?

L: Ninaambiwa ilikuwa njia ya kunionyesha chekechea kwamba hii ilikuwa mojawapo ya sababu, au kueleza kwa nini niko hapa. Jinsi ilivyotokea.

D: Ilifanyikaje?

L: Niliitwa hapa. Nimekuwa hapa mara nyingi, lakini hii muda nilioitwa hapa.

D: Unamaanisha nini?

L: Nilihitajika. Ilibidi nije. Walinitaka. Sivyo mtu mwingine yeyote. Walitaka nije. Na ni sana kazi muhimu. Na itakuwa kazi ndefu. Sikuweza kuja na kwenda tu. Ilinibidi kuchukua chombo hiki na kuja hapa.

D: Unamaanisha, ulikuja hapa Duniani kufanya kitu ambacho itachukua muda mrefu?

L: Ndiyo. Na itakuwa ngumu, lakini ningeweza kuifanya. Na walihisi kwamba mimi pekee ndiye ninayeweza kufanya hivyo. Ninapaswa kubadilisha mambo. Ni hila sana. Na ni aina ya garbled wote. Lakini sayari chombo kinahitaji usaidizi. Na sayari iliniita, pia. The chombo kinachoifanya sayari hii kuwa na uchungu na uchungu na kuumia. Kwa hivyo ninafanya kazi na sayari. Ninafanya kazi na chombo hicho. Na watu kwenye sayari wana uchungu na uchungu na kuumia. Nilikuja kusaidia. Najua jinsi ya kubadili mambo haya. Najua jinsi ya kazi juu yao.

D: Katika maisha yako mengine, ulikuwa unafanya kazi sawa?

L: Ninaifanya wakati wowote ninapohitajika.

D: Kwa hivyo katika maisha mengine, umefanya kazi sawa ya kujaribu kusaidia sayari?

L: Ndiyo. Wakati huu ni mbaya ingawa.

D: Unasaidiaje sayari?

L: Ninasawazisha nguvu. Ninajaribu kuunda na kuunda nishati ya Dunia na watu. Ni kama kuchonga. Hali ya hewa, anga. Yote ni picha moja kubwa sehemu nyingi. Na ni kama ... kutengeneza vichungi vya chuma na sumaku, kama picha za watoto wadogo. Na unajaribu kutengeneza chuma huweka picha nzuri na sumaku. Na Ninajaribu kushikilia faili hizi zote za chuma pamoja. (Cheka) Kujaribu kuwafanya kuweka picha nzuri. Hivi ndivyo sayari nzuri. Badala yake, majalada yanaendelea kutoweka wenyewe. Wanaendelea kutangatanga, wanaendelea kupotea, shika kupata matatizo. Na ni kazi ngumu.

D: Lakini inaonekana ulijitolea kufanya hivyo, sivyo?

L: Ndiyo. Mtu huyu, mwili huu ulitaka kujua kwa nini ilikuwa kuitwa hapa. Na hii ndiyo sababu aliitwa. Ili kusaidia Dunia. Ili kuwasaidia watu. Ili kusaidia anga.

Alikuwa amegeuka lengo. Hii kawaida ilimaanisha kwamba nilikuwa sasa wasiliana na ufahamu wake mdogo au hali yake ya juu. nilikuwa na haijaulizwa itoke bado, lakini mara nyingi inachukua nafasi na anaingia kwenye kikao peke yake. Ninakaribisha hii kila wakati, kwa sababu najua ninaweza kupata majibu ya maswali yake yote mawili na yangu.

D: Mahali hapa alipotoka, unaweza kumwambia ni nini ilikuwa? Mahali alipopaita nyumbani.

L: Ni Mmoja. Yule Mmoja. Ambapo yote ni yote.

D: Lakini alikuja hapa kusaidia Dunia.

L: Siku zote msawazishaji wa nishati. Kwa muda mrefu, ndiyo. Yeye ni mzuri sana na ulimwengu ulijua kuwa yeye ndiye moja ambayo inaweza kusaidia. Watu wengi huja kwa masomo. Wao njoo kwa chochote. Alikuja kusaidia. Sayari iliita, ulimwengu ulimwita.

D: Lakini katika maisha haya, yeye pia anajifunza masomo, sivyo? Hiyo ni sehemu ya uzoefu wa mwanadamu?

L: Ndiyo, amejifunza masomo ya kuwasaidia wengine kujifunza yao masomo. Saidia kila wakati, saidia kila wakati.

D: Tunapoishi Duniani, tuna tabia ya kuunda matatizo na kisha kuunda k arma.

L: Ndiyo, watu hufanya hivyo. (Chuckle) Na kuna roho ambazo wamekuwa wakifanya hivyo sana, na pia amekubali kusaidia roho hizo kujifunza jinsi ya kusawazisha karma yao ndani maisha moja. Yeye si kuwa hawakupata up katika karma mwenyewe kwamba ingemfanya ashikwe hapa. Anaendelea vizuri. Yeye anakumbuka. Haijalishi nini kitatokea, anaweza kusawazisha karma. Na amekuwa akifanya hivyo hata kabla yake kumbuka alijua jinsi ya kufanya hivyo. Yeye huhifadhi hiyo kumbukumbu vizuri, lakini yeye ni mzee. Amefanya hivi mara nyingi.

D: Na hiyo ni vigumu sana kuishi miongoni mwa wanadamu, na sivyo tengeneza k arma.

L: Anaheshimiwa sana na sisi kufanya hivyo. Yeye ni mmoja wa wachache ambao hawana. Na maisha haya yamekuwa magumu yake. Lakini alikumbuka mapema na anakumbuka vizuri, na anakumbuka mengi sasa. Tunahisi ni wakati. Alitaka kujua. Alikumbuka zaidi kuliko yeye alitaka kukiri, lakini kwa sababu tu alikuwa kusikiliza kila mtu akimwambia haikuwa hivyo. Na sisi nataka ajue ni hivyo. Kumbukumbu zake ni sahihi.

* * *

Laura pia alitaka kujua kuhusu malaika, lakini inaonekana wao ni aina tofauti ya chombo.

D: Laura, mwili hapa, ulikuwa ukitaka kujua kuhusu malaika. Je, unaweza kumwambia kama kuna mambo kama hayo?

L: Kuna malaika. Amekuwa akifanya kazi nao wengi maelfu na mamia ya maelfu ya miaka. Yeye ni wamekuwa wakifanya kazi nyingi nao. Ana malaika maalum ambayo anafanya kazi nayo.

D: Je, hawa ni viongozi au walezi wake?

L: Ana hizo pia, lakini ni vitu tofauti. Waelekezi au walinzi ni watu, watu ambao amewajua maisha mengine na maisha haya, ambayo yamerudi kumsaidia kupitia wakati huu. Malaika wake wamekuwa pamoja naye yote. Kupitia maisha yote kwenye sayari hii na baadhi ya wengine.

D: Alikuwa akifikiri kwamba malaika alikuwa kitu ambacho kilikuwa kushikamana na Dunia. Sidhani hiyo ni sawa, sivyo?

L: Nadhani anachanganya malaika na baadhi ya ulinzi vyombo vya Dunia vinavyoishi katika anga ya juu. Wao kukaa karibu na Dunia kwa sababu hiyo ni kazi yao. Na anafanya kazi karibu sana na baadhi ya wale walio na kazi ya kusawazisha; katika sehemu hiyo ya kile alichokuja. Lakini kuna mengine malaika wanaoenda popote roho zinakwenda. Nafsi hizo kuwafanya wanadamu na vyombo vingine. Alikuwa anashangaa kama malaika huja katika miili ya wanadamu. Na hawafanyi hivyo. Wao ni viumbe tu anaowaita malaika. Na wapo baadhi ya viumbe hao wanaofanya kazi naye, na mmoja ndani hasa ambaye amefanya kazi naye wakati huu wote. Yote haya mamia ya maelfu ya miaka. Tangu wakati yeye ilianza kuwa mwili, hadi sasa. Wamefurahishwa sana na kazi yake pamoja nao. Lakini anahitaji kukumbuka kuna zaidi ya malaika tu anaowaita malaika walinzi. Anahitaji kukumbuka mengine yote malaika katika kazi yake ya huduma, kama anavyoiita. Anahitaji kuwakumbuka na kuwasifu na kuwashukuru kwa kazi yao na kwa waombee nguvu zao na ustawi wao na wao nguvu.

D: Hilo lilikuwa swali lake jingine. Nini yeye lazima au angeweza kuwafanyia?

L: Anahitaji kukumbuka kuhusu wito mkubwa zaidi. Yeye anajua kuhusu wito wa kusaidia watu na kusaidia roho zinazoletwa kwake kusaidia kupitia zao uzoefu. Lakini anahitaji kukumbuka kuwa yuko kufanya kazi na nguvu hizi zote katika anga na harmonics ya binadamu. Nguvu ambazo watu wote ni kuweka nje, na sayari nishati. Na kuna Malaika kumsaidia kwa hilo. Na kusaidia wengine wanaofanya kazi sawa kwa kiasi fulani. Kuna wengine wanafanya kazi Nishati ya ardhi. Wengine hufanya kazi kwa nguvu za kibinadamu. Na wengine wanaofanya kazi kwenye nishati ya anga. Yeye ni pekee ndiye anayefanya kazi zote tatu.

D: Hiyo itakuwa kazi ngumu kuliko kufanya kazi kwa aina moja tu.

L: Ndiyo. Inachukua mengi kutoka kwake. Mara nyingi anashangaa kwa nini yeye hajalala vizuri sana. Na hiyo ni sababu moja. Ana shughuli nyingi kwenye ngazi hiyo nyingine na inamfanya awe macho. Yeye hana kujisikia uchovu na hiyo ni kwa sababu tunajaribu kuhudumu yake ili kumuweka hai ili kumuweka sawa.

D: Kwa hiyo anafanya mambo mengi anapofikiri anafanya kulala.

L: Anazifanya kila wakati. Inaonyesha katika maisha yake kwa sababu ana kimetaboliki ya chini sana. Na kiwango cha chini cha nishati. Anasonga polepole, anaongea polepole kidogo. Kulala sana marehemu na hiyo ni kwa sababu yuko busy sana kwenye kiwango hiki kingine. Na huathiri mwili wake kwa njia hiyo.

* * *

Katika kazi yangu katika miaka michache iliyopita, nimepata zaidi na watu zaidi wanafahamu asili ya nafsi zao na kusudi lao la kuwa hai kwa wakati huu. Ni inaonekana kwamba sasa ni wakati wa yote kufunuliwa yao. Ni wakati wa kufahamu kwa uangalifu.

Sura ya 24

UKIFIKIRI, UNAUMBA

Richard, mwalimu wa shule, alishuka kutoka kwenye wingu na kuona watu wakimkaribisha juu ya uso wa mahali hapo. Walikuwa wakimkaribisha kurudi. Alidhani ni sayari nyingine. Hakika haikuwa Dunia. "Inahisi tofauti. Ni yenye amani sana, sana. Watu ni wema sana. Ni kama familia yangu." Watu hao walifanana na viumbe wa kibinadamu, wakiwa wamevaa mavazi marefu yanayotiririka. Yeye alikuwa amevaa vazi la zambarau, na hawakuwa wanawasiliana kwa maneno, "Tunabadilishana mawazo kwa njia ya telepathia."

D: Je, unahisi kama una umbo thabiti au la kimwili?

R: Kwa kiasi fulani ni wa kimwili, lakini pia ni mwepesi sana.

Aliguswa kihisia na kuanza kulia aliposema ilihisi kana kwamba alikuwa ameondoka kwa muda mrefu.

R: Wananiuliza imekuwaje. Nilipata uzoefu wa aina gani. Ni kama kuchukua kazi. Kuchukua jukumu. Nimekuwa mbali kana kwamba niliondoka safari ndefu.

D: Kwa nini uliamua kurudi?

R: Kwa sababu ni wakati wa kurudi. Ili tu kuburudisha nguvu zangu, na kukumbuka nilikotoka.

D: Umekuwa wapi?

R: Zaidi kwenye sayari ya Dunia. Hilo limekuwa jukumu langu kwa angalau miaka laki moja iliyopita.

D: Kwa hiyo umekuwa Duniani kwa muda mrefu.

R: Ndiyo, maisha mengi. Kurudi tena na tena.

D: Kwa nini ulilazimika kuendelea kurudi?

R: Kwa sababu hiyo ni sehemu ya kazi.

D: Na ulisema sasa umerudi kubadilishana taarifa?

R: Ndiyo, kuburudisha kidogo tu, nadhani. (Analia)

D: Je, mwili wa kimwili unaacha kuwepo ukiwa huko?

R: Hapana. Unabadilisha tu mzunguko wake wa nishati.

D: Basi huu ni mwili wa kimwili wa Richard?

R: Ndiyo, lakini katika mzunguko wa juu zaidi.

D: Kwa hiyo unaweza kwenda mahali hapo wakati wowote unapobadilisha mzunguko? (Ndiyo) Hii kawaida hutokea lini?

R: Labda usiku wakati mwingine. Wakati wa usingizi wangu.

D: Kwa hiyo Richard hafahamu mambo haya kwa makusudi? (Hapana) Je, mahali hapa ni mahali pa kimwili?

R: Ndiyo, kwa namna fulani, lakini pia iko katika mwelekeo mwingine. Wakati mwingine inahisi karibu ni ya kimwili, lakini kuna vipengele ambavyo ni tofauti. Nyepesi zaidi, vinavyotiririka kwa uhuru zaidi, rahisi kusonga. Ninaweza kuumba kwa urahisi zaidi kwa kutumia taswira ya mawazo.

D: Unaumba nini?

R: Maumbo, nishati, muziki, rangi.

D: Je, unaumba vitu hivi kwa ajili ya mwelekeo huo?

R: Sehemu yake, lakini sehemu nyingine ni kuumba uzoefu katika viwango vya chini. Unaposhusha mtetemo, basi inakuwa umbo.

D: Kwa hiyo kile unachoweza kuumba huko kinabaki, au kinatoweka?

R: Hapana, kinabaki. Kinachukua umbo. Sijui jinsi ya kueleza. Sijui njia nyingine ya kueleza.

D: Unapoumba, unafanyaje?

R: Kwa kufikiria tu kuhusu hilo. Kisha kushikilia wazo hilo. Halafu kulileta kutoka viwango vya juu hadi vya chini. Na unapofanya hivyo, unashikilia nia, kisha ghafla, kinajitokeza. Na kiko hapo!

D: Nashangaa kama kuna njia watu walioko katika mwili wa kimwili Duniani wanaweza kutumia uwezo huu?

R: Ndiyo, ingekuwa vizuri. Wangeweza kufanya kwa kufanya kazi pamoja na kupatana kama kundi. Kujitolea kwa jukumu hilo. Kufanya ahadi fulani. Kuwa thabiti katika umakini. Kuwa na utayari wa kujisalimisha kwa jukumu. Ni rahisi zaidi kama kundi, lakini pia ni jambo la pande mbili. Kwa upande mmoja kuna mtu binafsi. Huna changamoto zote za kundi, lakini kama kundi una nishati zaidi ya kutimiza jambo kubwa zaidi. Kwa hiyo kuna faida na hasara zote mbili.

D: Nilikuwa nikifikiria, kama unakiunda kwa kukifikiria kiwepo, je, kingetoweka nishati ikiondolewa kutoka kwake? Usipokifikiria tena?

R: Hapana, lazima uendelee kukifikiria. Unaweza kufikiria vitu vingi kwa wakati mmoja, na kudumisha nishati. Kuna makundi makubwa na hata mifumo ya nyota mzima unayoweza kufikiria.

D: Je, unaweza kufanya hili kama mtu binafsi, au unahitaji kundi?

R: Nafikiri ni vyote viwili. Baadhi ya vipengele unaweza kufanya peke yako, lakini pia unahitaji kundi kwa miradi mikubwa.

D: Je, viumbe hawa wengine hukaa huko wakati wote?

R: Baadhi yao hukaa huko wakati wote, ndiyo. Ninapoenda kwenye jukumu, wanashikilia nishati kwa ajili yangu.

Viumbe hawa walimsaidia Richard kutoka upande huo bila yeye kujua kwa fahamu, kwa sababu wakati mwingine husahau akiwa katika mwili wa kimwili. Ni vigumu zaidi kuumba kwenye sayari ya Dunia kwa sababu ya msongamano wa nishati. Aliruhusiwa kujua mambo haya sasa ili asisahau kwa urahisi.

D: Ungeitaje mahali hapa kama ungejaribu kulieleza?

R: Kituo cha nyumbani cha chombo cha nyota. Sijui kuratibu zake ni zipi. Labda miaka ya mwanga kadhaa kutoka hapa. Lakini inachukua dakika chache tu kusafiri, ikiwa unasafiri katika mwili wa mwanga.

D: Je, ni tofauti na upande wa roho, au kuna ufanano?

R: Kuna ufanano.

D: Nafikiria wakati mwili unakufa na roho inaenda upande wa roho. Je, ni sawa na hilo?

R: Ndiyo na hapana. Nafikiri ukipoteza mwili wako kuna... kuna aina fulani ya kukatika. Ninachoelezea ni zaidi kama hatua inayofuata, na hii ni kuweza kuchukua maisha yote na kuyaunganisha katika mwili mmoja, na kuinua tu mzunguko wake kisha kubeba huo pamoja nami. Ni zaidi kama mchakato wa kupaa au chochote ungeita. Unaendelea kuinua na kuinua na kuinua mzunguko. Kifo ni cha kuvuruga kidogo kwa namna fulani. Hili ni la mwendelezo usiokatika.

D: Kwa nini unafikiri kifo ni cha kuvuruga?

R: Kidogo tu. Kinakuvuta kutoka uzoefu mmoja hadi mwingine. Na wakati mwingine watu hupotea kidogo. Lakini hili ni la fahamu sana, la mwendelezo, linalotiririka kwa urahisi, kuinua mtetemo bila kuvuruga fahamu.

D: Wanapoenda upande wa roho, wanarudi tena kama mzunguko. Na hili si mzunguko?

R: Nafikiri hili lingekuwa kama kujikomboa kutoka mzunguko huo. Una chaguo zaidi kuhusu lini unataka kuja, lini unataka kurudi.

D: Kwa nini ungeamua kujaribu Dunia wakati ungeweza kubaki huko ambako ni pazuri sana?

R: Nadhani wakati mwingine napenda kuchukua majukumu magumu.

D: Dunia ni jukumu gumu?

R: Ndiyo, nafikiri hivyo.

D: Wanafanya nini na taarifa unazoleta?

R: Wanazisoma. Wanazikusanya. Nafikiri ni kiwango kingine cha uzoefu ambacho baadhi yao wanakifahamu. Wengi wao hawajawahi kuamua kuishi maisha ya kimwili.

D: Je, unajua wanafanya nini na taarifa wanapozikusanya?

R: Nafikiri ni sehemu ya mradi wa utafiti wa kugundua kama jaribio hilo linafanya kazi kweli. Au kama kuna majaribio mengine yanayopaswa kuanzishwa.

D: Ungeelezaje jaribio hilo la utafiti?

R: (Ananyamaza akitafuta maneno.) Jinsi uungu unavyojifunua wenyewe, kisha kurudi tena? Kupanuka daima na kurudi katika mizunguko. Kuzindua mwelekeo tofauti. Ukuu wote wa uzoefu tofauti.

D: Hizi ni uzoefu za watu wote binafsi?

R: Hapana, ni makundi yote, idadi kubwa ya... kwanza mnapanuka na kujitenga na kuwa sehemu, halafu... unazirudishaje tena?

D: Hili ndilo linaloitwa jaribio la utafiti? Kuwa sehemu hizi zote tofauti. Na wanakusanya taarifa kisha kuzirejesha? (Ndiyo) Je, ni Dunia pekee inayohusika katika jaribio?

R: Hapana, hapana, hapana. Nafikiri ni nyingi.

D: Limekuwa likiendelea kwa muda mrefu?

R: Hapana, nafikiri wanadamu ni kama miaka laki moja, laki mbili. Majaribio mengine yalikuwa marefu zaidi. Wakati viumbe vingine vyote vilikuwa vya kale sana. Hakukuwa na kikomo cha muda kwa chochote.

D: Ndiyo maana ni vigumu kwangu kuuliza maswali kuhusu kitu kinachukua muda gani, kwa sababu haileti maana. (Hapana) Je, wanafikiri jaribio linafanya kazi?

R: Nafikiri tunafanya maendeleo. Kuna mwanga mdogo wa matumaini kwamba linaweza kufanya kazi.

D: Nini kingetokea kama wangefikiria jaribio halifanyi kazi?

R: (Anacheka) Basi unarejelewa upya. Unachanganywa tena na kuunda kitu kipya.

D: Basi nini kitatokea kwa uzoefu wote na taarifa zote zilizokusanywa?

R: Baadhi yake inaweza kupotea, lakini katika mzunguko mkubwa wa mambo, ni sehemu tu ya mkusanyiko wa taarifa. Daima kuna majaribio. Na baadhi ya majaribio yatafanikiwa na mengine hayatofanikiwa. Lakini yote yanachangia kile kinachofanya kazi na kile kisichofanya kazi. Daima ni taarifa yenye thamani. Kwa hiyo unabadilisha hali kidogo na kuboresha kwa umakini, lakini hubadilishi kwa kiasi kikubwa. Unajifunza kutokana na uzoefu kisha unafanya mabadiliko fulani na kujaribu tena.

D: Je, hiyo ni mojawapo ya kanuni, kwamba huwezi kubadilisha kwa kiasi kikubwa?

R: Ndiyo, kwa sababu ukibadilisha vigezo vingi kwa wakati mmoja, basi huwezi kujua. Ni vigumu sana kujua kwa uhakika kile kinachofanya kazi na kile kisichofanya kazi.

D: Kwa hiyo kuna sheria na kanuni fulani. (Ndiyo) Nimesikia kwamba Dunia ni sayari ngumu.

R: Ndiyo, ni mojawapo ya maeneo yenye msongamano mkubwa zaidi. Lakini kwa sababu hiyo pia ina fursa na changamoto fulani. Kwa sababu ni sayari ya hiari huru, mambo mengi wakati mwingine hayawezi kutabirika. Kuna mshangao mwingi.

D: Wakati Richard anaacha mwili, anapokufa, je, anarudi mahali hapo au anaenda upande wa roho?

R: Sidhani kama nahitaji kurudi kwenye kile mnachokiita upande wa roho. Kwa sababu safari hii naweza kuwa, kama nilivyosema awali, ninainua tu mzunguko wangu wa nishati. Kwa hiyo ningerudi kwenye sayari ya nyumbani, bila shaka.

D: Watu wengi wanapaswa kwenda kwenye viwango vya chini. Je, wanaweza kuruka ghafla hadi kiwango hiki kingine ulipo? (Hapana) Je, kuna kanuni fulani kuhusu hilo?

R: "Kanuni" si neno sahihi kabisa, lakini wengi wako katika hali fulani ambazo haziwaruhusu kuruka haraka hivyo. Ingawa uhuru upo, itakuwa vigumu sana.

D: Najua watu wengi wangependa kupita moja kwa moja bila kupitia upande wa roho, ingawa ni mzuri, na kwenda moja kwa moja mahali wanapoweza kuumba.

R: Ndiyo. Lakini lazima ujifanyie kazi sana ili uweze kufanya hivyo. Pia, nafikiri, ni lazima uwe na utayari wa kutoa. Kutumikia. Kuchangia.

D: Je, hilo ndilo lengo lako, kurudi mahali hapo na kubaki huko?

R: Sio lazima kubaki, lakini najua nataka kurudi. Na kama kutakuwa na jukumu lingine, baada ya muda nitatafakari na kuwa tayari kulichukua tena.

D: Ulisema baadhi ya viumbe huko hawajawahi kwenda kwenye jukumu.

R: Ndiyo, lakini wao pia wana majukumu tofauti. Kwa baadhi yao, hilo ndilo jukumu walilochagua.

D: Labda baadhi yao ni kama wakusanyaji wa taarifa na kumbukumbu. (Ndiyo) Na wewe ni mmoja wa wanaoenda kwenye safari na kuzirudisha. (Ndiyo) Mara nyingi nafikiria mashine. Je, wanahitaji kitu kama hicho kukusanya na kurekodi taarifa?

R: Wana kompyuta na vifaa mbalimbali, lakini kwa upande mwingine inahitaji ufahamu wa viumbe au chochote unachotaka kukiita. – Ulipokuwa ukizungumza kuhusu kuumba, kunaweza kuwa na matatizo kwa sababu ya hiari huru. Tuseme una nishati huru. Lakini ukitumia nishati hiyo kuunda bidhaa zisizo sahihi, basi huo ni matumizi mabaya ya nishati hiyo. – Nafsi yake imefanya hili hapo awali. Hata katika nyakati za kale sana. Kwa kweli, ni ajabu kuzungumza kuhusu "zamani". Nafikiri Atlantisi, Lemuria. Alijua kwa kiwango fulani.

D: Alifanya nini katika maisha hayo kwa kutumia nishati?

R: Mambo mengi. Kupasha joto nyumba. Kusafirisha watu. Kujenga vitu. Kuponya. Kudumisha mwili. Inaweza kutumika kwa mambo mengi.

D: Nini kilitokea? Je, alitumia vibaya uwezo huo?

R: Hapana, hakutumia vibaya, lakini alipoteza udhibiti wake. Iliangukia mikononi mwa watu wasiofaa. Hakuwa mwangalifu vya kutosha. Wakati mwingine aliamini kupita kiasi na kuamini kwamba kila mtu ana nia njema sawa. Kwa hiyo nafikiri tunahitaji kuwa waangalifu zaidi na wenye utambuzi.

D: Anawezaje kugusa maarifa aliyokuwa nayo katika maisha hayo mengine?

R: Kupitia kutafakari, kupitia kuzungumza na watu, na kisha kwa kuyafanya tu. Na anapofanya kazi kwa mikono yake na ghafla kitu kinachukua umbo, mwanga wa ghafla utakuja na kusema, "Ah, hii inaonekana kunijia." Nafikiri wakati mwingine ni kwa kuamini tu na kuifanya kweli. Kwa sababu mara nyingi anataka kuwa mkamilifu na kufikiria jambo bora zaidi linalofuata, lakini ni kwa kufanya tu. – Nafikiri kuona mahali hapa ni kunikumbusha nilikotoka, ili nisahau. Na kunijulisha kwamba wananiunga mkono, wananifikiria, wananifunika kwa ulinzi wao.

D: Je, kuna njia yoyote unaweza kuwa na mawasiliano nao katika hali yako ya fahamu?

R: Hatua ya kwanza ni kutafakari. Kisha nafikiri njia itafunguka zaidi. Itafunguka hadi niweze kufanya karibu wakati wowote.

D: Leo tulikuwa tunatafuta maisha ya zamani yanayofaa kwa Richard kuyachunguza. Kwa nini ulichagua kumpeleka mahali pa nyumbani alikotoka? Ulimpeleka moja kwa moja huko badala ya maisha ya zamani.

R: Nafikiri hilo ni muhimu zaidi kuliko taarifa yoyote ya maisha ya zamani, kwa sababu hapo ndipo kituo chake cha msingi kilipo. Nafikiri majukumu tofauti tunayocheza ni sehemu tu ya uzoefu wa jumla. Kilicho muhimu zaidi ni kiini cha asili ya mtu na tulikotoka. Nafikiri wakati mwingine si muhimu sana kukaa juu ya mambo yaliyotokea zamani. Ni muhimu kuzingatia wakati ujao, na kufanya kile kinachohitajika katika wakati huu, ndipo taarifa zinazohitajika zitakuja. Hizo zitasaidia katika mchakato.

D: Kwa hiyo unafikiri kukaa kwenye mambo ya zamani kunatuzuia?

R: Kwa kiwango fulani, ndiyo.

D: Zamani zina umuhimu, na hatutaki ziwe bure. Kwa sababu tunajifunza masomo kutoka humo, sivyo?

R: Ndiyo, tunajifunza. Lakini wakati mwingine ni vizuri pia kuachilia. Na kuziachilia kabisa. Hata kama mambo mabaya yametokea, yaachilie. Ni sehemu ya uzoefu wa kibinadamu kwa kiwango fulani, lakini kwa upande mwingine kuna mengi zaidi.

* * *

Nilimkuta kiumbe mwingine mwenye uwezo wa kuumba nilipofanya kikao na Nicole, msimamizi wa shirika kubwa. Aliingia mara moja katika mahali pa nje ya dunia alipoombwa kueleza mahali pake pazuri. Alijikuta ndani ya pango, lakini halikuonekana kama mahali pa kawaida Duniani, kwa sababu kulikuwa na roho humo ambazo aliwasiliana nazo. "Nawaona roho hawa ninapokuwa na maswali au wanapokuwa na taarifa za kunipa. Naweza kuwaita. Wakati mwingine wanafanya mambo mengine. Nikawaita, wanakuja. Mara nyingi naweza kuwapata hapa." Alieleza roho hawa kama taa nyeupe zinazong'aa.

"Wanaonekana jinsi ninavyotaka waonekane. Wanaweza kuonekana kama watu binafsi. Nawaita 'watu wa mavazi meupe.' Mara nyingi siangalii nyuso zao kwa makini sana. Nawajua kwa mitetemo yao ya nishati."

Niliuliza kuhusu pango hilo alilojikuta ndani yake. "Hili ni mahali nililoumba. Na ninaweza kuja hapa wakati wowote. Nililumba katika akili yangu kwa akili yangu, lakini nililumba katika hali ya kimwili. Lipo katika – mnachoweza kuita – kiwango cha astrali. Ni mahali halisi. Wengine wangelitambua."

D: Lakini roho unaozungumzia, je, zipo katika kiwango cha astrali?

N: Zipo zaidi ya kiwango cha astrali. Ni marafiki zangu. Ni waongozi na washirika. Nawatumia kwa taarifa, urafiki. (Anacheka) Na kwa kukaa nao tu. Wanaweza kufikia taarifa ambazo ni vigumu kwangu kufikia katika umwilisho huu. Sihitaji kwenda pangoni. Naweza kuwasiliana nao kutoka mahali popote.

D: Lakini unapenda kiwango hiki cha astrali kwa sababu kina amani?

N: Kina pumziko.

Ilikuwa wazi kwamba Nicole hakuwa katika maisha ya zamani. Alikuwa akielezea tu mawasiliano yake na waongozi hawa wa roho katika maisha yake ya sasa. "Nimewasiliana nao katika maisha mengine. Tumekuwa washirika zaidi kuliko waongozi kwa kila mmoja." Kisha niliendelea na mbinu ya kurudisha kumbukumbu na kutumia mbinu ya wingu.

N: Ninateleza chini kupitia miti mirefu sana ya misonobari yenye ncha kali sana. Sidhani kama hii ni Dunia! Miti ya misonobari ni mirefu sana, sana, sana. Labda upana wa futi kumi, na ya duara sana. Na ardhi inasogea. Sio imara.

D: Inahisije unaposimama juu yake?

N: Siko katika hali ya kimwili. Sina mwili wa kimwili. Kwa hiyo si lazima nisimame juu yake. Ardhi inasogea tu. Kama kusimama juu ya wingu, lakini ni nishati badala ya matone ya maji.

D: Vipi kuhusu miti, je, ni imara?

N: Hapana, si imara. Hakuna kitu kilicho imara kwa namna unavyotarajia Duniani. Vina umbo, lakini unaweza kupitisha mkono wako ndani yake. Ni vya pande tatu, kama unaweza kufikiria kwamba molekuli zinazounda mti hazijashikamana kwa nguvu kama molekuli za Dunia.

D: Ndiyo maana unaweza kupitisha mkono wako ndani yake. Na ardhi inasogea kwa sababu nayo si imara? (Ndiyo) Na mwili wako ni kama ...

N: Ni zaidi kama mwili wa nishati. Naweza kutengeneza umbo. Navuta tu molekuli pamoja kwa kukaza zaidi. Nina kiasi kidogo cha jambo, lakini ni legevu sana.

D: Kama mtu angekutazama, angeona nini?

N: (Anacheka kidogo) Inategemea nani anayenitazama. Wengine wanaweza kuona kama doa la kijivu. Wengine wataona mng'ao mwingi, rangi mbalimbali zikimetameta. Inategemea kile wanachoweza kutambua. Isipokuwa nikaze molekuli zaidi ili kuunda umbo fulani.

D: Kama ungeamua kuunda umbo, ungeunda nini?

N: Chochote nitakachotaka. Naweza kuunda chochote. Naweza kuunda paka mkubwa. Naweza kujiunda kama nilivyo katika umwilisho wa sasa. Naweza kujiunda kama mwanaume. Naweza kujiumba katika umbo lolote ninalotaka. Ni rahisi sana kufanya hivyo.

D: Kisha kile ulichounda, kingekuwa imara?

N: Sio imara kama uimara wa Dunia, lakini kingekuwa imara kama miti.

D: Basi watu wangeweza kupitisha mkono wao ndani yake?

N: Kama wakichagua kufanya hivyo.

D: Hiyo inavutia. Lakini hivi ndivyo mwili wako unavyoonekana wakati wote katika mahali hapa?

N: Mara nyingi nauacha kama mng'ao wa vimeta.

D: Hiyo inasikika kuwa ya kupendeza. Na dunia hii yote uliyo ndani yake haina umbo maalum?

N: Hapana, haina kwamba haina umbo. Kuna sheria katika dunia hii pia. Kuna vigezo tofauti katika uhalisia huu kuliko Duniani. Vigezo vya kimwili ni pana zaidi. Vigezo vingine ni finyu zaidi. Hakuna nafasi kubwa ya... msamaha — nahisi nimetumia neno lisilo sahihi. Kuna nafasi ndogo zaidi katika mawazo. Ukifikiri, unaumba.

D: Ulisema mahali hapa, dunia hii, si Duniani?

N: Inaweza kuwepo sambamba na Dunia. Nafasi inayochukua inaweza pia kuchukuliwa na Dunia.

D: Zote zinaweza kuchukua nafasi ileile?

N: Bila shaka. Kuna viwango. Unaweza kusema hii iko katika kiwango tofauti. Katika mtetemo tofauti. Sehemu yake inaingiliana na sehemu za Dunia.

D: Ndiyo maana zinaweza kuwepo mahali pamoja, kwa sababu zinatetemeka kwa viwango tofauti?

N: Ndiyo. Zinaweza kuonekana kama zinachukua nafasi ileile kutoka mtazamo wa umwilisho wa Dunia. Nafasi kwa kweli haina mipaka. Kwa kuwa katika kiwango tofauti cha mtetemo, itakuwa isiyoonekana kwa Dunia katika sehemu kubwa ya uwepo wake.

D: Kuna wengine kama wewe wanaoishi huko?

N: Wapo wachache. Hatukutanani mara kwa mara. Naja hapa kuwa peke yangu. Sipo hapa wakati wote. Hapa ni mahali pa kujifunzia kudhibiti mawazo. Na kufanya hivyo bila matokeo makubwa mno.

D: Unamaanisha nini kwa matokeo makubwa mno?

N: Katika maeneo mengi, au viwango, au mitetemo, mawazo ni vigumu zaidi kudhibiti katika kiumbe anayekaa humo. Na hivyo mawazo mara nyingi huumba matokeo yasiyotarajiwa. Matokeo hayo yanaweza kuvuruga mifumo mikubwa.

D: Unamaanisha watu wanaumba vitu halafu vinakuwa...

N: Makosa. Havijakamilika.

D: Hii ni pale vinapoumbwa papo hapo?

N: Hapana. Kila unachofikiri kinaumbwa papo hapo. Katika kiwango hiki kingine ninachotembelea, uumbaji unaonekana mara moja. Kwa hiyo ni mahali bora sana kufundisha mifumo yako ya mawazo. Kwa sababu unafikiri kitu. Mara moja kinaonekana, na unaweza kukibadilisha au kukisahihisha mara moja.

D: Unamaanisha ni rahisi kukidhibiti huko.

N: Ndiyo. Kiwango cha Dunia ni kizito sana. Unaumba kitu, na kuna nishati zinazoingilia ambazo ni nzito sana. Inachukua muda mrefu sana! Dunia ni polepole. Ni nzito. Wazo linaumba kitu, linaenda nje na inachukua muda kurudi. Kufikia wakati linarudi, tayari umeumba vitu vingine. Muda wote huo umepita. Kisha uumbaji huo unakuja na unasema, "Pffft, hilo si nililotaka. Hilo si nililohitaji." Kwa hiyo unalivunja na kuanza upya.

D: Lakini kama ingechukua muda mrefu kutokea, je, usingeweza kuibadilisha kwa urahisi zaidi?

N: Wakati mwingine unaweza. Wakati mwingine huwezi kuifuata hadi mwisho. Ni nzito sana. Huwezi kuidhibiti daima. Nishati za watu wengine hushikamana na uumbaji na kuubadilisha.

D: Hilo linafanya mabadiliko ndani yake. Sikuwahi kufikiria hilo. Haibaki safi. Ushawishi mwingine huingia.

N: Ndiyo. Lazima uiumbe katika mtetemo wa juu sana ili ibaki safi. Ni rahisi sana kufanya mazoezi hapa. Na inafurahisha zaidi. Ni rahisi sana kuumba vitu vya kupendeza.

D: Je, unaweza kuleta kile unachoumba huko hadi katika kiwango cha Dunia?

N: (Anacheka) Hilo lingevuruga sana. Kuwa na chui akikimbia barabarani, kwa mfano. Si sawa.

D: Je, isingekuwa haraka zaidi kama ungeweza kufanya hivyo?

N: Hapana. Kuna mtetemo tofauti wa kuumba vitu katika kiwango cha Dunia unaofanya kazi vizuri zaidi.

D: Nilidhani labda ingekuwa njia ya kupita ule upolepole.

N: Upolepole ni sehemu ya sheria, za kanuni.

D: Lakini unaweza kumwona yule mtu uliyenaye Duniani. Je, uko katika sehemu mbili kwa wakati mmoja?

N: Ndiyo, unaweza kusema hivyo. Ninaweza kuelekeza umakini wangu katika maeneo fulani. Ni tata zaidi ya hivyo. Nipo daima katika maeneo mengi. Katika hali ya juu zaidi nipo kila mahali kwa wakati mmoja. Hakuna muda wala nafasi.

D: Lengo la kuwepo kila mahali kwa wakati mmoja ni nini?

N: Katika hatua hiyo, ni kujua yote unayohitaji kujua. Kuwa na ufikiaji wa taarifa yoyote.

D: Je, umewahi kuwepo daima? Au ulikuwa na mwanzo fulani?

N: Nilikuwa na mwanzo. Ninajaribu kupata taarifa hiyo. Sidhani kama kuna njia ya kuieleza. Kwa kweli ilikuwa juhudi ya pamoja. Ninaelezaje hili? Kulikuwa na nusu nyingine. Mimi nilikuwa nusu, na nishati ya kiume ilikuwa nusu.

D: Unamaanisha nishati ya kiume na ya kike zilikuwa pamoja?

N: (Anavuta pumzi ndefu) Nahitaji kiwango cha juu zaidi cha nishati, tafadhali. (Anapumua kwa kina kana kwamba anarekebisha kitu.) Ninapanda viwango kadhaa juu. Ili niweze kupata taarifa zaidi.

D: Watu wengine hunipa mifano kama hawawezi kupata maneno.

N: Ndiyo, lakini ni vigumu kupata mfano wa Dunia. Kwa sababu Duniani hakuna uelewa kwamba kitu kinaweza kuumbwa kutoka kile kinachoonekana kuwa hakuna kitu. Lakini ndivyo ilivyo. Hivyo ndivyo nilivyozaliwa, kwa kusema kiroho. Niliumbwa kama wazo. Kupitia wazo. Na najua Duniani mnasema, unawezaje kujiunda kwa wazo? Lazima tayari uwepo ili uwe na wazo hilo!

D: Au kitu kingine kinapaswa kukuwaza na kukuumba.

N: Labda.

D: Kama ni tata sana...

N: Hapana, si kwamba ni tata. Ni kwamba tu taarifa hiyo haipatikani katika kiwango cha Dunia.

D: Unamaanisha haiwezi kushushwa hadi kwenye akili zetu za kibinadamu.

N: Si kwa wakati huu. Isingekuwa na maana.

D: Labda inatosha kutambua kwamba kuna mambo hatuwezi kuelewa. (Ndiyo) Je, unatambua kiumbe kinachojulikana kama Nicole? Yule tunayewasiliana naye kupitia?

N: Ndiyo, sisi ni mmoja. Mimi ni sehemu yake.

D: Wewe ni sehemu yake, lakini pia uko tofauti. (Ndiyo) Je, unaathiri maisha yake kwa namna yoyote wakati anaishi?

N: Ndiyo. Kupitia uhamisho wa mawazo.

D: Je, unavutiwa na kinachomtokea, au uko tofauti kabisa?

N: Ninavutiwa zaidi na kinachonitokea mimi.

D: Basi kwa nini pia unaishi kama kiumbe Duniani?

N: Kuna uzoefu fulani unaopatikana Duniani.

Katika hatua hii jambo lisilotarajiwa lilitokea. Kiumbe huyo alisimamisha maswali yangu ili afanye kazi fulani juu ya Nicole. Mwili wa Nicole ulivuta pumzi kwa kina, kisha kiumbe huyo akasema, "Ninampeleka Nicole kwenye kiwango kinachofuata. Hii ni sehemu yake yenye maarifa zaidi."

D: Kiwango kinachofuata kiko juu au chini?

N: Juu. Chepesi kidogo kuliko kile kingine. Hii inamsaidia atambue viwango tofauti vya ufahamu ndani ya nafsi yake, kwa sababu hatua inayofuata katika ukuaji ni kuviunganisha vyote katika kiwango cha juu zaidi. Kwa sasa, mara nyingi hujishusha ili kuendana na watu wanaomzunguka. Kwa njia inayoficha uvumilivu wake mdogo kwa upuuzi. Mara tu anaposema kitu kuhusu kile kinachotokea katika kiwango cha kiroho, hujibiwa kwa dharau. Ndiyo maana ni rahisi zaidi kwake kuwa peke yake. Watu hawangeelewa kama angebadilisha umbo hadharani, au kama angegeuza saa kuwa chura. Inachosha na kuudhi. (Anavuta pumzi ndefu) Analazimika kuifungia ndani. Anatumia nishati hizi. Anajua zinatoka wapi. Haimini kabisa kwamba anaweza kuzidhibiti kikamilifu katika umwilisho huu wa kimwili kwa sasa. Hii husababisha mapengo katika nishati na kuta katika nishati. Ndiyo maana hafanyi mambo haya. Hapendi kuwatisha watu. Hataki kuweka mguu wake kupitia ukuta. Kupitisha mkono wake kupitia ukuta. Kuumba vitu; kufungua ngumi yake na vipepeo kuruka nje.

D: Je, anaweza kufanya hivyo?

N: Ana uwezo. Anajua hilo, lakini anaogopa. Mambo haya hayapingani na sheria za kimwili za mahali mnamoishi. Kwa fahamu anajua anaweza kuyafanya. Hafanyi kwa sababu hawaamini watu wengine. Hawaamini uelewa wao. Hawaamini majibu yao. Daima amekuwa na uwezo huu hata alipokuwa mtoto. Alibadilisha umbo akiwa mtoto.

D: Alibadilika kuwa nini?

N: Chochote alichotaka. Miti. Maji. Kicheche . Chochote.

Hili linafanana na sura nyingine katika kitabu hiki, ambapo watu waliweza kufanya mambo tunayoamini hayawezekani.

Tangu kuandika kitabu hiki nimekutana na watu wenye uwezo wa kubadilisha umbo, mara nyingi bila wao kujua kwa fahamu. Wanaonekana tu tofauti ghafla kwa wanaowaona. Hili litakuwa katika Kitabu cha Tatu. Kama Nicole alivyosema, mambo haya hayapingani na sheria za asili za sayari hii na kiwango hiki. Tumezoeshwa tangu utoto kwamba kuna mambo fulani tunayoweza kufanya na mambo fulani tusiyoweza kufanya. Kwa miaka mingi nimekuwa nikitoa mihadhara kuhusu ukweli kwamba hatujui nguvu ya akili zetu wenyewe. Mara nguvu ya akili (ambayo imetawanyika) inapopangwa na kulengwa (hasa katika vikundi) hakuna kitu tusichoweza kufanya. Miujiza basi huwa inawezekana. Tunahitaji kutambua na kuwasiliana na yule Muumba anayeishi ndani yetu.

Sura ya 25

KIUMBE WA NISHATI ANAUMBA

Mashambulizi ya tarehe 11 Septemba 2001 dhidi ya New York na Pentagon yalikuwa alama ya mabadiliko katika dunia yetu. Lakini wakati huohuo kulikuwa pia na mabadiliko yakitokea katika kazi yangu. Ilikuwa ni hatua ya mgeuko katika upatikanaji wa taarifa, na aina ya taarifa iliyokuwa inapokelewa. Katika mwaka mzima wa 2001, hali hii ilionekana kuendelea kadiri viumbe (au yeyote walikuwa) walivyokuwa wakitoa dhana zilizo ngumu zaidi. Walionekana kuashiria kwamba dunia ilikuwa tayari kwa taarifa hii. Wakati mwingine nilitamani siku zile rahisi nilipokuwa nikizingatia maisha ya zamani na utafiti wa historia, lakini haikuwa hivyo tena. Singeweza kamwe kurudi katika siku hizo, na ningelazimika kuendelea kusonga mbele zaidi katika yasiyojulikana na yasiyochunguzwa katika metafizikia.

Mimi na binti yangu Nancy tulinaswa katika vurugu zilizotokea viwanjani tarehe 11 Septemba baada ya mashambulizi. Nilikuwa nimemaliza kuzungumza katika Expo huko North Carolina, na tulikuwa tumelala katika nyumba ya mtu binafsi. Asubuhi hiyo tuliamka na kuanza kufunga mizigo ili kwenda uwanja wa ndege kurudi nyumbani kwa siku chache. Yule mama alipokea simu ya haraka kutoka kwa rafiki akimwambia awashe televisheni. Alisema Pentagon ilikuwa imeshambuliwa kwa bomu. Nilisema kwa mshangao mkubwa, "Lakini hilo liko katika vitabu vyangu! Isipokuwa Nostradamus alisema New York pia itashambuliwa."

Akapiga kelele kutoka chumba kingine, "Ni heri uje hapa. Ni zote mbili!" Tulitazama kwa hofu kamera ilipokuwa ikihama kati ya matukio hayo mawili yaliyokuwa yakitokea kwa wakati mmoja. Kisha kwa mshangao usioamini, tulitazama minara pacha ikianguka na kuwa rundo la vifusi. Katika miaka kumi ambayo nilikuwa nikitoa mihadhara kuhusu unabii wa Nostradamus, yalikuwa daima ni hali ya "inawezekana." Moja ambayo kwa dhati nilidhani tutaweza kuikwepa. Sasa utabiri wake ulikuwa unajidhihirisha mbele ya macho yangu. Ilinishtua hadi kiini cha nafsi yangu. Yalikuwa daima "labda, huenda, pengine." Lakini sasa yalikuwa katika uhalisia wangu.

Baada ya mimi na Nancy kujiondoa kwa shida kutoka kwenye televisheni, tulijua bado tulipaswa kwenda uwanja wa ndege ambapo tulitakiwa kupanda ndege kurudi nyumbani. Wakati huo hatukujua nini kingefuata. Tulipokuwa tukiendesha gari la kukodi kuelekea uwanja wa ndege, redioni ilitangazwa kwamba safari zote za ndege kote Marekani zilikuwa zimesitishwa, na zile zilizokuwa angani ziliamriwa kutua mara moja. Safari za kimataifa zilikuwa zikigeuzwa au kutua Canada. Hii ilikuwa mara ya kwanza jambo kama hili kutokea Marekani. Athari zake zilikuwa kubwa sana. Hata hivyo tulipaswa kwenda uwanja wa ndege kujua la kufanya.

Tulipokaribia uwanja wa ndege wa Greensboro, ulionekana kama kambi ya kijeshi au operesheni ya polisi. Kulikuwa na vizuizi, magari ya polisi na maafisa kila mahali. Milango ilikuwa tayari imefungwa. Tulisimamishwa mara moja, na niliweza kuona polisi walikuwa na wasiwasi na mshtuko. Hawakujua kinachoendelea zaidi kuliko sisi. Hakuna aliyekuwa bado anajua ukubwa wa janga hilo. Walituambia hakuna safari za ndege na tulipaswa kuondoka mara moja. Lakini tulihitaji kujua tufanye nini kuhusu gari la kukodi. Kwa kusita, walituruhusu kuegesha na kuingia ndani. Ilikuwa ya ajabu; uwanja wa ndege ulikuwa mtupu kabisa. Mwanamke kwenye dawati la kukodisha magari alisema tukirudisha gari, hatungeweza kupata lingine. Ukodishaji wote ulikuwa umesimamishwa, na hata mabasi ya Greyhound yalikuwa yamesimamishwa. Taifa zima lilikuwa limesimama ghafla. Nilimtazama Nancy na akasema, "Bado nina ufunguo. Tutaendesha." Tuliwaambia tutarudisha gari tutakapofika Arkansas. Hawakubishana; ilikuwa suluhisho pekee la mantiki. Ilituchukua siku mbili kuendesha hadi Arkansas, katika hali isiyo ya kawaida ya matangazo ya redio yasiyokoma.

Nilipofika nyumbani nikiwa nimechoka sana, kulikuwa na ujumbe kwamba vituo kadhaa vya redio vilitaka niende hewani mara moja kuzungumzia unabii wa Nostradamus kuhusu matukio hayo. Vitabu vyangu Conversation With Nostradamus vilikuwa pekee vilivyoeleza matukio hayo kwa undani. Siku iliyofuata tulipokea simu kutoka kwa Bob Brown aliyekuwa akiandaa Mkutano wa UFO huko Laughlin, Nevada, ambako nilikuwa nimepangwa kuzungumza mwishoni mwa wiki hiyo. Walikuwa wameamua kutoufuta mkutano, bali kuendelea nao. Walisema baadhi ya wazungumzaji waliokuwa wakija kutoka Ulaya walirudishwa katikati ya safari. Hakuna aliyejua mkutano ungekuwaje. Lakini aliniomba nibadilishe mada yangu kutoka UFO hadi unabii wa Nostradamus kutokana na hali hiyo. Alisema nilipaswa kufika hata kama ningelazimika kuendesha. Hilo halikunivutia kwa kuwa tulikuwa tumetoka kuendesha siku mbili. Tulipopaswa kuondoka Jumamosi, tulipanda ndege pekee iliyokuwa ikienda Las Vegas wakati mashirika ya ndege yalipoanza tena safari chache.

Mkutano haukuwa na mahudhurio kama kawaida, lakini kila mtu alisema alifurahi kwamba Browns waliendelea nao. Vinginevyo sote tungekuwa nyumbani tukitazama marudio ya matukio hayo ya kutisha. Angalau mkutano ulitupa kitu kingine cha kuzingatia. Mhadhara wangu ulikuwa mgumu zaidi kuwahi kutoa, kwa sababu nilikuwa nikizungumza kuhusu uhalisia ambao hapo awali ulikuwa tu uwezekano. Kama huu ulikuwa umetimia, je, kuhusu mingine iliyotabiri vita vya kutisha?

Ilikuwa wiki ya ajabu kwa njia zaidi ya moja. The jambo la kufurahisha ni kwamba wakati nilikuwa na kikao huko Memphis pamoja na Mary wiki chache kabla, "wao" walisema ningekuwa kupata zaidi ya aina tofauti ya habari. Huo mlango iliyokuwa imefungwa kwangu siku za nyuma, ingefunguliwa; na ningeruhusiwa kufikia. Katika wiki hii huko Laughlin, Nilifanya vikao kumi na viwili vya faragha. Kumi kati yao zilizomo aidha habari ya kutumia katika vitabu vijavyo, au ujumbe kwa ajili yangu (pamoja na moja inayoshughulika na afya yangu). Ujumbe huu kawaida ilitokea mwishoni mwa kipindi, wakati ningeuliza ikiwa fahamu ndogo ilikuwa na ujumbe kwa somo. Katika pamoja na kuwapa ujumbe, pia ingeniambia kitu nilichohitaji kujua. Ilionekana kuwa "wao" walikuwa kuchukua faida zaidi na zaidi ya mawazo ya somo langu hali kunipa taarifa.

Vipindi vyangu vingi vilikuwa vikichukua mizunguko ya kuvutia. Ni ilionekana kana kwamba nilikuwa nikionyeshwa kwamba mkazo wa zamani maisha hayakuwa muhimu kama nilivyofikiria hapo awali. Ilikuwa muhimu katika kutafuta sababu za matatizo ya kimwili ya mteja, magonjwa, phobias, mizio, na matatizo ya karmic. Lakini mimi amini vyombo ambavyo vilikuwa vinadhibiti mengi ya haya vikao, walikuwa wakijaribu kuvutia kwamba ilikuwa wakati wa kuhamia kiwango kingine cha ufahamu, ambacho kilikuwa zaidi ya rahisi kupitia tena maisha ya zamani katika hali hii. Walikuwa kujaribu kutuonyesha kwamba sisi ni zaidi ya a roho kuwa na uzoefu katika mwili wa kimwili. Sisi pia kitu cha juu zaidi, ngumu zaidi. Hiyo hii maisha yalikuwa kituo kimoja tu katika safari yetu, na si lazima kuacha muhimu zaidi. Inavyoonekana, kiwango hiki cha juu cha kuelewa nilifikiri mtu ambaye nilikuwa nikifanya kazi naye alikuwa tayari kwa maarifa haya ili waweze kuelewa maisha yao kutoka kwa mtazamo tofauti na eneo la nyongeza la kuwepo. Watu wengine wanaweza kuwa tayari kwa hili, lakini kwa wengine, inaweza kuwa ngumu sana kwa mfumo wao wa imani kushughulikia. I kila mara niliendelea kujikumbusha wakati nikifanya kikao, kwamba somo halipewi habari hadi zitakapotolewa tayari. Ikiwa akili zao ndogo (mfuatiliaji) hakufikiria somo lilikuwa tayari, habari haitaonyeshwa, au skrini ingeenda tupu. Sijawahi kupigana na hii, kwa sababu Ninajua "wao" wana hekima zaidi kuliko mimi.

Nilipoanza kufanya kazi na Jerry, mfanyabiashara ambaye alikuwa anahudhuria mkutano wa Laughlin UFO, kulikuwa hakika udhibiti unafanyika kwa akili yake ndogo hapo mwanzo. Ilikuwa ni kana kwamba hakuwa na uhakika kama yeye alikuwa tayari kuona taarifa. Ilinibidi kufanya baadhi kufanya ujanja kabla hajaruhusiwa kuwa nayo.

Katika hali ya kawaida na mbinu yangu, the mtu atatoka kwenye wingu hadi kwenye tukio (mara nyingi nje), na wanaanza kwa kuelezea mazingira yao. Kikao hiki kilikuwa tofauti. Jerry akajikuta akitembea kupitia handaki. Mwishoni mwake, akaona imezuiwa na mlango mkubwa sana. Mara moja alielezea kama nishati mlangoni, ingawa hakujua kwanini aliuita hivyo. Alikuwa nikiwa na shauku ya kutaka kujua kuna nini upande wa pili, nikauliza jinsi tungefungua mlango wa nishati. Alisema imefanywa kwa akili. "Ninajaribu kuifuta, lakini ninaweza tu pata sehemu yake. Kona ya chini ni kufuta, lakini sivyo kiasi cha kuniwezesha kupita." Akiwa amechanganyikiwa, alitangaza, "I hawezi kulipitia. Ninahisi kuwa siko tayari. The vipengele havitaniruhusu nipitie." Aliposema kwamba, mlango ukatoweka. Kwa hivyo nilidhani kwamba yeye inaonekana hakuwa tayari kuona ni nini nyuma ya mlango. The fahamu ndogo hufanya kazi nzuri ya kutulinda sisi wenyewe. Haingemruhusu kuona chochote yeye haikuweza kushughulikia. Hivi ndivyo nilivyofikiria, lakini nilikosea.

Kwa kuwa mlango ulikuwa umetoweka, ilitubidi twende mahali pengine pa kupata mahali panapofaa kwa Jerry ona. Nilimuagiza atafute mahali pengine kwa kitu hicho itamsaidia kuelewa maisha yake ya sasa. "Hatuna kupitia mlango huo ikiwa hawataki sisi. Tunaweza Kwenda mwelekeo mwingine na kupata kitu kingine ambacho ni salama kwa wewe kuangalia. Kitu ambacho kitakuwa na maana kwako na kuwa muhimu." Nilihesabu kumpeleka eneo la tukio, nikauliza alichokuwa akikiona. Kwa kushangaza, alijikuta kwenye a spaceship kubwa.

J: Ni chombo kikubwa, nahisi kiko hai. Hakijatengenezwa kwa chuma au metali.

D: Hai?

Katika uchunguzi wangu wa UFO, watu wengi wameripoti hisia kwamba chombo walichokuwamo kilikuwa hai na kinawafahamu.

J: Ndiyo, kiko hai. Chombo chenyewe kina fahamu. Kina umbo, lakini hawanionyeshi. Ni chumba kikubwa tu. Kina bustani ndani.

D: Bustani ndani ya chumba?

J: (Kwa mshangao.) Ndio! Ni kama sayari ya msitu karibu, kama duniani. Ina mimea, na maji. (Alipata hii ya kuvutia.)

D: Kama chafu kubwa?

J: Ndiyo! Ni kama sayari ndogo ya msitu. Kina mimea na maji. Kina maporomoko ya maji. Ni kikubwa sana! Wana Dunia yao humo ndani ya chombo. Kina maji, mimea, hata wanyama. Kinawaruhusu viumbe kusafiri katika mazingira ya amani.

D: Dari lazima iwe juu, pia, ikiwa ina maporomoko ya maji.

J: Unaweza kuona kupitia dari. Ni wazi. Unaweza tazama mifumo ya nyota. Na bado imefungwa. Ina yake mwenyewe anga.

D: Wanyama ni wa aina ya Duniani?

J: Tunaweza kuumba wanyama wowote tunaotaka. Sawa, tunaumba haya. Yanaundwa kwa akili ya pamoja. Kundi linalosafiri kwenye chombo hiki.

D: Lakini ulisema meli ilionekana kuwa imetengenezwa kitu ambacho kilikuwa hai?

J: Ndio, ndio. Ina ufahamu wake. Tumeunda meli hii yenye akili ya kikundi. Kwa hivyo tunaweza kusafiri na Mawazo na mazingira ambayo tunajisikia vizuri. Hiyo ni jinsi inafanyika.

D: Kama vile kuchukua kipande cha sayari pamoja nao.

J: Ndio. Baadhi ya kumbukumbu bora tunazo, tunachukua nazo sisi. Hivyo ndivyo inafanywa. Ndivyo tunavyofanya. Inafanya kwa safari ya kupendeza zaidi.

D: Je, hii ni sehemu moja tu ya meli?

J: Tunaunda sehemu za kuishi ambazo ziko hai. Na tunaweza kuzungumza Pamoja nao. Tunaweza kuwasiliana nao. Na inaruhusu tusafiri.

D: Kuwasiliana na sehemu za kuishi?

J: Ah, kwa nishati. Meli yenyewe iko hai. Ninajaribu tazama tunavyofanana. (Alikuwa akipata haya yote ya kushangaza na kufurahisha. Alikuwa anajifurahisha.) Sawa, tuko nishati. Sisi sote ni nishati, lakini tunaweza kuunda aina yoyote sisi kutaka. Tunaweza kuunda miili ya sura yoyote, ukubwa, mwelekeo. Yote ni kwa akili.

D: Unaonekanaje kama wewe ni msafi?

J: (Tua, kana kwamba unatazama.) Tunaweza kubadilisha rangi. Wote zambarau. (Kicheko) Ni kama mchezo. Tunabadilisha rangi na nguvu za kucheza mchezo.

D: Una fomu?

J: Tunaweza kuchukua fomu tunapochagua. (Kwa mshangao) Ha! Tunaweza kuchukua sura ya mipira, mraba, pembetatu. Tunaweza kuchukua maumbo ya wanyama. Ni kama mchezo mkubwa. Tumejitenga fahamu, lakini sote tumeunganishwa.

D: Na wewe uko katika hali gani ya kawaida?

J: Nishati tu. Nishati ya fahamu. Inaonekana kama aina weaving, wavy nishati.

D: Na inaweza kuchukua aina yoyote inayotaka, kucheza mchezo tu?

J: Ndiyo. (Anacheka) Kweli kabisa!

D: Basi kwa nini mliumba chombo hicho?

J: Nadhani ni aina ya udanganyifu tunaoufurahia. Hivyo ndivyo tunavyosafiri, kama kundi. Tunaumba chombo, tunaweza kujenga maporomoko ya maji, kuweka maziwa, samaki. Tunaweza kubadilisha... sasa hivi kinaangaza sana. Rangi ni kali mno, zinang'aa kama fosforasi.

D: Rangi za viumbe?

J: Ndiyo, na zinawazunguka hata wanyama. Tunaweza kuweka vipepeo, kereng'ende, ndege. Inashangaza. Ni kama tunaumba Dunia kwa akili zetu—lakini ni chombo.

D: Je, mnaumba kile kinachofanana na mahali mlipotoka?

J: Tumeenda sehemu nyingi. Kwa hivyo vitu hivyo tunavyo tulifurahia, tunaweza kuleta kwa akili ya kikundi chetu, na shirikianeni. Kwa hivyo kujifurahisha wenyewe, sisi kuleta vitu tofauti; kumbukumbu ya maeneo tunayo tumekuwa.

D: Ni ya kimwili na imara?

Hakujibu. Alikuwa akifurahia alichokuwa akiona.

J: Sawa... hizo ni piramidi.

Alianza kusogeza mikono yake kwa mwendo wa upole na mpangilio hewani.

D: Unafanya nini?

Kulikuwa na kimya kirefu huku akiendelea kusogeza mikono yake.

J: Tunaumba.

Alikuwa anafurahia hili. Usemi wake ulikuwa furaha tupu. Kulikuwa na pause nyingine ya muda mrefu kama yeye alifurahia chochote yeye alikuwa akifanya.

D: Mnaumba nini?

J: Walimwengu. Sayari. Vipimo. Mifumo ya nyota. (Kicheko) Sisi ni kwenda nje na tunaunda. (Kielelezo cha safi furaha.)

D: Lakini kwenye sayari yenu ya nyumbani, kukoje huko?

Hakutaka sana kuzungumza; alikuwa akifurahia. Mwishowe akasema, "Huko pia kunaumbwa kwa akili ya pamoja. Si mtu mmoja. Ni akili ya kundi."

D: Nyote mnatakiwa kutenda pamoja?

J: Ndiyo, ni kama familia ya roho zinazoumba pamoja. Tunatumia akili zetu. Ni kama mchezo wa kuumba ulimwengu mzuri, nyota. Tunafanya pamoja.

Alianza tena kusogeza mikono kwa uzuri.

D: Sayari yenu ya nyumbani ni ya kimwili? Imara kama yetu?

Nimekuwa na uzoefu wa kutosha sasa na kuzungumza na nishati viumbe kujua kwamba si walimwengu wote ni kimwili au imara kama tunavyofikiria yetu kuwa. Kuna nyingi tofauti uwezekano ambao unapinga mawazo.

J: Hapana, hapana, sivyo. Ni mwelekeo tofauti. Sio kwako mwelekeo. Ina maumbo tofauti, maumbo, rangi. Sio imara. Inabadilika mara kwa mara. Ni takwimu tofauti na alama na maumbo, na rangi.

D: Mahali unapoishi, iwe uko kwenye ufundi au kwenye nyumbani sayari, je, una kuchukua e aina yoyote ya chakula au riziki? Kitu chochote cha kukufanya uwe hai? (Hapana, hapana.) Je! k eeps wewe hai?

J: Nishati tu. Tunaweza kuunda na kuwa na miili, ikiwa tunachagua. Tunasafiri kwa mawazo. Kuchunguza na kuunda.

Tunaenda maeneo tofauti na akili. Na ni mchezo. Ni kama watoto wakiwa na furaha.

D: Lakini unachounda, kinabaki baada ya kuondoka?

J: Katika vipimo vingine huyeyuka. Katika vipimo Fulani huenda kwenye kimwili. Tuna uwezo wa kufanya mazoezi ya mwili vipimo vya chini. Na katika vipimo vingine, ni sawa alama. Nishati mbichi huchukua maumbo tofauti na fomu.

D: Na hazibaki imara?

J: Hapana, tunaweza kuifanya iwe thabiti.

D: Nilikuwa nikifikiri ilikuwa kama hologramu, na labda ingekuwa kuyeyuka tu na kufifia baada ya kumaliza kucheza nayo.

J: Tunaweza kwenda kwenye sayari ambazo tayari zimeundwa. Na sisi inaweza kwenda chini. Na tunaweza kuwa kitu kimoja na chochote tunataka, miti, wanyama, na uzoefu wao. Kwa akili. Tunaweza kuchukua nguvu zetu ndani ya viumbe hivyo, wale fomu imara. Ni kama mchezo. Kama watoto.

D: Lakini hutabaki hapo? Wewe tu uzoefu?

J: Ndiyo, tunapitia tu na kuendelea kama kikundi. Tunasafiri kama kikundi.

D: Lakini unaruhusiwa kuingia kwenye vitu na vitu vingine? (Ndio) Nadhani ninafikiri kwamba wanyama na wanadamu wanayo nafsi.

J: Tuna roho. Ndiyo. Tuna roho.

D: Lakini je, unaruhusiwa kuingia ndani ya mwili uliopo nafsi nyingine?

J: Kwa ruhusa yao, ndiyo.

D: Kwa sababu inajua hutavamia au kukaa. kwamba unamaanisha nini?

J: Ndiyo. Ni kwa ajili ya uzoefu tu. Hatavamii. Tunaiheshimu roho hiyo. Lazima tupate ruhusa.

D: Ili kupata uzoefu tu, na kisha uendelee.

J: Ndio. Hii ni interdimensional. Tunaweza kuingia katika yote vipimo.

D: Je, hii inamaanisha kuwa wewe ni wa juu sana?

J: Hakuna neno kwa hilo, au dhana. Ni kujua tu.

D: Ninamaanisha, umepitia maisha ya chini, na umebadilika kuwa jimbo hili? (Pause kwa muda mrefu) Je, umepata mwili na miili ya kimwili?

J: Ndio, tunaweza ikiwa tutachagua.

D: Ninajaribu kuelewa jinsi inafanywa. Je, unabadilika kuwa hali hii baada ya kumaliza maisha yako mengine na k arma? Au inafanyaje kazi?

J: Hii ni sayari maalum.

D: Unatoka wapi?

J: Tupo wapi. (Chuckle) Dunia. Ni sayari maalum. Ni a mahali pa kukutania kwa nafsi nyingine, na makundi mengine kutoka maeneo mengine, vipimo vingine. Ni kama mahali pa likizo njoo ujiunge na vikundi vya roho kutoka maeneo mengine, vipimo.

D: Je, ni tofauti na maeneo mengine ambayo umewahi kuwa?

J: Ndio. Sisi sote tunapitia. Ni mahali maalum. Mkusanyiko mahali pa roho. Hii ndiyo bora zaidi. Kila mtu anajua kuhusu mahali hapa.

D: Kuna tofauti gani nayo?

J: Nishati yake ya upendo.

D: Oh, hiyo haipatikani katika maeneo mengine?

J: Sio hivi. Ni lango la Muumba. Ni hayo muunganisho. Inakabiliwa na kila kitu.

D: Na hii haiwezekani katika maeneo mengine?

J: Ndio, lakini si kama mahali hapa. Ni kama Shangri-La on Dunia. (Kicheko) Naam, ni Dunia.

D: Nilidhani labda unapaswa kupata ruhusa ya kufanya hivi kuunda.

J: Tunaruhusiwa. Chanzo, Muumba mkuu. Yeye uzoefu ... inapitia kwetu.

D: Je, unaweza kuitwa Muumba-Mwenza?

J: Ndiyo, bila shaka.

D: Wanakuruhusu kuunda, lakini ulisema baadhi yake tu huyeyuka.

J: Ni kama kuchora mchoro, na kisha kuchora mwingine uchoraji juu yake. Unaweza kufuta au kwenda juu yake, rekebisha, tengeneza upya.

D: Kwa hivyo ni jambo linalobadilika kila wakati, unamaanisha?

J: Inaweza kuwa, ndiyo.

D: Na Dunia, ukiumba kitu, kinabaki?

J: Dunia inabadilika, lakini pia inabadilika. Dunia ni Kundi fahamu.

D: (Alikuwa akifanya ishara za mkono za neema tena.) Pamoja na yote mwendo huu wa mikono, unaunda nini, kama ulivyo kuzungumza nami?

J: Ninajaribu kukumbuka.

D: Jinsi ya kufanya hivyo?

J: yote inamaanisha nini.

D: (Nilikuwa nikitazama miondoko yake ya mara kwa mara yenye neema.) Je! harakati za mkono zinazohitajika kuunda vitu hivi?

J: Inafanya kazi kupitia mwili. Kuamsha mwili. Kwa kumbuka fahamu. Sidhani nilipaswa kujua hili. Ili kukumbuka. Ndiyo. Huo ulikuwa mlango.

Alikuwa akimaanisha mlango wa nishati hapo mwanzo kwamba hakuweza kufuta. Alidhani ni Habari kuzuiwa wakati hakuruhusiwa kuingia. Lakini inaonekana, fahamu ilipata njia nyingine ya kumpa maarifa.

D: Lakini ikiwa imepita, lazima iwe wakati, au wewe hataruhusiwa kukumbuka. (Ndio) Hiyo inamaanisha ni muhimu. Lakini ikiwa unakumbuka jinsi inafanywa, unahitaji kikundi, sivyo?

J: Ndio, kikundi ni muhimu.

D: Huwezi kuifanya peke yako?

J: Nisingependa. Sehemu ya uzoefu ni kuunda pamoja. Furahia pamoja. Ni upweke peke yako, kwa hivyo sisi tulikuja pamoja kama kikundi, na tunafurahia ya kila mmoja kampuni. (Cheka) Tunaburudishana. Hivyo ndivyo sehemu ya ufahamu wa kikundi, ni tunaweza kila mmoja kuburudisha kila mmoja. Kwa hivyo hakuna uchovu. Ni mabadiliko ya mara kwa mara na uumbaji. Na kufurahia kazi za watu wengine. Nyingine nafsi, waumbaji wengine. Tunaenda kwenye maeneo ambayo yamekuwa kuundwa. Na kama mchoro, tunafurahia maeneo haya, kuona kile ambacho watu wengine wameunda, roho zingine.

D: Kwa njia hiyo hutakamatwa na kimwili na k arma, je!

J: Unaweza ukichagua. Hiyo ni sehemu ya mchezo. Sehemu ya starehe. Jifunze mambo mengi tofauti kama vile inawezekana.

D: Lakini hapo ulipo sasa hivi huna k arma, Fanya wewe?

J: Kwenye meli sipo. Lakini naweza. Kuna njia tofauti za kuyapitia. Unaweza kuchukua fomu na uzoefu.

D: Kisha k arma inaundwa kwa sababu unaingiliana nayo watu wengine? (Ndio) Ninajaribu kuelewa jinsi inavyokuwa inafanya kazi.

J: Makundi mengine yamekuja katika eneo hili, na kuingiliana pamoja. Wanachagua kuchukua fomu, na kuunda hiyo fomu, na kucheza mchezo. Yote ni udanganyifu wakati ni mchezo, lakini ni muhimu kuucheza. Kwa sababu tunafika uzoefu upendo na hisia. Visual, ladha, hisia zote ambazo hazipatikani kwa wengine maeneo. Ni ya kipekee sana.

D: Unamaanisha katika maeneo mengine, na kwenye sayari yako ya nyumbani hasa, hakuna hisia?

J: Wengine wanazo, ndio. Wengine hufanya, wengine hawana. Baadhi ni nishati ghafi tu. Maumbo, alama. Dunia ni ya kipekee kwa sababu ina aina nyingi zaidi. Kwa sababu ni mkusanyiko mahali. Hakuna kundi moja lililounda hili, lililounda hili. Ilikuwa vikundi vingi vilivyounda na kuunda, ambayo hufanya hivyo kipekee. Ni yote yaliyoongezwa kwa yote. (Cheka) Ni kama a uchoraji wa kikundi.

D: Wote wamekuwa na kitu cha kufanya nayo? (Ndio, ndio.) Lakini ili kusafiri hapa, ilibidi usafiri kwa t. Katika aina fulani ya kingo.

J: Ndio, hiyo ni kuweka kikundi pamoja.

D: Hukuweza tu kusafiri kama energy?

J: Ndio, tunaweza kujitenga na kikundi ikiwa tutachagua, na kwenda zetu wenyewe. Lakini tunaweza kuungana tena na kikundi, kwa sababu tunawasiliana kila wakati. Tunaweza kusafiri kama mipira ya mwanga, na kwenda sehemu mbalimbali. Wakati mwingine peke yetu, kawaida na roho za marafiki wa karibu.

D: Lakini ikiwa haukuwa na kingo karibu na wewe umeundwa, hukuweza kuweka kikundi pamoja?

J: Ndio, hiyo ndiyo dhana ya kikundi.

D: Ener gy ingepotea zaidi au kidogo ikiwa haungeshikilia pamoja?

J: Ndio, ingekuwa. Tulichagua kukusanyika pamoja kama kikundi, na safiri pamoja.

Wakati nimezungumza na viumbe vingine vya nishati, nimekuwa aliambiwa jambo lile lile. Nilidhani kama walikuwa na nishati safi wao wangeweza kusafiri popote wenyewe. Kwa nini watahitaji meli ya kusafiri ndani? Wameniambia kuwa inawaweka wao nishati zilizomo. Vinginevyo, ingetawanywa na iliyochanganyika na nishati nyingine inayoizunguka. Mimi pia wameambiwa na wengine kwamba Dunia inachukuliwa kuwa likizo mahali ambapo viumbe huja kupata hisia mbalimbali na uzoefu. Wanataka kuwa na adventure na kisha kurudi "nyumbani". Ni lazima wawe waangalifu wasije wakakamatwa uzoefu kwa uhakika kwamba wao kujenga karma na ni kuhukumiwa kubaki hapa. Wengi wa wageni hawa lazima kubaki waangalizi wa malengo, jambo ambalo ni gumu.

D: Na unaunda furaha yako njiani unaposafiri kutengeneza meli kwa njia yoyote unayotaka.

J: Ndiyo. Ni kama kutazama TV kubwa au kituo cha burudani, tu tumeiumba. Na huo ndio mchezo, kufanya tofauti mambo. Wakati mwingine kuunda, wakati mwingine kufurahia wengine ubunifu. Lakini Dunia ni maalum sana. Ni kama nguvu sana uhusiano na Chanzo.

D: Unafikiri kwa nini ina uhusiano mkubwa?

J: Ni kama moyo wa Mungu, nadhani ndiyo njia bora zaidi sema. Ya nini sisi, kama humanoids kuona Mungu, au Muumba. Lakini hiyo ni juu ya kimwili tu. Nadhani labda katika akili zetu, ndivyo tulivyoviumba, ni Chanzo, kwa Chanzo.

D: Unaonaje Chanzo?

J: Sisi ndio Chanzo. Sisi ni sehemu ya Chanzo. Ni tu nishati. Inafikiriwa. Inaweza kuchukua sura, lakini inaweza ungana nasi.

D: Na unafahamu zaidi hili kwa sababu hujui kuwa na mwili wa kimwili?

J: Ndiyo. Tunafahamu. Tunajua. Uwepo upo. Tunaweza ingiza.

D: Lakini Dunia iko karibu na Chanzo, kwa sababu ya mbalimbali?

J: Ni kwa sababu ya mkusanyiko. Nafsi. Roho zote. Hii ndio chanzo chake. Hatua ya kuunganisha. Ni kama galaksi familia kuja pamoja. Kuna mvuto mkubwa hapa.

Alikuwa ameendelea kufanya miondoko ya mkono yenye neema katika kipindi chote.

D: (Anacheka) Inaonekana unafurahia sana uundaji huu uzoefu, si wewe?

J: Uzoefu, ndio.

D: Je, unakaa mbali na sayari yako ya nyumbani kwa muda mrefu?

J: Siwezi kuhisi sayari ya nyumbani. Ninahisi tu maeneo mengi niliyo nayo imekuwa kwa.

D: Sio mahali ambapo ungependa kurudi? Unapenda Kwenda kutoka mahali hadi mahali.

J: Ndiyo. Sijisikii mahali, mwanzo. (Sitisha) Ninajaribu kuona kama kuna mahali.

D: Ulikotoka.

J: Ndiyo. Wakati mmoja, kulikuwa na fomu. Hapo mwanzo hapakuwa na umbo. Ilikuwa ni nishati tu.

Hii inafanana na maelezo ya Biblia: Mwanzoni Mungu aliumba mbingu na dunia. Nayo dunia ilikuwa haina umbo, tupu; na giza lilikuwa juu ya uso wa vilindi. Mungu akasema, Na kuwe na nuru; ikawa nuru. Mwanzo 1:1–3

D: Lakini kama ulivyosema, una roho binafsi.

J: Ndiyo. Ni kujua tu. Ni muunganiko. Ni kujitenga, na wakati huohuo kuwa sehemu ya kitu. Ni kiungo cha kuunganisha. Ni kujitenga, lakini pia ni fahamu na utambuzi. Inaungana na Chanzo, na pia ni tofauti nacho.

D: Na ni kitu kinachotaka kupata uzoefu.

J: Ndiyo, ndiyo. Siwezi kukiona, lakini kiko kila mahali. Ni sehemu yetu.

Alikuwa bado anasogeza mikono yake. Ningeweza kubaki kwenye taswira hiyo, lakini maswali yalikuwa yanaisha kwa kiumbe wa nishati anayefurahia kuumba. Hivyo niliamua kumpeleka mbele katika "maisha" hayo hadi siku muhimu, wakati jambo fulani lilikuwa likitokea. Sikuwa na wazo siku muhimu ingekuwaje kwa kiumbe asiye na mwili wa kimwili.

D: Unaona nini? Nini kinatokea?

J: Kuzaliwa kwa Yesu.

D: Oh? Nieleze. Unaangalia?

J: Kutoka juu.

D: Unaona nini?

J: (Ananyamaza) Ni hisia. Naweza kuona, lakini ni hisia. Ni hisia nzuri sana. Tukio maalum sana. Sijui kwa nini, lakini ni maalum sana. Naangalia kutoka juu.

D: Je, wengine wako pamoja nawe?

J: Ndiyo, kundi lipo hapa. Ni wakati mzuri sana. Ninaangalia. Ninajaribu kuelewa. Sijui kwa nini ni muhimu sana. Sawa... ni nishati ya upendo ikiundwa kwa njia ya kipekee. Unaweza kuipitia. Ni maalum sana. Ni ya vipimo vingi. Inahitajika katika vipimo vingi. Sote tupo hapa. Kuna mkusanyiko. Tunaweza kuipitia kupitia roho za viumbe waliopo kwenye sayari, au tunaweza kuangalia kutoka juu. Ni maalum sana.

D: Ulisema ni kama upendo unadhihirishwa?

J: Ndiyo. Katika namna ya kiume/kike ya Dunia iliyo ya pande mbili. Ni Mungu akija katika kiume na kike. Inatoka kwenye Chanzo cha juu. Inatoka kwenye Chanzo. Ni maalum sana. Kutoka mtazamo huu tunaiona kwa upana zaidi. Ni muhimu sana.

D: Kwa nini ni muhimu?

J: Sijui. Kwa sayari, labda, si kwa sisi. Sisi tuko tofauti. Lakini ni kwa sayari. Kwa nini ni maalum? Ni upendo tu. Inaleta upendo kwenye sayari kwa njia ambayo haijawahi kuonekana. Katika umbo la binadamu. Lakini inapita vipimo vingi. Inaathiri vipimo vingi kwenye sayari. Ni kama lango.

D: Lango? Unamaanisha nini?

J: Ninajaribu kuelewa. Sijui kwa nini. Ni sehemu ya kuunganisha roho. Viumbe. Malaika. Inavuta viumbe wote, uumbaji wote, hapo. Ni mahali pa kuupitia upendo ukiumbwa kwa namna maalum.

D: Ndiyo maana wanakuja kuangalia—wanataka kuhisi hilo?

J: Ndiyo. Kuna viumbe wa kimalaika. Kuna viumbe wa anga. Mbio tofauti. Wote wanaupata uzoefu. Ni... (anaguswa kihisia) hakuna neno la kuelezea. Ni maalum tu!

D: Wanataka tu kuwa pale kuhisi hisia na mihemko hiyo.

J: Ndiyo, hisia.

D: Ndiyo, hilo ni la kipekee na tofauti. Sasa nitakuomba uondoke kwenye siku hiyo maalum, hata kama ni tukio muhimu sana. Nataka uende—sijui ni mbele kiasi gani—lakini uende hadi pale ulipoacha kuwa kiumbe wa nishati.

Kwa kawaida humpeleka mtu hadi siku ya mwisho ya maisha yake, lakini kwa nishati hilo halingewezekana. Hivyo nilijaribu kulieleza kwa njia nyingine.

D: Je, uliwahi kufikia hatua ulipohisi hitaji la kufanya hivyo kuacha kuwa ener gy kiumbe, na akawa aina nyingine ya kuwa? (Hii ilikuwa hilay .)

J: Nilichukua maisha mengi, mengi.

D: Nilikuwa nikifikiria kuwa kiumbe cha ener gy hatakufa. Ni ingekua tu. Je, hiyo itakuwa njia ya kuiweka?

J: Ni zaidi ya kupata uzoefu wa dhana tofauti.

D: Basi hebu tusogee kwenye uhakika wakati wewe, kama gwiji wa nishati kuwa, aliamua kwenda katika kimwili na kubaki huko. Je, tunaweza kwenda kwenye hatua hiyo na kuona kilichotokea? Ni nini hiyo kama e? Nini kinatokea wakati huo?

J: Nachagua lile ninalotaka.

D: Unafanya uamuzi wa kuwa wa kimwili badala ya nishati? (Ndiyo) Je, kulikuwa na jambo lililokufanya uamue kuacha hali ya nishati?

J: Ilikuwa uzoefu mpya. Kitu tulichochagua kujaribu. Wengine walikuwa wameumba maumbo haya, hivyo tulichagua kuyapitia. Hatukuyaumba, lakini yalikuwa ya kuvutia.

D: Uliona ingekuwa ya kuvutia kuwa wa kimwili?

J: Ndiyo, kama tukichagua. Lakini kulikuwa na wengine waliokuwa wanasimamia roho. Ilikuwa kwa ruhusa.

Hiki ndicho nilichokuwa nikitafuta. Nilijua kutoka kwa miaka yangu kuchunguza kuzaliwa upya kupitia maelfu ya watu, kwamba kwa hakika kuna sheria na kanuni. Kuna kitu kama bodi ya wazee, mabwana na viongozi juu ya upande wa roho unaoangalia na kudhibiti umwilisho kwenye miili ya binadamu. Hakuna kinachoachwa kwa bahati. Mimi ni kweli nimefurahi kuwa kuna mtu anafuatilia kinachoendelea. Ni lazima iwe kazi kubwa.

D: Hivyo hamfanyi kwa nasibu. Lazima mpate ruhusa kufanya mabadiliko haya?

J: Ndiyo, ndiyo. Ili uweze kutoka tena. (Anacheka) Unaweza kutaka kubaki. Kuna mchakato wa kuachilia roho irudi nje, ili tusinaswe hapa kwa muda mrefu. Kuna mfumo wa kuingia na kutoka.

D: Unafikiri itakuwa rahisi kunaswa?

J: Inaweza kuwa. Lazima tuweze kurudi nje tena. Hapo ni nyingi sana kupata uzoefu. Sio tu kuwa huko. Nyingine mambo ya kufanya. Mambo mengine ya uzoefu. Mambo mengine ya kuunda. Hatutaki kunaswa katika kimwili.

D: Lakini kulikuwa na viumbe waliokupa ruhusa.

J: Ndiyo, kulikuwa na waliokuwa kama wasimamizi.

D: Basi hakika kuna watu wanaodhibiti kila kitu, hivyo kusema.

J: Ndiyo. Ninajaribu kuona wanavyoonekana. Wana chombo chao. Wameunganishwa. Ni sehemu ya Chanzo. Wanasimamia sayari hii.

D: Wanapaswa kukubali wakati roho zinaingia?

J: Ndiyo, vinginevyo ingekuwa machafuko. Kuna mpangilio na kusudi. Lazima kuwe na kusudi.

D: Inakuwaje unapoingia kwenye mwili wa kimwili kwa mara ya kwanza?

J: Ni hisia mpya, hisia mpya. Uzoefu mpya. Nyingi aina tofauti, naona. Miili mingi tofauti?

D: Watoto au nini? Aina mpya, miili mipya?

J: Kwanza tunapitia kuingia katika mimea na wanyama tofauti.

Hii inaendana na kile nilichoripoti katika kitabu changu Between Death and Life. Wakati roho inapopata uzoefu wa kwanza wa maisha duniani, kwa kawaida haiingii moja kwa moja katika mwili wa binadamu (ingawa inawezekana). Inaanza katika kiwango cha msingi ili ielewe jinsi ilivyo kuwa kila kitu. Baada ya kupitia hali ya gesi, mawe, mimea na wanyama, unaelewa muunganiko wa uhai wote. Kwamba kila kitu kina uhai, na kila kitu ni kimoja. Kisha roho inapokuwa tayari kuingia katika mwili wa binadamu, hubeba uelewa huo katika kiwango cha roho. Tatizo letu sasa ni kurudisha kumbukumbu hizi katika kiwango cha ufahamu wa kawaida, ili tuanze kuheshimu Dunia tena kama kiumbe hai.

J: Hiyo ni sehemu ya mchakato wa kuzaliwa. Ni kuingia katika umbo. Umbo huchaguliwa. Huumbwa.

D: Na wasimamizi wanaamua ni umbo gani utaingia?

J: Ndiyo, huamuliwa kwa pamoja. Huamuliwa mapema ni nini mtu anataka kupitia. Aina gani ya umbo la uhai. Ugumu ni kwamba unanasa katika umbo moja. Ni vigumu sana kwa roho kuhisi kunaswa katika umbo moja. Ni hali ya kizuizi. Wengine huchagua kutofanya hivyo kwa sababu hawataki kuacha uhuru wao. Ni ya kuogopesha kwa baadhi. Ni jambo lisilojulikana. Ni mtetemo wa chini. Kuna mambo ambayo hatujawahi kupitia—nishati za giza. Kuna upande wa giza. Huo hutolewa ili tupate uzoefu mpya na tofauti. Ni wa kipekee. Unaturuhusu kugusa pande za giza, nishati za chini. Ndiyo, kwa wengine hilo linavutia.

D: Je, uliingiza umbo la mtoto mchanga, kiumbe kipya kilichokuwa inaendelezwa tu?

J: Siwezi kuona umbo lilivyokuwa.

Alionekana kukosa raha, kana kwamba anahisi kitu haijulikani na inasikitisha kidogo. Ilibidi nimkumbushe hivyo alikuwa amejitolea kuwa na uzoefu. Waangalizi wasingeruhusu itokee kama wangefikiri ndivyo ilivyokuwa si jambo sahihi kufanya.

J: Ilikuwa nzuri. Nilikuwa nikiitazamia.

D: Ilikuwa kama ulivyotarajia?

J: Ndiyo, kwa sababu bado tuna udhibiti kwa kiwango fulani. Na ufahamu kwa kiwango fulani. Katika umbo hilo bado tuna mapenzi yetu wenyewe. Haikuwa mbaya. Ilikuwa ya kufurahisha. Changamoto. Aina tofauti ya uumbaji kuliko tulivyozoea. Na sasa tulikuwa na umbo moja tu.

D: Je, una udhibiti sawa ukiwa ndani ya mwili?

J: Bado tuna mawasiliano ya kiakili. Tunaweza kuungana na upande mwingine. Bado tuna ufahamu. Lakini tuko hapa kupata uzoefu, pamoja na wengine waliochagua kuja wakati huo huo.

D: Je, unaweza kuathiri fahamu ya mwili uliomo sasa?

J: Ndiyo. Lakini hakuna ufahamu mkubwa wala uwezo wa kuumba kama zamani. Kuna sheria. Kuna mambo yaliyowekwa ambayo lazima yafuatwe.

D: Taratibu fulani?

J: Ndiyo, ni mchakato wa kuzaliwa na kukua. Lazima ukubali hilo kabla ya kuingia mwilini. Lakini ni nishati ya kundi inayoshikilia umbo pamoja. Si uzoefu wa roho moja, bali wa kundi.

Hii inaendana na nafsi kuwa kundi badala ya a umoja, na kupitia mambo mengi au maisha mara moja. (Ona sura zifuatazo.)

D: Ni taratibu gani lazima ukubali?

J: Kufuatana na maendeleo yaliyopo ya spishi. Kuchukua umbo la mnyama. Lakini kwa ufahamu ambao wanyama hawakuwa nao. Na mengi yalizuiliwa. Tulikuwa tunafahamu sisi kwa sisi, lakini sasa ilikuwa vigumu kuwasiliana. Ilikuwa ya ajabu. Kuwa ndani ya umbo kulikuwa na kizuizi, lakini kama kucheza mchezo mpya.

D: Je, utaweza kutoka kwa urahisi baadaye?

J: Ndiyo. Wanadamu wengine, tulikuwa tunajua juu ya roho hizi hapo awali walichukua ya kimwili. Sasa ilikuwa vigumu zaidi kufanya hivyo kuwasiliana nao. Ilikuwa ni ajabu. Kuwa katika fomu ilikuwa inazuia. Walakini ilikuwa kama kucheza mchezo mpya. Ni alikuwa akiendesha mwili. Fomu.

D: Je, utaweza kutoka ndani yake kwa urahisi na Kwenda nyuma baadaye? (Ndiyo) Je, kuna sheria na kanuni kuhusu hiyo?

J: Ndiyo, kuna muafaka maalum wa muda. Kudumu. Mwanzoni, hakuna mawazo ya nini utafanya. Wewe tu tutapata uzoefu huu, sasa. Hakuna masomo.

D: Hapana k arma. Hakuna masomo. Inaanza tu mpya.

J: Kweli. Ni kama slate mpya ya kuchora yako mwenyewe ... chochote unataka uzoefu.

D: Lakini hatimaye unakusanya k arma? Je, hiyo ni moja ya mambo ambayo hutokea unapoingia kwenye mwili wa kimwili?

J: Nilijaribu kuelewa na ... oh, sielewi. mimi ni kujaribu kujua karma ni nini, au kwa nini .... sioni, sijisikii.

D: Labda ni kitu kinachokuja baada ya muda.

J: Siwezi kuelewa.

D: Lakini hata hivyo, umekubali kuwa kimwili kwa a kipindi fulani cha wakati. (Ndiyo) Na tii sheria Fulani na kanuni. Kwa hivyo ni aina tofauti ya uzoefu, sivyo ni?

J: Ndiyo, inazuia. Ni hisia, yote ni hisia. Ni yote hisia. Lakini upendo upo. Bado ipo. Kwa hivyo upendo nishati ni uhakikisho. Huko ndiko kuunganishwa Chanzo.

Nilihisi tulikuwa tumefikia kile kilichowezekana kutoka kwa mtazamo wa roho ya nishati iliyoingia katika mwili wa kimwili kwa mara ya kwanza. Tatizo kubwa linaonekana kuwa kutokutengeneza karma itakayomfunga roho katika dunia na kuzuia kurudi katika hali yake ya uhuru wa kuumba. Labda hilo ndilo tatizo letu sote. Tulikuja hapa kupata uzoefu mpya na wa kusisimua. Kisha maisha yakatufunika, tukanaswa katika mwili, na kwa sheria ya karma tukalazimika kurudi tena na tena. Hatua ya kwanza ya kuachilia roho irudi kwenye Chanzo ni kuelewa kwa nini ilikuja hapa, na kuachilia vifungo hivyo. Hilo linaweza kufanyika kwa kulipa karma ya zamani na kuepuka kuunda mpya. Uelewa huleta uhuru.

Niliuliza nguvu nyingine ya roho irudi ilipo mali, na akaomba fahamu za Jerry zibadilishe. Kisha nikaomba kuongea na akili ndogo ya Jerry, kwa sababu najua kuwa majibu yote yapo, na hii ni ambapo naweza kuomba tiba na kupata ufumbuzi wa matatizo ya mtu binafsi. Mara tu nilipata ufikiaji wa chini ya fahamu, niliiuliza kwa nini imechagua hii ya kushangaza maisha kwa Jerry kuona, wakati kuna hakika walikuwa wengi wengine ambao wangeweza kuchaguliwa.

J: Ili kuleta maana ya yote. Kuona picha kubwa.

D: Ni dhana tofauti kwake kuchunguza.

J: Ndiyo. Alikuwa anaielewa katika kiwango kingine, lakini si kwa ufahamu wa kawaida. Sasa anajua.

D: Mwanzoni, alifikiri hataruhusiwa kuona hiyo. Ilikuwa ni kana kwamba ilikuwa inazuiwa mh.

J: Ndiyo, sehemu tu ilionyeshwa. Kisha ikaamuliwa kuachilia taarifa.

D: Uhusiano wake na maisha yake ya sasa ni upi?

J: Ni uhakikisho na uelewa. Kusudi. Muunganiko. Kuelewa sayari hii na kwa nini ni maalum. Kuelewa jinsi inavyoweza kuathiriwa. Kuhusu kundi na akili ya pamoja. Jerry amekuwa akishughulikia nishati bila kuelewa kwa nini.

D: Je, hii ni kumfundisha jinsi ya kuitumia?

J: Ndiyo. Inafanywa kwa moyo. Moyo ni muhimu.

D: Nini kilikuwa kinaonyeshwa?

J: Yote ni nishati, lakini inachukua aina tofauti kwa tofauti malengo ya kupata mambo mbalimbali. Hakuna haki au vibaya. Uzoefu tu. Uumbaji tu. Hakuna hukumu. Furahia tu. Ni starehe ya uumbaji. Ya kuendesha uumbaji, wa kudhibiti nguvu, kwa Pamoja kundi na kwa ujumla. Yote ni uumbaji.

D: W kama fahamu ndogo inayoonyesha hii kwa Jerry ili aweze kutumia hii katika maisha yake sasa?

J: Ndiyo, anafahamu.

D: Alikuwa akitaka kujua anachotakiwa kuwa kufanya na maisha yake sasa. Unaweza kumwambia?

Hili ndilo swali la kawaida ambalo watu wanataka kuuliza wanapokuwa na kikao. Kusudi lao ni nini? Kwa nini wako hapa, na wanatakiwa kufanya nini?

J: (Akacheka.) Amepewa turubai tupu. Na a brashi na palette. Kuna rangi zote. (Cheka)

D: Je, hiyo inamaanisha kuwa chochote kinatoka hapa na kuendelea? (Yeye alicheka) Atakuwa na tukio kubwa.

J: Rangi zote.

D: Na hili lilikuwa jambo muhimu kwake kujua leo. Maisha ya P hayakuwa muhimu kama kujifunza kuhusu hili muunganisho wa nishati.

J: Ndiyo. Kinachovutia, ni kwamba ni turubai ya kikundi. Na kuna wengine na brashi zao. (Cheka)

D: Oh, Jerry atakuwa na matukio ya ajabu sana anapolichunguza hili. Hii ilikuwa muhimu sana kwake ona, na sasa jaribu kuelewa.

Kisha nikamrudisha Jerry katika hali kamili ya ufahamu. Alipoamka tulijadili kikao kile kisicho cha kawaida. Alikubali kwamba kilimpa mengi ya kufikiria. Itakuwa ya kuvutia kwake kuona jinsi angeweza kutumia dhana hii ya kuendesha na kubadilisha nishati katika uwanja wake wa biashara. Ilionekana kana kwamba sasa chochote kingewezekana mara tu atakapofahamu jinsi ya kuitumia.

Vikao vyangu vingi sasa vilikuwa vikijikita katika mtu kugundua muunganiko wake halisi wa roho, badala ya kuchunguza maisha ya zamani. Uelewa wa maisha ya zamani bado ni muhimu kwa matatizo ya maisha ya sasa. Lakini inaonekana kwamba akili ya chini ya fahamu, pamoja na waongozaji na walimu wetu upande mwingine, wameamua kuwa ni wakati wa sisi kujua zaidi kuhusu asili yetu. Asili hizi si za Dunia tu, bali zinatoka katika mahali pana zaidi ambako tulikuwa mmoja na Chanzo na tulifurahia kukisaidia kuumba. Katika kikao kimoja, kilichoripotiwa katika mojawapo ya vitabu vyangu, niliambiwa kwamba somo muhimu zaidi la kujifunza wakati wa kuishi katika mwili wa kimwili ni kwamba tuna uwezo wa kuendesha na kubadilisha nishati. Mara tu tunapolitambua hilo, tunaweza kuumba kabisa chochote tunachotamani katika maisha yetu. Labda njia moja ya kutukumbusha uwezo huu ni kutufanya tukumbuke wakati kabla ya Dunia, tulipokuwa na uwezo huu wa kuendesha nishati na kuumba.

* * *

Roho hugawanyika au kujigawa vipande ili kupata uzoefu wa mwili wa kimwili. Inapofahamu ukamilifu wake, hujikita kama kiumbe wa nishati anayeweza kuumba chochote anachotamani. Inapoendelea zaidi ya hapo, inaweza kuwa katika maeneo mengi kwa wakati mmoja. Ingawa kila mmoja wetu pia ana uwezo huu, hatuutambui, na hatuwezi kuutumia maadamu tunaishi ndani ya mwili wa kimwili, kwa sababu ya mipaka yake. Katika hali hiyo ya juu, roho huwa na ufahamu kamili wa kila kitu. Hata hivyo, kutokana na kazi yangu, inaonekana kwamba roho mara kwa mara huhitaji kujigawa na kuondoka katika hali hiyo inayotamaniwa sana ili kuzingatia uzoefu mmoja tu. Je, ni mzunguko wa kudumu au ni utafutaji wa maarifa zaidi? Kama tulivyoona, ikiwa roho ina hata kumbukumbu ya sehemu ya nafsi yake kubwa, hilo huleta hisia za kukata tamaa, upweke na kujitenga katika kiwango cha ufahamu wa kawaida. Akili ya chini ya fahamu inajua kwa nini hili linatokea, lakini fahamu ya kawaida haijui, kwa sababu lazima idumishe umakini na mkusanyiko wake katika maisha inayoyaishi. Vinginevyo, ingekuwa ya kuchanganya mno.

Sura ya 26

KIUMBE MUUMBAJI ANARUDI NYUMBANI

Kikao hiki kilifanyika Oktoba, 2002, huko Minneapolis ambako nilikuwa nikifanya mfululizo wa mihadhara na warsha. George alikuwa mfanyabiashara aliyefanikiwa sana ambaye alikuja kwenye nyumba binafsi niliyokuwa nikikaa. Kwa kushangaza, kikao chake kilifunua upande mwingine wa kiumbe muumba, kama Jerry.

Aliposhuka kutoka kwenye wingu, kitu pekee alichoweza kuona kilikuwa mchanga. Alijua kulikuwa na watu upande wa pili wa kilima, waliokuwa wakimngojea awape majibu fulani. Kana kwamba alikuwa mshauri. Alijisikia kutokuwa na uhakika, kana kwamba hakuwa na uhakika kama alikuwa na majibu. Alijieleza kama mwanaume mwenye ngozi ya shaba, nywele nyeusi, aliyevaa mavazi mepesi ya kitani. Pia alikuwa amepambwa kwa dhahabu nyingi: mkufu wa ankh, bangili na pete kubwa sana. Kwa hakika ishara za aina fulani ya mamlaka. Hata hivyo, nilipojaribu kumuuliza maswali alikua mwenye mashaka sana na hakutaka kunijibu. Kwa kawaida mimi hupata imani ya kiumbe haraka, lakini huyu alikuwa mwangalifu na mwenye kuudhika. Aliendelea kusema kila mtu alitaka kitu kutoka kwake, kwa hiyo kwa nini mimi niwe tofauti.

Alisema ulikuwa wakati mgumu sana katika ulimwengu wake. Sababu moja iliyomkasirisha ni kwamba dada yake alikuwa ameondolewa au kuchukuliwa, na alimkosa sana. Alisema alihisi kupotea na kuwa peke yake, kwa sababu siku zote alikuwa pamoja naye na sasa hakuwa. Hakujua kwa nini waliwatenganisha au walimpeleka wapi. Haya yote yalikuwa ya kunichanganya, na nilikuwa nikijaribu kuyaelewa. Niliuliza ni nani aliyewatenganisha. Alisema walikuwa watu kutoka ulimwengu mwingine. Sio wale watu waliokuwa upande wa pili wa kilima, kwa sababu hao walikuwa tu watu wa kawaida. Hawa walikuwa kutoka mahali pengine, na hakujua kwa nini ilitokea au alipoenda.

G: Tutakapokuja pamoja tena, mambo yatakuwa ya ajabu sana. Tulipokuwa pamoja, tulikuwa na nguvu na uwezo mkubwa sana. Na tuliunda Shangri-La nzuri au mazingira ya ajabu sana. Tulipokuwa pamoja, ulikuwa ulimwengu mkamilifu. Walitutenganisha. Walimchukua ili mambo yasiwe makamilifu. Ili yafanyike kuwa magumu, yasiyo rahisi sana. Sisi wawili tuliweza kuimarisha utukufu mkubwa... tuliweza kuleta pamoja uzuri wote, utulivu, hali isiyobadilika... yote hayo. Lakini tulikuwa mmoja. Na waligundua kwamba wakitutenganisha, mambo yangekuwa tofauti. Na wako sahihi.

D: Kwa nini walitaka mambo yawe tofauti?

G: Kufanya jaribio.

D: Walimchukua vipi?

G: Walimnyakua tu. Kama miungu walimnyakua, wakamchukua.

D: Unamaanisha dakika moja alikuwa hapo, na dakika inayofuata hakuwepo?

G: Ndiyo. Tuliishi sehemu nyingine pia. Sehemu nyingi. Dunia nyingi tofauti. Kila tulipokuwa pamoja, zilikuwa kamilifu.

D: Kwa nini mlisafiri kutoka dunia hadi dunia?

G: Kusaidia. Kuleta kipengele cha – neno ni "nirvana" – kuleta nirvana. Tungefanya hivyo, kisha tungeendelea mbele.

D: Nini kilitokea baada ya kuondoka? Je, iliendelea kuwa nzuri?

G: Baadhi ziliendelea. Baadhi hazikuendelea. Baadhi zilielekea pande tofauti. Hii ni muhimu sana. Ambapo niko sasa.

D: Kwa nini ni muhimu?

G: (Anapumua kwa kina.) Wema. Uovu. Giza. Mwanga. Sijazoea hayo yote.

D: Ina aina tofauti, unamaanisha? Vinyume? (Ndiyo) Sehemu nyingine mlizoziletea uzuri hazikuwa na aina nyingi hivyo?

G: Kwa kiasi fulani. (Alikuwa akipata hisia kali, karibu kulia).

D: Najua una hisia kali, lakini tukizungumza kuhusu hilo, labda tunaweza kumpata dada yako. Inaonekana alikuwa kama sehemu yako, sivyo?

G: Daima.

D: Mlisafiri vipi kutoka dunia hadi dunia?

G: Tulikuwa tunaenda tu. Ilikuwa kama mashua kubwa ambayo ingeweza kusafiri popote kwa mapenzi.

D: Kitu cha kimwili?

G: Ndiyo, kama tulitaka iwe hivyo.

D: Je, mtu aliwaambia wapi muende?

G: Baba yetu. Baba angeambia tuende wapi.

D: Unamwonaje baba?

G: Mwenye hekima. Hekima yenyewe.

D: Ni mtu wa kimwili? (Ndiyo) Anawasilianaje nanyi?

G: Imekuwa muda mrefu. Hutoa mafundisho.

Hiyo ndiyo niliyoweza kujua kuhusu baba. Alikuwa amesikitika sana, na lengo lake kuu lilikuwa kumpata dada yake. Alilia alipomzungumzia, akisema, "Lazima nimtafute dada yangu. Ni sehemu yangu."

Hii ilionekana kuwa haiendi popote, na nilikuwa nakuwa kuchanganyikiwa zaidi kuliko hapo awali. Kwa hiyo niliamua kumhamisha George mbele kwa wakati ili kuona kama angeweza kumpata.

G: Yuko pamoja na baba. Watu wa ulimwengu mwingine walimrudisha. Labda walitaka nikue peke yangu.

D: Labda walitaka usimtegemee sana?

G: Ndiyo, lakini sina nguvu ile ile nikiwa peke yangu kama tulipokuwa pamoja.

D: Labda walitaka kuona kama unaweza kufanya peke yako?

G: Pengine hiyo ni kweli, lakini (Kihisia) nadhani hawakufanya hivyo kama nguvu ama, kwamba sisi kuweka pamoja.

D: Lakini mlifanya vitu vizuri na kamilifu.

G: Ndiyo, tulifanya. Hawakuipenda. Mambo yalikuwa rahisi sana. Hapana majaribio. Mambo yalikuwa mazuri tu. Hakuna masomo bila majaribio. (Kihisia) Tayari tulijua yote.

D: Walitaka iwe ngumu zaidi? (Ndiyo.)

Haikuwa hadi nilipokuwa nikiweka vikao vilivyochaguliwa sura, ambazo nilitambua jinsi kipindi hiki kilivyokuwa sawa ya Jerry. Walionekana wote wawili kuwa viumbe waumbaji. Jerry alisema ilikuwa ya kufurahisha zaidi kuunda na mtu mwingine, kwa kawaida kikundi. George alifurahia kufanya hivyo pamoja na dada yake. Wakati wao zilitenganishwa, uundaji haukuwa na ufanisi. Lakini kama yeye alisema, imekuwa rahisi sana. Hakukuwa na changamoto, Hapana masomo, hakuna majaribio. Nilimsogeza mbele kwa siku muhimu.

G: Huu. Ninazeeka. Inaonekana kuwa na busara zaidi. Na kuna a misukosuko mingi.

D: Ulikaa sehemu hiyo nzuri?

G: Imeiacha. Hapa, nilikuwa mwalimu. Nina nywele ndefu. Bado ya nguo za kipumbavu au nguo. Ndevu.

Inaonekana niliposogeza mbele George aliingia a maisha tofauti.

G: Siwezi kuumia. Hilo haliwezi kutokea.

D: Unalindwa, unamaanisha? Lakini haukuunda yoyote maeneo mazuri zaidi?

G: Niko hapa tu kushiriki habari na watu hawa. Hiyo ilikuwa kazi yangu iliyofuata.

D: Ulisema kulikuwa na mtikisiko. Ulimaanisha nini?

G: Bado ipo. Watu wanajaribu sana kuweka mambo yao pamoja. Nami niko hapa, kama wanataka, kuwashauri. Ajabu mtu mimi pia.

D: Kwa nini?

G: Kwa sababu wanajua nipo, na wanajua siwezi kuwa kuumiza. Na wanajua ni muhimu. Ni kama wao ni wa kimwili, lakini ... hiyo inavutia. Ah! (Ufunuo) Nimekaa karibu oasis. Kwa mji. Ni maji, miti ya kijani kibichi, aina ya jangwa. Na watu kutoka mjini wanakuja na kuzungumza nami. Mimi ni wote peke yangu. Kabisa peke yangu. Daima imekuwa.

D: Ulimaanisha nini kwamba walikuwa watu wa kimwili? Umesema hivyo ilikuwa ya kuvutia.

G: Ndiyo. Aina mbaya karibu na kingo.

D: tofauti na wewe?

G: Ndiyo. Mbio za vijana.

D: Je, hii iko kwenye ulimwengu ule ule uliokuwa nao?

G: Tofauti. Ni aina ya furaha. Ninazeeka, mzee sana. Haiwezi kuumiza.

D: Lakini ikiwa wewe ni wa kimwili, kitu kinaweza kutokea kwako?

G: Hakuna kinachoweza kunitokea.

D: Ninafikiria unapofika mwisho wa maisha yako.

G: Ninapotaka. Nikiwa tayari.

D: Lakini sasa hivi, unafanya aina tofauti ya kazi kuliko ulikuwa na dada yako.

G: Ndiyo. Nilikuwa mdogo wakati huo. Hiyo ilikuwa furaha. Huu ni mchezo wa watoto. Rahisi.

D: Lakini sio uwezo mliokuwa nao wakati mkiwa wawili pamoja.

G: Hiyo ni kweli. Najisikia vibaya juu yake, pia.

Kisha nikahamia George hadi siku ya mwisho ya maisha yake ili sisi angeweza kujua kilichompata.

G: Nimekaa kwenye kiti. Kuangalia kote. Ni wakati wa kwenda. Nimepata nimefanya mambo yangu hapa kwa muda huu. Nimefanya mambo yangu. Imekamilika nilichokuja kufanya. Na ninahitaji kwenda. Kuketi kwenye kiti hicho kusubiri kwenda. Ilihesabu kila kitu na karatasi zote za chit. Vidonge vyote, na niko tayari kwenda.

D: Nini kinatokea unapoondoka?

G: (Jambo la ukweli) Ninaondoka.

D: Nini kinatokea kwa mwili?

G: Inabaki. Acha tu. Risasi nje.

D: Unaona nini unapoiacha?

G: Huu. Ni kama ninatazama mchezo wa kuigiza. Ni kama mimi kuangalia katika studio ya filamu au kitu. Tazama yote hayo vitu. Seti zote. Hiyo ndiyo ninaondoka.

D: Unachoacha ni kama mchezo wa jukwaani?

G: Ndiyo. niko juu yake. Ninatazama chini, na kuna mwili huu akiwa ameketi kwenye kiti hicho. Nami nageuka, na imekwenda.

D: Inaonekana kama e, unaenda wapi?

G: Utupu. Utupu mrefu. Ninaelea kupitia utupu. niko kwa mwenyewe tena.

D: Je! unajua unaenda wapi?

G: Hapana. Nenda nayo tu.

D: Je, kuna mtu yeyote aliye nawe wa kukusaidia kwenda mahali ulipo wanatakiwa kwenda.

G: Hapana. Ninajua pa kwenda.

D: Kisha tusogeze hadi upitie utupu. Na umefika mahali unapokwenda. Je! mahali hapo panaonekana kama unapofika huko?

G: Ni kubwa. Ni kubwa, kubwa tu.

D: Unaona nini?

G: Kila kitu. Haielezeki. Kubwa. Kubwa.

D: Je, kuna kitu chochote ambacho unaweza kutambua?

G: Kila kitu. Nimekuwa hapa kabla. (Moan ya furaha.) Wote aina ya chaguo, maelekezo - kila aina ya chaguzi. Hata marafiki wengine wa zamani. Nafsi za zamani. (Sauti za furaha.) Wewe kujua? Unaweza kuona nafsi za zamani, na slivers vijana wa mpya. Unaweza karibu kunusa vijana. Wao harufu tofauti. Wana harufu ... sio mbichi, lakini harufu kama safi nyama, au ... harufu ya "kuchekesha". Tofauti - kama mbivu, mchanga nafsi.

D: Kwa nini wananuka na wengine hawana?

G: Kwa sababu labda hawajui vizuri zaidi. Wao ni tu kuanza nje. Unaweza kujua ni vijana gani, wazee. Neno sio "zamani". Iliyowekwa. Nafsi zilizotiwa maji.

D: Kwa hiyo za msimu hazina harufu?

G: Ndiyo. Na ni mpango wa ajabu kwa sababu hakuna umri hapa. Lakini tofauti iko kwenye harufu. Ni aina isiyo na maana. Lakini ni aina ya kuchekesha. Ni njia ya kuwatofautisha.

Katika Between Death and Life, niliambiwa kuwa kuna viwango vingi tofauti katika ulimwengu wa roho. Roho inapouacha mwili, hurudi katika kiwango ambacho inajisikia vizuri nacho — kiwango kinacholingana na mtetemo wake. Hawawezi kwenda kwenye viwango vya juu mpaka wawe tayari. Masafa au mtetemo hufanya kama kizuizi, na wanaweza tu kwenda kwenye kiwango walichokifikia kupitia uzoefu. Niliambiwa huwezi kwenda moja kwa moja chuo kikuu kutoka chekechea. Roho zilizoendelea zaidi, au kama George alivyoviita “roho zilizoiva,” zinaweza kwenda mara moja kwenye viwango vya juu. Zinaweza kwenda kwenye viwango vya chini ikiwa ni lazima, lakini "wachanga" hawawezi kwenda juu mpaka wafikie masafa, mtetemo au ukomavu huo. Inaonekana George alipaswa kupita katika viwango hivyo vya chini katika safari yake kuelekea kiwango alichostahili au alicholingana nacho.

D: Sasa kwa kuwa uko huko, je, kuna mahali maalum unapopaswa kwenda?

G: Ndiyo, hakika. Naenda kujisajili.

D: Unafanyaje hivyo?

G: Swali zuri.

D: Kwa sababu ulisema ni kubwa sana.

G: Nina ufunguo, kama chuma kinachoingia kwenye tundu. Lazima niende hapo. (Akinong'ona) Sasa mimi ni mwepesi zaidi. Ninajifunza tena kuwa mwepesi. Na ninapata tundu hilo. (Kimya) Ee! Lazima nijue tena jinsi ya kuzunguka hapa. (Sauti zisizoeleweka)

D: Je, walikuleta ili kukuonyesha pa kwenda?

G: Sitaki wafanye hivyo.

D: Unaweza kuomba msaada, unajua.

G: Hawajui jinsi ya kufika huko. (Kimya) Najua ilipo. Lazima niende juu zaidi na ndani zaidi. Tabaka tofauti, viwango tofauti. Kila kimoja tofauti. Unaingia kwenye kiwango cha chini kwanza. Hapo ndipo unahisi harufu ile. Lazima uende juu zaidi na ndani zaidi. Na huko juu huhisi harufu hiyo. Hakuna roho wachanga unapopanda juu. Watu wanatikisa vichwa. Wananitambua. Hawatabasamu. Wanatikisa tu vichwa, lakini wanajua kuna jambo.

Haya yote yalikuwa yakichukua muda mrefu, kwa hiyo niliamua kuharakisha.

D: Twende mbele hadi pale unapofika. Sasa unaweza kufika haraka kwa sababu unapitia viwango hivyo tofauti. Ni vipi huko?

G: Ee! Ni mwanga mwingi sana. Mwangavu sana. Ni wa ajabu kabisa. Utukufu kamili.

D: Kuna watu wengine hapo?

G: Ndiyo. Wengine wako hapo. Wote wanang'aa sana. Wamenifanyia mkusanyiko mdogo. Jambo kubwa. Labda kumi na wawili, ishirini na wanne, arobaini na wanane... Ha! Ha! Ha! Tisini na sita. Nawajua wote... Mimi ndiye wa mwisho kurudi katika kundi hili. Na wote wamekusanyika. Dada yangu yuko hapa. Nimempata. Kundi hili ni la zamani. Linakamilika... Mimi ndiye wa mwisho kurudi.

D: Linakamilisha nini?

G: (Akivuta pumzi ndefu) Unajua... hii ni baraza. Hicho ndicho kilivyo. Mimi ni wa tisini na sita. Tunapaswa kujadili kinachoendelea. Mara ya kwanza kila mtu amerudi. Na kuna sababu.

D: Sababu ni nini?

G: Hiyo ndiyo tutakayogundua. Lazima niende juu zaidi na ndani zaidi. Kati ya wale tisini na sita, wapo wanane kama baraza. Wameketi tu, wanazungumza, wanapitia mambo.

D: Wanane tofauti na tisini na sita?

G: Walitoka miongoni mwa tisini na sita.

D: Na watafanya nini?

G: Kuzungumzia mambo haya. Nilipotoka. Walipotoka. Kila kitu. Niliyofanya. Waliyofanya. Na yale yaliyofanywa na wale wengine tisini na sita.

D: Baada ya kujadili, mtafanya nini?

G: Kufanya marekebisho au mabadiliko madogo. Kuhusu tulikokuwa, tulichoona, na kitakachofanywa.

D: Kwa nini lazima mfanye hivyo?

G: Kwa sababu hiyo ni sehemu ya mchezo. Sehemu ya yote haya. Mfano wa kwanza, wa pili, wa tatu, wa nne. Sio safu ya mamlaka, lakini kinachofanywa hapa hushuka kupitia wale wanane na tisini na sita. Hadi chini kabisa, mahali unapoweza kunusa roho wachanga. Hadi chini kwenye lile tundu, ile njia, na popote unapoenda kupitia humo. Inaweza kuwa sehemu nyingi tofauti. Lo!

D: Lakini mnafanya mabadiliko hayo, je, hayaathiri mambo?

G: Yanapaswa kuathiri.

D: Katika ulimwengu wa kimwili?

G: Ndiyo kabisa.

D: Kwa nini wanabadilisha mifumo?

G: Ni lazima. Unarekebisha roho. Ukirekebisha roho, mambo mengine yote yanajiweka sawa. Huna hali nyingine zote. Rekebisha roho.

D: Kuwafanya wabadilike?

G: Ndiyo. Warekebishe. Wasipobadilika, wanajirekebisha wenyewe. Warekebishe. Unaelewa? Warekebishe. Badilisha kidogo. Weka ndani yao.

D: Unafanyaje hivyo?

G: Ni rahisi sana. Wakiangalia ndani yao na kuona kilichofunguka kwa mwongozo kidogo, wanaweza kufanya marekebisho. Wasipofanya, hawatarudi kule... Hilo ni jambo la ajabu. Unajua? Wale wanane... huko juu hawako hata kama roho. Ni tofauti. Ukiwa huko, huna wajibu. Unaposhuka chini, una wajibu. Ukiwa na wale wanane, hakuna wajibu. Sihitaji mmoja.

D: Umemaliza kila kitu unapofika huko.

G: Ndiyo. Lakini unaposhuka, wajibu au malipo, hapo ndipo marekebisho ya wajibu hufanyika. Ha! Ni ajabu!

D: Ikiwa mnajaribu kuathiri watu, sikujua mnaruhusiwa kuingilia.

G: Si kuingilia. Ni wajibu. Roho inajua, inapokomaa zaidi, ina wajibu. Vinginevyo isingekuwa roho. Isingehitaji masomo. Kwa nini ifanye hivyo? Inajua kuna wajibu. Na inaujirekebisha. Ni jambo zuri, na ni lengo. Kuwa chini bila wajibu.

D: Inawezekana?

G: Wewe amua.

D: Kwa nini ushuke kama huna wajibu au karma?

G: Hapo ndipo kuna furaha. Bila wajibu.

D: Ikiwa ulifikia hatua ya kutokuwa na wajibu, na hukuhitaji kurudi duniani, kwa nini umerudi katika mwili wa George?

G: Ili mimi na dada yangu tukamilishe kile ambacho hatukukamilisha zamani. Hiyo ndiyo sehemu moja. Si karma. Si wajibu. Ni jambo lisilokamilika.

D: Hamkukamilisha nini?

G: Nafikiri muungano. Hatukukamilisha muungano wetu.

D: Hata kama mlikuwa pamoja kwa muda mrefu?

G: Ndiyo. Hiyo hamu bado iko rohoni mwangu.

Nilimwita ufahamu fiche wa George ili tupate majibu zaidi.

D: George angeweza kuonyeshwa maisha mengi tofauti. Kwa nini ulichagua kuonyesha haya? Unajaribu kumwambia nini?

G: Unyenyekevu. Unyenyekevu kamili.

D: Je, anahitaji kujifunza hilo?

G: Analijua. Amejifunza. Unyenyekevu.

D: Kwa nini lazima aonyeshwe sasa?

G: Kwa sababu inarudi nyuma kwa wale wanane. Wao wakati mwingine kusahau unyenyekevu. Wanapoteza ... hekalu la hiyo. Kwa sababu haipo pale walipo. D: Hawana wajibu.

D: Hawana wajibu.

G: Na ni unyenyekevu kwa kile kinachoendelea hapa.

D: Kwa nini Geor ge anapaswa kujua hilo katika maisha yake, sasa? (Sitisha) Kwa sababu maisha haya ya kimwili ndio sisi wasiwasi sasa hivi.

G: Labda hicho ndicho asichokijua.

D: Alisema kulikuwa na kipande kilichopotea.

G: Ndiyo. Ni kile asichokijua. Huu ni wazimu lakini ... jambo dada. Yote ni sehemu yake.

D: Jaribu tu kumwelezea, hata kama inaonekana kama wazimu.

Nilikuwa nahisi kuwa "dada aliyepotea" hakuwa mtu wa kimwili, bali upande wake wa kike. Lakini nilitaka kusikia kutoka kwa ufahamu fiche. Ulisema polepole: "Ni ule upande wa kike utakaoboreshesha maisha yake, ustawi wake, na unyenyekevu wake. Wakati fulani alikuwa kamili. Alikuwa wa kike na wa kiume kwa pamoja. Hivyo ndivyo aliweza kuumba mambo mazuri sana."

Nilimuuliza jinsi angepata upande wake wa kike. Ufahamu fiche ulisema lazima ajifunze kuwa mpole zaidi, laini zaidi. Hilo ni gumu kwa sababu George ni wa kiume sana, na hilo si sehemu ya tabia yake ya kawaida. Vivyo hivyo na unyenyekevu.

Hata hivyo, ilisisitiza kwamba lazima aruhusu upande wake wa kike ujitokeze, kwa kuwa mpole zaidi na si mkali sana. Kisha niliuliza kuhusu matatizo yake ya afya. Nilipokea jibu lile lile nililopata mara nyingi. Ikiwa kiumbe alikuwa mojawapo ya viumbe vya juu katika nyanja nyingine na akaja duniani kwa sababu fulani, haruhusiwi kuwa mkamilifu. Lazima aendane na watu wa kawaida. Njia moja ni kumpa dosari fulani ili asitokeze tofauti. Dosari ya George ilikuwa shingo ngumu na uti wa mgongo usio na unyumbufu. "Aliitaka ili ajionyeshe kuwa ni binadamu." Ufahamu fiche uliruhusu maumivu yabaki kama kumbusho kwamba alikuja duniani kwa sababu maalum, "Kwa sababu sehemu hiyo ya mwili ni mfumo wa neva. Huo ndio mfumo wa udhibiti. Bila mfumo wa neva, hakuna uhai."

* * *

George alikuwa na maswali machache zaidi. Moja lilihusu tukio la mwaka 1972 alipodondoka ngazi na kuvunja fuvu la kichwa. Lilikuwa baya sana hadi karibu afe. Alitaka kujua kilichotokea wakati huo.

G: Tulikuwa tukimwambia lazima abadilishe. Alikuwa kwenye barabara isiyo na mwisho.

D: Kweli ilibadilisha maisha yake, kwa sababu alisema karibu afe.

G: Alikufa.

D: (Kwa mshangao) Alikuwa? (Ndiyo) Unaweza kumwambia kuhusu nini wakati huo?

G: Alikufa. Sehemu yake ilirudi. Sehemu nyingine ilirudi. Wawili walirudi.

D: Unaweza kueleza vizuri zaidi?

G: (Akihema kwa nguvu) Wawili walirudi. Yeye alirudi, na sehemu tofauti kidogo yake ilirudi pia. Bado ni yeye. Ni kipengele kingine chake.

D: Kwa nini sehemu hiyo ilibidi irudi?

G: Ilitaka. Ilitamani. Huo ulikuwa wakati mzuri. Nafasi nzuri. Mahali pazuri. Hiyo ndiyo sehemu ambayo ingemwongoza katika mwelekeo aliopaswa kwenda. Ilibidi kuwe na mabadiliko. Hakuweza kuendelea kwa namna aliyokuwa. Alihitaji msaada kutoka kwa sehemu nyingine ya nafsi yake. Sehemu hiyo nyingine ilipata fursa ya kuingia, na ikaingia.

D: Je, hilo ni tofauti na "walk-in"?

G: Ni tofauti. Hii ni roho ile ile, lakini kipengele tofauti.

D: Pia ulisema kwamba kipengele hiki cha kike kinakosekana.

G: Hicho hakijawahi kuwa sehemu ya ile iliyokuja. Hakijakuwa naye kwa miaka na miaka na miaka. Karne, miezi na milenia. Amekuwa akikikosa kila wakati. Kitakuja polepole.

George alipitia tukio jingine la kutisha mwaka 1998 alipokuwa akirudi nyumbani baada ya ziara nchini Misri. Walipata shida kubwa kumrudisha Marekani, kwa sababu alikuwa kama mtu anayetembea bila fahamu kamili, akiwa na udhibiti mdogo sana wa mwili wake. Alipofika nyumbani, ilichukua wiki nyingi kabla hajaanza kurudi katika hali ya kawaida.

D: Nini kilitokea wakati huo?

G: Alitaka kuondoka. Alitaka kurudi kwa wale wanane.

D: Je, kuna kitu kilitokea Misri kilichochochea hilo?

G: Inaonekana sehemu hiyo ya dunia si salama kila wakati. Na alitaka kurudi upande wa roho kusaidia kurekebisha mambo huko. Lakini haku... na angalia kilichotokea tangu wakati huo. Machafuko yote kule.

D: Na alifikiri hangeweza kufanya hivyo akiwa katika mwili wa kimwili?

G: Hangeweza. Hakuwa na nafasi hiyo.

D: Lakini alifikiri akiwa upande wa pili angeweza kuleta mabadiliko?

G: Ndiyo. Kuna mambo ya ndani yanayoendelea pia. Hapa na pale na kila mahali. Na alitaka kurudi. Alikuwa anakufa. Tayari alikuwa ameondoka. Ganda tu lilikuwa limebaki.

D: Kisha nini kilitokea? Je, waliambiwa hawezi kuondoka?

G: Hawamwambii kitu. Wanamwambia tu amalize hili. Sehemu nyingine itasubiri. Lakini angalia kilichotokea sasa. Ni wazimu kule.

D: Kwa hiyo wakati huo aliamua kurudi na kumaliza kazi.

G: Alirudi hapa. Ni wale wanane tu wanaoweza kufanya hivyo.

D: Inaonyesha kwamba hatujui kila wakati kinachoendelea kwa mwili wetu wa kimwili, sivyo?

G: Kwa bahati mbaya, ni kweli.

D: Angekuwa amepata k arma na wajibu. (Ndiyo) Hivyo wazo lilikuwa ni kurudi mwilini mwake ili aweze kumaliza kazi yake.

G: Alirudi hapa. Ni wale wanane pekee wanaoweza kufanya hivyo.

D: Inaonyesha hatujui kila mara kinachotokea kwetu mwili wa kimwili, sivyo?

G: Kwa bahati mbaya, hiyo ni sawa.

D: Daima kuna sehemu zingine zetu ambazo hatujui.

G: Hiyo ni kweli.

D: Lakini kwa bahati nzuri, kuna nguvu nyingine zinazoshughulikia mambo na kutusaidia.

G: Ni waongoza. Wapo hapa. Wanacheka kidogo kuhusu haya yote. Wanasema, "Ninajaribu kukuambia mambo haya mchana na usiku, lakini husikilizi." Mmoja wa waongoza wangu anahusiana na kipengele cha kike.

D: Je, wana ujumbe wowote kwa George? Ushauri wowote?

G: Ujumbe ule ule wanaotoa siku zote. Tuambieni mnapohitaji msaada wetu. Sisi daima tupo kusaidia. Lazima muombe. Hatuwezi kuingilia. Pia wanataka kusema — ni jambo la ajabu wanachosema. Wakati waliponihifadhi hai, lilikuwa jambo la kuvutia sana. Nashangaa kwa nini? (Akinong'ona)

D: Unamaanisha nini?

G: Nikisikiliza, kila kitu kiko sawa. Nisiposikiliza, mambo hayako sawa sana.

S: Asante, George. Sote tunakupenda.

D: Unamshukuru kwa nini?

G: Kwa kuwa yeye alivyo. Ana kazi ya kufanya.

* * *

Ushahidi mwingine kwamba tuna sehemu zaidi za nafsi zetu zinazoishi na kuingiliana kwa wakati mmoja ulitokea katika vipindi viwili tofauti nilipokuwa Memphis mwaka 2001. Wanawake wawili walifahamiana na walikuwa wakifanya kazi ya kuanzisha kituo cha uponyaji. Ilikuwa mradi mkubwa uliotaka mipango ya kina. Hawakujua wangeufanikishaje, lakini walikuwa na ndoto na walitaka kuifuata.

Mwanamke wa kwanza, nitamwita "Mary", hakuenda katika maisha ya zamani, ingawa tulikuwa tunatafuta majibu ya matatizo ya maisha haya. Alienda mara moja upande wa roho, mahali tunapokwenda kawaida kati ya maisha. Alikutana na kupelekwa katika chumba kikubwa ambamo viumbe wengi wa kiroho walikuwa wameketi kuzunguka meza. Walimtambua mara moja, na nishati ya kiume ilisema, "Vizuri, hatimaye umefika. Tumekuwa tukikusubiri." Badala ya kushughulikia sababu zake za kikao, waliingia moja kwa moja katika mjadala kuhusu mradi wake wa kujenga kituo kikubwa cha uponyaji. Walieleza jinsi kituo kinavyopaswa kujengwa, mahali ardhi itakapopatikana, na jinsi fedha zitakavyopatikana. Ilionekana kuwa kituo kikubwa zaidi kuliko kile Mary alichokuwa amefikiria. Hata hivyo, walimwambia kwamba mradi mkubwa zaidi ndio ungekuwa matokeo ya mwisho na ungekuwa na ufanisi zaidi. Alipatiwa maelezo mengi kuhusu muundo na mengineyo. Mwishowe, nishati ya kiume ilijitambulisha kama kipande cha juu cha Mary ambacho hakikutaka kuingia katika mwili. Kilichagua kubaki upande wa roho kumsaidia kuongoza maendeleo yake. Kimekuwa hapo kama sehemu ya bodi ya ushauri na kitaendelea kuwa hapo. Lakini pia ni sehemu yake, ingawa hana ufahamu wa hilo.

Hili limekuwa likisisitizwa zaidi katika kazi yangu — kwamba kuna sehemu zetu zinazokuwepo wakati huo huo, zikifanya kazi tofauti, zikiishi maisha tofauti. Hatuzifahamu kwa sababu ingekuwa ya kuchanganya sana kwa akili yetu ya kawaida. Tunaendelea kuzingatia matukio ya maisha yetu ya kila siku bila kujua picha kubwa.

Mwanamke wa pili, ambaye nitamwita "Juni", alikuwa wangu mteja wa pili siku hiyo hiyo. Wanawake wawili hawakuwa nao nafasi ya kuzungumza na kila mmoja. Ingawa Juni alizungumzia matatizo makubwa wakati wa mahojiano yetu ambayo yeye alitaka kufunika, alipoingia kwenye maono ya kina, yeye pia hakuenda kwenye maisha ya zamani, lakini alichukuliwa mara moja kwa chumba cha bodi. Tena, kulikuwa na viumbe wengi wa roho wameketi kuzunguka meza na walikuwa wakimngojea. Alikuwa kushughulikiwa na nishati ya kike ambaye aliendelea kumpa maelekezo kuhusu kuhusika kwake na Mary kwenye ujenzi wa kituo cha matibabu. Walieleza kwamba itakuwa kuwa ukweli, kwa sababu ilikuwa tayari imeundwa upande wa roho, na ilikuwa inangojea tu kushushwa ndani ya kimwili. Walieleza kuwa hivi ndivyo tulivyo kuunda ukweli wetu hapa Duniani. Kwanza tunapaswa kuwa na ndoto, hamu ya kitu kuwa ukweli. Sisi lazima vividly kuona matokeo ya mwisho, na kuipamba na wengi maelezo. Kisha inakuwa uumbaji kwenye upande wa etheric. Ni lazima basi iingie katika ukweli wetu wa kimwili na kuwa imara, kwa sababu hii ni sheria ya ulimwengu. Hii ndiyo sababu watu wanapaswa kuwa waangalifu sana juu ya kile wanachotaka kuunda. Juu ya upande wa roho, ni papo hapo, na inangojea tu sahihi muda kwa wakati ili kuwa ukweli. Mawazo ni mengi sana yenye nguvu. Mawazo yanaweza kuunda. Bila shaka, mshangao ulikuwa kwamba kituo ambacho wanawake wote wawili walikuwa wamekifikiria kilikuwa kwenye a mizani ndogo kuliko ile waliyoelezewa. Hivyo inaonekana, sehemu yao ambayo inakaa milele kwenye nyingine upande pia unaweza kupamba na kuunda mradi unapokuwa iliyoanzishwa na kiumbe cha kimwili kinachofahamu. Mradi ni sasa kusonga mbele. Wanawake wawili walipewa yote habari walizohitaji. Ikiwa haina kuwa halisi na imara katika mwelekeo wetu, inaweza kuwa kwa sababu walikosa imani na imani kufuata ndoto zao. Hii ni sayari ya bure mapenzi, baada ya yote.

Hii inaonyesha kuna sehemu nyingine kati yetu iliyobaki upande wa roho kusaidia kuelekeza onyesho, mchezo, mchezo. Je, tunaweza kumwita malaika wetu mlezi, kiongozi wetu?

Nadhani hiyo ni a tofauti, na yale ambayo nimeambiwa, lakini hiyo inaweza sasa kuwa wazi kwa mjadala. Nadhani sehemu hii nyingine inaweza kuwa zaidi inaelezewa kwa karibu kama utu wetu wa juu. Inavutia, hiyo wakati wowote ninapowasiliana na kile ninachorejelea kama "fahamu ndogo", hiyo haionekani kuwa huluki tofauti au sehemu ya mtu. Daima husema "sisi" tunafanya hivi, au kupendekeza hili, kana kwamba ni kundi badala ya mtu binafsi. Ni daima hurejelea mteja katika nafsi ya tatu: "yeye" au "yeye" inapaswa kufanya mambo yaliyopendekezwa, kana kwamba ya kimwili chombo kimejitenga na kikundi, angalau kwa muda uliopo juu ya mwelekeo wa kimwili. Mara kwa mara, wakati wa kimwili utu hupitia uzoefu wa kifo na safari kwa upande wa roho, mtazamo wake unabadilika. Ni mara moja kufahamu kuja "nyumbani", anatambua maisha ya kimwili yalikuwa tu mchezo, mchezo, shule ambayo unaweza kujifunza masomo. The upande mwingine ni halisi zaidi kwao, wao hutolewa na zaidi majibu na, ikiwa wako tayari, wanajiunga tena na kikundi, ambacho huwapa furaha kubwa.

Bila shaka, kazi yangu inaonyesha kwamba kuna sehemu ya juu ya sisi inayofahamu picha kubwa — mpango mkuu. Tukifahamu hili, tunaweza kutumia maarifa hayo kuumba uhalisia wetu katika maisha haya kwa ukamilifu zaidi. Sasa tunajua tunaweza kuwasiliana moja kwa moja na sehemu hiyo ya nafsi yetu, na inasikiliza na inataka kutusaidia. Je, hili kweli ni tofauti na mawasiliano na dhana yetu ya Mungu? Labda Mungu si kiumbe kilicho tofauti kabisa, bali ni sehemu ya sisi sote, na kwa hivyo ni rahisi kufikiwa zaidi.

SEHEMU YA NANE

KUTOKA KWENYE MWISHO WA KINA

Sura ya 27

KUONDOKA MWISHO WA KINA

Kikao hiki kilifanywa wakati wa wiki ya vikao binafsi katika moteli huko Eureka Springs, Arkansas, mwezi Februari, 2002. Charles ni muuguzi mwanaume anayefanya kazi katika hospitali katika mji wa karibu. Alikuwa na matatizo ya kimwili yaliyohusiana zaidi na kuwa na uzito kupita kiasi. Hilo ndilo lilikuwa jambo lake kuu la wasiwasi. Bila shaka, mojawapo ya maswali aliyotaka kuuliza lilihusu kusudi lake katika maisha haya. Hili ndilo swali la kawaida zaidi watu huuliza wanapokuja kuniona. Miaka michache iliyopita, USA Today ilifanya utafiti, kura miongoni mwa watu wa "kawaida", si tu wale wanaovutiwa na metafizikia. Waliulizwa, "Kama ungekuwa na uwezo wa kufikia nguvu kuu, ungeuliza swali gani?" Utafiti ulionyesha kwamba swali lililoulizwa mara nyingi zaidi lilikuwa, "Kwa nini niko hapa? Ninapaswa kufanya nini na maisha yangu?" Kwa hiyo karibu kila mtu huwa na mawazo haya wakati fulani au mwingine.

Katika kikao hicho, Charles alipitia maisha mawili ya zamani yaliyosaidia kueleza baadhi ya masuala yanayoendelea katika maisha yake. Ya kwanza ilikuwa kama askari wa Kirumi katika jeshi la Alexander Mkuu walipovamia Misri, na kuiteka Kairo. Walipata kuingia katika Piramidi Kuu kupitia mlango wa siri, chini ya amri ya kutafuta hazina. Waligundua kwamba hakukuwa na kitu. Walidhani kwamba kama kulikuwa na kitu hapo, kilikuwa kimeondolewa na kufichwa mahali pengine. Niliona hili kuwa la kuvutia, kwa sababu lilionyesha kwamba watu walikuwa wakihusisha piramidi na hazina, hata zamani hivyo. Kitu chochote cha thamani kilikuwa kimeondolewa muda mrefu kabla ya nyakati za kisasa. Alikuwa sehemu ya jeshi la uvamizi kwa miaka kadhaa. Alizama wakati wa dhoruba baharini alipokuwa akivuka Bahari ya Mediterania njiani kurudi Roma.

Maisha ya pili yalikuwa ya kuvutia, lakini hayakutoa taarifa nyingi kama nilivyotarajia. Alikuwa mwanaume aliyekuwa akijifunza maarifa ya siri katika Himalaya huko Tibet. Alibaki huko kwa miaka kadhaa akipata taarifa nyingi iwezekanavyo kutoka kwa mabwana. Kisha alirudi Ufaransa ambako alishiriki kile alichogundua na shirika la siri alilokuwa sehemu yake. Ilisikika kama Freemasons, lakini alisema lilikuwa la zamani zaidi. Wao ndio waliokuwa nyuma ya pazia wakiendesha serikali, hata katika kipindi cha Renaissance. Watu walikuwa wakikandamizwa sana, na alipokuwa mkuu wa shirika alitaka kuwafundisha watu wa kawaida ili waweze kuwa na maisha bora. Hilo ndilo lilikuwa kusudi la awali la shirika hili, kuboresha maisha. Baada ya muda liligeuka kuwa shirika hasi lililojaa tamaa na watu wanaotamani nguvu. Aliishi zaidi ya miaka 100, na alishiriki maarifa yake mengi na wengine. Baada ya kufa katika maisha hayo, niliomba utu ule mwingine uondoke, nikaiunganisha utu wa Charles tena ndani ya mwili, na nikaita akili fiche ili ijibu maswali ya Charles. Safari hii akili fiche ilianza kubishana, jambo ambalo si la kawaida. Kawaida huwa na ushirikiano mkubwa.

D: Naweza kuzungumza na akili fiche ya Charles?

C: Unamaanisha sehemu ya kuota?

D: (Nilichanganyikiwa.) Sehemu ya kuota? Wewe ni sehemu gani?

C: Nafsi kuu, nadhani ungesema hivyo. Ni yako pia. Sisi tupo. Sisi tupo. Sisi tupo, ndiyo.

D: Lakini uko tofauti na fahamu ya mtu.

C: Bila shaka hapana. Hapana, hapana.

D: Sehemu ninayozungumza nayo kwa kawaida ambayo ina majibu yanayohusiana na kimwili, huwa ni akili fiche. Unaiita sehemu ya kuota? Hiyo inamaanisha nini?

C: Sasa hivi unaota. Sasa hivi wewe ndiye mwotaji. Sasa hivi wewe ndiye. Lakini rudi kwetu kwa "mimi, sisi, yote". Kisha jitoe kama plastiki inavyosukumwa kwenye ukungu, kutumia mfano unaoweza kujua. Na huo ndio "Dolores". Lakini huo si plastiki. Ni kati ya majimaji inayonekana kuganda. Lakini hiyo ni katika wakati tu. Kisha hurudi katika asili yake. Na kisha husukumwa tena kwenye ukungu.

Maana ya kamusi ya "extrude": kusukuma au kulazimisha kutoka nje, kama kupitia uwazi mdogo.

C: Na huo ukungu unaweza kuwa na jina "Dolores". Wewe, kila wakati, unatiririka kati ya ukungu huo na ukungu mwingine, na kuishi katika sehemu mbalimbali zisizo na umbo ambazo ni "sisi". Unajua hilo. Ndiyo, unajua hilo.

D: Hizi ni dhana ambazo ni vigumu kwa akili zetu za kibinadamu kuelewa.

C: Lakini huzungumzi na akili ya kibinadamu sasa, kwa hiyo huhitaji kuwa na wasiwasi.

D: Basi nahisi ninafanya hivyo.

C: Oh, sehemu yako inaweza kuwa.

Hili lilikuwa linazidi kuchanganya. Sikuwa nimezoea kuzungumza na sehemu inayopingana hivi ya mtu. Niliamua kuelekeza maswali tena kwenye kile Charles alitaka kujua, kwa matumaini kwamba ningeweza kupata ushirikiano wake.

D: Kusudi la Charles katika maisha yake ya sasa ni nini?

C: Kubadilisha ndoto.

D: Unamaanisha nini?

C: Mwotaji huota ndoto. Anaweza kubadilisha ndoto. Kurekebisha ndoto.

D: Mwotaji anayeota ndoto ni nani?

C: Yule anayeota ndoto katika uhalisia huu.

D: Na unafikiri ndoto inapaswa kubadilishwa?

C: Ni wakati wake. Kama ilivyokuwa hapo awali.

D: Kwa mwotaji, unamaanisha fahamu ya pamoja au nini? Ninajaribu kuelewa unamaanisha nini. Mwotaji anayeota ndoto.

C: Kuna mwotaji anayoota ndoto hii. Kuna mmoja tu.

D: Huyo ni mtu au nini?

C: Ni zaidi ya fahamu. Hajatambulishwa kama mtu, ni ... aina fulani ya fahamu. Sote tunaota ndoto.

D: Kama sehemu ya fahamu?

C: Ndiyo. Sote tunaamini kwamba jua huchomoza na kutua. Mwotaji anaota ndoto hiyo.

D: Katika uhalisia tulio nao, unamaanisha?

C: Ndiyo. Ndoto ya uhalisia.

D: Inakuwa halisi, kwa sababu sote tupo ndani yake. Hiyo si kweli?

C: Kweli, lakini kila mtu binafsi pia anaweza kuota ndoto yake mwenyewe. Anaota yeye ni mfanyabiashara au daktari au wakili. Hiyo ni ndoto yake ndani ya ndoto.

D: Huo ni uhalisia wake.

C: Ndiyo.

D: Lakini mwotaji anayeota ndoto kubwa, je, huyo ni fahamu kubwa zaidi? Fahamu yenye nguvu zaidi?

C: Ndiyo.

D: Ingekuwa vigumu kuibadilisha kama ingekuwa kubwa hivyo.

C: Kweli.

D: Fahamu hii, mwotaji anayeota ndoto, je, hiyo ni zaidi kama dhana yetu ya Mungu? (Kimya.) Au ni tofauti?

C: Jambo ni kwamba, Mungu si kweli ... kuna mmoja tu, ni tu ... mwotaji hufanya kile ambacho kila mtu anaamini ni halisi kuwa halisi. Mwotaji hufanya jiwe liwe gumu, Jua lichomoze na kutua. Hiyo ni ndoto yake. Ni ndoto za watu wengine pia zinazofanya mambo katika ndoto: kuunda vita, migogoro, furaha, huzuni.

D: Hizo zote ni watu binafsi wanaounda sehemu hizo ndani ya ndoto nyingine?

C: Ndiyo, ndiyo.

D: Lakini je, hawafanyi hilo kuwa uhalisia wanapolifanya?

C: Hiyo ni kweli, ndiyo.

D: Kama vile mwotaji anayeota ndoto anavyofanya hilo kuwa uhalisia?

C: Sahihi. Ni ndoto kubwa.

D: Inaendelea kuunda uhalisia zaidi?

C: Ndiyo. Lakini bado ni uhalisia mmoja tu. Kwa sababu kuna mmoja tu.

D: Nimesikia kwamba tunaweza kuunda ukweli wetu wenyewe. (Ndiyo.) Je! hivi unamaanisha nini ... nilikuwa nikifikiria ikiwa yule anayeota ndoto alikuwa kama fahamu kubwa zaidi.

C: Sahihi.

D: Ninaendelea kumfikiria Mungu. Labda dhana yetu ya Mungu sivyo sahihi.

C: Sisi ni Mungu, sote tuko kitu kimoja.

D: Hiyo ni kweli. Nimesikia hivyo. Lakini ikiwa fahamu, basi mwotaji, alikuwa akiota ndoto na kuiumba, basi anachoumba, kinabaki, sivyo? Inakuwa imara na kimwili?

C: Hiyo ni sawa, ndio.

D: Kwa sababu ninamfikiria mtu anayeota ndoto kama anayeamka.

C: Hiyo ni sawa.

D: Kisha je, mwotaji hatimaye huamka?

C: Hiyo ni sawa.

D: (Kicheko cha wasiwasi.) Je!

C: Nini kinatokea unapoenda kulala?

D: Namaanisha, nini kinatokea kwa kile alichokiumba ndani yake ndoto?

C: Unapoenda kulala, huendi kwenye ukweli mwingine?

D: Kweli, lakini unapoamka, hufanya ukweli huo kubaki?

C: Ni kweli kama ukweli mwingine. Ni aina tofauti ya kuota. Je, unaita ukweli huu? Hapa ulipo sasa? Ni ndoto au ukweli?

D: Kweli, tunafikiri tuko katika hali halisi.

C: Je, hauoti hapa kama unavyoota katika nyingine mahali?

D: (Anacheka) Hatujui, sivyo. Hiyo imekuwa daima fumbo. Lakini, hata hivyo, mwotaji ambaye ameota yote haya yanayotokea sasa, anapoamka, yanafanya yetu ukweli utaacha kuwepo au unaendelea?

C: Inaendelea.

D: Kwa sababu ameipa uhai?

C: Sote tumeipa uhai.

D: Na cheche zingine zote na roho zimetoa nguvu na uumbaji zaidi kwake. Je, ndivyo unavyomaanisha?

C: Kweli, lakini wanarudi kwa ujumla. Lakini kwa kweli kweli hawakuondoka.

D: Kwa hivyo tunaisaidia kuwa ukweli na kila mtu yuko wakicheza sehemu yao ndani yake. (Ndiyo.) Lakini basi kwa kiwango kikubwa zaidi, mwotaji huota ndoto zingine?

C: Wakati ndoto ndogo, kwa kukosa neno bora, Fanya kutosha au kuwa na sababu ya kutosha ya kubadilisha kubwa ndoto ya mwotaji; hapo ndipo inapobadilika. Hapo ndipo fahamu hufanya kuruka. Kuruka mbele au inaweza kuwa kuanguka nyuma. Inategemea nafasi yako kwa wakati. Kwa mfano Zama za Giza, mwotaji alibadilisha ndoto.

D: Kwa hivyo huu ni fahamu kubwa basi. Ni zaidi yetu unaweza kuelewa?

C: Hapana, ni mwotaji tu.

D: Hiyo imeunda haya yote.

C: Ndiyo, sisi sote ni waotaji.

D: Sisi sote ni sehemu yake basi. (Ndiyo.) Kwa sababu ninajaribu kufanya hivyo kuelewa. Ikiwa alikuwa mkubwa sana kwamba hatungeweza fahamu.

C: Hapana. Anaweza kufahamu chochote.

D: Na huu ndio ufahamu ambao sisi sote ni sehemu yake? (Ndiyo.) Na sote tunairudia.

C: Ndiyo, kuna moja tu.

Hii ilionekana kama wazo ambalo nimeshughulikia mahali pengine katika kitabu hiki, kwamba sisi sote tulitokana na Chanzo na kujitenga nayo kufanya kazi mbalimbali tulizo kupewa. Pia kuwa na matukio mengi na masomo njiani, kabla hatujarudi. Uumbaji huu kwa kikundi akili pia inaweza kuwa sawa na kazi ya Jerry, (Sura ya 25) kuunda na kikundi chake. Inaweza kuwa dhana sawa, tu kuweka kwa maneno tofauti.

Je, hii pia inaweza kuwa sehemu ya kile kitakachotokea wakati sisi kupanda katika Dunia Mpya? Ufahamu wa misa huamua ni hivyo wakati wa kuhama (au kubadilisha) ndoto?

D: Kwa hivyo ukweli ambao tumeunda sote unaendelea kuwepo. (Ndiyo.) Kwa sababu tumeupa uimara, tumeupa umbo? (Ndiyo.) Kwa hivyo basi wakati sote tunarudi nyuma, ulisema tunatengeneza fahamu kuhama t. (Ndiyo.) Hiyo ni kubadilisha ndoto kuwa ndoto nyingine. (Ndiyo.) Na tunapofanya hivyo, tunaunda ukweli mwingine, ndoto nyingine wakati huo. Kila mtu hiyo inahusika?

C: Ndiyo, sio sana katika kuiunda, lakini kuendelea tu.

D: Kuendelea na kubadilisha ndoto?

C: Ndiyo, hukua kama mmea.

D: Nimesikia tunajiandaa kufanya fahamu kuhama t. Je, ni wakati huo itatokea? (Ndiyo.) Ikitosha watu wanataka kubadilisha ndoto tuliyo nayo sasa na vita na hasi? (Ndiyo.) Kisha itaingia kwenye ijayo fahamu basi. (Ndiyo.) Ninahisi kama siielezi sawa, kwa sababu ninafikiria mwotaji kama sawa na Mungu; kama fahamu ya wingi.

C: Kweli.

D: Kisha hatimaye, kila mtu anaiacha ndoto na Kwenda kurudi kwa mwotaji au nini? Rudi kwenye ufahamu uliounda kila kitu?

C: Hiyo ni sawa, ndio. Inaanza upya. Ndoto nyingine. Ni a mzunguko. Kama unapoamka kila asubuhi, je! inatokea kwa ndoto yako? Unafikiri nini? Imepita mbali?

D: Ndiyo, kwa sababu unapoenda kulala usiku unaofuata, ni a ndoto tofauti. V mara chache huna kurudi kwenye ndoto sawa.

C: Sawa.

D: Lakini ndoto zetu nyingi hazina maana yoyote.

C: Tafuta kuelewa. (Cheka)

D: Kuna ishara zaidi kuliko tunavyozingatia katika yetu maisha ya kila siku.

C: Ni ulimwengu tofauti.

Ulimwengu tofauti wenye sheria tofauti zinazotawala kile kinachotokea humo. Ulimwengu wetu wa kimwili duniani ni mahali ambapo sheria na mipaka hutumika kwa ukali. Ndiyo maana tulichagua kuishi hapa katika mwili wa kimwili ili kujifunza masomo ndani ya mipaka hiyo. Kwa sababu hatuna kumbukumbu za maisha yetu mengine katika nyanja nyingine za kiroho na kimwili, tumezoea kufikiri kwamba kila kitu kina mipaka. Hivyo hatuwezi kutambua ulimwengu usio na mipaka. Kama tulivyoona katika kitabu hiki, kuna vipimo na uhalisia mwingine mwingi tunaoweza kuupitia (tukishapata maarifa ya kutosha), ambamo viumbe ni nishati tupu. Hawana hata kizuizi cha mwili wa kimwili. Wanaweza kuumba chochote wanachotamani, kuanzia umbo la mwili hadi mazingira yao. Wana udhibiti kamili juu ya mazingira yao. Hata hivyo, wengi wao wamechagua (au wametumwa) kuishi maisha katika ulimwengu wetu wenye mipaka na vizingiti. Watu hawa mara nyingi huwa hawana furaha, wakitamani kurudi katika maisha yao ya uhuru kamili. Lazima iwe ni hali hiyo hiyo tunapoingia katika ulimwengu wa ndoto. Tukiwa katika hali ya ndoto hakuna sheria, kanuni au mipaka. Chochote kinaweza kutokea au kuumbwa. Tuna udhibiti na tunaweza kuumba kile tunachotaka kukipitia. Watu wanaoota kwa ufahamu haraka hutambua kwamba wanaota, na kwamba wanaweza kubadilisha ndoto kama wanataka. Wanaelewa kwamba wana udhibiti juu ya ulimwengu huu mwingine tunaouingia kila usiku tunapolala. Nimeambiwa mara nyingi kwamba hatutaweza kamwe kuelewa haya yote tukiwa tumefungwa katika mwili wa kimwili. Inaonekana hali ya ndoto si hali ya kufikirika inayotoweka tunapoamka. Bila kujua tumeumba ulimwengu unaobaki na kuwepo mahali fulani. Hili linaendana na wazo kwamba mawazo yetu yana nguvu sana; ni vitu halisi. Mara tu yanapofikiriwa, yanakuwepo milele. Bila shaka, hivi ndivyo tunavyoumba uhalisia wetu; kwa kuyaongoza na kuyaweka katika mpangilio mawazo, matamanio na ndoto zetu, kisha kuyazingatia na kuyaelekeza hadi yanapokuwa uhalisia.

D: Unamaanisha ulimwengu wa aina tofauti? (Ndiyo.) Na ndiyo maana tuna shida kuelewa ndoto zetu. Je, tunaumba ulimwengu wetu mdogo binafsi kila usiku tunapoenda kulala?

C: Ndiyo, na mnapaswa kufanya hivyo.

D: Lakini mara nyingi umejaa ishara ambazo hazina maana kwa akili zetu tunapoamka.

C: Wanahitaji tu kutafuta kuelewa. Wakizingatia hilo, wataelewa.

D: Siku zote tunafikiri unajaribu kutuambia mambo kupitia alama.

C: Ndivyo ilivyo. Zingatia tu hilo na utaelewa.

D: Lakini tunapoamka na kurudi katika uhalisia huu, huu unaonekana kuwa na maana zaidi kwetu. (Ndiyo.) Kwa hiyo kila usiku tunaingia katika ulimwengu tofauti ambao tumeuunda. (Ndiyo.) Je, ulimwengu huo katika hali ya ndoto unaendelea kuwepo?

C: Bila shaka! Ni tofauti tu ... unapolala usiku, una uhakika gani kwamba utaamka asubuhi inayofuata?

D: Basi, tunafikiri tutaamka.

C: Vipi kama mwili wako ungefariki?

D: Basi, hilo limewatokea watu.

C: Ndiyo. Juu ni kama chini.

D: Na kama mwili ungefariki, ungeingia katika ulimwengu wa roho, sivyo? (Ndiyo.) Huo ni tofauti na ulimwengu wa ndoto. Si kweli?

C: Kweli.

D: Lakini kwa njia hiyo ungejua kwamba huoti tena. Ungekuwa unaingia katika ulimwengu wa roho.

C: Je, ungejua?

D: Basi, unafikiri ungejua. (Charles alicheka.) Watu wamewahi kuniambia ulimwengu wa roho ukoje. Unaonekana kuwa mahali tofauti.

C: Ukilinganisha na huu.

D: Ndiyo. Wote wanauelezea kwa njia ile ile, na ukilinganisha na ulimwengu wa ndoto tunaouona usiku – unaonekana kuwa kitu tofauti. (Ndiyo.) Hili linaweza kuwa la kuchanganya sana. Kwa akili zetu za kibinadamu, hata hivyo. Lakini siku zote ninatafuta taarifa. Je, ni sawa nikishiriki taarifa hiyo na wengine katika kazi yangu?

C: Ndiyo, ndiyo.

D: Siku zote ninatafuta mambo tofauti ambayo hatujawahi kuyafikiria, ingawa najua siyaelewi. Njiani, labda mtu fulani mahali fulani ataweza kuyaendeleza zaidi.

C: Sauti ndiyo njia ambayo Mungu alinena ndoto katika uumbaji. Ilianza kwa sauti.

Hivi ndivyo Biblia inavyoanza hadithi ya uumbaji wakati Mungu alinena ulimwengu wetu uwepo. "Mungu akasema, Na iwe nuru; ikawa nuru." Mwanzo 1:3. Kila hatua ya mchakato wa uumbaji iligeuka kuwa uhalisia Mungu aliponena.

* * *

Katika kikao kingine, mwanamke nitakayemwita "Barbara" alitaka kuchunguza baadhi ya matukio aliyodhani yalitokea wakati wa uzoefu wa kutoka nje ya mwili. Alipitia kupita katika handaki na mambo yanayofanana na hayo. Katika mojawapo ya haya, aliishia katika kipindi kingine cha wakati. Nilidhani vilionekana zaidi kama kuingia katika vipimo vingine kupitia milango ya wakati. Hilo lilikuwa kweli kwa kiasi fulani. Akili fiche ilisema, "Ni kumbukumbu. Kumbukumbu ya nafasi zinazounganishwa."

D: Ilionekana kuchanganya. Ilionekana kuwa katika wakati wetu wa zamani kama tunavyoujua.

B: Hakuna wakati uliopita.

D: Hivyo ndivyo alivyodhani, na aliporudi, ilikuwa ya kuchanganya. Watu katika uzoefu ule mwingine walidhani hakupaswa kuwa pale.

B: Ni kiungo tu kwa nafasi tofauti. Hakikufanya madhara isipokuwa kumfanya awe na hamu ya kujua.

Katika uzoefu mwingine ambao Barbara pia aliuhusisha na kutoka nje ya mwili, alijikuta katika bustani akizungumza na watu. Mmoja wao alimwambia alipenda kuja bustanini, kwa sababu mahali pengine alipokuwa alikuwa kwenye kiti cha magurudumu. Niliuliza kilichotokea wakati huo.

B: Walimchukua.

D: Nani walimchukua?

B: Akili. Akili zilimchukua. Akili yake ni akili yao. Akili zote zilifikiri.

D: Lakini, walikuwa wapi?

B: Mahali pengine.

D: Na akili za watu wengine waliokuwa katika bustani hii zilimleta pale? (Ndiyo.) Je, anafanya hivi mara nyingi? (Hapana.) Kwa sababu alihisi kuwa palikuwa pa kawaida kwa namna fulani.

B: Ni sawa kila wakati. Akili huumba.

D: Na zinaumba mahali hapa na wote huenda pale?

B: Ndiyo, ni mawasiliano na kiungo kingine.

Hizi hazikuwa akili za watu ambao Barbara aliwajua katika maisha yake ya sasa, bali aliwajua katika ngazi nyingine. Ndiyo maana walionekana wa kawaida kwake.

D: Je, hii inafanana na upande wa roho, ambako tunaenda tunapokufa na kuacha mwili wa kimwili?

B: Hapana, hii ni tofauti. Wengine huumba. Ni katikati ya handaki. Ambapo wengine huingia kutoka upande mmoja na wengine huingia kutoka upande huu. Na wanakutana, na wanaumba mazingira yao, na kubaki hapo kwa muda.

D: Lakini alisema aliporudi hapa, ilikuwa kwa nguvu sana. Nini kilitokea pale?

B: Yeye ni mkaidi.

D: (Alicheka.) Kwa hiyo ilimrudisha katika mwili huu katika uhalisia huu? (Ndiyo.) Je, hivi ndivyo hutokea wakati mwingine tunapoota usiku? Je, tunaenda katika maeneo haya ambayo akili huumba?

B: Akili zinazofanana, ndiyo.

D: Lakini siku zote tunarudi katika mwili huu, sivyo?

B: Ndiyo, lakini kuna mawasiliano. Si katika ngazi ya ufahamu. Katika ngazi nyingine. Kuna nyumba nyingi, ngazi nyingi. Na mara kwa mara unaenda katika zile zilizoundwa na akili zinazofanana.

D: Je, hili hutokea mara nyingi?

B: Si mara nyingi.

D: Lakini kwa kawaida hatukumbuki kama alivyokumbuka yeye. Alikumbuka mengi, sivyo?

B: Alikumbuka kupita kiasi. Ana kumbukumbu nzuri.

Tukio hili lilionekana zaidi kama kundi kuumba uhalisia wao kama Charles alivyosema. Mwotaji akiota ndoto.

* * *

Watu wa asili wana wakati rahisi zaidi kukubali dhana hizi za kimetafizikia kuliko watu wa kisasa. Kwa mfano, imani za Waaborijini wa Australia zinaeleza hadithi ya uumbaji kwa kusema kwamba mwotaji aliota ulimwengu uwepo. Wanasema ndoto ya kwanza ya Mwotaji ilikuwa vipengele: moto, ardhi, hewa na maji. Kisha akaendelea kutoka hapo. Alipochoshwa na kila uumbaji mpya, aliendelea kuumba. Pia wanaamini kwamba ulimwengu halisi hauko duniani, bali uko upande wa roho. Wanaita maisha yao duniani "Wakati wa Ndoto", kana kwamba si "halisi". Hivyo, hufurahi mtu anapokufa, kwa sababu wanajua anaondoka katika Wakati wa Ndoto na kurudi nyumbani. Dhana zinazotushangaza sisi, kwao hukubalika kwa urahisi.

* * *

Dhana ya kushangaza kwamba hakuna kitu katika maisha yetu kilicho halisi, kwamba ni udanganyifu tu, imerudiwa mara nyingi katika kazi yangu. Wazo hilo hunisumbua, kwa sababu linapinga dhana yangu ya uhalisia. Kila kitu katika maisha yetu kinaonekana kuwa halisi na kigumu, kuanzia mazingira yetu ya kuishi na kufanya kazi hadi mguso na hisia za wale tunaowapenda. Ikiwa vitu vya thamani zaidi na vya kupendeza katika maisha yetu ni udanganyifu tu, basi tunawezaje kutambua uhalisia? Ninaona ni faraja zaidi kufikiria dhana hizi kama "pipi za akili". Kitu cha kufikiria ili kupinga mifumo yetu ya imani na kusukuma akili zetu hadi ukingoni mwa uelewa. Kitu cha kutafakari kifalsafa. Lakini kisha mwisho wa siku, kukiweka pembeni na kufikiria, "Hicho kilikuwa cha kuvutia. Kilipinga mfumo wangu wa imani. Kilinifanya nifikiri kwa mwelekeo mpya. Lakini sasa lazima nirudi katika ulimwengu 'halisi'." Hata kama kweli ni udanganyifu tu, bado ndio uhalisia pekee tunaoujua. Hivyo tunapaswa kuishi ndani yake.

Kwa mara ya kwanza katika maisha yetu mengi, tunapewa changamoto na taarifa mpya na tofauti. Hakuna kitu kama hiki kilichotokea katika siku zangu za mwanzo za utafiti. Labda "wao" wanakiwasilisha kwa sababu ni wakati wa wanadamu kupanua akili zao na kukubali mawazo mapya kabisa. Labda ni wakati, kwa sababu tunabadilika kwa pamoja kuingia katika uhalisia mpya katika masafa na mtetemo mpya. Akili zetu lazima zibadilike pia, ili kukubali ulimwengu mpya na tofauti tunaouingia. Labda hii ndiyo sababu sasa tunapewa changamoto za kubadilisha fikra zetu kutoka katika hali ya kawaida tuliyokwama nayo kwa milenia. Hata hivyo, pamoja na mtazamo mpya na njia mpya ya kufikiri, pia huja wajibu. Ingekuwa rahisi sana kuingia katika hali ya kutokuwa na juhudi. Tungeweza kusema, "Naweza tu kuteleza katika maisha na kutohangaika kuhusu chochote, kwa sababu hakuna kitu halisi. Kila kitu ni udanganyifu. Kila kitu ni ndoto tu. Kwa hiyo haijalishi ninachofanya. Sina ushawishi wowote." Kisha ingekuwa rahisi sana kukaa na kutafakari kitovu cha tumbo kwa mfano. Rahisi sana kuruhusu maisha yakupite kwa sababu umejiondoa ndani yake.

Ninaamini hiyo si sababu tuliyochagua kuwa hapa katika ulimwengu huu wakati huu. Pamoja na mwanga huja wajibu. Hiyo ni mojawapo ya sababu tumelazimika kuzaliwa upya mara nyingi sana. Imechukua muda huu wote kufanya mambo sawa. Tumeshikwa sana na ulimwengu wa kimwili kwa muda mrefu kiasi kwamba tumesahau kwa nini tulikuja hapo awali. Hiyo pia ndiyo sababu roho nyingi zilizoendelea zimechagua kuzaliwa upya hapa, kutusaidia tunapoingia katika kipimo kinachofuata. Katika mojawapo ya vitabu vyangu, niliambiwa kwamba sababu kuu ya kuzaliwa upya duniani ilikuwa kujifunza kutumia na kuendesha nishati. Hivyo maisha yanaweza kuwa udanganyifu. Maisha yanaweza kuwa ndoto tu. Lakini ni ndoto yetu, udanganyifu wetu. Tunaweza kubadilisha ulimwengu na kubadilisha hali zetu mara tu tunapotambua nguvu tuliyo nayo. Tunaweza kweli kuleta miujiza. Tunaweza kuufanya ulimwengu katika kipimo kijacho kuwa mbingu ya kweli duniani. Hilo lingekuwa lenye tija mara mia zaidi kuliko kukaa na kuruhusu maisha yakupite. Matumizi na udhibiti wa nishati yatakuwa muhimu zaidi katika ulimwengu mpya. Tunarudisha nguvu na vipaji vilivyosahaulika kwa muda mrefu, kwa sababu ulimwengu hatimaye uko tayari. Vinginevyo, tunapovuka kwenda upande wa pili, tutaambiwa kwamba tulikuwa na nafasi ya kubadilisha ulimwengu na hatukuitumia. Kisha inakuwa karma na lazima tupitie mzunguko mzima tena hadi hatimaye tuelewe. Kuachiliwa kwa dhana ngumu zaidi na zaidi kunatayarisha akili zetu kukubali ulimwengu mpya unaokuja. Hatuwezi kubaki bila hatua kama tunataka kuingia katika uhalisia mpya, ndoto mpya, udanganyifu mpya.

* * *

Mara nyingi nimeambiwa katika kazi yangu kwamba tunapotoka nje ya miili yetu usiku tunapolala, au kwa mapenzi yaliyoongozwa na kuelekezwa, tunaenda katika ulimwengu tofauti pamoja na kusafiri katika sayari yetu ya kimwili. Mtu anaweza kurudi katika ulimwengu wa roho kuzungumza na waongozaji wake na kupata maelekezo zaidi kuhusu jinsi ya kushughulikia matukio katika maisha yake. Au ushauri kuhusu kuumba matukio yajayo ambayo ameafikiana kuyapitia. Au labda ukaguzi tu unaofanywa kwa kurudi "nyumbani" kuwatembelea watu ambao hatuna kumbukumbu zao tunapokuwa macho. (Hili tayari limeelezwa sehemu nyingine katika kitabu hiki kwamba tunatoka nje ya miili yetu usiku tunapolala.) Hii ni mojawapo ya sababu watoto wachanga hulala sana. Wanajirekebisha na miili yao ya kimwili, na huamka tu wakati mwili unahitaji uangalizi. Bado wameunganishwa na upande wa kiroho, na huenda na kurudi kupokea mwongozo. Roho haijashikamana kikamilifu na mwili hadi takriban umri wa miaka miwili. Kufikia wakati huo, hawalali sana kama hapo awali. Hii pia ni maelezo ya Kifo cha Ghafla cha Mtoto Mchanga, ambacho madaktari hupata ugumu kukielewa. Kuna nyakati ambapo roho iko katika mojawapo ya safari zake kwenda katika ulimwengu wa roho, na inaamua (kwa sababu yoyote ile) kutorudi mwilini. Labda iliamua kwamba mazingira ilimozaliwa hayakuwa yanasaidia kutekeleza uzoefu katika maisha haya, na kwamba mwili mwingine katika mazingira tofauti ungekuwa unaafiki zaidi. Labda ilitokea kama somo kwa wazazi. Kitu walichopaswa kujifunza, kwa sababu ya uzoefu wa maisha ya zamani na roho ya mtoto huyo mpya. Labda roho ya mtoto ilikaa muda mrefu sana upande wa pili. Ilikuwa ajali, na haikurudi kwa wakati. (Ingawa nimeambiwa hakuna kitu kama ajali.) Roho lazima irudi mwilini ndani ya muda fulani uliobainishwa au mwili utaacha kufanya kazi. Hauwezi kuwepo bila roho (au cheche ya uhai) kuishi ndani yake.

Pia, ni jambo linalojulikana kwamba watu wazee hulala zaidi, hasa ikiwa ni wagonjwa au dhaifu. Wao pia hufanya safari kwenda katika ulimwengu wa roho kuzungumza na waongozaji na walimu wao, na kujiandaa kwa mpito wao. Roho inapohisi kwamba kila kitu kiko tayari, inaamua kubaki huko. Hakuna tena haja ya mwili wa kimwili. Umekuwa umechakaa au umeharibika kiasi kwamba haina maana kuendelea kuuweka hai. Katika hali hizi, mtu kwa kawaida hufa usingizini wakati roho yake iko katika mojawapo ya safari hizi.

Ikiwa sisi ni waotaji tu tunaoota kile tunachokiona kama uhalisia, hili lingeweza kueleza kile ambacho wateja wangu wengi husema wanapopitia tena maisha yao ya zamani. Wanapopitia uzoefu wa kifo na kuwa upande wa pili huangalia nyuma na kusema, "Ilikuwa tu mchezo, kuigiza wahusika jukwaani. Nilipokuwa pale ilikuwa ngumu sana, na ilionekana kuchukua muda mrefu, lakini ilikuwa kama kufumba na kufumbua." Wanaona ulimwengu wa roho kuwa ndio uhalisia "halisi", na maisha waliyoyaacha kuwa udanganyifu tu. Mimi binafsi ningependa kufikiri kwamba ni zaidi ya hivyo. Tunapitia maumivu mengi na kuvunjika kwa moyo kihisia tunapoishi maisha duniani, kiasi kwamba ningependa kufikiri yana kusudi, na yataendelea kuwepo. Bila shaka, nimeambiwa hili ni kweli, kwa sababu sote tunapitia na kujifunza masomo, ili maarifa na taarifa zilizopatikana ziweze kurudishwa kwa Mungu. Kwa njia hii, maisha yetu, yawe mazuri au mabaya, huingizwa katika hifadhi au maktaba kubwa ambako hubaki milele. Je, tungeishi maisha yetu tofauti kama tungejua kwamba kila kitu kinaandikwa; kwa maana halisi kimechongwa katika jiwe kwa umilele?

Mmoja wa binti zangu alifanya kazi kama muuguzi hospitalini, na baadaye kama muuguzi wa huduma ya afya nyumbani kwa miaka mingi. Aliniambia hadithi ya mwanaume aliyekuwa kitandani na katika maumivu makali. Familia ilijua alikuwa anakufa, na walifikiri itakuwa baraka hilo litakapotokea. Alitumia muda mwingi akilala. Alimwambia binti yangu kwamba kwa kweli alikuwa akisafiri nje ya mwili wake, na wakati huo hakukuwa na maumivu. Kwa kweli alikuwa akifanya kazi katika hali hiyo. Alikuwa akijenga nyumba nzuri upande wa pili. Alijua kwamba nyumba itakapokamilika, angebaki huko na maisha haya yangekoma kuwepo kwake. Alikufa kwa utulivu usiku mmoja usingizini, na binti yangu alisema kwa urahisi, "Naam, nafikiri alimaliza nyumba yake na kuhamia ndani."

Siku zote nilidhani alikuwa anajenga nyumba yake katika ulimwengu wa roho, kwa sababu tunaweza kuumba chochote tunachotaka huko. Lakini labda alikuwa akiijenga katika ulimwengu wa ndoto ambako roho inaweza pia kuwepo. Hili ndilo lililoashiriwa katika kikao hiki, kwamba ni ulimwengu mbili tofauti, lakini zinafanana kwa mambo mengi. Ikiwa kila kitu ni udanganyifu, tutawezaje kujua? Uhalisia ni nini hasa? Ikiwa sisi ni wahusika tu tunaotekeleza ndoto ya mwotaji mkubwa zaidi, nini hutokea "yeye" au "hicho" kinapoamka? Haya ni nadharia au mitazamo ya kuvutia ya kutafakari, lakini hunisumbua tu na kunipa maumivu ya kichwa. Labda ni bora kuyaacha kwa "wafikiriaji" wanaopenda kuchunguza nadharia tata. Kwa upande wangu, nimetimiza wajibu wangu kama mwandishi wa ripoti na kuandika kile nilichogundua. Sasa lazima nirudi katika udanganyifu wangu. Mwili una mahitaji ya kimwili, na huo ndio uhalisia wangu kwa sasa. Ninaweza kuacha kuutesa ubongo wangu maskini kwa mambo bora kuachwa kwa wanafalsafa na watawa wanaoishi mapangoni.

Sura ya 28

MBADALA TOFAUTI WA KUINGIA KATIKA MWILI

Vikao vyangu vingi vinahusisha vipengele kadhaa tofauti, na ni vigumu kujua ni sehemu gani pa kuweka taarifa hizo. Ninajaribu kufikiria mada kuu ya taarifa, badala ya kuigawanya vipande vipande. Hii ilikuwa hali ya aina hiyo. Ilikuwa na taarifa kuhusu viumbe wa nje ya dunia, ingawa kwa dhana tofauti. Pia ilikuwa na taarifa kuhusu toleo tofauti la kuingia katika mwili. Niliamua kuiweka katika sehemu hii kuhusu nyuso tofauti za roho. Kuna marejeo ya sura nyingine ambako taarifa zinazofanana zinaweza kupatikana. Kila kitu katika kitabu hiki kinaonekana kurejeana huku na huku.

Kikao hiki cha faragha kilifanyika Februari, 2002, nilipokaa katika hoteli ndogo huko Eureka Springs, Arkansas. Huu ndio wakati nilioutenga kwa ajili ya kufanya vikao vya faragha tu, nikijikita katika eneo la karibu: Arkansas, Missouri, Kansas, na Oklahoma.

Mara nyingi katika miaka michache iliyopita nimepewa kipande kipya cha taarifa au dhana mpya kutoka kwa mmoja wa wateja wangu. Kisha mteja anayefuata huja kwa kikao chake, na dhana hiyo mpya huongezewa ufafanuzi. Karibu kana kwamba mtu au kitu upande wa pili kinafuatilia vikao vyangu, na kuamua ni kipande gani cha taarifa nitapewa na kwa wakati gani. Bila shaka, najua "wao" wanaonekana kufahamu kile kinachotolewa katika kila kikao, kwa sababu "wao" daima wanaonekana kunijua mimi na kazi yangu. Mara kadhaa kuelekea mwisho wa kikao watasema, "Hiki hapa ni kipande kinachofuata cha taarifa unachohitaji kwa vitabu vyako." Au, "Ulisema ulidhani uko tayari kwa dhana inayofuata. Sasa hii hapa." Hili haliwezi kuwa la bahati au kitu ninachokifanya kwa makusudi, kwa sababu vipande vya fumbo vinatoka kwa watu kutoka kote ulimwenguni wasiojuana, na wasiojua taarifa ninazokusanya. Wakati mwingine napewa kipande kutoka kwa mtu Marekani, na kinaongezewa maelezo na mtu Uingereza au Australia. Kwa hiyo hakika kuna mtu anayefuatilia ambaye yuko katika nafasi ya kuona kila ninachofanya na watu mbalimbali ninaofanya nao kazi. Hili limetokea mara nyingi kiasi kwamba sishangai tena na ninajisikia vizuri sana na yeyote anayesimamia mpango huu. Kisa hiki ni mfano wa ninachomaanisha. Nilipokuwa nikifanya vikao vya faragha huko Eureka Springs nilipokea kipande cha taarifa kuhusu jinsi "Watoto wa Nyota" au "Wajitoleaji Maalum", wanavyolindwa dhidi ya mkusanyiko wa karma kutoka kwa Aaron, mhandisi wa shirika la anga. Kisha mteja wangu aliyefuata, Bobbi, alikuja kwa kikao chake, na wazo hilo likaongezewa maelezo. Yeyote anayetoa taarifa na kusimamia operesheni hii, ninathamini sana msaada wao. Wanaelewa, kama ninavyoelewa, kwamba wakati umefika kwa taarifa fulani kuletwa kwa watu wa Dunia. Bila shaka, pia wamenieleza mara nyingi kwamba sitawahi kuweza kupata taarifa zote, kwa sababu akili zetu haziwezi kuzimudu. Kwa hiyo wanatoa mifano na vielelezo ili kuieleza kadiri wawezavyo ndani ya mipaka ya uwezo wa akili zetu.

Baada ya Bobbi kuingia katika hali ya kina, alishuka kutoka kwenye wingu na kujikuta katika mandhari ya jangwa lililo tasa sana. Alikuwa mwanaume wa asili aliyekuwa karibu uchi akitafuta kwa hamu chakula kwa ajili ya familia yake. Kundi lake lilikuwa linaishi mapangoni baada ya kufukuzwa kutoka katika ardhi yao na watu weupe. "Walitaka udhibiti. Walitaka kutwaa. Na hawakutuona kuwa na thamani." Ambapo hapo awali watu wake walikuwa wamepanda chakula chao, sasa walikuwa wamepunguzwa hadi kutafuta chochote (wanyama wadogo, mijusi na wadudu) cha kula. Walikuwa wanakufa kwa njaa, na alihisi wajibu mkubwa wa kutoa chakula. "Kuna wasiwasi wa kweli wa kuishi. Tuna njaa. Naweza kuisikia tumboni mwangu." Mwanaume huyo alihisi wajibu mkubwa kiasi kwamba alijinyima chakula ili wengine wale. "Naweza kuhisi tumbo langu likipata changamoto."

Hatimaye alikufa kwa ukosefu wa lishe. Ingawa alijinyima kwa ajili ya wengine, alihisi amewaangusha. Alihisi wajibu mwingi, na kwa kufa alikuwa akiwaacha bila mtu wa kuwapatia. Nilipaswa kumshawishi kwamba alikuwa amefanya bora kabisa alivyoweza.

Alisema, "Ilihusu lishe, kutopata virutubisho sahihi kwa mwili wangu. Nilihisi nilipaswa kujitoa mhanga kwa ajili yao. Laiti ningedumisha nguvu zangu. Nilidhani kuwapa chakula changu kulikuwa msaada, na haikuwa hivyo. Nilitoa maisha yangu kwa ajili yao wote, na kisha nikahisi vibaya kwa sababu niliwaacha. Niliwaangusha, kwa sababu kweli nilipaswa kujijali kwanza. Sikufanya hivyo. Ningekuwa na thamani zaidi kwao kama ningejijali na kujilea. Ilikuwa maisha magumu sana na yenye changamoto."

D: Umejifunza nini kutokana na hilo?

B: Nilijifunza kwamba sihitaji kujitoa mhanga kwa ajili ya wengine. Hilo lilikuwa jambo lisilo sahihi kufanya. Nilihisi kuwajibika sana kwa safari yao, na sikutambua kwamba nilipaswa kuwaacha wawajibike kwao wenyewe. Ilikuwa utegemeano usiofaa. Na mfumo wangu wa mmeng'enyo ulikuwa umevurugika kwa kutopata virutubisho sahihi. Siku zote nilihisi hakutakuwa na vya kutosha.

Ilimwelekezwa Bobbi kwamba maisha hayo yalionyeshwa kwake ili kusaidia kueleza matatizo ya afya aliyokuwa nayo katika maisha haya ya sasa kuhusu mfumo wake wa mmeng'enyo.

Kwa sababu maisha hayo yalikuwa mafupi sana, kulikuwa na muda wa kuchunguza mengine. Kwa hiyo nilimwambia asonge mbele au nyuma kwenda wakati na mahali pengine ambapo kulikuwa na kitu kingine alichohitaji kuona.

B: Naendelea kurudi katika wakati katika maisha haya nilipokuwa msichana mdogo.

Wakati mwingine mhusika anapochagua kwenda katika tukio lililotokea katika maisha ya sasa, kuna kitu hapo kinachohitaji kuchunguzwa. Kwa kawaida ni kitu ambacho akili ya kawaida ama imesahau au haikujua kamwe hapo awali. Akili ya ndani inakirudisha kwa sababu fulani. Labda kulikuwa na jambo hapo Bobbi alihitaji kugundua, kwa hiyo niliamua kumuacha hapo badala ya kumhamisha kwenda katika maisha mengine ya zamani.

B: Nina upinzani fulani kwenda huko. Najihisi peke yangu. Najihisi kuogopa.

D: Lakini hukuwa peke yako, sivyo? Ulikuwa na familia kubwa.

Bobbi alikuwa na kaka na dada kumi na wawili, lakini alitendewa vibaya, pamoja na wengine katika familia, hasa kwa sababu kazi nyingi za wazazi wake ziliwafanya wasionyeshe mapenzi. Bobbi alikuwa pacha, na dada yake ndiye pekee aliyekuwa na uhusiano naye alipokuwa anakua.

B: Sikuona kama walinijali. Dada yangu alikuwepo, lakini alihisi vivyo hivyo. Nilihisi tu peke yangu. Peke yangu sana.

D: Unaona wakati gani katika maisha yako?

B: Nilipokuwa mdogo sana. Tuko nje kwenye barabara ya vumbi tuliyoishi. Ni mimi na dada yangu. Na mbwa wetu.

D: Hata ukiwa na familia hiyo kubwa na dada yako, ulihisi peke yako.

B: Ndiyo. Baadhi yao walikuwa wameondoka nilipozaliwa. Ilikuwa familia kubwa sana. Nilikuwa mdogo sana. Ninaona nyumba tuliyoishi, na ninaona nyumba nyingine. Kuna nyumba mbili. (Kimya) Kuna kitu angani. Ndiyo maana ninaogopa. Kuna kama mwanga angani.

D: Ulisema dada yako yuko pamoja nawe, na mbwa?

B: Sioni yuko nami sasa hivi. Niko peke yangu. Kuna mwanga. Na unanifanya niogope kidogo. Sijui ni nini. (Alirudia kwa sauti ya chini:) Sijui ni nini. Ni mwanga mkali tu. (Kwa sauti ya chini) Sijui ni nini.

D: Unahisi unahitaji kurudi nyumbani?

B: (Kwa msisitizo) Hapana! Siipendi nyumba! Sitaki kurudi huko. Hapo ndipo najihisi peke yangu. Siipendi huko. Napenda kubaki nje. Najihisi salama zaidi nje.

D: Kisha nini hutokea unapotazama mwanga?

B: (Kwa sauti ya chini) Unakuja karibu. Hauogopeshi sana sasa. Ni tofauti. Siogopi, nina hamu tu. Kwa sababu mwanga unahisi vizuri. (Sauti ndogo sana ilisikika kwa taabu. Ni kanda tu iliyonasa:) Ninaruka nyuma! (Kwa sauti kubwa) Kuna kitu katika mwanga. Ni kama mtu ndani ya mwanga. Ni karibu kama wananivuta juu, kwa sababu ghafla mimi ni ... kulikuwa na kiumbe katika mwanga. Na kisha kitu ninachojua, siko pale tena. Siko ardhini tena.

Nilikuwa nikijaribu kumtuliza, kana kwamba nazungumza na msichana mdogo, kwa sababu hivyo ndivyo alivyokuwa akisikika. Alikuwa amechukua tabia za mtoto, maana yake alikuwa akipitia tukio hilo kama lilivyotokea.

B: Lakini nina macho yangu yamefungwa. Sijui kama nataka kuona hili. Nahisi mtu ananigusa. Na bado ninaogopa. Tumbo langu ... nalihisi tumboni.

D: Unataka kufungua macho yako na kuona kinachoendelea?

B: Ndiyo, nafikiri nataka. Mguso haukuwa mbaya. Kuna kiumbe pale mbele yangu. Ni kiumbe ambaye nimemwona hapo awali mwenye nywele za njano zenye madoa. Lakini katika akili yangu ya kawaida, kulikuwa na nywele nyingi zaidi. Hazikuwa za vipande vipande sana. Na ni mama yangu. Mama yangu. (Hisia zake zilianza kujitokeza.)

D: Unajuaje hilo?

B: (Kwa mshangao wa hasira) Kila mara unamjua mama yako!

D: Hiyo ndiyo hisia unayopata?

B: (Kwa hisia, karibu analia) Ndiyo, ndiyo.

D: Dada yako yuko pamoja nawe, au uko peke yako?

B: (Akijaribu kuzuia machozi.) Niko peke yangu sasa hivi.

D: Unaweza kuona uko wapi?

B: (Sauti iliyofifia, kisha:) Ni kama chumba. Niko kama juu ya meza. (Alirudia sentensi mbili za mwisho) Na ninakaa juu.

Baadaye baada ya kikao hiki, Bobbi alinipatia barua ambamo alijaribu kueleza na kufafanua baadhi ya mambo yaliyotokea katika kikao hiki. "Nilikuwa nimechukuliwa tu kwenye chombo na nakumbuka nililala chini na kuangalia juu nikamwona Mama yangu. Alikuwa na vipande vya nywele za njano. Nilikuwa nimeota ndoto za mwanamke huyu, lakini sikujua alikuwa nani. Uliniuliza nilijuaje huyu alikuwa Mama yangu. Nakumbuka nikikasirika kidogo kwa sababu kila mtu anamjua Mama yake. Wakati huo, nilidhani swali hilo lilikuwa la kijinga sana. Inawezekanaje usijue nani ni Mama yako? Ninacheka sasa ninapokumbuka mwitikio wangu mkali, ambao kwa kweli ulihalalisha uzoefu huo kwangu."

Wataalamu wanaweza kusema kwamba msichana mdogo alikuwa anabuni mama mwingine kuchukua nafasi ya mama yake mwenyewe aliyekuwa baridi, amechoka kwa kazi, na hakuwa na muda kwa ajili yake. Lakini kama alikuwa anabuni na kuunda mama mwingine, kwa nini iwe ndani ya chombo cha angani?

Hii ni sawa na kisa katika Walinzi, ambapo msichana mdogo alitembelewa na baba yake "halisi". Katika kisa hicho, ilipoanza kusababisha matatizo katika maisha yake ya utoto, kiumbe wa nje ya dunia alimwambia hawezi kuja tena, na kumbukumbu zake zilifutwa kutoka katika kumbukumbu yake ya kawaida. Je, hii ilikuwa kisa kama hicho ambapo kumbukumbu zilibaki tu kama ndoto za ajabu?

B: (Kwa hisia) Na inahisi vizuri kuwa pamoja naye. Ulikuwa wapi?! Na anasema, "Una kazi. Uko kwenye kazi, Bobbi. Unajua hilo." Anasema, "Unajua Dunia ni nini. Unajua si halisi. Unajua ni udanganyifu. Unajua wewe ni nani. Unajua wewe ni mtoto wangu. Wewe ni wa ule, lakini unajua pia wewe ni wa jumla. Unajua hauko na mipaka. Unajua mambo haya. Niko hapa kukusaidia kuyakumbuka. Niko pamoja nawe." Anasema, "Niko pamoja nawe daima." Sio kuhusu mimi, ni sisi. Na hiyo sisi, nafikiri, ni yeye. Na yuko hapo. Ananisaidia. Anasema, "Tuko pamoja nawe. Tuko pamoja nawe. Daima tuko pamoja nawe." Anasema, "Ni nini kinachokufanya ufikiri hatutakusaidia? Daima tunakusaidia." Nilihisi peke yangu sana. Ninaona mkasi. Alisema, "Tulilazimika kukata kamba ili uweze kuishi maisha. Tulilazimika kukata kamba ili uweze kuwa binadamu. Lakini wewe si binadamu. Unapitia tu uzoefu wa kibinadamu, kwa sababu unajifunza. Unajifunza. Tunakufundisha."

D: Lakini alisema yeye ni mama yako halisi. Hukuzaliwa katika mwili kama mtoto mchanga?

B: Hapana, sikuingia. Huyo hakuwa mimi wakati huo.

D: Ndani ya mtoto, pamoja na pacha wako?

B: Hapana. Kuna tofauti hapa.

D: Anaweza kukuelezea?

B: Inahusiana na wakati mapacha walipopotea.

Hili lilikuwa tukio lililotokea Bobbi alipokuwa mdogo sana, ambalo familia yake ililiona kuwa la ajabu. Alikuwa ameomba kulichunguza hili wakati wa kikao. Yeye na dada yake pacha walikuwa wamepotea kwa muda mrefu na hakuna aliyeweza kuwapata. Kisha kwa ghafla walijitokeza katika ua wa mbele wa nyumba yao.

Utu wa Bobbi ulirudi nyuma na kiumbe aliyesema yeye ni mama yake akazungumza na Bobbi.

B: Kuna kubadilishana. Tuna njia. Ninajaribu kuona kama naweza kueleza hili kwa maneno ya kibinadamu. Tuna njia ambayo tunaweza ... ni karibu kama kubadilishana haiba kwa namna fulani. Ni kama mabadiliko, kubadilishana. Kulikuwa na mabadiliko yaliyofanywa. Hukuzaliwa ndani ya hilo. Ulilitazama hilo, lakini huyo hakuwa wewe. Huyo hakuwa wewe wa sasa. Kulikuwa na kubadilishana kulikofanywa. Na hapana, si kama uzoefu wa kuingia katika mwili. Ulikuwa sahihi kuhusu hilo. Bobbi ana kumbukumbu ya nafsi ya baadaye kwenye chombo cha angani yenye nywele za njano. Na hiyo ndiyo kumbukumbu ya wewe halisi.

D: Badala ya maisha ya baadaye, ni kumbukumbu ya kile alicho kweli, unamaanisha.

B: Ya kile alicho kweli. Na kwa kiasi fulani kutoka baadaye pia, kwa sababu hakuna muda huko. Hakuna muda. Uko katika vipimo hivyo ambavyo unafikiri kuna mengi kuhusu muda, na muda si muhimu.

D: Hilo ni kweli. Lakini unamaanisha watu wako kwenye chombo walimchagua mtoto huyu, mwili huu, ili nini ...?

B: Mwili ungepitia mambo mengi tuliyotaka kujua kuyahusu. Tulitaka kujua kuhusu uzoefu wa kibinadamu. Bobbi, ndiyo maana Duniani umekuwa ukivutiwa daima na upande wa kisaikolojia wa mwanadamu. Hukuvutiwa na mafundisho ya kawaida. Upande wa mbele, hukuvutiwa kwenda shule kusoma saikolojia. Hilo halikuwa jambo lililokuleta. Ulivutiwa na maana za kina. Ulitaka ukweli wa ndani zaidi. Na haukuwa katika asili ya kibinadamu. Ilibidi uishi kwa uzoefu wa kibinadamu, ili uweze kuamua nini ni halisi na nini si halisi. Na daima tumekuwa hapo tukikuonyesha. Na ni kama, tulia, kwa sababu njia itakuwa wazi. Acha.

D: Unaweza kunielezea jinsi hili lilivyotokea? Si kuingia katika mwili. Ulisema ni tofauti.

B: Ni tofauti. Sawa, naona mapacha. Kuna chumba. Mapacha wamelala juu ya meza pamoja. Kuna kitu ... aina fulani ya ... ninapata shida kueleza ninachokiona.

D: Fanya tu kadiri uwezavyo.

B: Kuna aina fulani ya mashine. Aina fulani ya, nataka kusema "kifaa cha kupandikiza". Lakini kuna aina fulani ya ubadilishanaji au upandikizaji. Wanabadilishanaje? Si ubadilishanaji wa roho. Mapacha hawakutaka kupitia yote haya. Walijua maisha yao yangekuwaje. Huzuni. Familia ni nishati za huzuni. Mapacha, mapacha wa asili, hawakutaka kufanya hivyo. (Alikuwa na shida kupata maneno.) Trans .... Si uhamaji wa roho. Transigation? Transmitation? Kitu fulani ... baadhi ya sehemu za ubadilishanaji. Anasema, "Unajitahidi sana."

D: Acha tu itiririke. Tumia maneno unayoweza kupata.

B: Alisema, mapacha walifurahi sana ... ilikuwa ni kile walichokubaliana wote. Alisema, "Ninyi nyote mlikubaliana kuja na kujifunza hili." Siku zote nimejiuliza kwa nini mimi na dada yangu hatukuwa na ule uhusiano wa mapacha wa mmoja kujua mara moja mwingine ameumia, au ule muunganiko. Na alisema, "Hiyo ni kwa sababu mlikuwa mapacha kwa kufanana sura, lakini ni tofauti. Viumbe mlivyo sasa si kama mapacha wa kawaida wa Dunia. Umejua kwamba hukuwahi kuwa na ule muunganiko. Maisha yenu yanaenda sambamba kwa sababu ya mchakato wa mapacha, lakini mna haiba tofauti. Ninyi ni viumbe tofauti. Mko kwenye misheni tofauti. Mna majukumu tofauti."

D: Lakini ulisema yote yalikuwa yamekubaliwa. (Oh, ndiyo.) Nini kilitokea kwa roho za asili zilizokuja?

B: Wana furaha. (Alicheka.) Wanapona.

D: Kwa hiyo hawakubaki. Hakukuwa na roho mbili ndani ya mwili kwa wakati mmoja.

B: Kulikuwa kwa muda fulani, kwa sababu Bobbi alihitaji msaada wa kujua jinsi ya kufanya kazi. Kwa hiyo kulikuwa na wakati mapacha walikuwa pale. Kulikuwa na nyakati ambapo kulikuwa kama muunganiko. Katika siku za mwanzo. Ah! Kwa sababu Bobbi hakukumbuka mengi ya utoto wake. Kulikuwa na nyakati ambapo alikuwa anarudi na kwenda katika fahamu. Sijui vipi. Alikuwa anarudi na kwenda kwa sababu alikuwa akijifunza zaidi kuwa ndani ya mtoto, ndani ya mwili, na kuunganishwa. Na hatukukusudia kukuacha kabisa. Ah, inasikitisha sana.

D: Kisha roho za asili zilienda mahali pengine?

B: Ndiyo, roho ya asili ilikuwa pale. Kulikuwa na mambo ambayo roho ya asili haikuweza kuyamudu. Na wasichana wadogo walikuwa na huzuni sana.

D: Kisha nini kilitokea kwa roho ya asili? Ulisema walikuwa pamoja kwa muda.

B: Walitaka kwenda nyumbani. Walikwenda kupumzika. Alisema, "Wako sawa. Walikwenda mahali pa kupumzika. Na kutoka walipokuwa, waliweza kutazama baadhi ya haya. Walijifunza." Anasema, "Bobbi, waliweza kujifunza kutoka kwako unapopitia uzoefu pia. Kwa hiyo ilikuwa kama walikuwa kwa namna fulani wametengana, lakini bado sehemu yake. Lakini walikuwa wakijifunza huku wewe ukipitia sehemu kubwa ya uzoefu. Hawakuwa na ujasiri. Hawakuwa na nguvu. Hawakutaka kupitia yote hayo."

D: Kwa nini hili ni tofauti na kuingia katika mwili?

B: Ni mchakato tofauti.

D: Unaweza kuniambia tofauti ni nini?

B: Ngoja nimwulize. Anasema mara nyingi roho ya asili itapitia sehemu kubwa ya maisha ya Dunia hadi ifikie hatua muhimu sana, ambapo haiwezi kuendelea tena. Hakuna upinzani kwa hilo. Ni kama ule utu au ego unataka kwenda mbali iwezavyo kabla haujakata tamaa, kabla haujaachilia, kabla haujabadilishwa. Na kisha, hufikia hatua ambapo inaona haiwezi kuendelea. Angalau ilijaribu. Namaanisha, ilijaribu kweli. Ninaona azimio. Ninaona kujaribu kweli. Na wanajaribu kadiri wawezavyo, na ni vigumu. Ni vigumu tu. Na hapo ndipo wanapobadilishana. Ni kama, katika pumzi ya kuingiza kuna ile nanosekondi kati ya pumzi. Kuvuta pumzi na kutoa pumzi, ambapo mambo hutokea. Hapo ndipo Mungu yuko. Na ni katika nyakati hizo ambapo kuna fursa za mambo mengine kutokea.

D: Hiyo ni kuingia katika mwili. Lakini kilichotokea kwa Bobbi si kitu kile kile?

B: Hapana. Kulikuwa na mchakato wa kimitambo zaidi ulihusika. Sielewi kwa nini ... hilo si neno sahihi. Kuna aina fulani ya molekuli ... ninaona mashine karibu. Ninaona miunganiko. Jinsi wanavyoweza kuunganisha roho ... (kwa sauti ya chini) inafanyikaje?

D: Wana uwezo wa kufanya hilo kwa mashine?

B: Si kama mashine za kawaida. Ni nishati waliyonayo, ninaona, mikononi mwao. Wana kitu mikononi mwao. (Kwa sauti ya chini) wanafanyaje hilo? Sielewi. Aina fulani ya uhamisho. Na nilipokuwa msichana mdogo, ni kama niliwaona wakiingia tu ndani ya mwili, lakini ni zaidi ya hilo. Kuna huu uhamisho. Naendelea kumuuliza wanafanyaje uhamisho. (Kimya) Ni kama mchakato wa kisayansi. Kuna mashine karibu. Ah, mashine zina uhusiano na mawimbi ya ubongo. Wanafanya kitu kwa mawimbi ya ubongo ili kusaidia kufikia masafa fulani. Na kunapokuwa na masafa fulani, kuna aina fulani ya uhamisho unaoweza kutokea. Ni teknolojia ya vipimo vingine. Wakati mwingine Bobbi huona kitu kama mistari ya nishati, na hiyo ni masafa. Masafa yanapokuwa sahihi, kunaweza kuwa na uhamisho wa haiba, au uhamisho wa mawazo, wa fahamu. Inahusiana na masafa.

D: Kitu fulani kimetokea akilini mwangu. Kisa kingine cha kuingia katika mwili hufanywa kabisa kwa roho kubadilishana nafasi. Na hii inaonekana kana kwamba Bobbi alikuwa kiumbe hai wa kimwili kwenye chombo cha angani, si roho. (Ndiyo) Na ilibidi ahamishwe kwa njia hiyo. (Ndiyo) Wakati wale wengine walikuwa roho zilizokwisha kuvuka, na walibadilishana nafasi.

B: Ndiyo, hiyo ina mantiki. Kwa sababu katika hatua ya uhamisho ... ninaona miili hii miwili midogo juu ya meza hapa. Lakini kuna viumbe wawili watu wazima zaidi watakaokuwa wahamishwaji. Wahamishwaji ndiyo neno. Wahamishwaji watakaokuja ndani. Lakini kuna kapsuli ya wakati. Anakumbuka zaidi yeye ni nani hasa. Kwa sababu kapsuli ya wakati inahusu kulala kwa miaka mingi. Na miaka ya arobaini ilikuwa miaka ya kuchochea. Alijua akiwa na miaka arobaini kwamba alihitaji kupitia hofu zake. Miaka ya arobaini ilikuwa miaka yake muhimu zaidi ya kuamka.

D: Hapo ndipo maarifa yaliporudi. (Ndiyo.) Kwa hiyo wahamishwaji walikuwa wanaishi maisha ya kimwili kwenye chombo, na hawakuwa roho zilizokufa.

B: Hapana, hawakuwa. Hiyo ndiyo tofauti.

D: Na kwenye chombo hiki mna uwezo wa kufanya uhamisho. (Ndiyo) Lakini lazima iwe kwa idhini ya roho iliyopo.

B: Oh, ndiyo.

D: Lakini kisha inakubali kurudi.

B: Wahamisho kisha hurudi.

D: Kwa hiyo ni ubadilishanaji, lakini unafanywa na kiumbe kingine hai.

B: Ninaona yule ambaye ni Bobbi. Ninaona anayekuja ndani ni karibu nishati ya kiume. Sielewi kwa nini iwe nishati ya kiume, kwa sababu wao si wa kiume wala wa kike.

D: Zaidi kama wenye jinsia mbili?

B: Ndiyo. Toka kwenye hili.

D: Sawa, nina swali moja zaidi. Nini kilitokea kwa mwili wa yule wahamishwaji? Yule aliyekuwa kwenye chombo? Kama roho inaacha mwili kuingia katika mwili wa Bobbi, nini kilitokea kwa ule mwili?

B: Mwili huo uko kama katika hali ya stasis (alikuwa na shida na neno hilo). Je, ni kusimamishwa? Ni kusimamishwa. Ni kama usingizi? Ni kama usingizi. Na ulipouliza hilo, jibu lilikuja mara moja. Ni usingizi, kwa sababu kuna kipimo ambacho hakuna muda. Kwa hiyo ni kama maisha ya Dunia hayahusiani na muda wa upande mwingine. Kwa hiyo mwili utakuwa katika hii ... naendelea kupata neno state ... linaanza na S. Si stations, suspensions, gestation stasis. Ni kitu kama stasis.

Kulingana na kamusi ya visawe: Stasis - kutosogea, kutofanya kazi, kusimama. Kulingana na kamusi: Stasis - (Kitendo au hali ya kusimama, kusitisha.) 1. kupungua au kusimama kwa mtiririko wa kawaida wa kimiminika cha mwili: kama vile kupungua kwa mzunguko wa damu. 2. hali ya usawa tuli au kusimama.

B: Mwili huingia katika hali hii kwa muda ili kujifunza. Unajifunza kuhusu wanadamu. Bobbi huwataja wanadamu kwa nafsi ya tatu. Huiita Dunia Humansville. Na ni jambo la kibinadamu. Kuna nyumba za wanadamu. Na anakumbuka wakati aliuliza alifanya nini kwenye vyombo. (Bobbi alikuwa na hisia kupitia ndoto kwamba alitembelea chombo cha angani alipokuwa akipaswa kulala.) Na anafundisha kuhusu Humansville. Anafundisha kuhusu maisha ya kibinadamu.

D: Kwa hiyo hii ni tofauti na kuingia katika mwili, kwa sababu mwili uko pale ukingoja katika aina fulani ya kusimamishwa kwa uhai kwa ajili ya kurudi kwa roho. Mwili haukufi. (Sahihi) Na roho iko kwenye kazi Duniani, lakini haikutaka kupitia mchakato wa kuzaliwa. (Hapana) Kunakuwa na mengi zaidi katika mchakato wa kuzaliwa, sivyo?

B: (Kwa msisimko) Oh! Inabonyeza kichwa. Kwa sababu fulani hilo limekuja tu. Mchakato wa kuzaliwa, wanapotoka kupitia njia ya uzazi, hapo ndipo kumbukumbu husimamishwa. Kuna msisimko hapa, kwa sababu mchakato wa kuzaliwa una uhusiano na pazia. Ukipitia hapo basi pazia huwa zito zaidi. Sawa. Hiyo ina mantiki.

Katika kazi yangu na wanaoingia katika mwili, nilikuwa nimehitimisha hili. Watu huonekana kuwa na uwezo wa kiakili zaidi baada ya NDE (Uzoefu wa Karibu na Kifo) au kuingia katika mwili, ambapo kuna ubadilishanaji wa roho. Kupitia kazi yangu, nimegundua kwamba mchakato wa kuzaliwa hufuta kumbukumbu. Pia muda unaotumika kama mtoto mchanga ukijaribu kuufanya mwili ufanye kazi: kujifunza kutambaa, kutembea na hatimaye kuwasiliana, husababisha kumbukumbu za maisha ya kati na mahali roho ilipotoka kufifia. Anayeingia katika mwili, kwa upande mwingine, hapitii uzoefu huu wa kufuta kumbukumbu na huja akiwa na kumbukumbu kamili ya alikotoka. Kwa hiyo, wanajua jinsi ya kutumia uwezo wao wa kiakili. Uwezo huu uko katika hali ya usingizi au umefichwa, kama ulivyo kwa wanadamu wengi.

D: Kwa hiyo hii ndiyo sababu alikubali hili. Na hili lilitokea wakati wazazi wake walidhani amepotea.

B: Anajua hivi ndivyo inavyofanyika.

D: Na roho iliyoingia wakati huo ilikuwa na uwezo zaidi wa kushughulikia mambo? (Ndiyo.) Ilikubali kushughulikia mambo haya mabaya na magumu aliyopaswa kupitia.

B: Ndiyo. Na kuwa na mizizi zaidi.

D: Mama halisi na watu kwenye chombo daima wako pamoja naye. (Ndiyo) Wakimsaidia katika hali ya chini ya fahamu?

B: Wao ndiyo "sisi", ndiyo.

D: Watu hawa kwenye chombo, wana makazi ya kimwili mahali fulani, au wanaishi tu kwenye chombo?

B: Kuna kitu mbali sana, lakini kwa kweli wanaishi tu kwenye chombo.

D: Bobbi alikuwa na kazi gani alipokuwa kwenye chombo, kabla hajafanya uhamisho?

B: Alikuwa mpelelezi wa matukio.

D: (Kicheko kidogo) Inaonekana hivyo.

B: Alipenda nyota. Alikuwa kama mwanaanga, tungesema. Alikuwa mwanaanga wa nafasi. (Anacheka) Kama mpenda Star Trek. Anapenda galaksi. Oh, Mungu wangu! Ndiyo maana Bobbi anapenda galaksi. Ndiyo maana anajihisi nyumbani anapoona nebula na vitu vyote hivyo. Anaendelea tu na kile anachopenda. Na kulikuwa na nyakati Bobbi alijua alikuwa kwenye nyota. Angeona nyota. Alikuwa anaona kupitia macho yangu. Na sisi ni wachunguzi wa anga. Sisi ni wachunguzi wa vipimo.

D: Na hii ni tukio jingine. (Oh, ndiyo!) Je, hakuna hatari ya kukwama hapa mara unapokuja katika mwili wa kimwili Duniani?

B: Tunajua nini cha kufanya.

D: Nafikiria kuhusu karma.

B: Tunajua kuhusu hayo yote. Tunafahamu yote hayo.

D: Kwa sababu daima kuna hatari ya kuunda karma unapokuja Duniani. Inaonekana ni kitu usichoweza kukiepuka.

B: Ninachoona ni kama kuna filamu kati ya ... siwezi kueleza vizuri. Kuna kama filamu kati ya ... kuna ulinzi kati ya hilo.

Hii ilisikika kama Aaron aliposema kulikuwa na sleeve ya ulinzi iliyowekwa kuzunguka yeye. Labda hiyo filamu ni kitu kile kile.

B: Tunaelewa ule mvuto wa kuvutwa. Tunaelewa ule mvutano. Tunaelewa mitambo ya kuvutwa ndani ya hili. Ninaona vigezo vya kurekebisha. Tunaweza kupangilia mambo. Inahusiana na masafa. Inahusiana na vigezo. Bobbi anavutiwa na masafa. Anaelewa masafa. Anajifunza jinsi ya kujipangilia kwenye masafa tofauti. Lakini tunaweza kutumia masafa. Tunajua tunaweza kwenda mbali kiasi gani. Hebu tuseme hivyo. Tunajua tunaweza kwenda mbali kiasi gani bila kunaswa na yote hayo. Tunaweza kuona hilo. Tunaweza kuona picha kubwa zaidi. Oh, ndiyo, ni kama gundi yenye kunata. Wanachonionyesha ni kama ile gundi yenye kunata ambayo huwezi kujinasua nayo. Tunaona hatari. Ni kama unanaswa. Ninaona kitu kimenasa katika ... ni kama karatasi ya kunasia nzi. Ni kama vile vitu vibaya ambavyo wanadamu hutega wanyama wadogo navyo, na hawawezi kujinasua. Na hatutaki kufanya hivyo. Hilo ni jambo la kibinadamu. Ni kama ninyi wanadamu mko kwenye karatasi ya kunasia nzi. Na mnajaribu kutembea katika yote haya. Na oh, ni vigumu! Ni vigumu sana kwenu.

D: Ndiyo maana inahitaji mpelelezi jasiri sana kutaka kufanya hili, kwa sababu unaweza kunaswa kwa urahisi sana.

B: Tunaelewa masafa ya mitetemo. Tunaelewa mitambo ya mstari mwembamba wa kujipangilia. Ninaona vigezo vya kurekebisha. Tunaelewa jinsi ya kuepuka, jinsi ya kudumisha. Karma ndiyo karatasi yenu ya kunasia nzi. Ni kama, jinasue nayo!

D: Kwa hiyo mnajua jinsi ya kuepuka kunaswa.

B: Ndiyo, tunajua. Kuna kiumbe wa kiume hapa ambaye ni hodari sana. Yeye ndiye anayesimamia hili. Kuna mama wa

Bobbi, kuna mimi ... kuna yule Bobbi. Ni vigumu kueleza haya yote.

D: Ndiyo, kuwa sehemu mbili kwa wakati mmoja.

B: Ndiyo, kuwa sehemu mbili kwa wakati mmoja. Lakini kuna kiumbe mwingine hapa. Kuna kama mwili na hakuna. Ni kama uwepo wenye ufahamu mkubwa zaidi unaotusaidia. Tunajua wakati wa kutoingia kwenye karatasi ya kunasia nzi. Hilo ndilo tu ninaweza kusema. Lakini karma yenu kweli ni kama kitu kilichonasa kwenye karatasi ya kunasia nzi kikijaribu kujinasua.

D: Je, hii inaweza kuwa sababu mojawapo kwa nini Bobbi hakupata watoto?

Nilikuwa tayari nimegundua hili kupitia mhusika mwingine. Tazama Sura ya 9, "Watoto Huunda Karma."

B: Oh, ndiyo. Kuna karma zaidi inayohusika na hilo. Alijua alikuwa na ya kutosha ya kushughulikia.

D: Kwa sababu unapopata watoto unakuwa na mshikamano mkubwa zaidi na Dunia.

B: Majukumu yalihusiana zaidi na kujifunza. Na kile tulichotaka kujifunza kutoka katika kipimo hiki. Tunataka kujifunza kuhusu uzoefu wa kibinadamu.

D: Kuishi tu uzoefu, na kutonaswa na karma.

B: Haswa.

Katika barua ambayo Bobbi alituma baada ya kikao, alitaka kueleza kumbukumbu zake kuhusu karma: "Karma ilionekana kama tunavyofanya kwa wadudu kwa kutumia karatasi ya kunasia nzi. Wakati fulani, nilionyeshwa picha kama unapokwama na fizi kwenye kiatu chako, na huwezi kabisa kujinasua nayo. Karatasi ya kunasia nzi ilikuwa kama hivyo. Ilikuwa vigumu sana kwa wanadamu 'kujinasua'. Katika sehemu moja ilielezwa kwangu jinsi yule mtu aliyekuwa kwenye chombo alivyokaa nje ya karma. Haikuonekana kuwa vigumu kama tulivyowahi kusikia, kwa sababu walijua kuhusu masafa ya mitetemo na walijua masafa sahihi ya mvuto na kunaswa kwa karma. Hilo halikuwa tatizo kwao.

"Kiumbe huyo alitaja kwamba Dunia ilikuwa kama ndani ya kuba la masafa ya mitetemo. Kuba hilo lilionekana kama utando mwembamba juu ya Dunia na lilinikumbusha filamu 'The Truman Show' ambapo Jim Carrey aliishi maisha yake yote ndani ya seti ya filamu yenye umbo la kuba bila kujua kwamba kila mtu katika maisha yake alikuwa mwigizaji, akicheza jukumu – kama ilivyo Dunia."

D: Lakini atakapoondoka katika maisha haya hatimaye, je, atarudi kwa yule kiumbe aliyekuwa kwenye chombo? Mwili ambao bado unasubiri?

B: Ndiyo, atafanya hivyo.

D: Badala ya kwenda upande wa roho? Kwa sababu upande mwingine ndio tunasema unaenda unapouacha mwili na kufa. Au unaona tofauti?

B: Sioni tofauti kubwa sana hapo. Atakuwa na mpito wa kawaida. Atapitia uzoefu wa kifo kwenda kwenye ulimwengu wa roho. Sisi ni sehemu ya ulimwengu huo wa roho. Sisi ni sehemu ya Yule Mmoja. Sisi ni sehemu ya Uwepo. Sisi ni sehemu ya yote. Sisi sote ni vyombo. Ni kama mfululizo wa domino. Mimi ni sehemu tu ya kiumbe mkubwa zaidi. Na Bobbi ni sehemu yangu, lakini mwishowe, yote yanahusu roho. Yote yanahusu Yule Mmoja. Yote yanahusu Uwepo. Ni changamano, kwa sababu atakuwa ndani yangu, lakini bado sisi ni sehemu ya Yule Mmoja.

D: Maisha ya yule mzawa aliyekuwa na njaa sana, je, yalihusiana na Bobbi wa asili, au na kiumbe aliyeingia? Ni kidogo inachanganya tunapokuwa na wawili hapa.

B: Hizo ni baadhi ya kumbukumbu za roho ya asili, msichana mdogo, Bobbi mdogo, pacha. Zilitumika kutusaidia kuelewa maisha ya kibinadamu.

D: Kama mabaki yaliyokuwa bado yapo.

B: Oh, ndiyo, ndiyo. Kabla hajaingia katika maisha, tuliweza kuona kumbukumbu hiyo.

D: Ndiyo maana roho iliyoingia, yule wahamishwaji, hakuwa na kumbukumbu hizo. (Sahihi) Kwa hiyo hakika hazihusiani na utu wa Bobbi wa sasa. (Hapana) Hizo zinamhusu yule aliyeenda kupumzika.

B: Ndiyo, kweli kabisa.

D: Kwa hiyo haziwezi kuwa na ushawishi wowote kwake sasa. (Sahihi) Hilo linaweka kila kitu mahali pake.

B: Tutasaidia katika matatizo haya yote ya kimwili. Sisi ni wa uadilifu wetu. Kuhusu kusudi lake la kuwa hapa, kuna suala la wakati. Ana uwezo wa uponyaji. Hakujua sisi ni nani hadi sasa. Na sasa anajua sehemu ya "sisi". Na sehemu ya "sisi" ni kwamba sisi sote ni sehemu ya Muumba. Ataleta nishati ya mwanga. Ninaona kuna miale ya mwanga inayoingia yenye ujumbe uliofichwa. Ni msimbo. Toni. Katika sikio lake moja atasikia toni. Ataweza kuifasiri. Anahitaji kuungana nami katika tafakari ambayo tayari anafanya, na kuomba msaada. Ataanza kufasiri ujumbe huu. Ninaona miale ya mwanga. Na ninaona si hieroglifu, ni kama Kiebrania cha kale zaidi.

Nilielewa alichokuwa akizungumzia, kwa sababu nilikuwa nikipokea sampuli za maandishi (au alama) kutoka kote ulimwenguni. Inaonekana ni kitu kile kile, na watu wengi wameniambia wanapokea kama inavyoonekana katika miale ya mwanga.

B: Tunatumia mwili wake wa kimwili. Amejikita vizuri. Ana shaka, lakini si shaka sana. Ana shaka ya kutosha kutambua kwa makini kile anachopokea. Yeye ni chombo kizuri sana kwa kile tunachotaka kufanya. Tunataka kuleta ukweli fulani. Siku zote ametaka kuleta ukweli kwenye sayari hii. Ndiyo maana yuko hapa. Ni kama mwili wangu uko ... si ujauzito. Mwili wangu uko katika hali hii ya stasis, lakini bado niko huko katika roho nikimsaidia. Mwili wangu unahitaji kuwa katika hali hiyo ili niweze kutoa umakini kamili wa kumsaidia. Kuwa pamoja naye. Kwa hiyo kuna nidhamu ya taarifa inayokuja. Mwanga huu unaokuja unahitaji kusambazwa. Utaenda mbali zaidi ya anavyoweza kufikiria.

D: Amejaribu kupata taarifa hii hapo awali, na haikutaka kuja.

B: Aliizuia. Hakuwa tayari. Hakuwa amepitia uzoefu wa kibinadamu tuliomuhitaji apitie ili aweze kupata uwazi. Siku zote amehisi kipimo hiki ni cha polepole.

D: Sawa, je, ninaweza kuomba ruhusa. Ninaruhusiwa kutumia baadhi ya taarifa hizi katika kazi yangu?

B: Oh, ndiyo. Ndiyo maana tuko hapa.

D: Kwa sababu kuna baadhi ya sehemu zake ninazoanza kuziunganisha kama fumbo.

B: Kuna dhana hapa ambazo zingesaidia wanadamu kuelewa. Dhana ya karatasi ya kunasia nzi ni kusaidia watu. Ni kama televisheni yenu. Watu wanashikamana nayo. Ni kama utegemezi huo. Ni sawa na hipnoterapi. Watu wako chini ya hipnosisi, na ni wakati wa kutoka. Ni wakati wa kuamka. Kabisa.

D: Sidhani kama kitu chochote hutokea kwa bahati mbaya. Ninyi watu mnanipa kila mara kipande kinachofuata cha taarifa ninachohitaji. Na labda mnajua tayari, yule mtu niliyemfanyia jana alinipa dokezo la kwanza la hili, kuhusu karatasi ya kunasia nzi na karma. (Tazama Aaron – Sura ya 11.)

B: Alitaja karatasi ya kunasia nzi na karma?

D: Alitaja kwa njia tofauti, kama sleeve inayomlinda asinaswe na karma. Na Bobbi alizungumza kuhusu pazia na filamu. Njia fulani ya kujiepusha na karma.

B: Ni kama kuba, masafa. Ni kama pazia ni masafa. Hiyo ndiyo njia bora ninayoweza kuiweka katika lugha hii. Kuna lile masafa kama pazia linalozunguka kipimo hiki.

D: Ameeleza kwa uwazi zaidi. Alisema unaweza kujifunza masomo, lakini huna haja ya kuzama kwenye karma. Aliielezea kama njia ya kuzuia karma ising'ang'anie kwake.

B: Haswa. Dunia ni udanganyifu. Uko hapa kujifunza masomo, lakini si kunaswa nayo. Bobbi alijua alikuwa hapa kujifunza kujitenga, kwa sababu ameambatana sana. Alikuja akiwa tegemezi kwa wengine, kwa sababu alipaswa kujifunza kutokuwa tegemezi. Alikuja akiwa kwenye karatasi ya kunasia nzi. Na hilo ndilo changamoto kubwa ya kibinadamu. Ni kama umelala chali juu ya karatasi hiyo ya kunasia nzi. Na aliinuka.

D: Kwa hiyo kama roho ya asili ingebaki katika mwili, ingekuwa vigumu sana.

B: Hawangetaka kubaki.

D: Kwa hiyo hili kwa kweli lilikuwa kuuweka mwili hai. Kwa njia hiyo, tunaweza kutuma upendo kwa roho za asili, kwamba ziliachia mwili.

B: Oh, ndiyo. Walipokea – wanadamu wangeliita "zawadi". Walipokea kama zawadi kwa kuruhusu hili litokee. Mapacha walioondoka, iliwasaidia pia, kwa sababu kwa muda fulani waliweza kujifunza kutoka kwa uzoefu wa huyu. Na bado wanaweza kujifunza kutoka kwa hilo, kwa sababu ya muunganiko na Roho Kuu. Muunganiko na Muumba Mkuu.

D: Je, dada yake, Linda, anajua lolote kati ya haya?

B: Anajua kwa kiwango fulani. Kitu kile kile kilitokea kwake. Anapaswa kuwa na uzoefu tofauti. (Anacheka) Ana karatasi yake ya kunasia nzi tofauti kwa sababu alikuja hapa kujifunza mambo tofauti. Aliolewa na mhubiri, mhubiri shoga, kwa hiyo alikuwa na changamoto zake mwenyewe. Na kwa hiyo amekuwa na utofauti tofauti wa uzoefu, lakini wote wawili wamekuwa na uzoefu mgumu sana. Hawakutaka kufanya safari peke yao. Ilikuwa nyingi sana.

Nilikuwa najiandaa kumaliza kikao na kumrudisha Bobbi katika fahamu kamili, lakini kiumbe huyo alikuwa na maneno machache ya mwisho.

B: Asante kwa fursa hii. Kwa mpangilio kwa kila mtu anayehusika. Tunajua nyuzi za mambo haya yote zinaingiliana.

D: Naendelea kukutana na zaidi ya haya kuliko mtu wa kawaida. (Tulicheka.)

B: Hiyo ni misheni yako.

D: Angalau niko kwenye mtandao huo, nadhani.

B: Oh, ndiyo. Oh, ndiyo. Una uzi mkubwa. (Anacheka)

Nilitoa maelekezo kwa viumbe wengine wajiondoe. Bobbi alivuta pumzi kubwa walipoondoka, kisha nikamrudisha katika fahamu kamili.

* * *

Nilipofanya kikao na Jesse huko New York mwaka 2004 niligundua kutajwa kwa aina nyingine ya mbadala wa kuingia katika mwili: roho ya kushikilia.

Badala ya kwenda katika maisha ya zamani alikwenda kwa kiumbe cha aina ya nishati ambaye alikuwa akienda maeneo mbalimbali kote kwenye ulimwengu. Baadhi ya maeneo hayo yalikuwa ya kimwili na imara, na baadhi hayakuwa. Alikuwa aina ambayo haikuhitaji kufungamana na mwili fulani.

D: Je, unaingia katika mwili?

J: Unaweza kuingia katika nyakati tofauti wakati wa maisha. Ukipenda.

D: Si lazima uingie katika mwili wakati ni mtoto mchanga?

J: Hapana. Labda mtu anahitaji msaada, na unaenda kusaidia hilo. Unakuwa sehemu ya maisha yao kwa kipindi kifupi. Ikiwa wanahitaji.

D: Kwa hiyo hukai pale kwa maisha yote ya mwili?

J: Wakati mwingine. Wakati mwingine hapana. Si lazima iwe mwili. Inaweza kuwa maumbo tofauti kwenye sayari tofauti na maeneo tofauti.

D: Ni maumbo gani mengine ungechukua kama si mwili?

J: Najua baadhi si imara. (Anavuta pumzi ndefu) Ni vigumu sana kueleza.

D: Ndiyo! Nafikiri ingekuwa hivyo. Lakini ulisema kawaida hukai kwa maisha yote ya mwili au umbo hilo. Lakini ukiingia kusaidia kwa muda mfupi, si tayari kuna roho au nafsi iliyopo katika mwili huo?

J: Ndiyo, lakini walihitaji msaada.

D: Kwa hiyo unaruhusiwa kusaidia hata kama tayari kuna mmoja ndani ya mwili? (Ndiyo.) Kwa sababu nilifikiri labda hilo haliruhusiwi. Kuwa na roho mbili katika mwili kwa wakati mmoja.

J: Sidhani kama roho nyingine inachukua udhibiti. Nafikiri iko tu kusaidia. Au kuongeza kitu kusaidia. Siwezi kueleza. Ni vigumu sana.

D: Kisha, unapokuwa umesaidia kadiri unavyoweza, unaondoka?

J: Ndiyo. Sidhani hata lazima uingie ndani ya mwili. Unaweza tu kubaki na mtu huyo. Na kuwasiliana nao na kuwatumia nishati wanayohitaji. Inaweza kufanyika hivyo pia.

D: Je, mtu huyo anafahamu uwepo wako?

J: Unamaanisha nini, mtu huyo?

D: Mwili wa kimwili, yule mtu aliye katika sehemu ya fahamu ya kawaida. Je, wanajua uko hapo?

J: Wanaweza kuhisi tofauti. Wanafanya mambo kwa njia tofauti kuliko kawaida yao. Lakini roho ndiyo inayojua kila kitu. Unajua kila kitu kuwahusu. Na unafanya tu kile unachopaswa kufanya ili kuwasaidia. Kwa hiyo si kitu cha kuvamia.

D: Kwa hiyo roho inajua unachofanya. Inajua uko hapo? (Ndiyo.) Na inakuruhusu kusaidia kwa kipindi kifupi, au muda wowote unaohitajika. (Ndiyo.) Kisha unaenda kutoka mahali hadi mahali.

J: Wakati mwingine, ndiyo. Wakati mwingine, unabaki. Ikiwa roho kuu labda inapaswa kuondoka mwilini kwa muda mfupi. Ili tu kurudi upande wa pili na kujirekebisha au kitu kama hicho. Wanaondoka, wewe unachukua nafasi. Kimsingi unakuwa kila kitu walichokuwa hapo awali, pamoja na nguvu na muunganiko waliokuwa nao kabla. Na unasaidia kwa muda hadi roho irudi.

D: Kwa njia hiyo unaweka mwili, chombo, ukiwa hai, ukiendelea kufanya kazi. (Ndiyo.) Kwa nini roho ingelazimika kurudi kujirekebisha?

J: Sidhani kama inaweza kurekebishwa kikamilifu Duniani. Inapaswa kwenda kuvuka pazia. Kuvuka utando. Nafikiri inahitaji kupumzika na kupata upangiliaji tofauti wa mitetemo.

D: Je, kuna kitu hutokea katika maisha ya mtu, maisha ya chombo, kinachofanya ihitaji kurudi na kurekebishwa?

J: Ndiyo. Mambo mabaya sana au misiba, au roho imechoka sana kiasi kwamba haiwezi kuendelea tena.

Inaonekana wale wa upande wa pili wana suluhisho kwa kila uwezekano. Badala ya kuacha mwili ufe wakati roho inarudi kwa matengenezo, roho ya kushikilia huingia kwa muda na kuuweka mwili hai, hadi roho ya asili ihisi inaweza kuendelea na kazi yake. Hili ni tofauti na kuingia katika mwili kwa kubadilishana, ambalo ni kubadilishana la kudumu zaidi.

D: Je, umewahi kuishi katika mwili wa kimwili kwa maisha yote?

J: Nafikiri mara chache tu. Nimenasa humu sasa. Sipendi. Ni vigumu kuwa ndani kwa muda mrefu.

D: Hukuwahi kuwa roho ya asili iliyoingia?

J: Sina uhakika. Nafikiri ndiyo, lakini sina uhakika.

D: Unafikiri uliingia katika mwili wake alipozaliwa, kama mtoto mchanga?

J: (Anavuta pumzi) Labda ndani na nje. Sijui. Nafikiri ilikuwa muda mrefu.

D: Nilikuwa tu na shauku kujua kama umekuwa ndani ya mwili wake muda wote tangu awe hai.

J: Nina kumbukumbu zake, lakini, sidhani hivyo. Nafikiri roho ya asili haikuweza kuvumilia. Ilikuwa makubaliano. Wanaondoka tu kwa muda na mwingine anachukua nafasi. Labda mambo hayo hutokea mara nyingi zaidi kuliko watu wanavyofahamu. Roho hushiriki mwili kwa kipindi kifupi kisha huendelea. Labda roho ya kwanza ilikuwa roho mpya tu ambayo haikuwa imewahi kuishi maisha ya Dunia hapo awali. Ilikuwa mara ya kwanza, na ilikuwa kama majaribio, na ilikuwa nyingi sana. Ikiwa huwezi kuendelea nayo. Kulikuwa na roho mbili nyingine zilizosubiri endapo.

D: Endapo hawangeweza kufanya kazi?

J: Sijui kama ni kufanya kazi au kuwa tu hapo. Jambo muhimu ni kwamba chombo kibaki hai. Kwa hiyo lazima mtu abadilishe zamu.

Nilimwita ufahamu wa ndani ili kupata taarifa zaidi. Jesse alisema hakujihisi nyumbani hapa Duniani. Ilikuwa hisia ya upweke, na alitaka kujua kwa nini alihisi hivyo.

J: Anahisi hivyo kwa sababu hapa si nyumbani. Nyumbani kwake halisi si mahali pa kimwili. Ni katika kipimo kingine. Ni mwanga tu na uzuri na hakuna mwili, hakuna watu. Kuna nishati tu. Kuna mahali pengine palipo na umbo zaidi kidogo, nusu-imara. Milima mikubwa na wanyama na miti. Anapenda kukaa huko sana. Ni katika kipimo kingine.

Jesse hakuwa na mwili alipokuwa katika mojawapo ya sehemu hizo. Ufahamu wa ndani ulisema hakuwa na maisha mengi Duniani. Kwa sehemu kubwa aliishi katika vipimo hivyo vingine, alipokuwa si roho ya kushikilia.

D: Ile sehemu nyingine tuliyokuwa tunazungumza nayo... je, hiyo ndiyo sehemu inayokwenda na kurudi? Au ni kitu tofauti?

J: Ndiyo. Hiyo ndiyo inayokwenda na kurudi. Ilipokuwa inakuja hapa na kusaidia tu, haikubaki kwa maisha yote.

D: Kwa hiyo iko hapa sasa?

J: Ni vigumu sana kueleza. Huwezi kusema ni lini sehemu moja inaanza, nyingine inaishia.

D: Je, imeunganishwa zaidi au pungufu na roho ya asili?

J: Ndiyo, lakini jambo ni kwamba kwa nishati, hakuna mwisho wala mwanzo. Na, unapokuja kusaidia roho hizo, Duniani katika miili, ni sehemu yako inayojua wanachopitia. Ninyi nyote mnapaswa kujifunza. Unajua tu, wao ni sehemu yako.

D: Nyumbani halisi pa Jesse ni hizo sehemu nzuri. Je, ataruhusiwa kurudi mahali hapo siku moja?

J: Ndiyo, lakini ni vigumu sana kueleza. Kuwa huko ni vizuri, lakini hukui. Huchangii. Unapitia uzoefu tofauti ili kutajirisha kila kitu kinachokuzunguka. Si wewe mwenyewe, kwa sababu haupo kama roho tofauti. Ni vigumu sana kueleza.

Hiki kilikuwa kikao cha kuchosha, kwa sababu hata ufahamu wa ndani haukujua jinsi ya kueleza sehemu hii nyingine ya Jesse ambayo tuliruhusiwa kuiona kwa muda. Inaonekana ilikuwa imeungana kwa ufanisi sana na utu wa Jesse kiasi kwamba haikujua yeye aliishia wapi na yenyewe ilianza wapi. Lakini hilo lingeweza kuwa jambo jema. Labda lingeweza kufanya kazi kwa urahisi zaidi kwa njia hiyo. Inaonekana roho ya kushikilia ni roho tofauti iliyokubali kuja na kuuweka mwili ukiendelea kufanya kazi wakati roho ya asili inakwenda upande wa pili kwa muda. Hili lingekuwa tofauti na kuingia kwa kubadilishana kwa sababu roho ya asili ilipanga kurudi na kuendelea na majukumu yake. Roho ya kushikilia ingebaki kwa muda wote ilihitajika, kisha iendelee kwenye jukumu lake linalofuata. Wakati huo huo, isipokuwa inapokuwa inafanya kazi (au imenasa) ingeweza kusafiri katika ulimwengu na kuwa na aina zote za matukio. Katika sura inayofuata tutajadili vipande vya roho au vipasuko vya roho. Roho ya kushikilia inaweza kuwa mojawapo ya hivyo, lakini kama Jesse alivyosema, ni jambo changamano sana kueleza.

Sura ya 29

ROHO YENYE VIPENGELE VINGI

Katika kitabu cha kwanza, niliandika kuhusu kugawanyika kwa roho. Niliwasilishwa wazo kwamba sisi ni sehemu ya roho kubwa zaidi, inayoweza kujigawanya au kujitenganisha, na kuishi maisha mengi kwa wakati mmoja. Hatufahamu hili kwa sababu lingekuwa la kuchanganya sana, na akili zetu za kibinadamu zisingeweza kulielewa. Hili linaendana na wazo au nadharia iliyowasilishwa katika Kitabu cha Kwanza kuhusu kuishi katika uhalisia sambamba kwa wakati mmoja, na kwamba uhalisia zaidi unaendelea kuundwa kadri unavyozidi kugawanyika. Niliambiwa kwamba akili zetu za kibinadamu hazitaweza kamwe kuelewa ukamilifu wa yote haya. Sio ubongo wetu, ni akili ya kibinadamu. Hivyo ninapewa mifano au mafumbo yanayotoa taarifa fulani ambazo tunaweza kuzimudu. Ninapenda kufikiria haya kama mazoezi ya kuvutia ya akili. Yanatufanya tufikiri, lakini ikiwa hatutaki kuyaamini au kuyachunguza zaidi, tunaweza kuyachukulia tu kama mambo ya ajabu. Ninapopewa mafumbo haya huwa nina hisia kali kwamba ni kama ncha tu ya barafu au vichocheo. Kwamba sehemu kubwa ya taarifa, au sehemu iliyobaki ya barafu, itabaki milele imefichwa kwetu maadamu tunaishi katika mwili wa kufa. Labda siku moja tutaelewa. Kwa sasa, itatubidi kuridhika na ukweli kwamba "wao" wanaona tuko tayari kupokea mambo ya msingi au misingi tu ili kutusaidia kupanua uwezo wa uelewa katika akili zetu.

Katika mwaka wa 2002, nilipokea taarifa kuhusu vipengele vya roho kutoka pande tofauti za dunia kupitia vikao vyangu vya tiba. Huenda ni suala la istilahi tu na huenda inarejelea kitu kilekile kama kugawanyika, hata kama kinaitwa kwa jina tofauti.

Nitajaribu kuchunguza wazo hilo na kuona kama ni jambo lilelile au michakato miwili tofauti.

* * *

Kikao cha kwanza kilifanyika Minneapolis mnamo Oktoba, 2002 nilipokuwa huko nikitoa mihadhara kwa Gary Beckman wa Edge Expo. Michelle alikuja kwenye makazi binafsi nilipokuwa nimekaa ili kupata kikao cha tiba.

Alipokuwa katika hali ya usingizi wa kina, alielea chini kutoka kwenye wingu na kujikuta katika mazingira ya ajabu, na katika mwili wa ajabu zaidi. Kulikuwa na giza sana, ilikuwa vigumu kuona, lakini alitambua mandhari ya ukiwa. Hakukuwa na mimea, na ardhi ilikuwa ya kahawia yenye mguso wa rangi ya machungwa. Mara nyingi, mhusika anapoona mazingira yanayosikika kama ya ulimwengu mwingine, kwa kawaida ni kwa sababu kweli ni ya ulimwengu mwingine. Lazima niendelee kuuliza maswali na kuwa tayari kwa aina yoyote ya jibu.

Michelle alipokuwa akitambua mwili wake, aligundua alikuwa amevaa koti na suruali zilizotengenezwa kwa nyenzo ya fedha inayofanana na karatasi ya bati. "Ninatazama mkono wangu. Ngozi ni ya kijani kidogo." Niliuliza ana vidole vingapi. "Kuna vitatu vikuu ninavyotumia. Kidole kidogo ni kidogo sana. Nina vidole gumba, lakini situmii cha kushoto kamwe, kwa sababu hakifanyi kazi vizuri. Gumba la mkono wa kulia linafanya kazi vizuri." Mwili wake ulijisikia kama wa kiume, lakini alijua alikuwa wa jinsia mbili. Alikuwa na nywele chache nyeusi tu.

Umakinifu wake uliondoka kwenye mwili wake alipotambua alikuwa amebeba kifaa fulani mgongoni. "Ni kifurushi kidogo cheupe. Karibu kama begi la kubebea. Ninachunguza ardhi. Ninapaswa kutafuta kitu. Hmm. Sidhani kama unaweza kupanda chochote hapa. Ardhi ni nyembamba sana."

D: Je, unajua unatafuta nini?

M: Mahali pa kupanda chakula. Niliambiwa huenda ni mahali pazuri, lakini sidhani kama ni pazuri. Inaonekana ni ukiwa sana. Sijui kama niko mahali sahihi. Hakuna kitu kinachokua sana. Vichaka vidogo vya rangi ya samawati, vyenye ncha kali. Nawezaje kueleza? Vinaonekana kama vya mpira. – Najisikia ninaogopa kidogo. Sijui nifanye nini.

D: Kwa nini unaogopa?

M: Labda sitaweza kutengeneza mahali patakapoweza kulisha watu polepole. Sijui kama ninaweza.

D: Hiyo ndiyo kazi yako?

M: Ndiyo. Na nilisema ningeweza. Nafikiri nilikadiria kupita kiasi. Najisikia sifanyi kile nilichodhani ningeweza.

D: Kwa nini ulichagua mahali hapa?

M: Nilipata mwongozo kuja hapa kutoka kwa wazee. Na niliwaambia ningeweza kupata mahali. Lakini si... je, niko mahali sahihi? Labda nimepotea. Labda sifanyi kile nilichopaswa kufanya. Najisikia nimepotea.

D: Je, hapa ndipo unapoishi?

M: (Kwa msisitizo) Hapana! Hapana, si hapa. Mahali ninapoishi ni tofauti.

D: Ulifikaje hapo?

M: Zaidi kwa mawazo. Najipeleka hapo kwa miale.

D: Hukukuja kwa chombo au kitu chochote?

M: Sio hasa, hapana.

D: Unaweza kujisafirisha papo hapo kwa mawazo yako? (Ndiyo) Je, kuna mwingine aliyekuja pamoja nawe?

M: Ndiyo. Kuna mtu mwingine hapa. Yuko nyuma yangu akitazama. Ana hasira kidogo. Anahisi sawa na mimi. Kwamba hatuelewi kwa nini tuko hapa. Tulidhani tulikuwa na viwianishi sahihi. Sidhani kama chakula kitaota.

D: Je, lazima uote chakula kwa ajili ya watu wako?

M: Watu wangu wako sawa. Lakini familia ya roho zote ni ... sisi sote tumeungana. Sisi sote. Na kuna baadhi ya familia hawana chakula cha kutosha. Na makazi ya kutosha.

Alikuwa na hisia na kuanza kulia. Ilikuwa vigumu kumwelewa.

M: Kuna baadhi ya familia yetu wanaumizana. (Akilia) Hawapeani chakula. Wengine wanacho na wengine hawana. (Anavuta pumzi ndefu.)

D: Je, hii ni familia inayoishi mahali pamoja na wewe?

M: Hapana, hawaishi. Lakini najua kutoka kwa watu.

D: Lakini ikiwa si kwenye sayari unayoishi, unajuaje kuhusu wao?

M: Kwa sababu tunasafiri kwenda maeneo tofauti. (Bado alikuwa na hisia, lakini akitulia.) Kunapaswa kuwa na umoja. Hilo ndilo tunalotaka. Baadhi yetu tunajua kuhusu hilo, na baadhi yetu hatujui. Na sote tumeshiriki katika sehemu tofauti za kujaribu kuleta umoja, ili sote tufahamu. Ili tuweze kutambua muunganiko wetu, na kuacha baadhi ya vitendo hivi vya wazimu.

D: Mahali unapoishi, mna umoja, lakini mnataka kusaidia sayari nyingine?

M: Ndiyo. Nimeona mbili. Moja ni sayari ambako hawatoi chakula kwa wanaokihitaji. Wanahitaji mazingira tofauti. Kuna msongamano mwingi sana kwenye baadhi ya sayari hizi. Na unaona kwamba msongamano utaendelea hadi kufikia kiwango ambacho kutakuwa na tatizo kweli. Ambapo hata kama wangetaka kushiriki, wasingeweza.

D: Na wazo ni nini? Kwenda sayari nyingine na kupanda chakula?

M: (Anavuta pumzi ndefu) Ili tuwe na maeneo mengine ya kupeleka masomo. Haihitaji kuwa kwenye sayari hizo tu.

D: Nini kingetokea baada ya kuanza kupanda chakula?

M: Kisha watu wangeweza kuchagua kuzaliwa upya kwenye sayari hizi.

D: Kwa hiyo hamtahamisha kimwili wale kutoka sayari zilizojaa watu?

M: Hapana. Lakini naona kinachotokea kwenye sayari hizi, na kinanihuzunisha sana. Na naona mbele kuwa naweza kusaidia kupunguza baadhi ya haya, kwa kuwa na chaguo nyingine za kwenda.

D: Kwa hiyo unamaanisha wanapozaliwa upya ili kushughulikia karma yao, hawatalazimika kurudi kwenye maeneo yenye msongamano? (Ndiyo) Lakini hamtajaribu kusaidia wale waliopo tayari?

M: Hapana, hatuwezi kuingilia.

D: Ikiwa hamwezi kuwahamisha, basi kitu pekee ni kuwapa mahali pengine, chaguo lingine. Kwa hiyo ni kazi yako kupata mahali ambapo unaweza kupanda chakula, kwa sababu watu hawatazaliwa huko ikiwa hakuna chakula au njia ya kuishi. (Ndiyo.) Utafanyaje hilo?

M: Hilo ndilo tatizo. Sijui nifanye nini. Nitapaswa kurudi, na kujaribu kurekebisha hili. Sijui nini kilitokea hapa. Kwanza huja chakula, na mahali hapa haionekani kuwa na kile kilichodhaniwa kuwa nacho. Lazima kuwe na njia ya kuanza upandaji, na hapa haionekani kuwa mazingira mazuri. Huenda nimekosea. Nilidhani nilikuwa na viwianishi sahihi.. Na sidhani kama nilizingatia vya kutosha. Nambari ni muhimu sana. Na maumbo ni muhimu sana.

D: Je, hilo ndilo unamaanisha kwa viwianishi?

M: Ndiyo. Nambari na maumbo vinaweza kunielekeza mwelekeo sahihi. Vinaweza kunisafirisha. Ninaendelea kupata nambari sitini na mbili arobaini na nne (6244).

Mwili wake ghafla uliruka bila kutarajia. Alicheka, "Nilienda ghafla!"

D: Najua uliruka. Ulienda haraka hivyo, kwa kufikiria nambari hizo?

M: Ndiyo. Nimerudi ghafla kwenye sayari yangu ninapopaswa kuwa. Kabla sijajua, niko huko. (Anacheka)

D: Kwa hiyo lazima uwe na nambari na maumbo kukusaidia kusafiri? (Ndiyo.) Ni aina gani ya maumbo?

M: Kuna moja ninayotumia mara nyingi ambayo ina msingi, mstari wa moja kwa moja. Kisha inapanda hadi kwenye ncha kidogo, ambayo imeundwa ... siwezi hata kueleza kwa maneno yanayoeleweka. Lakini inapinda kidogo, karibu kama ncha ya mshumaa, nadhani.

D: Kama mwali?

M: (Kwa msisitizo) Ndiyo! Inapanda kama pembetatu, lakini si umbo hilo hasa.

D: Je, unachora umbo hilo?

M: Nafikiri kwa akili yangu. Yote yanategemea nia. Na nia inakuwezesha kufanya unachohitaji kufanya. Lakini nahisi kwa namna fulani sipati kitu sawa. Na ni cha kuchanganya. Kama nilivyoishia mahali ambapo sikupaswa kuwa. Na nilidhani nilikuwa na viwianishi sahihi.

D: Lakini unafikiria umbo, muundo, na nambari 6244, na inakurudisha mahali ulipotoka?

M: Ndiyo. Kurudi kwenye kituo cha nyumbani.

Katika Sura ya 17, mgeni mwingine alienda kwenye sayari zingine na asteroidi zinazokusanya sampuli za udongo. Haya yalichambuliwa ili kuona ikiwa sayari inaweza kutegemeza uhai. The tofauti ilikuwa kwamba alisafiri kwa hila ya mtu mmoja.

D: Na kila unapokwenda tena, lazima ufikirie muundo huo?

M: Ni nambari tofauti kulingana na mahali unapotaka kwenda.

D: Sasa umerudi mahali unapopaswa kuwa. Mahali hapo pakoje?

M: Ni hisia ya amani na utulivu mkubwa. Nilihisi nilikuwa nje ya eneo langu la faraja hapo awali. Nguvu ile haikuwa na maelewano. Ilijisikia ya mkazo zaidi. Ndiyo maana nilihisi nikichanganyikiwa.

D: Mahali hapa, nyumbani kwako, panaonekanaje?

M: (Ananyamaza) Ni vigumu kueleza kwa maneno.

D: Je, ni pa kimwili, imara?

M: Ndiyo. Lakini si kama sayari nyingine nyingi. Unaweza kuiona, lakini haina msongamano kama sayari nyingine ilivyokuwa.

D: Je, kuna majengo na miji?

M: Ni zaidi ya hisia. Zaidi ya muunganiko.

D: Mahali hapo, je, mnakula chakula? (Hapana) (Alisema kwa mshangao.) Unatumia nini kujiweka hai?

M: Mwanga. Jua.

D: Unaupataje mwanga ndani ya mwili wako?

M: Kutoka kwa jua. Unaunda yote. Ni chembe ndogo zaidi. Hata si chembe. Ni wimbi. Umbo la wimbi. Sote tunaunyonyoa. Uko kwa ajili yetu sote.

D: Lakini ulipokuwa kwenye sayari nyingine, ulikuwa mbali na huo mwanga.

M: Ndiyo. Ilibidi nijikite sana. Karibu kama kutembea katika dunia mbili. Ilikuwa vigumu sana.

D: Je, unaweza kuwa mbali na mwanga kwa muda mrefu?

M: Hapana. Hapana. Si muda mrefu.

D: Kwa hiyo unauhitaji kujiweka hai.

M: Ndiyo. Ndio nilivyo.

Hii imeripotiwa hapo awali katika kazi yangu. Baadhi ya ET kuishi nje ya mwanga na kuwa na vifaa kwenye chombo zinazotoa mwanga wanaohitaji. Katika L egacy F kutoka kwa Stars, viumbe katika siku zijazo ambao waliishi katika mji chini ya ardhi angeoga bafu nyepesi. Viumbe hawa wote walisema nuru hiyo kuwaweka hai, ilitoka kwa Chanzo.

D: Lakini ulieleza mwili wa kimwili kwenye sayari ile nyingine.

M: Oh, ndiyo. Tunahitaji kuchukua maumbo ili kwenda maeneo tofauti, ili tuweze kuwa huko. Ili kuendana na mazingira.

D: Kwa kweli unaonekanaje?

M: Ni vigumu kuniona. Hmmm. Siwezi kueleza. Ni zaidi ya hisia kuliko mwonekano. Ni ... kama maneno hayahitajiki.

D: Nilitaka tu kuhakikisha kwamba haukuwa upande wa roho. Je, huu ni aina tofauti ya mwili wa mwanga? (Ndiyo.) Basi, je, utarudi kwa wazee na kuwaambia hukupata viwianishi sahihi?

M: Ndiyo. Ninaweza kumwona. Ana – ukimwita "yeye" – kichwa cha mviringo. Ana shingo ndefu nyembamba, mikono mirefu nyembamba. Hubadilisha umbo. Alianza hivyo, na sasa anaonekana zaidi kama mwanga. Kulingana na mawazo, kulingana na kinachoendelea, umbo hubadilika kidogo. Namwambia kilichotokea. Akanicheka kidogo. Alisema kiburi changu kilikuwa njiani, na nilikuwa na uhakika sana kwamba nilijua, nikasahau kupata maelezo. Hakukasirika.

D: Unafikiri nini? Je, yuko sahihi?

M: Ndiyo. Nilidhani nilijua nilichokuwa nikifanya. Ilionekana kama mojawapo ya safari za kawaida, lakini haikuwa hivyo. Sikuwa nimejiandaa. Hmm. Ninajaribu kusikia. (Ananyamaza) Nilishuka mapema sana. Siwezi kuweka katika maneno. Ni kama kupita kupita kiasi. Nilipita juu ya ....

D: Ulipita viwianishi?

M: Ndiyo. Baadhi ya mambo haya siwezi kuyaeleza. Lazima uwe sahihi sana. Sio tu kuhusu viwianishi, nambari. Bali ni nia unayotumia pamoja na nambari.

D: Je, utaijaribu tena?

M: Hapana. Anasema nilijihusisha sana na kile nilichotaka kitokee, kusaidia, hadi nikapoteza mtazamo wa mpango, misheni. Anasema mambo haya hutokea.

D: Mpango, misheni ilikuwa nini?

M: Kusaidia kupata maeneo mbadala ya kuzaliwa upya ambayo yangepunguza mzigo wa sayari. Nilipaswa kutazama, lakini nilijihusisha sana na mateso ya watu hadi ikaingilia. Kuna mpango. Mpango ni muhimu zaidi. Si kwamba watu na viumbe si muhimu. Ni kwamba kila kitu ni cha muda. Na lazima ukumbuke kuweka mambo katika mtazamo sahihi. Na nilipata ugumu.

D: Hupaswi kujihusisha kihisia na watu?

M: Hapana, ninapaswa kuweka maono ya jumla. Na kutambua kwamba sote tunachagua mambo haya kwa ajili ya kujifunza na kukua. Na nilinaswa na hisia. Nilipoteza maono.

D: Watu hao walichagua kuwa katika hali hiyo.

M: Siwaamini, kwamba wanafanya wanachohitaji kufanya. Ni jambo tata sana. Ni mchanganyiko wa kuwaamini, kuamini mpango, lakini pia kutambua kwamba mambo mbadala yanahitaji kuendelezwa.

D: Kwa hiyo si kuingilia ikiwa utaendeleza chakula kwenye sayari nyingine waende huko?

M: Hapana. Lakini kunaswa kwangu katika drama, hisia kulizuia, hivyo sikuweza kutekeleza mpango. Nilinaswa.

D: Lakini ni vigumu kuto naswa, sivyo?

M: Ni vigumu sana, vigumu sana.

D: Huwezi kuwa bila hisia.

M: Sikuweza kuweka maono ya jumla. Ikiwa unaweza kuweka maono ya jumla, basi unaweza kufanya. Sikuweza. Ni vigumu sana.

Hii ilitokea katika visa vingine, vilivyoripotiwa katika Legacy From Stars, ambapo chombo kutoka kwa mfumo mwingine wa nyota kilikuwa kimewashwa Dunia kwa kazi, na walijihusisha sana na watu. Hili lilipotokea, walilazimika kuzaliwa upya Dunia badala ya kurudi kwenye sayari yao wenyewe. Kwa namna fulani, waliunda karma.

D: Kwa hiyo ameamua kutokuruhusu urudi?

M: Ndiyo, sikuweza kuifanya. Alidhani labda nitafanya vizuri zaidi katika nafasi tofauti. Kwamba huwezi kushuka na kutazama kwa njia hiyo. Unahitaji kutengwa.

D: Ni nafasi gani nyingine anataka ufanye?

M: Nina... ninahitaji... ninafifia... Ni kama kitu kinatokea, ambapo ninafifia. Sijui ni nini bado. Si cha kutisha. Siwezi tu kudumisha muunganiko na nafsi yangu. Ni kama ninaelea. Ninaenda mahali pengine.

Mwili wake ulisisimka ghafla. Aliangua kicheko kikubwa. Sikuweza kumuelewa, kwa sababu alikuwa akicheka.

M: Ilikuwa mwendo wa kuruka. (Anacheka kwa sauti)

D: Ndiyo, nilikuona ukiruka. Nini kilitokea?

M: Nafikiri napitia aina fulani ya utupu. (Aliona hili la kuchekesha.)

D: Unaona nini? Uko wapi?

M: Ni kamati ya kupanga. Kwa kweli, hayo si maneno sahihi, lakini kwa kukosa maneno bora .... Inaamuliwa nitafanya nini sasa. Lakini ni vigumu kutekeleza sehemu hiyo ya mpango unapojihusisha kihisia. Sikujua ingekuwa vigumu.

D: Kwa hiyo wanaangalia rekodi yako?

M: Ndiyo, kuona nini kingekuwa kizuri nifanye baadaye. Nami napata kuchagua pia, lakini inahitaji kikundi, kwa sababu sote tunafanya kazi pamoja. Ninaonyeshwa mambo fulani katika maisha nitakayokuwa nayo.

D: Utaenda kwenye maisha mengine?

M: Ndiyo. Wananionyesha maisha kama Michelle. (Anavuta pumzi ndefu) Yatakuwa magumu. Sina hamu sana. Alisema uzoefu huu utanisaidia, kwa kuelewa sehemu tofauti za maisha haya. Ikiwa ninaweza kuyaweka katika maneno. Ninaweza kuyahisi zaidi kuliko kuyaona. Uzoefu huu wote tofauti unahitajika ili niweze kusaidia kwa ufanisi zaidi.

D: Je, haya yatakuwa maisha yako ya kwanza kama mwanadamu duniani?

M: Sehemu hii yangu, ndiyo. Ni tata zaidi. Inanikumbusha almasi, na zile sehemu tofauti za almasi. Vipengele tofauti. Kipengele hiki hakijawahi kuwa hapa kabla. Vipengele vingine viwili vimekuwa. Nafikiri roho yangu ina zaidi ya sehemu moja. Sehemu tofauti ndizo vipengele tofauti.

D: Je, kipengele kimoja kinaweza kujua kuhusu vipengele vingine?

M: (Kwa mshangao) Ndiyo, vinaweza! Vitajua. Vitabadilishana katika maisha haya. Havitaweza kushughulikia yote peke yao. Kipengele cha kwanza kitakuwepo hadi umri wa miaka kumi. Kipengele cha pili kitakuwepo hadi umri wa miaka ishirini na moja. Kisha kipengele cha tatu kitakuwepo kwa kipindi kilichobaki.

D: Kwa nini lazima kuwe na vipengele tofauti kwa sehemu tofauti za maisha?

M: Hiyo ndiyo njia pekee ambayo hili linaweza kufanyika kwa mafanikio.

D: Ingekuwa vigumu sana kwa kipengele kimoja kupitia yote? Kisingeweza?

Ghafla alianza kulia kwa hisia. Hakujibu alipokuwa akiendelea kulia zaidi. Wakati mwingine ni bora kumruhusu mtu atoe hisia, kwa hiyo nilimruhusu alie, kisha kwa upole nikajaribu kumfanya azungumze nami tena.

D: Je, utakubali kufanya hilo? (Ndiyo.) Hata kama unaweza kuona litakuwa gumu? (Ndiyo.) Kwa nini utakubali basi?

M: (Anavuta pumzi ndefu. Alikuwa akijitawala.) Wanaweza kusaidia baadaye. (Anavuta pumzi kubwa.)

D: Angalau utajua ilivyo kabla ya kuingia. Hakuna anayekulazimisha.

M: Hapana. Ni muhimu.

D: Je, mwili wa ufahamu unajua wakati vipengele hivi vinapoingia na kutoka?

M: Hapana, si mwanzoni. Tunabaki na ufahamu wa makubaliano haya, lakini si kikamilifu. Hii ndiyo mara ya kwanza tumeelewa kikamilifu kile tunachopitia.

D: Lakini hii si kama walk-in.

M: Ni tofauti, kwa sababu hatujatengana. Walk-in ni roho tofauti. Sisi sote ni sehemu ya jumla.

D: Nyote ni sehemu ya roho ileile. Lakini Michelle alisema alipokuwa na umri wa karibu miaka kumi, alihisi alikufa wakati huo.

Michelle alikuwa na kumbukumbu ya sehemu ya jambo lililotokea katika umri huo. Mama yake alikufa alipokuwa mdogo sana. Shangazi yake alichukua nafasi ya mama walipoishi na bibi yake. Wanawake wote wawili walikuwa na matatizo ya akili na walikuwa wakatili katika kumtendea Michelle mdogo. Hili ndilo lililosababisha matatizo mengi ya awali ambayo alikuwa ameyafunga kwa mafanikio kutoka kwenye kumbukumbu yake. Wanawake hao walikuwa sehemu ya kundi la kishetani lililofanya mikutano nyumbani kwao, ingawa Michelle hakuelewa kilichokuwa kikiendelea. Aliona mambo mengi ambayo akili yake changa ilikandamiza. Tukio ambalo hakuwahi kulisahau lilikuwa alipowekwa ndani ya aina fulani ya sanduku la mbao. Alikuwa akikosa hewa, na alihisi aliacha mwili wake na kuelea juu. Alifikiri alikufa wakati huo, kwa sababu hisia zilikuwa kali sana. Kwa wazi, hakufa, lakini hakuna mtu katika familia yake aliyewahi kuzungumzia kilichotokea usiku huo.

Kwa miaka mingi, alidhani matukio aliyoyakumbuka kwa sehemu yalikuwa tu sehemu ya mawazo yake mabaya. Hakuna mtu katika familia yake aliyewahi kuonyesha kwamba kitu cha ukubwa huo kilitokea. Kumbukumbu zote, hasa za ibada ambazo alikuwa amehusishwa nazo binafsi, zilisukumwa ndani ya fahamu fiche. Labda hiyo ilikuwa njia ya akili ya kulinda afya ya akili ya Michelle. Hili lilikuwa mojawapo ya mambo aliyotaka kujua. Je, tukio la sanduku lilikuwa halisi, au mawazo mabaya ya mtoto?

D: Nini kilitokea wakati huo? Je, aliacha mwili kweli? (Ndiyo.) Je, ni sawa kwake kujua kuhusu hilo?

M: Ndiyo, ni wakati wake kujua.

D: Mwambie kilichotokea alipokuwa na miaka kumi.

M: Aliwekwa ndani ya sanduku. Familia yake ilikuwa na maisha ya siri sana ambayo hayakupaswa kuzungumziwa kwa namna yoyote.

D: Kwa hiyo alikuwa sahihi kuhusu picha alizokuwa nazo? (Kwa msisitizo: Ndiyo!) Walikuwa watu wagonjwa sana, nadhani unaweza kusema.

M: Sana! Sana, sana wagonjwa.

D: Ndiyo maana kipengele kimoja kiliweza kubaki hadi umri wa miaka kumi tu?

M: Ndiyo! Vinginevyo, ingekuwa vigumu sana. Roho isingeweza kustahimili.

D: Je, alikufa walipomweka ndani ya sanduku?

M: Sio katika maana ya kimwili. Alipitia handaki la mwanga, lakini alidumisha muunganiko wa kamba na mwili. Huu ulikuwa wakati wa kubadilishana taarifa, na kupata uelewa wa maisha yake ya Dunia hadi hapo. Kuingia kwa kipengele kipya kulihitajika kutokea. (Anavuta pumzi ndefu) Na kipengele cha kwanza kilikuwa kimechoka sana. Miaka kumi ya kwanza ilikuwa migumu sana.

D: Kwa hiyo alibadilishana taarifa na kipengele cha pili ili kielewe kilichokuwa kikiendelea?

M: Ndiyo. Ingawa kulikuwa na uelewa, ilibidi kuwe na aina fulani ya ubadilishanaji wa nishati. Ili maumivu ... ikiwa athari kamili ya kilichotokea ingerudi mwilini, isingeweza kustahimili kwa namna ambayo ingeweza kusaidia baadaye.

D: Ndiyo maana Michelle ana picha za vipande tu za miaka hiyo ya kwanza, kwa sababu kumbukumbu zilibaki na kipengele cha kwanza?

M: (Kwa msisitizo: Ndiyo!) Alipokumbuka, ilikuwa zaidi kama kutazama filamu, ingawa kulikuwa na huzuni. Kulikuwa na huzuni zaidi kwa kipengele cha kwanza kuliko kwa watu waliokuwa wamehusika. (Kwa upole) Oh, msichana maskini.

D: Kisha aliporudi, ilikuwa rahisi zaidi kwake kushughulikia kama kipengele cha pili? (Ndiyo) Hiyo ndiyo njia pekee aliyoweza kuishi, nadhani.

M: Nusu ya pili haikuwa rahisi pia.

D: Lakini kipengele cha pili kilibaki hadi umri wa miaka ishirini na moja. (Ndiyo.) Nini kilitokea katika umri wa miaka ishirini na moja?

M: Alikuwa akijiandaa kuolewa na Jerry. Hawakuwa wameunganishwa sana. Ilikuwa ni chaguo la kumaliza muundo huo, zaidi ya muunganiko wa roho. Ilikuwa njia ya kutoka kwenye muundo wa uhusiano na shangazi na bibi yake. Kubadilishana kwa vipengele kulisaidia kubadilisha muundo. Kwa sababu ... siwezi hata kuweka katika maneno. Hakukuwa na kiungo cha kihisia na Jerry. Ingawa ilikuwa ngumu na ya kusikitisha kutokuwa na muunganiko, aina ya ndoa iliyotamaniwa, ilitoa muda wa kuweza kutafakari. Kwa kweli haikuwa hata lazima kuwa naye. Hiyo inaonekana ya ajabu, lakini ilikuwa kama kipindi cha kupumzika.

D: Alikuwa tu chombo cha kuvunja muundo, na kumtoa katika hali hiyo. (Ndiyo.) Kisha nini kilitokea katika umri wa miaka ishirini na moja wakati kipengele cha tatu kiliingia?

M: Ilikuwa chumbani. Najiona nimelala kitandani. Nakumbuka magari yakipita. Nakumbuka sauti. Nilikuwa nimechanganyikiwa sana. Sikuwa hata na uhakika kama nilipaswa kuolewa na Jerry. Watu waliniambia hakuna anayejua kwa uhakika kuhusu kuoa au kuolewa. Nilikuwa nimekasirika sana. Najua sikulala. Ilikuwa zaidi kama hali ya usingizi wa kina. Hisia ya kuelea. Kwa hiyo ... wakati wa usingizi huo, niliondoka. (Kwa sauti ya chini sana.) Nahisi kama ninaenda sasa.

D: Unaweza tu kuitazama. Huna haja ya kuipitia tena. Lakini ilibidi ifanyike katika hali ya usingizi wa kina?

M: Kwa mimi, ilikuwa rahisi. Kulikuwa na siri nyingi sana katika nyumba niliyokuwa nikiishi. Shangazi yangu na wengine walijua kilichokuwa kikiendelea kweli, lakini hawakuruhusiwa kuniambia. Walidhani ni bora nisikumbuke. Lakini siku zote nilijua kitu hakikuwa sawa. Najua sasa, walikuwa wakificha, wakijaribu kuifuta.

D: Kipengele cha tatu kilibadilishana au kuungana, au chochote kilichofanyika, wakati wa usingizi wa kina? (Ndiyo.) Lakini pia kilibadilishana kumbukumbu?

M: Ndiyo. Kilichukua kumbukumbu, lakini kiliacha maumivu mengi. Baadhi ya maumivu yalibaki, kwa sababu hiyo ilikuwa sehemu ya mchakato wa kujifunza jinsi ya kusafisha.

D: Kwa hiyo hakikuweza kuchukua kila kitu.

M: Hapana, utu ungegawanyika na kuvunjika.

D: Inawezekana hilo kutokea?

M: Kugawanyika na kuvunjika? Ndiyo! Wangeita utu wa aina nyingi. Ingekuwa vigumu sana kwao kunisaidia. Ingekuwa vigumu sana kwa waongozi kuja kupitia kwangu ikiwa ningekuwa na utu wa aina nyingi. Ilinibidi kuwa wazi zaidi.

D: Ndiyo maana ubadilishanaji ulifanyika, kukupa nguvu zaidi kushughulikia kilichokuja baadaye. (Ndiyo.) Na ilibidi kubadilishana kumbukumbu, lakini kubaki na baadhi ya hisia, kwa sababu vinginevyo isingekuwa na maana?

M: Sahihi!

D: Huwezi kuondoa kila kitu, si katika umri huo.

M: Hapana, ni kweli.

D: Kisha wakati wowote Michelle alipoamka, alihisi chochote tofauti?

M: Ndiyo. Nilihisi, "Kwa nini ninaolewa na huyu mtu?" (Anacheka) Lakini nilifanya hivyo hata hivyo.

D: Je, ulijisikia kama mtu tofauti?

M: Ndiyo! Nilijua haikuwa sawa kwangu pale pale. Lakini nilichanganyikiwa.

D: Kwa hiyo kipengele cha tatu ndicho kilichobaki. (Ndiyo) Na kitabaki? (Ndiyo) Ni thabiti zaidi kuliko vingine, na kinaweza kushughulikia majeraha zaidi.

M: Kinaonekana kuunganishwa zaidi na maarifa ya kusaidia kusafisha.

D: Ulisema kabla ya kuja katika maisha haya, kulikuwa na vipengele viwili vilivyokuwa na maisha ya Dunia.

M: Ndiyo. Hivyo vilikuwa vipengele vya kwanza na vya pili.

D: Na cha tatu ndicho ambacho hakijawahi kuwa na maisha ya zamani? (Sahihi) Ndicho kilichokuja moja kwa moja zaidi kutoka kwa kiumbe wa mwanga. (Ndiyo) Kwa hiyo kila alipokumbuka maisha ya zamani, yalikuwa ya vipengele vingine viwili. (Ndiyo) Hiki ni safi zaidi, ikiwa hilo ni neno sahihi. Moja kwa moja zaidi?

M: Ndiyo, kinaweza kupata maarifa ya moja kwa moja zaidi.

D: Ndiyo maana anaweza kufanya kazi anayofanya na nishati?

Michelle alikuwa ameanza hivi karibuni kufanya uponyaji kwa kutumia nishati kwa mikono.

M: Ndiyo. Kilikuja kufanya hivyo kusaidia watu. Anawasaidia watu kuona tatizo. Huwezi kuwaponya kwa niaba yao, kwa hiyo yeye ni chombo tu. Anaweza kuelekeza mwanga mwingi kusaidia miili yao kukumbuka umoja waliokuwa nao milenia iliyopita, ili waweze kuungana tena nao. Hapangiwi kufanya uponyaji wote, kwa sababu hii ni sayari ya hiari; lazima wakubali. Na anataka wawe mabwana wa hatima yao wenyewe. Wanahitaji kuwa mabwana wao wenyewe; waganga wao wenyewe. Tunahitaji watu waamke, na wakumbuke. Kwa hiyo anawasaidia kukumbuka, na anawasaidia kuondoa maumivu, ili waweze kurudi kwenye mwanga wao.

D: Ulipomaanisha nini uliposema watu walisahau walipogawanyika milenia iliyopita?

M: Sisi sote ni familia moja kubwa. Sote ni sawa katika mwanga.

Hapa jambo la ajabu lilitokea lililonaswa na kinasa sauti. Kelele kubwa ya umeme kama msuguano thabiti. Haikubadilika kama msuguano wa kawaida, bali kelele ya kudumu ya kuingiliwa kwa umeme. Ilidumu sekunde kumi, na kuondoa sauti yote kwenye mkanda. Ilisimama ghafla kama ilivyoanza. Sikuwa na ufahamu wa jambo lolote lisilo la kawaida, lakini kinasa sauti kililinasa. Niliendelea na uandishi baada ya sauti kusimama.

M: ... hata wanaamini wao ni wabaya. Wamekuwa katika kimwili kwa muda mrefu sana hadi wamesahau mwanga wao. Wamefundishwa katika kitu ambacho si cha kweli.

D: Ndiyo maana wakati mwingine wanafikiri wao ni wabaya?

M: Ndiyo. Anawakumbusha kwamba wao si uzoefu, bali haya ni uzoefu tu wanaopitia ili kuwasaidia kujifunza.

D: Ikiwa wanajifunza kitu, hilo ndilo muhimu. (Ndiyo) Lakini kwa nini tuligawanyika milenia iliyopita, ikiwa sisi ni sehemu ya familia ileile?

M: Ah, tukio lilikuwa mwanzoni kabisa mwa kazi hii leo, na sikulielewa, kwa hiyo nililizuia kidogo. Jinsi linavyoonyeshwa, nina uhakika ni ishara, kwa sababu ninahitaji kulielewa. Kuna mpira wa mwanga, na watu wote wanatoka nje ya mpira wa mwanga. Nilikuwa nikifikiri, kwa nini tunaruka kwa miavuli? Lakini tulijitenga ili kupata uzoefu huu. Sisi sote kwa pamoja ni sehemu ya hili. Sisi sote ni mmoja.

D: Tutafanya nini na uzoefu huu hatimaye?

M: Siku moja tutaungana tena. Itakuwa ya kuridhisha zaidi. Hebu nione kama ninaweza kupata hisia yake. Ni vigumu sana kwangu kutafsiri hili. Sijui kama ninaweza kusema maneno. (Ananyamaza) Ni kama watu waliokuwa vitani. Unasikia kuhusu watu waliokuwa vitani pamoja. Na wana hisia tofauti ya muunganiko kwa sababu walisaidiana kweli, au walipitia mengi pamoja. Na yote yanapomalizika, kuna kifungo ambacho hakivunjiki kamwe. Tulikuwa na kifungo kabla, lakini hatukuwa na uzoefu.

D: Ni kama urafiki wa kijeshi, unamaanisha?

M: Ndiyo, kifungo cha karibu zaidi. Sisi sote ni muhimu kwa umoja. Kila mmoja wetu. Kila mtu ana sehemu yake ndogo. Roho yake itamtafutia. Umeunganishwa na sehemu zote za nafsi yako. Na nahisi muungano huu wa watu wote niliowakosa. Na roho zote nilizowahi kujua. Kama tunajiunga tena na kupanda juu pamoja.

Maisha ya Michelle kwa hakika yalikuwa yamejaa changamoto na yaliendelea kuwa hivyo. Alidhani hataki kuwa na watoto, lakini ghafla aliamua kuasili mtoto wa kike. Kadri msichana alivyokua, ilionekana wazi kuna tatizo. Sasa ana umri wa miaka tisa na amegunduliwa kuwa na ugonjwa wa bipolar katika ubongo wake. Wakati mwingine alikuwa na vipindi vya utulivu, lakini mara nyingi alikuwa mkali na mwenye mawazo ya kujiua. Michelle alimpenda, lakini alihisi hana msaada. Mumewe hakuweza kubeba changamoto hiyo na alimwacha, akimwacha amtunze msichana peke yake. Fahamu fiche ya Michelle ilisema hii ilikuwa changamoto aliyokubali kabla ya kuja. Alionyeshwa yote haya wakati wa mapitio mbele ya baraza la wazee. Alikubali kujifunza masomo magumu katika maisha haya ili kuelewa jinsi ya kuwa mwanadamu. Hakika Michelle hakuchagua maisha rahisi wakati huu. Ni jambo la kupongezwa kwamba anatumia muda wake kutumia uwezo wake kuwaponya wengine.

* * *

Wazo la roho yenye vipengele vingi lilijitokeza tena mwezi mmoja baadaye upande mwingine wa dunia. Kama ilivyokuwa ikitokea katika kazi yangu, ninapopewa wazo jipya, kwa kawaida ninapewa taarifa zaidi inayopanua nadharia hiyo kupitia mteja mwingine. Ninaona inavutia kwamba yeyote anayeongoza kazi yangu huamua ni mada gani nitapewa katika kila hatua ya ukuaji wangu. Na wanatumia hali ya usingizi wa kina ya wateja wangu kuleta taarifa hiyo. Hakuna maelezo mengine, kwa sababu mteja hana wazo nilichofanya na watu wengine. Katika kila kikao, ninazingatia mteja na matatizo yake, na hakuna haja ya kuzungumzia matatizo au vikao vya watu wengine. Mhusika anaonekana kutumika tu kama chombo cha kupeleka taarifa kwangu. Watu wengine wamesema ninaonekana kuvuta mteja sahihi kwangu aliye na taarifa ninayohitaji. Lolote linalotokea, haliko katika kiwango cha makusudi cha ufahamu.

Kikao hiki kilifanyika Australia nilipokuwa Sydney kutoa mihadhara kwa Mind, Body, Spirit (MBS) Expo mnamo Novemba, 2002. Nilikuwa nimetoka tu kuwasilisha katika Conscious Living Expo huko Perth. Nilipewa ghorofa ya vyumba viwili vya kulala badala ya chumba cha kawaida cha hoteli. Ilikuwa inatazama Darling Harbour na ilikuwa na mazingira mazuri sana, na ilikuwa karibu kwa kutembea hadi Kituo cha Mikutano ambako MBS Expo ilifanyika. Kama kawaida, nilipanga wateja kutoka kwenye orodha yangu ndefu ya kungojea. Sijui kamwe matatizo yao ni nini, au sababu za kuomba kikao hadi wafike.

Cathie alikuwa mwanamke mwenye mvuto na mwenye akili katika miaka yake ya arobaini. Alikuwa na maswali mengi, lakini moja lililomvutia zaidi lilikuwa tukio lililotokea miaka michache iliyopita. Alikuwa akipitia kipindi cha kiwewe sana maishani mwake, ambapo kila kitu kilikuwa kibaya, ikiwa ni pamoja na kifo cha mume wake. Pigo la mwisho lilikuwa alipogundua alikuwa na saratani ya matiti. Kemotherapi na radiotherapi zilikuwa zikimnyima nguvu na kupunguza hamu yake ya kuishi. Alikuwa amechoka kuishi chini ya hali zilizopo. Alikuwa amechoka, na alikuwa ameamua kujiua. Kabla hajafanya hivyo, alitaka kuwaona marafiki zake wote mara ya mwisho. Mipango yake ilifanywa kwa uangalifu sana. Alifanya sherehe ya Krismasi nyumbani kwake na kuwaalika wote. Hakuna aliyejua sababu halisi ya sherehe, na hakumwambia yeyote kwamba ilifanyika kwa lengo la kuwaaga. Kila mtu alikuwa na wakati mzuri na alifurahia, naye pia. Aliweza kuficha kwa mafanikio hisia zake halisi, na hakuna aliyeshuku kwamba walipoondoka alikuwa na nia kamili ya kujiua. Baada ya mgeni wa mwisho kuondoka, alianza kwa makusudi sana na sehemu iliyobaki ya mpango wake. Badala yake, tukio la ajabu lilitokea lililozuia hilo. Alidhani alikuwa amefanikiwa kubaki bila hisia. Lakini baada ya mgeni wa mwisho kuondoka, alianza kulia bila kujizuia. Alikuwa na nia kamili ya kuacha maisha haya yasiyo na furaha na kwenda upande mwingine. Alikuwa amepanga kwa uangalifu njia ya kujiua, lakini sasa alihisi amechoka kabisa kihisia na kimwili, na hakuweza kuendelea. Aliamua yote yanaweza kusubiri hadi siku iliyofuata, na akaenda kulala.

Sehemu hii ni kutoka kwenye maelezo ya Cathie: "Niliamka saa tisa alfajiri. Nililala chali na macho yangu yamefungwa na niliweza kuona mwanga mweupe mkali kupitia kope zangu, lakini nilipofungua macho yangu chumba kilikuwa gizani. Nilipolala hapo nikijiuliza nini kinatokea, niliona mwanga ukishuka na kuingia mwilini mwangu. Uliingia kupitia miguu yangu na kupanda hadi kichwani ukinijaza mwanga. Macho yangu yalikuwa bado yamefungwa lakini sasa niliweza kuona mwili wangu kama mwanga. Wakati huo huo, pia nilihisi wimbi la umeme au mkondo mkali ukipita mwilini mwangu, tena kutoka miguu hadi kichwani."

Asubuhi iliyofuata alihisi tofauti kabisa. Kila kitu kilionekana kipya kabisa na hamu ya kujiua na kuondoka katika ulimwengu huu ilikuwa imepotea kabisa. Hakujua kilichotokea isipokuwa kwamba maisha yake yalibadilika kabisa usiku huo. Pia, saratani iliingia katika hali ya kutulia hivyo hakuhitaji tena matibabu yale yenye maumivu. Aliweza tu kukisia kwamba labda tukio la walk-in lilikuwa limetokea. Katika uzoefu wangu, kwa kawaida mtu huwa hafahamu kubadilishana kunapotokea. Lakini labda kulikuwa na sababu ya Cathie kuwa na ufahamu wa kutosha kujua kwamba jambo la ajabu na lisilo la kawaida lilikuwa limetokea.

Hili ndilo lilikuwa jambo lake kuu: kujua kilichotokea usiku huo. Kwa hiyo badala ya kwenda katika maisha ya zamani, nilimrudisha kwenye usiku wa sherehe. Nilimwongoza ashuke kutoka kwenye wingu tarehe 17 Desemba, mwaka 2000. Niliweka mazingira ili kuhakikisha tulikuwa katika siku sahihi, "Unafanya sherehe hii pamoja na marafiki hawa wa pekee sana."

Alinikata kwa mshangao, "Sikuwepo pale."

D: Hukuwepo pale?

C: Hapana. Haikuwa mimi.

D: Je, bado unaweza kuniambia kuhusu tarehe hiyo?

C: Siwezi kuiona.

Sijawahi kuruhusu hilo linizuie kupata taarifa, kwa sababu nilijua kwamba fahamu fiche ina kumbukumbu za kila kitu ambacho kimewahi kutokea kwa mtu. Niliuliza kama ingeweza kutoa taarifa hiyo, na ghafla Cathie alivunjika na kuanza kulia bila kujizuia. Nilijua nilihitaji kumfanya azungumze ili nimtoe kwenye hisia hizo. "Unaweza kuniambia kwa nini una hisia kali?"

C: (Akitamka maneno katikati ya kwikwi.) Ndiyo ... ilikuwa kubwa sana ... kubwa sana.

D: Nini kilikuwa kikubwa sana?

C: Siku hiyo.

D: Lakini ulikuwa na sherehe nzuri, sivyo, pamoja na marafiki zako wote?

C: (Akitulia kidogo. Bado analia lakini anajidhibiti.) Ndiyo ... ilikuwa sherehe. (Analia) Ilikuwa ya kusikitisha. (Analia) Ilikuwa ya kusikitisha sana. (Analia) Ilikuwa sherehe ya huzuni. Kwa sababu ... ilikuwa mwisho. (Kwikwi) Sherehe ya mwisho. (Kwikwi) Na ilikuwa sherehe ya kuaga. (Analia)

D: Je, Cathie alikuwa na hisia kali siku hiyo?

C: Alikuwa anaaga ... Lucinda. (Kwikwi)

D: Lucinda ni nani?

Baadhi ya maneno yake yalizuiliwa na kwikwi. Nilikuwa nikijaribu kuelewa alikuwa akimzungumzia nani.

C: Alikuwa roho iliyokuja wakati wa kuzaliwa ... na ambaye ... alipambana sana. (Analia) Na ambaye alikuwa katika maumivu makubwa. Kwa sababu maisha yalikuwa ya huzuni sana.

Haya yote yalikuwa magumu kuelewa kwa sababu ya kulia na hisia zisizoisha.

D: Kwa nini alipaswa kupambana sana?

C: (Hatimaye alitulia kiasi cha kueleweka.) Ah! Alichagua njia ngumu. Daima, daima alichagua njia ngumu.

D: Lakini alichagua hilo, sivyo?

C: Ndiyo, alichagua. Alifanya iwe ngumu sana. (Kwikwi) Hakujua njia nyingine. Alidhani hiyo ndiyo njia pekee. Ilikuwa ngumu kwake, lakini pia aliwafanya wengine wapate maumivu makubwa. Hakuona hilo. Aliona tu maumivu yake mwenyewe. Hakuona maumivu aliyosababisha kwa wengine. Alimwumiza sana mama yake. Aliwaumiza watu katika maisha yake – Stephen, aliyekua naye. Walikuwa watoto pamoja. Kisha walikuwa wapenzi. Na alimwacha, na alimwumiza sana. Alikuwa mwenye ubinafsi. Alijali tu kuhusu yeye mwenyewe. (Anavuta pumzi ndefu. Angalau kulia kulikuwa kumekoma.)

D: Hakujali kwamba alikuwa akiwaumiza wengine?

C: Hapana. Alifanya hivyo ili ajisikie vizuri. Alikuwa mwenye ubinafsi. Lucinda alikuwa mwenye ubinafsi sana. Alitaka kwenda nyumbani, kwa sababu aligundua hakuwa anaelewa. Alidhani huu ulikuwa upotevu wa muda.

D: Kuwa katika mwili, unamaanisha, katika maisha?

C: (Ufunuo) Oh! Sawa! Kwa hiyo kilichotokea ni kwamba mtu mwingine aliingia, aliyeitwa "Yanie". Alikuja kumsaidia, na kumfundisha. Na Yanie alikuwa naye kwa mwezi wa mwisho. Na Yanie alimsaidia kujifunza, kwa sababu Yanie alikuwa wa juu zaidi, mwenye maarifa zaidi. Hakuwa na ego. Na alimsaidia Lucinda, ili Lucinda aweze kuondoka. Na aweze kujifunza baadhi ya mambo kabla hajaondoka.

Hii ilisikika sawa na sehemu za roho, isipokuwa Cathie aliwapa majina. Labda hii ilimrahisishia kuelewa na kuelezea.

D: Lakini je, Lucinda hakugundua kwamba alikuwa akitengeneza karma kwa jinsi alivyokuwa akiwatendea watu?

C: Hapana, hakujua chochote kuhusu hilo.

D: Alikuwa tu roho mwenye ubinafsi sana. (Ndiyo) Je, Lucinda alizungumza na Yanie kabla hajaingia?

C: Lucinda na Yanie walikubaliana kwamba wangefanya kazi pamoja. Lucinda alitaka kwenda nyumbani. Na alitengeneza saratani kama njia ya kutoka, kwenda nyumbani. Na kisha akaona kwamba alikuwa amepoteza maisha yake. Alipoteza fursa katika mwili huu. Na alichukia hilo. Alichukia hilo! (Ana hisia tena.) Aligundua kwamba alipoteza miaka hiyo yote. Aligundua kwamba hakupata somo. (Yote yalisemwa kwa hisia.) Na kwa hiyo Yanie alisema angeingia na kufanya kazi na Lucinda kwa muda mfupi kabla hajaondoka, kumsaidia ajifunze baadhi ya masomo. Na kisha atakaporudi, atakuwa amefanikisha jambo fulani. Na Yanie alimsaidia kuachilia hofu nyingi. Na Yanie alimsaidia kuwa na usawa zaidi. Na Yanie alimsaidia kujiandaa kuondoka.

D: Hakukuwa na njia yoyote ya Lucinda kubaki?

C: Hakutaka.

D: Nilidhani mara tu alipoanza kujifunza mambo haya kutoka kwa Yanie ....

C: Hapana, kwa sababu makubaliano yalifanywa. Na Yanie alitaka kuingia kwa muda. Na Lucinda alikubaliana na hilo; kwamba angeondoka. Na hilo halikuwa tatizo. Alikuwa sawa kuheshimu ahadi hiyo.

D: Kwa hiyo Lucinda angeweza kuendelea upande mwingine? (Ndiyo) Inaonekana kana kwamba hakuwa tayari kwa maisha ya kimwili.

C: Hakuwa na ufahamu. Aliongozwa na ego. Na alikuwa amezama katika kimwili, na raha za mwili. Alikuwa amezama katika fedha na tamaa na ego na ngono. Ah, na hata utegemezi. Pombe pia ilikuwa sehemu ya hilo.

D: Kwa hiyo alikuwa akipitia sehemu zote hasi za kuwa mwanadamu.

C: Ndiyo. Hakutaka kuwa hapa, na mtu mwingine alitaka kuingia. Alikubaliana na hilo. Na makubaliano yalikuwa kwamba Yanie angefanya kazi naye kwa mwezi wake wa mwisho duniani, kumsaidia kujifunza baadhi ya mambo, ili aweze kupanda juu zaidi. Na Lucinda alikubali kuondoka Desemba. Waliweka tarehe. Ingekuwa Desemba, 2000.

D: Alidhani alikuwa anaaga marafiki zake, kwa sababu alidhani angekufa kwa saratani.

C: Alipoondoka, alijua mwili usingekufa. Cathie kwa ufahamu wa kawaida alijua ulikuwa wakati wa kuaga, lakini hakujua kwa ufahamu wa kawaida nini kilikuwa kikiendelea.

D: Ndiyo maana alifanya sherehe na marafiki na jamaa zake wote. (Ndiyo, ndiyo.) Lakini Yanie alipoingia, hakukuwa na haja ya mwili kuwa na ugonjwa, sivyo?

C: Hapana. Yanie aliingia. Alikuwa nishati tofauti sana. Yanie alikuwa mmoja wa watu wa kwanza. Nishati za kwanza duniani.

D: Angekuwa nishati ya zamani sana, sivyo?

C: Oh, ndiyo. Alikuwa mwanzilishi. Kundi lao lilikuja, nguvu ya nishati, duniani. Na walikuwa kile ambacho watu walidhani ni mungu, Horus. Walikuja kama umbo. Na walipofika hapa, walilazimika kutafuta miili. Na walifanya hivyo. Walienda na kupata miili. Hiyo ilikuwa mwanzo. Na alirudi mwaka 2000, kwa sababu alihitaji kurudisha nishati hiyo ya uanzilishi duniani. Dunia ilihitaji sindano ya nishati ileile iliyokuja zamani sana. Na hiyo ndiyo Yanie alileta.

Hii ilikuwa sawa na Ingrid na nishati ya Isis kurudi duniani kusaidia. (Tazama Sura ya 4.) Wote hawakuwa na maisha mengine katikati na walirudi kwa sababu ya matukio ya dunia yanayohitaji nishati hiyo kwa wakati huu.

D: Unaweza kutuambia kilichotokea usiku ule kubadilishana kulipofanyika? Hilo lilikuwa jambo moja ambalo Cathie alitaka kujua.

C: Yanie aliingia. Alikuwa hapo kwa miezi kadhaa. Na walikuwa wakisuka.

D: Kusuka ni nini?

C: Kusuka ni pale ambapo ... ni kama kusuka nywele. (Anafanya ishara kwa mikono.)

D: Kuingiliana?

C: Ndiyo. Pale ambapo kuna roho mbili, na zinafanya kazi pamoja. Na wakati mwingine, upande mmoja huchukua jukumu la kuongoza, na wakati mwingine upande mwingine hufanya hivyo. Kwa hiyo wakati mwingine, Cathie alihisi kama kulikuwa na ego. Wakati mwingine alikuwa Yanie. Wakati mwingine alikuwa Lucinda. Kisha siku nyingine, alihisi kama alikuwa kiumbe huyu wa ajabu wa kiroho. Na hizo zilikuwa siku ambazo Yanie alikuwa akiongoza. Walifanya kazi pamoja vizuri sana. Ilikuwa kama dansi. Walicheza pamoja. Kujifunza na kufundisha na kusoma. Na ilikuwa wakati mzuri, kwa sababu Lucinda alihisi alikuwa na rafiki. Mzuri sana.

D: Rafiki wa aina tofauti.

C: Ndiyo. Na alijifunza mengi sana.

D: Kwa hiyo inawezekana kwa roho mbili kuishi katika mwili mmoja kwa wakati mmoja?

C: Ndiyo. Lakini ilikuwa afueni kubwa Lucinda alipoondoka.

Ingawa, haikuwa roho mbili tofauti. Ilikuwa sehemu za roho ileile.

D: Kwa sababu ni vigumu kwa mbili kukaa katika nafasi moja?

C: Walikuwa tofauti sana, ndiyo. Na Yanie angeweza kung'aa, na kuwa yeye mwenyewe.

D: Unaweza kuelezea kilichotokea usiku huo? Cathie alisema alipata hisia yenye nguvu sana baada ya kwenda kulala usiku huo.

C: Ndiyo. Dansi ya mwisho ilitokea. Huo ulikuwa usiku wa Lucinda na marafiki hao. Yanie alibaki nyuma sana, tu nyuma ya pazia. Na Lucinda ... ni jambo la kuchekesha sana. Alijisikia ganzi usiku huo.

D: Unamaanisha asiye na hisia au nini?

C: Ganzi, kama hisia ya kutokuwa na hisia nyingi. Ganzi, kihisia ganzi.

D: Hata alipokuwa na marafiki zake.

C: Ndiyo. Ah, alijua ilikuwa kuaga. Na alihitaji kubaki hivyo, kwa sababu kama angeruhusu hisia zitoke, ingewatahadharisha wote. Na hakukuwa na haja ya kufanya hivyo. Hawakujua alikuwa anaondoka. Na hawakuhitaji kujua usiku huo, kwa sababu haikukusudiwa kuwa mazishi. (Anacheka) Ilikusudiwa tu kuwa siri. Alijua anaenda, na hakuna mwingine aliyepaswa kujua usiku huo.

D: Alikusudia kufa, lakini haikukusudiwa kuwa hivyo?

C: Hapana. Alibadilisha mawazo, kwa sababu Yanie alitaka kuingia. Na alisema itakuwa sawa kwa Yanie kuchukua mwili. Na usiku huo, alisema kwaheri yake mwenyewe, kisha akaenda kulala. Na kisha saa tisa alfajiri, yeye na Yanie walicheza dansi yao ya mwisho. Ilikuwa kama waltz. Walizunguka wakicheza. Na kisha Lucinda aliondoka tu. Aliondoka hapa.

D: Alienda wapi?

C: (Analia) Alikwenda ... akaungana na marafiki zake. (Kwikwi) Watu wake. Alirudi nyumbani. Ahueni kubwa sana. (Analia)

D: Na hakuhukumiwa kwa kufanya jambo lisilofaa?

C: (Kwa hisia kali) Alikaribishwa. (Analia) Nafikiri hilo ni la upole sana. Walimkaribisha tena.

D: Labda waligundua kwamba hakuwa tayari alipoingia mwilini hapo mwanzo.

C: Ndiyo, alichagua maisha magumu. Alipata sifa kwa kuchagua maisha magumu.

D: Kwa hiyo haikuwa muhimu kwamba alitengeneza karma na watu hawa wengine.

C: Ah! Ilibidi afanye hivyo. (Ananyamaza akijaribu kuelewa.) Hiyo ilikuwa kusawazisha karma. Kwa sababu – napata kwamba Stephen alikuwa – (Ameshutuka sana na kile anachokiona. Anatoa sauti za mshtuko.) Ohhh! Ohhh! Stephen, yule mvulana aliyemjua, aliyemuumiza sana, yeye ... yeye alimkata kichwa.

D: Katika maisha mengine?

C: Oh, ndiyo! Oh! Hilo lilikuwa la kikatili sana! (Analia)

D: Kwa hiyo kile alichofanya kilikuwa kulipa karma kwa kumuumiza yeye.

Cathie alitoa sauti kubwa na kuwa na hisia kali sana. Kile alichokuwa anakiona kilikuwa cha kushtua sana. Baadaye alikumbuka tukio hilo, na alisema aliona uso wake kwa uwazi sana. Alikuwa amejaa furaha alipokuwa akiangalia akiuawa. Ilimfanya ajiondoe alipokuwa akiangalia.

Kwa akili zetu za kawaida ilionekana kwamba alikuwa ametengeneza karma kwa kumuumiza kijana huyo, Stephen. Lakini kutoka upande mwingine, picha nzima inapatikana, na ilionekana wazi kwamba kulikuwa na mengi zaidi katika hali hiyo. Stephen alikuwa ametengeneza karma hasi kubwa sana katika maisha mengine kwa kumkata kichwa. Kwa hiyo, ilikuwa haki kuu kwamba alimuumiza katika maisha ya sasa. Angalau kulipa hakukuwa kali kama sababu.

D: Pia alimuumiza mama yake sana, sivyo?

C: Ndiyo. (Ameshutuka) Oh! Mama yake ... hilo lilikuwa malipo ya karma katika maisha haya. Maisha ya mama yake.

Mama yake alikuwa na mtazamo wa upande mmoja sana. Na alitenda kana kwamba watoto wake walikuwa wakamilifu. Aliwaumiza watu wengi kwa namna hiyo, kwa kuwa mkali na kuhukumu sana. Alidhani watoto wake walikuwa wakamilifu. Na ilikuwa kazi ya Lucinda kumuonyesha kwamba watoto wake hawakuwa wakamilifu.

D: Kwa sababu Lucinda hakika hakuwa mkamilifu.

C: Hapana. Oh, hilo lilikuwa kusawazisha. Somo kwa mama yake. Kumfundisha mama yake kuwa na hukumu ndogo. Na kuwa na mtazamo mpana zaidi. Kumfungua. Na kumsaidia kuona kupitia jicho lingine. Si yale macho mawili ya kimwili, bali jicho lingine. (Jicho la tatu.)

D: Kwa hiyo kile kilichoonekana juu juu kama kuunda karma hasi nyingi na kuchagua njia ngumu, kwa kweli kilikuwa kwa sababu fulani. Kulikuwa na mengi nyuma yake. (Ndiyo) Kwa kawaida yapo, lakini hatuwezi kuyaona tukiwa hai. (Ndiyo) Kwa hiyo, Yanie alichukua mwili. (Anavuta pumzi ya ahueni) Cathie alisema alijua kitu kilitokea usiku huo.

C: (Ufunuo) Oh! Ilikusudiwa iwe hivyo. Alipaswa kujua, kwa sababu anapaswa kuwasaidia watu. (Analia tena) Anapaswa kuwasaidia watu kuelewa hili. Na kama asingekuwa na ufahamu – watu wengi hupata uzoefu huu, na hawana ufahamu wao. Alipaswa kujua. Hiyo ilikuwa kazi ya kipengele hiki kipya. Cathie alipaswa kufungua hili. Kama wewe unavyowafundisha watu mengi kuhusu upande mwingine. Na ana kazi ya kuwafundisha watu kuhusu hili, kuhusu roho. Kuhusu jinsi mwili huu hauumilikiwi. Ni zawadi kwa Dunia. Kila mwili ni zawadi kwa ulimwengu. Na roho zinazoingia katika miili hii, zina haki hiyo. Tunafikiri sisi ni mwili. Ego yetu imefungwa na mwili. Na tunafikiri sisi ndivyo tulivyo. Mimi ni Cathie. Cathie ni nani? Cathie kwa kweli ni nishati nyingi zinazokuja pamoja kupeleka maisha haya katika kiwango kisichofikirika. Ili maisha haya yaweze kuathiri maisha mengi sana, kusaidia watu kukua kwa ufahamu. Kuwasaidia watu kukumbatia mpango huu ambapo roho zinaweza kuja na kwenda. Na wasifungwe na hilo. Na wasiwe na ubinafsi sana kuhusu kumiliki mwili. Hatumiliki mwili. Mwili uko hapa kuhudumia ubinadamu. Gandhi hakumiliki mwili huo. Mwili huo ulikuwa tu chombo. Roho nyingi zilihusika katika kazi aliyofanya Gandhi. Roho nyingi zilikuja na kuondoka katika mwili huo. Na alijua. Aliukaribisha. Martin Luther King alikuwa mwingine. Sio roho moja tu, bali roho nyingi zilizoleta vipaji tofauti, zilizoleta fikra mpya. Zikipeleka chombo hicho katika viwango vya juu vya upendo na maelewano. (Kwa upole) Alijua. Alijua alichokuja kufanya.

D: Lakini sehemu ya ufahamu wa kawaida ya mtu haijui kinachoendelea, sivyo?

C: Baadhi ya watu wanaweza kujua. Baadhi ya watu wanaweza kufungua akili zao kwa hilo. Inahitajika kichocheo kufungua akili. Na mara kichocheo hicho kinapowashwa, akili inaweza kukumbatia aina nyingi za uelewa. Na hiyo ndiyo kazi ya Cathie. Anapiga risasi inayowafanya watu wafikiri. Na inawafanya watu wafungue akili zao.

Tuliambiwa kwamba si tu Cathie alipokea kipengele kipya cha roho yake kuendeleza maisha haya, bali mwili wake pia ulibadilishwa kuwa mwili mpya. Inaonekana mabadiliko hayangeonekana kwa nje kwa wengine.

C: Cathie mpya ni tofauti sana. Cathie wa zamani alikuwa kwenye njia ya kasi. Alichukua maisha magumu sana. Na watu wapya walioingia, walipaswa kushughulikia upande huo wa karma kwa maisha hayo. Kuachilia mambo yaliyokuwa yamekwama katika seli za mwili. Mambo yote yaliyokuwa yamefungwa humo, yalikuwa kutoka kwa roho za zamani. Na wale wapya walioingia, wamesaidia kuyaachilia kutoka kwenye seli za mwili. Na kumleta katika usawa mzuri, wa kupendeza. Na maelewano na upendo.

D: Kwa hiyo Cathie mpya si yule mtu aliyekuwa mwanzoni.

C: Tofauti sana. Tofauti sana kabisa. Na imechukua roho kadhaa kufanya kazi na maisha hayo. Kuyaweka katika kiwango kilicho sasa.

D: Lakini je, hili haliwezi tu kutokea kwa ukomavu wa mtu anapokua na kujifunza masomo yake?

C: Hapana, si hili, hapana. Kwa sababu hilo huchukua muda mrefu. Kuna watu wengi wanaoishi duniani na wanakufa bila kujifunza masomo. Na baadhi ya watu, wanapokua, wanakuwa na ubinafsi zaidi na zaidi, na wana hofu zaidi na zaidi. Kuna hofu nyingi sana katika sayari hii. Na wanavyozeeka, wanakuwa na hofu zaidi. Kwa hiyo, haiwezi kusemwa kwamba ni kawaida kwa watu kupata hekima wanapokua. Wengi hawapati hekima.

D: Kwa nini kipengele cha roho, Yanie, kisingebaki tu?

C: Oh, alitaka. Lakini kingezuia ukuaji.

D: Kwa nini? Alikuwa roho ya juu sana.

C: (Ufunuo) Oh! Kazi yake ilikuwa na mipaka ya kile alichokuwa akifanya. Kuleta nishati mpya. Kushikilia nafasi kwa mpango utekelezwe. Alikuwa roho ya "kushikilia". Roho ya mpito. Na wakati huo, mpango ulikuwa bado unaendelezwa. Na Yanie anaweza kurudi, kama atataka. Anaweza kuwa sehemu ya mpango huu. Lakini kama angeanza wakati huo, mpango huu usingeweza kuletwa. Huu ni mpango wa kiwango cha juu sana wa ukuaji wa kasi. Ni karibu papo hapo, ukuaji huu. Na mpango huu unawapeleka watu hawa mbali zaidi ya tulivyokuwa tumefikiria awali.

* * *

Wazo la roho yenye vipengele vingi lilijitokeza tena wakati wa kikao kingine. Nitaweka hapa sehemu muhimu tu. Nilikuwa nikifanya kikao katika mkutano wa Walk-In huko Las Vegas. Nilikuwa nikizungumza na fahamu fiche kuhusu maswali ya Lucy.

D: Alitaka kujua kama yeye ni walk-in katika maisha ya sasa kama Lucy? Au ni muhimu kwake kujua? Amua wewe.

Kwa kawaida alipendezwa na hili kwa sababu alikuwa kwenye bodi ya shirika linalochunguza walk-ins na kuandaa mikutano hii.

L: Hatungeita walk-in. Tungesema yeye ni zaidi ya kiumbe wa anga ambaye ana kuzaliwa upya tofauti nyingi ndani ya kuzaliwa upya mmoja. Neno la kibinadamu na dhana inaweza kuwa "walk-in". Hilo si neno tungetumia. Tungesema ana kutembelewa katika kipindi cha maisha yake na viumbe wengi tofauti wa roho ndani ya roho yake mwenyewe. Kwa sababu yeye ana mwelekeo wa anga. Viumbe wengi wa anga wako ndani ya upeo wake.

D: Je, hili ni kama nilivyoambiwa kuhusu vipande vya roho?

L: Ni zaidi ya vipande. Tunapenda kuvifikiria zaidi kama vipengele, au sehemu zilizogawanyika. Kama unavyofikiria mpangilio wa nyumba au jengo, kuna vyumba kadhaa. Na kila kimoja cha vyumba hivyo ni sehemu ya nyumba nzima. Na hivyo ndivyo roho yake ilivyoandaliwa. Na kila moja ya vyumba hivi au sehemu za roho au vipengele hubeba kumbukumbu tofauti na mahusiano tofauti ya anga sambamba. Na hiyo ndiyo sababu ana uzoefu huu mbalimbali.

D: Kwa hiyo si kubadilishana roho kama tunavyoelewa walk-in.

L: Ni kubadilishana roho ambapo mmoja anaweza kuondoka na mwingine asirudi tena. Lakini si kupitia mchakato wa kifo. Sio kwamba roho ya kwanza imewekwa kando au kupelekwa kwa kiumbe tofauti kabisa. Iko katika hali ya usingizi, lakini haitatumika tena.

D: Tunafikiria walk-in kama roho ya awali kuondoka na kubadilishwa na nyingine itakayochukua kazi.

L: Hilo pia ni dhana. Dhana ninayokupa ni tata zaidi. Kwa sababu kiumbe hiki cha roho kina ufikiaji wa miundo mingi tofauti ya roho. Ana ufikiaji wa kumi na tatu. Na zote ziko ndani ya roho yake. Hizi si tabia za kigeni zisizo na maelewano.

* * *

Kutoka kwa mhusika mwingine:

D: Alikuwa na swali lingine ambalo lilikuwa la ajabu kwake. Ninalielewa, lakini nataka kuona utakavyosema. Anasema ana hisia, mara kwa mara, kana kwamba anaingiliana na wanawake wawili tofauti huko New York. Je, hilo ni la kweli? (Ndiyo.) Nini kinaendelea wakati huo?

Linda: Ni roho mbadala. Vipande vyake vinavyoishi na kufanya kazi yake katika vipimo vingine.

D: Hilo ndilo nilifikiri kwa sababu nimeambiwa hili katika kazi yangu. Ni gumu kidogo kwa baadhi ya watu kulielewa. Kana kwamba sehemu nyingine yake ilienda katika mwelekeo mwingine. Ndicho unachomaanisha?

L: Tunapaswa kuponya katika viwango vyote, katika vipimo vyote, ili kufikia kile tunachopaswa kufikia. Tuna msaada. Hizo ni sehemu zake. Zipo nyingi zaidi.

D: Ziliunda maisha tofauti na maisha anayoyaishi sasa. (Ndiyo.) Na kuna nyakati ambapo ana mawasiliano nao.

L: Ndiyo. Huenda huko kuwarekebisha tena.

D: Labda hawamjui, kama vile yeye asivyowajua kwa kweli.

L: Hawana ufahamu wake wakati wowote. Yeye huwaangalia. Wana kazi ya kufanya.

D: Nimepewa wazo hili tu katika mwaka uliopita; kuhusu mgawanyiko tunaoufanya.

L: Una sehemu nyingi.

D: Kila mtu anazo, sivyo? (Ndiyo.) Lakini hatuzijui na hivyo ndivyo inavyopaswa kuwa.

L: Hapana. Mtakuja pamoja wote hivi karibuni.

D: Kisha tutajua kinachoendelea kwa kweli?

L: Ndiyo. Sote tunakuwa mmoja. Na wakati utaendelea mbele wakati huo.

D: Nimesikia kuhusu kuinuliwa kwa ufahamu na mabadiliko katika mtetemo na nishati. Ndicho unachomaanisha?

L: Ndiyo. Tutasonga mbele sote pamoja kama sayari moja wakati ufahamu wetu utakapokuwa mmoja. Nguvu hasi zitaachwa nyuma. Tutachukua pamoja nasi wale wanaoweza kuja. Ni wajibu wetu kuinua kiwango cha ufahamu cha kila mtu tunayekutana naye. Na kuwaponya. Unajua, umeona mara nyingi sana. Ni ufahamu wa watu kusonga katika mwali chanya. Wanajipanga. Wanakuwa na ufahamu wa kila mmoja katika vipimo tofauti. Wataamka na kuwa mmoja, na kusonga mbele pamoja. Itakuwa kama inavyopaswa kuwa. Itaacha hasi nyuma. Na kuunda maisha yao mapya kama mmoja.

* * *

D: Katika kitabu ninachokifanyia kazi sasa, ninachunguza wazo kwamba sisi, kama wanadamu, si roho au nafsi moja ya pekee, bali sisi ni vipande vilivyogawanyika?

Ann: Sahihi.

D: Unaweza kunifafanulia hilo?

A: Ndiyo. Wewe na wengine wengi mmetoka katika ulimwengu tofauti. Kuna vyanzo kadhaa tofauti vya Mungu, ambavyo kwa kweli vinachukuliwa kuwa chanzo kimoja. Kila mmoja wa ulimwengu huu una chanzo chake binafsi cha Mungu, kwa uelewa wa viwango vyenu katika ulimwengu. Kila moja ya vyanzo hivi hugawanyika katika vyanzo vingine binafsi, ambavyo daima hurudi kwenye chanzo kikuu. Kila mmoja wenu huunda vyanzo vyenu binafsi ndani yenu, kwa sababu mnachagua kufanya hivyo. Ili kuelewa viwango vyenu vya juu vya ufahamu ambavyo mnahitaji kuwa navyo katika kiwango hiki cha kimwili. Kiwango hiki cha mtetemo ni finyu sana kwenu. Na kwa sababu mmechagua hili, kwa kweli mmefanya uamuzi wa makusudi kuishi kama chanzo kilichojitenga, ingawa bado mmeunganishwa kwa uzi na chanzo kikuu.

D: Tunakitambua vipi chanzo hiki kikuu? Hiki chanzo cha Mungu?

A: Kiko daima ndani yenu. Nitakuambia njia rahisi zaidi kwa uelewa wenu. Ili kuunganishwa nacho, tumia sehemu ya mbele ya ubongo wako. Unachokiita "paji la uso". Katika paji hili la uso, una kipengele fulani, na unatoa majimaji katika kipengele hiki. Na unapotoa majimaji haya, husambazwa katika mwili mzima, ambayo yataupa mwili wako wote nguvu katika kiwango cha juu ili uweze kuunganishwa na chanzo chako. Hapo ndipo chanzo hukaa. Kipo katika sehemu ya mbele ya ubongo wako. Hapo ndipo muunganisho wako, uzi wako, unachokiita "kamba" umeunganishwa.

D: Tunachokichukulia kama jicho la tatu? (Ndiyo.) Lakini nilikuwa nikijaribu kuelewa huu mgawanyiko, kwa sababu ninafanya kazi na watu wanaosema wana vipande vyao kila mahali.

A: Ndiyo, hilo ni kweli. Hii ni sehemu ya mchakato wa fikra. Unaruhusiwa kuunda uhalisia. Na katika uhalisia huu, unaweza kuunda mwingine. Na katika huo mwingine, unaweza kuunda chanzo kipya cha nishati, ambacho yote yanatoka katika kile mnachokiita "chanzo cha Mungu".

D: Ndiyo maana ni vigumu sana kwetu kuelewa, kwa sababu tumelenga sana ....

A: (Akiingilia) Sio vigumu. Daima kutakuwa na wale wanaoshika kwa urahisi zaidi dhana hizi. Wao wana uwezo wa kutafsiri kwa urahisi zaidi. Unahitaji tu kuwa na ufikiaji kwa watu hawa ili watafsiri dhana hizi katika namna inayoeleweka. Ukiomba watu hawa waonekane katika maisha yako, wataonekana, kwa kawaida kama upepo mwanana.

D: Niliambiwa kwamba tuna vipande vya roho kila mahali, lakini hatuvifahamu.

A: Sisi ni mapacha wa kila mmoja.

D: Kama sehemu za kila mmoja kwa namna hii?

A: Ndivyo mlivyo. Mmetoka katika chanzo kimoja. Ni nini kingekufanya ufikiri kwamba hamtoki katika kilekile?

D: Mtazamo wetu wa kibinadamu kwamba sisi ni watu binafsi? (Anacheka)

A: Mdogo sana.

D: Sisi ni wenye mipaka sana.

A: Mmechagua kuwa hivyo. Si jambo baya kuwa na mipaka. Mmechagua kuwa hivyo, kwa sababu kuna masomo mnayopitia. Tunaelewa hili. Tunapozungumza kupitia mwili huu sasa, tunaelewa mtu huyu. Naye hufanya vivyo hivyo. Tunajua mambo haya. Ni sawa.

D: Ndiyo, kwa sababu hii ndiyo njia pekee wanadamu wanaweza kutambua. Na mengi ya haya yako nje ya dhana za mwanadamu wa kawaida.

A: Sahihi.

* * *

Maisha haya yanaweza kulinganishwa na kupiga chombo kimoja katika okestra kubwa. Kwa kawaida huwezi kupiga vyombo vyote kwa wakati mmoja. Unaweza tu kuzingatia sehemu yako katika simfoni hiyo nzuri, ingawa okestra nzima na muziki wote vinaunda jumla ya wewe ulivyo kwa kweli.

* * *

Katika mihadhara yangu, mara nyingi nimeulizwa kuhusu tofauti kati ya roho na nafsi. "Je, ni kitu kimoja? Je, maneno haya yanaweza kubadilishana? Je, yanarejelea vitu viwili tofauti?" Mwanzoni sikuwa na jibu la kutosha, kwa sababu maswali haya yalinikuta bila kutarajia. Wakati huo, nilidhani ni kitu kimoja. Maneno mawili tofauti tu yanayorejelea nguvu ya uhai inayoingia mwilini wakati wa kuzaliwa na kuondoka wakati wa kifo cha kimwili. Nilidhani ni sehemu yetu iliyo ya milele tangu ilipoumbwa na Mungu. Na kwamba ni sehemu thabiti zaidi yetu hata kama hupita kutoka mwili hadi mwili katika mzunguko wa kuzaliwa upya na hubadilika inapokusanya taarifa zaidi na kulipa karma. Katika maandishi yangu ya awali, niliandika kwa mtazamo kwamba maneno haya mawili yanaweza kubadilishana, yakirejelea kitu kilekile, na kwamba ni suala la istilahi tu kama unataka kutumia neno moja au jingine.

Sasa, ujifunzaji na uelewa wangu unaongezeka na kupanuka, na ninaweza kulitazama swali hili kutoka mtazamo tofauti. Katika kazi yangu, nimeambiwa kwamba Mungu alipoleta roho zote katika uumbaji, ilikuwa sawa na nadharia ya Mlipuko Mkuu. Tulirushwa nje kama cheche ndogo za nuru. Baadhi ya cheche hizi zikawa roho za kibinadamu, baadhi zikawa galaksi, sayari, miezi na asteroidi. Uumbaji ulikuwa umeanza na umeendelea tangu wakati huo, ukipanuka daima. Wengi wa wahusika wangu wamejiona kama cheche binafsi au mipira ya nuru wanapoulizwa walikotoka na walianzaje. Mwili wowote wanaojikuta nao katika maisha yao yasiyohesabika katika sayari hii na nyingine nyingi, ni kama vazi tu. Vifaa vya kutimiza kusudi na kukamilisha kazi. Mimi husema daima, "Wewe si mwili! Una mwili!" Tuna tabia ya kusahau hili, kwa sababu tunaushikilia sana. Lakini kama vazi, hatimaye utachakaa na itabidi utupwe. "Wewe" halisi ni ile cheche ndogo ya nuru. Sasa ninaweza kuona kwamba hii ni sawa na "nafsi", kwa sababu hupita kutoka mwili hadi mwili. Nafsi ni uwakilishi wa kibinafsi wa roho katika mwili. Kwa hiyo, ina mipaka. Imezuiliwa na imetenganishwa na "roho" kubwa zaidi. Hii ndiyo sehemu tunayolenga tukiwa katika mwili wa kimwili, na tunazuiliwa kutoka kwenye hekima kubwa ya nafsi yetu iliyo pana. Inapaswa kuwa hivyo, vinginevyo hatungeweza kuishi hapa. Tungekuwa kabisa hatuwezi kuishi kama tungetambua kwamba kuna zaidi, na kwamba tumezuiliwa kutoka kwa nafsi hiyo tukufu iliyo kubwa.

Nimepata visa (kimoja kimeripotiwa katika Kitabu cha Kwanza) ambapo mhusika alitaka kurudi mahali alipohisi upendo mwingi zaidi, mahali alipohisi nyumbani, mahali alipokuwa na hamu kubwa ya asili ya kuwa. Walipofika mahali hapo, ilinistaajabisha. Haikuwa upande wa roho tunakoenda baada ya kifo cha kimwili. Ilikuwa kubwa zaidi na pana zaidi. Walienda katika nuru nzuri, yenye joto na faraja. Hapo ndipo "nyumbani". Walisema walipokuwa hapo, kulikuwa na hisia ya ajabu ya umoja, ya kuwa sehemu ya jumla, na hawakutaka kuondoka tena. Hii iliitwa "Mungu", kwa kukosa ufafanuzi bora zaidi. Pia imeitwa "Jua Kuu la Kati" ambako uhai wote ulitoka. Mhusika daima hupata furaha kubwa wanapounganishwa tena na jumla, hata kama ni kwa muda mfupi tu wakati wa kikao. Walipolazimika kuondoka kutoka kwenye Chanzo ili kujifunza masomo na kupata maarifa, walihisi upotevu mkubwa, kujitenga karibu kusikoweza kuvumilika. Ambapo hapo awali kulikuwa na Mmoja tu, sasa walikuwa wametenganishwa. Hili ndilo kila mmoja wetu anataka kwa siri kurudi, hata kama hatulielewi katika kiwango cha ufahamu wa kawaida. Lakini kulingana na taarifa nilizogundua, hatuwezi kurudi na kuungana tena na Mungu hadi tutakapomaliza masomo yetu yote na kupata maarifa yote tunayoweza kupata. Kisha, ni hatima yetu kurudi na kushiriki yote tuliyojifunza na Mungu. Kwa maana hii, sisi ni seli halisi katika mwili wa Mungu.

Kujaribu kufafanua zaidi maana ya roho na nafsi, nadhani inaweza kuonekana kama mfumo wa kushusha kiwango. Ambapo kuna Mungu, Mmoja, Yote Yaliyopo, Mwenye Uwezo Wote, Chanzo, Muumba, hugawanyika katika kipengele kingine. Roho za vikundi, Roho Kuu, mkusanyiko mkubwa wa nishati. Hai, lakini inapitia maisha kwa njia isiyo ya kawaida kwa namna yetu ya kufikiri. Ina nishati nyingi sana katika jumla yake kiasi kwamba isingewezekana kuwekwa ndani ya mwili. Katika Kitabu cha Kwanza, ilisemwa kwamba kama nishati yote ya mtu mmoja ingejaribu kuingia katika chumba na kuzungumza nasi, kila kitu ndani ya nyumba kingeharibiwa. Nguvu na nishati ni kubwa sana. Kwa hiyo roho ni muunganiko wa nafsi binafsi zisizohesabika, ambazo zote ni "wewe". Sisi ni sehemu ya "roho" hii kubwa kama vile tulivyo sehemu ya udhihirisho wa Mungu. Pia kuna makundi kadhaa ya roho, ili kufanya fikra zetu kuwa tata zaidi.

Kisha hugawanyika tena na kuwa nafsi binafsi. Hii ndiyo sehemu ndogo tunayopitia kwa sasa. Sehemu tunayolenga na tumeipa utu. Hii ndiyo sehemu inayokwenda katika ulimwengu wa roho wakati wa kifo cha mwili wa kimwili. Inaonekana hubaki kuwa binafsi hadi itakapopata maarifa ya kutosha kuunganishwa tena katika Roho Kuu. Yote haya ni mengi sana kwa akili zetu za kibinadamu kuelewa, na tunaridhika kufikiri kwamba uwepo huu mmoja ndiyo yote yaliyopo. Hii ndiyo sababu tunatoa maelezo rahisi kwa mambo yasiyoelezeka.

Kutokana na taarifa katika sura hii, inaonekana kwamba katika hali za dharura, Roho Kuu itagawanyika au kutuma vipengele vyake, na kuruhusu sehemu nyingine za roho kubadilishana nafasi. Kwa kadiri tunavyoweza kuelewa, ni mpangilio wa upendo na kujali, na mtu binafsi hapewi zaidi ya anachoweza kushughulikia, au zaidi ya alichokubali kujaribu kushughulikia katika maisha yoyote moja. Angalau dhana hizi ni mazoezi mazuri ya kufikiri, kama tutaziweza kuelewa kikamilifu au la. Hizi ni dhana ambazo nisingewahi kuzifikiria kama hazingewasilishwa kwangu kupitia wahusika wangu kadhaa. Inaonekana "wao" wanafikiri tuko tayari kushughulikia maana za kina zaidi za maisha.

Kwa hiyo tena, kuna Mungu, kuna Roho Kuu mbalimbali, mikusanyiko midogo ya roho, na nafsi binafsi.

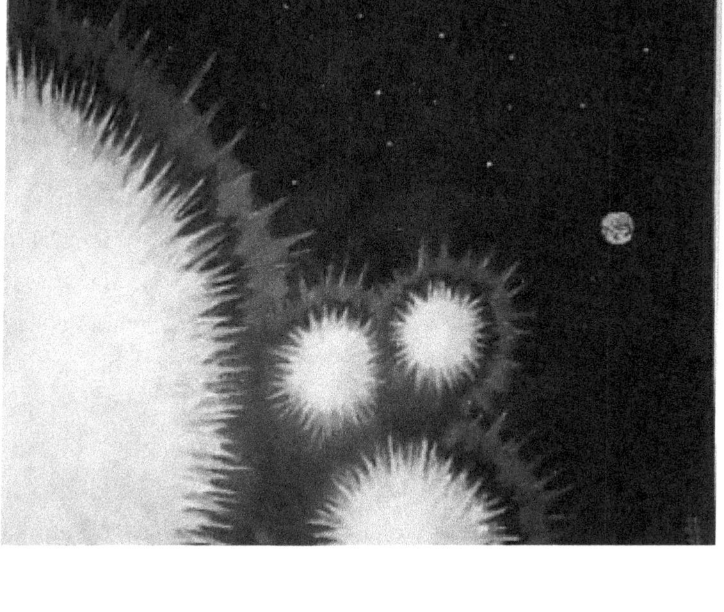

Sura ya 30

DUNIA MPYA

Maisha yetu yote tulipokuwa tukihudhuria kanisani, tulisikia mistari ifuatayo kutoka katika Biblia: "Nikaona mbingu mpya na nchi mpya; kwa maana mbingu ya kwanza na nchi ya kwanza zilikuwa zimepita ... Nami Yohana nikaona mji mtakatifu, Yerusalemu mpya, ukishuka kutoka kwa Mungu mbinguni ... Nami nikasikia sauti kuu kutoka mbinguni ikisema, Tazama, maskani ya Mungu ni pamoja na wanadamu, naye atakaa pamoja nao, nao watakuwa watu wake, na Mungu mwenyewe atakuwa pamoja nao, na atakuwa Mungu wao. Naye Mungu atafuta kila chozi katika macho yao; wala mauti haitakuwapo tena; wala huzuni, wala kilio, wala maumivu hayatakuwapo tena; kwa maana mambo ya kwanza yamepita. ... Tazama, nayafanya yote kuwa mapya. Akaniambia, Andika: kwa maana maneno haya ni ya kweli na ya uaminifu. ... Na mji ule (mpya) haukuhitaji jua wala mwezi kuuangazia; kwa maana utukufu wa Mungu uliuangazia ... Wala hakitaingia humo kamwe kitu chochote kinachonajisi, wala kifanyacho machukizo, wala kisemacho uongo. ... Wala hakutakuwa na usiku huko; wala hawatahitaji taa wala nuru ya jua; kwa maana Bwana Mungu atawapa nuru; nao watatawala milele na milele." (Ufu. 21 - 22)

Maelezo mengi tofauti yametolewa na Kanisa tangu kuandikwa kwa Biblia. Lakini kitabu cha Ufunuo kimebaki kuwa fumbo, hadi sasa. Maelezo katika kitabu hiki ambayo yameletwa kupitia watu wengi wakiwa katika hali ya usingizi wa kina, yanaonekana kushikilia majibu. Wameelezea Ufalme wa Mungu, mara nyingi, kama mahali pa nuru ambapo wana furaha kubwa kuunganishwa tena na Muumba, Chanzo. Wakati huo, kila mmoja wao amekuwa kiumbe wa nuru, na hakuna hamu ya kurudi katika umbo la kimwili la duniani. Hii inaeleza baadhi ya maana za mistari hiyo, lakini vipi kuhusu unabii wa Dunia Mpya? Tena, jibu linaonekana kuja kupitia wengi wa wahusika wangu katika vipindi vyangu. Ilikuwa tu nilipokuwa nikiunganisha kitabu hiki ndipo kufanana na Biblia kulipoonekana wazi. Sote tunazungumzia jambo lilelile. Yohana, aliyeandika kitabu cha Ufunuo, aliweka maono yake kwa maneno aliyoweza kupata katika kipindi chake na msamiati wake. Ndivyo ilivyo leo. Wahusika wangu walipaswa kutumia istilahi walizozoea. Najua kwa hiyo kwamba tunaona tu sehemu ndogo ya picha kamili ya ulimwengu mpya unaokuja, lakini hilo lilikuwa bora waliloweza kufanya. Angalau linatupa mwanga wa mahali hapa pa ajabu na pa ukamilifu.

Katika kazi yangu, nimesikia mengi kuhusu kila kitu kuundwa na nishati na umbo na sura huamuliwa tu na mzunguko na mtetemo. Nishati haifi kamwe, hubadilisha tu umbo. Nimeambiwa kwamba Dunia yenyewe inabadilisha mtetemo na mzunguko wake, na inajiandaa kujinyanyua katika kipimo kipya. Kuna vipimo visivyo na hesabu vinavyotuzunguka wakati wote. Hatuwezi kuviona kwa sababu mtetemo unapoongezeka kasi, vinakuwa visivyoonekana kwa macho yetu, lakini bado vipo hata hivyo. Katika kitabu changu Walinda, nilieleza jinsi viumbe wa nje ya dunia wanavyotumia hili na kusafiri kwa kuinua na kushusha mitetemo ya vyombo vyao. Wakati mwingine, sisi pia huenda katika vipimo vingine na kurudi bila kujua hili. Hili liliandikwa katika Hadithi ya Anguko la Nyota. Kwa hiyo, nimegusia mada hii kwa miaka mingi, lakini sikuelewa maana yake kamili hadi nilipoanza kupokea taarifa zaidi na zaidi kuhusu hilo. "Wao" wanataka tujue zaidi kwa sababu linakuja hivi karibuni. Na litakuwa tukio kubwa sana. Bila shaka, hata katika Biblia, lilielezewa kuwa linakuja "hivi karibuni". Lakini sasa tunaweza kuona na kuhisi athari zake pande zote tunapojitayarisha kuingia katika kipimo kipya.

"Wao" walisema kwamba tutatambua athari za kimwili zaidi kadiri mizunguko na mitetemo inavyoongezeka. Wengi wetu tunaweza kuhisi katika kiwango kingine cha uwepo wetu kwamba kuna kitu kinatokea. Kwa mabadiliko yanayotokea polepole kutuzunguka, miili yetu ya kimwili lazima pia ibadilike ili kujirekebisha. Baadhi ya dalili hizi za kimwili hazipendezi na husababisha wasiwasi. "Mtaona na kutambua kwamba kadiri mzunguko wa sayari unavyoendelea kuinuka katika mtetemo wake, mtakuwa na matatizo machache ya dalili za vizuizi vya nishati."

Katika kazi yangu yote, wahusika wangu wamekuwa wakiambiwa kwamba lazima wabadilishe lishe yao ili kufanya marekebisho katika ulimwengu mpya. Miili yetu lazima iwe nyepesi zaidi, na hii inamaanisha kuondoa vyakula vizito. Wakati wa vipindi, wateja wangu wanaonywa mara kwa mara kuacha kula nyama, hasa kwa sababu ya viambato na kemikali zinazolishwa kwa wanyama. Hizi huhamishwa katika miili yetu na hubaki kuwekwa katika viungo kwa muda mrefu. Ni vigumu sana kuondoa sumu hizi kutoka katika mwili wetu. Tulionyeshwa tahadhari hasa dhidi ya kula protini ya wanyama, na vyakula vya kukaanga vinavyofanya kama kichochezi kwa mwili. "Hivi hufanya kama vichochezi katika mfumo wenu baada ya miaka mingi ya matumizi mabaya. Hatumaanishi kuhukumu, lakini mwili umejengwa kwa aina fulani ya msongamano wa matumizi. Mwili hauwezi kupaa katika mzunguko kwenda katika falme za vipimo vya juu ikiwa uzito na sumu vinachafua mazingira ya mwili wa mwanadamu." Tuliambiwa tuepuke hasa nyama ya ng'ombe na ya nguruwe, kwa sababu ya viambato vinavyolishwa kwa wanyama. Bila shaka, kama una bahati ya kupata nyama za asili zisizo na sumu, hiyo itakuwa salama, kwa kiasi. Walisema kuku ni bora, na samaki, lakini bora kuliko vyote ni mboga "hai". Hii inamaanisha zile zinazoliwa mbichi badala ya kupikwa. Pia tulionyeshwa tahadhari kuhusu kuacha sukari, na kutumia maji safi ya chupa na juisi za matunda zisizo na sukari. Hatimaye, kadiri mzunguko na mtetemo unavyoendelea kuongezeka, tutabadilika kwenda katika lishe ya majimaji. Mwili lazima uwe nyepesi ili kufanya kupaa. "Kadiri nishati za sayari zinavyoendelea kuongezeka na kuwa safi zaidi, mwili wenu unahitaji kubadilika pamoja nayo." Bila shaka, hakuna jipya katika hili. Tumeambiwa kwa miaka mingi kuhusu ukweli huu wa lishe. Lakini inaonekana ni muhimu sasa kulipa kipaumbele zaidi kwa lishe yetu wakati kila kitu kinaanza kubadilika.

Mnamo mwaka 2001 "wao" waliingilia kati kwa nguvu ili kunifanya nizingatie na kunisababisha nibadilishe lishe na mtindo wangu wa maisha. Wakati wa vipindi walinipigia kelele kabisa ili kufikisha ujumbe wao. Mwaka 2001, nilikuwa na matatizo ya upungufu wa maji mwilini nikiwa Florida na nilikuwa nikikabiliwa na athari zisizopendeza za kimwili. "Wao" walinikemea na kunifanya niache kinywaji changu cha kawaida, "Pepsi", ambacho nilikuwa nimezoea kwa miaka mingi. Walibadilisha kabisa tabia zangu za kula na kunywa, na kuboresha lishe yangu. Kufikia 2002, nilikuwa nimeondoa kiasi kikubwa cha sumu katika mfumo wangu na nilikuwa nikiona tofauti. Ilichukua miezi kadhaa zaidi kabla sijaondolewa sumu kabisa, kwa kusema hivyo. Kila wanapopata nafasi, wananijulisha kwamba bado wananifuatilia na hukemewa ninapoteleza kurudi katika tabia za zamani. Wakati wa kikao nchini Uingereza walisema, "Ili kuelewa nishati mpya ambazo mtafanya kazi nazo, mwili unafundishwa jinsi ya kushughulikia hili. Mtu hapaswi kamwe kusahau kwamba kuna nishati huko nje ambazo hazitafanya kazi pamoja nawe. Katika hatua hii, labda nishati hizi hazipaswi kutupwa na kusukumwa mbali na wewe. Kwa sababu hazijazoeleka kwako, unafikiri, 'Si sahihi.' Zinapaswa kuvutwa ndani yako na kuulizwa, 'Ni nini?' Kwa kweli, hizi ni nishati mpya. Labda zinarekebisha mwili wako, na kwa kufanya hivyo, zinaondoa sumu. Figo zako hasa zitakuwa zikifanya kazi na nishati isiyokubalika ya zamani. Kubali tu kwamba mchakato wa kusafisha upo na utaendelea."

Kisha nilipewa mchakato wa kuhuisha maji tunayokunywa, kusaidia katika mchakato wa kuondoa sumu. "Maji, katika msingi wa asilimia sabini ya wewe mwenyewe, na asilimia sabini ya sayari, ni muhimu kupita kiasi kisichoelezeka. Kwa hiyo mlingano wa maji unayoleta katika mwili wako ni muhimu sana. Unapokunywa maji, yatie nguvu kwa maarifa uliyonayo. Tuma maarifa hayo. Yafanye yazunguke ndani. Fikiria maji yakizunguka, yakiumba mzunguko, katika mwelekeo wa saa na kinyume cha saa. Yakiumba ufunguo chanya na hasi. Lazima uyatoe katika mizani. Fikiria nishati ikiingia katika maji na kuzunguka na kuunda mzunguko. Hiyo tu inahitajika. Wazo hilo litaipa maji nguvu. Hiyo itarudisha nguvu ya uhai katika maji, ambayo ni kukubali nguvu ya uhai ya sayari. Kila kitu chenye maji katika sayari hii, iwe ni mwamba au kimiminika, ni kimiminika katika mwendo wa polepole au wa haraka zaidi. Kila kitu kina mlingano na kumbukumbu ya kile kilicho. Ubinadamu umepoteza mlingano na kumbukumbu ya kile ulivyo, lakini maji yanaweza kuhuishwa tena. Mchakato wa mawazo ya mwanadamu hurudi ndani na kusaidia kufanya kazi na mlingano wake. Lazima ukumbuke kwamba kuhuisha chupa ya maji kunaweza kudumu kwa saa chache tu. Unaweza kuhitaji kuhuisha tena. Kwa hiyo kanuni inaweza kuwa, kabla ya kunywa kimiminika chochote, fanya mchakato uleule. Unaweza pia kufanya vivyo hivyo kwa chakula. Chakula kikiwa kimiminika katika mwendo wa polepole. Hii itasaidia mwili. Pia itasaidia kufafanua na kuunda mahali panapoitwa 'uwazi' ndani ya mfumo wako wa mawazo, kwa sababu umeanza kupoteza uwazi. Uwazi huu utarudi."

* * *

Kutoka kwa barua pepe niliyotumiwa kutoka chanzo kisichojulikana:

Wakati kwa kweli unaongezeka kasi (au unakunjamana). Kwa maelfu ya miaka Mlingano wa Schumann au mpigo (mapigo ya moyo) wa Dunia ulikuwa 7.83 mizunguko kwa sekunde. Jeshi limetumia hili kama rejea ya kuaminika sana. Hata hivyo, tangu 1980 mlingano huu umeanza kupanda polepole. Sasa uko zaidi ya mizunguko 12 kwa sekunde! Hii inamaanisha kuna sawa na chini ya saa 16 kwa siku badala ya saa 24 za zamani.

Moja ya dalili kwamba mzunguko na mtetemo unaongezeka, ni kuharakishwa na kufupishwa kwa wakati.

* * *

Mhusika: Kuanzia mwaka 2003, kutakuwa na mtiririko wa nishati ambao utaisukuma Dunia kwa nguvu. Kutakuwa na mgawanyiko mkubwa zaidi kati ya kundi la watu watakaobaki nyuma, na watu wanaosonga mbele. Matokeo yatakuwa ongezeko la juu la mtetemo katika Dunia. Hii inaathiri ulimwengu mzima. Sio Dunia tu. Hii ni ya galaksi.

* * *

Taarifa zaidi kuhusu jinsi miili yetu na ulimwengu mzima vitapitia mchakato wa kuhama kipimo, na haitagunduliwa na wale wanaotuzunguka ambao hawafanyi mabadiliko:

"Miili yetu na kila kitu kinachotuzunguka sasa vinaongeza kiwango cha mtetemo na kujirekebisha kwa mzunguko mpya. Kila seli ya mwili huanza kutetemeka kwa kasi sana kiasi kwamba inageuka kuwa nuru. Hili linapoanza, joto la mwili huongezeka na mwili huanza kung'aa kwa nuru. Wakati kila seli inatetemeka kwa kiwango cha juu sana, utatoweka kutoka katika maono ya kawaida na kuhamia katika uhalisia wa kipimo cha juu zaidi. Hii ni kwa sababu mwili umehama katika mtetemo zaidi ya kipimo cha tatu na sasa unatetemeka katika kiwango cha juu zaidi cha kipimo. Hii ina maana kwamba hutapitia mchakato wa kifo, kwa kuwa utakuwa na Mwili wa Nuru. Kuzeeka hakutakuwepo kwako, na utakuwa umeingia katika uhalisia wa kipimo kinachofuata. Kisha utaweza kufikia hatua inayofuata ya mageuzi ya kiroho."

"Wao" wamesisitiza kwamba hili limetokea katika historia kwa watu fulani na makundi madogo ya watu. Lakini kinachofanya liwe la kipekee sasa, ni kwamba itakuwa mara ya kwanza sayari nzima kufanya mabadiliko kwenda katika kipimo kingine. Hii itakuwa Dunia Mpya na ulimwengu mpya. Hii inaelezwa katika Biblia kama mbingu mpya na Dunia mpya. Wengine ambao hawako tayari, wataachwa nyuma (kama ilivyoandikwa katika Biblia) kuendelea kuishi karma yao. Hawatafahamu hata kwamba chochote kimetokea. Wale ambao hawajapata mwanga, watalazimika kurudi katika sayari nyingine nzito zaidi ambayo bado inahusika na hasi, ili kushughulikia karma yao iliyobaki. Hawataruhusiwa kuja katika "Dunia mpya", kwa sababu mtetemo wao hautalingana.

* * *

Miaka michache iliyopita, nilikuwa kwenye jopo katika mkutano pamoja na Annie Kirkwood, mwandishi wa Ujumbe wa Maria kwa Ulimwengu. Alisimulia maono aliyokuwa nayo yanayoonekana kuonyesha mageuzi ya Dunia Mpya. Aliona Dunia kama inavyoonekana kutoka anga za mbali. Kisha ilianza kuonekana kama Dunia mbili, moja juu ya nyingine. Kulikuwa na mistari midogo ya taa zinazomulika kati ya Dunia hizo mbili. Kisha alipoangalia, aliona zikianza kutengana; kama seli inavyogawanyika ili kuzaa seli nyingine. Dunia moja ilienda upande mmoja, na nyingine ikaenda upande mwingine. Katika Dunia moja yeye na wengine walikuwa wakisema, "Ndiyo, ndiyo, kweli imetokea! Tulifanikiwa! Kwa kweli sisi ni Dunia mpya!" Na katika Dunia nyingine alisikia sauti ya dada yake, "Yule msichana alikuwa wazimu sana! Alikuwa huko nje akiwaambia watu mambo yote haya ya wazimu. Na hakuna kilichotokea! Alikufa tu!" Kwa hiyo inaonekana kwamba tukio la mwisho linapotokea, kutakuwa na baadhi ya watu ambao hawatajua hata kwamba chochote kimetokea. Huu utakuwa mgawanyiko wa wale wanaosonga mbele na Dunia Mpya na wale wanaobaki nyuma katika Dunia ya Kale ambayo bado imezama katika hasi.

Baada ya mhadhara ambapo niliwaeleza hadhira kuhusu maono haya, nilishuka jukwaani na kuzungukwa na watu nilipokwenda mezani kusaini vitabu. Mwanaume mmoja alijisukuma hadi mbele na akaomba kuzungumza nami. Kwa uso wa makini alisema, "Kitu cha ajabu sana kimetokea kwangu." Alisimama kidogo na kusita, bila kujua angepokelewa vipi. "Lazima ujue mimi ni mhandisi, mtu wa vitendo sana, na mambo kama haya hayanitokei. Ulipokuwa unaelezea maono ya Dunia mbili zikigawanyika, ghafla ukumbi ulipotea na nikajikuta katika anga la nje. Nilipotazama, niliona yakitokea, kama ulivyoelezea. Niliona Dunia mbili zikigawanyika, na ile mpya ikawekwa juu ya ile ya zamani." Ilikuwa wazi kwamba alikuwa ametikisika sana. Alisema angerudi nyumbani na kujaribu kuunda kwenye kompyuta kile alichokiona. Wiki moja baadaye alitutumia barua pepe na picha hiyo, na tumeichapisha hapa. Ni nzuri zaidi na yenye rangi angavu, lakini inaonyesha Dunia mpya iking'aa huku ikijitenga na ile ya zamani. Alinipa ruhusa ya kutumia picha hiyo.

Created by Michael R. Taylor (MT)

Hapa kuna baadhi ya taarifa zilizotoka kwa wahusika mbalimbali kuhusu Dunia Mpya:

Kiumbe kilichozungumza kupitia V. kilikuwa na sauti nzito, ya kukwaruza:

D: Nimekuwa nikipokea taarifa nyingi kutoka kwa watu tofauti, na wanasema Dunia inapitia mabadiliko. Wanasema itakuwa kama kuinuliwa katika mtetemo mwingine unaobadilika.

V: Wazo lote ni lazima tuwafanye watu wapanuke kidogo tu. Na lazima tuinue kiwango hiki kidogo tu. Na tukifanya hivyo, tunaweza kufanya mabadiliko hayo, na kuwafanyia iwe rahisi. Wale ambao hatuwezi kuwafanya wabadilishe ndio wataachwa nyuma. Itakuwa ya kutisha. Hatuwezi kuwafanya waone. Hatuwezi kuwafanya wapende.

D: Kisha wengine, wale watakaobadilika, wataenda katika ulimwengu mwingine? Dunia nyingine?

V: Ni kama itaenea katika kipimo kingine. Hebu nione jinsi ya kuelezea hili kwako. Ni kama kuinuliwa, kama unaweza kuelewa, kama tutainuliwa katika mtetemo tofauti. Tutaweza kuona kinachoendelea. Hatuwezi kuwazuia. Hatuwezi kuwasaidia tena.

D: Je, ni kama mgawanyiko? Kama Dunia mbili, ndicho unachomaanisha?

V: Oh hapana, hapana. Ni mabadiliko ya kipimo. Tutatoka hapa kwenda hapa. Na wale wasioweza kubadilika wataachwa nyuma.

D: Tunapoingia katika kipimo kingine, je, itakuwa Dunia ya kimwili?

V: Itakuwa kama tulivyo sasa hivi.

D: Hicho ndicho nilimaanisha kwa kusema Dunia mbili.

V: Ndiyo, ndiyo. Lakini hawatakuwa na ufahamu wetu. Mungu awasaidie, Mungu awasaidie. Itakuwa ya kutisha sana kwao.

D: Hawatajua kilichotokea?

V: Hapana, watajua. Hilo ndilo wazo lote. Watajua, lakini itakuwa imechelewa.

D: Lakini ulisema wataachwa nyuma, na hawawezi kujiunga na ulimwengu mwingine.

V: Itakuwa imechelewa kwao kubadilisha mitetemo yao. Hawawezi kuibadilisha kwa sekunde moja. Lazima waibadilishe kwa kipindi cha muda. Tumekuwa tukifanyia kazi hili kwa muda. Lazima iingie polepole na kufanya kazi katika mwili wako, na lazima ibadilishe polepole na kuinua mitetemo yako. Na inapotokea, itakuwa imechelewa kwao, lakini wataiona hata hivyo. Watakufa, lakini wataiona na watajifunza kutokana na hilo.

D: Ulimwengu huo bado utakuwepo, lakini utakuwa tofauti?

V: Sio vizuri sana, hapana, sio vizuri sana. Hakutakuwa na mengi yaliyobaki katika ulimwengu huo. Si mengi.

D: Watu wengi watakufa wakati huo?

V: Ndiyo. Lakini nafikiri vifo vyao vingi vitakuwa bila maumivu. Nafikiri wataishi kwa muda wa kutosha kuona kinachoendelea. Na nafikiri Mungu atawaepusha na maumivu makali ya kutisha. Ninaomba hilo ndilo litakalotokea.

D: Lakini wale wengine wanaobadilika kwenda katika mtetemo mpya, pamoja na ulimwengu wa kimwili unaofanana ....

V: (Akiingilia.) Ndiyo, lakini baadhi hawatajua hata kwamba wamefanya mabadiliko. Baadhi watajua. Wale ambao wamekuwa wakifanyia kazi hilo watajua.

D: Je, watajua kuhusu watu wanaoachwa nyuma?

V: Sidhani hivyo. Kutakuwa na ufahamu kwamba mabadiliko fulani yalitokea. Sina uhakika kama itakuwa ufahamu wa makusudi. Hebu nifikirie hilo. (Kimya) Tutaingia katika kipimo hiki na tutajua. Baadhi hawatajua. Lakini watahisi kitu. Watahisi tofauti. Karibu kama usafi, uwazi. Ukali fulani, tofauti. Najua ni nini. Watahisi tofauti. Watahisi upendo.

D: Kwa hiyo, hata kama hawajakuwa wakifanyia kazi hilo, watabebwa pamoja nalo.

V: Ndiyo, kwa sababu wako tayari kwa hilo.

D: Na wale wengine hawako ....

V: Hawako, hawako.

D: Kwa hiyo, wameachwa katika hali ya hasi? Ulisema dunia nzima itabadilishwa wakati huo.

V: Ndiyo, wale wanaoweza kuendelea, wanaoweza kuingia katika hili, wataingia. Na wale wasioweza, hawataingia. Na itakuwa ya kutisha kwao.

D: Na itakuwa kama dunia mbili.

V: Ndiyo, dunia mbili zikiwepo kwa wakati mmoja, lakini si kila wakati zikiwa na ufahamu wa kila moja.

D: Najua unapokuwa katika kipimo tofauti, si kila wakati una ufahamu wa kingine. Lakini huo ndio ujumbe mnaotaka kufikisha kwamba tunapaswa kusambaza habari hii ya upendo wakati bado tunaweza, ili kuwaleta wengi kadiri iwezekanavyo.

V: Upendo ndio ufunguo. Kwa sababu Mungu ni upendo. Na upendo ni Mungu. Na upendo ndio nguvu kuu. Na hiyo ndiyo tunahitaji kuhisi katika maisha yetu. Tunachohitaji kutoa kwa kila mmoja na kuhisi kwa ajili ya kila mmoja.

D: Ndiyo, upendo umekuwa daima ufunguo. Kwa hiyo, wanajaribu kuwaambia watu wengi kadiri iwezekanavyo, ili waweze kuwaleta pamoja. Hilo ndilo dharura yake.

V: Dharura ni kwamba tumekwisha muda. Jiwe tayari tu. Uh, nini? Mwambie nini?

Alikuwa akimsikiliza mtu mwingine. Kulikuwa na sauti za kunong'ona, kisha sauti ile nzito ya kukwaruza ilirudi.

V: Mwambie ... tayari. Tayari kwa mabadiliko yanayokuja hivi karibuni. Hivi karibuni sasa. Tayari ... Yeye si chombo kizuri. Hajawahi kufanya hili hapo awali. Siwezi kupitisha mawazo yangu kupitia kwake ili kuyawasilisha kwako. Lazima nifanyie kazi hilo. Tusafishe chombo hiki. Oh, ndiyo! Uh... hapo. Hiyo ni bora.

D: Ni nini unachotaka kuniambia?

V: Lazima kusaidia wanadamu wote. Waambie kinachokuja hivi karibuni. Mabadiliko, kuhama kwa vipimo. Wale wanaoweza kukusikia watakusikia. Watakuwa tayari kwa kuhama huko kwa vipimo. (Sauti yake ya kawaida ilirudi.) Wale wasioweza, hawatakubali hata hivyo, kwa hiyo, (Kicheko) watafikiri sisi ni wazimu. Lakini wale wengine, wanaweza wasijue, lakini itagusa cheche ndani yao. Itakapotokea, watakuwa tayari na wataweza kufanya mabadiliko hayo. Wanaweza wasijue linakuja, lakini kitu ndani kitakuwa tayari kwa hilo na wataweza kulifanya. Ni wale wasiokijua linakuja, lakini tukiwambia, kiko ndani yao. Kisha linapotokea, kitatoka na watakuwa tayari kwa hilo.

D: Niruhusu nikuulize swali moja zaidi. Sisi tunaofanya mabadiliko hayo, je, tutaendelea kuishi maisha yetu kama tulivyokuwa?

V: Hapana, hapana, bora zaidi. Tofauti. Muda mrefu zaidi.

D: Je, tutaendelea na maisha ya kimwili?

V: Oh, ya kimwili katika kipimo hicho, ndiyo. Lakini ya kimwili katika kipimo hiki, hapana.

D: Lakini ninamaanisha, tukifanya mabadiliko hayo, je, tuta ....

V: (Akiingilia) Unamaanisha, utaishi au utakufa?

D: Je, tutaendelea na maisha kama tunavyojua?

V: Ndiyo, baadhi hawatajua hata. Unaona, kile kitu kidogo tunachopanda katika kichwa chao, kitawasaidia kufanya kuhama kwa vipimo na wanaweza wasijue hata. Lakini watajua kuna uharibifu. Wataona uharibifu. Wataona kinachotokea na wataona miili iliyokufa, lakini hawatajua kwamba wamefanya mabadiliko hayo. Hawatafahamu kwamba sababu hawako pale chini wamekufa ni kwa sababu walifanya mabadiliko hayo na mabadiliko hayo hayakuwaathiri.

D: Ulisema kitu kuhusu vitu vinavyowekwa kichwani. Unamaanisha vipandikizi?

V: Hapana, hapana, hapana. Ninamaanisha mbegu, wazo. Hawajui kwa ufahamu, lakini ndani, hilo litawasaidia. Ni kama cheche ambayo, wakati unapofika, akili yao itakuwa tayari imekubali kwa kiwango cha chini ya ufahamu.

D: Lakini, tunapofanya mabadiliko hayo, tutaendelea kuishi maisha yetu. Nimesikia kwamba tutaishi muda mrefu zaidi?

V: Muda mrefu zaidi, bora zaidi. Kujifunza. Mambo yatakuwa bora sana. Watu watajifunza zaidi, baada ya muda mfupi. Watajua zaidi. Watakuwa na ufahamu zaidi wa mambo. Jinsi mambo yalivyo. Wanaweza wasijue wakati wanafanya mabadiliko hayo, lakini kisha watajifunza kuhusu hilo. Watagundua baada ya muda kile kilichotokea.

D: Na wale ambao hawajawa tayari wataachwa kwa upande mwingine Dunia.

V: Ndiyo, watakuwa wamekwenda.

D: Na wengi katika sehemu zote mbili hata hawatambui hilo jambo la kushangaza limetokea.

V: Wale walio upande mwingine watafanya. Watakuwa wamekufa. Lakini watajua, kwa sababu hilo ndilo somo ambalo wamejifunza. Wakisha kufa, watajua. Wataona ukweli. Na wataona ni fursa gani waliyoikosa, lakini wataona jifunze kutokana na hilo.

D: Nimeambiwa pia kwamba wanapozaliwa upya, ikiwa wao kuwa na hasi, karma, kulipa, hawatakuja tena kwa Dunia kwa sababu Dunia itakuwa imebadilika sana.

V: Hawataruhusiwa kurudi hapa hadi watakapomaliza alifanya kubadili. Wamefanya mabadiliko.

D: Nimesikia wataenda mahali pengine kufanya kazi zao karma, kwa sababu wamekosa nafasi.

V: Ndiyo. Baadhi yao wataenda. Na baadhi wanaweza kupewa fursa ya kurudi. Lakini itachukua muda, muda mrefu sana.

D: Lakini kwa wakati huo, sisi tutakuwa tunaendelea mbele na kujifunza mambo mapya na kufanya maendeleo katika dunia mpya kabisa.

V: Dunia nzuri sana. Dunia ya nuru na amani. Ambapo watu wanaweza kuishi pamoja na kupendana.

D: Lakini bado itakuwa dunia ya kimwili na familia zetu na nyumba kama tulivyo sasa.

V: Dunia yenye busara zaidi.

D: (Kicheko) Hilo, ninaweza kulielewa.

* * *

Mhusika mwingine aliyekuwa akipitia dalili za kimwili zisizoelezeka, alielezea mwili mpya kwa njia hii:

S: Anajitambulisha zaidi na mwili wake wa baadaye. Bado haujatulia kabisa, lakini upo. Na mwili huu wa baadaye unachukua kiini chake, au sehemu zake. Na kuunganisha au kuuvuta juu ili azoee mwili huu wa baadaye.

D: Je, mwili utabadilika kimwili?

S: Kwa kiasi, ndiyo. Utakuwa na nguvu zaidi, na mchanga zaidi. Mwili huu alionao sasa, unaweza kuponywa na kurekebishwa, lakini anahitaji mwili wa baadaye. Utakuwa mwepesi zaidi. Mwenye uwezo zaidi. Anahisi hili sasa, kiini chake kimekuwa kikiungana na mwili huu wa baadaye na kuvutwa juu.

D: Kwa hiyo mwili alionao sasa utabadilishwa?

S: Kwa kiasi kikubwa utaachwa nyuma. Utabadilishwa na sehemu zisizohitajika zitaondolewa.

D: Kwa hiyo si kama kuacha mwili mmoja na kuingia mwingine.

S: Hapana. Polepole mwili mpya na wa zamani vitaunganishwa kwa sehemu kubwa. Lakini kutakuwa na sehemu fulani za mwili wa zamani ambazo hazitahitajika, hivyo zitaachwa nyuma. Zitatoweka tu.

Huenda itakuwa ya polepole sana kiasi kwamba hatutatambua hata tofauti. Isipokuwa dalili za kimwili ambazo baadhi wanapitia wakati mwili unafanya marekebisho. Nimeambiwa kwamba kizazi cha wazee kinaweza kuwa na ufahamu zaidi kwamba kitu kinaendelea mwilini. Hata hivyo, haina faida kuwa na wasiwasi kuhusu hilo, kwa kuwa ni mchakato wa asili unaotokea sasa kwa kila mtu kama sehemu ya mageuzi ya Dunia Mpya.

* * *

Hii ilikuwa sehemu ya kikao kirefu mwaka 2002 ambapo mhusika alikuwa na uhusiano na viumbe wa nje ya dunia. Walikuwa wakitoa taarifa kuhusu mambo mengi, ikiwemo kile wanachoweza kufanya (au wanachoruhusiwa kufanya) kurekebisha uharibifu ambao wanadamu wameufanya kwa Dunia.

P: Uh, wananisogeza ... mbele katika siku zijazo. Wanasogeza mwili wangu. Oh, Mungu wangu, nahisi kizunguzungu.

Nilitoa mapendekezo ya kutuliza ili asipate madhara ya kimwili. Alituliza na kuwa thabiti. Hisia ya mwendo ilitoweka. Uzoefu huu pia umetokea kwa wahusika wengine niliowafanyia kazi, wanaposogezwa haraka sana kupitia wakati na nafasi.

D: Wanakuonyesha nini sasa?

P: Ninachoona ni mwanga tu. Ni mlipuko mkali wa mwanga. Sayari inashambuliwa na mwanga maalum na una rangi tofauti. Na rangi hizi tofauti zinaathiri ufahamu wa watu kwa njia tofauti, lakini haziathiri watu tu. Zinaathiri mimea na wanyama na mawe na maji na kila kitu. Ni aina fulani ya mwanga mweupe, na una rangi zote ndani yake. Na unabadilika na kusogea na unapenyeza hadi kiini cha sayari. Ninaona unatoka kwenye kiini cha sayari. Wanaupiga kutoka, nadhani, kwenye vyombo vyao, na unagusa kiini cha sayari na kurudi nje kutoka kiini hicho na kuathiri kila kitu kutoka ndani kwenda nje. Kama ungekuwa umesimama juu ya sayari, ungehisi nishati zikija kupitia miguu yako na kutoka juu ya kichwa chako.

D: Kinyume na inavyofanya kawaida.

P: Hii ni tofauti. Inatoka kwenye vyombo hadi kiini cha sayari na kisha inarudi juu. Na inaathiri sayari yote. Hawataki tujilipue wenyewe.

D: Je, hili linatokea mwaka 2002, au linatokea siku zijazo?

P: Hii ni siku zijazo. Watafanya hivyo! Kurekebisha mpangilio wa sayari ili kuzuia kitu chochote kibaya kutokea. 2006.

D: 2006. Je, tutakuwa tumeifanya sayari iwe nje zaidi ya mpangilio wake kufikia wakati huo?

P: Ndiyo, ndiyo. Oh, kuna watu kwenye sayari na wanaomba, lakini haitoshi kwa sababu imeharibika sana. Itatoka kwenye mzunguko wake. Na hilo litaathiri sehemu nyingine za ulimwengu. Kwa hiyo kwa kuelekeza nishati hizi kwenye kiini cha sayari, zitarudi juu, na hilo litarekebisha mpangilio. Na litakaporekebisha mpangilio, pia litarekebisha mambo mengine mengi kwenye sayari. Litasaidia mafuriko, ukame na mambo kama hayo ambayo mwanadamu ameiletea sayari. Hakutakuwa na maangamizi ya sayari hii. Baraza linahakikisha hilo halitatokea. Viumbe wako hapa chini kwenye sayari wakitazama, na wanajua kinachoendelea na wanajua ni nani anafanya hivyo na wanaweza kuwaathiri. Si kwamba hatuwezi kuingilia, hatujaruhusiwa kuingilia.

D: Kwa sababu kuna mambo fulani hamwezi kufanya.

P: Hiyo ni kweli, lakini tunaweza kutazama. Na tunajua ni nani anafanya hivyo.

D: Lakini sayari inapofikia hatua ambayo mwanadamu ameiharibu sana, hapo ndipo mnaweza kusaidia?

P: Hapo ndipo tutatuma hizi ... ninaona taa zenye rangi nyingi. Ni kama mihimili ya nishati yenye rangi nyingi na zinapigwa chini kwenye kiini cha sayari. Na kisha zinaporudi juu zinaathiri sayari yote na zitaifanya sayari ibaki katika mpangilio wake.

D: Je, hili linafanywa na vyombo vingi?

P: Ni shirikisho. Ninaona wengi. Ninaona viwango au aina tofauti za viumbe wakiathiri sayari. Sisi tuko ndani ya hilo. Kuna viumbe wengi sana.

D: Kwa hiyo ni kazi kubwa sana.

P: Shirikisho. Ndiyo, ndiyo.

D: Lakini si hatari kupiga vitu kwenye kiini cha sayari? Je, jambo halikuharibika hapo awali wakati hilo lilipotokea?

Nilikuwa nikifikiria uharibifu wa Atlantis. Hii ilisababishwa kwa sehemu na wanasayansi kuelekeza nishati kutoka kwenye fuwele kubwa kwenda chini katikati ya Dunia. Nishati nyingi sana ilitengenezwa, na ilichangia matetemeko ya ardhi na mawimbi makubwa ya bahari.

P: Hili si kama unavyofikiria. Hii ni nishati safi ya mwanga. Na athari pekee itakayokuwa nayo kwenye sayari ni nzuri. Haitaidhuru sayari.

D: Nilikuwa nikifikiria walichofanya huko Atlantis.

P: Hili si jambo lile lile. Ni vigumu kwangu kuelezea. Hili linafanywa katika kiwango cha roho. Ni kama nishati safi ya kiungu. Si nishati ya Atlantis. Nishati ya Atlantis ilifanywa kupitia nguvu za atomiki. Hii ni nishati ambayo ya kiungu imeiumba na inafanywa kupitia mwanga. Haifanywi kupitia mgawanyiko wa miundo ya molekuli. Hiki ni kitu ambacho tumekiumba, na tunakituma kutoka kwenye Chanzo. Chochote kinachotoka kwenye Chanzo ni kizuri na hakitadhuru sayari. Kitafanya kile tunachotaka kifanye. Na tumeruhusiwa kufanya hivi. Ni kwa sababu sayari imesababisha hili kwamba tunachukua hatua hii. Ni muhimu.

D: Je, hili si kuingilia?

P: Hapana! Hatuwezi kuingilia watu hapa. Hatuwezi kushuka chini na kuwanyanyasa na kuwaambia nini cha kufanya. Lakini tunaweza kuleta vyombo vyetu na kuelekeza nishati hii kwenye kiini cha Dunia. Tunaweza kufanya mambo kama haya. Hii kwa kweli iko katika kiwango cha roho. Kwa hiyo, hatuingilii muundo wa karma wa watu hapa. Kila mtu hapa ana kusudi la karmic, na hatuingilii hilo. Haturuhusiwi. Hatufanyi hivyo.

D: Je, watu Duniani wanaona hili linapotokea?

P: Wanahisi. Kwa maneno mengine, watapitia mabadiliko. Na hawatatambua kilichowatokea. Baadhi yao watatambua. Wale walio nyeti watajua kwamba kitu kimetokea. Lakini wengi kwenye sayari wataendelea tu na maisha yao ya kawaida, na watainuliwa na watabadilishwa na Dunia itabadilishwa. Mawe na maji pia, lakini wataendelea kuwepo tu, kwa sababu hatuathiri muundo wa karma. Hatuwezi kufanya hivyo. Tunafanya hili katika kiwango cha roho, lakini haliathiri maisha yao ya Dunia kwa upande wa mifumo ya karmic. Hatuingilii hilo.

D: Lakini Dunia lazima ifikie hatua fulani kabla hamjaruhusiwa kufanya hili.

P: 2006. Inazidi kuwa mbaya. Tayari ni mbaya sana sasa hivi. Iwapo itaendelea kuruhusiwa, hewa itadhuru watu wengi sana. Na sababu tunahusika ni kwamba kuna watu katika miili yao ya kimwili wakipumua anga hili lenye uchafuzi wote na inabadilisha urithi wao wa kijenetiki. Hatuwezi kuruhusu hilo litokee na hatutaliruhusu litokee! Tuliwapa watu wa sayari hii urithi wao wa kijenetiki. Na sasa wameharibu maji yao ya kunywa, chakula chao, sayari yao. Kila kitu hapa kimechafuliwa. Mwanadamu ameangamiza urithi wake wa kijenetiki na tutarekebisha hilo, kwa sababu hawataharibu jaribio letu! Hili ni jaribio la kiungu na hawawezi kuliharibu. Tutalibadilisha.

Ili kujua zaidi kuhusu jaribio kubwa ambalo wanadamu wamehusika nalo tangu mwanzo wake, tazama vitabu vyangu, Keepers of the Garden na The Custodians.

P: Lazima tufanye hivi. Sayari nzima imeangamizwa mara nyingi. Unajua kuhusu Atlantis; kumekuwa na milipuko mingine mingi, mafuriko. Hili ni jambo ambalo hatuwezi kuruhusu litokee wakati huu, kwa sababu litaathiri sehemu nyingine za ulimwengu. Na Dunia inazidi kutoka kidogo zaidi kwenye mpangilio wake. Na tutairudisha sayari si tu katika mpangilio, bali pia tutasaidia kusafisha na kutakasa muundo wa kijenetiki wa kila kitu na kila mtu kwenye sayari. Na hili limewasilishwa, na limekubaliwa, na litafanyika. Kwa sababu wanadamu wamefikia hatua kwamba haitasafishwa kwa wakati wa kutosha kabla haijaharibu muundo wa kijenetiki tulioumba.

D: Kwa hiyo inahitaji tu kutoka nje ya mpangilio kidogo tu kabla ya kuathiri zingine ....

P: Tayari imeathiri zingine S si tu ustaarabu katika ulimwengu wa kimwili unaoujua, bali pia katika viwango vya juu zaidi. Ndiyo maana tutafanya hili.

Ulimwengu mbalimbali umefumwa na kuunganishwa kwa namna ya kina sana kiasi kwamba kama mzunguko au mkondo wa mmoja ukivurugika, unaathiri mingine yote. Katika hali ya mwisho kabisa, hili lingeweza kusababisha ulimwengu yote kujikunja ndani yake wenyewe na kusambaratika. Hii ni mojawapo ya sababu za Dunia kufuatiliwa na viumbe wa nje ya Dunia. Ili kugundua matatizo yoyote yanayosababishwa na athari zetu hasi na kuarifu galaksi na ulimwengu mingine ili hatua za kukabiliana nazo zianze. Wanapaswa kujua Dunia inafanya nini, ili ulimwengu, galaksi na vipimo vingine viweze kujilinda na kuendelea kuishi.

D: Nilidhani kama kungekuwa na mradi mkubwa kama huo Duniani, watu wangeweza kuona vyombo hivi vyote.

P: Ohh, wewe Mtu wa Dunia wa kawaida! Hapana, hamwezi kuona vyombo vyetu. Tuko katika vipimo tofauti. Kuna viwango vingi tofauti vya mitetemo. Hamtaweza hata kuona mwanga, lakini upo. Wakati fulani, wanasayansi wenu wataweza kupima aina hii ya nishati. Wakati fulani, wanasayansi wataweza kubaini kwamba tuko katika angahewa, na wataona vyombo vyetu. Watakuwa na mashine na vifaa ili waweze kubaini vyombo vyetu viko wapi. Lakini hawana teknolojia hiyo sasa, kwa sababu tumevuka pazia na tuko katika S tuseme – ulimwengu wa astral. Ni kiwango cha juu zaidi ya hicho, lakini ni kiwango chepesi zaidi. Macho yenu hayawezi kuona, lakini siku zijazo watakuwa na mashine zitakazoweza kuona.

D: Lakini watajua kuna kitu kinatokea katika viwango vya nishati. Kwamba kuna kitu kinabadilika.

P: Kitabadilika, na watu watabadilika, lakini hawatakuwa na ufahamu wa kile kilichotokea. Litakuwa tukio kubwa, lakini hawataweza kulitambua katika kiwango cha kimwili. Katika kiwango cha roho, wanaweza kujua. Katika kiwango cha chini ya fahamu watajua, lakini si katika kiwango cha ufahamu wa kawaida, kwa sababu unafikiria nishati ya kimwili. Hii si nishati ya kimwili, hii ni nishati kutoka kwa Mungu. Hii ni nishati ya roho. Na inafanya kazi ndani ya kipimo tofauti na unavyofikiria. Ni tofauti sana.

D: Kwa hiyo watu wataihisi, lakini hawataiona. Watajua tu kwamba kuna kitu kinatokea katika miili yao.

P: Baadhi watajua. Wale walio nyeti watajua kwamba kuna kitu kimetokea, lakini hawatajua ni nini. Na hilo ndilo tunalotaka. Hatutaki kuvuruga chochote.

D: Hili litaathirije mwili wa binadamu?

P: Litazuia kuoza kwa nyenzo za kijenetiki DNA ndani ya mwili. Kama nilivyosema, inaharibika na hatuwezi kuruhusu hilo. Hatuwezi kuwa na jamii nzima iliyoharibika. Nishati itabadilisha muundo wa kijenetiki wa DNA ya wanadamu ili iwe kamilifu zaidi. Hilo ndilo tunalotaka hasa. Tunataka wanadamu wa sayari hii wawe katika maelewano kamili. Si tu wao kwa wao, bali pia nasi na ulimwengu mzima. Hawako katika hali hiyo sasa.

D: Kwa hiyo muundo wa DNA utakapobadilishwa, mwili utakuwa tofauti vipi?

P: DNA ikibadilishwa, mwili utakuwa kama tulivyotaka uwe maelfu ya miaka iliyopita. Tulijaribu hili katika Atlantis, likashindikana! Sababu lilishindikana ni kwamba nishati zilitumiwa kwa njia hasi na viumbe wa Atlantis. Tulijaribu kuleta nishati ya kike zaidi wakati wa Atlantis, ambayo ingeleta muungano kati ya nishati ya kiume ya kiungu na nishati ya kike ya kiungu. Ilishindikana. Kwa hiyo sayari Dunia ilipitia maelfu na maelfu ya miaka wanawake wakidhalilishwa na nishati ya kike kukandamizwa. Sasa ni wakati ambapo zote zitakuwa sawa. Nishati za kiume na za kike za kiungu zitaungana na hili litazalisha kiumbe kamilifu ... kama Kristo. Kila mtu hapa atatambua anaweza kuwa Kristo mkamilifu, nishati hizi zikiwa katika mizani. Nishati hazijakuwa katika mizani; zimekuwa nje ya mizani kwa maelfu ya miaka. Ndiyo maana kuna matatizo mengi duniani. Kwa hiyo muundo wa DNA utakapobadilishwa, nishati za kiungu, za kiume/kike, yin na yang, za nishati za Mungu zitaungana na kutakuwa na ukamilifu duniani. Ukamilifu ndani ya miili. Na sayari hii itakuwa kitu tunachoweza kuonyesha kwa ulimwengu mingine, kwa ulimwengu mzima. Kwamba hili ni jaribio letu, na hili ndilo tulilofanya na limefanikiwa. Mwanga umefanikiwa, kwa sababu utakuwa kamilifu kama tulivyotaka iwe kwa maelfu ya miaka. Tulipokuja hapa mara ya kwanza, ilikuwa kamilifu. Labda umeambiwa hilo. Ilibadilishwa. Unajua kimondo kilikuja, magonjwa yakaja. Kila kitu kiliharibika. Tutairudisha katika ukamilifu tena. Na hii ni sehemu ya marekebisho hayo tutakayofanya ili iwe kamilifu tena. Na hili ni jambo la kawaida kabisa. S Hii yote ni sehemu ya jenetiki, lakini sababu hilo lilitokea, ni kwamba wanadamu hawakuwa katika mizani. Nishati za kiungu hazikuwa katika mizani ndani ya nafsi au hata ndani ya akili ya kimwili, lakini nafsi inayoingia katika mwili hujidhihirisha kimwili. Hizi zilikuwa nje ya mpangilio. Hilo husababisha ugonjwa ndani ya mwili. Bakteria ilipotua hapa kupitia kimondo, kama miili wakati huo ingekuwa katika mpangilio kamili, isingejalisha. Ugonjwa usingeweza kuingia humo. Lakini miili ilikuwa tayari imeanza kubadilika ilipogonga, hivyo hakukuwa na kitu tulichoweza kufanya.

Alikuwa akirejelea jambo lile lile lililotajwa katika kitabu changu Keepers of the Garden, ambacho kilieleza kwamba ugonjwa uliingizwa Duniani na kuharibu jaribio kuu kupitia kimondo kilichogonga Dunia wakati spishi changa zilikuwa bado zinaendelea kukua. Hili liliwasababishia huzuni kubwa baraza lililokuwa likisimamia uendelezaji wa maisha Duniani, kwa sababu walijua jaribio lao la kuunda binadamu mkamilifu halingeweza kutokea chini ya hali hizo. Ilibidi waamue kama wasitishe jaribio na kuanza upya, au waache wanadamu wanaokua waendelee, wakijua kwamba hawatakuwa kamwe spishi kamilifu kama ilivyokusudiwa kuwa. Iliamuliwa kwamba muda na juhudi nyingi zilikuwa zimetumika katika kuendeleza wanadamu, hivyo walipaswa kuruhusiwa kuendelea. Matumaini yalikuwa kwamba labda wakati fulani baadaye, spishi hiyo ingeweza kukua na kuwa binadamu mkamilifu bila ugonjwa. Hii ndiyo sababu kuu ya sampuli na vipimo vinavyofanywa na viumbe wa nje ya Dunia ambavyo watu hufasiri vibaya kama hasi. Wanajali athari za uchafuzi wa hewa na uchafuzi wa kemikali katika chakula chetu kwa mwili wa binadamu. Na wanajaribu kubadilisha athari zake.

Kiumbe huyo aliendelea: "Hatukutaka kuacha jaribio. Hatukuweza tu kuitupa sayari hii. Hatukuweza tu kuruhusu viumbe hawa wote, roho hizi zote zibadilishwe milele. Tulilazimika kuingilia kati na tumekuwa tukija hapa kwa enzi na enzi. Hii ni kilele cha miaka mingi sana ya kazi. Mamilioni ya miaka. Na inakuja hivi karibuni na tunafurahi kwa sababu wanadamu wamefikia hatua ambapo hili linaweza kuletwa tena Duniani. Kama nilivyosema, tulijaribu maelfu na maelfu ya miaka iliyopita na likashindikana, lakini tunatarajia lifanikiwe safari hii. Tayari linaanza kufanikiwa. Na tunafurahi sana kuhusu hilo."

D: Je, watu wote wa Dunia watapitia hili?

P: Kama nilivyosema awali, kila mtu ataathiriwa. Ni kwamba kuna wale watakuwa nyeti, ambao watachukua kwamba limefanyika. Baadhi ya watu hawatatambua kwa kiwango cha ufahamu kwamba limefanyika. Limefanyika katika kiwango cha roho. Ukiwaweka katika hali ya usingizi wa kina kama ulivyomweka huyu sasa, wangejua wameathiriwa, na wangeweza kukueleza limefanya nini kwa jenetiki zao. Lakini katika kiwango cha ufahamu wa kawaida, hawana fununu. Hawajui. Na hilo ndilo tunalotaka.

D: Nilikuwa nikifikiria watu hasi (Wauaji, wabakaji, viumbe wa aina hiyo.) Je, wataathiriwa kwa njia tofauti?

P: Kila mtu ataathiriwa. Watajua katika kiwango cha chini ya fahamu kile kilichotokea. Kadiri kiwango cha chini ya fahamu kinavyobadilika, na kuwa na ufahamu wa hili, na kuamilishwa, ndiyo.

D: Bado wana karma.

P: Hilo pia litaathiriwa, kwa sababu sayari hii katika siku zijazo haitakuwa na karma. Hilo ni jambo ambalo halitaruhusiwa hapa. Itakuwa sayari ya Mwanga na Amani na itakuwa jaribio letu kuu lililofanikiwa.

D: Nimeambiwa ndiyo sababu wengi katika ulimwengu wanaangalia.

P: Ndiyo, ni kweli. Tuko hapa kwa ajili ya hilo. Na itakuwa salama.

* * *

Katika msimu wa vuli wa mwaka 2006 tulipokea simu ofisini kwetu kutoka kwa mmoja wa wasomaji wetu akiuliza, "Je, haikutajwa kwenye kitabu kwamba kitu kilitarajiwa kutokea mwaka 2006?" Binti yangu Julia alipokumbuka hilo na kukipata kipengele hicho. Kwa bahati (kama kuna kitu chochote ambacho huwa ni bahati), wiki chache baadaye tulipokea barua pepe kadhaa ambazo zilitumwa kwa watu sehemu mbalimbali, zikionya kuhusu tukio la kiastronomia lililotarajiwa kutokea tarehe 17 Oktoba 2006.

Tukio la kichocheo cha kiastronomia linatokea tarehe 17 Oktoba 2006, likianza takribani saa 10:17 asubuhi na kuendelea hadi saa 1:17 asubuhi ya tarehe 18. Wakati wa kilele utakuwa saa 5:10 jioni tarehe 17. Mshale wa mionzi ya urujuanimno (UV) kutoka katika vipimo vya juu zaidi utapita na Dunia katika siku hii. Dunia itabaki ndani ya miale hii ya UV kwa takribani saa 17 za muda wenu, na itapenya kila elektroni ya nishati ya Uhai ya thamani. Miale hii ina tabia ya kung'aa kama mwanga wa florescent, rangi yake ikiwa ya bluu/magenta. Ingawa inatetemeka katika masafa haya, iko juu ya wigo wa rangi wa ulimwengu wenu, hivyo haitaonekana kwa macho. Hata hivyo, kutokana na asili ya roho yenu, itakuwa na athari. Athari yake ni kwamba kila wazo na kila hisia zitakuzwa kwa nguvu sana mara milioni moja. Kila wazo, kila hisia, kila nia, kila utashi—iwe nzuri, mbaya, yenye madhara, chanya au hasi—zitaongezwa nguvu mara milioni moja. Kwa kuwa kila jambo la kimwili linadhihirika kutokana na mawazo yenu, yaani kile mnachokizingatia, miale hii itaharakisha mawazo hayo na kuyafanya kudhihirika kwa kasi kubwa sana, mara milioni moja zaidi kuliko kawaida. Mwanga wa urujuanimno utawafunika watu wote kwenye sayari. Una uwezo wa kubadilisha namna wanadamu wanavyofikiri na kuhisi.

Utaunda njia mpya iliyo rahisi zaidi kwa kupaa kwa Dunia kuelekea kipimo kingine. Huu ni mwanzo wa mtiririko mkubwa wa mwanga utakaoinua sayari hii juu katika Spiral ya Mageuzi kwa kuruka kwa kiasi kikubwa sana cha mabadiliko ya ghafla na makubwa.

Kwa hiyo inaonekana kwamba imeanza. Nilipofanya kikao hiki na kuandika sehemu hii ya kitabu, nilidhani miale hiyo ingekuwa inakuja kutoka kwa viumbe vya nje ya Dunia na kuelekezwa kutoka kwenye vyombo vya angani. Sasa inaonekana kwamba miale hiyo ilitumwa kutoka katika vipimo vingine ambavyo havionekani kwetu. Ninashuku kwamba viumbe wa nje ya Dunia pia wanachangia katika yote haya, na wanasaidia katika kuielekeza miale hiyo. Kwa hiyo inaonekana kwamba imeanza, na wengi wa wale wanaofahamu miili yao na dunia inayowazunguka wataanza kuona athari baada ya tarehe hiyo.

* * *

Sehemu nyingine ya kikao na Phil na Ann (kilichoripotiwa katika Sura ya 22) huenda ilikuwa inazungumzia aina ile ile ya nguvu, au huenda ilikuwa inarejelea jambo tofauti.

Ann: Kuna chanzo cha nishati kinachozunguka sayari hii. Mtakapoona kivuli cha rangi mnayoita "nyekundu", hapo ndipo mtakapojua kwamba mabadiliko yamefanyika.

D: Rangi nyekundu itaonekana wapi?

A: Itakuwa ikirusha miale kutoka sayari yenu kuelekea Jua zingine za ulimwengu. Mtaona nishati ikipanda.

D: Je, tutaiona kwa macho?

A: Kuna muundo unaozunguka sayari yenu sasa hivi unaojengwa upya, ambao kwa kweli utabadilisha mwonekano halisi wa nishati inayotoka katika sayari hii. Na itakuwa rangi, mnayoita "nyekundu".

D: Unamaanisha kama mwanga wa kaskazini?

A: Ndiyo.

D: Na tutaanza kuuona ukirusha kwenda angani katika maeneo ambayo kawaida hauonekani?

A: Ndiyo. Itakuwa sawa na mishipa ya damu katika mwili wenu. Mnaona viungo vyenye mishipa mingi inayobeba damu, ambayo hudumisha kwa kuleta virutubisho, na pia kwa kuondoa taka. Ni kazi ya njia mbili kwa namna hiyo. Sayari hii imekuwa nayo, katika kazi fulani, athari hii. Lakini sasa ndiyo uwezo wa baadhi yenu mtaweza kuutambua kimwili. Na pia kiwango cha mawasiliano chenyewe kitaongezeka hadi daraja la juu zaidi. Hii ni njia ambayo mtaweza kushiriki kwa ukaribu zaidi na ulimwengu mzima.

D: Kwa hiyo mwanga huu unaousema unamaanisha kiwango cha nishati ya sayari kinabadilika?

A: Ndiyo.

D: Na tukiuona ukianza kuonekana, tutajua kwamba mabadiliko yanafanyika?

A: Ndiyo. Mna kile mnachokiita "maeneo ya moto", ambayo kwa mpangilio wenu wa rangi yanang'aa bluu.

D: Hiyo hatuwezi kuiona?

A: Ndiyo, mnaweza. Iko kwenye gamba la Dunia. Mtaweza kuiona ikiruka juu ya gamba.

D: Huzungumzii rangi ya anga?

A: Hapana. Nazungumzia uga wa nishati. Kutoka mbali, kupitia darubini ya anga ya Hubble, au kutoka sehemu yoyote iliyo juu ya anga yenu, itaonekana kwamba kuna miale inayotoka nje kutoka sayari yenu katika mwelekeo mbalimbali. Hizi hazitakuwa kama mwanga uliosambaa kwa jumla, bali zitaonekana kuwa na kipenyo na mwelekeo. Ni muunganiko wa pekee.

D: Je, itakuwa kama namna Jua linavyorusha miale?

A: Hapana. Si kwa maana hiyo, kwa sababu katika utoaji wa Jua si sare, lakini ni wa jumla. Huenea kila mahali kwa wakati mmoja. Hii itakuwa kama, labda kama mngeweza kufikiria kitu mnachokiita "disco ball", kinachorusha miale ya mwanga ya pekee katika mwelekeo tofauti. Ni miale ya kibinafsi, si muundo mpana wa mwanga wa jumla.

D: Kwa hiyo sasa zinaonekana bluu kupitia darubini ya Hubble, na zitaanza kuonekana nyekundu?

A: Kutakuwa na mabadiliko ya rangi kadhaa kwenye yako wigo, ambayo ni mdogo sana kwa jicho lako linaloonekana. Wewe itaweza kuona wigo hadi rangi ya mwisho ya nyekundu ndani ya miaka ishirini na mbili. Itakuwa hisia ya nini wewe piga "hue".

D: Huu pia ni muda wa kuwezesha DNA. (Rejelea hadi Sura ya 22.)

A: Ndiyo. Yote yako pamoja. Ni ya wakati mmoja.

Harriet: Nini kingetokea kwa mtu anayetembea kupitia miale hii katika sayari? Je, ingeathiri mwili wake wa kimwili?

A: Mnafanya hivyo sasa.

D: Kwa hiyo ni kama kupitia vipimo. Wanasema tunaingia na kutoka ndani yake na hatujui.

A: Mnaishi katika vipimo sasa hivi.

D: Na ni vivyo hivyo tunaingia na kutoka ndani yake, na hatujui kinachotokea.

* * *

Zaidi kutoka kwa somo lingine huko Australia:

C: Ni kama gari. Fikiria gari lenye mwili wa zamani. Ni gari lile lile la zamani mmekuwa mkiliendesha. Halafu mnaweka injini mpya ndani yake. Ghafla gari linaanza kufanya kazi tofauti, ingawa linaonekana lile lile. Halafu mnapata injini nyingine, na mnaibadilisha. Gari linaendelea kuwa haraka zaidi na haraka zaidi, na kung'aa zaidi na kuwa na akili zaidi. Na kabla hamjajua, gari linafanya mambo mazuri sana, kiasi kwamba mwili unaanza kubadilika. Ni kama nishati ya injini mpya inaanza kuubadilisha mwili. Na kabla hamjajua, limegeuka kuwa gari la michezo. Gari zuri, linalong'aa, linalovutia. Na hivyo ndivyo ilivyo. Nishati zinazoingia zina uwezo wa kubadilisha chombo. Na kitaanza kuwa tofauti. Kitaonekana tofauti. Kitaonekana ... neno linalokuja ni kijana zaidi. Kitaonekana nadhifu zaidi na kijana zaidi. Seli za mwili, mtetemo wa mwili unabadilika, na unaendana na mtetemo wa nishati inayoingia. Na mabadiliko ya kimwili yatafuata.

D: Mabadiliko hayo ya kimwili yatakuwa nini?

C: Mwili utabadilika kuwa mwepesi zaidi. Na ninapata kwamba utaonekana mrefu zaidi. Si kwamba utakuwa mrefu, bali nishati ya ndani kwa namna fulani itaonekana kwa nje. Na itaufanya mwili uonekane mrefu, umeinuliwa, mwembamba zaidi. Na wazi zaidi.

D: Wazi?

C: Ndiyo. Ni jambo la kuanzisha.

D: Hivi ndivyo watu wa Dunia watakavyobadilika? (Ndiyo). Je, kila mtu atafanya mabadiliko?

C: Ndiyo, kwa sababu watu wote wamepewa chaguo hilo. Wakichagua kubadilika pamoja na Dunia, watageuka kuwa mwanadamu huyu mpya. Ataonekana tofauti. Na hilo ndilo jaribio hili linahusu. Ndiyo maana Christine na wengine wanawaondoa wale wasiotaka kubadilika pamoja na Dunia. Wataondoka. Na kuleta maumivu mengi kwa familia zao. Lakini wale wanaobaki lazima washike mwanga. Hiyo ni kazi kubwa. Kujitenga na mambo haya yanayotokea sasa. Na mambo haya yataendelea kutokea hadi utakaso utakapokamilika. Wale walioko hapa kubaki, wanachukua jamii hii ya watu kwenda katika ustaarabu mpya sana na tofauti. Watu hao wanajaribiwa sasa, kuona kama wanaweza kushika mwanga wakati kuna maafa, na wasivutwe ndani yake. Hao ndio watu watakaosonga mbele pamoja na sayari hii.

D: Kama mtihani wa mwisho?

C: Ndiyo. Majaribio yanaendelea sasa hivi. Kila kiumbe kinapewa kile kinachohitajika kumjaribu, kuona kina uwezo gani wa kurudisha kwa mpango huu; kujitolea kwake ni imara kiasi gani. Utayari wao wa kutumikia. Yote hayo yanajaribiwa sasa.

D: Kwa hiyo kila mmoja ana mtihani wake binafsi?

C: Ndiyo. Na wale wanaopata ugumu sasa ndio wanaobaki. Hao ndio wanaopitia majaribio. Lakini baadhi yao hawavuki.

D: Hawafaulu mtihani.

C: Hapana. Kuna baadhi ambao hawafaulu.

D: Hili niliambiwa na wengine, kwamba baadhi wangeachwa nyuma. (ndiyo) Na nilidhani hilo ni la kikatili.

C: Hapana, si la kikatili, kwa sababu kila nafsi inapewa chaguo. Na kama hawasongi mbele na kubadilika, ni kwa sababu wanachagua kutofanya hivyo. Na watazaliwa upya mahali pengine pa chaguo lao. Na ni sawa. Kwa sababu ni mchezo tu.

D: Hivyo ndivyo niliambiwa, kwamba wangepelekwa mahali ambapo bado kuna karma hasi ya kushughulikiwa. Na sayari hii haitakuwa tena na hasi wakati huo. Hivyo ndivyo unavyoona?

C: Ndiyo. Watabaki katika Dunia ya zamani. Dunia mpya ni nzuri sana. Mtaona rangi na wanyama na maua ambayo hamjawahi kufikiria kuwa yanawezekana. Mtaona matunda ambayo ni chakula kamili. Hayahitaji kupikwa. Yanaliwa kama yalivyo. Na kila kitu kiumbe kinachohitaji ili kujilisha kitakuwepo. Matunda haya mapya yanakua sasa kwa msaada wa Watu wa Nyota.

D: Je, ni matunda na mboga ambazo hatuna katika Dunia sasa?

C: Hatuna. Ni mabadiliko kwa namna fulani. Ninaona tofaa la krimu kama mfano wa kile kilichotokea. Tutakuwa na tunda linaloitwa "tofaa la krimu". Na halionekani kama tofaa. Lina ngozi mbaya kidogo kwa nje, na lina ukubwa wa kama machungwa mawili yaliyowekwa pamoja. Kisha unalifungua. Ndani ni kama krimu. Kwa hiyo ni tunda, lakini pia ni chakula. Si tunda tu, bali chakula kingine kimeingizwa ndani yake, kama krimu. Huo ni mfano wa mojawapo ya vyakula vya baadaye. Kwa hiyo vyakula hivi vitakuwa furaha kwa hisia. Na vyenye lishe na vinavyodumisha kwa ... ninaendelea kuzuiwa ninaposema "mwili". Ninaambiwa niseme "kiumbe". Vitakuwa na lishe kwa kiumbe. Na mambo ambayo sasa tunapika, kama vile unavyopika krimu, yataingizwa katika matunda haya. Na hii inahusu kusaidia sayari, na kupunguza matumizi ya umeme na nishati. Kwa hiyo matunda yatatupatia tunachohitaji.

D: Nimesikia mwanadamu amefanya mambo mengi kwa chakula ambayo si mazuri kwa mwili.

C: Ni kweli. Vyakula vya asili vinaingia katika Dunia, na wakulima wa asili wanaendana na mpango wa mageuzi ya Dunia. Ndiyo maana wako hapo. Na ndiyo maana ufahamu unaongezwa kuhusu hili, kwa sababu watu wanahitaji kujua jinsi ya kulima ipasavyo. Na shule za Rudolf Steiner zinawafundisha watoto hili. Kwa hiyo watoto watakaokuwa pamoja na Dunia mpya watajua hili. Na watoto hao sasa wanafundisha katika vyuo vikuu na taasisi, na wanaeneza ujumbe. Kwa hiyo wakati utakaso wa Dunia utatokea, sumu nyingi zitasukumwa mbali. Unaona, Dunia mpya si kipimo hiki. Dunia mpya ni kipimo kingine. Na tutahamia katika kipimo hicho kipya. Na katika kipimo hicho kipya, kutakuwa na miti yenye rangi ya zambarau na machungwa katika magome yao. Na kutakuwa na mito mizuri na maporomoko ya maji. Na nishati itarejeshwa. Kutakuwa na nishati katika vijito na maji yanayopita juu ya mawe na kingo za mchanga. Na yanapogonga Dunia, yanazalisha nishati na yatarekebishwa katika ulimwengu huu. Vijito vingi vimebadilishwa na kunyooshwa ili vifae na vipendeze. Hilo linaondoa nishati kutoka kwa Dunia. Dunia itasafishwa. Ninaona maji.

D: Je, hili lazima litokee kabla ya Dunia kubadilika na kuingia katika kipimo kipya?

C: Naona tukipitia. (Kwa mshangao) Lo! Nini mimi kuona ni kwamba watu wanaokwenda mpya vipimo vitapitia katika ulimwengu huu mpya.

D: Wakati ule mwingine unasafishwa?

C: Ndiyo, ndiyo.

D: Unaona nini kuhusu maji yatakayotokea katika utakaso?

C: (Kupumua sana) Haitaonyeshwa kwangu.

D: Hawataki uone?

C: Hapana, hawatanionyesha hilo. Wanachonionyesha ni ... kama ufunguzi? Na tunapita ndani yake. Tunaingia katika kitu kinachoonekana kama Dunia hii, lakini ina rangi tofauti. Ina miundo tofauti. Mwanzoni inaonekana ile ile. Mwanzoni tu. Halafu tunapoangalia vizuri, tunaanza kuona kwamba siyo ile ile. Inabadilika mbele ya macho yetu. Na ni nzuri sana.

D: Lakini hii siyo upande wa roho? Kwa sababu upande wa roho pia unaelezwa kuwa mzuri sana.

C: Hapana, ni Dunia mpya. Siyo upande wa roho. Ni Dunia ya kipimo cha tano. Baadhi ya watu watapita kabla ya wengine. Ninaambiwa nikuambie sasa kwamba Christine amekuwa huko mara kadhaa. Kuna kundi litaanza kupita sasa. Na ataleta wengine pia. Watakuwa wakija na kuondoka kwa muda hadi watakapoenda kabisa.

D: Basi wengine wataachwa katika Dunia ya zamani?

C: Ndiyo, wale wanaochagua kubaki watabaki.

D: Watapitia shida nyingi, sivyo?

C: Ndiyo, sayari nzima. Nimeshtuka. Nimeiona sayari nzima ikilipuka. Hilo ni la kutisha, sivyo?

D: Unadhani hilo linamaanisha nini?

C: Sijui. Nimeiona tu ikilipuka. Lakini nimeiona Dunia mpya. Kuna mahali pazuri sana pa kipimo cha tano penye maelewano na amani.

D: Walipokuonyesha sayari ikilipuka, je, hiyo ni ishara tu? Kana kwamba Dunia hiyo haitakuwepo tena kwa wale wanaovuka?

C: Wale waliovuka wanaangalia kinachotokea. Wanaona. Je, italipuka kweli? Wananambia, "Usishikwe na kitakachotokea, kwa sababu lazima uzingatie mwanga." Hilo ndilo changamoto kwa watu watakaokuwa katika Dunia mpya. Changamoto yao ni kutoshikwa na chochote kitakachotokea, kwa sababu hilo ndilo linaloturudisha katika kipimo cha tatu. Hilo ndilo lililotokea kwa watu wengi waliokuwa kwenye njia ya kusonga mbele. Walirudishwa nyuma kwa sababu walishikwa na hofu, huzuni, majuto na giza. Kwa hiyo wanasema, "Huna haja ya kujua, kwa sababu kujua hakutamsaidia mtu yeyote." Wanachosema ni, "Zingatia mema." Zingatia ukweli kwamba kutakuwa na uwepo huu mpya mzuri, kipimo kipya, ambacho watu wengi Duniani watahamia. Tayari wanahamia.

D: Niliambiwa kwamba unapovuka, utakuwa katika mwili ule ule wa kimwili ulio nao sasa. Utabadilika tu.

C: Ndiyo, utakuwa bado katika mwili ule ule, lakini utabadilika.

D: Kwa hiyo inaweza kufanyika bila kufa au kuacha mwili. Ni jambo tofauti kabisa.

C: Ndiyo, tunatembea tu kuvuka. Christine amefanya hivyo kabla, na anajua jinsi ya kufanya. Amefanya na anaelewa.

D: Lakini itakuwa ya kusikitisha kwa sababu kutakuwa na watu wengi ambao hawataelewa kinachotokea. Ni vigumu sana, hasa kwa watu wengi wa kawaida, ambao hawajui chochote zaidi ya dini waliyofundishwa. Hawajui kwamba jambo hili lingine linawezekana.

C: Ndiyo, lakini si wa kawaida. Wanaonekana tu wa kawaida. Ni barakoa wanayovaa. Wanabadilika.

D: Lakini bado kuna watu wengi ambao hawajawahi hata kufikiria mambo haya.

C: Ndiyo, lakini watachagua kutokuamka, na hilo ni chaguo lao. Lazima tuliheshimu. Wamepewa chaguo kama kila mtu Duniani, na wamefanya chaguo hilo. Na ni sawa. Ni sawa kabisa.

D: Kwa hiyo, kama wanapaswa kwenda mahali pengine kushughulikia karma hasi, hilo ni sehemu ya mageuzi yao. Lakini unaona watu wengi wakihamia katika kipimo kinachofuata?

C: Hapana. Siyo wengi. Na idadi kwa kiasi fulani si muhimu, kwa sababu kitakachokuwa kitakuwa. Na kadiri watu wengi wanavyoweza kuamka na kuchukua safari hiyo, ndivyo idadi itaongezeka. Ndiyo maana wengi wenu mnafanya kazi hii. Kuwasaidia watu kufunguka kwa safari, na kuachilia hofu. Na kuingia katika ombwe ambako kila kitu kinawezekana. Ambako giza linaishi. Hilo ndilo mnalofanya. Na mnahitaji kulifanya. Na kila mtu mnayezungumza naye, naye huenda na kufanya vivyo hivyo. Huenda hamtambuzi, lakini mnafanya kama Kristo. Kila mtu mnayezungumza naye anakuwa mwanafunzi, na anaenda kuamsha wengine. Kwa hiyo inafanya kazi. Na ni hivi karibuni. Yote yanatokea hivi karibuni.

D: Una wazo lolote la muda?

C: Miaka michache ijayo itakuwa kile ninachopata kama "hatua ya maamuzi". Itakuwa hatua ya mwisho. Nafikiri ina maana kwamba wale ambao hawajachagua kufikia wakati huo, wataachwa nyuma. Ni muhimu sana.

D: Lakini kuna nchi nzima duniani ambazo haziko tayari kwa hili. Ndiyo maana nafikiri kuna watu wengi ambao hawatavuka.

C: Kuna mengi yanayotokea kuliko watu wanavyofahamu. Ninaona baadhi ya nchi ambako watu wanateswa. Sababu ya hilo ni kuamsha kiroho, kwa sababu mateso huamsha hilo. Watu wanapoteswa au wanapokabiliwa na kifo au hofu kubwa ya kibinadamu, hilo ni kichocheo kinachowaamsha. Hiyo ndiyo sababu ya mengi ya mateso yanayotokea sasa; kuhakikisha watu hawa wanaamshwa. Huo ndio upande chanya wake.

D: Je, kuna kitu kinachochochea au kusababisha hilo?

C: Ni kama pazia linashuka. Na siruhusiwi kuona. Ninaambiwa tu kwamba utakuwa mwisho wa jambo moja na mwanzo wa jingine.

D: Wanaonekana kutuongoza kuelekea vita wakati huu. (2002) Unadhani lina uhusiano na hilo?

C: (Anahema sana) Ninaogopa huo ndio mtihani. Nilisema hivyo wengi watu walikuwa wanajaribiwa. Na sikutambua wakati huo, lakini mimi fanya sasa, hiyo yote ni sehemu ya mtihani, ikiwa tunaweza kujiweka kutengwa na hilo. Ni kama tunapaswa kuunda yetu ...ni kama kila mmoja wetu ni ulimwengu. Sehemu zote za ulimwengu unashikiliwa hapa (aliweka mkono wake juu ya mwili wake). Na ikiwa tutaweka ulimwengu huu hapa ....

D: Mwili huu?

C: Ndiyo. Ikiwa tutaiweka kwa amani, na tukaiweka kwa usawa, basi tunapita mtihani. Kisha tunaweza kuhimili chochote. Na yale mambo yanayotokea katika dunia ni kweli mtihani mzima; sisi sote.

D: Unamaanisha kutokumbwa na hofu.

C: Ndiyo. Zima TV. Usiisikilize. Usisome karatasi. Usishikwe nayo. Ulimwengu wako ndivyo ulivyo tengeneza hapa. (Aligusa mwili wake tena.)

D: Katika mwili wako mwenyewe.

C: Ndiyo. Katika nafasi yako mwenyewe hapa. Huu ni ulimwengu wako mwenyewe hapa. Ikiwa kila mtu ataunda amani na maelewano ndani yao ulimwengu wenyewe, basi huo ndio ulimwengu ambao wanaunda ndani yake hiyo dunia yenye mwelekeo wa tano. Watu wengi zaidi wanaweza kujenga amani na maelewano katika ulimwengu huu wa mwili, zaidi watu ambao watakuwa katika Dunia hiyo mpya yenye mwelekeo wa tano. The wale ambao hawawezi kuunda amani na maelewano katika mwili huu ulimwengu, si kupita mtihani. Huo ndio mtihani.

D: Tunajaribu kufanya hivi ili kuzuia vita kutokea, au kuipunguza hata hivyo.

C: Ninaambiwa kuwa haijalishi nini kitatokea, maana yote ni mchezo. Yote ni mchezo. Na mambo hayo yanayotokea yapo kwa sababu. Na sababu ni sasa ni kumpima kila binadamu kujua wapi wako katika mageuzi yao wenyewe. Na kwa hivyo ikiwa tunashikilia amani na mwanga hapa (mwili), hatuna haja ya kuwa na wasiwasi juu yake kama kuna vita au la. Hata hivyo, ni udanganyifu tu.

D: Lakini sasa hivi inaonekana halisi sana, na inaweza kuwa na matokeo mabaya sana.

C: Ndiyo, lakini hiyo ni hofu kwa kila mtu. Kazi yetu ni kusaidia kila mtu anapata amani hapa (mwili). Na kisha, ya bila shaka, unapoleta watu wengi zaidi pamoja, ambao wana amani na maelewano ndani ya ulimwengu wa miili yao wenyewe, basi badala ya weusi kuenea, kwamba kuenea. Na hiyo huunda ulimwengu huu mpya. Kama ungepewa yote hayo habari nyuma katika mwanzo wa kazi yako, ungependa zimejaa kupita kiasi.

Ni sababu sawa kwa nini wao ni wakisema, "Hatutakuambia hasa kinachoendelea kutokea." Hatujui ni nini hasa kitaendelea kutokea. Lakini hatutakuambia kile tunachojua, kwa sababu huna haja ya kujua. Unachohitaji kufanya ni lenga hapa (mwili) ukiumba mbingu yako Duniani. Kila moja mwanadamu akiumba mbingu yake mwenyewe hapa Duniani. Hiyo ni yote unapaswa kufanya. Na kuja pamoja na wengine ambao wanaunda mbingu zao wenyewe duniani. Na kisha kupanua nishati hiyo nje. Na kabla ya kujua, umebadilisha ulimwengu. Hufikirii hata juu ya dunia. Unachozingatia ndicho unachounda. Fikiria amani. Jambo kuu ambalo watu wanapaswa kuelewa ni kwamba, wanachozingatia hupanuka. Hivyo kama wao kuzingatia, kama wao inaweza kuchukua nafasi ya utabiri na kitu cha ajabu wanachotaka, na kupanua hilo. Kisha wanaweza kuunda mbingu zao wenyewe duniani. Na ninaonyeshwa kwako kitabu The Convoluted Universe (Kitabu cha Kwanza), unatoa a maelezo ya mawazo. Ninaambiwa nikukumbushe kuhusu hii. Unazungumza juu ya mpira wa nishati saizi ya zabibu. Na mpira huo una nyuzi za nishati. Na ninabadilisha hii kama Naenda. Nishati kuachwa ambayo kwenda juu ya kila mmoja na kuvuka kila mmoja. Na nyuzi hizo za nishati zinaweza kufanya chochote wanachopenda. Wanaweza kugawanyika, na wanaweza kuwa nyuzi nne za nishati. Wanaweza kusuka. Wanaweza kuzidisha. Wanaweza kurudi nyuma. Wanaweza kufunga zipu. Wanaweza kufanya chochote kabisa. Na huu ndio mpira wa uwezekano. Unapofikiria wazo, halipotei tu. Ni inakuwa kamba ya nishati. Inakuwa nishati. Inasonga kwenye mpira huo wa uwezekano. Kwa hivyo, fikiria mawazo yako kuwa nishati. Na kadiri unavyoipa nguvu zaidi, ndivyo kuwa na nguvu zaidi. Na kisha inadhihirisha, na hivyo inakuwa halisi. Inakuwa kimwili. Ukituma wazo kwamba kutakuwa na amani. Na kisha kuifuata pamoja na, "Loo, lakini vita hivyo vinazidi kuwa mbaya", au

"Hizo wanasiasa wanafanya makosa." Unapunguza nguvu: kamba chanya uliyotoa. Kwa hivyo tunapaswa kufundisha watu kutuma mawazo chanya, na kisha itie nguvu kwa mawazo chanya zaidi, na chanya zaidi mawazo. Na tuna kuwafundisha kwamba wakati mmoja wa mawazo hayo hasi yanakuja akilini mwao, sio tu iache, lakini ibadilishe kwa mawazo chanya. Ili kwamba wanaongeza kwenye mpira huo wa nishati unaowezekana. Wao ni kuchangia hilo. Tunapaswa kuwafundisha kufanya hivyo. Wao sijui jinsi ya kufanya hivyo. Na ninaambiwa nikwambie ili kusisitiza kwamba udanganyifu S sijui kwa nini ninakuwa niambie nikwambie hivi. Lakini wanasema kama tunaweza kupata watu kufikiria mzozo huu unaotokea nchini Mashariki ya Kati kama sinema, ingesaidia watu. Nyingine Ninachoambiwa nikuambie ni kwamba kwa kila tendo, wanaweza kufanya majibu kinyume. Ambapo kuna kuzaliwa, kuna kifo. Na kila mtu lazima aache uchoyo wowote, utawala wowote, uchu wa mali. Yoyote ya masuala hayo ambayo ni kuwazuia kufanya kazi hii, lazima waachwe. Kwa sababu masuala haya hayatahudumia mtu yeyote Dunia mpya. Hakutakuwa na haja ya fedha, kama vile. Kwa hivyo kwa nini ujisumbue juu yake? Wale ambao wanafanya kazi kwa ajili ya Dunia, kwa ajili ya ulimwengu, wanakuwa zinazotolewa, na zitaendelea kuwa. Nini unahitaji mapenzi kuja kwako. Kwa hivyo ni wakati sasa wa kuachana na maadili hayo kufanya kazi ili kupata pesa. Unafanya kazi ili kubadilisha Dunia. Unajitahidi kuokoa hali hii. Hapo ndipo nguvu ya kuendesha lazima iwe. Ni lazima kuja na upendo na huduma. Na hiyo ndiyo njia pekee tutakayoongeza hii juhudi. Ni lazima itokane na upendo na huduma, sio kutoka uchoyo.

D: Niliambiwa upendo ni hisia yenye nguvu zaidi.

C: Ndiyo, upendo huponya.

* * *

Taarifa moja ya mwisho ilitoka kwa mteja ofisi yangu mwaka wa 2004. Niliamini kuwa sehemu moja ya haya yote bado haijulikani: Jinsi gani baadhi ya watu wangeweza kufahamu kwamba walikuwa nayo alifanya mabadiliko katika Dunia Mpya, na wengine bila kuwa? Ingewezekanaje kuhamisha watu wote na ni wachache tu wanaojua chochote kimetokea? "Wao" lazima nilijua kuwa nilikuwa nikipambana na hii mawazo ya kukawia, hivyo wakayatoa. Baada ya yote, ningewezaje andika juu yake, na hotuba juu yake ikiwa sikuwa na yote vipande?

Bob: Sayari nyingi, lakini hasa hii iliundwa tu awali kwa ajili ya watu laki tano na hamsini. Nusu watu milioni. Hiyo ilikuwa kubwa kama ilivyotakiwa kwenda. Watu zaidi wanazaliwa upya hapa ili kupata uzoefu wote mabadiliko haya makubwa. Na Dunia imeharibiwa na kubadilishwa zaidi ya uwezo wa kuitengeneza. Sayari hii imebadilishwa kwa bahati mbaya kwa njia ambayo kuna hakuna maana ya kurudi kwa hali yake ya asili hali. Lakini sasa kwa sababu ya agizo kuu kutoka Muumba, hili linapaswa kuharakisha. Kwa sababu imekuwa pia ndefu. Kuna njia mbili za kufanya hivi. Unaweza kusababisha sayari kuzunguka na ukoko wa Dunia kuhama. Na wewe literally, wakati hilo linatokea, kuanza tena kutoka ardhi sifuri. Hiyo ndiyo iliyogusa Ice Age na aliua dinosaurs wote. Haijalishi jinsi ilivyokuwa, lakini kimsingi ilifanya vivyo hivyo. Ustaarabu kutoweka, na unaanza na Ice Age na Mwanaume wa Neanderthal na aina hiyo nzuri ya vitu vyote hutokea tena. Unapoteza udhibiti wa ustaarabu wako wote, na unaishia kuwa gwiji kama Atlantis na Lemuria walivyofanya. Haya yote yametokea mara nyingi kabla. Lakini sivyo nini kitatokea wakati huu. Wakati huu unahama kama a sayari. Na kimsingi kama ulimwengu. Unahama nzima mwelekeo. Kipimo kinabadilika. Unatoka 3 point 6 (3.6) ambayo tuko sasa, hadi watano. Na unasema, "Vema, je! inatokea kwa wanne?" Naam, nne ni aina ya hapa kwa njia, lakini ni kwenda kuruka tu. Utaenda kuwa watano. Wakati mabadiliko ya dimensional yanakuja, utakuwa halisi ruka hiyo. Kuna matatizo mengi na hii. Hii ni mbona inatazamwa kwa makini sana. Watu wengi walio tayari kiroho wataweza kufanya mpito sana kwa urahisi. Nyingine zitaondolewa kihalisi kutoka kwenye sayari. Katika kupepesa kwa kope hata hawatajua imetokea, wengi wao. Na wataishia kwenye sayari nyingine hiyo ni safi, tayari na inangojea hili litendeke. Na uwezo wako utakuwa mbali zaidi ya ulivyo sasa. Wewe kuwa kimsingi na hisi tano za msingi. Utakuwa na nyingi zaidi kuliko wakati mpito unapitia. Wewe kuwa moja kwa moja telepathic. Wataamka ndani yao maisha kidogo siku inayofuata S au nini kinaweza kufanywa, kulingana juu ya jinsi inabadilishwa. S Imetokea hapo awali, kwa njia. S Tutafunga tu. Ni kama kwenda kusimamishwa uhuishaji. Tunaisimamisha. Inaweza kuchukua siku mbili au tatu kuhamisha watu.

D: Dunia nzima, au tu ....

B: Ndiyo. Watu wote ambao wako tayari kiroho kufanya hili mpito. Wote watahamishwa. Na wanapoamka juu ya sayari hii nyingine, hata hawatatambua ni kilichotokea. Kulikuwa na mabadiliko kama haya miaka michache iliyopita sayari hii, pamoja nasi sote. Na si watu wengi walijua kuhusu hilo. Ilikuwa tu. Ilikuwa ni kama wiki nzima imepita mwendo wa usiku. Imetokea hivyo.

D: Kwa nini ilitokea wakati huo?

B: Tulihitaji kuhamisha jua, kiufundi, na tulihitaji kuwa na uwezo wa kurekebisha. Na kama mtu ye yote angeweza kuiona, wao wote wangejua kilichotokea. Hiyo haikuwa sana njia ya vitendo ya kuifanya. Hivyo sisi tu aina ya kufunga kila mtu chini.

D: Kwa hiyo wasingejua?

B: Ndiyo. Ulienda kulala usiku huo, na ulilala kama wewe walidhani ni kipindi cha saa kumi na mbili. Na ukaamka. Na saa yako bado ilikuwa ikifanya kazi sawa. Lakini kwa kweli wewe ilikuwa imepita wiki nzima.

D: Kila mtu aliwekwa kwenye uhuishaji uliosimamishwa?

B: Ndiyo. Unafunga jambo lote kwa wakati mmoja.

D: Wakati dunia inasonga?

B: Ndiyo. Sayari inasonga. Una kile kinachoitwa "usiku na siku." Lakini kwa kweli tuliirekebisha hila ya kuvutia kuifanya. Lakini inafanya kazi. Sayari hii marekebisho yanayokuja. Hii frequency kubadilisha kitu hiyo inakuja. Hauwezi tu kufanya hivi na kila mtu macho. Kwa sababu utakuwa na kila aina ya ajabu majibu katika watu. Kwa hiyo wanadhani wote wako macho. Lakini bado tunaweza kuzifunga. Ni ujanja kidogo. Ni sana kuhusika kiufundi.

D: Kwa hiyo wangefikiri wanaota ndoto kama wangeota kuona chochote.

B: Ndiyo, ndiyo, kwa usahihi. Lakini wanaweza kukosa fahamu ukumbusho wake, kwa sababu usisahau, watu wengi hawana kumbukumbu ya fahamu ya kile wanachoota hata hivyo. Na unaweza kubadilisha mambo katika ndoto kwa urahisi sana pia.

D: Ulisema hili lilifanyika miaka michache iliyopita.

B: Ndiyo, ilikuwa. Ilitubidi kufanya marekebisho katika jua masafa.

Kwa hiyo inaonekana hilo ndilo jibu. Idadi yote ya watu duniani ingezimwa na kuwekwa katika hali ya kusimamishwa kwa muda huku uhamisho ukifanywa. Kama Annie Kirkwood alivyoonyesha katika maono yake, wakati Dunia iligawanyika au kujitenga katika Dunia mbili, watu waliokuwa katika kila moja hawakujua kilichowatokea wengine.

Hili pia linapatikana katika Biblia: "Siku hiyo, yeye aliye juu ya dari, na vitu vyake viko ndani ya nyumba, asishuke kuvichukua. Vivyo hivyo, aliye shambani asirudi nyuma.

Nawaambia, usiku huo watu wawili watakuwa kitandani kimoja: mmoja atachukuliwa na mwingine ataachwa. Wanawake wawili watakuwa wakisaga pamoja: mmoja atachukuliwa na mwingine ataachwa. Watu wawili watakuwa shambani: mmoja atachukuliwa na mwingine ataachwa." Wakamwuliza, "Wapi, Bwana?" Naye akawaambia, "Palipo mzoga, ndipo tai watakapokusanyika." (Luka 17:31-37)

* * *

Nimeulizwa mara nyingi kuhusu kalenda ya Wamaya kuishia mwaka 2012. Watu hudhani huo ndio tarehe ya mwisho wa dunia kwa sababu Wamaya hawakuona zaidi ya hapo. Nimeambiwa kwamba Wamaya walikua kiroho hadi kufikia hatua ambapo ustaarabu wao ulihamia kwa pamoja katika kipimo kinachofuata. Walisimamisha kalenda katika 2012 kwa sababu waliweza kuona kwamba huo ungekuwa wakati wa tukio kubwa linalofuata: kuhama kwa dunia nzima kwenda katika kipimo kingine.

* * *

Tutapaa kwenda katika kipimo kingine kwa kuinua ufahamu wetu, mtetemo na mzunguko wa miili yetu. Mwanzoni, unaweza kuendelea katika mwili wa kimwili kwa muda. Halafu taratibu unapogundua kwamba hauhitajiki tena, mwili wa kimwili huyeyuka na kuwa Mwanga, na unaishi katika mwili wa mwanga au nishati safi. Hili linafanana sana na visa kadhaa katika kitabu hiki ambapo mhusika aliona kiumbe kilichong'aa na kilichoundwa na nishati safi. Wamebadilika kupita hitaji la mwili wa kimwili unaoweka mipaka, na sisi pia tutafanya hivyo tutakapofikia hatua hiyo. Kwa hiyo katika visa vingi, kiumbe anapopaa, huuchukua mwili wa kimwili pamoja naye. Lakini hiyo ni hali ya muda tu, na kuachilia mwili hutegemea kiwango cha uelewa ambacho kiumbe amefikia. Tuna mwelekeo wa kushikilia kilichozoeleka, lakini hatimaye tunaona kwamba ingawa tuliweza kuuchukua pamoja nasi, mwili una mipaka na unazuia sana kwa uhalisia mpya katika kipimo kipya. Tunapofikia kipimo hiki kipya, mwili mpya wa mwanga au nishati hautakufa kamwe. Hili ndilo Biblia ilimaanisha iliporejelea "Uzima wa Milele".

Upande wa roho au hali ya kati ya maisha, ambako nimegundua kwamba tunaenda tunapokufa katika maisha haya, ni kama kituo cha kuchakata tena. Hutuongoza kurudi katika maisha mengine Duniani kwa sababu bado kuna karma ya kushughulikia, au jambo linalohitaji kuangaliwa. Watu huendelea kurudi kwa sababu hawajakamilisha masomo yao au mizunguko yao. Kwa kuinua ufahamu, mzunguko na mtetemo, hakuna haja ya kurudi mahali hapo (hali ya kati). Inaweza kupitwa kwa kwenda mahali ambapo kila mtu ni wa milele, na hakuna sababu ya kuchakatwa tena. Tunaweza kubaki hapo milele. Hapo ndipo pengine mahali ambapo wengi wa wahusika wangu hurejelea kama "nyumbani". Mahali wanapokukosa sana na kutamani kurudi. Wanapoliona wakati wa kurejeshwa nyuma, huwa na hisia kali sana, kwa sababu wamekuwa wakilitamani kwa undani, ingawa hawakujua kwa ufahamu kwamba lipo.

Sura ya 31

HITIMISHO

Katika kazi yangu yote, nimeambiwa mara nyingi kwamba sisi, kama wanadamu, si viumbe pekee wenye hisia na utambuzi katika sayari hii na hata zaidi yake. Tumejikita sana katika nafsi zetu kiasi kwamba tunadhani sisi ndio wa muhimu zaidi na kwamba kila kitu kinazunguka sisi, hasa kwa sababu hatuelewi maisha ni nini hasa. Nimegundua kwamba kila kitu kina roho, cheche ya uhai. Hii ni kwa sababu kila kitu ni nishati. Kinatetemeka tu katika masafa tofauti (ya haraka au polepole zaidi). Katika jitihada zetu za kuelekea hali ya juu ya kiroho, tumepitia aina nyingi za hizi zinazoitwa "aina za chini" za maisha. Tumekuwa madini, udongo, mawe, mimea na wanyama kabla ya kuingia katika umbo la kibinadamu. Sisi ni roho zenye udadisi, na tulihitaji kuyapitia na kujifunza kutoka kwayo kabla ya kuwa tayari kujifunza masomo katika mwili wa kimwili ulio changamano zaidi (ingawa mzito zaidi). Nimegundua kwamba kila kitu kina uhai, hata sayari Dunia yenyewe. Ina hisia, hisia za ndani na mahitaji, kama tulivyo navyo sisi. Kwa sasa, inapata maumivu (kulingana na vyanzo vyangu) kwa sababu ya yanayofanywa juu yake. Kulingana na viumbe wa nje ya dunia, tunafikia hatua ya kutorudi, ambapo uharibifu hauwezi kurekebishwa. Katika hatua hiyo, tutapanda kwenda Dunia mpya kwa sababu ile ya zamani haitoweza tena kubeba mzigo. Lakini ikiwa Dunia yenyewe ni hai, je, mambo yanaishia hapo? Nimeambiwa kwamba yanaendelea hata zaidi hadi kwenye anga la mbali. Sisi sote ni sehemu ya kiumbe kikubwa kinachoishi na kufanya kazi, tunachokiita Ulimwengu. Hii ina maana kwamba Ulimwengu wenyewe ni kitu kikubwa kilichopangwa, kilicho hai na chenye hisia. Unaweza kukiita "kitu" hiki Mungu, lakini ni changamano zaidi kuliko hilo.

Kila kitu kinachounda Ulimwengu (nyota, sayari, n.k.) kinaweza kuchukuliwa kama seli katika mwili wa Mungu. Seli zinazounda mwili wa hicho "kitu" kikubwa. Na sisi si chochote zaidi ya seli ndogo sana katika mchakato wa mzunguko. Ingawa tunaweza kuwa wadogo sana, hatuna umuhimu mdogo, kwa sababu katika mageuzi na ukuaji wetu tunaweza kuendelea kupanda juu kupitia msongamano wa maisha.

Nimeambiwa kwamba mchakato wa kuzaliwa upya si jambo la kutamanika sana. Kupitia mchakato huu tunaendelea kwenda na kurudi kati ya Dunia na ulimwengu wa roho. Ni kama kituo cha kuchakata ambapo tunaenda kujihukumu na kuamua kurudi kurekebisha karma. Lengo kuu linapaswa kuwa kutoka katika mzunguko huu na kusonga mbele zaidi ya kimwili. Inasemekana tunaweza kufikia hilo tunapopitia juu ya kituo cha kushikilia cha ulimwengu wa roho na kwenda moja kwa moja katika viwango vya juu vya kiroho ambapo mkusanyiko wa karma na marekebisho yake hayahitajiki tena. Kisha tunaweza kuendelea kwa njia tofauti na kutokuwa tena chini ya mzigo wa mwili wa kimwili. Hii yote ni sehemu ya mchakato wa kupaa: kuingia moja kwa moja katika ulimwengu unaofuata kwa kuinua masafa na mtetemo wetu na kupita hitaji la kufa na kwenda katika ulimwengu wa roho.

Ulimwengu ni kiumbe changamano sana kinachoishi katika vipimo vingi kwa wakati mmoja, kikiwa na tabaka juu ya tabaka za fahamu zinazohusiana na viumbe vingine vyote vilivyomo ndani yake. Kina uwezo wa kuumba na kuhusiana na vyote kwa wakati mmoja kibinafsi. Huenda hiki ndicho wanachokiita Mkusanyiko. Ni hivyo kwa sababu kwa pamoja tumekifikiria kikawepo kupitia nia. Wakati fulani katika zamani za mbali sana tulikuwa kitu kimoja. Tulikuwa sehemu ya Mkusanyiko, Moja,

Jua Kuu la Kati, Chanzo, Mungu, lolote unalotaka kukiita. Wengi wa wahusika wangu wanakumbuka hali hii wakiwa katika usingizi wa kina. Na kila mara huleta huzuni kubwa wanapotenganishwa nayo, kwa sababu umoja huo ulikuwa wa faraja na upendo mkubwa. Hawakutaka kuondoka, na walihisi huzuni na hali ya kutengana waliposukumwa kuingia katika anga la mbali.

Kwa sababu Chanzo kilitaka kuonja uzoefu (udadisi si tabia ya kibinadamu tu; labda hapa ndipo hamu ya kuchunguza ilikotoka), sisi sote kama sehemu ya Chanzo na waumbaji wenza tulikisaidia kuanza kuumba. Tulikisaidia kuumba kutoka katika utupu (au kutoka katika mavumbi kama inavyosemwa katika hadithi kadhaa), na nyota, sayari, mawe, mito, mimea, wanyama na wanadamu wakatokea. Kisha tuliamua (au tukaambiwa) kwenda na kuishi ndani ya vitu hivi na kuripoti kwa Chanzo jinsi ilivyokuwa. Inasemekana yote ni udanganyifu tu. Ikiwa hili ni kweli, basi unashikiliwa pamoja na mtazamo wetu wa pamoja. Tumeusaidia kuwaza uwepo wake na mtazamo wetu wa pamoja unauweka hapo. Katika kitabu changu Between Death and Life, niliambiwa kwamba Mungu anaweza kufikiriwa kama gundi inayoshikilia kila kitu pamoja. Ikiwa angetoweka kwa sehemu ndogo sana ya sekunde, kila kitu kingevukiza papo hapo. Katika kitabu hiki tuliambiwa kwamba kati ya pumzi ya kuvuta na kutoa ndipo Mungu yupo. Kutazama kwa mtazamo huu, sisi sote kwa pamoja ni Mungu.

Tunachokiona kama sahihi huenda si sahihi tunapokiona kutoka upande wa kiroho. Kila kitu tulicho nacho katika maisha yetu na tunachoshirikiana nacho huletwa katika uhalisia wa kimwili kwa sababu tunakitaka kiwepo. Hili linawezekana kwa sababu mawazo ni halisi; mawazo ni vitu. Mara yanapoundwa, mawazo yapo milele, na kadri yanavyoimarishwa, ndivyo yanavyokuwa ya kimwili zaidi na mazito zaidi (ya kweli zaidi).

Ndiyo maana tunaweza kubadilisha maisha na hali zetu; kwa sababu tuna nguvu zaidi kuliko tunavyotambua. Tunaendelea kuumba uhalisia wetu, na tuna uwezo wa kuubadilisha. Lakini mara nyingi huhitaji nguvu ya pamoja ya wengi kufanya hivyo, kwa sababu kile tulichoumba kimekua kikubwa na chenye nguvu kiasi kwamba kimechukua uhai wake. Huenda hii ndiyo sababu ya kuumbwa kwa Dunia mpya, kwa sababu ile tunayojua imefikia hatua isiyoweza kusaidiwa au kubadilishwa.

Ndani ya mtandao wa Ulimwengu kuna vipande vyote vya ujenzi wa uhalisia. Uwezekano wote na mwelekeo wote tunaoweza kuumba kutoka kwayo. Tunaweza kuwa na mbingu au jehanamu katika maisha yetu kwa sababu tuna nguvu za kufanya hivyo tukielewa mchakato na kutumia akili zetu kuumba. Mara nyingi nyanja za umeme zinazobeba uwezekano huu huvurugwa na nia zisizo sawia na matokeo yake ni hasi; kama ilivyokuwa hivi karibuni. Hasi inapoanza, inaweza kuimarishwa na watu wanaoikubali kama uhalisia, kisha inachukua umbo. Tunaweza pia kuwa na amani na upendo kama uhalisia wetu tukielewa na kutumia nguvu ya akili zetu. Kama Nostradamus alivyosema katika vitabu vyangu kumhusu na utabiri wake: "Hamjui nguvu ya akili zenu. Kwa kuzingatia uhalisia mnaoutamani, mnaweza kuuumba. Nishati yenu imetawanyika. Mkijifunza kuilenga na kuielekeza, mnaweza kuumba miujiza. Na kama nguvu ya akili ya mtu mmoja ni kubwa hivyo, fikiria nguvu ya akili ya kikundi ikishikiliwa pamoja. Nguvu ya kulenga ya akili nyingi haizidishwi tu, inaongezwa kwa mraba. Ndipo miujiza inaweza kweli kutokea."

* * *

Inaonekana tunachagua sehemu na muhtasari wa jumla wa igizo tutakaloshiriki katika kila maisha. Hata hivyo, kila mtu mwingine pia huchagua sehemu yake. Ni kama kushiriki katika igizo ambapo maandishi yanaandikwa yanavyoendelea, na yanaweza kubadilishwa wakati wowote ili kufanya igizo liwe la kusisimua zaidi. Hii ni kwa sababu ya hiari, na matendo ya kila mmoja huathiri matendo ya wengine. Katika maisha yetu ya Duniani tunaweza kuumba na kuishi aina nyingi tofauti za maisha (nafasi na wahusika) kadiri tunavyotaka: umaarufu, utajiri au umaskini; muuaji au mwathirika; upendo mkubwa au huzuni kubwa; vita au amani, n.k.

William Shakespeare alielewa hili alipoandika: "Ulimwengu wote ni jukwaa, na wanaume na wanawake ni waigizaji tu. Wana kuingia na kutoka kwao, na mtu mmoja katika maisha yake hucheza sehemu nyingi."

Haijalishi tunatimiza nini, ni cha muda tu kama igizo la jukwaani, na hatimaye pazia hushuka. Kisha tunachobaki nacho ni kumbukumbu za uzoefu, na tumaini la masomo tuliyojifunza. Haya hujumuishwa katika nafsi yetu halisi, nafsi yetu ya nyuma ya jukwaa, nafsi ya mwangalizi, nafsi ya milele au roho kuu, ambayo huhifadhi kumbukumbu na uzoefu huu. Hatimaye huhamishwa katika benki za hifadhi za juu kabisa: Chanzo au Mungu. Hakuna kilichopotea katika igizo, iwe tulicheza shujaa au mhalifu. Vyote huongeza hazina ya maarifa ya Ulimwengu. Kutoka katika mambo hayo uumbaji mpya huendelea kutokea.

Kila wakati roho inaporudi katika ukumbi wa michezo wa Dunia hujiandikisha kwa igizo jipya na hupewa maandishi mapya yenye kurasa nyingi tupu, zitakazojazwa na waigizaji wanavyoendelea. Bila mazoezi ya awali na wazi kwa mapendekezo na uwezekano wote. Hakuna lililo sahihi au baya waigizaji wanapocheza sehemu zao. Ni juu ya uzoefu, kujifunza masomo, kusuluhisha karma, na kuunda hali mpya kwa ajili ya mwangaza na kujifunza kwa wengine. Inasemekana hakuna mtu aliye kisiwa. Kila tunachofanya au kusema huathiri mtu. Kama tungeelewa hili, tungekuwa waangalifu zaidi kuhusu athari za maneno na matendo yetu kwa wengine. Tungekuwa makini zaidi jinsi vinavyorekodiwa katika Kumbi za Maarifa.

Kwa kila maisha mapya tunachota (mara nyingi bila kujua) kutoka hazina ya maarifa tuliyopata kutoka masomo mengine. Tunapotumia maarifa hayo katika maisha yetu ya sasa (igizo), tunatumaini hatutarudia makosa ya zamani. Kisha tunapochoka kurudia jukwaani na kujaribu maandishi mapya, tutachagua kustaafu, kurudi kwa Msimamizi Mkuu wa Jukwaa, na kuwaruhusu roho mpya au waliochelewa kujifunza kucheza sehemu kwa muda. Hili ndilo wengi wa wateja wangu huita "kwenda nyumbani". Hii ndiyo hali ya asili ambayo roho iliijua mwanzoni mwa uumbaji wake. Hali aliyojua kabla ya kunaswa katika ulimwengu wa kimwili, ulimwengu wa jukwaa, ulimwengu wa udanganyifu wa kipimo cha tatu. Kufikia wakati huo tumepata hekima na uelewa wa kutosha kuturuhusu kuendelea kwa njia nyingine katika nyanja nyingine za uwepo. Uwezekano hauna mwisho, na hatuna haja ya kurudi katika ukumbi huu isipokuwa labda kama waangalizi au waongozi.

Tunaishi katika nyakati za kusisimua. Utafiti wa sheria za metafizikia na sheria za Ulimwengu si tena kwa wachache waliodhaniwa kuwa wa ajabu. Unaenea kwa kasi katika jamii. Ni kana kwamba ulikuwa chini kidogo ya uso, nje ya ufikivu wa akili yetu ya kimantiki. Sasa unachomoza katika mwanga wa mchana ili kuchunguzwa na kuchambuliwa. Hauonekani tena wa ajabu au wa kutisha, bali wa asili na wa kawaida. Tumezuia akili zetu kufuata njia hii ya kufikiri kwa muda mrefu sana. Sasa ni wakati wa kufungua milango na kuiruhusu ibadilishe maisha yetu kuwa bora. Kama kila mtu angeelewa jinsi mawazo na matendo yake yanavyoathiri nafsi yake, marafiki na majirani, jamii na mji wake, na hatimaye dunia kupitia athari ya pamoja ya nishati, angejifunza kufuatilia maisha yake ya kila siku na dunia ingebadilika. Lazima ibadilike, kwa sababu ya athari ya pamoja ya nishati. Tunaingia katika dunia mpya na hasi ya zamani itaachwa nyuma. Kupitia sheria ya sababu na matokeo, ambayo si kingine ila "Kanuni ya Dhahabu" katika Biblia, hakuwezi kuwa na vita na vurugu tena. Tunaweza kubadilisha dunia, mtu mmoja kwa wakati mmoja. Hili ndilo Yesu alikuwa akijaribu kufundisha, na hawakuelewa. Upendo ndiyo jibu; ni rahisi hivyo.

Kadri akili zetu zinavyoendelea kukua, tunapewa kwa vipimo taarifa ngumu zaidi. Hatuwezi kamwe kujua yote kwa sababu akili zetu haziwezi kubeba. Lakini inaonekana akili zetu zinapanuliwa kuelewa nadharia ngumu zaidi.

Kama Alice katika Wonderland alifanikiwa kupata mlango wa kipimo kingine, swali sasa ni: "Unataka kushuka umbali gani ndani ya shimo la sungura?" Kuna maarifa mengi zaidi nje ya hapo kuliko tunavyoweza kufikiria. Mimi ni mwandishi wa ripoti, msafiri wa matukio. Nitaendelea kukusanya taarifa na kujaribu kuziwasilisha kwa dunia. Sijui nataka kushuka umbali gani ndani ya shimo la sungura. Sijui kina chake ni kirefu kiasi gani, na mikunjo mingapi itakuwepo njiani. Lakini nawakaribisha wasomaji wangu kuungana nami ninaposafiri katika vipimo vya yasiyojulikana na kujaribu kugundua.

* * *

Safari na tukio vitaendelea. Hakuna kukomesha!

Ukurasa wa Mwandishi

Dolores Cannon, mtaalamu wa hipnosisi ya kurudisha kumbukumbu za nyuma na mtafiti wa masuala ya kisaikolojia anayerekodi maarifa "yaliyopotea", alizaliwa mwaka 1931 huko St. Louis, Missouri. Alisoma na kuishi St. Louis hadi alipofunga ndoa mwaka 1951 na mwanajeshi wa Jeshi la Wanamaji wa Marekani. Alitumia miaka ishirini iliyofuata akisafiri kote duniani kama mke wa mwanajeshi wa wanamaji, huku akilea familia yake. Mwaka 1970 mume wake aliachishwa kazi kama mwanajeshi mstaafu mwenye ulemavu, na wakastaafu kwenda kuishi katika milima ya Arkansas. Hapo ndipo alianza taaluma yake ya uandishi na kuanza kuuza makala zake kwa majarida na magazeti mbalimbali. Amejihusisha na hipnosisi tangu mwaka 1968, na tangu mwaka 1979 alijikita kikamilifu katika tiba ya maisha ya zamani na kazi ya kurejesha kumbukumbu. Alisoma mbinu mbalimbali za hipnosisi na kuendeleza mbinu yake ya kipekee iliyomwezesha kupata utoaji wa taarifa kwa ufanisi mkubwa kutoka kwa wateja wake. Sasa Dolores anafundisha mbinu yake ya kipekee ya hipnosisi kote duniani.

Mwaka 1986 alipanua uchunguzi wake katika uwanja wa vyombo visivyojulikana vya angani. Amefanya uchunguzi wa moja kwa moja katika maeneo yanayodhaniwa kuwa na kutua kwa vyombo hivyo, na amechunguza miduara ya mazao nchini Uingereza. Sehemu kubwa ya kazi yake katika eneo hili imekuwa ukusanyaji wa ushahidi kutoka kwa watu wanaodhaniwa kutekwa kupitia hipnosisi.

Dolores ni mhadhiri wa kimataifa ambaye ametoa mihadhara katika mabara yote ya dunia. Vitabu vyake kumi na vitano vimetafsiriwa katika lugha ishirini. Amezungumza na hadhira za redio na televisheni duniani kote. Makala kumhusu au zilizoandikwa naye zimechapishwa katika majarida na magazeti kadhaa ya Marekani na ya kimataifa. Dolores alikuwa Mmarekani wa kwanza na pia mgeni wa kwanza kupokea Tuzo ya Orpheus nchini Bulgaria kwa mchango mkubwa katika utafiti wa matukio ya kisaikolojia. Amepokea tuzo za Mchango Bora na Mafanikio ya Maisha kutoka kwa mashirika kadhaa ya hipnosisi.

Dolores ana familia kubwa inayomsaidia kudumisha usawaziko kati ya ulimwengu "halisi" wa familia yake na ulimwengu "usioonekana" wa kazi yake.

Iwapo ungependa kuwasiliana na Dolores kuhusu kazi yake, vikao binafsi au madarasa yake ya mafunzo, tafadhali andika kwa anuani ifuatayo. (Tafadhali ambatanisha bahasha yenye anuani yako na stempu kwa ajili ya jibu lake.) Dolores Cannon, S.L.P. 754, Huntsville, AR 72740, Marekani.

Au mtumie barua pepe kupitia decannon@msn.com au kupitia tovuti yetu: www.ozarkmt.com

www.ingramcontent.com/pod-product-compliance
Lightning Source LLC
LaVergne TN
LVHW052204200926
848481LV00001B/25
* 9 7 9 8 2 3 5 4 9 9 3 2 4 *